नेत्रदीपक : हे पुस्तक वाचून तुमचा रात्रीच्या आकाशाकडे बघण्याचा दृष्टिकोनच बदलून जाईल.

— मनजीत कुमार

लक्षवेधी .... माझ्याच सत्यतेचा धांडोळा घेण्यास भाग पाडले मला या पुस्तकाने आणि मला आश्चर्याच्या सागरात लोटून दिले.

— गाया विन्स

खूप सुंदररीत्या सांगितले आहे.......ह्यूमन कॉसमॉस हे असे पुस्तक आहे जे तुम्हाला तर वाचायला आवडेलच पण तुम्ही इतरांनाही ते वाचायला लावाल.

— सायन्स फोकस

या ब्रम्हांडाच्या अद्भुततेने मानवी जीवनावर कसा प्रभाव पडत गेला आणि अजूनही पडतो आहे त्याच्यावर एक विचार प्रवर्तक दृष्टिक्षेप.

— इकॉनॉमिस्ट

मानवी विश्वाचे अनेक पदर उलगडणारा मर्चंट यांचा अद्भुतरम्य, चित्तवेधक गोष्टींचा खजिना प्रेरणादायी आणि आकर्षक.

— गार्डिअन

'The Human Cosmos' या इंग्रजी पुस्तकाचा अनुवाद

नाते ब्रह्मांडाचे

ताऱ्यांचा गुप्त इतिहास

जो मर्चंट

अनुवाद
लीना दामले

मेहता पब्लिशिंग हाऊस

Please contact us at **Mehta Publishing House Pvt. Ltd.**
✆ +91 020-24476924 / 24460313 / Mob. No. 9545000513
Email : production@mehtapublishinghouse.com
Website : www.mehtapublishinghouse.com

THE HUMAN COSMOS by JO MARCHANT

Translated into Marathi Language by Leena Damle

नाते ब्रह्मांडाचे / विज्ञानविषयक

अनुवाद : लीना दामले
author@mehtapublishinghouse.com

मराठी अनुवादाचे व प्रकाशनाचे हक्क : मेहता पब्लिशिंग हाऊस प्रा. लि.

संस्थापक : सुनील मेहता

प्रकाशक : मेहता पब्लिशिंग हाऊस प्रा. लि.
१९४१, सदाशिव पेठ, माडीवाले कॉलनी, पुणे ३०.

मुद्रक : ट्रिनिटी अॅकॅडमी फॉर कॉर्पोरेट ट्रेनिंग लिमिटेड, नऱ्हे, पुणे ४१.

मुखपृष्ठ : मेहता पब्लिशिंग हाऊस प्रा. लि.

प्रथमावृत्ती : नोव्हेंबर, २०२२

P Book ISBN 9789394258617
E Book ISBN 9789394258624
E Books available on : amazonkindle Apple Books Google Play Books

'The Human Cosmos' या इंग्रजी पुस्तकाचा अनुवाद

नाते ब्रह्मांडाचे

ताऱ्यांचा गुप्त इतिहास

जो मर्चंट

अनुवाद
लीना दामले

मेहता पब्लिशिंग हाऊस

Please contact us at **Mehta Publishing House Pvt. Ltd.**
✆ +91 020-24476924 / 24460313 / Mob. No. 9545000513
Email : production@mehtapublishinghouse.com
Website : www.mehtapublishinghouse.com

- *या पुस्तकातील लेखकाची मते, घटना, वर्णने ही त्या लेखकाची असून त्याच्याशी प्रकाशक सहमत असतीलच असे नाही.*

THE HUMAN COSMOS by JO MARCHANT

Translated into Marathi Language by Leena Damle

नाते ब्रह्मांडाचे / विज्ञानविषयक

अनुवाद : लीना दामले
author@mehtapublishinghouse.com
मराठी अनुवादाचे व प्रकाशनाचे हक्क : मेहता पब्लिशिंग हाऊस प्रा. लि.
संस्थापक : सुनील मेहता
प्रकाशक : मेहता पब्लिशिंग हाऊस प्रा. लि.
१९४१, सदाशिव पेठ, माडीवाले कॉलनी, पुणे ३०.
मुद्रक : ट्रिनिटी अ‍ॅकॅडमी फॉर कॉर्पोरेट ट्रेनिंग लिमिटेड, नऱ्हे, पुणे ४१.
मुखपृष्ठ : मेहता पब्लिशिंग हाऊस प्रा. लि.
प्रथमावृत्ती : नोव्हेंबर, २०२२

P Book ISBN 9789394258617
E Book ISBN 9789394258624
E Books available on : amazonkindle Apple Books Google Play Books

पॉपी आणि रुफससाठी

अनुक्रमणिका

उपोद्घात

जवळ जवळ १४ अब्ज वर्षांपूर्वी शून्यातून ब्रह्मांड निर्माण झाले. आपले हे शून्यातून उद्भवलेले विश्व म्हणजे कल्पनातीत उष्ण, घन असा एक बिंदू होता. निर्माण झाल्यानंतर क्षणभरातच त्याचा स्फोट होऊन अवकाशाचे वस्त्र प्रकाशाच्या वेगापेक्षा जास्त वेगाने विस्तारत गेले. हे अवघे अस्तित्त्व एका द्राक्षामध्ये मावेल एवढ्या आकारापर्यंत विस्तारत गेले. त्यानंतर ते विस्तारतच राहिले आणि त्याचवेळी हळूहळू थंड होत गेले. त्यानंतर पहिला पदार्थ तयार झाला. पहिल्या काही सेकंदांच्या अवधीत न्यूट्रॉन्स, प्रोटॉन्स, इलेक्ट्रॉन्स, फोटॉन्स, न्यूट्रीनो या सगळ्या उसळणाऱ्या, रेटारेटी करणाऱ्या कणांचे एक घट्ट असे द्रावण तयार झाले. आत्यंतिक उष्ण अशा त्या घट्ट द्रावणातून प्रकाश धुक्यासारखा इकडेतिकडे पांगत होता.

या घटनेनंतर ३लाख ३८ हजार वर्षे उलटल्यानंतर तो आधीचा विश्वाचा छोटा बुडबुडा विस्तार पावून त्याचा पसारा काही दशलक्ष प्रकाश वर्षे एवढ्या अंतरापर्यंत पसरला. विस्तार पावत असताना त्याचे तपमानसुद्धा काही हजार अंशांनी कमी झाले त्यामुळे अणू निर्माण होऊन तग धरू शकले. त्यानंतर पहिल्यांदाच हे ब्रह्मांड पारदर्शक होऊन प्रकाश दिसू लागला. त्या वेळी तिथे सुरुवातीला तेजाचा लखलखाट झाला आणि त्यानंतर सर्वत्र अंधाराचे साम्राज्य पसरले. त्यानंतर त्या गुरुत्वीय बळाला, अविरतपणे कोसळणाऱ्या वायूंच्या गोळ्यांना, सूक्ष्मतम अशा घनतेच्या फरकाने एकत्रित करून त्याचे रूपांतर तारे आणि दीर्घिकांमध्ये करायला अब्जावधी वर्षे लागली. त्यानंतर एक एक करून अवकाशातील दिवे पेटायला लागले.

विश्वनिर्माण शास्त्राच्या जवळ जवळ सगळ्याच पुस्तकांमध्ये वरील क्रम थोड्याफार फरकाने असाच दिलेला असतो. पण मूळ रहस्य तसेच शिल्लक राहते : बिग बँग पासूनच खरोखर या सगळ्याची सुरुवात झाली का? मुळात हे आपले विश्व निर्माण झाले की आपले विश्व म्हणजे निव्वळ त्या बहुविश्व संकल्पनेतील असंख्य बुडबुड्यांपैकी फुगत जाणारा एखादा बुडबुडा आहे? असे कुठले उच्च बल आहे जे अजूनही या विश्वाचे प्रसरण करते आहे? हे असेच निरंतर चालू राहील का

एखाद्या क्षणी थांबून उलट फिरून परत शून्यात सामावेल? इंग्रजीत ज्याला बिग क्रंच म्हणतात तसे होईल का? पण तरीही या विश्वाच्या एकंदर स्थिती आणि प्रकृती बद्दलच्या कल्पना आता सर्वमान्य झाल्या आहेत. सत्य स्थिती अशी समोर आली आहे की हे विश्व म्हणजे एक अतिविशाल असे अत्याधुनिक, सुविकसित यंत्र असून ते पदार्थाचे आणि बलांचे बनले आहे ज्यावर गणिती नियम आणि समीकरणे यांची हुकमत चालते.

हे पुस्तक मात्र वेगळीच गोष्ट सांगते. आपल्या विश्वाबद्दल मिळवलेली वैज्ञानिक माहिती म्हणजे मानवी सभ्यतेने गाठलेला सर्वात महत्त्वाचा आणि यशस्वी असा टप्पा आहे. ही दूरदृष्टी एवढी मजबूत, एवढी शक्तिशाली आहे की तिने सर्व प्रतिस्पर्ध्यांचा नाश केला आहे त्यांना नेस्तनाबूत केले आहे. विश्वनिर्माण शास्त्र जे एकेकाळी तत्त्वज्ञानविषयावर आणि आध्यात्मिक विषयावर भाष्य करत असे, उदाहरणार्थ आपण कोण आहोत, आपण या विश्वात कुठे आहोत, आपले अस्तित्व कशासाठी आहे इ. तेच शास्त्र आता गणिती खगोलशास्त्राची शाखा झाले आहे. मग त्या मोठमोठ्या प्रश्नांचे काय होणार? या विश्वाबद्दल जाणून घेण्यासारखे काहीच उरले नाही की काय?

खगोलशास्त्रातील ताज्या घडामोडी आणि नव्या नव्या शोधांबद्दल लिहिण्याच्या ऐवजी हे पुस्तक म्हणजे मानवाने ताऱ्यांकडून मिळवलेल्या ज्ञानाच्या प्राचीन काळापासूनच्या इतिहासाची माहिती देणारे मार्गदर्शक असे पुस्तक आहे. या पुस्तकात मानवाचा आपल्या विश्वासंबंधी जो दृष्टिकोन आहे त्यातून सत्याची गुणवैशिष्ट्ये आणि त्याला उमजलेला जीवनाचा अर्थ आला आहे, देव आणि आत्मे, पौराणिक वा दंतकथा आणि त्यातले जादुई प्राणी, राजवाडे आणि अवकाशीय ग्रहगोल, जे आपण आता टाकून दिलय, ते सगळे आले आहे. वैज्ञानिक दृष्टिकोनाने कसे वर्चस्व प्रस्थापित केले, आणि त्यावरूनच अजूनही आपण कोण आहोत हे कसे ठरते हेही सगळे आले आहे. ही कथा आहे वेगवेगळ्या लोकांची, धर्मगुरूंची, प्रवासी संशोधक, क्रांतिकारक आणि राजे यांची – आणि त्याची सुरुवात महास्फोटापासून किंवा विज्ञानाच्या जन्मापासून नाही तर त्या अगदी पहिल्या माणसांपासून होते. जी माणसे आकाशातील तारे, तारकासमूह बघत होती आणि त्यांना आकाशातून जी काही उत्तरे मिळाली तिथपासून ही गोष्ट सुरू होते.

भूतकाळातील अवकाशस्थ समजुतींबाबत आपण फार विचार करायचा नाही. पुरातत्त्व शास्त्रज्ञ आणि इतिहासकार ही काळजी करत नाहीत. आपल्याला माहीत आहे की शास्त्राची रचना अवकाश जाणून घेण्याच्या प्रयत्नातून झाली आहे. पण मानवाच्या प्रगतीबाबत मात्र अभ्यासकांच्या विचारांचा हा केंद्रबिंदू कधीच नव्हता. मला वाटते

आपण कुठून आलो हे जाणून घेण्यामध्ये येणारा मोठा अडथळा यामुळेच आला असेल. खरेतर लोक आकाशात जे आकृतिबंध बघत असत त्यांनीच त्यांच्या पृथ्वीवरील जीवनावर राज्य केले आहे, त्यांच्या स्थळ आणि काळाच्या, शक्ती आणि सत्य, जीवन आणि मृत्यू यांच्या कल्पनांना आकार दिला आहे.

प्राचीन काळात ठिकठिकाणी हे आपल्याला दिसून येते, बॅबिलोनिअन लोक ग्रहणाच्या कल्पनेने पछाडलेले होते, इजिप्शिअन फारोनी त्यांच्या पिरॅमिड्समधील रचना अशी केलेली होती की आकाशातील तारे त्यांच्या आत्म्यांना जणू दिशा दाखवायला बरोबर तिथून दिसू शकतील, तर रोमन सम्राट युद्धाच्या वेळी सूर्याच्या निशाणाखाली लढत असत. विश्वाबद्दलच्या वेगवेगळ्या कल्पनांनी आताच्या आधुनिक जगालाही आकार दिला आहे. आपण त्याचा उगम जरी विसरलो असू तरी त्यांचा आपल्या समाजमनावर खोलवर परिणाम झालेला आहे, तो आपल्या संसद भवनात, चर्चमध्ये, चित्र प्रदर्शनात, घड्याळांमध्ये आणि नकाशांमध्येही दिसून येतो. ख्रिश्चन धर्माच्या निर्मितीमध्ये सूर्य, चंद्र आणि तारे यांच्याबद्दलच्या समजुतींचा मोठा वाटा आहे, तसेच युरोपच्या शोधा मध्ये आणि नंतर त्यांनी या ग्रहावर गाजवलेल्या वर्चस्वामध्येही आहे. कायदा बनवणारे बंडखोर कायदेतज्ज्ञ ज्यांनी लोकशाहीचे आणि मानवाधिकाराबाबतचे मूलभूत नियम तयार केले, भांडवलशाही ज्यावर अवलंबून आहे ती मुख्य चौकट बनवणारे अर्थतज्ज्ञ आणि ज्यांनी पहिली अमूर्त कला निर्माण केली ते कलाकार या सगळ्यांवर सूर्य, चंद्र, ताऱ्यांचा प्रभाव दिसून येतो.

आज प्रकाश प्रदूषणामुळे आकाशातले तारे जणू नाहीसेच झाले आहेत. ज्या ठिकाणी पूर्ण अंधाऱ्या रात्री आकाशात हजारो तारे दिसायचे तिथे आता शहरातील आकाशात फक्त काही डझन तारे दिसू शकतात, आणि खगोल निरीक्षकांना अशी भीती वाटतेय की काही दिवसांनी ताऱ्याच्या संख्येपेक्षा आकाशात कृत्रिम उपग्रहांचीच संख्या जास्त असेल. युरोप आणि अमेरिकेतल्या लोकांना आताच आकाशगंगा दिसेनाशी झाली आहे. नैसर्गिक साधनसंपत्तीची भयावह झीज झाली आहे, जणू आपण आणि आकाशगंगा व बाहेरील ब्रह्मांड यांच्यातील दुवाच नाहीसा झाला आहे. याबद्दल कोणीही अजून आरडाओरड, हाकाटी असे काही केलेले नाही. बरीच माणसे आपला काही संबंधच नाही असे वागतात, ती हातातल्या फोनला चिकटलेली असतात. आकाश स्वच्छ दिसणे, हा सर्व मानवी संस्कृतींचा हक्क आहे हे कोणाच्या ध्यानातही येत नाहीये.

तरीही आपण या विश्वात आपले स्थान शोधायचा प्रयत्न करतोच आहोत. विज्ञानाने मात्र जबरदस्त प्रगती केली आहे: आज ५ वर्षाच्या मुलाला भौतिक विश्वाच्या इतिहासाबद्दल, त्याच्या रचनेबद्दल आणि त्याच्या प्रकृतीबद्दल जितकी माहिती आहे तेवढी माहिती गोळा करायला प्राचीन संस्कृतींना हजारो वर्षे लागली.

पण त्या प्राचीन संस्कृतींना जीवनाचा जो अर्थ सापडला होता तो आताच्या विज्ञानाच्या प्रगतीमुळे नाहीसा झाल्यासारखा झालाय. प्रत्यक्ष वास्तवाला समजून घेताना वैयक्तिक अनुभवांना काही महत्त्व राहिले नाहीये, त्याऐवजी त्यांची जागा अवकाश काळाच्या गणिती महाजालातून मिळालेल्या गोषवाऱ्याने घेतली आहे. पृथ्वीला अस्तित्त्वाच्या केंद्रस्थानावरून लांबच्या उपनगरात दूर ढकलले आहे. आयुष्य म्हणजे एक अपघात झाला आहे; आणि देवाला तर पार बादच केले आहे, आता प्रत्येक गोष्ट भौतिक नियमांच्या आधारे सांगता येणार आहे. या विश्वामध्ये आपली भूमिका आता अर्थपूर्ण राहिली नसून, सुप्रसिद्ध भौतिक शास्त्रज्ञ स्टीफन हॉकिंग म्हणतात तसे अगदी खालच्या पातळीवरच्या माणसांसारखी झाली आहे, एका अगदी सामान्य ताऱ्याभोवती फिरणाऱ्या एका सामान्य, मध्यम आकाराच्या ग्रहावरची माणसे.

टीकाकार गेली शंभर वर्षं मानवतेच्या या यांत्रिकीकरणाच्या विरोधात लढताहेत, आणि त्यात विज्ञानाला घाऊक प्रमाणात नाकारताहेत. पण आता मोठे मोठे शास्त्रज्ञसुद्धा विरोधी सूर लावून आपली चिंता व्यक्त करायला लागले आहेत जे आत्ता आत्तापर्यंत त्यांना निषिद्ध होते. आता तेच सुचवताहेत की भौतिक पदार्थ म्हणजेच सगळे विश्व किंवा आपणही, नसू. कदाचित विज्ञान अर्धेच चित्र बघत असेल. आपण तारे आणि दीर्घिकांची माहिती सांगू शकतो पण मनाचे काय? त्याबद्दल काय आणि कसे सांगणार? देहभानाबद्दल काय सांगणार? हे सगळे विचारमंथन म्हणजे एक महायुद्ध ठरू शकते ज्यामुळे कदाचित पाश्चिमात्य लोकांचा दृष्टिकोन पूर्णपणे बदलून जाऊ शकतो.

इथे वादाचा मुद्दा उपस्थित झाला आहे, लढाई सुरू होण्याआधी आपण या सगळ्याकडे एका वेगळ्या दृष्टिकोनातून बघू. इथे हे पुस्तक या विश्वाबद्दल आहे पण हे विज्ञानाचे मार्गदर्शक पुस्तक नाहीये तर मानवतेबद्दल आहे. यामध्ये सर्वांगीण असा आढावा घेण्यापेक्षा मी १२ असे क्षण निवडले आहेत किंवा पायऱ्या म्हणा हवे तर – जे आपल्याला इतिहासकाळापासून लोकांनी आकाशाकडे कशा तऱ्हेने बघितले आहे ते सांगतील. विशेषत: या १२ गोष्टींमधून पाश्चिमात्य भौतिक विश्वाचा कसा उदय झाला आणि विश्वाच्या या मॉडेलने आपल्या जीवनावर कसे अधिराज्य गाजवले ते सांगितले जाईल. मानवतेची पहिली अभिव्यक्ती, भावभावना प्राचीन गुहांमधील चित्रकलेतून आणि गोलाकार मांडलेल्या दगडांमधून कशा व्यक्त झाल्या आहेत; काही परंपरांच्या जन्मकथेपासून उदाहरणार्थ ख्रिश्चन धर्माचा, लोकशाहीचा आणि विज्ञानाचा उदय यापासून ते परग्रहावरील जीवसृष्टीचा शोध आणि आपल्या आताच्या खऱ्या आणि आभासी अवकाश सफरी याबद्दलच्या कथा या मार्गाने आकार घेत जातील.

आज आपण कोण आहोत हे सांगणारा हा प्रवास आहे आणि कदाचित आपल्या भविष्यातल्या प्रवासासाठीही हा मार्गदर्शक ठरेल. जेव्हा तुम्ही एखाद्या ठिकाणी रूतलेले असता तेव्हा त्या ठिकाणच्या सीमापार बघणे तुम्हाला शक्य होत नाही. मानवाच्या विश्वाबद्दलच्या समजुतीचा सखोल इतिहास जाणून घ्यायचा असेल किंवा आपला आपल्या जगाबद्दलचा दृष्टिकोन काय आहे हे खोदून, खणून बघायचे असेल किंवा त्याही पलीकडे बघायचे असेल तर त्यातून बाहेर पडून आपल्याला त्याच्याकडे बघावे लागेल. अर्थशून्य अशा या विश्वामध्ये आपण एखाद्या आज्ञाधारक यंत्रासारखे कसे वागायला लागलो? आपले जगणे त्या समजुतींनी कसे त्याच्या साच्यात घडवले आहे? आणि आता यापुढे इथून आपण कुठे जाणार?

◆

१

पुराणकथा

जगभरातील कलाकृतींमध्ये इतिहासकाळापासून एक खास ठिपक्या ठिपक्याचा आकार पुन्हा पुन्हा बघायला मिळतो. ठिपक्यांची संख्या वेगवेगळी असू शकते पण त्या ठिपक्यांची मांडणी मात्र ठरावीक पद्धतीची असते. ६ ठिपके गोलाकारात दोन रेषांमध्ये ४ आणि २ अशा पद्धतीने मांडलेले असत. दूरदूरवरच्या संस्कृतींमध्ये ही ठिपक्यांची ठरावीक मांडणी बघायला मिळते. कोण कुठल्या दूरवरच्या नवाजो नावाच्या टोळीच्या गावात जमिनीवर खड्डे खणून केलेली रचना असो किंवा सायबेरियातील एखाद्या देवऋख्याच्या ढोलावरील चित्रकला असो. हे चित्र जपानी मोटार बनवणाऱ्या सुबारू नावाच्या कंपनीच्या चिन्हावरसुद्धा आहे.

या सगळ्या ठिकाणाच्या चित्रांमधील ते ठिपके म्हणजे आकाशातील एक विशिष्ट नक्षत्र आहे, कृत्तिका तारकापुंजाचे. हे विशिष्ट नक्षत्र, म्हणजे ६ किंवा ७ ताऱ्यांचा पुंज (ताऱ्याची संख्या आकाशाच्या निरभ्रतेवर अवलंबून असेल) आयनिक वृत्ताजवळ (सूर्याच्या आकाशातल्या आभासी भ्रमणमार्गाजवळ) दिसतो आणि बऱ्याच दंतकथांमध्ये आणि मिथकांमध्ये येतो; चेरोकिंच्या दंतकथेमध्ये हे तारे म्हणजे हरवलेली मुले आहेत; तर व्हायकिंग्जना ते तारे म्हणजे फ्रेयजस देवतेच्या हरवलेल्या कोंबड्या वाटतात. तो तारकापुंज म्हणजे वृषभ राशीच्या तारकासमूहाचाच एक भाग आहे. या कृत्तिका त्या स्वर्गीय बैलाच्या खांद्यावर बसलेल्या दिसतात, त्या बैलाच्या मोठ्या लाल डोळ्याच्या जागी आहे रोहिणीचा लाल महाकाय तारा, त्याची रोखलेली शिंगे आणि अन्य एक तारकासमूह त्याच्या जवळ आहे तो म्हणजे रोहिणी शकटाचा, इंग्रजी 'व्ही'चा आकार, हे सर्व मिळून वृषभाचे तोंड होते.

वारंवार दिसणारा हा ६ ताऱ्यांचा तारकापुंज जगभरातील वेगवेगळ्या लोकांमध्ये कृत्तिकेचे किती महत्त्व आहे ते दर्शवतो, तसेच आकाशातील ताऱ्यांची नक्षी आपल्या कलाकृतींमध्ये उतरवण्याची सर्वच लोकांमध्ये असलेली इच्छाही दर्शवतो. पण ही कथा इथे संपत नाही, एक असे ठिकाण आहे की जिथे हे चिन्ह दिसणे केवळ अशक्य वाटावे. ती जागा आहे नैर्ऋत्य फ्रान्समधील लासकॉक्स नावाची एक गुहा,

ही गुहा प्रागैतिहासिक काळातील पॅलिओलिथिक कालखंडातील आदिमानवांच्या गुहेतील भित्तिचित्रांसाठी आणि कोरीव काम करून काढलेल्या प्राण्यांच्या चित्रांसाठी प्रसिद्ध आहे. मानवतेच्या उदय काळातील म्हणजे जवळ जवळ २० हजार वर्षांपूर्वीची ही चित्रकला आहे असे मानतात. त्या चित्रांचा अर्थ लावायचा अनेक विद्वानांनी प्रयत्न केला आहे, त्यावर वादविवादही झाले आहेत. दरम्यानच्या काळात या गुहेच्या मुख्य प्रवेशद्वाराजवळ तिथे छतावर, जिथे कोणाचे पटकन लक्ष जाणार नाही अशा ठिकाणी आहे एक ६ ठिपक्यांचे चित्र. ते हुबेहूब कृत्तिका तारकापुंजासारखे दिसते. ते चित्र लाल ऑकर रंगात व्यवस्थित रंगवले आहे आणि एका ऑरौक जातीच्या बैलाच्या खांद्यावर ते तरंगते आहे असे स्पष्ट दिसते.

त्या संपूर्ण गुहेमध्ये ५.२ मीटर उंचीवर असलेले 'बैल क्र.१८' हे सगळ्यात मोठे आणि ओळखता येण्याजोगे असे चित्र आहे. त्याचे आधुनिक वृषभ तारकासमूहाशी असलेले साम्य, त्या बैलाच्या गालावर असलेले इंग्रजी व्ही आकाराचे चिन्ह हे खूप वर्षांपासून ज्ञात आहे. तरीही कुठल्याही मार्गदर्शक पुस्तिकेत याचा उल्लेखही आढळत नाही आणि मुख्य पुरातत्त्व शास्त्रज्ञही याविषयी क्वचितच बोलतात. ज्याचे वर्णन केले गेले आहे असा वृषभ हा खूप आधीचा तारकासमूह आहे. ३००० वर्षांपूर्वीच्या साहित्यामध्ये याचा उल्लेख सापडतो. बॅबिलोनियामधील खगोलनिरीक्षक असलेल्या धर्मगुरूंना कृत्तिका म्हणजे स्वर्गीय बैलाच्या मानेवरचे केस वाटले. पण मुळात आपण ज्यांना लासकॉक्स इथले भटके शिकार करणारे असे आदिमानव समजतोय त्यांनी हा तारकांचा नकाशा तर नसेल ना बनवलेला? याबद्दल फारसे बोलले जरी गेले नाही तरी ही कल्पना पूर्णपणे फेटाळूनही लावण्यात आलेली नाही.

गेल्या काही वर्षांत मात्र मानववंशशास्त्रज्ञ, पुराणकथातज्ज्ञ आणि खगोलशास्त्रज्ञ आपल्या पॅलिओलिथिक काळातील पूर्वजांच्याकडे असलेली कौशल्ये, कसब यांचे आणि त्यांनी सांगितलेल्या कथांचे आपल्यावर चिरकाल झालेले परिणाम यांचे पायाभूत पुनर्मूल्यांकन व्हायला हवे यासाठी आग्रहाने वाद करताहेत. म्हणून खरेतर आता मानवतेच्या ताऱ्यांशी असलेल्या नातेसंबंधाच्या इतिहासात आपण आता बैल क्र. १८ च्या रहस्यापासून सुरुवात करू या. लासकॉक्सच्या कलाकारांनी खरोखरच तारकासमूह चित्रित केले आहेत की कसे आणि तसे असेल तर त्यांनी ते का केले, त्यांना आकाशातल्या ताऱ्यांबद्दल एवढे कुतूहल का होते याचा आपण शोध घेणार आहोत. हा एक प्रवास आहे जो आपल्याला प्राचीन मानवाच्या, ज्याच्याजवळ कल्पनाशक्ती, स्मरणशक्ती, समजावून सांगण्याची आणि प्रतिनिधित्व करण्याची क्षमता होती, त्याच्या या विश्वाबद्दल असलेल्या कल्पनांच्या गाभ्यापर्यंत घेऊन जातो. त्यांनी जे विश्व निर्माण केले आहे तेच अजूनही आपल्या जीवनाला आकार देते आहे.

१२ सप्टेंबर १९४० या दिवशी १७ वर्षांचा शिकाऊ मेकॅनिक असलेला उमेदवार मुलगा मार्सेल राविदात आपल्या ३ मित्रांबरोबर नैर्ऋत्य फ्रान्समधील त्याच्या मोन्तीन्याक या गावाजवळच्या टेकड्यांवर फिरायला गेला होता. गावात प्रचलित असलेल्या दंतकथेप्रमाणे त्या टेकडीच्या खाली काही गुहा होत्या. फ्रेंच क्रांतीच्या वेळी देहदंड देण्याची जी लाट आली होती त्या वेळी घाबरून जाऊन तिथला एक श्रीमंत उमराव आबे लाब्रौसे त्या गुहांमध्ये लपला होता म्हणे. राविदातला वाटत होते की त्या गुहेमध्ये खजिना असण्याची शक्यता आहे. काही दिवसांपूर्वी त्याने तिथे जमिनीत एक भगदाड पाडायला सुरुवात केली होती. आता तो व्यवस्थित एक चाकू आणि एक कामचलाऊ कंदील घेऊन काम संपवायचेच या हेतूने आला होता.

तिथे एक कुंड होते ज्याच्या भोवती देवदार वृक्षांची झाडे आणि जुनिपर आणि बेरीसारखी काही झुडपे होती, तिथे त्यांना शोध घ्यायचा होता. त्याच्या तळाशी एक छोटे खिंडार होते ज्यातून पुढे एक अगदी अरुंद, खोल जाणारे असे भुयार होते. मुलांनी त्या कुंडाजवळचे काटेकुटे आणि एका मेलेल्या गाढवाचे अवशेष बाजूला सारून साफसफाई केली. त्यानंतर त्यांनी तिथे हातानेच थोडे खणले आणि ते भगदाड अजून साधारण ३० सें.मी.ने वाढवले. त्यानंतर त्यांनी त्यात दगड टाकून बघितले. कितीतरी वेळ ते दगड गडगडत खाली जाण्याचा आवाज येतच होता त्याचे त्यांना खूप आश्चर्य वाटले. ती झुडपे त्यांच्या पोटात काहीतरी मोठे घबाड लपवत होती हे नक्की.

राविदात त्यातल्या त्यात सगळ्यात मोठा आणि ताकदवान असल्याने तो त्या भगदाडातून डोके खाली अशा अवस्थेत कित्येक मीटर अंतर आत आत गेल्यावर खाली दगडधोंडे आणि मातीच्या ढिगाऱ्यावर उतरला. तिथे उतरल्यावर त्याने त्याचा दिवा पेटवला. तो त्याने चरबीचा पम्प आणि त्यात दोऱ्याची गुंडाळी घालून बनवला होता. तो त्या ढिगाऱ्यावर उतरला खरा. पण त्याच वेळी त्याचा तोल गेला आणि तो पार तळापर्यंत गडगडत खाली गेला. आता तो एका २० मीटर लांब अशा एका खोलीत पोहोचला होता. त्याने मित्रांना हाका मारून खाली बोलावून घेतले.

त्या चुनखडीच्या गुहेमध्ये पूर्ण अंधारातच वाटेतल्या पाण्याची डबकी चुकवत त्यांनी बरेच अंतर पार केले. शेवटी ते एका अरुंद अशा गल्लीत पोहोचले ज्याचे छत एखाद्या चर्चसारखे कमानी कमानीचे आणि खूप उंच होते. इथे पोहोचल्यावरच त्यांनी त्याचा तो दिवा उंच धरला आणि तिथे त्यांना त्यांचा खजिना सापडला. तिथल्या पांढऱ्या भिंतींवर चित्रकलेचा अनमोल असा खजिना होता, मानवजातीच्या जन्मापासूनची चित्रे तिथे होती असे म्हटले तर अतिशयोक्ती होणार नाही. ती २० हजार वर्षांच्या काळानंतर उजेडात आली होती.

त्यांना पहिल्यांदा रंगीबेरंगी रेषा आणि काही विचित्र अशी भौमितिक चिन्हे दिसली. तो दिवा सगळीकडे फिरवल्यावर त्यांना विविध प्राण्यांची चित्रे दिसली. तिथे ठिकठिकाणी घोड्यांची चित्रे होती, सोनेरी रंगाचे काळी आयाळ असलेले घोडे, काळे आणि लाल रंगाचे बैल, आयबेक्स म्हणजे एक प्रकारचे हरीण आणि ओरडणारे काळवीट. प्राण्यांचे जणू कळपच्या कळप भिंतीवर चढत होते आणि छतावरून खाली पडत होते असे वाटत होते. काही रंग अगदी स्वच्छ दिसत होते तर काही अगदी धुरकट दिसत होते. त्या मुलांना त्यांना काय सापडले आहे, ते किती मौल्यवान आहे याचा नीट अंदाज नव्हता, पण जे सापडले आहे ते काही तरी खास असणार आहे हे त्यांना समजले होते म्हणून त्या मिणमिणत्या प्रकाशातही उड्या मारून आणि आरडाओरडा करून त्यांनी आपला आनंद व्यक्त केला.

लासकॉक्स गुहेचे नाव (तिथल्या उमरावाच्या जागेवरून ठेवलेले नाव) आता पुरातत्त्वीय शोधांच्या यादीत सगळ्यात सुंदर असे ठिकाण म्हणून प्रसिद्ध झाले आहे. दक्षिण फ्रान्स आणि उत्तर स्पेनमधल्या शंभरएक गुहांपैकी ती गुहा आहे. इथल्या या सगळ्या गुहा साधारण ३७ हजार ते ११ हजार वर्षांपूर्वीच्या काळात शारीरिकदृष्ट्या आधुनिक असलेल्या मानवाने सजवल्या आहेत. शेवटच्या हिमयुगादरम्यान साधारण ४५ हजार वर्षांपूर्वी हा मानव आफ्रिकेतून युरोपमध्ये स्थलांतरित झाला. त्या काळात वापरल्या गेलेल्या दगडी हत्यारांवरुन त्या कालखंडाला अपर पॅलिओलिथिक असे नाव देण्यात आले आहे. असे वाटते की त्या काळात अश्मयुगीन कलाकुसरीला बहर आला असावा. याच काळात इतर ठिकाणीसुद्धा गुहेत भित्तिचित्रे रंगवली गेली आहेत, उदाहरणार्थ इंडोनेशिया आणि ऑस्ट्रेलिया येथे. अर्थात या कलेची निर्मिती याच्याही आधी आफ्रिकेमध्ये झाली आहे. पण प्रचंड गुंतागुंतीची क्लिष्ट अशी चित्रे, त्यांचे झालेले उत्कृष्ट असे जतन आणि त्यांची मोठी संख्या, म्हणजे जवळ जवळ २००० चित्रे, या सगळ्याच दृष्टीने लासकॉक्सची गुहाचित्रे हे त्यातले सर्वोत्तम उदाहरण आहे.

गुहेतील भित्तिचित्रे रेखाटणारे कलाकार त्या वेळी झाडापासून बनवलेले ब्रश किंवा जनावरांच्या केसांचे ब्रश करून वापरत होते. लोखंड आणि मँगेनीजच्या खनिजापासून बनवलेली पॅलेट्स वापरत होते. पांढऱ्या रंगाची माती आणि कोळशाच्या साहाय्याने ते लोक त्या गुहेतील १०० मीटर उंच खडकांवर लिंपण करीत असत. त्यांच्या त्या अतिशय सुंदर परंतु अस्वस्थ करणाऱ्या अशा चित्रांमधून त्या प्रागैतिहासिक काळातील माणसाच्या मनात काय चालू असेल त्याची कल्पना येते. कोण होते हे आदिमानव? त्यांच्या आवडीनिवडी काय होत्या? ही अशी उत्तम कला त्यांनी कशी आणि कोणत्या कारणाने जोपासली असेल? असे काय होते की त्या गोष्टीने त्यांना माणूस

बनवले?

त्या मुलांनी लावलेल्या शोधानंतरच्या दशकात, अनेक विद्वानांनी या प्रश्नांची सुयोग्य उत्तरे द्यायचा प्रयत्न केला आहे. अगदी सुरुवातीला असे वाटत होते की ती रहस्यमय चित्रे म्हणजे नुसती सजावट होती, कलेसाठी कला अशा प्रकारची, ज्यात विशेष असा काही अर्थ नव्हता. दुसरी कल्पना अशी होती की तिथे चित्रित केलेली वेगवेगळी जनावरे म्हणजे माणसांची वेगवेगळी कुळे किंवा गट असावेत आणि त्या चित्रांमध्ये त्यांच्या आपापसातील युती किंवा युद्धे दर्शवीत असावीत. काही विद्वानांच्या मते ती चित्रे त्या वेळच्या शिकाऱ्यांच्या वेगवेगळ्या मोहिमांमध्ये यश मिळावे यासाठी त्यांना स्फूर्ती मिळावी म्हणून काढण्यात आली होती किंवा दुष्ट आत्मे वा वाईट प्रवृत्तींना दूर करण्यासाठी काढण्यात आली असावीत. ६० च्या दशकात विद्वानांनी संख्याशास्त्रीय दृष्टिकोनातून विचार केला आणि कुठल्या प्रकारची चित्रे कुठल्या गुहांमध्ये कशा पद्धतीने विभागली गेली आहेत याचा अभ्यास केला. त्या अभ्यासावरून वेगवेगळे सिद्धान्त मांडले, उदाहरणार्थ घोड्यांची चित्रे आणि बायसन म्हणजे जंगली बैलाची चित्रे म्हणजे नर विरुद्ध मादी असे प्रतीक असावे.

नॉर्बेर्त ऑजोलाँ नावाचा एक संशोधक होता ज्याला त्या चित्रांचा अर्थ इतरांपेक्षा जास्त तपशिलात समजला असावा. गुहातील या भित्तिचित्रांबद्दल खूप कळकळ असणारा हा माणूस स्वत:ला 'भूमिगत' म्हणवून घ्यायचा. कधी कधी दिवसच्या दिवस हा माणूस त्या फ्रान्समधील डोंगराळ भागात एकटाच भटकंती करायचा. या भटकंती दरम्यान त्याने शेकडो भूमिगत गुहांचा शोध लावला आहे. पण १९७०च्या हिवाळ्यातली त्याची लासकॉक्सची पहिली भेट तो कधीच विसरू शकत नाही. त्या गुहेचा शोध लागल्यानंतर ती लोकांना बघण्यासाठी उघडली होती आणि नंतर बंद करण्यात आली. त्या गुहेला रोज हजारो लोक भेट देत होते त्या वेळी त्यांच्या श्वासोच्छ्वासामुळे आणि त्यांच्या पायातील पादत्राणामुळे येणाऱ्या जंतूंमुळे त्या गुहेतील ती मौल्यवान चित्रे खराब व्हायला लागली होती. त्या वेळी २४ वर्षांचा असलेला नॉर्बेर्त ऑजोलाँ एका खाजगी सफरीबरोबर त्या गुहेला भेट द्यायला गेला. त्या सफरीचा मार्गदर्शक होता जॅक मार्सल जो त्या चार मित्रांपैकी एक होता ज्यांनी ३ दशकांपूर्वी या गुहेचा शोध लावला होता.

त्या चित्रांपर्यंत पोहोचण्यासाठी मार्सल त्यांना पहिल्यांदा एका उतारावरून घेऊन गेला. तो रस्ता दगडांच्या भिंती असलेल्या अनेक दालनांमधून आणि दरवाज्यातून जात होता जे सुरक्षेसाठी म्हणून लावले होते. त्यातून जाताना जणूकाही आपण एखाद्या मंदिराच्या पवित्र अशा गाभाऱ्यात प्रवेश करतोय असे ऑजोलाँला वाटत होते. शेवटचे दार जड अशा ब्रॉन्झ धातूचे आणि चमकदार दगडांनी सुशोभित केलेले होते. ऑजोलाँने तिथे फारतर अर्धाएक तास त्या दारामागच्या खजिन्याचे

निरीक्षण करण्यात घालवला असेल. पण तो तेवढा काळ त्याच्या आयुष्याचा मार्ग ठरवण्यासाठी पुरेसा होता. तो त्या दृश्यांनी पुरता भारावून गेला होता. प्रागैतिहासिक काळातील तिथल्या माणसांच्या संवेदना जणू हजारो वर्षांच्या मर्यादा ओलांडून त्याच्यापर्यंत पोहोचत होत्या आणि त्याने त्याच्या आयुष्याचे ध्येय ठरवून टाकले, ती भित्तिचित्रे कशी आणि कशासाठी बनवली गेली हे शोधून काढायचे.

त्याचे स्वप्न खरे व्हायला त्यानंतर जवळ जवळ दोन दशके लागली. फ्रान्सच्या सांस्कृतिक मंत्रालयाच्या भित्ती कलांच्या विभागाचा प्रमुख म्हणून जेव्हा त्याने १९८८ साली सूत्रे हातात घेतली तेव्हा त्याने अतिविशाल आणि कित्येक दशके चालेल अशा प्रकल्पाची सुरुवात केली. लासकॉक्सच्या गुहेच्या प्रवेशद्वाराच्या वर असलेल्या छतावरील गोलाकारात असलेल्या बैलाच्या चित्रापासून ते एका छोट्या दालनात असलेल्या गुंतागुंतीच्या क्लिष्ट अशा कोरीवकामापर्यंतच्या अभ्यासाला सुरुवात झाली. बाकीच्या संशोधकांनी जेव्हा त्यातल्या कलेवर लक्ष केंद्रित केले तेव्हा औजोलाँने निसर्ग वैज्ञानिक म्हणून त्या गुहेतील चुनखडीचा भूशास्त्रीय दृष्टिकोनातून तर भित्तिचित्रातील प्राण्यांचा जीवशास्त्राच्या दृष्टिकोनातून अभ्यास करायला सुरुवात केली. तो अशा निर्णयाला आला की तिथे अभ्यास करणाऱ्या सगळ्यांनी एक खूप महत्त्वाची गोष्ट नजरेआड केली आहे. एक महत्त्वाचे परिमाण लक्षात घ्यायचे विसरले आहेत; ते म्हणजे काळ.

त्याने जेव्हा गुहेतील भिंतींवरच्या एकावर एक काढलेल्या चित्रांचा अभ्यास केला तेव्हा त्याच्या हे लक्षात आले की प्रत्येक वेळी घोड्यांची चित्रे सगळ्यात आधी काढलेली आहेत त्यानंतर औरोक-एक प्रकारचे जंगली बैल आणि त्यांनंतर काळविट. त्यातसुद्धा प्रत्येक प्राणी त्याच्या विशेष वैशिष्ट्यासह (विशिष्ट हंगामाप्रमाणे) चित्रित केलेला आहे. म्हणजे उदाहरणार्थ घोड्यांच्या अंगावर केसांचा जाड थर आणि लांब झुबकेदार शेपूट याचा अर्थ हिवाळ्याचा हंगाम संपत आलाय; तर जंगली बैल उन्हाळ्याच्या काळात; काळविटांना मोठी मोठी बळकट शिंगे फुटलेली याचा अर्थ पानगळीचा म्हणजे शरद ऋतूचा काळ. आणि त्याहून गंमत म्हणजे प्रत्येक प्राण्याचा तो विणीचा हंगाम आहे.

ऑजोलाँ याने आपले हे सगळे संशोधन २००५ मध्ये आपल्या, ‘Lascaux : Movement, Space and Time’ या पुस्तकात मांडले आहे. वेगवेगळ्या प्राण्यांचे प्रजनन चक्र वर्णन करून त्याने हे दाखवून द्यायचा प्रयत्न केला की ती गुहा म्हणजे एक आध्यात्मिक केंद्राचा गाभारा आहे असे समजून त्याचा अभ्यास केला पाहिजे. एकंदर निर्मिती आणि जीवनाचा शाश्वत असा ताल याचे ते प्रतीक आहे असे त्याला वाटते. त्या चित्रांमधून चित्रित केलेले निर्मितीचक्र जरी प्राणी आणि वातावरणाशी संबंधित असले तरी नुसते इहलौकिक नाहीये. त्याचा संबंध

संपूर्ण ब्रह्मांडाशी आहे.

त्या पॅलिओलिथिक काळातील जीवनाच्या वार्षिक चक्राचे प्रतिबिंब ताऱ्यांच्या चक्रामध्ये दिसते. सूर्याच्या प्रत्येक नक्षत्रातून जातानाच्या मार्गावरून आणि वेगवेगळ्या तारकासमूहांच्या रात्रीच्या आकाशातील येण्याजाण्यावरून मोसम समजतात. ऑजोलॉंच्या मते कलाकाराच्या दृष्टिकोनातून ही मध्यवर्ती कल्पना होती. त्याने निष्कर्ष असा काढला की जैविक आणि वैश्विक काळ हा एकमेकात गुंतलेला आहे. त्याने गुहेतील भिंतीवरची आणि छतावरची चित्रे यांची तुलना आकाशाच्या घुमटाशी करून असे सूचित केले की त्या लोकांना ते प्राणी जमिनीवर नाही तर आकाशात आहेत असेच दाखवायचे आहे.

या गोष्टीवरून त्या चित्रातील सर्व प्राणी कुठल्याही बाजूने बघितले तरी असे तरंगते का दिसतात, काही वेळा तर त्यांचे खूर हवेत तरंगताना दिसतात, त्यात कुठेही जमिनीची रेषा का दिसत नाही याचे स्पष्टीकरण मिळते. ऑजोलॉंचा तर्क जर खरा असेल तर लासकॉक्स गुहेचा संबंध जेवढा जीवशास्त्राशी आहे तेवढाच विश्वविज्ञानाशी पण आहे : भोवतालाच्या परिसराचे चित्रीकरण करण्यापेक्षा ते कलाकार आकाशात आणि भोवताली घडणाऱ्या बदलांना एकत्रित करून ते दाखवायचा प्रयत्न करत होते ज्यातून त्यांच्या अस्तित्वाच्या खुणा मिळतात. मानवाच्या विश्वाबद्दलच्या आणि जीवसृष्टीच्या उगमाबद्दलच्या पहिल्या कल्पनांचे प्रतिनिधित्व करणारी ती चित्रे म्हणजे जणू त्यांनी त्यांच्या ब्रह्मांडासाठी रचलेले काव्य होते.

फ्रान्सच्या शैक्षणिक प्रतिष्ठानामध्ये ऑजोलॉं या व्यक्तीला खूप मानाचे स्थान होते आणि त्याचे कार्यही खूप प्रभावी होते, तरीही त्याच्या आकाशाबद्दलच्या कल्पना फारशा स्वीकृत झाल्या नव्हत्या. कुठल्याही प्रकारचा थेट पुरावा नसल्यामुळे पुरातत्त्व शास्त्रज्ञांना ती चित्रे म्हणजे निसर्गाचे चित्रण आहे असेच वाटले, कुठल्याही तऱ्हेने ते आकाशाचे चित्रण वाटत नव्हते. अर्थात काही विद्वान असेही आहेत ज्यांना असे वाटते की ऑजोलॉंची मजल तिथपर्यंत गेली नाही पण खरेतर लासकॉक्सचे कलाकार आकाशात प्राण्यांच्या असण्याची नुसती कल्पना करत नव्हते तर ते प्रत्यक्षात ताऱ्यांचे नकाशेच चित्रित करत होते.

मर्केल बूदवॉं नावाच्या फ्रेंच पुरातत्त्व शास्त्रज्ञाला १९२१ साली एक स्पंजचा जीवाश्म सापडला त्याचा आकार पुरुषाच्या शिश्नासारखा होता. फ्रान्सच्या बेयनेस या उत्तरमध्य प्रांतात सापडलेल्या एका जीवाश्मावर भडक लाल रंगाचा गंजाचा थर होता त्यावर प्राचीन कलाकाराने खुराच्या आकाराचे टवके उडवले होते त्यामुळे त्यावर पिवळ्या ठिपक्यांनी एक आकार तयार झाला होता.बूदवॉंने उत्तेजित अवस्थेत असे लिहिले की मी पहिल्यांदाच असे काही पाहत आहे. त्याच्या 'The Great

Bear and the Phallus of Heaven', या प्रबंधात त्याने लिहिले आहे की त्या ठिपक्यांनी जो आकार तयार झाला आहे तो उत्तरभागातील सप्तर्षी तारकासमूहाशी (Ursa Major, किंवा Great Bear) अगदी मिळताजुळता आहे. अगदी जास्त तेजस्वी ताऱ्यांसाठी मोठे ठिपके आणि कमी तेजस्वी ताऱ्यांसाठी छोटे ठिपके इतक्या बारकाईने ते बनवले आहेत.

ते ठिपके केव्हा बनवले असतील त्याचा काळ काढता आला नाही, पण त्यांनी असा निष्कर्ष काढला की ते ठिपके पॅलिओलिथिक किंवा नीओलिथिक काळात कोरले असावेत. पृथ्वीच्या परिभ्रमणामुळे उत्तर गोलार्धाच्या आकाशातील सर्व तारे एका स्थिर बिंदूभोवती फिरतात जो बरोबर उत्तर ध्रुवाच्या वरती दिसतो. (आता त्याला आपण उत्तर आकाशीय ध्रुव किंवा खगोलीय खांब म्हणतो.) बूदवाँने असे सुचवले की हा जो खांब आहे तो दर्शविण्याच्या हेतूने ते जे पुरुषाच्या शिस्नाच्या आकाराचे जीवाश्म सापडले आहे ते बनवले असावे आणि ते कोरलेले ठिपके म्हणजे सप्तर्षी असावेत ते या खांबांभोवती म्हणजे प्रत्यक्षात बिंदू भोवती फिरत असावेत.

प्रागैतिहासिक कलेमध्ये तारे आणि तारकासमूह बघणारा बूदवाँ पहिला होता; २० च्या आणि ३० च्या दशकात अनेक विद्वानांनी, त्यात बूदवाँ पण आला, त्यांचे मत नोंदवले की त्या अंतर्गोल भागात, ज्यांना कपमार्क म्हणतात, जे दगडांच्या स्मारकात आणि गुहांच्या भिंतींवर कोरून काढले आहेत त्यात त्यांना तारकासमूह दिसले. या जागा दक्षिण फ्रान्स ते स्कॅन्डेनेविया या भागात आहेत. त्यांचे दावे सिद्ध करणे कठीण आहे आणि आता ते विस्मरणात गेले आहेत. पण काही दशकांनंतर अमेरिकेतील पुरातत्त्व शास्त्रज्ञ अलेक्झांडर मार्षाक यांनी पॅलिओलिथिक खगोलशास्त्र ही कल्पना त्यांच्या १९७२ सालच्या खूप प्रभावी अशा The Roots Of Civilization या पुस्तकात लोकप्रिय केली.

मार्षाक यांची हिमयुगीन खगोलशास्त्राची कल्पना जरी सिद्ध झाली नाही तरी अनेक संशोधकांनी ती गांभीर्याने घेतली. अनेक संशोधकांनी प्रागैतिहासिक कालखंडातील तारकासमूहाची चित्रे शोधायला सुरुवात केली, विशेषतः लासकॉक्सच्या गुहेतील दालनांमध्ये. जर्मन खगोलशास्त्रज्ञ मायकेल रापेनग्ल्यूक जेव्हा म्युनिक विद्यापीठात विद्यार्थी म्हणून शिकत होते तेव्हा त्यांनी ही कल्पना पहिल्यांदा ऐकली. त्यांनी एका भाषणात ऐकले की कदाचित लासकॉक्सच्या गुहेतील चित्रांमध्ये तारकासमूहांचे नकाशे असू शकतात. त्यामुळे ते त्या वेळी फारच भारावून गेले होते त्या कल्पनेने. रापेनग्ल्यूक आता गिल्चिंग, जर्मनी येथील Adult Education Centre आणि गील्चींग इथल्यां वेधशाळेचे संचालक म्हणून आणि European Society for Astronomy in Culture या संस्थेचे माजी अध्यक्ष म्हणून काम पाहत असताना आता त्या सिद्धान्ताचा छडा लावण्याच्या मागे लागले.

त्यांनी अभ्यासलेल्या जागांपैकी एक आहे Bull No. १८. पृथ्वीच्या अक्षाच्या डगमगण्यामुळे खूप वर्षांच्या कालावधीमध्ये तारकासमूहांची जागा थोडी हलते; सुटे तारेसुद्धा त्यांच्या प्रक्षेपपथावर चालतात. आता हे कितपत बरोबर आहे या गोष्टीची चाचणी घेण्यासाठी म्हणून त्यांनी वृषभ तारकासमूह आणि कृत्तिका तारकासमूह किती सरकले आहेत ते बघण्याचे ठरवले. २० हजार वर्षांपूर्वी हे तारकासमूह कुठे आणि कसे दिसत असतील याची आकडेमोड करून मग त्याची तुलना गुहेत असलेल्या तारकासमूहांच्या फोटोशी केली. त्यांना असे लक्षात आले की जेव्हा त्या बैलाचे चित्र तयार करण्यात आले होते तेव्हा कृत्तिका बैलाच्या थोड्या वरच्या बाजूला होत्या आणि रोहिणी हा तारा शकटाच्या चौकटीत व्यवस्थित बसत होता. आता ज्या स्थितीत हे तारे आहेत त्यापेक्षा गुहेतल्या चित्रात आणि २० हजार वर्षापूर्वीच्या गणिताने काढलेल्या चित्रात जास्त साम्य आढळले.

आता त्यांची खात्री पटली आहे की हा निव्वळ योगायोग नाही. आपल्या आताच्या वृषभ तारकासमूहाचे मूळ (जो एकेकाळी पूर्ण बैलाच्या आकारात होता, मात्र काही शतकांनंतर त्याचा पाठीमागचा भाग जाऊन एक वेगळाच तारकासमूह तिथे आहे असे समजले जाऊ लागले. म्हणजे जणू त्या बैलाचा मागचा भाग कापून एक दुसराच तारकासमूह तिथे आहे आणि तो म्हणजे मेष तारकासमूह असे समजले जाऊ लागले.) एका खूप जुन्या तारकासमूहामध्ये आहे - त्याला आपण रानबैल म्हणू या – हिमयुगातील माणसे ज्या महाकाय रानबैलांची शिकार करत होते त्यावरून प्रेरित होऊन हे नाव घेण्यात आले आहे.

रापेनग्ल्युक त्यांच्या कल्पनेला मानववंशशास्त्रातील पुराव्याचा आधार देतात. ते म्हणतात की इतिहास काळापासून समाजाने कृत्तिकांचा वापर दिनदर्शिकेसारखा केला आहे. आकाशातले तारे प्रत्येक रात्री उत्तर आणि दक्षिण आकाशीय ध्रुवाभोवती फिरतात, पण आपली पृथ्वी सूर्याभोवती फिरते, म्हणजे ते सगळे तारकासमूहसुद्धा एका वार्षिक चक्रात फिरतात. वेगवेगळे तारे आणि तारकासमूह वर्षातल्या ठरावीक वेळी उगवतात आणि मावळतात, (म्हणजे हे तारकासमूह पहिल्यांदा पहाटे क्षितिजाच्या वर दिसतात आणि संध्याकाळी क्षितिजाखाली बुडतात, नाहीसे होतात.) सूर्याच्या आकाशातील भासमान मार्गावर म्हणजे आयनिक वृत्तावर असलेला ठळक असा तारकासमूह म्हणजे कृत्तिकेचा. कृत्तिकांवरून हंगाम ओळखणे सोपे जाते.

आजही लिथुआनियापासून मालीपर्यंत आणि अँडीजपर्यंतचे शेतकरी त्यांची कृषी विषयक दिनदर्शिका कृत्तिकांच्या दिसण्यावरून ठरवतात. अमेरिकेचे 'ब्लॉकफूट' नावाचे मूळ रहिवासी त्यांचे रोजचे जीवन आणि बायसनचे जीवनचक्र या ताऱ्यांच्या उदयास्तावरून ठरवतात, कृत्तिका मावळल्या की शिकारीला जायची वेळ झाली असे ते ठरवायचे. टेटन, सिओक्स आणि चेयेन्ने नावाच्या जमाती बायसनच्या जीवनचक्रावर

त्यांच्या महिन्यांची नावे ठेवायचे. नोव्हेंबर हा महिना म्हणजे म्हशींचा विणीचा चंद्र, तर जानेवारी महिना म्हणजे तरुण म्हशींच्या अंगावरच्या केसांचा रंग बदलण्याचा चंद्र, अशी नावे असायची.

रापेनग्ल्युक यांनी असे सुचवले की कदाचित लासकॉक्स इथल्या कलाकारांनीसुद्धा ताऱ्यांवरून त्यांची दिनदर्शिका बनवली असावी. कृत्तिकेच्या उगवण्या मावळण्यावरून ऑरोक बैलाच्या जीवनचक्रातील महत्त्वाचे प्रसंग लक्षात घेतले असतील. Bull No. १८ या गुहेतील चित्रे जेव्हा काढली गेली त्या वेळी कृत्तिका या ऑक्टोबर महिन्याच्या मध्याला नेमक्या सूर्योदयाच्या आधी उगवत असतील, वसंत ऋतूच्या सुरुवातीस कृत्तिका आकाशातील त्यांच्या उच्चतम स्थितीला पोहोचल्या असतील आणि ऑगस्ट महिन्याच्या शेवटाला दिसेनाशा झाल्या असतील. याचा अर्थ कृत्तिका मावळण्याच्या आणि परत उगवण्याच्या दरम्यानचा काळ ऑरोकच्या विणीचा हंगाम असावा, जो ऑगस्ट आणि ऑक्टोबरच्या दरम्यान मोडतो. तेव्हापासून कदाचित कृत्तिकेच्या भोवतालच्या ताऱ्यांना बैलाच्या स्वरूपात पाहण्याची पद्धत पडली असावी. त्या काळात कदाचित लासकॉक्सच्या गुहेच्या भोवती असलेल्या डोंगररांगांच्या पश्चिमेकडील आकाशातील वसंत ऋतूच्या काळातील तो एक वर्चस्व गाजवणारा मोठा तारकासमूह असावा; एक महाकाय अवकाशीय जनावर ज्याला एक लाल चमचमणारा डोळा आहे आणि पाठीवर चमकणारे केस आहेत असा तो बैल जणू आपल्या शिंगांनी आकाशगंगा उडवून द्यायला निघाला आहे.

तिथल्या इतर गुहांतील चित्रांचाही संभाव्य खगोलशास्त्रीय संबंध शोधण्याचा रापेनग्ल्युक यांनी प्रयत्न केला. Bull No. १८ मधल्या ऑरोकसारखा अजून एक आणखी ऑरोक जो ४००० वर्षे अजून जुना आहे तो तेत-दु-लिआँ या गुहेत आहे. त्याच्या अंगावर सात ठिपक्यांचा एक पुंजका आहे, जो रापेनग्ल्युक यांना कृत्तिकेचा पुंज वाटला. स्पेनमधील संतंदर येथील एल कॅस्टिल्लो या गुहेत एक रहस्यमय अशा ७ पिवळसर तपकिरी रंगाच्या चकत्यांचे चित्र आढळते. ते साधारण इ.पू. १२ हजार -११ हजार या काळातले आहे. त्या चकत्या खालच्या बाजूला निर्देश करणाऱ्या अशा एका वक्राकारात मांडलेल्या दिसतात. त्याच्या जवळ लक्षणीय असे ५ मीटर लांबीचे लाल रंगाचे स्थिर चित्राचे स्टेन्सिल आहे.

त्या काळात आकाश कसे दिसत असेल याचे अनुमान बांधून रापेनग्ल्युक या निष्कर्षाला पोहोचले की ते ठिपके उत्तर मुकुट नावाच्या तारकासमूहाशी मिळत्याजुळत्या आकाराचे आहेत. त्याच्या जवळ असणाऱ्या पट्ट्या ती आकाशगंगा असल्याचे सुचवतात. इ.पू. १२ हजार मध्ये हा पॅलिओलिथिक काळातील उत्तर मुकुट आपल्या आताच्या ध्रुव ताऱ्यासारखा मावळतच नव्हता. तो अवकाशीय उत्तर ध्रुवाभोवती फिरत होता. त्यामुळे उत्तर दिशा दाखवण्यासाठी तो त्या वेळी महत्त्वाचा मानला

गेला असावा. कृत्तिकांसारखाच हा उत्तर मुकुट सुद्धा पुराणकथांमध्ये प्रामुख्याने आढळतो. सेल्टिक लोकांच्या पुराणकथांमध्ये हा तारकासमूह म्हणजे अरिंऱ्होर्दच्या घरातील तारा देवता आहे. हा एक उत्तर आकाशातला गोल फिरणाऱ्या बेटावरचा, जादुई बर्फाचा किल्ला आहे. पुराणकथांमध्ये कदाचित पॅलिओलिथिक काळ दर्शवला गेला असला तरी प्रत्यक्षात हा तारकासमूह आकाशात गोल फिरत होता तो नेमका काळ कुठला?

काहीजण म्हणतील की या कल्पना सिद्ध करणे अवघड आहे. ताऱ्यांच्या अनेक तऱ्हांनी वेगवेगळ्या जोड्या लावल्या जाऊ शकतात - युरोपातल्या गुहांमध्ये असंख्य ठिपके आहेत आणि आकाशात असंख्य तारे आहेत. पण बाकीच्यांचे म्हणणे आहे की विशेषतः Bull No. १८ मधील वेगवेगळ्या आकृती इतक्या सारख्या आहेत की तो जर योगायोग असेल तर तो अतिशय विलक्षण योगायोग आहे असे म्हणावे लागेल. पॅलिओलिथिक काळातील गुहांमधल्या चित्रांचा संबंध ताऱ्यांच्या ज्या कथा आपण सांगतो त्यांच्याशी जोडणारे रापेनग्ल्युक काही एकटेच नाहीयेत.

वेगवेगळ्या ठिकाणच्या, एकमेकांशी दुरूनही संबंध नसलेल्या संस्कृतींमध्ये सारख्याच पुराणकथा कशा असतात हे अजूनही एक न सुटलेले कोडे आहे. उदाहरणच घ्यायचं झालं तर वैश्विक शिकारीचे घेता येईल ज्यात एखाद्या प्राण्याचा आकाशात पाठलाग होतो आणि त्याला तारकासमूहाच्या रूपाने आकाशात स्थान मिळते. अशाच प्रकारच्या कथा थोड्याफार फरकाने, ज्यात वेगवेगळे तारे, शिकार आणि शिकारी – हे जगभरात सापडतात.

या पुराणकथेच्या ग्रीक आवृत्तीमध्ये, आर्टेमिस या देवीची मैत्रीण राजकन्या कॅलिस्टोला झीअस भुलवून आपल्या जाळ्यात ओढतो आणि त्यांनतर तिला त्याच्यापासून दिवस जातात आणि ती एका मुलाला जन्म देते, त्याचे नाव आर्कास. त्यामुळे क्रुद्ध झालेली आर्टेमिस कॅलिस्टोचे रूपांतर एका अस्वलामध्ये करते. इकडे तिचा मुलगा आर्कास मोठा होऊन एक शिकारी बनतो. तो आपल्या अस्वल रूपातल्या आईची शिकार करणार इतक्यात झीअस मधे पडतो आणि कॅलिस्टोचे रूपांतर ऊर्सा मेजर (सप्तर्षी) या तारकासमूहामध्ये आणि आर्कासला तिच्याच जवळ ऊर्सा मायनर (ध्रुव मत्स्य, छोटे अस्वल) या तारकासमूहाच्या रूपाने स्थानापन्न करतो.

दरम्यान, उत्तर अमेरिकेतील इरोक्युओइस लोकांमध्ये तीन शिकाऱ्यांची कथा सांगतात ज्यांनी जंगलात एका अस्वलाला जखमी केले. त्याच्या रक्तामुळे शरद ऋतूत झाडाची पाने लाल होतात. ते शिकारी त्या अस्वलाचा पाठलाग करत

आकाशात जातात आणि नंतर दोघांचे ऊर्सा मेजरमध्ये रूपांतर होते. सायबेरिया मधील चुक्ची लोकांमध्ये मृग (Orion) तारकासमूह हा शिकारी असून शिकार आहे एक रेनडीअर तर त्यांचे शेजारी असलेले फिंनो उग्रिक लोक शर्मिष्ठेला शिकारी समजतात आणि शिकार आहे एल्क या प्रकारचे हरीण.

फ्रेंच पुरातत्त्व शास्त्रज्ञ आणि सांख्यिकी वैज्ञानिक जुलिअन द हुई या गोष्टींचे मूळ त्यांच्या फायलोजेनेटिक्सचे तत्त्व वापरून शोधायचा प्रयत्न करतो. फायलोजेनेटिक्स म्हणजे एक असे तंत्र जे उत्क्रांतीच्या दरम्यान वेगवेगळ्या प्रजातींचे एकमेकातील नाते त्यांच्या डीएनएची तुलना करून समजून घेते. जीवशास्त्रज्ञ जसे संगणकाच्या सॉफ्ट वेअरचा उपयोग करून डीएनए मधील साम्य आणि फरक यांची नोंद करून त्या जातीची वंशावळ बनवून त्या जातींमधल्या नात्यांचा शोध घेतात तसे द हुई मिथक कथांच्या बाबतीत करतो.

इथे डीएनएचा अभ्यास करण्याच्या ऐवजी द हुईने जगभरातील ४७ वेगवेगळ्या वैश्विक शिकार कथांचे पृथक्करण केले. त्यांचे त्याने ९३ वेगवेगळे भाग किंवा ज्याला त्याने मायथीम म्हटले आहे, असे पाडले. उदाहरणार्थ, 'तो प्राणी शाकाहारी आहे,' किंवा 'देवाने त्या प्राण्यांचे तारकासमूहात रूपांतर केले.' प्रत्येक दंतकथेसाठी त्याने सांकेतिक आकडा ठरवला. ज्यात मायथीम आहे त्याला (१) आणि ज्यात नाही त्याला (०) आणि १ व ० ची मालिकाच बनवली. त्यानंतर त्याने तिथे फायलोजेनेटिक्सच्या सॉफ्टवेअरचा वापर करून त्यांची तुलना केली आणि साधारण मिळतीजुळती अशी वंशावळ तयार केली. २०१६ मध्ये प्रकाशित झालेले त्यांच्या शोधाचे निकाल असे सुचवतात की या मिथकांचा उगम उत्तर युरेशियामध्ये झाला असावा. त्याची एक शाखा पश्चिम युरोपात पसरली तर दुसरी उत्तर अमेरिकेत गेली. त्या वेळी बेरिंग स्ट्रेटने रशियाचे पूर्व टोक अलास्काशी जोडलेले होते त्यावरून माणसे इकडून तिकडे जाऊ शकत होती. याचाच अर्थ असा होतो की त्यांना म्हणायचे आहे की ही कथा १५ हजार वर्षांपूर्वीची आहे; कारण त्यानंतर तो जमिनीचा भाग पाण्याखाली गेला.

मूळ पॅलिओलिथिक काळातील वैश्विक शिकारीमध्ये एक एकटा शिकारी एल्क जातीच्या हरणाचा पाठलाग करतोय असा निष्कर्ष द हुई याने काढला. शिकारीचे हे दृश्य आकाशात सरकते, पण तो प्राणी मारला जायच्या आधी म्हणजे त्याची शिकार व्हायच्या आधी त्याचे रूपांतर आता आपण ज्याला बिग डीपर (सप्तर्षी) किंवा नांगर (सप्तर्षीची शेपूट आणि बगल) म्हणतो त्यात होते. पॅलिओलिथिक काळातील उत्तर युरेशियाच्या जंगलात एल्क हे फार मोठ्या प्रमाणावर असणारे आणि वर्चस्व गाजवणारे असे सस्तन प्राणी होते, शिकारीच्या दृष्टीने महत्त्वाचे आणि सांस्कृतिकदृष्ट्याही ते महत्त्वाचे होते असे पुरावे मिळतात. उदाहरणार्थ

२०१७ मध्ये एस्टोनिया येथे सापडलेल्या शेकडो प्राण्यांच्या दातांच्या पदकांचा केलेल्या अभ्यासात असे लक्षात आले की एल्क हा सस्तन प्राणी सर्वसाधारणपणे मेसोलिथिक आणि निओलिथिक कालखंडात (८९०० – १८०० बी.सी.) मोठ्या प्रमाणावर होता. त्यांनंतर मात्र त्यांची जागा अस्वलांनी घेतली. जसजशी ही वैश्विक शिकारीची कथा जगभर आणि संपूर्ण इतिहासातून फिरली तसतशी वेगवेगळ्या लोकांनी ती आपली म्हणून स्वीकारली आणि त्यांना स्वत:ला महत्त्वाच्या वाटणाऱ्या अशा तारकासमूहांबरोबर जोडली.

इतर काही कथा ज्यांची द हुईने छाननी केली त्या याच्याही खूप आधीच्या काळातल्या असाव्यात आणि आफ्रिकेतून स्थलांतर करणाऱ्या माणसांच्या पहिल्या जथ्याबरोबर बाहेर गेल्या असाव्यात म्हणजे जवळ जवळ ४० हजार वर्षांपूर्वी. त्यांनी या दंतकथांचे संकलन केले आहे ज्या त्यांना वाटते आहे की आद्य मानवांनी उत्तरेला आणि पूर्वेला स्थलांतर करताना त्यांच्या बरोबर आणल्या. या सगळ्यांमध्ये तारकासमूह आहेतच असे नाही. काही कथांमध्ये ड्रॅगन, राक्षस, शिंग असलेले साप आहेत ते त्यांच्या पाण्याच्या साठ्याचे रक्षण करतात आणि उडू शकतात, ते इंद्रधनुष्य तयार करू शकतात, पाऊस आणि वादळे निर्माण करू शकतात. पण त्या कथांमध्ये कृत्तिकासुद्धा असतात, बहुतेक वेळी एखादी स्त्री किंवा स्त्रियांचा गट व्याध या पुरुषाविरुद्ध उभ्या ठाकलेल्या अशा. आकाशगंगा म्हणजे बहुतेक ठिकाणी नदीच आहे किंवा मृत्यूनंतर माणसे ज्या रस्त्यावरून जातात अशी कल्पना आहे तो रस्ता.

थोडक्यात आज ज्या आपण ताऱ्यांच्या गोष्टी सांगतो त्या नुसत्या गोष्टी नाहीत तर त्या आपल्या सांस्कृतिक स्मृती आहेत ज्या कित्येक पिढ्यांपासून आपल्या पर्यंत आल्या आहेत, कदाचित अगदी पॅलिओलिथिक काळापासूनही आलेल्या असतील. द हुई त्याला, 'आपल्या पूर्वजांच्या मानसिक विश्वाचे ओझरते दर्शन' असे म्हणतो. ते ओझरते दर्शन काही लगेच कृत्तिकांचा संबंध ऑरोक बैलाशी जोडत नाही. पण लासकॉक्स गुहेतील चित्रांप्रमाणे या कथाही जिवंत माणसांच्या कथांचा छाप आकाशात उमटवतात हे नक्की.

दक्षिण कॅलिफोर्नियातील मूळ रहिवासी जे चुमाश नावाचे लोक होते, त्यांच्यासाठी विश्व हे ३ एकावर एक असलेल्या चकत्यांनी बनले होते जे रसातलावर (एखादे खोल असे विवर) तरंगत होते. सगळ्यात तळाला होते ते खालचे विश्व, जिथे विकृत, द्वेषाने भरलेले असे लोक राहत. मधल्या भागात जिथे मानव राहत होते ते जग दोन महाकाय सापांनी तोलून धरले होते आणि ते हलले की भूकंप वगैरे व्हायचे. त्याच्या वर सगळ्यात वरचे जग, त्याला एका मोठ्या गरुडाने तोलून धरले होते आणि त्याच्या पंखांच्या हालचालीमुळे त्यांना चंद्राच्या कला दिसायच्या.

या सगळ्या विश्वाचा नियंता होता सूर्य. तो विधुर होता, तो स्फटिंकाच्या घरात राहायचा आणि मानवी मांसावर जगायचा. प्रत्येक दिवशी सूर्य हातात एक मशाल घेऊन आणि डोक्याला फक्त एक पिसांचा पट्टा बांधून आकाशात हिंडायचा. रात्रीच्या वेळी सूर्य आकाशातल्या जुगाऱ्यांशी (म्हणजे बहुतेककरून उत्तर ध्रुव) विरुद्ध जुगार खेळायचा, कशासाठी तर खालच्या माणसांचे नशीब ठरवायला. त्यामुळे सूर्याचे निरीक्षण हे चुमाश लोक फार काटेकोरपणे करत होते यात काही नवल नाही. पण वरच्या विश्वाबद्दलचे ज्ञान त्यांना निव्वळ आकाशाचे निरीक्षण करून मिळाले नव्हते, तर त्यांना ते माहीत असायचे कारण म्हणजे ते स्वत: तिथे प्रवास करून आले होते.

काही शतकांपूर्वी हे चुमाश लोक दक्षिण मध्य कॅलिफोर्नियाच्या किनारपट्टीच्या भागात चांगले भरभराटीचे जीवन जगत होते. त्यांच्या प्रवासांमधून आपल्याला लासकॉक्सच्या चित्रकारांसारखे प्रागैतिहासिक कालखंडातील लोक कशा तऱ्हेने विचार करत असतील याचा अंदाज करता येतो. त्याला कारण चुमाश लोकांची जीवन पद्धती अपर पॅलिओलिथिक काळातील युरोपमधल्या लोकांच्या गुंतागुंतीच्या जीवनक्रमाशी मिळतीजुळती आहे. त्यांची घरे गोल आकाराची आणि गवताची असायची, सुंदर कोरीव काम केलेले लाकडाचे वाडगे ते वापरत, सुंदर टोपल्या आणि लाकडाच्या फळ्यांनी बनवलेले समुद्रात चालणारे मचवे, ते तलवार माशांसारखे वजनदार मासे (२७० किलोचे) पकडून आणायला वापरत असत. त्यांच्यातले पुरुष अंगावर रंगांचे पट्टे ओढत आणि डोक्याला पिसांचे टोप घालत असत. त्यांच्या स्त्रिया हरणाच्या किंवा ऑटरच्या कातड्याचे वस्त्र स्कर्टसारखे वापरत. शंखांच्या मण्यांचा वापर ते पैसे म्हणून करत असत.

१८ व्या शतकात स्पॅनिश लोकांनी हल्ला करायच्या आधी त्यांची संख्या १५ हजार असावी. १७६९ साली केलेल्या हल्ल्यात जे सैनिक आघाडीवर होते त्यांनी वर्णन केले आहे की त्यांची गावे मोठी होती. घरांच्या छतावर वाळवलेल्या माशांचे ढीग लावलेले होते. नंतरच्या दशकात मात्र चुमाश लोकांची संख्या एकदम घटली. स्पॅनिश हल्ल्यामुळे आणि त्यांच्या सैनिकांनी त्यांच्या बरोबर आणलेल्या टायफॉईड (विषमज्वर), न्यूमोनिया आणि डिप्थेरिया (घटसर्प) इत्यादी रोगांनी चुमाश लोकांचा बळी घेतला.

२० व्या शतकाच्या सुरुवातीस चुमाश संस्कृती आणि त्यांची भाषा जवळ जवळ संपल्यातच जमा होती. पण काही खुणा, काही अवशेष शिल्लक राहिले होते. यासाठी जॉन पिबॉडी हॅरिंग्टन या भाषातज्ज्ञाचे आभार मानले पाहिजेत जो स्मिथसोनिअन संस्थेसाठी काम करत होता. त्याने त्याचे आयुष्य उत्तर अमेरिकेतील मरू घातलेल्या भाषा बोलणाऱ्या वृद्ध लोकांना शोधून त्यांच्याकडून त्यांना जेवढी त्यांच्या वारशाबद्दल माहिती होती ती गोळा करण्यासाठी वाहिले होते.

विक्षिप्त आणि ध्येयाने पछाडलेला असा हॅरिंग्टन एकटाच काम करत असे. १९६१ मध्ये झालेल्या त्याच्या मृत्यू नंतर स्मिथसोनिअनच्या वस्तू संग्रहालयाच्या प्रमुखांना त्याच्या कोठारात आणि अगदी गॅरेजमध्ये शेकडो खोकी सापडली. अगदी कोंबड्यांची खुराडीही सापडली त्यात. हे सगळे त्याने संपूर्ण पश्चिम अमेरिकेच्या वेगवेगळ्या भागातून गोळा केले होते. त्याच्या त्या भांडारात काय नव्हते, अमेरिकेच्या मूळ रहिवाशांनी हाती बनवलेल्या बास्ऱ्या, बाहुल्या, मेलेले पक्षी आणि टारांटूला म्हणजे मोठे विषारी कोळी, घाणेरडे मळके कपडे, अर्धवट खाल्लेले सँडविचेस, असे काहीबाही होते. पुढे जाऊन हा खजिना म्हणजे 'हॅरिंग्टनची सोन्याची खाण' म्हणून प्रसिद्ध झाला. त्यात फोटोग्राफ्स होते स्केचेस, टिपणे आणि रेकॉर्डिंग्ज ज्यात नामशेष झालेल्या संस्कृतींमधल्या समजुती, त्यांचे शब्द साठवलेले होते जे नाहीसे झाले असे वाटत होते, त्यात चुमाश लोकही आले.

काही वर्षांनंतर सांता बार्बरा इथल्या म्यूझिअम ऑफ नॅचरल हिस्टरीच्या संग्रहालय प्रमुखांनी, ट्रॅव्हिस हडसनने, हॅरिंग्टनच्या नोंदींच्या हजारो पानामधून माहिती जमवून एक प्रबंधच तयार केला त्यात जगातील कुठल्याही भागातील शिकार करणाऱ्या आदिमानवांची विश्वाबद्दल काय कल्पना होती याची सविस्तर माहिती त्याने दिली आहे. Crystals in the Sky या त्याच्या १९७८ साली प्रसिद्ध झालेल्या पुस्तकात हडसनने असा निष्कर्ष काढला की चुमाश लोकांचे आकाशाबद्दलचे ज्ञान फार समृद्ध आणि आधुनिक होते. पश्चिमेकडच्या विद्वानांना यावर विश्वास ठेवणे अवघड जात होते.

हॅरिंग्टनने चुमाश जमातीतल्या ज्या वृद्धांच्या मुलाखती घेतल्या त्यांनी वरचे विश्व हे अनेक शक्तिशाली आणि अतिभौतिक गोष्टींनी भरले आहे असे सांगितले. ध्रुव तारा म्हणजे पोलारीस हा एक स्काय कॉयोटे[१] असून मानवांचा पिता आहे आणि त्याच्या भोवती सगळे जग फिरते. कॅस्टर आणि पोलक्स हे तारे (मिथुनातील जुळे) म्हणजे सूर्याच्या बहिणी आहेत, (सख्ख्या नव्हे चुलत), तर रोहिणी (Aldebaran) हा तारा हा आणखी एक कॉयोटे आहे तो कृत्तिकांचा (Pleiades), म्हणजे त्या कन्यांचा आकाशभर पाठलाग करतो. मृग नक्षत्राच्या पोटातील तीन तारे म्हणजे अस्वल तर आकाशगंगा म्हणजे भुतांचा रस्ता.

या सर्व आकाशस्थ देवदेवतांच्या हालचाली पृथ्वीवरील जीवनाशी गुंतलेल्या होत्या. चुमाश लोकांना हे माहीत होते की जेव्हा सूर्य एखाद्या विशिष्ट ठिकाणाहून क्षितिजावरून उगवतो किंवा मावळतो किंवा विशिष्ट तारे अथवा तारकासमूह पहाटेच्या अथवा संध्याकाळच्या वेळी दिसत असतील तेव्हा पृथ्वीवर ऋतूंमध्ये बदल होतात:

---

१. कॉयोटे (coyote) - उत्तर अमेरिकेत आढळणारा रानटी कुत्रा

धान्य पिकते, हरणे स्थलांतरित व्हायला सुरुवात होते, पाऊस येणार असतो. ऐन कडक अशा हिवाळ्यातील असा दिवस – दक्षिणायनांत (Winter Solstice) - ज्या दिवशी सूर्य दक्षिणतम बिंदूवर पोहोचतो आणि दिवस खूप छोटे असतात, ते दिवस जगासाठी खूप अवघड असतात. सूर्याला परतून येण्यासाठी विनवले नाही तर सर्व जग अंधकारमय होऊन पृथ्वीवरील जीवन संपुष्टात येईल. – दक्षिणायनांच्या दिवसाचे भाकीत करण्यासाठी चुमाश लोक खूप काळजीपूर्वक निरीक्षणे घेत असत आणि त्या विशिष्ट महत्त्वपूर्ण दिवशी काही खास विधी करत असत, बहुतेककरून गुहांमध्ये. तिथे ते स्फटिकासारखे काच मणी लावलेल्या काठ्या जमिनीत रोवून ठेवत असत जेणेकरून सूर्याला त्या उत्तरेकडे खेचून आणायचे काम करतील.

मात्र हे ज्ञान सर्वसामान्यांसाठी नव्हते. ही आकाशीय रहस्ये काही मोजक्याच उच्चभ्रू खगोलतज्ज्ञ- धर्मगुरू मंडळींना माहीत असायची. त्यांना 'अँटाप' म्हणत असत, जी एक सूर्य – धर्मगुरूंची गुप्त अशी संस्था होती. ते त्यांचे ज्ञान इतर सामान्य जनांपर्यंत पोहोचू देत नसत. राज्यकारभारावर म्हणजे राजकारणावर त्यांचा जबर पगडा असायचा. त्यांचा असा दावा असायचा की या विश्वाची रहस्ये फक्त त्यांनाच माहीत आहेत आणि ते विश्वाच्या एकंदर चलनावर परिणाम घडवून आणू शकतात, बदलू शकतात, ज्याच्या भोवती सगळ्या चुमाश समाजाचे जीवन फिरत असे.

हे धर्मगुरू त्यांचे खगोलशास्त्रीय ज्ञान असंख्य रात्रींच्या निरीक्षणातून मिळवत असत. मात्र कधी हे धर्मगुरू त्यांच्या रात्रीच्या ज्ञानप्राप्तीच्या या सत्रात काही भूल पडणाऱ्या, नशा देणाऱ्या अशा धतुरा (धोतरा) सारख्या वनस्पतीचाही वापर करीत असत. या प्रकारच्या औषधांमुळे त्यांना वरच्या विश्वाची सफर करून येणे शक्य होत असे. तिथे त्यांना कॉयोटेसारख्या अतिभौतिक संरक्षकांशी संपर्क साधता येत असे, भविष्याचे भाकीत करणे वा ते बदलणे हे करीत असत आणि आत्म्यांशी संवाद साधत असत.

अशा प्रकारच्या कृतीला 'शामानिझम' म्हणतात. या शब्दाचा उगम सायबेरियामध्ये आहे. १७ व्या शतकात पश्चिमेकडून येणाऱ्या प्रवाशांची गाठ तुन्गुसिक जमातीच्या लोकांच्या धर्मगुरूंशी म्हणजे शामानशी पडली तेव्हा त्यांना हा शब्द कळला. पण अशाच प्रकारचा व्यवहार आणि समजुती जगभरातल्या शिकारी लोकांमध्ये होत्या. हे शामान लोक एक प्रकारच्या समाधी अवस्थेत जाऊन वेगळ्या जगात किंवा आत्म्यांच्या विश्वाला भेट देतात. या अशा प्रवासादरम्यान त्यांना आत्म्यांकडून विशेष शक्ती आणि विद्या प्राप्त होत असे ज्याचा उपयोग करून ते अनेक प्रकारची कामे करू शकत असत. उदाहरणार्थ भविष्य पाहणे, शत्रूचा बंदोबस्त करणे, हवेवर आणि प्राण्यांवर ताबा ठेवणे, रोगी माणसांना बरे करणे वगैरे. त्यांना ती समाधी

अवस्था वेगवेगळ्या प्रकाराने प्राप्त करून घ्यावी लागत असे. कधी भूल पडणाऱ्या धोतऱ्यासारख्या किंवा अयाहुआस्कासारख्या वनस्पतीपासून; ध्यानधारणा करून, उपासतापास करून किंवा ज्ञानेंद्रियांचा अवरोध करून किंवा ढोल वाजवून नृत्य करून केलेल्या विधीपासून.

पाश्चिमात्य मानववंशशास्त्रज्ञ सुरुवातीला शामानिझम या प्रकाराला पूर्णपणे नाकारत ते अभ्याससुद्धा करण्यायोग्य नाहीत असे समजत होते. आणि या अशा शामान लोकांना ठग, लफंगे किंवा मानसिक संतुलन बिघडलेले समजत असत. पण धर्माचा अभ्यास करणारा रोमानियाचा इतिहासकार मिरसिचा इलियाड याने ती संकल्पना त्याच्या अत्यंत मूलगामी अशा अभ्यासाने Shamanism : Archaic Techniques of Ecstasy यातून बदलून टाकली. १९६४ साली हे इंग्रजीमध्ये पहिल्यांदा प्रकाशित झाले. संपूर्ण इतिहासकाळाचा धांडोळा घेत शामानिझमचा अभ्यास करून तो असा युक्तिवाद करतो की शिकारी जमातींमध्ये हा प्रकार सर्वव्यापी आहे अगदी सायबेरिया, उत्तर अमेरिकेपासून ते तिबेटपर्यंत. सगळीकडच्या पद्धती इतक्या सारख्या आहेत की या सगळ्याचा मूळ स्रोत पॅलिओलिथिक काळातून उगम पावलेला आहे असे त्याचे निरीक्षण आहे. जशी माणसे स्थलांतरित झाली तशा या पद्धती पण त्यांच्या बरोबर आल्या, द हुईने मिथकांच्या बाबतीत असाच निष्कर्ष काढला. दुसऱ्या शब्दात सांगायचे झाले तर शामानिझम हा मानवांचा पहिला धर्म होता.

इलियाडच्या काही गृहीतकांवर विद्वानांनी शंका घेतली आहे. पण त्याच्या कामामुळे शामानिझम बाबतीत लोकांमध्ये उत्सुकता निर्माण झाली आणि शास्त्रीय अभ्यास करण्याचा दृष्टिकोन निर्माण झाला. आता असे बरेच पुरावे मिळतात जे सुचवतात की शामानिक लोकांचे समाधी अवस्थेत जाणे हा त्या त्या संस्कृतीचा वा काल्पनिक भाग नसून ही जगभरातल्या माणसांच्या मेंदूची क्षमता आहे. चेता शास्त्रज्ञांनी शामान लोकांच्या मेंदूतील हालचालींचा ते समाधी अवस्थेत असताना अभ्यास केला तेव्हा त्यांना विशिष्ट प्रकारचे आकृतिबंध बघायला मिळाले, ते तसे आकृतिबंध माणूस जेव्हा संमोहनावस्थेत असतो किंवा ध्यानस्थ अवस्थेत असतो तेव्हा दिसतात. यावरून असे म्हणता येते की शामान लोक नाटक करत नाहीत तर ते खरोखरीच मनाच्या एका वेगळ्या अवस्थेत असतात.

दरम्यानच्या काळात मानववंश शास्त्रज्ञांनी ट्रान्समध्ये (समाधी अवस्थेत) असणाऱ्या हजारो पाश्चिमात्य लोकांच्या अनुभवांची नोंद केली होती, त्यातले बरेच लोक मोठमोठ्यांनी ड्रम्स वाजवल्यामुळे ट्रान्समध्ये गेले होते, आणि असे लक्षात आले होते की त्यांना स्वत:लाही माहिती नव्हते की कशा प्रकारचे अनुभव येतील पण त्यांचे अनुभव पारंपरिक शामान लोकांसारखेच होते. पाश्चिमात्य शामान लोक असा

दावा करतात की ते ट्रान्समध्ये असताना ज्या वेगळ्या जगात वावरतात ते वेगळे जग खरेच अस्तित्त्वात आहे, पण शास्त्रज्ञ मात्र त्याकडे माणसाच्या मज्जासंस्थेची विशिष्ट प्रकारची दृश्ये किंवा भ्रामक दृश्ये निर्माण करण्याच्या क्षमतेचा पुरावा म्हणून बघतात. पारंपरिक आणि पाश्चिमात्य शामान दोघेही जेव्हा समाधी अवस्थेत त्या वेगळ्या जगाचा प्रवास करतात तेव्हा बहुतेक वेळा वेगवेगळ्या प्राण्यांना भेटतात आणि त्या प्राण्यांशी संवाद साधतात किंवा ते स्वतःच प्राणी होतात. अजून एक वेगळी गूढ उकलणारी गोष्ट म्हणजे जमिनीखाली भुयारातून जाण्याचा अनुभव, किंवा आकाशात उडण्याचा अनुभव, किंवा बरेच वेळा अनेक अडथळ्यांना पार करून वेगवेगळ्या थरातून केलेला प्रवास. या अशा प्रकारचे अनुभव शिकारी जमातीच्या लोकांच्या वैश्विक समजुतींमध्ये प्रतिबिंबित होतात; जशी चुमाश लोकांची वेगवेगळे थर असलेली विश्वे असतात अशी समजूत होती, ती तशी समजूत जवळ जवळ सार्वत्रिक आहे. वेगवेगळ्या समाजातील शामान लोकांचा असा विश्वास आहे की ते वरच्या जगातील आत्म्यांशी संपर्क साधू शकतात, उदाहरणार्थ एखाद्या विशिष्ट ताऱ्यापर्यंत किंवा तारकासमूहापर्यंत ते उडू शकतात. म्हणून कदाचित मानवतेच्या पहिल्यावहिल्या विश्वाचे काल्पनिक चित्र रेखाटण्यामध्ये नुसत्या निरीक्षणाशिवाय ट्रान्समध्ये असताना आलेल्या अनुभवांचा समावेशही असावा.

The Shamans of Prehistory, या आपल्या १९९८ साली प्रसिद्ध झालेल्या पुस्तकात दक्षिण आफ्रिकेतील रॉक आर्टमधले तज्ज्ञ डेव्हिड लेविस – विलियम्स आणि फ्रेंच गुहा तज्ज्ञ जीन क्लॉत यांनी शामानिझमच्या कल्पना पॅलिओलिथिक काळातील लासकॉक्स सारख्या ठिकाणी जुळवून बघितल्या. लेविस – विलियम्स यांनी यापूर्वी १९ आणि २० व्या शतकातील दक्षिण आफ्रिकेतील भटक्या-विमुक्त अशा सॅन जमातीच्या लोकांच्या रॉक आर्टचा अभ्यास केला होता. सॅन लोक त्यांच्या कलेचा संबंध स्पष्टपणे शामानिक दृश्यांच्या शोधाशी जुळवतात. त्यांच्या चित्रातील आकृतींचे वर्णन ते प्राण्यांच्या रूपातील शामानशी किंवा आत्म्याशी संवाद साधू शकणाऱ्या लोकांशी करतात.

यानंतर लेविस – विलियम्स यांचे २००२ मधले बेस्टसेलर Mind in the Cave हे पुस्तक आले. त्यांचे असे म्हणणे आहे की सर्व मानवजातीमध्ये त्यांच्या शरीरातील मज्जासंस्था सारखीच असते आणि पॅलिओलिथिक काळातील माणसांचे शरीर शरीररचनाशास्त्राप्रमाणे आपल्यासारखेच होते, म्हणून शक्यता अशी आहे की त्यांनाही आपल्यासारखेच भ्रम होत असतील. आधुनिक पाश्चिमात्य समाजात आपण हे समाधीमध्ये जाणे वगैरे समजुती विकृत किंवा संशयास्पद समजतो असे त्यांचे म्हणणे आहे. आपण तार्किक आणि तर्कसंगत अशाच विचारांना किंमत देतो. पण शामानिझमच्या अभ्यासावरून हे लक्षात येते की देहभान हरपण्याच्या किंवा

वेगळ्या पातळीवर असण्याच्या स्थिती अस्तित्त्वात आहेत. जगातल्या अनेक पारंपरिक समाजांमध्ये त्यांना फार वरच्या पातळीवरचे समजले जाते. गुहेतील चित्रकलेकडे आपण आपल्या दृष्टिकोनातून बघितले तर नक्कीच काहीतरी हुकल्यासारखे होईल. फ्रान्स आणि स्पेनमधल्या त्या खोल खोल अंधाऱ्या गुहेत शिरणे म्हणजे जणूकाही पाताळलोकात आत्म्यांच्या क्षेत्रात शिरल्यासारखेच आहे, त्यावरून कदाचित त्या प्रागैतिहासिक काळातील शामान लोक समाधी अवस्थेत जाण्यासाठी गुहेत जात असतील आणि त्या ट्रान्सच्या स्थितीत त्यांनी काय पाहिले त्याची चित्रे काढली असतील, जसे २० हजार वर्षांनंतर चुमाश शामान लोकांनी केले.

त्या सिद्धान्ताच्या मदतीने अपर पॅलिओलिथिक आणि लासकॉक्सच्या गुहांमधील अनेक रहस्ये उकलण्यास मदत होणार आहे. पहिल्यांदा त्या चित्रांमधील अमूर्त अशा कल्पनांचे आकृतिबंध, भौमितिक आकृत्या, ज्या सगळीकडे बघायला मिळतात, उदाहरणार्थ ठिपके, रेषा, जाळी, नागमोडी आणि लहरींसारख्या रेषा इ किंवा. समाधी अवस्थेत जाताना अशा प्रकारची दृश्य परिणाम साधणारी दृश्ये नेहमी दिसतात असे लेविस – विलियम्स यांचे म्हणणे आहे. (मायग्रेनचा त्रास असणाऱ्या लोकांना नेहमी असे दृश्य दिसते.) दक्षिण अमेरिकेतील टूकानो लोक ट्रान्स मध्ये जाण्यासाठी 'याये' नावाचा एक प्रकारच्या मादक वेलीपासून बनवलेला काढा घेतात आणि त्या अवस्थेत बऱ्याच वेळा अशी चित्रे किंवा आकृतिबंध घराच्या भिंतींवर किंवा झाडांवर काढतात.

पॅलिओलिथिक चित्रांमध्ये दिसणाऱ्या विचित्र संकरित अशा आकृत्यांचे, उदाहरणार्थ दक्षिण पूर्व फ्रान्समधल्या शॉवे इथल्या गुहेतील गवा-मानवाचे, स्पष्टीकरण यावरून मिळू शकते; किंवा दक्षिण पूर्वेकडच्या त्रुवाँ-फ्रेर इथल्या गुहेमध्ये असलेले चित्र ज्यात त्या चेटक्याचे कान आणि शिंग एखाद्या काळविटासारखे, पाय दणकट शरीराच्या माणसाच्या पायासारखे आणि घोड्यासारखी शेपूट आणि चेटक्यासारखी दाढी, असे चित्र आहे त्याचे स्पष्टीकरण मिळू शकते. खोल समाधी अवस्थेत अशा प्रकारचे प्राणी, माणसे आणि राक्षस दिसल्याचे लोक सांगतात आणि त्यांना असे जाणवते की जणूकाही त्यांचे रूपांतर अशांमध्ये होते आहे.

शेवटी लेविस – विलियम्स यांची कल्पना योग्य ठरली. त्यामुळे अशी चित्रे ज्यात कलाकारांनी गुहेच्या भिंतीवरील आकृत्या समाविष्ट केल्या आहेत : तसेच अशा भिंती ज्यावर लोकांनी हाताचे छाप उठवणे, बोटाच्या नखांनी चित्रे काढणे किंवा अगदी तिथे असलेले खाचखळगे मातीने भरून त्यात काड्या किंवा बोटांनी चित्र काढणे इत्यादींचा अर्थ लागतो. जर गुहा म्हणजे पाताळलोकात किंवा आत्म्यांच्या प्रदेशात शिरण्याचे प्रवेशद्वार असेल तर गुहेतल्या भिंती म्हणजे त्या दोन जगांमधील सीमारेषा होती, ज्यातून आत्मे प्रगट होऊ शकतील असा पडदा. त्या भिंती म्हणजे नुसत्या अर्थहीन आधार नव्हत्या तर त्या भिंती म्हणजे चित्रांचाच एक भाग होत्या.

थोडक्यात सांगायचे तर अशा समाधिस्थ काळातील प्रवासादरम्यान प्रत्यक्षात असलेल्या त्या भिंतींचे अस्तित्त्व त्या दुसऱ्या जगाशी जोडले जात होते. ते त्या शामानच्या मनात होते. दोन्ही बाजू एकमेकांना सांधतात. त्या वेळी त्या लोकांनी गुहेत प्रवेश करून त्यांनी जी दृश्ये बघितली ती तिथे चितारली असतील आणि प्रत्यक्षात भिंतींमध्ये बदल घडवला असेल. त्याच वेळी गुहेला आधी भेट देणाऱ्यांनी जी चित्रे काढली ती जणू रंगाचा पहिला हात मारल्यासारखी होती. प्रत्यक्ष वास्तव जणू त्यांच्या समोर प्रगट होत होते त्याच वेळी ते स्वत: ते निर्माण करायला मदत करत होते.

लेविस – विलियम्स त्या गुहांकडे पाताळलोकातील राज्याचे रूपक या अर्थाने बघतात; ते आकाशाबद्दल काही बोलत नाहीत. पण काही अलीकडच्या जमातींच्या पुराव्यावरून असे लक्षात येते की वरच्या जगाकडे होणारा प्रवाससुद्धा महत्त्वाचा आहे आणि ते गुहेच्या भिंतींवरही चित्रित केले आहे. चुमाश लोकांचे धर्मगुरू नियमितपणे गुहेच्या भिंतींवर आकाशातील सूर्य-चंद्राच्या आकृत्या रेखाटून सजावट करीत असत; टुकानो लोक ठिपक्या-ठिपक्यांच्या समांतर रेषांच्या साखळ्या आकाशगंगा म्हणून काढत असत. रापेनग्ल्युक असा दावा करतात की लासकॉक्स सारख्या गुहांमधील चिन्हांचा अर्थ निव्वळ भ्रमात बघितलेली दृश्ये असे ठरवणे काहीसे चुकीचे आहे. ती चिन्हे म्हणजे संपूर्ण अशा दृश्याचा भाग आहेत, त्यात ती गुहा म्हणजे फक्त पाताळलोकाचे प्रतिनिधित्व नाही करत तर संपूर्ण विश्वाचे करते.

आपण त्या प्रागैतिहासिक काळातल्या शामान लोकांना विचारू तर शकत नाही की तेव्हाचे विश्व कसे होते, पण चुमाश लोकांच्या खगोलशास्त्राचा अभ्यास केल्यावर ट्राव्हिस हडसन अशा निष्कर्षाप्रत आले की, 'त्यांचे विश्व अतूटपणे माणसांशी जोडले गेले होते, ते खूप मोठ्या शक्तिशाली स्त्रोतांनी भरलेले होते आणि प्रत्येक गोष्टींवर प्रभाव पाडत होते; पुनर्जन्माची अनंत अशी आवर्तने, ज्यामध्ये पदार्थ निर्माण होत नव्हता की नष्ट होत नव्हता, पण जन्म किंवा मृत्यूमध्ये बदलत होता.

आधुनिक काळातील पाश्चिमात्य शामान लोकांच्या समजुती त्या अर्थाशी मिळत्याजुळत्या आहेत. सांड्रा इंगर्मन ही न्यू मेक्सिको येथील व्यावसायिक आणि लेखिका म्हणते की शामानिझमची बदललेली स्थिती वास्तवाची दुसरी बाजू दाखवते, ज्यात बाकीच्या जीवांना एखादी वस्तू म्हणून नाही तर जीवनाचे जाळे अशा अर्थाने बघतात, जिथे सर्व जीव संवाद साधत आहेत. हे असे जाळे आहे की ज्यात फक्त प्राणी आणि वनस्पती आहेत असे नव्हे तर त्यात सूर्य, चंद्र आणि तारेसुद्धा येतात. दरम्यान पेरू येथील केरो लोकांच्यातील वृद्ध लोकांमधील एक, जो बोव्लबी नावाची एक शामान स्त्री लंडनमध्ये उपचार करण्याचे काम करते, ती तिच्या पहिल्यांदा अयाहुआस्का प्यायल्यानंतरच्या अनुभवाबद्दल सांगतेय. ती म्हणते अॅमेझॉनच्या घनदाट जंगलात रात्रीच्या एका सोहोळ्यात, तारकांच्या छत्राखाली, तिला अर्धा कप

सडलेले कुजलेले असे एक पेय देण्यात आले. ते घेतल्यावर सुरुवातीला विजेच्या वेगाने वेगवेगळ्या प्राण्यांच्या पंजामध्ये तिच्या हाताचे होणारे रूपांतर पाहून ती प्रचंड घाबरली होती. सगळ्यात शेवटी तो लॉबस्टरच्या नख्यांमध्ये बदलला. पण त्यानंतरच्या परमानंद अवस्थेमुळे ती पुरती भारावून गेली. तो अनुभव असा होता जणू सर्वकाही आहेही आणि नाहीही, जणूकाही मी अवकाशात होते. त्या दिवशी घेतलेला अनुभव आणि शिकलेला धडा तिच्या कायमचा स्मरणात राहिला आहे : तुमच्या लक्षात येते की हे विश्व किती प्रचंड मोठे आणि विस्मयकारक आहे. कोणाशी तरी जोडले गेल्यासारखे वाटणारी अशी ती भावना आहे, कशाचा तरी भाग असल्यासारखे वाटणारी भावना. आपण वेगळे किंवा एकटे नाही आहोत. जी शक्ती झाडांना अन्न देते तीच तुम्हालाही देते.

सप्टेंबर १९४० मध्ये मार्केल रविदत आणि त्याचे मित्र यांना लासकॉक्सच्या गुहेचा जो शोध लागला होता त्याबद्दल त्यांनी कोणालाही काहीही सांगितले नव्हते. गुहा सापडल्याच्या दुसऱ्या दिवशी म्हणजे १३ सप्टेंबरला ते तिकडे परत गेले, या वेळी जास्त चांगले दिवे आणि दोरखंड वगैरे घेऊन गेले. वाटेत येताना ते त्यांच्या मागे कोणी येत नाहीये ना याची पुरेपूर काळजी घेत होते. दर १० मिनिटांनी थांबत मग पुढे जात होते. त्यांनी गुहेचे तोंड आणखी थोडे मोठे केले आणि आत शिरून त्यांनी गुहेचा प्रत्येक भाग, प्रत्येक गल्ली परत नीट तपासली. खोलवर जात बरेच कोरीव काम केलेला भाग ओलांडून ते पुढे गेले आणि त्यांना समोर एक शाफ्ट म्हणजे विहिरीसारखा खोल खड्डा लागला. मुलं तिथे थांबली. पहिल्यांदा कोण जाणार?

परत एकदा रविदत पुढे झाला. धडधडत्या अंतकरणाने दोराला धरून तो हळूहळू खाली उतरू लागला. त्याचा स्वत:च्या शक्तीवर विश्वास नव्हता असे नाही, पण त्याचे मित्र त्याला खाली पाडतील की काय अशी भीती त्याला वाटत होती. ८ मीटर खोल गेल्यावर त्याचे पाय एकदाचे जमिनीला लागले. त्याने हातातला दिवा वर धरला तेव्हा त्याला आतापर्यंतच्या गुहा –चित्रांपैकी सगळ्यात विचित्र असे चित्र दिसले.

त्या चित्रामध्ये एक काठी घेतलेला माणूस होता ज्याचे डोके पक्षाचे होते आणि त्याचे लिंग मोठे होते – त्या गुहेत असलेली एकमेव मानवी आकृती. जिचे वर्णन मृत माणूस असे केले जाते. तो ४५ अशांच्या कोनामध्ये आडवा झालेला असून डोके मागे आणि हात व बोटे बाहेरच्या बाजूला वळलेल्या स्थितीत आहेत. त्या माणसाच्या वर एक केस पिंजारलेल्या अवस्थेतला संतापलेला गवा (जंगली बैल) झुकलेला आहे, त्याचे डोके खाली, शिंगे समोर रोखलेली आहेत, त्याच्या खांद्यावर एका काळा ठिपका आहे आणि त्याच्या पोटातून खाली जणू त्याची आतडी

लोंबताहेत असे दिसते आहे. त्या माणसाच्या सरळ खाली एक पक्षी एका उभ्या अशा काठीवर वा फांदीवर बसलेला दिसतोय.

या विचित्र अशा देखाव्याने विद्वानांच्या कित्येक पिढ्यांना कोड्यात टाकले आहे. पण द हुई आणि रापेनग्ल्युक दोघेही हेच सुचवताहेत की या कोड्याचे रहस्य सोडवण्यासाठी आपल्याला आकाशाकडे बघावे लागेल. दृष्टिकोनात थोडासा फरक केला तर आपल्याला दिसेल की उभा आहे तो माणूस आहे तो आकाशाकडे बघतोय तो पक्षी आणि तो गवा वर बघताहेत. द हुई सुचवतो की तो देखावा म्हणजे कदाचित आकाशातील शिकारीचा देखावा असावा, त्यात शिकारी आणि शिकार उठून आकाशातील तारकासमूह बनतात. त्या स्पष्टीकरणातून हे समजू शकते की तो गवा जरी शिंगे रोखून बघत असला तरी हल्ला करायला पुढे येत नाहीये. त्याच्या खांद्यावरील तो ठिपका म्हणजे एखादा तारा असेल. आणि जमिनीवर पडलेले काळे ठिपके शिकार झालेल्या प्राण्याच्या रक्ताचे डाग पडलेली पाने असावीत जो शरद ऋतूच्या आगमनाचा संकेत असावा.

हे एक गृहीतक आहे, असे असू शकते, असे द हुई मान्य करतो, पण तो शाफ्टसारखा दिसणारा जो देखावा आहे तो बरोबर सायबेरियामधील माइऱ्या नदीकाठी असलेल्या निओलिथिक खडक चित्रासारखा दिसतो आहे. असे मानतात की तिथले चित्र प्राचीन अशा आकाशातील शिकारीच्या देखाव्याचे प्रतिनिधित्व करते, ज्यात तो शिकारी एका हरीणावर नेम धरतो आहे आणि सूर्य त्याच्या पोटाखाली लटकला आहे. कदाचित लासकॉक्सच्या गुहेतील गव्याच्या पोटाखाली लोंबणारे ते दोर त्या गव्याची आतडी नसून सूर्यच असू शकेल.

दरम्यानच्या काळात रापेनग्ल्युकला असे वाटते आहे की तो जो पक्षी मानव आहे, तो हातात काठी घेतलेला एखादा शामान असू शकतो आणि तो गवा कदाचित त्याचा पिशाच-मदतनीस असावा जो त्याच्या आकाशापर्यंतच्या प्रवासाचा मार्गदर्शक आहे. अशाच प्रकारचे देखावे हल्लीच्या आधुनिक शामानिक संस्कृतींच्या कलाकृतींमध्ये बघायला मिळतात. उदाहरणार्थ उत्तर अमेरिकेतील ओग्लाला लोकांच्या शंकूच्या आकाराच्या तंबूंवर असतात तसे हर्षोन्मादात आकाशाकडे झेपावणारे शामान, त्यांचे लिंग उभे आहे आणि तो आकाशातील बैलाशी बांधलेला आहे. त्याही पुढे जाऊन रापेनग्ल्युक असे सुचवतात की लासकॉक्सच्या गुहेतील गव्याचे डोळे, तो पक्षी माणूस आणि पक्षी हे सगळे अभिजित, डेनेब (हंस तारकासमुहातील तारा) आणि श्रवण या ताऱ्याशी, म्हणजेच (उन्हाळ्यात डोक्यावर दिसणाऱ्या सगळ्यात तेजस्वी अशा ३ ताऱ्यांशी मिळतेजुळते आहेत. २० हजार वर्षांपूर्वी हा त्रिकोण कधीच मावळत नव्हता, कायम आकाशीय उत्तर ध्रुवाभोवती फिरत होता, आकाशातील एखाद्या महाकाय आकाराच्या घड्याळासारखा रात्रीची वेळ दाखवत

होता. कदाचित लासकॉक्सच्या माणसांसाठी हा तारकासमूह आकाशातील शामान असण्याची शक्यता होती (जसे चुमाश लोकांसाठी आकाशातील कॉयोटे होते तसे हे पॅलिओलिथिक काळातील समतुल्य असे उदाहरण असेल), प्रत्येक रात्री विश्वाच्या अक्षांभोवती फिरवणारा. त्या शामानच्या भोवती सगळीकडे त्याचे पिशाच- मदतनीस असावेत ज्यांच्यावर तो हुकमत गाजवत असावा आणि आकाशाला सुपीक बनवत असावा. रापेनग्ल्युक या देखाव्याचा संबंध आकाशातील दृश्याशी जरी जोडत असले तरी तो पृथ्वीवरच्या शामानचा स्वत:चा आकाशीय ध्रुवापर्यंतच्या प्रवासाचा नकाशा असावा असेही मानतात.

त्यावेळच्या कलाकारांच्या मनात नक्की काय होते ते कधीच सिद्ध करता येणार नाही. पण पुराव्यांच्या वेगवेगळ्या तुकड्यांवरून असे लक्षात येते की, खोल खोल जमिनीखाली लासकॉक्सच्या गुहेतील प्रागैतिहासिक काळातील हा देखावा तारकांपर्यंतच्या प्रवासाचे प्रतिनिधित्व करतो. तसेच या प्रकरणात ज्या गोष्टींची चर्चा झाली ते वेगवेगळे विषय - Bull No. १८, तो मृत माणूस, ती आकाशातली शिकार – त्यात बरीच अनिश्चितता असूनही - मला असे वाटते की – हे सगळे एका विस्तृत अशा निष्कर्षाप्रत येतात की, एक प्रजाती म्हणून आपण कुठून आलो हे जर आपल्याला समजून घ्यायचे असेल तर, मानवतेच्या अगदी सुरुवातीच्या समजुतींच्या आणि ओळखीच्या मुळापर्यंत पोहोचायचे असेल तर आपल्याला एका कल्पनेचा अंतर्भाव केला पाहिजे आणि तो म्हणजे रात्रीचे फिरते आकाश.

दर रात्री, प्रत्येक ऋतूमध्ये निरीक्षण करून नियमितपणे बदलते आकाश बघून आपण कोण आहोत आणि सत्य परिस्थिती काय आहे याबाबतची अगदी सुरुवातीला कल्पना यायला निश्चितपणे याची मदत झाली; अशा कल्पना ज्या अजूनही शिकारी आणि भटक्या लोकांच्या समूहात शिल्लक आहेत. रापेनग्ल्युक म्हणतात, त्यांच्याही मनात तेच प्रश्न होते. जन्म म्हणजे काय? मृत्यू म्हणजे काय? मृत्यू कसा होतो? रात्रीच्या वेळी सूर्य कुठे जातो? या जगाच्या मागे काय आहे?

या सगळ्या प्रश्नांची उत्तरे म्हणून जे विश्व आपल्या पूर्वजांनी उभे केले ते पूर्णपणे मानवी होते, आकाशापासून प्रेरणा घेतलेलेच नव्हे तर आपल्या मेंदूला निर्माण करता येणाऱ्या बदलत्या मानसिक स्थितीपासूनही प्रेरणा घेऊन हे चित्र निर्माण केले आहे. त्यात कशाच्याच सीमारेषांचे बंधन नव्हते, सजीव-निर्जीव, माणूस आणि निसर्ग, पृथ्वी आणि तारे. त्याने आपली निर्मिती केली जसे आपण विश्वाची निर्मिती केली; त्यात अंतर्गत अनुभव आणि बाहेरची सत्यस्थिती अतिशय जटिलपणे गुंतलेली आहे. आपण स्वत:ला त्यापासून वेगळे करण्याचा तेव्हापासून प्रयत्न करतो आहोत.

२

जमीन

१९६७ सालच्या २१ डिसेंबर रोजी पहाटेपूर्वीच्या अंधारात पुरातत्त्व शास्त्रज्ञ मायकेल ओ'केली यांनी ५००० वर्ष जुन्या अशा एका अंधाऱ्या थडग्यात प्रवेश केला. लांब, अरुंद अशा मार्गाने धडपडत मोठ्या मुश्किलीने त्या थडग्यापर्यंत ते गेले, जे दगडा-धोंड्यांच्या मोठ्या ढिगाऱ्याखाली पुरले गेले होते, आणि नंतर त्यांनी मागे वळून प्रवेशद्वाराकडे बघितले. तिथून दिसणारा जमिनीवरचा मार्ग अंधारलेला दिसत होता, नदीच्या चंदेरी प्रवाहाने कोरून काढलेला. साळुंक्यांचा थवा आकाशातून उडत चालला होता. त्यांनी त्यांचे घड्याळ बघितले : ९ वाजायला २ मिनिटे कमी होती. त्यानंतर जे काही घडले त्यामुळे त्यांना जबरदस्त प्रसिद्धी मिळाली आणि आयुष्याला कलाटणी मिळून त्यांचे आयुष्यच बदलले.

न्यूग्रेंज, आयर्लंड येथे गेली ५ वर्षे ओ'केली या ठिकाणी उत्खनन करत होते. कामगारांच्या हे लक्षात आले की छोट्या झाडा-झुडपांनी झाकलेले ते छोटेसे टेकाड आहे असे वाटले तरी ते तसे नसून प्राचीन दगडांनी बांधलेले थडगे आहे, अशी थडगी जी ब्रिटिश बेटांवर सगळीकडे बघायला मिळतात. पण हे विशिष्ट थडगे अतिप्रचंड होते, ज्याचा व्यास ९० मीटर होता. त्यात २४ मीटर लांबीचा मार्ग होता जो मोठमोठ्या दगडी लाद्यांनी बांधलेला होता. तो मार्ग एका फुलीच्या आकाराच्या दालनात पोहोचत होता, ज्याचे छत खूप उंच आणि दगडी पायऱ्यापायऱ्यांनी बनलेले होते. तिथल्या भिंती आतून-बाहेरून चित्रांनी सजलेल्या होत्या – त्यावर वेगवेगळे आकार, इंग्रजी V चा आकार, हिऱ्याचा आकार, सर्पिलाकार असे गारेच्या दगडाचे टोक असलेल्या छिन्नीने दगडावर कोरून काढलेले होते.

स्थानिक लोकांच्या मते ते थडगे म्हणजे दंतकथांमधील 'तारा'च्या राजांची दफनभूमी होती, ते मध्ययुगीन लेखकांनी म्हटल्याप्रमाणे जवळपासच्या टेकडीवरून राज्य करत होते. ओ'केली यांना त्यांच्या उत्खनन करणे आणि त्या दगडांची पुनर्रचना करणे या कामाच्या दरम्यान तिथल्या मातीत मानवी अवशेष सापडले होते हे खरे आहे. पण रेडिओ कार्बन टेस्टमधून हे समजले की ते थडगे दंतकथेतील तारा

राजांपेक्षा खूप जास्त प्राचीन होते. ते थडगे साधारण इ. पू. ३२००च्या काळात बांधले गेले असावे, कदाचित इजिप्तच्या ग्रेट पिरॅमिडच्या शेकडो वर्ष आधी.

ओ'केली यांना थडग्याच्या प्रवेशद्वाराच्या वर एक आयताकृती खिंडार आहे असे लक्षात आले होते, त्याला त्यांनी 'रूफ बॉक्स' असे नाव दिले. त्या खिंडाराचा अर्धा भाग स्फटिकासारख्या क्वार्ट्झच्या चौकोनी लादीने झाकला होता, त्याने खिडकीच्या झडपेसारखे काम केले असेल, दुसरा भाग खाली पडून गेला. त्या रूफ बॉक्सच्या दगडावरील ओरखडे बघून असे लक्षात येते की त्याची अनेक वेळा उघडझाप केली गेली असावी. ते खिंडार फारच छोटे होते आणि खूप उंचावर असल्याने कोणी तिथे चढणे शक्य नव्हते म्हणून ओ'केलीला या गोष्टीचे आश्चर्य वाटत होते की काय हेतूने ते बनवले असावे. कदाचित काही अर्पण करण्यासाठी ती जागा ठेवली असावी किंवा मृत व्यक्तीच्या आत्म्यांसाठी असावी.

नंतर त्यांना तिसरी एक शक्यता लक्षात आली. स्थानिक लोकांनी सांगितलेल्या कथांपैकी दुसरी एक कथा म्हणजे उन्हाळ्याच्या मध्याला उगवत्या सूर्याचा प्रकाश थडग्याच्या आत एका खास अशा तिहेरी सर्पिलाकृती अशा कोरलेल्या आकृतीवर पडतो. ओ'केलीला कोणी साक्षीदार मिळत नव्हता. आणि त्यांना हेही माहीत होते की असे होणे शक्य नाही; कारण त्या थडग्याचे तोंड आग्नेयेला आहे, जे बोन नदीच्या दरीच्या बाजूला आहे. आणि उन्हाळ्याच्या मध्यावरती सूर्य त्याच्या खूप पलीकडे उत्तरेला उगवतो.

पण ती गोष्ट टिकून होती, आणि ओ'केली यांच्या लक्षात आले की थडग्याचे तोंड त्या दिशेला आहे जिथून सूर्यप्रकाश आत येऊ शकतो. ते म्हणजे हिवाळ्याच्या मध्याला, जेव्हा सूर्य त्याच्या दक्षिणतम बिंदूवर उगवतो. म्हणून १९६७ च्या डिसेंबर महिन्यात सूर्य जेव्हा दक्षिणतम बिंदूवर येतो म्हणजे दक्षिणायनारंभाच्या दिवशी सकाळच्या पहिल्या प्रहरात ओ'केली जवळ जवळ १०० मैलांचा प्रवास करून तिथे पोहोचले. बरोबर त्या वेळी तिथे पोहोचण्यासाठी त्यांनी मध्यरात्रीच्या अंधारात कॉर्क येथील आपले घर सोडले. ते जेव्हा तिथे पोहोचले तेव्हा आसपासच्या शेतात आणि तिथल्या रस्त्यांवरसुद्धा चिटपाखरू नव्हते. जेव्हा त्यांनी त्या थडग्यात प्रवेश केला तेव्हा त्यांना फार एकटे वाटत होते.

त्या दिवशी आकाश निरभ्र होते म्हणून जेव्हा ते आतल्या दफन कक्षामध्ये उभे होते तेव्हा त्यांना आशा वाटत होती की सूर्यप्रकाश नक्की तिथपर्यंत पोहोचेल. प्रत्यक्षात जे काही झाले ते अगदी अचानक आणि नाटकीय पद्धतीने घडले. जशी सूर्याची पहिली किरणे नदीच्या पलीकडच्या काठावर आली तशी एक अगदी बारीक किरणशलाका त्या रूफ बॉक्समधून खाली आली आणि प्रवेशाच्या मार्गावर नाही पडली तर खाली जमिनीवर त्यांच्या पायाच्या जवळ उतरली, सरळ सरळ त्या

थडग्याच्या हृदयस्थानी पडली. थोड्याच वेळात त्या बारीक शलाकेचे रूपांतर मोठ्या सोनेरी प्रकाशात झाले, जवळ जवळ १५ सेंटीमीटर रुंद. तेव्हा त्या दालनात भरपूर प्रकाश पसरला आणि त्यांना तिथे हातात दिवा न घेता चालता यायला लागले, आणि त्यांना ६ मीटरवर असलेले छत दिसू शकले.

'मी अक्षरश: अवाक् झालो,' ओ'केली यांनी नंतर सांगितले. 'मला एखादा आवाज कानावर येईल किंवा खांद्यावर एखादा थंड हाताचा स्पर्श होईल अशी अपेक्षा होती, पण तिथे संपूर्ण शांतता होती.' १७ मिनिटानंतर सूर्य सरकला आणि परत त्या दालनात अंधार पसरला. त्या अनुभवाने ते थरारून गेले होते. त्यानंतर आयुष्यभर प्रत्येक हिवाळ्यामध्ये ते तिथे जात राहिले. तिथे त्या थडग्यातील जमिनीवरच्या मऊ वाळूवर झोपून तोंडावर पडणाऱ्या उन्हाच्या नाचाचा खेळ अनुभवत राहिले.

ओ'केली यांना धन्यवाद द्यावेत तेवढे कमीच, ते थडगे आता जागतिक वारसास्थळ बनले आहे आणि दर वर्षी हजारो लोक त्या थडग्यात त्या विशिष्ट ठिकाणी उभे राहून त्या प्रकाशाच्या खेळाचा अनुभव घेण्यासाठी अर्ज करतात. त्यांचा हा शोध त्या वेळी जरी अनपेक्षित आणि दुर्मिळ असा होता तरी, आता आपल्याला माहिती आहे की न्यूग्रेंज़ थडगे हे पश्चिम युरोपमधील निओलिथिक[१] काळातील दगडांनी बांधलेल्या, आणि आकाशाशी संलग्न असलेल्या अनेक स्मारकांपैकी एक आहे.

त्यातली काही अपवादात्मक आणि विलक्षण आहेत. उदाहरणार्थ इंग्लंडमधल्या विल्टशायरमधील स्टोनहेंज जे मध्य-उन्हाळा आणि मध्य-हिवाळा या अयनांताशी संलग्न आहेत. किंवा स्कॉटलंड येथील औटर हेब्रीजेस जे कॅल्लानिश येथे आहे तिथे असलेल्या दगडांचे वर्तुळ, त्यावरून चंद्राच्या १९ वर्षांच्या चक्राचा अंदाज घेता येतो. पण तिथे अजूनही शेकडो अशी छोटी छोटी स्मारके सापडतात ज्यांना डोल्मेन थडगी म्हणतात, तशी थडगी दक्षिण युरोपमध्येही सापडतात, त्यांचे प्रवेशद्वार उगवत्या सूर्याकडे तोंड करणारे असते.[२]

या दगडांचा अर्थ त्यांच्या निओलिथिक निर्मात्यांच्या दृष्टिकोनातून काय होता? त्या माणसांनी इतके कष्ट घेऊन अशा निर्मिती का केल्या असतील आणि त्यांचा संबंध आकाशाशी का जोडला असेल? आपल्याला संबंध लावता येईल अशी याची

---

१. निओलिथिक काळ सुरू होतो ते माणसाला शेतीची ओळख झाल्यापासून आणि संपतो तो माणसाने ब्रॉन्झची हत्यारे बनवायला सुरुवात केल्यापासून.

२. डोल्मेन टोंब म्हणजे एकच दालन असलेला टोंब ज्यात दोन उभ्या दगडांवर एक आडवी दगडाची लादी ठेवलेली असते.

उत्तरे द्यायची झाली, तर हे अशा वेळी घडले ज्या वेळी माणसामध्ये मोठे बदल होत होते, आपण शिकार करणे आणि भटके आयुष्य सोडून शेती करायला सुरुवात केली होती. त्यावेळचे माणूस आणि विश्वविज्ञान यांच्या आपसातील संबंधाचे विविध पैलू यातून समोर येतात.

पॅलिओलिथिक काळातील शिकार करणारा आणि भटके आयुष्य जगणारा माणूस त्यावेळच्या निसर्गाचा अविभाज्य भाग म्हणून जगत होता, आणि आपल्या आसपासचा प्रदेश आणि पर्यावरण इतर प्रजातींशी समप्रमाणात विभागून घेत होता. निओलिथिक काळाच्या क्रांतीमध्ये मात्र माणसाने ते संबंध तोडले आणि तो शेतकरी बनला, आपल्या आसपासच्या जमिनीवर ताबा मिळवायला लागला आणि जमिनीचा उपभोगही घ्यायला लागला. जगण्याच्या पद्धतीमध्ये आणि विचार करण्याच्या पद्धतीमध्ये झालेला हा फरक मानवतेला कायमचा बदलून गेला, जणू तंत्रज्ञानातील प्रगतीसाठी एक मार्ग आखून दिला ज्यामुळे सरतेशेवटी आपल्याला फक्त जमिनीचा नकाशा बदलायची क्षमता दिली असे नाही तर आपल्या या ग्रहाचा, पृथ्वीचाही कायापालट करण्याची क्षमता दिली.

ही क्रांती फक्त गहू, शेते, शेळ्या, मेंढ्या यांच्याशी असलेल्या नात्यातील बदलापुरती नव्हती, त्यापेक्षा काही जास्त होती. त्यामुळे आपल्या विश्वाच्या कक्षा थोड्या रुंद झाल्या; परलोकाविषयी, आत्म्यांच्या लोकाविषयी आणि आकाशाबद्दल काय विचार करतात त्यात फरक पडला. खरेतर आपण असे म्हणू शकतो की या नवीन वैश्विक कल्पना माणसाच्या शेतकरी होण्याचाच बदल प्रतिबिंबित करतात असे नाही तर ते त्याला कारणीभूत असतात.

ही कथा आयर्लंडमध्ये चालू होत नाही तर मानवतेच्या पहिल्यावहिल्या सगळ्यात जुन्या मेगालिथिक स्मारक असलेल्या, जवळ जवळ ६ शतके मागच्या काळातल्या, न्यूग्रेंजच्याही आधीच्या काळातली, हजारो मैल पूर्वेकडे सुरू होते.

जर्मन पुरातत्त्व शास्त्रज्ञ क्लाउस श्मीड्ट १९९४ मध्ये एका नव्या प्रकल्पाच्या कामाच्या शोधात होते. गेले दशकभर ते आग्नेय टर्की येथील नेवाली कोरी, या भागात उत्खनन करायला मदत करीत होते. ती जागा म्हणजे इ.पू. आठव्या ते नवव्या शतकातील शिकार करणाऱ्या आणि भटक्या माणसांच्या वसाहतीची जागा होती. त्यांची घरे चुनखडीचे ठोकळे चिखलाच्या साहाय्याने बसवून केलेली होती. त्या खेडेगावात ओळीने अनेक एखाद्या रहस्यमय संप्रदायाच्या असाव्यात अशा इमारती होत्या. (वेगवेगळ्या काळात त्याच ठिकाणी तशाच इमारती पुन:पुन्हा बांधलेल्या होत्या), त्या सगळ्या जमिनीखाली काही मीटर खोल गाडल्या गेल्या होत्या. त्यांचा आकार गोलाकार दिलेल्या चौकोनासारखा होता, आतल्या बाजूला

कडेकडेने दगडी आसने होती, ज्यांच्या मधेमधे इंग्रजी 'यू' आकाराचे दगडाचे अखंड खांब होते. आणखी दोन टी आकाराचे खांब मधोमध होते ज्यांच्यावर मानवी हातासारखे कोरीव काम केलेले होते, कुठल्या तरी मानववंशीय प्राण्यांसारखे.

ती जागा फार मनोहारी होती, त्यात अशा एका समाजाची झलक दिसत होती जी संक्रमणाच्या उंबरठ्यावर उभी होती; काही शतकाच्या आतच या भागात शेती भरभराटीला येणार होती. इतिहासात पहिल्यांदाच माणूस इथे शेतात गहू पिकवायला लागला, शेळ्या, मेंढ्या आणि डुकरे यांच्यासाठी गोठे बनवायला लागला. पण १९९२ साली ही सगळी वसाहत अतातुर्क धरणाच्या बांधकामामुळे पूर्णपणे पाण्याखाली गेली. त्याबरोबर त्यातली इतर रहस्ये कायमची काळाच्या पडद्याआड गेली.[३]

एखादी नवीन जागा शोधण्यासाठी श्मीड्ट यांनी त्या भागातील इतर प्रागैतिहासिक जागांचे सर्वेक्षण केले. त्यांना १५ मीटर उंच असलेले एक टेकाड सापडले जे नेवाली कोरीपासून केवळ ६० कि.मी. अंतरावर असलेल्या टाउरस माउंटन (Taurus Mountain)च्या पायथ्याशी होते, ज्याला ग्योबेकली टेपे – पॉटबेली हिल – (मोठे पोट असलेली टेकडी) म्हणतात, त्याच्या आकारावरून हे नाव त्याला मिळाले आहे. त्या टेकडीवर निओलिथिक काळातील गारगोटीपासून बनवलेली हत्यारे आणि चुनखडीच्या तुटलेल्या असंख्य लाद्या विखरून पडलेल्या होत्या. ज्या पुरातत्त्व शास्त्रज्ञांनी १९६० साली त्या लाद्या शोधल्या त्यांनी त्या मध्ययुगीन काळातील स्मशानभूमीमधल्या असतील हे मान्य करायला नकार दिला. परंतु श्मीड्ट यांच्या लक्षात आले की त्या लाद्या नेवाली कोरी येथील त्या खास संप्रदायाच्या इमारतींमधल्या यू आकाराच्या खांबांसारख्या दिसत होत्या. मात्र या त्या मानाने फार मोठ्या होत्या ज्या मोठमोठ्या शिळांच्या बनलेल्या हजारो मीटर उंचीच्या होत्या. 'ते बघितल्याक्षणी माझ्या लक्षात आले की माझ्याजवळ दोनच पर्याय आहेत,' हे त्यांनी नंतर सांगितले. 'एक तर तिथून निघून जायचे आणि याबद्दल कोणाही जवळ काहीही बोलायचे नाही किंवा उरलेले सगळे आयुष्य इथेच घालवायचे.' त्यांनी दुसरा पर्याय निवडला.

उत्खननातून आणि भूभौतिकी सर्वेक्षणातून नंतरच्या दोन दशकांत श्मीड्ट आणि त्यांच्या टीमला त्या टेकडीमध्ये असंख्य खांब आणि बंदिस्त जागा असलेल्या सापडल्या. तिथे नेवाली कोरी येथे असल्यासारखी चौकोनी दालने आहेत आणि

---

३. उत्खननात सापडलेल्या बऱ्याच वस्तू संलीउर्फा येथील पुरातत्त्वीय संग्रहालयात जमा झाल्या आहेत, जिथे त्या प्रदर्शनात मांडल्या आहेत, अगदी ती संपूर्ण इमारतसुद्धा जशीच्या तशी तिथे पुन्हा बांधून उभी केली आहे.

तीसुद्धा इ.पू. ९ व्या शतकातली आहेत. पण त्यांच्याखाली अजून एक जुना साधारण २० मीटर व्यासाचा खूप मोठ्या गोलाकारातील थर आहे तो इ.पू. १० व्या शतकातला आहे. प्रत्येक जागेवर साधारण १२ टी आकाराचे खांब होते ते दगडाच्या बाकाने जोडलेले होते. त्या जागेच्या मधोमध जवळ जवळ ५.५ मीटर उंचीचे दोन प्रचंड खांब उभे आहेत, त्याचे प्रत्येकाचे वजन हजारो टन भरेल. ते दोन खांब एकमेकांना समांतर उभे आहेत आणि त्यांच्यावर हाताचे, पट्ट्याचे, प्राण्यांच्या कातड्यांपासून बनवलेले कपड्यांचे कोरीव काम केले असल्याच्या पुसट खुणा आहेत. इतर दगडांवर प्राण्यांची चित्रे कोरली आहेत : विंचू, कोळी, गिधाडे, कोल्हे, मृग इ.ची. स्टीव्हन मिथेन नावाच्या पुरातत्त्व शास्त्रज्ञ आणि प्राचीन इतिहासाचा जाणकार यांनी असे म्हटले आहे की ग्योबेकली टेपे म्हणजे लासकॉक्सच्या गुहेचे आणि स्टोन हेंजचे मिश्रण आहे, आणि काळाच्या बाबतीतसुद्धा दोन्हीच्या बरोबर मधल्या काळातले हे आहे, जणू पायरीचा दगडच.

खूप मोठ्या दगडांच्या केलेल्या रचना, त्याही इतक्या प्राचीन काळात – १२ हजार वर्षांपूर्वी – म्हणजे अत्यंत विस्मयकारक गोष्ट आहे. अशा प्रकारच्या रचना उभारण्यासाठी प्रचंड मोठ्या प्रमाणात आणि संघटितपणे मेहनत घ्यावी लागली असेल, शेकडो माणसांना एकत्र काम करावे लागले असेल. अशा प्रकारच्या इतक्या मोठ्या प्रमाणात असलेल्या रचना त्यानंतरच्या हजारो वर्षांच्या कालावधीत कुठेही सापडल्या नाहीत. पुरातत्त्व शास्त्रज्ञ असे गृहीत धरतात की शिकार करणाऱ्या भटक्या लोकांना अशा प्रकारच्या रचना करता येणे शक्य नाही. त्यांचा असा अंदाज आहे की कृषिप्रधान होण्याच्या क्रांतिकारक बदलादरम्यान, तो बदल कदाचित हवामानात झालेल्या बदलामुळे असेल किंवा वाढत्या लोकसंख्येमुळे असेल. सरतेशेवटी अशा प्रकारच्या रचना करणे शक्य झाले असेल, कारण कायमस्वरूपी वसाहत करण्यासाठी संसाधनांची मोठ्या प्रमाणात तरतूद करावी लागली असेल. यावरून असे लक्षात येते की त्यावेळचा समाज खूप जटिल असा होता, शिवाय धार्मिक समजुतींमधील बदलामुळे, त्या लोकांमध्ये अशा रचना करण्याची क्षमता (दगडामध्ये काव्य निर्माण करण्याची क्षमता) आली असेल आणि कारणही मिळाले असेल.

काही जण या मताच्या विरोधात होते. फ्रेंच पुरातत्त्व शास्त्रज्ञ जॅक कॉविन यांनी १९९० मध्ये असा दावा केला की सांस्कृतिक आणि धार्मिक बदल आधी आले असणार आहेत. तांत्रिक दृष्टिकोनातून बघितले तर मानवाने शेती फार पूर्वीपासून सुरू केली असती, पण त्यांना ना याची कल्पना होती ना इच्छा होती. त्यांनी सुचवले की काहीतरी असे घडले असेल ज्यांनी निसर्गाकडे बघण्याची त्यांची दृष्टी बदलली असेल. पण त्या बाबतीत काहीच निर्णायक असा पुरावा मिळू शकत नाही.

पण जे श्मीड्ट यांना जे सापडले त्यावरून हेच सिद्ध होते की कॉविन यांचे

म्हणणे बरोबर आहे. इथे एका गुंतागुंतीच्या, जटिल आणि संघटित अशा समाजाचे खास पुरावे उपलब्ध आहेत. त्यांच्यामध्ये काही धार्मिक चालीरीती असणार आहेत किंवा कमीत कमी काही पुराणकथा उपलब्ध असणार आहेत, हे सगळे शेतीचा शोध लागण्यापूर्वी होते. एवढेच कशाला, ग्योबेल्की टेपे येथील खांबसुद्धा बरोबर त्याच जागी उभारले आहेत जिथून नंतर शेतीची सुरुवात होणार होती.

जीवशास्त्रज्ञांनी टायग्रीस आणि युफ्रेटिस नद्यांच्या वरच्या भागातील एक छोटासा भाग बरोबर शोधून काढला जिथे त्यांच्या मते फक्त तिथेच निओलिथिक काळातील सातही मूळ पिके (हरभरा, गव्हाच्या दोन जाती आइन्कॉर्न आणि एम्मेर, बार्ली, मसूर, वाटाणा, व्हेच नावाचा कडू चारा) एकत्र वाढली. शेकडो एम्मेर आणि आइन्कॉर्न जातीच्या गव्हाच्या जातीच्या आनुवंशिक अभ्यासावरून असे लक्षात आले की या दोन्ही जाती या जंगली जातीच्या गव्हापासूनच पुढे विकसित झाल्या असाव्यात अशा निष्कर्षाप्रत ते येऊन पोहोचले, जी जात काराकॅदाग पर्वतरांगांमध्ये उगवते. या रांगा ग्योबेकली टेपेपासून केवळ ३० कि.मी. अंतरावर आहेत.

ग्योबेकली टेपेच्या टेकडीवर बऱ्याच मोठ्या प्रमाणावर कदाचित शेकड्यांनी माणसे जमा व्हावी लागली असतील ते एवढे मोठे स्तंभ उभारायला. त्या सगळ्यांना खायला घालण्यासाठी म्हणूनसुद्धा नवे आणि भरवशाचे अन्नाचे स्रोत निर्माण करावे लागले असतील. मिथेन यांनी असे सुचवले आहे की जंगली धान्य जमवताना आणि त्यावर प्रक्रिया करताना काही धान्य तिथे सांडून परत उगवले असेल आणि परत गोळा केले गेले असेल जे कालांतराने शेतीत परिवर्तित झाले असेल. हवामानातील बदलामुळे त्या काळात माणूस शेतीकडे वळला असे म्हणण्यापेक्षा त्यावेळचे शिकारी आणि भटके लोक दक्षिण टर्की येथील टेकडीच्या माथ्यावर मोठे खांब निर्माण करणे आणि दगडांमध्ये कोरीव काम करणे या कामादरम्यान अन्न लागते म्हणून एक जोडउत्पादन म्हणून ते निर्माण करण्यासाठी शेती करू लागले असावेत, अशा निष्कर्षाप्रत ते आले.

पण हा संबंध अजून खोलवर पोहोचण्याची शक्यता आहे. जर्मन पुरातत्त्व शास्त्रज्ञ जेन्स नोट्रोफ्फ आणि त्यांच्या टीमने २०१४ मध्ये झालेल्या श्मिड्ट यांच्या मृत्यूनंतरही ग्योबेकली टेपे येथील उत्खननाचे काम चालूच ठेवले होते तिथे त्याना कॉविन यांनी सुचवल्याप्रमाणे तिथल्या माणसांचे निसर्गाशी बदलत जाणारे नाते दर्शवणारे स्पष्ट पुरावे सापडत होते. पॅलिओलिथिक काळातील गुहेतील कलाकारीमध्ये माणसांच्या आकृती क्वचितच चितारलेल्या असायच्या, बहुतेक करून प्राण्यांचीच चित्रे जास्त असायची. याच्याविरुद्ध त्या भल्यामोठ्या मानवसदृश आकाराच्या खांबांवर, ग्योबेकली टेपे येथे असलेले कोल्हे, साप आणि विंचू यांच्या चित्रांच्या आकाराने छोट्या सजावटी दिसतात. २०१५ साली टीमने सांगितल्याप्रमाणे,

'मानवाच्या आकृती आता निसर्गाचा एक भाग म्हणून चित्रित न होता उघड उघड बाकी प्राणीजगतापेक्षा वरच्या पातळीवरचे म्हणून दाखवले जायला लागले होते,' त्यांचे असे म्हणणे आहे की त्या कलाकृतीतून हेच समजते की माणसाने केव्हाच निसर्गावर दबाव टाकायला सुरुवात केली होती: एक प्रकारचा मानसिक ताबा जो नंतर प्रत्यक्षात प्राण्यांना माणसाळवण्याच्या क्रियेत परावर्तित होणार होता.

ग्योबेकली टेपेचे अजून एक खास वैशिष्ट्य म्हणजे मृत्यूच्या कल्पनेचे वर्चस्व. इथल्या कलाकृतींमध्ये डोकं नसलेल्या असंख्य मानवी आकृत्या आहेत तसेच काही मानवी मुंडकी जी उघड उघड मोठ्या पुतळ्यापासून तुटून निघाली आहेत. तिथल्या जमा झालेल्या गाळाखाली प्राण्यांचे काही अवशेष सापडले – बहुतेक मोठ्या मेजवानीचे शिल्लक राहिलेले अवशेष असावेत – त्यात मानवी हाडांचे शेकडो तुकडे सापडले आहेत. २०१७ च्या अहवालामध्ये मानववंशशास्त्रज्ञांनी असे नमूद केले आहे की जे मानवी हाडाचे तुकडे सापडले त्यातले बरेचसे माणसाच्या कवटीचे तुकडे आहेत. त्यातील काहींवर चरे पाडलेले आणि भोके पाडलेली आहेत. त्यावरून हे समजू शकते की कधीकाळी ती कवटी जेव्हा अखंड शाबूत होती तेव्हा तिला प्रदर्शनासाठी लटकावून ठेवलेली असावी.

त्या टी आकाराच्या पुतळ्यांचा अर्थ शिमड्ट असा लावतात की ते मानवी कल्पनांच्या पलीकडच्या जगातील असावेत (इथे आणि इतरत्र सापडलेल्या नैसर्गिक स्थितीतील पुतळ्यांवरून हे समजू शकते की त्या बांधकाम करणाऱ्यांना, त्यांना जेव्हा पाहिजे असेल तेव्हा खरे मानवी पुतळे तयार करता येत होते.) आणि आश्चर्य म्हणजे त्या गोलाकार बंदिस्त जागेत प्रवेश करायचा असेल तर व्यवस्थित दारातून नव्हे तर छोट्याशा गवाक्षातून करावा लागे. गवाक्षाच्या एका दगडाचा आकार पाठीवर पडलेल्या अवस्थेतील एखाद्या डुकरासारखा आहे. शिमड्ट असे सुचवतात की ती वर्तुळे म्हणजे मृत्यूचा प्रांत असावा, ज्यामध्ये प्रवेश करायचा तर त्या छोट्या गवाक्षातून फक्त रांगत रांगतच आत जावे लागते.

खरेतर मृत्यूविषयी आणि विशेषत: कवट्याबद्दल सतत विचार करणे असणे, सतत तोच विचार डोक्यात असणे, त्यामुळे त्या भागात, त्या काळात आणि त्यानंतरच्या अनेक शतकांमध्ये लोक त्यांच्या राहत्या घरातच मेलेल्याला पुरत असत. इ.पू. ९ व्या किंवा १० व्या शतकाच्या आधी जेरिको आणि ऐन गझाल या जॉर्डन इथल्या साइट्सवर काही ठिकाणी माणूस मेल्यानंतर निवडक अशा कवट्या बाहेर काढून त्यावर प्लास्टर वापरून चेहेरा तयार केला जायचा, शिंपल्यांचे डोळे बसवले जायचे आणि मग जमिनीखाली पुरले जायचे. दक्षिण टर्कीमध्ये केयोन्यू येथे पुरातत्त्व शास्त्रज्ञांना एक पूर्ण इमारत सापडली तिला त्यांनी 'हाऊस ऑफ डेड' असे नाव दिले होते, ती साधारण इ.पू. ८००० वर्षे जुनी असावी, त्यात जमिनीखाली

६६ कवट्या सापडल्या आणि इतर ४०० मानवी अवशेष सापडले. तिथे त्यांना मोठ्या सपाट पाषाणाच्या वेदीसारखे काही सापडले त्यावर प्राण्यांचे आणि मानवी रक्ताचे काही अंश होते.

कॅटलह्योयुक नावाचे २० मीटर उंचीचे जरा विचित्र असे एक टेकाड टर्कीच्या कोन्या पठारावर, ग्योबेकली टेपेपासून काही शे कि.मी अंतरावर आहे. त्या टेकडीच्या आत मातीच्या विटांनी बांधलेली कित्येक घरे सापडली ज्यात त्यांच्या भरभराटीच्या काळात हजारो माणसे राहत असावीत, साधारण इ.पू. ७००० वर्षांपूर्वी. अगदी चिकटून चिकटून असलेली ती घरे जमिनीत खणून तयार केलेली होती आणि त्यात प्रवेश करण्यासाठी वरून खाली अशी शिडी असायची जी छतामध्ये असलेल्या एखाद्या झडपेमधून आत सोडलेली असायची. ती घरे आतून सुंदर रंगवलेल्या चित्रांनी सजवलेली असायची, शिवाय प्राण्यांचे पुतळे भिंतींवर असायचे जणू भिंतीतून बाहेर आले आहेत असे. त्या घराच्या खोल्यांमध्ये दारेच नव्हती, तिथल्या रहिवाशांना झरोक्यामधून रांगत आत-बाहेर करावे लागे. त्या छोट्या छोट्या खोल्यांच्या मध्ये अजून भाग पाडून अजून छोटे, एखादा वर्गमीटर आकाराचे भाग पाडलेले असत. जे वेगवेगळ्या उभ्या लंब रेषेमध्ये होते आणि त्यांच्या काठावर बैलाची मुंडकी लावलेली असत. या चौथऱ्यांच्या खाली आणि भिंतींमध्ये मानवी हाडे पुरलेली सापडली आहेत. त्यात एका विटेच्या आत जन्मतःच मृत असलेला गर्भ सापडला आहे.

तिथल्या रहिवाशांना त्यांच्या घरांच्या भिंती फारच महत्त्वाच्या वाटत असत, तसेच त्या भिंतींमध्ये खोल रुतवून बसवलेल्या वेगवगेळ्या वस्तूसुद्धा. काहींना छोटे छोटे न सजवलेले असे कोनाडे असत, साधारण एवढे मोठे की एखादा माणूस असा अंग दुमडून त्यात बसू शकेल. भिंतींवर असलेल्या प्राण्यांच्या शिल्पांवर उदाहरणार्थ चित्ते किंवा बैल यांच्यावर पुन्हा पुन्हा प्लास्टरचे थर दिलेले आहेत, काही तर अगदी १०० वेळा.

जगण्याची ही फारच विचित्र पद्धत वाटते : अत्यंत अडचणीची, दाटीवाटीने अवघडून बसायला लागणारी, अंधारी, हालचाल करायला मुश्कील अशी जागा. Stanford विद्यापीठातील पुरातत्त्व शास्त्रज्ञ इअन हॉडर हे १९९३ पासून या ठिकाणी उत्खनन करत होते. त्यांनी असा निष्कर्ष काढला की कॅटलह्योयुक या ठिकाणच्या रहिवाशांच्या दृष्टिकोनातून त्यांच्या घराची बांधणी त्यांच्या पौराणिक श्रद्धांमध्ये गुंतलेली आहे: ती अशी की, 'हे जग प्रवाही आणि परिवर्तनशील पदार्थांनी भरलेलं असून त्या पदार्थांतून आरपार जाता येतं.'

पुरातत्त्व शास्त्रज्ञ आणि पाषाण कलेचे जाणकार डेव्हिड लेविस- विलियम्स त्याही पुढे जाऊन असे समजतात की येथील माणसे इथे जाणूनबुजून त्या चुनखडीच्या

गुहांमधून रांगत जाण्याच्या अनुभवाची नक्कल करताहेत. अशा प्रकारच्या गुहा टाउरस पर्वतामध्ये आहेत तो इथून फक्त दोनेक दिवस प्रवासाच्या अंतरावर दक्षिणेकडे आहे, आणि या गुहांमध्ये असलेल्या अधोमुखी लवण स्तंभाचे आणि चुनखडीचे तुकडे कॅटलह्योयुक येथील घरात सापडले आहेत. लेविस-विलियम्स यांनी असे सुचवले आहे की- पश्चिम युरोपातील अपर पॅलिओलिथिक काळातील त्या गुहांना भेट देणाऱ्या प्रवाशांसारखे – ज्या लोकांनी ही घरे बांधली त्यांना त्या घराच्या भिंती पारगम्य अंत:पृष्ठासारख्या वाटल्या असतील, किंवा या विश्वातील आत्म्यांच्या जगासाठीचे प्रवेशद्वार वाटले असेल. कॅटलह्योयुक येथील घरे म्हणजे निव्वळ राहण्यासाठीच्या जागा नव्हेत तर दंतकथांतील जगाची भौतिक अभिव्यक्ती होती. त्यांच्या ब्रह्मांडाची ती प्रतिकृती होती.

जगभरातील वेगवगेळ्या समाजात अजूनही अनेक ठिकाणी ब्रह्मांडाची प्रतिकृती करून घरे बांधल्याची उदाहरणे आहेत. उदाहरणार्थ कोलम्बियाच्या घनदाट जंगलात राहणारे बरसना लोक परंपरेने 'मालोका' नावाच्या लांबचलांब घरात राहतात. प्रत्येक घर म्हणजे ब्रह्मांडाची प्रतिकृती असून छत म्हणजे आकाश आहे तर एक उभा खांब ज्याला सूर्याचे आसन समजतात, तो खांब सूर्यकिरणाशी दुपारच्या वेळी समांतर असतो. छताची मुख्य आडवी तूळई जी पूर्व – पश्चिम लावलेली असते तिला सूर्याचा मार्ग समजतात. जमीन म्हणजे पृथ्वी आणि जमिनीखालील भाग म्हणजे पाताळ तिथे मेलेल्या माणसांना पुरले जाते. २००५ साली आलेल्या त्यांच्या, 'Inside the Neolithic Mind ' या पुस्तकात लेविस- विलियम्स असा दावा करतात की याच तत्त्वानुसार पूर्वेच्या भागामध्ये सापडलेल्या इतर निओलिथिक स्मारके आणि विशिष्ट पंथाच्या खास अशा इमारती, जशा ग्योबेकली टेपे येथे सापडल्या तशा, यांचा अर्थ लावता येईल. श्मिड्ट यांच्यासारखेच तेही या निष्कर्षांप्रत येऊन पोहोचतात की ते लोक जमिनीखाली बुडलेल्या जागांचा संबंध जिथे बहुतेक करून मानवी अवशेष पुरलेले असत त्या जागा म्हणजे आत्म्यांच्या जगाशी लावतात किंवा मृतात्म्यांचा या विश्वातील प्रांताशी लावतात, आणि मानवी अवशेष बहुतेककरून जमिनीखाली पुरतात.

त्यावेळचे हे बांधकाम करणारे लोक काय फक्त पाताळलोकाबद्दलच विचार करत होते की आकाशाकडेही बघत होते? ग्योबेकली टेपे ही जागा तशी उंचावर आहे त्यामुळे भोवतालचे आणि आकाशाचे मनोहारी दृश्य तिथून दिसत असणार. काही संशोधकांनी असे सुचवले आहे की खांबांच्या वरचा भाग जो सपाट असतो त्याचा उपयोग ते प्रमुख ताऱ्यांचा उदयास्त बघण्यासाठी करत असावेत, उदाहरणार्थ मृग नक्षत्राच्या पोटातील तीन तारे, किंवा परांचनामुळे क्रमाक्रमाने वा पायरी पायरीने होणाऱ्या व्याध या ताऱ्याच्या अवतरण्याच्या स्मरणार्थ ते खांब उभारले असावेत.

काहींनी प्राण्यांच्या कोरीव कामाचा संबंध विशिष्ट तारकासमूहाशी लावला आहे. उदाहरणार्थ जमिनीखाली दाखवलेल्या विंचवाचे चित्र म्हणजे क्षितिजाखाली गेलेला वृश्चिक तारकासमूह असावा.

नॉट्रोफ यांना ते पटलेले नाही : त्यांना असे वाटत होते की त्या बंदिस्त जागा काहीअंशी तरी भूमिगत असाव्या, तळांतल्या गाळात खोदून काढलेल्या, आणि त्यांची छते, बहुतेक करून सेंद्रिय पदार्थांनी बनलेली असावीत, उदाहरणार्थ प्राण्यांच्या कातड्यापासून बनवलेली. त्यामुळे ती जागा खरेतर गुहेसारख्या पाताळातील जागेकडे जाणारा भीतिदायक प्रवास वाटावा अशी होती, कुठल्याही दृष्टिकोनातून खगोलशास्त्रीय वेधशाळा वाटत नव्हती. त्यांनी स्वत: याचा अनुभव घेतला आहे जेव्हा या जागेवर तिच्या संरक्षणासाठी म्हणून आच्छादन घातले होते त्या वेळी ते खांब आणि त्या कोरलेल्या आकृती आहे त्या आकारापेक्षा खूप मोठ्या आणि 'धाक निर्माण करणाऱ्या अशा वाटत होत्या.' असे त्यांनी मला सांगितले. 'मी याची चांगलीच कल्पना करू शकतो, त्या अंधाऱ्या गुहेत शिरल्यावर ही सगळी महाकाय वृश्चिकांची, वेटोळे घातलेल्या सापांची आणि गुरगुरणाऱ्या हिंस्र पशूंची चित्रे बघून त्यावेळच्या त्या तरुण शिकाऱ्यांची मानसिक स्थिती काय झाली असेल ते, शिवाय तिथला अंधार घालवायला त्याच्या हातात काय असणार, तर एखाद्या थरथरणाऱ्या मशालीचा उजेड.'

याचा अर्थ असा होत नाही की ग्योबेकली टेपे येथील बांधकाम करणारी माणसे आकाशाच्या बाबतीत उदासीन होती. तिथे सापडलेला सगळ्यात सुरक्षित राहिलेला आणि नीट जतन झालेला असा एक पुतळ्याचा खांब आहे त्याच्या गळ्यातल्या हारामध्ये चकत्या आणि चंद्रकोरीची पदके आहेत. या सगळ्या चिन्हांचे असणे चंद्राकडे निर्देश करतात; एवढेच नव्हे तर या बाबतीत असेसुद्धा म्हटले आहे की त्या हारावरून तो खांब म्हणजे चंद्रदेवता आहे असे सुचवले जाते आहे. कुठल्याही दृष्टीने विचार केला तरी ग्योबेकली टेपेसारखी रचना वा बांधणी हेच सांगते की लोकांच्या विश्वाबद्दलच्या कल्पनेत मूलभूत बदल होत होते. असे वाटते आहे की या ठिकाणची बांधकामे ज्या लोकांनी केली त्यांच्याही जगाबद्दलच्या कल्पना तीन थरांच्याच असाव्यात - खालचे, मधले आणि वरचे – त्यांच्या पॅलिओलिथिक काळातील पुर्वसुरींप्रमाणे आणि आताच्या पारंपरिक शिकारी आणि भटक्या लोकांप्रमाणे. लेविस – विलियम्स असा दावा करतात की बदललेल्या भावावस्थेमुळे विश्वाच्या या वेगवेगळ्या पातळ्यांमध्ये प्रवास करणे शक्य होत असेल.

पण अशा प्रकारचे प्रवास आता नैसर्गिक परिसरात होण्याऐवजी माणसाने बनवलेल्या परिस्थितीत होत होते. कॅटलह्योयुकच्या रहिवाशांनी कदाचित नैसर्गिक गुहांतील छोटे अडचणीचे मार्ग बघून त्याची नक्कल केली असण्याची शक्यता

आहे. अन्यथा, आता त्या लोकांचा त्या पोर्टल्सवर असलेला ताबा बघता त्यांनी जास्त साध्या सोप्या, गोलाकार, खांबासारखे किंवा चौकोनी अशा सूत्रबद्ध रचना केल्या असत्या. लेविस-विलियम्स म्हणतात त्याप्रमाणे या हेतुपुरस्सर इमारती बांधण्याचा झालेल्या बदलाचा उपयोग समाजावर ताबा मिळवण्यासाठी झाला असता. विशेषत: शक्तिशाली अशा लोकांच्या गटाच्या उदयामुळे आणि औपचारिक विधींमुळे, ज्यात मृत्यूनंतर माणसांच्या कवट्या साफ करून त्या नटवून ठेवण्याचा विधी असावा आणि कदाचित नरबळीचासुद्धा विधी असावा – यावरून समजते की त्या बाहेरच्या जगाशी कोण संपर्क साधू शकत होते.

दोन महत्त्वाचे समांतर असे बदल जे माणसाने शेती सुरू करण्याच्या आधी घडले आहेत त्याचे ग्योबेकली टेपे म्हणजे मूर्तिमंत उदाहरण झाले आहे. दोन्ही बदलांमध्ये समाज स्वत:ला निसर्गापासून वेगळा आणि वरच्या दर्जाचा समजायला लागला होता. आत्म्यांच्या प्रांतात प्राण्यांच्या ऐवजी माणसाच्या पूर्वजांना जागा मिळायला लागली होती. आणि या दुसऱ्या जगात प्रवेश करण्यासाठी नैसर्गिक गुहा किंवा काही नैसर्गिक भाग वापरण्यापेक्षा ते लोक स्वत: बांधकाम करायला लागले.

बोनच्या खोऱ्यापर्यंत हे बदल पोहोचायला कित्येक शतके जावी लागली. जनुकीय अभ्यास असे सुचवतो की पूर्वेच्या भागाकडून संपूर्ण युरोपमध्ये हळूहळू शेती करणे सुरू झाले होते, तिथल्या स्थानिक रहिवाशांची जागा घेऊन ती कला स्थलांतरितांनी युरोपमध्ये रुजवली. जीवनाची ही नवी पद्धत ग्रीसमध्ये साधारण इ.पू. ७००० वर्षांपूर्वी आली तर वायव्य युरोपमध्ये ती इ.पू. ४५०० वर्षांपूर्वी आली. आणि हे शेतकरी जेव्हा अटलांटिक महासागराच्या किनाऱ्यावर पोहोचले तेव्हा त्यांनी महाकाय पाषाणापासून मोठमोठी स्मारके बनवली ज्यात खांब, गोलाकार, थडगी आणि कबरी मोठ्या प्रमाणात बनवली पार पोर्तुगालपासून ते ब्रिटनीपासून ते स्वीडनपर्यंत.

वेगवेगळ्या मानव समूहांनी (समाजाने) हीच थीम खूप वेगवेगळ्या तऱ्हेने व्यक्त केली आहे : आयर्लंडमध्ये न्यूग्रेंज सारखी गल्लीबोळाचे मार्ग असलेली थडगी बनवली, ती आत्तापर्यंत सगळ्यात प्रेक्षणीय अशी निओलिथिक काळातील स्मारके आहेत. साधारण इ.पू. ३७५० वर्षांच्या आसपास शेतकरी येथे आले. त्यांनी त्यांच्या बरोबर मातीची भांडी, मजबूत आयताकृती घरे आणि गहू व बार्लीसारखी धान्येही आणली. वनस्पतींच्या अवशेषांच्या अभ्यासावरून असे लक्षात येते की हे अवस्थांतर त्यामानाने जलद झाले होते. एक किंवा फारतर दोन शतकांच्या आतच संपूर्ण बेटावर ही धान्ये पिकवली जाऊ लागली, त्याचबरोबर मोठमोठी जंगले यासाठी तोडली किंवा जाळली गेली.

त्याच सुमारास लोकांनी साधी दगडांची थडगी बांधायला सुरुवात केली,

ज्यामध्ये ५ ते ६ मोठ्या पाषाण शिळांचा शवपेटीसारखा कक्ष आणि त्याच्यावर झाकणासारखी अजून एक सपाट शिळा आणि हे सगळे मातीच्या ढिगाऱ्याखाली झाकलेले असे. नंतरच्या काही शतकांमध्ये यांची रचना मोठी आणि जास्त गुंतागुंतीची व्हायला लागली. पहिली काही थडगी अगदीच छोटी म्हणजे त्यात प्रवेश करणेही मुश्कील होते अशी होती; तर नंतरच्या थडग्यांमध्ये दगडांच्या राशीचे २० मीटर उंचीचे ढीग होते. आत असलेले मार्ग आतल्या दालनात जाणारे होते जी वेगवेगळ्या कलाकृतींनी सजवलेली टप्प्याटप्प्यामध्ये असलेली कौलांसारखी छते असलेली होती, तिथे काही विधी केले जात असत.

आयरिश पुरातत्त्व शास्त्रज्ञ रॉबर्ट हेन्से ज्यांनी आयर्लंड इथल्या, ज्या थडग्यांमध्ये वाटा असतात अशा थडग्यांचा अभ्यास केला आहे, त्यांच्याही मते या जागा म्हणजे खास प्रवेशद्वारे आहेत. २०१५ साली प्रसिद्ध झालेल्या त्यांच्या, 'First Light : The Origins of Newgrange' या पुस्तकात ते यांचे वर्णन 'अतींद्रिय शक्तींचे जाळे; स्मारकांची साखळी जी त्या दुसऱ्या जगाशी जोडणाऱ्या पुलासारखे काम करते. ते असे सुचवतात की, 'त्यांच्या वाडवडिलांच्याच हाडांची जागा घेऊन, मोजक्या लोकांना आता त्यांच्या पूर्वजांच्या प्रांतात त्या दुसऱ्या जगात सदेह प्रवेश करता येतो.' पूर्वेकडच्या भागातील लोकांसारखे वास्तव जगाच्या वेगळ्या मितीमध्ये प्रवेश करण्यासाठी नैसर्गिक खाचखळग्यांचा वापर न करता माणूस आता ते स्वत:च बांधून घेऊ लागला होता.

ग्योबेकली टेपे आणि कॅटलह्योयुक या ठिकाणांसारखा आत्म्यांच्या जगापर्यंतचा प्रवास जाणूनबुजून अवघड केलेला होता. थडग्याचा आकार कसाही लहान असो की मोठा, आतले मार्ग मात्र एका वेळी एकच मनुष्य जाऊ शकेल एवढे अरुंद ठेवले होते. थडग्याच्या आतल्या भागात म्हणजे प्रत्यक्ष दफन कक्षेपर्यंत जायचे तर रांगत, सरपटत किंवा दगडांवरून चढून जावे लागायचे. जसजशी थडगी मोठी व्हायला लागली तसतसे दफनकक्ष गुंतागुंतीचे व्हायला लागले. प्रत्येकात किमान साततरी कोनाडे असतच आणि ते कोनाडे तेवढ्याच आकारमानाचे असत ज्यामध्ये एखादा माणूस बसलेल्या किंवा उकिडव्या स्थितीत मावू शकेल. हेन्से असे सुचवतात की तिथे कदाचित माणसे बऱ्याच काळासाठी मुद्दाम वास्तव्य करीत असावीत, म्हणजे संवेदनांपासून वंचित राहिल्यामुळे कदाचित संमोहावस्था सुकरपणे प्राप्त होत असेल (कदाचित तिथे होणाऱ्या मंत्रांच्या पठणाचे भीतिदायक प्रतिध्वनी साथीला येत असतील). ते असेही नमूद करतात की काही पारंपरिक समाजांमध्ये उदाहरणार्थ कोलम्बियातील कोगी लोक किंवा उत्तर पापुआमधील ओरोकैवा लोक, यांच्यामध्ये आध्यात्मिक गुरू व्हायचे प्रशिक्षण घेण्यासाठी त्या लोकांना अंधाऱ्या बंदिस्त जागेत एकट्याने वर्ष वर्ष राहावे लागते.

ग्योबेकली टेपे येथे आकाशाशी दुवा साधणारे पुरावे मिळत नाहीत. पण निओलिथिक काळातील युरोपमध्ये हे अगदी सूर्यप्रकाशाएवढे स्वच्छ आहे; पुर्वाश्मयुगीन स्मारके असंख्य वेळा आकाशाशी दुवा दाखवून देतात. स्पेन आणि पोर्तुगाल येथील १७७ डोल्मेन्सचे सर्वेक्षण केले असता हे लक्षात आले की त्या प्रत्येकाचे तोंड पूर्वेकडे आहे, तेही क्षितिजावरील एका विशिष्ट बिंदूवर जिथून उगवत्या सूर्याचा मार्ग जातो. सर्वेक्षण करणारा अशा निष्कर्षाप्रत आला आहे की प्रत्येक डोल्मेनचे तोंड एका विशिष्ट दिवशी सूर्य उगवण्याच्या क्षितिजावरील बिंदूकडे आहे, कदाचित जेव्हा हे बांधकाम सुरू झाले तेव्हा असे असेल. अशा प्रकारची थडगी आत्म्यांच्या जगाकडे घेऊन जातात असा विश्वास आहे, जिथे निसर्ग पुनर्निर्मिती करतो, आणि जिथे सूर्य प्रत्येक रात्री बुडल्यासारखा वाटतो, तसेच दुसऱ्या दिवशी सकाळी पुन्हा नवीन जन्म घेऊन येतो.

आयर्लंडमधल्या सगळ्या थडग्यांचा संबंध स्पष्टपणे सूर्याशी जोडलेला नाहीये. काहींना न्युग्रेंजमधल्या सारखे छतावर डब्यासारखे काही असते, त्या बांधकाम करणाऱ्यांना असे वाटत होते की सूर्यप्रकाश एका विशिष्ट वेळेला त्यातून यावा, याचा हा ठोस पुरावा आहे. त्यात अजून एक नवीनच प्रयोजन उजेडात येते आहे ते असे की सूर्याच्या फक्त रोजच्या पुनर्जन्मावर नव्हे तर वार्षिक चक्रावरसुद्धा इथे भर दिलाय. २०१७ मध्ये केलेल्या १३६ आयरिश थडग्यांच्या अभ्यासात असा निष्कर्ष निघाला की त्यातल्या २० हून अधिक थडग्यांची तोंडे जाणूनबुजून सूर्यचक्राच्या विशिष्ट तारखांना त्या बाजूला असतील अशी केलेली आहेत बहुतेक करून आयन बिंदूंवर, उत्तरायणांत किंवा दक्षिणायनांत.

अंतिमत: साधारण इ.पू. ३२०० ते ३०००च्या दरम्यानच्या काळात थडग्यांचा आकार मोठमोठा व्हायला लागला, बरेच वेळा ५० मीटरपेक्षा जास्त उंचीची, जास्त मोठे पाषाण खंड असलेली, जास्त उंच छप्पर असलेली आणि जास्त लांब गल्ल्या असलेली अशी ती थडगी व्हायला लागली. त्यातल्या सजावटीमध्येसुद्धा फरक झालेला दिसतो, जसे की थडग्यांच्या बाहेरच्या बाजूलासुद्धा काही नक्षीकाम, सजावट वगैरे दिसते, तसेच स्मारकाजवळ असलेल्या सार्वजनिक जागा आणि व्यासपीठे, काही सपाट असे ढिगारे ज्यावर लोकांना उभे राहता येईल अशा जागा. तिथले रिकामे कोनाडे, ज्यात एके काळी माणसे एकांतवासात म्हणून बसायची ते आता समारंभाच्या वेळी लागणाऱ्या दगडी कुंडानी भरले होते.

एकंदरीत पाहता हे जे बदल घडले होते ते असे सुचवत होते की या अशा जागांचा उद्देश, जो आधी एखाद्याला आत्म्याच्या प्रदेशापर्यंतचा प्रवास सुलभ रीतीने करता यावा यासाठी होता, तो बदलून आता सार्वजनिक समारंभ करण्यासाठी झाला होता. बहुतेक करून समूहातील श्रेष्ठांनी आणि शक्तिशाली लोकांनी आम जनतेच्या

मनात भीतीयुक्त आदर, दरारा किंवा वचक निर्माण करण्यासाठी हे केले असावे. या परंपरेचा कळस म्हणजे न्यूग्रेंजचे स्मारक, ज्याच्या दर्शनी भागाची सजावट चमकदार स्फटिकांनी केली होती : हे सगळ्यात प्रभावी असे स्मारक म्हणता येईल ज्याचा आकार, गुंतागुंतीची रचना, सजावटीचे प्रमाण आणि दर्जा आणि आखणीतील अचूकता या सगळ्याच बाबतीत प्रभावी होते.

पण ते एकटेच नव्हते. ही जागा जी बॉयाने नदीच्या खोऱ्याला बिलगून आहे त्यात फक्त न्यूग्रेंजचेच थडगे आहे असे नव्हे तर अजून दोन सारख्याच आकाराची थडगी तेथे आहेत ज्यांची नावे आहेत- क्नोवथ आणि डोव्थ (नंतरचे जे आहे ते दक्षिणायंनाच्या सूर्यास्ताशी संरेखित आहे). शिवाय अजून ९० स्मारके, ज्यात छोट्या गल्ल्या असलेली थडगी, उभे दगड, इमारती लाकडाची वर्तुळे, कुंपण घातलेली जागा आणि मिरवणुकीसाठीची जागा यांचाही समावेश आहे. ते एक नाटकीय असे समारंभाचे ठिकाण होते ज्याच्यासाठी हजारो नाही तरी शेकडो माणसांचे संघटित परिश्रम लागले असणार आहेत.

दक्षिणायनात सकाळी मृताच्या अंतिम यात्रेत सामील होणाऱ्यांची किंवा उपासक भक्तांची मिरवणूक निघत असे जी मिरवणूक नदी ओलांडून त्या उंचवट्यापर्यंत जाऊन त्या थडग्यामध्ये मेलेल्याचे अवशेष ठेवत असे. सूर्योदयाला सूर्यकिरणे त्या दफनकक्षात पडत, पाताळाच्या अंधारलोकातील त्याच्या प्रवासाचे ते प्रतीक समजायचे. ते त्याचे अंतिम गंतव्य स्थान असेलच असे नाही. लेविस-विलियम्स असे सुचवतात की ते लोक अशी कल्पना करत असणार की त्या मृताचा, ज्याचा देह त्या दफन कक्षात ठेवला आहे, त्याचा आत्मा त्या सूर्यकिरणाबरोबर छतामधून वर जाऊन सूर्याला मिळत असावा जिथून पुढे तो आत्मा जन्म, मरण आणि पुनर्जन्माच्या अनंत काळच्या चक्रात फिरायला जात असावा.

यात एक समस्या होती. तिथे जमणाऱ्या समुदायाला न्यूग्रेंज किंवा डोव्थसारखी थडगी बाहेरून कितीही भव्यदिव्य वाटत असली तरी, जी मुख्य घटना, सूर्यकिरणे त्या आतल्या दफनकक्षापर्यंत पोहोचण्याची घटना प्रत्यक्ष बघायला फारच थोड्या लोकांना मिळत होती. जे लोक आत होते त्यांनाच फक्त ते बघायला मिळत होते. कदाचित या एका कारणामुळे ती परंपरा तिथेच खंडित झाली; कारण इ.पू. २९०० या काळानंतर गल्ल्या असलेली थडगी बांधणे बंद झाले. त्यानंतर एका वेगळ्या प्रकारच्या स्मारकाच्या बांधकामास सुरुवात झाली त्यात आधीसारखेच एखादे दालन सूर्यप्रकाशामुळे उजळून जाणे हा प्रकार होता; पण हे तिथे जमलेल्या शेकडो लोकांना बघता येत होते.

फार कमी स्मारके अशी असतील ज्यांचा अनेक वेगवेगळ्या तऱ्हेने अर्थ लावायचा

प्रयत्न झाला आहे जसे इंग्लंडच्या सॅलिसबरी पठारावरच्या मोकळ्या गवताळ कुरणावर उघड्यावर उभे असलेल्या मोडकळीस आलेल्या झिजलेल्या स्टोनहेंजच्या अवषेशांबद्दल झाला आहे. कित्येक शतके त्या भल्यामोठ्या पाषाणांच्या वर्तुळाचे वर्णन कुठे ड्रुइद मंदिर म्हणून, तर कुठे खगोलशास्त्रीय वेधशाळा, उपचार केंद्र, युद्धाचे स्मारक किंवा परग्रहवासीयांचे उतरण्याचे ठिकाण म्हणूनसुद्धा केले गेले आहे. परंतु नुकत्याच तिथे झालेल्या उत्खननाच्या मालिकेमुळे पुरातत्त्व शास्त्रज्ञ आता स्टोनहेंजबद्दल निदान काहीतरी माहिती सांगण्याच्या स्थितीत आहेत.

ते स्मारक तिथल्या प्रचंड आकाराच्या पाषाणखंडांमुळे आणि जिथून ते आणले त्या ठिकाणाच्या प्रचंड अंतरामुळे अद्वितीय मानले जाते. प्रचंड मोठ्या वालुकाश्माच्या शिळा ज्यांना 'सार्सेन' असे म्हणतात, ज्यांचे प्रत्येकाचे वजन कमीत कमी २२ ते २७ टन आहे त्या बहुतेककरून जवळच्या ॲवबरी जवळच्या टेकड्यांवरून आणलेले असावेत, जे ठिकाण ३० कि.मी.पेक्षा जास्त अंतरावर आहे. जरा छोटे निळे दगड जे त्यांच्या मध्येच उभे केले आहेत, ज्यांचे वजन हजारो टन आहे असे ते दगड तर शेकडो कि.मी. अंतरावर असलेल्या वेल्स येथून आणले असावेत : जी संपूर्ण निओलिथिक काळातील सगळ्यात प्रभावी कामगिरी असावी. या सगळ्या रहस्यात भर पडते ती त्या दगडांच्या सूर्याकडे तोंड करून असलेल्या सुप्रसिद्ध मांडणीमुळे.

आधुनिक उत्खनन आणि रेडिओ कार्बन टेस्टवरून असे समजते की स्टोनहेंज हे अनेक टप्प्यांमध्ये बांधले गेले आहे. इ.पू. ३००० पर्यंत तर एक मातीचा गोलाकार खंदक आणि त्याभोवती किनार (ज्यालाच हेंज[४] म्हटले आहे) असा शाडूच्या मातीमध्ये हरणाच्या शिंगाची कुदळ बनवून त्याच्या मदतीने खणला होता. ज्यात निळ्या दगडांची एक गोलाकार रांग होती आणि एक प्रवेशद्वार ज्याचे तोंड ईशान्येकडे होते. त्या गोलाकाराच्या मध्ये आणि प्रवेशद्वाराच्या पलीकडे अनेक सार्सेन पाषाण उभारले गेले. त्याच्या अग्रभागी एक सार्सेन दगड आहे ज्याला आता हील (टाच) स्टोन म्हणतात. कित्येक शतकांच्या नंतर त्या स्मारकाला आपण आत्ता ओळखतोय तसा आकार प्राप्त झाला. त्यातल्या निळ्या दगडांची नव्याने मांडणी केली गेली आणि ३० विशाल सार्सेन दगड एका गोलाकारात मांडले गेले. त्यावर ४ मीटर उंचावर आडव्या दगडाच्या लाद्या टाकल्या गेल्या ज्यांची एक सलग दगडी रिंग तयार झाली असावी. त्याच्या केंद्रस्थानी ५ प्रवेशद्वारांसारख्या कमानी घोड्याच्या नालाच्या आकारात मांडल्या आहेत, त्यांना ट्रिलिथॉन म्हणतात, ते जवळ जवळ ८ मीटर उंच आहेत.

---

४. खऱ्या हेंजेस मध्ये तो खंदक किनाऱ्याच्या बाहेरच्या बाजूला असतो. स्टोनहेंज जगावेगळे आहे कारण त्यात खंदक आतल्या बाजूला आहे.

स्टोनहेंजच्या बाबतीत सुचवला गेलेला खगोलशास्त्रीय सिद्धान्त – उदाहरणार्थ त्यावरून ग्रहणांची भाकिते करतात- रद्दबातल ठरला आहे. पण या बाबतीतली एक गोष्ट नि:संशय खरी आहे की त्या ट्रिलिथॉन कमानी आणि शिवाय एक मार्ग जो स्टोनहेंजमधून बाहेर ईशान्येकडे जातो (तो मार्ग नंतर वळतो आणि सरतेशेवटी जवळच्या अ‍ॅव्हॉन नदीला जाऊन मिळतो) तो उन्हाळ्याच्या मध्यातील सूर्योदयाच्या ठिकाणाकडे निर्देश करतो. आता हजारो लोक तो मध्य उन्हाळ्यातील हील स्टोनवर (टाचेच्या दगडावर) होणारा सूर्योदय बघायला जमतात. निओलिथिक काळात मात्र सूर्य त्या मार्गावरूनच उगवला असेल.

त्या स्मारकाच्या मदतीने हिवाळ्यातील सूर्यास्तही बघता येतो, अर्थात विरुद्ध दिशेला. उन्हाळ्यातील रचनाबंध त्या गोलाकाराच्या आतल्या बाजूने दिसत असला तरी हिवाळ्याच्या मध्यातील सूर्यास्त मात्र ईशान्येच्या बाजूने येणाऱ्या मिरवणुकीला त्या मार्गाच्या बाजूने दिसला असेल. प्रत्यक्षात त्या पाषाणांचे पृष्ठभाग ज्या बाजूने दिसतात त्या बाजूला जास्त काळजीपूर्वक घडवले आहेत, यावरून असे सुचवायचे असावे की हा हिवाळ्याच्या मध्यातला क्षण सर्वांत महत्त्वाचा होता. पाषाणांचा आयत ज्याला स्टेशन स्टोन्स असे म्हणतात त्यांची रचनासुद्धा पौर्णिमेच्या चंद्राच्या उगवण्याच्या आणि मावळण्याच्या चरम जागा दाखवण्यासाठी झाली असावी, जी प्रत्येक १८.६ वर्षांच्या नंतर येणाऱ्या अयन दिनाच्या दिवशी येते.[५]

हे सगळे कशासाठी होते? १९९८च्या फेब्रुवारीमध्ये एका स्टोनहेंजवरील टेलिव्हिजनच्या कार्यक्रमात जेव्हा ब्रिटिश पुरातत्त्वज्ञ माईक पार्कर पेअर्सन यांनी भाग घेतला होता तेव्हा त्यांना पडला होता. पार्कर पेअर्सन यांनी एक रामिलीसोनिना नावाच्या मालागासी सहकाऱ्याला त्यांच्या जोडीला बोलावून घेतले. त्या दोघांनी मादागास्करमध्ये कित्येक वर्षे एकत्र काम केले होते. तिथे पारंपरिक समाजांमध्ये अजूनही अशा प्रकारचे पाषाण स्तंभ उभे करतात ज्यांना Vatolahy (पुरुषाचा स्तंभ) असे म्हणतात, जे मृतांच्या स्मरणार्थ उभारले जातात.

चित्रीकरणाच्या एक दिवस आधी पार्कर पेअर्सन रामिलीसोनिना यांना घेऊन अ‍ॅवबरी येथे गेले, जिथे निओलिथिक काळातील ३ पाषाण वर्तुळे आहेत. त्या ठिकाणी ते पाषाण कोणत्या कारणाने उभे केले आहेत हे पुरातत्त्वज्ञांना कळत नाहीये, असे पार्कर पेअर्सन यांनी रामिलीसोनिना यांना सांगितले कारण त्यांचे यावर

---

५. १९६०च्या दरम्यान जे दावे केले गेले की या पाषाणांचा आणि खगोलशास्त्रीय घटनांचा काही अन्योन्य संबंध आहे, आणि ऑब्रेय होल्सचा उपयोग ग्रहणांची भाकिते करण्यासाठी होत असे हा समज, हे सगळे आताच्या विद्वानांना मान्य नाही.

काय मत आहे ते पार्कर यांना जाणून घ्यायचे होते. पार्कर २०१३ मध्ये हे आठवत होते की त्यांचा मित्र म्हणाला होता, 'मादागास्करमध्ये काम करून मी काहीच शिकलो नाही का?' त्यांच्यासाठी हे उघड होते की अशा प्रकारचे पाषाण वर्तुळ पूर्वजांच्या स्मरणार्थच उभारतात, आणि ते पाषाणातच घडवले जातात कारण पाषाण हा अनंतकाळपर्यंत टिकणारा पदार्थ आहे, जो मृत्यूनंतरच्या जीवनाचे चिरंतनत्व दर्शवतो. याविरुद्ध नाशिवंत पदार्थ जसे की लाकूड वगैरे तात्पुरत्या जगासाठी, मर्त्य जगासाठी असते.

सुरुवातीला तर पार्कर यांनी ही कल्पना अमान्यच केली की मादागास्करमधल्या कल्पना इथल्या निओलिथिक स्मारकांबद्दल काही नवीन माहिती सांगू शकतील; पण स्टोनहेंज हे मृतांसाठीचे स्मारक असू शकते असे या पूर्वीही सुचवले गेले होते. मात्र दुसऱ्या दिवशी प्रत्यक्ष चित्रीकरणादरम्यान पार्कर यांना असे वाटले की कदाचित रामिलीसोनिना यांचे म्हणणे या इथल्या पाषाण वर्तुळांचे स्पष्टीकरण तर देऊच शकतील एवढेच नाही तर आसपासच्या सर्व भागांचेसुद्धा देऊ शकतील.

स्टोनहेंजपासून जवळच ॲव्हॉन नदीच्या वरच्या बाजूला एक अजून निओलिथिक जागा आहे, ती माती आणि लाकडापासून बनवली आहे. ब्रिटिश बेटांवर डुरिंग्टन वॉल्स ही सर्वांत मोठी हेंज आहे. १७ हेक्टर आकाराचे मातीचे हे वर्तुळ आहे ज्यात लाकडाच्या खांबांची अनेक मोठी वर्तुळे आहेत. पुरातत्त्वज्ञांना खूप आधीपासून असे वाटत होते की डुरिंग्टन वॉल्स हे स्टोनहेंजपेक्षा जास्त प्राचीन काळातील आहे. पण स्टोनहेंजच्या दगडांचे नव्याने परीक्षण केल्यावर असे लक्षात आले की या दोन्ही जागा एकाच काळामध्ये वापरात असाव्यात. रामिलीसोनिना यांच्याशी चर्चा केल्यानंतर पार्कर पेअर्सन यांना असे वाटायला लागले कदाचित स्टोनहेंज आणि डुरिंग्टन वॉल्स ही दोन वेगवेगळी स्मारके नसतीलच. कदाचित एका मोठ्या समूहाचे दोन भाग असण्याची शक्यता आहे : एक भाग जिवंत लोकांसाठी आणि दुसरा मृतांसाठी.

याचा पडताळा घेण्यासाठी पार्कर पेअर्सन आणि त्यांच्या सहकाऱ्यांनी २००३ पासून ते २००९ पर्यंत दोन्ही ठिकाणी उत्खनन केले. भाकीत केल्याप्रमाणे खरेच डुरिंग्टन वॉल्स येथे ज्याची शंकासुद्धा आली नव्हती असे पुरातन वसाहतीचे अवशेष तिथे मिळाले. त्याचा काळ येतो साधारण इ.पू. २५००, जेव्हा ते प्रचंड सार्सेन स्टोनहेंज येथे उभारले गेले. त्या जागेवर प्रचंड मोठ्या प्रमाणात जीवनात लागणाऱ्या नित्योपयोगी सामानाचे अवशेष विखुरले होते, तर स्टोनहेंज येथे मात्र फक्त अंत्यसंस्कार केलेले (अग्निसंस्कार केलेले) मानवी अवशेष सापडले. (पुरातत्त्ववेत्यांच्या मते इ.पू. तिसऱ्या शतकाच्या दरम्यान शेकडो प्रेते तिथे पुरली असली पाहिजेत.) त्याही उपर त्या टीमला एक मार्ग सापडला जो लाकडाच्या खांबांच्या वर्तुळापासून ॲव्हॉन नदीपर्यंत जात होता, यावरून हे सूचित होत होते की ती जागा स्टोनहेंजशी

नदीच्याद्वारे जोडलेली होती. टीमला डुरिंग्टन वॉल्स येथे अयनदिनाशी संबंधित संरेखने सुद्धा सापडली - त्यात ही वर्तुळे आणि नदीचा मार्ग यांची तोंडे आग्नेयेकडे होती. एकतर उन्हाळ्याच्या मध्यातील सूर्यास्त किंवा हिवाळ्याच्या मध्यातील सुर्योदय दाखवणारी – आणि मध्य हिवाळ्यात झडलेल्या मेजवान्यांचे अवशेष.

पार्कर पेअर्सन या निष्कर्षाप्रत आले की हीच ती जागा आहे जिथे स्टोनहेंजच्या भव्य अशा दुसऱ्या टप्प्याचे बांधकाम करणाऱ्या लोकांची वसाहत होती. बहुधा कित्येक मैल प्रवास करून वर्षाच्या विशिष्ट वेळेला कदाचित आपल्या पूर्वजांना श्रद्धांजली वाहायला आणि मृतांना या लोकातून अनंतकाळच्या परलोकाच्या प्रवासाला पाठवण्यासाठी ते लोक इथे येत असावेत. हिवाळ्याच्या मध्यातील अयनदिन, सूर्य त्याच्या दक्षिणतम स्थितीला गेलेला असताना आणि वनस्पती सुप्तावस्थेत असताना, हा काळ मृतांच्या अंधकारमय जगाला जिवंत जगाशी जवळचा वाटला असावा, असे पार्कर सुचवतात. कदाचित लोक डुरिंग्टन वॉल्स येथे एकत्र जमून नुकत्याच मृत झालेल्या लोकांना, मेजवान्या करून आणि लाकडी खांब उभे करून श्रद्धांजली वाहत असतील.

हिवाळ्याच्या मध्याकडे लाकडी खांबाच्या वर्तुळापासून पहाटेच्या वेळी एक मिरवणूक निघाली असेल, ज्यातील माणसे सूर्योदयाच्या वेळी नदीकडे जात असतील. कदाचित दुपारच्या वेळी स्टोनहेंजकडे जायच्या आधी ते त्या नदीमधून एखाद्या तराफ्यावरून तरंगत त्यांच्या पूर्वजांच्या राज्यात जात असतील, कदाचित नदीतून अग्निसंस्कारानंतर राहिलेल्या मृतांच्या अस्थी घेऊन जात असतील. तिथून पाहत असताना तिथल्या उभ्या खांबांवर टाकलेल्या आडव्या दगडी वाशांमुळे ते सगळे चित्र आकाशातील सूर्यप्रकाशाच्या पार्श्वभूमीवर काळ्या छायाकृतीसारखे उठून दिसत असेल. त्याच्या बरोबर मागे सूर्य अस्ताचलाला जात असेल, त्याची किरणे त्या दगडांच्या कमानीमधून चमकत असतील.

स्टोनहेंजच्या दिशेने चढत जाणाऱ्या कोणालाही सूर्याची शेवटची किरणे काही काळासाठी तिथे थांबल्यासारखी वाटत असतील, जसे न्यूग्रेंजमध्ये दगडाच्या चौकटीमध्ये सूर्यकिरण पकडले गेल्यासारखे वाटते तसे.

ज्याला मध्य हिवाळ्यातील सूर्य भेट देतो ते स्टोनहेंज म्हणजे मृतांचे राज्य आहे असे मानणे हे न्यूग्रेंजच्या गल्ल्या असलेल्या थडग्याबद्दलचे सिद्धान्त खरे मानले तर समजू शकते. दोन्ही ठिकाणी निओलिथिक काळातील बिल्डर्सनी त्या पाषाणांचा उपयोग त्यांचे पृथ्वी आणि आकाशाचे पुनरावृती करत बदलणाऱ्या रूपाबद्दलचे ज्ञान नाट्यमय अशा इंद्रियगोचर जाणिवेत रूपांतरित केले. अयनदिन एखाद्या विशिष्ट दिवशी येतो हे नुसते माहीत असणे वेगळे आणि सगळ्यांनी मिळून ऐन कडाक्याच्या थंडीत त्याचे निरीक्षण करणे एक वेगळी गोष्ट आहे : ज्या काळात

सगळ्यात जास्त अंधकार दाटतो त्या वेळी हा प्रकाश येतो. त्यांच्या वैश्विक चक्राबद्दलच्या ज्ञानावरून त्यांनी अनंतत्त्वाबद्दल एक संदेश दिला आहे – कदाचित मृत्यूनंतरच्या अनंत जीवनाबद्दल – तो अनेक शतके टिकेल.

निओलिथिक काळातील माणसांनी केलेले नवीन बदल म्हणून नेहमी पाषाणस्मारके आणि शेती यांचा उल्लेख होतो. पण या दोन्हीचे माग काढले तर ते अजूनही खोलात म्हणजे अजून आधीच्या काळापर्यंत जाऊ शकतात, जेव्हापासून माणसाने स्वत:ला निसर्गापासून वेगळे समजायला सुरुवात केली, आणि जेव्हा निसर्गाला कुशलतेने हाताळणे आणि निसर्गावर वर्चस्व गाजवणे बुद्धिगम्य झाले तेव्हापासून. आपल्या आसपासच्या पर्यावरणाशी नुसते जुळवून घेण्यापेक्षा माणसाने त्यावर ताबा मिळवायला सुरुवात केली, नुसत्या स्मारकांना आकार दिला नाही, तर संपूर्ण भूप्रदेशाला त्यांच्या मनातील समजुतींचा, आशा-आकांक्षांचा आकार द्यायला सुरुवात केली.

एका क्रांतिकारक बदलाची ती सुरुवात होती जी ग्योबेकली टेपेच्या आसपास सुरू झाली, पण त्यानंतर ६००० वर्षांनी स्टोनहेंजच्या बिल्डर्सकडून पूर्ण झाली. इथे आता प्राण्यांच्या आत्म्यांचा वगैरे संबंध राहिला नाहीये, तर माणसांच्याच पूर्वजांना सर्वोच्च दर्जा मिळाला. गुहा किंवा पाताळलोकातील जागांवरचे अवलंबित्व संपुष्टात आले आहे. ब्रिटनमधील निओलिथिक काळातील शेतकऱ्यांनी एक नवीनच विश्वशास्त्र निर्माण केले जे मोठ्या आणि जास्त गुंतागुंतीच्या समाजाला अनुरूप असणार आहे. आता इथले लोक त्यांच्या विश्वासंबंधीचा अभ्यास लासकॉक्सच्या गुहेतील माणसांसारखा किंवा न्यूग्रेंज मधल्या थडग्यांमधल्या माणसांसारखा संमोहनावस्थेत करत नाहीत, तर उघड्या मैदानावर सर्वांसमोर रिंगणामध्ये जिथे ते नाट्यमयरीत्या आकाशाशी जोडले गेले आहे तिथे करतात. अंधारात लपून राहण्याऐवजी आता ते उघड्यावर प्रकाशात आले आहेत.

३

विधिलिखित

१८५३ सालच्या डिसेंबर महिन्यात होर्मुझ्द रसाम नावाचा एक २७ वर्षांचा तरुण पुरातत्त्वज्ञ मोसुल, (आता जे इराकमध्ये येते) जवळ, लंडनमधील ब्रिटिश म्यूझिअमसाठी चाललेल्या उत्खननाचे नेतृत्व करत होता. त्याच्यासारख्या मध्यपूर्वेत जन्मलेल्या आणि वाढलेल्या एखाद्यासाठी ही संधी म्हणजे सुवर्णसंधी होती. गेले वर्षभर तो तिथे काम करत होता आणि अद्याप कुठलाही मोठा असा शोध लावण्यात त्याला यश आले नव्हते. ज्या जागेवर तो काही शोधण्याचा निकराचा प्रयत्न करत होता ती जागा दुसऱ्या प्रतिस्पर्धी गटाला देण्याचा वायदा झालेला होता. त्याच्या हातात शेवटचा एक उपाय शिल्लक होता पण त्यासाठी सुयोग्य वेळ यायची तो वाट बघत होता. म्हणून तो त्या वाळवंटातील आकाशाचे निरीक्षण करत पौर्णिमेची वाट बघत होता.

मोसुल हे रसामचे स्वत:चे गाव होते. आज ते शहर दहशतवादाशी लढताना उद्ध्वस्त झालेले शहर म्हणून प्रसिद्ध आहे, आता ते शहर म्हणजे पडझड झालेल्या अवशेषांचा आणि इराकी जनतेच्या हाडांचा ढिगारा झाला आहे. जुलै २०१७ मध्ये ते इराकी सैन्याने आयसिसकडून परत जिंकून घेतले. परंतु रसामच्या काळात मोसुल तुर्की ओट्टोमान साम्राज्याचा भाग होते. तेव्हा शहर शेकडो वर्ष जुन्या मातीच्या विटांच्या भिंती असलेली घरे, धुळीने भरलेले रस्ते, खूप गर्दीचे बाजार, गोल घुमटाकार मशिदी आणि उंच उंच मिनार यांनी भरलेले होते. मोडकळीला आलेल्या बोटीमधून लोक टायग्रिस नदी पार करून जात-येत असत. पलीकडच्या किनाऱ्यावरच्या सुपीक जमिनीत मका, काकडी, कलिंगड वगैरे पिकत होते. त्या पलीकडे छोट्या गवताळ टेकड्या होत्या.

गेल्या काही वर्षांत साहसी युरोपियन लोकांनी त्या छोट्या टेकड्यांवर (आणि निमरुड येथे, ३० कि.मी. दक्षिणेला) उत्खनन करून एक विलक्षण असे प्राचीन विश्व जगासमोर उलगडले आहे. त्यातल्या सर्वांत मोठ्या टेकडीचे नाव आहे कुयुन्जिक, ती एक मैल अंतरावर होती. १८४७ मध्ये ब्रिटिश संशोधक ऑस्टेन हेन्री लायार्द याने रसामला सहायक म्हणून घेऊन त्या टेकडीच्या नैर्ऋत्य

बाजूकडून एक बोगदा खणला आणि एका खूप मोठ्या ७ व्या शतकात बांधलेला मोठा राजवाडा समोर आला. नदीकाठच्या त्या आलिशान राजवाड्यात कमीत कमी ८० खोल्या आणि मार्ग होते, त्याला पाषाणाची दारे ज्यांच्यावर रक्षणासाठी म्हणून पंख असलेल्या मोठ्या प्रचंड बैलांची आणि सिंहाची चित्रे होती आणि भिंतींवर जवळ जवळ ३ कि.मी पर्यंत अलाबास्टरचा (मूर्ती बनवण्याचा पांढरा दगड) कोरीव नक्षीपट होता, ज्यावर पूर्वेवर त्यांच्या सैन्याने मिळवलेल्या अनेक विजयांच्या गाथा होत्या. तो राजवाडा असिरियाच्या राजाचा, किंग सेन्नाचेरीब याचा होता. लायार्द आणि रसाम यांनी मोठाच शोध लावला होता. त्यांनी निनेवेह या शहराचा, जगातल्या सर्वांत मोठ्या साम्राज्याच्या राजधानीचा शोध लावला होता.

असिरिअन लोक बायबलपासून प्रसिद्ध आहेत, ज्यातून आपल्याला सेन्नाचेरीबचा जेरुसलेमला घातलेला वेढा कसा फसला ते कळते. त्यातच निनेवेह कसे दुष्ट पापी लोकांचे शहर आहे आणि नंतर जेव्हा देवाने जोनाहला तिथे उपदेश करायला, प्रवचन द्यायला पाठवले तेव्हा तिथल्या रहिवाशांना कसा पश्चात्ताप झाला ते येते. लायार्दने केलेल्या उत्खननाच्या आधी या शहराचा मागमूसही कोणाला नव्हता, या संस्कृतीचे काहीही पुरावे उपलब्ध नव्हते. आणि आता जवळ जवळ २००० वर्षांनंतर हळूहळू ती शहरे आणि राजवाडे उजेडात यायला लागले आहेत.

त्यानंतर पाठोपाठच १८५२ मध्ये हाती घ्यायच्या उत्खननाच्या कामातून लायार्दने वेगळे राहून राजकारणामध्ये करिअर करण्यासाठी म्हणून घरी राहायचा निर्णय घेतला. तो ब्रिटिश म्यूझिअमच्या लोकांना रसामवर त्या कामाचा भार सोपवावा म्हणून त्यांचे मन वळवत होता. स्वत:ला सिद्ध करण्यास उत्सुक असलेल्या रसामने कुयुन्जिक टेकडीच्या उत्तर भागात शोध घ्यायचे ठरवले. त्याला खात्री वाटत होती की तिथे नक्की काहीतरी मोठे विलक्षण असे लपलेले असणार आहे. परंतु ब्रिटन आणि फ्रान्समध्ये त्या प्राचीन वस्तूंच्या मालकीसाठी रस्सीखेच चालू होती, त्या त्यांना जहाजावर लादून आपापल्या देशातल्या म्यूझिअममध्ये ठेवायच्या होत्या. जेव्हा रसाम तिथे पोहोचला तेव्हा त्याला समजले की बगदादमधल्या ब्रिटिश राजदूताने, हेन्री रॉलीन्सन याने त्याच्या लाडक्या जागेवर उत्खनन करायचे हक्क फ्रेंचांना सोपवले होते.

रसामने दुसऱ्या ठिकाणी खोदायला सुरुवात केली, पण डिसेंबर १८५३ पर्यंत त्याची मुदत आणि फंड दोन्ही संपत आले होते. लंडनला परतायच्या आधी काहीतरी शोध लागणे अत्यंत जरुरीचे होते त्याच्यासाठी. जर त्याने फ्रेंच लोकांना आव्हान दिले आणि त्याला स्वत:ला काहीच सापडले नाही तर ब्रिटिश अधिकारी त्याच्यावर परत कधीही विश्वास ठेवणार नाहीत. 'म्हणून मी एक ठरवले की त्या जागेवर

रात्रीच्या वेळी एक प्रायोगिक परीक्षा घ्यायची' त्याने नंतर लिहिले की, 'मी माझ्या रात्रीच्या साहसासाठी फक्त एका चांगल्या संधीची आणि पौर्णिमेच्या चंद्रप्रकाशाची वाट बघत होतो.'

त्याने काही भरवशाच्या कामगारांना भरती केले आणि २० डिसेंबरच्या रात्री त्यांना घेऊन कुयुन्जिक येथे गेला. दुसऱ्या दिवशीच्या रात्री त्यांना एक संगमरवराची भिंत फरसबंदी असलेल्या जमिनीला जोडून असलेली सापडली. त्याच्या दुसऱ्या दिवशी सकाळीच त्याने अत्यंत उत्तेजित होऊन रॉलीन्सन आणि ब्रिटिश म्यूझिअमच्या अधिकाऱ्यांना तार पाठवली की त्याला अजून एक असिरिअन राजवाडा सापडला आहे. पण त्याच्या माणसांनी जेव्हा त्या ठिकाणी त्या रात्री पुढे खणायला सुरुवात केली तेव्हा ती सापडलेली शिळा काही फार मोठ्या भिंतीचा भाग नव्हती, काही फुटांवरच ती संपली, त्याच्या भोवती प्राचीन अवशेषांचा, कचऱ्याचा ढीग होता फक्त.

रसाम हताश झाला होता, त्रस्त होता, या वेळपर्यंत मोसुलमध्ये त्याच्या अचाट साहसी कृत्याची बातमी बाहेर आली होती. त्याला भीती वाटत होती की लवकरच फ्रेंच लोक येतील आणि त्याचे काम थांबवायला लावतील किंवा ओट्टोमानचे अधिकारी त्याच्यावर लूटमारीचा आरोप ठेवतील. चौथ्या रात्री त्याने अजून काही माणसांना कामावर घेतले आणि जिथे ती संगमरवरी शिळा सापडली होती त्याच्या आसपासच्या अनेक जागांवर खोदकाम करायला लावले. काही तासांच्या खडतर प्रतीक्षेनंतर त्याने शेवटी ती आरोळी ऐकली, 'सूअर' म्हणजे अरेबिकमध्ये प्रतिमा किंवा मूर्ती. कामगारांनी तिथे एक खोल खंदक खणला आणि मोठा मातीचा ढिगारा आत पडला आणि चंद्रप्रकाशात त्यांना एक व्यवस्थित जतन झालेला दाढीवाल्या, बलदंड असिरिअन राजाची मूर्ती दिसली.

जे दालन त्यांना सापडले होते ते म्हणजे एक खूप लांबलचक अरुंद असा हॉल होता जवळ जवळ २० मीटर लांब आणि ५ मीटर रुंद. त्याच्या भिंतींवर एका सिंहाच्या शिकारीची दृश्ये होती : राजा त्याच्या रथात बसून पाठलाग करतोय, धनुष्य हातात उंच पेलेले आहे; आणि सहकाऱ्यांच्या मदतीने सिंहावर भालाफेक करतो आहे; त्या प्राण्याच्या मानेत आपली कट्यार खुपसतोय. असिरिअन संस्कृतीतली आत्तापर्यंत सापडलेल्या भित्तिचित्रांपैकी ही जी उठावचित्रे आहेत ती सगळ्यात उत्कृष्ट, अगदी जिवंत वाटावी अशी प्रत्ययकारी चित्रे आहेत. एका सिंहिणीचे चित्रण पाहून रसाम मनातून हलला, 'स्वत:च्या पुढच्या पायाच्या पजांवर भार देऊन ती आपले जखमी शरीर सावरायचा एक फोल प्रयत्न करते आहे.'

पण सगळ्यात मोठा खजिना तर त्याच्या पायाखाली होता. त्या दालनातली जमीन हजारो तुटक्याफुटक्या विटांची बनलेली होती, काहींचा अगदी भुगा झाला

होता तर काही पूर्ण शाबूत होत्या, अखंड ९ इंच आकाराच्या होत्या. त्यांच्या पृष्ठभागावर लहान लहान खाचा होत्या – ती एक प्रकारची लिपी आहे ज्याला क्यूनिफॉर्म म्हणतात, ती वीट ज्या वेळी ओली असते त्याच वेळी त्यावर काठीचे टोक दाबून वेगवेगळी चिन्हे कोरली जातात. रसामला खरोखरीच एक नवीन राजवाडा सापडला होता – जो सेन्नाचेरीबच्या नातवाने, असिरिअन साम्राज्याचा सगळ्यात शक्तिशाली सम्राट अशुर्बानिपाल याने बांधला होता. आणि हे त्याचे वाचनालय होते.

हा एक खूप महत्त्वाचा, निर्णायक असा शोध होता. आपण दुसऱ्या प्रकरणात बघितले की इ.पू. ८००० या काळात कसे शेतीचा शोध लागून माणसाच्या जीवनात क्रांतिकारी बदल घडले : माणूस निसर्गाचाच एक भाग न राहता तो निसर्गालाच बदलायला लागला होता, त्यावर ताबा मिळवायला लागला होता. काही शतकांनंतर त्याच टायग्रिस आणि युफ्रायटिस नद्यां[१]च्या सुपीक जमिनीने माणसामधील आणखी एक मोठा क्रांतिकारी बदल अनुभवला : तो म्हणजे लेखनाचा शोध.

अगदी सगळ्यात प्राचीन लेखन केलेल्या विटा इ.पू. ४ थ्या शतकाच्या शेवटी दक्षिण मेसोपोटेमिया इथल्या सुमेरिअन संस्कृतीने तयार केल्या. त्यांची क्युनिफॉर्म लिपी नंतर बाबीलोनिअन आणि असिरिअन संस्कृतींनी आत्मसात केली आणि तिचा अजून पुढे उत्तरेत प्रसार केला. सगळ्या गोष्टी अगदी घेतलेली कर्जे, भरायचे कर किंवा सारा यापासून ते राजाच्या मृत्युपत्रापर्यंत सर्व गोष्टी कायमच्या कोरून ठेवायची परवानगी मिळाल्याने, ते लिहिलेले शब्द मोठी शहरे, राज्ये एवढेच नाही तर मोठ्या साम्राज्यांच्या शासन यंत्रणा आणि नोकरशाहीला साहाय्यक ठरले. आणि अर्थातच लिखित नोंदींमुळे इतिहासाची सुरुवात झाली. पुरातत्त्वीय अवशेषांवरून प्राचीन संस्कृती काय आणि कसा विचार करत त्याचा अंदाज लावता येतो, पण शब्द आपल्याशी थेट बोलतातच.

अशुर्बानिपालचे हे वाचनालय म्हणजे त्या प्राचीन संस्कृतीच्या मानसिक विश्वाच्या अंतरंगाला जाणून घेण्याचा पद्धतशीर आणि सुयोग्य मार्ग आहे. त्यामध्ये हजारो मजकूर आहेत जे संपूर्ण साम्राज्यामधून गोळा केलेले आहेत, ते साम्राज्य म्हणजे संपूर्ण मेसोपोटेमिया आणि त्याच्या पलीकडचा भाग. त्यातल्या काहींमधला मजकूर तर इ.पू. तिसऱ्या शतकातला आहे. त्यातला मजकूर म्हणजे पावत्या (बैलाच्या, गुलामांच्या, वाइनची पिंप इ. साठीच्या) प्रार्थना, काही कायदेशीर दस्तऐवज, साहित्य आणि औषधासंबंधी आहे : मुख्यत्वेकरून सगळ्या गोष्टींचे जणू अग्रदूत,

१. मेसोपोटेमिया म्हणजे, ग्रीकांसाठी 'नद्यांच्या मधली जमीन' दक्षिण टर्कीपासून खाली पर्शिअन खोऱ्यांपर्यंतचा प्रदेश.

असे जेंनेट फिनच्के हिचे म्हणणे आहे. जेनेट ही क्युनिफॉर्म लिपीची तज्ज्ञ आहे. तिने ब्रिटिश म्यूझिअममधल्या सगळ्या बॅबिलोनिअन इष्टिकांची (कोरीव लेखन असलेल्या विटा) यादी (कॅटलॉग) तयार केली आहे. वरील यादीबद्दल ती म्हणते की, 'खरोखरच सगळ्या गोष्टींबद्दल त्यावर लिहिलेले आहे.'

इथल्या संग्रहालयात काय बघायला मिळते तर तिथल्या समाजाचेच प्रतिबिंब, ज्यांना आकाशाने पछाडले जरी नसले तरी त्यांच्यावर आकाशाची भुरळ पडली आहे असा समाज. त्या इष्टिकांमध्ये सूर्य, चंद्र आणि ग्रहांच्या हालचालींची नोंद आहे, जी दैवी लिपी मानली गेलीय, ज्यात देवाकडून आलेले आदेश असतात, ज्यांच्यामुळे माणसाच्या आयुष्याला योग्य वळण मिळाले होते शिवाय त्यांच्या आयुष्यातील अनेक निर्णय घ्यायला मदत झाली होती. 'आजारू महिन्यातल्या संध्याकाळच्या निरीक्षणात जेव्हा चंद्राला ग्रहण लागतं तेव्हा राजा मरेल,' असे एका विटेवर लिहिले आहे. ही वीट जवळ जवळ ७००० अशा वेगवेगळ्या विटाच्या संग्रहातील एक आहे त्याला Enuma Anu Enlil असे म्हणतात. आपले नशीब ताऱ्यांमध्ये लिहिलेले असते या मानवतेला युगानुयुगे ग्रासून राहिलेल्या कल्पनेचा हा जन्म आहे.

अशुर्बानिपालच्या राजवाड्यातील कोरीव कामातून असे दाखवले आहे की तो एक रक्तपिपासू शासक होता; एका उठावचित्रामध्ये असे दर्शवले आहे की तो त्याच्या बागेत मजेत हिंडतो फिरतो आहे आणि तिथे झाडाला त्याच्या शत्रूराजाचे कापलेले मुंडके टांगले आहे. इ.पू. ६१२ मध्ये म्हणजे अशुर्बानिपालच्या मृत्यू नंतर काही वर्षांनी असिरियाच्या शत्रूंनी त्यांचा सूड उगवला. आधीच्या त्यांच्या शत्रूंनी युती करून बॅबिलोनिअन लोकांच्या नेतृत्वाखाली निनेवेह जिंकून घेतले आणि त्यांनी ते राजवाडे जाळले. त्या आगीच्या धगीमुळे मातीच्या त्या विटा फुगल्या आणि वाकड्यातिकड्या झाल्या, पण त्या भाजल्या गेल्यामुळेच खरेतर हजारो वर्षे टिकल्या.

रसामला सापडलेल्या इष्टिका तसेच लायार्दने राजवाड्यात उत्खनन करून काढलेल्या भाराभर इष्टिका या सगळ्या अशुर्बानिपालकडे सेन्नाचेरीबकडून वारसाहक्काने आल्या होत्या. त्यादरम्यान त्या उत्खनन करणाऱ्यांनी हजारो लाखो विटांचे तुकडे जहाजात घालून ब्रिटिश म्यूझिअमला[२] पाठवले. क्युनिफॉर्म विटा आधी पण सापडल्या होत्या पण निनेवेहला सापडलेल्या प्रचंड मोठ्या प्रमाणावरच्या विटांमुळे या विलक्षण

२. रसाम आणि लायार्द या दोघांनी त्यांना सापडलेल्या वेगवेगळ्या विटा नेमक्या कुठे सापडल्या त्याची नोंद करून ठेवली नव्हती, आणि त्या सगळ्या खोक्यांची लंडनला पोहोचल्यावर सरमिसळ झाली त्यामुळे आता त्या एकत्रच ठेवल्या आहेत.

लिपीचा अर्थ लावण्याचे काम तातडीने हाती घेणे भाग होते.

यातला एक आद्य संशोधक होता ब्रिटिश राजदूत, रॉलीन्सन. काही वर्षांपूर्वी पर्शियामधील एका डोंगरावरच्या कड्यावरच्या अवघड ठिकाणी जाऊन तिथल्या कपच्यांवर असलेला खवल्या खवल्यांच्या आकारात लिहिलेला मजकूर, जो देवाचा संदेश म्हणून कोरला होता तो, कॉपी करून आणण्याचे काम त्याने स्वत:च्या जिवावर उदार होऊन केले होते. तीन वेगवेगळ्या भाषामध्ये, त्यात बॅबिलोनियाची अक्काडिअन भाषा पण आली, परत परत लिहिलेला तो मजकूर म्हणजे रोसेटा दगडाची क्युनिफॉर्म आवृत्ती होती. १८६० पर्यंत त्यांना आणि इतरांना मिळून त्या गुंतागुंतीच्या चिन्हांबद्दल काही कामापुरते ज्ञान मिळाले ज्यावरून निनेवेह इथे मिळालेल्या विटांवरच्या मजकुराचे वाचन सुरू झाले.

त्यातून हेही समजते की अशुर्बानिपाल हा नुसताच लष्करी सेनानी नव्हता, तर लिखित मजकुराचा (उदा. विटांचा) एक झपाटलेला संग्राहक होता. त्याच्यासाठी त्याने हजारो माणसांना कामाला लावले होते जे त्याला साम्राज्याच्या कानाकोपऱ्यातून हे गोळा करून आणून द्यायचे. त्याला या संपूर्ण ज्ञात जगातले लिखित ज्ञान आणि बुद्धिमता गोळा करायची होती, असे फिन्च्के हिचे म्हणणे आहे. एका अशा विटेवर असा मजकूर आहे जो राजाने त्याच्या हस्तकाला (एजंटला) लिहिला आहे की, 'तू अशा दुर्मिळ विटा शोध ज्या तुला माहिती आहेत पण असिरियामध्ये नाहीयेत, त्या तू माझ्याकडे घेऊन ये.' विशेषत: त्याला बॅबिलोनिअन विटा हव्या होत्या, ज्या त्याच्याकडे ३५००च्या आसपास संख्येने होत्या, ज्या १००० वर्षांपूर्वीच्या होत्या. तेव्हा जरी असिरिया त्यांच्यावर राज्य करत असले तरी एके काळी बॅबिलोनिया स्वत:च एक शक्तिशाली असे साम्राज्य होते. त्यांची राजधानी बॅबिलोन कायमच एक महत्त्वाचे सांस्कृतिक आणि धार्मिक असे केंद्र राहिले, आणि असिरिअन लोकांनी बॅबिलोनिअन लोकांच्या विश्वाबद्दलच्या खूपशा कल्पना आत्मसात केल्या होत्या.

या वाचनालयातून सापडलेली एक सगळ्यात प्रसिद्ध गोष्ट म्हणजे ते एपिक गिलामेश, जगातली पहिली कथा असा तिचा लौकिक आहे. इ.पू. १७०० मध्ये बॅबिलोनियामध्ये ही कथा लिहिली गेली असा समज आहे, मात्र ती शेकडो वर्षं जुन्या अशा सुमेरिअन काव्यावर आधारित आहे. त्या कविता एका तरुण, मग्रूर शासकावर लिहिल्या आहेत – ज्याला इ.पू. तिसऱ्या शतकातल्या एका खऱ्या राजाकडून प्रेरणा मिळाली होती – अमरत्व मिळवण्याच्या दुर्दैवी शोधात जिवावर उदार होऊन तो ज्ञान मिळवतो. आज ज्याला अत्युत्कृष्ट साहित्य कृती समजतात ते गिलामेश सापडले तेव्हा त्याने मोठी खळबळ उडवून दिली होती, कारण त्याच्यामध्ये बायबलमधल्या नोहा आणि महापुराच्या कथेचा समावेश आहे जी शतकांपूर्वी जेनेसिसच्या सगळ्यात

जुन्या प्रतीत लिहिली गेली आहे. (१८७२च्या नोव्हेंबर महिन्यात ब्रिटिश म्यूझिअमच्या वाचनकक्षात त्या संग्रहालयाच्या क्युरेटरच्या मदतनिसाने जॉर्ज स्मिथ याने त्या मजकुरातील सांकेतिक लिपीचा अर्थ उलगडून सांगायला सुरुवात केली तेव्हा तो वारंवार उत्तेजित होत होता आणि त्या भरात आपले कपडे काढत होता) त्या काव्यामध्येसुद्धा आकाशाबद्दलचे अनेक उल्लेख आहेत. एका देखाव्यात राजाला धावण्याच्या बाबतीत सूर्याला मागे टाकायचे आहे असे दाखवलेय. दुसऱ्या एकात राजा आणि त्याचा मित्र एनकीडू आकाशातल्या बैलाचा पराभव करतात – आता जो तारकासमूह आपण वृषभ या नावाने ओळखतो – ज्याला ईशतार (शुक्र या ग्रहाशी संबंधित) नावाच्या देवीने त्यांच्या अंगावर सोडले होते, आणि त्या बैलाच्या तोडलेल्या मांडीचा भाग तिच्या तोंडावर फेकतात. काही विद्वानांचे असे मत आहे की या तारकासमूहात बैलाचा मागचा भाग दाखवत नाहीत याचे मेसोपोटेमिअन काळातील पौराणिक स्पष्टीकरण आहे.

त्या वाचनालयातील अजून एक बॅबिलोनिअन महाकाव्य म्हणजे Enuma Elish एनुमा एलिश आहे. ते गिलामेशपेक्षा कमी प्रसिद्ध आहे पण ते तितकेच महत्त्वाचे आहे; कारण त्यात विश्वाच्या निर्मितीबाबतची प्राचीनतम माहिती असलेली पौराणिक कथा आहे. हे विश्व कसे निर्माण झाले हे सांगण्याचा प्रयत्न करणारे प्राचीनतम स्पष्टीकरण त्यात आहे. ती आकाराला आली ते साधारण इ.पू. १५०० च्या आसपास, पण इथेही पुन्हा ती अजून प्राचीन अशा कथेवरून रचली आहे. त्या काव्यात बाबीलॉनची संरक्षक देवता मार्दुक (मार्दुक म्हणजे गुरूग्रह) तीआमात नावाच्या मातृदेवतेचा आणि सैन्याचा कसा पराभव करते ते येते. मार्दुक त्या देवतेला चक्क एखाद्या सुक्या मासळीसारखा फाडतो आणि त्या दोन तुकड्यांपासून तो स्वर्ग आणि पृथ्वी निर्माण करतो.

त्यानंतर मार्दुक या विश्वामध्ये सुसूत्रता आणतो, ग्रहांचे आणि ताऱ्यांचे मार्ग ठरवून देणे, वर्षाला १२ महिन्यात विभागून ३० दिवसांचा महिना ठरवणे, चंद्राला रात्र तर सूर्याला दिवसाचा वेळ बहाल करणे वगैरे कामे करतो. तो हवामानाला मुक्त करून टायग्रिस आणि युफ्रेटिस या नद्यांना तीआमातच्या डोळ्यातून व्हायला लावतो. त्यानंतर तो बॅबिलोनमध्ये स्वत:साठी एक पवित्र स्थान बनवतो आणि इआ या पाणी आणि बुद्धीच्या देवतेबरोबर मानवाची निर्मिती करतो. इतर अनेक लोकांनी केलेल्या विश्वनिर्मितीच्या वर्णनामध्ये ही समृद्ध आणि श्रेष्ठ आवृत्ती आहे, कारण त्यात वस्तुस्थितीचे वर्णन करण्यापेक्षा अर्थपूर्ण निर्मितीवर जास्त भर आहे. पुरातत्त्वीय पुरावे हेच सुचवतात की पॅलिओलिथिक आणि निओलिथिक काळातील लोक पृथ्वीवरच्या आणि आकाशातल्या घटना घनिष्ठपणे एकमेकींशी जोडलेल्या आहेत असे समजत होते. गिलामेश आणि एनुमा एलिश हे दोन्ही सभ्यतेच्या जन्मापासून

सारखेच सर्वांगीण विश्व प्रदर्शित करतात ज्यात पृथ्वीवरचे आणि आकाशातले एकमेकांना प्रभावित करतात आणि परावर्तित करतात, जणू एकाच नाण्याच्या दोन बाजू.

त्यानुसार मेसोपोटेमिअन देव पृथ्वीवर आणि आकाशातही राहतात. प्रत्येक मुख्य देव मूर्तीच्या रूपात त्याच्या स्वत:च्या गावात राहत असे, उदाहरणार्थ मार्दुक बॅबिलोन मध्ये एसागीला मंदिरात राहत असे. उत्खननातून असे निदर्शनास आले की ते मंदिर २०० मीटर लांब असून, त्याला खूप मोठी अशी आवारे आहेत जी आतल्या गर्भगृहाकडे जातात आणि ते झिग्गुराटच्या म्हणजे पायऱ्या पायऱ्याच्या मनोऱ्याशेजारी उभे आहेत. त्या देवळातले पुजारी मार्दुक आणि त्याच्या लवाजम्याची (म्हणजे मूर्तीची) पूजाअर्चा करत, त्यांना वस्त्रे नेसवणे, खायला घालणे आणि त्यांचे मनोरंजन करणे हे करत असत, धार्मिक समारंभाच्या वेळी त्यांना गावातून मिरवणुकीने फिरवून आणत. नववर्षाचा १२ दिवसांचा उत्सव फार महत्त्वाचा होता, ज्याच्या दरम्यान, फ्रेंच असिरिओलॉजिस्ट जेंन बोटेरो म्हणते की, 'देव ही त्या काळात अशा उन्नत स्थितीला पोहोचतात की ते काळाचेच नव्हे तर संपूर्ण विश्वाचे नुतनीकरण करू शकतात.'

मार्दुक आणि ईश्तारसारखे देव आकाशस्थ गोलांच्या रूपानेही येत असत, त्यांच्या बरोबर ग्रह, सिन हा चंद्रदेव आणि शामाश हा सूर्यदेव हेही असत. अशी समजूत होती की पृथ्वीवर घडणाऱ्या घटना ते ठरवू शकतात, आणि त्यांच्या आकाशातल्या हालचालींवरून ते पृथ्वीवासीयांना पुढे काय घडणार आहे याबद्दल सूचक इशारे देतात. एसागीला मंदिराचे धर्मगुरू जे 'एनुमा अनू एनलील'चे लेखनिक म्हणून माहीत आहेत ते आकाशस्थ घटनांचा अर्थ लावण्यात वाकबगार आहेत, आणि त्यांचे हे कसब शतकांपासून चालत आलेले आहे. आकाशस्थ घटनांचा योग्य अर्थ लावून, योग्य ती कर्मकांडे करवून वर्तवलेल्या भविष्याचे होणारे तीव्र परिणाम टाळता येत असत.

हे सगळे लिखित आलेख गोळा करण्याचे कारण, अशुर्बानिपालला तत्त्वज्ञानाची विशेष आवड होती असे नव्हते तर विश्वाचे ज्ञान असणे, त्याचे अस्तित्त्व अबाधित राखण्यासाठी महत्त्वाचे होते. राजाच्या वाचनालयातील बऱ्याचशा बॅबिलोनियन लिखित साहित्यात शकुन आणि भविष्यवाणी यावर खूप भर आहे, विशेषकरून आकाशातील घटनांशी संबंधित. फिन्क्के हिच्या म्हणण्याप्रमाणे राजाची मुख्य योजना अशी होती की कर्मकांडाची आणि मंत्रांची माहिती देणाऱ्या जेवढ्या म्हणून विटा गोळा करता येतील तेवढ्या करायच्या, कारण त्याचे सिंहासन आणि सत्ता टिकून राहण्यासाठी त्या फार महत्त्वाच्या होत्या.

भविष्य वर्तवण्यासाठी आकाश निरीक्षण करणे हा एवढाच मार्ग नव्हता तर

अनेक वेगवेगळे मार्ग अवलंबले जात होते. देवाकडून आलेला संदेश, मेंढीचा आत प्रवेश करण्याचा मार्ग, जन्मखूण, धूर किंवा फासे यांचा उपयोग करून काढलेले अनुमान किंवा एखाद्या विशिष्ट पक्ष्याचा आवाज. वाईट भविष्यवाणी टाळण्यासाठी बबिलोनिअन लोकांकडे कर्मकांडाचे पूर्णच्या पूर्ण शास्त्रागारच होते म्हणा ना, त्याला नाम्बुर्बी असे नाव होते, हा सुमेरिअन शब्द आहे. त्याचा अर्थ सैल करणे किंवा हुसकावून लावणे; जणू वाईट गोष्ट एखाद्या गाठीसारखी सोडवायची. गुहांसारखी घरे असलेल्या कॅटलह्योयुकच्या रहिवाशांसारखे हे लोक एका जादुई जगात वावरत होते जिथे प्रत्यक्षातल्या जगात आणि आत्म्यांच्या जगात काही अंतरच नव्हते आणि त्यात प्रत्येक गोष्ट देवाच्या मर्जीवर अवलंबून होती.

आकाशातल्या शकुन खुणा मात्र सगळ्यात महत्त्वाच्या, सगळ्यात शक्तिशाली होत्या. एखाद्याने एकट्याने घरात एखादी गोष्ट बघितली, (शकुन –अपशकुन दर्शविणारी) उदाहरणार्थ एखाद्या किड्याचा अचानक उद्‌भव झाला तर तो त्या एकट्या माणसापुरता मर्यादित होता. एखाद्या रस्त्यात जर काही अपशकुन झाला तर तो संपूर्ण शेजारपाजारी लागू होत होता. पण जर आकाशातूनच काही अपशकुन झाला तर मात्र तो सगळ्यांना लागू होत होता, म्हणजे हा सगळ्या राष्ट्राच्या नशिबाची घोषणा करत होता असे म्हणायला लागते: म्हणजे त्यावेळची पिके, युद्धे, राजकारण किंवा खुद्द राजा. वाचनालयातील त्या विटांवर हे सविस्तर लिहिलेले आहे की अशुर्बानिपालच्या राज्यात वेगवेगळ्या ठिकाणी असलेले धर्मगुरू, विशेषत: बॅबिलोनमध्ये असलेले, राजाला अगदी सातत्याने वरचेवर त्यांनी घेतलेल्या आकाशातील घटनांच्या निरीक्षणांविषयी अहवाल पाठवायचे आणि त्यावर काय उपाय करावा याचा सल्लाही द्यायचे.

त्यांचे ज्ञान 'एनुमा अनु एनलील'शी ताडून पाहिले जात होते, पहिल्या शब्दावरूनच शीर्षक येते, 'जेव्हा अनु आणि एनलील....' (अनु म्हणजे स्वर्गाचा किंवा आकाशाचा देव; एनलील म्हणजे पर्यावरणाचा देव, वायूचा प्रभू.) इ.पू. दुसऱ्या शतकाच्या दरम्यान याचे संकलन केले गेले. ही मूलतः एक पुस्तिका आहे ज्यामध्ये आकाशातील ग्रहांच्या हालचाली, सूर्याचे रंग यावरून पृथ्वीवर होणाऱ्या त्यांच्या परिणामांचा ऊहापोह केलेला आहे. एका विटेवर लिहिले आहे की, 'समजा 'निसंनुच्या पहिल्याच दिवशी सूर्योदयाच्या वेळी आकाशात रक्ताच्या रंगाचा शिडकावा झाल्यासारखे दिसले तर देशातील सगळे अन्नधान्य नाहीसे होईल, फार कष्टाचे दिवस येतील आणि माणसाचे मांस खाल्ले जाईल.' दुसऱ्या एका विटेवर लिहिले आहे की, 'सूर्यग्रहणाच्या वेळी जर शुक्र आणि गुरू दिसले तर देशावर हल्ला होईल.' चंद्रग्रहणे ही सगळ्यात महत्त्वाची घटना असायची, जी अनेक वेळा राजाच्या मृत्यूचे भाकीत करायची. चंद्राच्या तबकडीचे चार भाग करून त्या वेळी

त्यांना ज्ञात असलेल्या जगाच्या चार भागांचे ते प्रतिनिधित्व करीत: अमुर्रू इलम, असिरिया आणि बॅबिलोनिया. ग्रहणाच्या वेळी चंद्राचा जो भाग काळा होईल त्यावरून कुठला राजा मरणार त्याचे भाकीत केले जायचे.

अशुर्बानिपालच्या वाचनालयातून मिळालेल्या पत्रांवरून हे समजते की कुठल्या भयानक मार्गाने मेसोपोटेमियाचे राजे आपले हे असे भविष्य टाळायचा प्रयत्न करायचे. एखादे ग्रहण जर पाहिले तर त्या वेळेपुरता राजा सिंहासनावरून पायउतार होत असे आणि त्याच्या जागेवर तात्पुरता एखादा शत्रू किंवा गुन्हेगार किंवा एखाद्या माळ्याला बसवले जायचे. त्यांना राजाचा पोशाख घालून सिंहासनावर बसवले जायचे आणि त्याच्या शेजारी एखाद्या कुमारिकेला त्याची राणी म्हणून बसवले जायचे. त्या जोडीला १०० दिवसपर्यंत संपूर्ण ऐशआराम उपभोगायला देत असत, उंची वस्त्रे, शाही मेजवान्या, नाचगाणे, अगदी शाही थाटात बोटीमधून सैर करवली जायची आणि त्यानंतर त्यांना मारून टाकले जायचे. अशा तऱ्हेने भाकीत खरे केले की मग खरा राजा सुरक्षितपणे परत आपल्या सिंहासनावर बसायचा.

आकाशातल्या घडामोडींवर अवलंबून असलेल्या या संस्कृतीची अद्‌भुतरम्य झलक आहे ही. त्यांच्यासाठी सूर्य, चंद्र आणि ग्रहांचे आकाशातील नर्तन म्हणजे खरोखर त्यांच्या जीवन-मृत्यूचा खेळ होता. एसागीला मंदिरातले धर्मगुरू हे फक्त साधे भविष्य सांगणारे अंधश्रद्धाळू नव्हते. १८७८ मध्ये एका एकांतवासी ज्यू धर्मगुरूने ब्रिटिश म्यूझिअमच्या भल्या मोठ्या भांडारातून बबिलोनिअन विटा नकलून घ्यायला सुरुवात केली, आणि त्यावरून हे समजले की त्या धर्मगुरूंचे आकाशाबद्दलचे ज्ञान खूप पलीकडचे होते, एवढे कोणी स्वप्नातही कल्पिले नसेल.

इ.पू. ६१२ मध्ये झालेल्या निनेवेहच्या विध्वंसानंतर बबिलोनिअन लोकांकडे असिरिअन साम्राज्याचा वारसा आला. त्यांचे राज्य त्या वेळी उत्तरेच्या बाजूला मध्य टर्कीपासून ते खाली अरेबियन वाळवंटापर्यंत पसरले होते. इ.पू. ६०४ मध्ये नेबुचाड्रेझार - दुसरा हा राजा गादीवर आला आणि त्याने नंतरची त्याच्या कारकिर्दीची ४३ वर्षे बॅबिलोनच्या पुनर्निर्माणात खर्च केली आणि पूर्वीपेक्षा जास्त भरभराटीला आणले. त्याने प्रचंड मोठा राजवाडा बांधला, आणि त्या शहराभोवती संरक्षणासाठी म्हणून भिंती आणि खंदक बांधले. त्या भिंतींची जाडी एवढी होती की त्याच्यावरून कोणी चार घोड्यांच्या रथामध्ये बसून सफर करू शकत असे. त्या भिंतीमध्ये ८ मोठी दारे होते. सगळ्यात मोठे होते ते म्हणजे ईश्तार दरवाजा, ज्यातून २० मीटर रुंद अशी मिरवणूक गावात शिरून एसागीला मंदिरापर्यंत जात असे. तो दरवाजा आणि मिरवणूक जाण्याचा रस्ता चकचकीत निळ्या विटांनी बांधलेला असे आणि त्यावर भीतिदायक असे प्राणी पिवळ्या आणि पांढऱ्या

रंगात चितारलेले असत, उदा. ड्रॅगन, सिंह आणि औरोक बैल.

मंदिराच्या शेजारीच नेबुचाड्रेझारने शहराच्या झिगुराटची (जे आधी सेनाचेरीबने नष्ट केले होते) पुनर्निर्मिती केली, आता ते आधीपेक्षा उंच झाले होते. जवळ जवळ ९० मीटरची उंची त्यांनी गाठली होती. त्याला बाहेरून गोल चढत जाणाऱ्या पायऱ्या होत्या आणि सगळ्यात वर मार्दुक देवाचे मंदिर होते, जे परत निळ्या चकचकीत विटांनी सजवले होते. त्या मिनाराला 'एटेमेनंकी' असे नाव होते – 'स्वर्ग आणि पाताळलोकाच्या प्रतिष्ठानाचे घर' – पूर्णपणे पौराणिक व अवकाशीय दृष्टीने महत्त्वाचे. गिलामेशमधल्या 'आर्क'मध्ये आणि यात उघड खूप साधर्म्य आहे : दोन्ही ठिकाणी सात मजल्यांचा उल्लेख आहे आणि ते दोन्ही सारखीच एक 'इकू' इतकी म्हणजे साधारण ९० चौरस मीटर एवढी जागा व्यापतात.

या रचनेचे प्रतिबिंब आकाशातही बघायला मिळते. ॲन्ड्र्यू जॉर्ज जे लंडन मधील SOAS येथे बॅबिलोनिअन संस्कृतीचा अभ्यास करतात त्यांच्या मते, बॅबीलोनिअन लोकांच्या दृष्टीने इकू म्हणजे आताचा आधुनिक तारकासमूह पेगॅसस म्हणजे महाश्व होय. एटेमेनंकी ही अशी रचना होती की जी विश्वाच्या दोन्ही पातळ्यांवर एकाच वेळी स्थापन केली गेली होती – त्याचा प्रचंड आकार... त्यांच्या दोघातील अंतर मागे टाकते. ते मार्दुकचे घर होते आणि शिवाय तो बॅबिलोनचा – पर्यायाने राजाचा – सुरक्षेचा आणि शक्तीचा अंतिम स्त्रोत होता. बायबलमध्ये, ज्यामध्ये नेबुचाड्रेझार हा वाईट राजा असून त्याने जेरुसलेमचा पाडाव केला आणि ज्यूंना देशोधडीला लावले, त्यासाठी तो 'टॉवर ऑफ बाबेल' बनला.

यातल्या बऱ्याच गोष्टींना जर्मन पुरातत्त्वज्ञाने पुष्टी दिली आहे ज्याने १८९९ मध्ये बॅबिलोनचे पहिले शास्त्रोक्त उत्खनन केले. पण ज्या वेळी ते तिथे पोहोचले त्या वेळी तिथे फारच थोड्या मातीच्या विटा शिल्लक उरल्या होत्या. रसामने त्या तिथून हलवल्या होत्या, त्यानेच १८७० साली त्या शहराच्या खूप मोठ्या भागात उत्खनन केले होते आणि स्थानिक लोकांनीही तिथे बेकायदा उत्खनन करून तिथल्या प्राचीन गोष्टी पुरातन वस्तूंच्या विक्रेत्यांना विकल्या.[३] हजारो विटा शेवटी ब्रिटिश म्यूझिअमने विकत घेतल्या, जिथे एका प्रशिक्षणार्थी धर्मगुरूचे, जोहान स्ट्रासमायर याचे त्यांच्याकडे लक्ष गेले.

बवेरियाच्या ग्रामीण भागात १८४६ मध्ये स्ट्रासमायरचा जन्म झाला आणि तो

---

३. निनेवेहला या विटा जिथे सापडल्या तिथल्या जागेचा उल्लेख नोंदवलेला नव्हता, आणि त्यातल्या बऱ्याचशा उत्खननादरम्यान किंवा वाहतुकीदरम्यान खराब झाल्या होत्या, तुटल्या होत्या. जर्मन लोकांनी तिथे काम करायला सुरुवात केली तेव्हा अगदीच थोड्या विटा तिथे शिल्लक राहिल्या होत्या.

१९ वर्षांचा असताना त्याने जेसुइट पंथ स्वीकारला. काही वर्षांनी बवेरिया नव्याने एकत्रित झालेल्या जर्मन साम्राज्याचा भाग झाले, आणि जेसुईट लोक ऑटो फॉन बिस्मार्क, देशाच्या पहिल्या चान्सलरच्या रोषाचे लक्ष्य झाले. जेसुईट लोकांचा पोपविषयीचा आदर पाहून बिस्मार्कला त्याच्या धर्मनिरपेक्ष शासनासाठी ते धोकादायक वाटायला लागले म्हणून १८७२ मध्ये त्याने त्यांना जर्मनीमध्ये काम करण्यास किंवा शिकवण्यास बंदी आणली. स्ट्रासमायर स्थलांतरित होऊन इंग्लंडमधल्या जेसुइट कॉलेजमध्ये दाखल झाला जिथे त्याने भाषा शिकण्यामध्ये प्रभुत्व मिळवले. त्यानंतर १८७६ मध्ये त्याची नेमणूक झाली आणि दोन वर्षांनंतर मेफेअर, लंडनमधील जेसुइट लोकांच्या मालकीच्या घरात तो राहायला लागला, जे ब्रिटिश म्यूझिअमपासून अगदी हाकेच्या अंतरावर होते.

त्या वेळी चालू असलेल्या धार्मिक आणि धर्मनिरपेक्ष विचारांवरच्या जागतिक दृष्टीकोनाशी तो सामना करू शकत नव्हता किंवा त्या तणावापासून तो दूर राहू शकत नव्हता; कारण लंडनमधील विद्वज्जन अनेक क्रांतिकारक शास्त्रीय शोधांबद्दल, जे बायबलमधल्या कल्पनांच्या विरोधात जात होते अशावर वादविवाद करत होते. १८५९ मध्ये डार्विनने त्याचा उत्क्रांतीवादाचा नैसर्गिक निवडीचा सिद्धान्त मांडून बायबलमधल्या जीव कसा निर्माण होतो या कल्पनेला आव्हान दिले होते. त्यानंतर १८७२ मध्ये निनेवेह इथल्या महापुराच्या बाबतीतल्या विटेवरून वाद सुरू झाला, काहींचे म्हणणे होते की हा जुन्या करारामधला महत्त्वाचा भाग हा मेसोपोटेमिअन पुराणकथांवरून लिहिला आहे. शैक्षणिक विद्वत्तेची जबर परंपरा असलेल्या आणि बायबलची शुद्धता राखण्याची इच्छा असलेल्या जेसुइट लोकांना मेसोपोटेमियामधून ओतल्या जाणाऱ्या माहितीच्या आधारावर जे शोध लावले जात होते त्यातल्या वाद-विवादावर त्यांना भाग घ्यायचा होता. स्ट्रासमायर याची नेमणूक ब्रिटिश म्यूझिअममधल्या कुनिफोर्म विटांचा अभ्यास करण्यासाठी झाली होती, म्हणून त्याने स्वत: अक्केडिअन भाषा शिकायला सुरुवात केली.

स्ट्रासमायर हा छोटासा पण मनमिळावू आणि प्रेमळ माणूस होता. गोल चेहेऱ्याच्या या माणसाचे नाक मात्र विसरण्यासारखे नव्हते. सुरुवातीला त्याचा बेत होता की सेमेटिक भाषांच्या इतिहासावर एक पुस्तक लिहावे, पण त्याने म्यूझिअमच्या भांडारात पडलेल्या अगणित विटा बघितल्या ज्या वाचल्याच गेल्या नव्हत्या आणि खराब होत चालल्या होत्या ते बघून तो गांगरून गेला. एका सहकाऱ्याला तो म्हणाला,

'या भाषांचा इतिहास लिहायचा तरी कसा? जिथे ६० हजार कुनिफॉर्म विटा भाषांतरित केल्या गेलेल्या नाहीत की लिहून काढल्या गेलेल्या नाहीत.' त्यानंतर त्याने आपला एक दिनक्रम ठरवला आणि तो त्याने २० वर्षे पाळला. प्रत्येक दिवशी

सकाळी १० वाजता म्यूझिअमच्या विद्यार्थ्यांसाठी असलेल्या खोलीत यायचे आणि संध्याकाळी चार वाजेपर्यंत जराही वेळ वाया न घालवता सारा वेळ बसून काम करायचे. त्या वेळात त्याने हजारो विटांवरची चिन्हे कॉपी केली, ज्याची त्याने शाईने A4 आकाराच्या कागदाचे अर्धे भाग दुमडून त्यावर नीट अशी चित्रे काढली. क्युरेटर जॉर्ज स्मिथने निनेवेह इथून मिळालेला मजकूर वाचला तर स्ट्रासमायरने आपले लक्ष बॅबिलोनमधून आलेल्या विटांवर केंद्रित केले. त्या सगळ्या विटा नेबुचाड्रेझारच्या नंतरच्या काळातल्या होत्या, साधारण पाचव्या ते पहिल्या शतकादरम्यानच्या काळातल्या, ज्या काळात ते शहर पर्शिअन लोकांच्या हाती गेलं आणि नंतर ग्रीकांच्याकडे.

सुरुवातीला स्ट्रासमायरने परिश्रमपूर्वक आर्थिक नोंदी कॉपी केल्या उदाहरणार्थ पावत्या किंवा करारपत्रे वगैरे, जो मजकूर इतर विद्वानांना कंटाळवाणा वाटायचा. पण लवकरच त्याच्या लक्षात आले की बऱ्याच विटांवर काही मोजके शब्द आणि फक्त आकडे आहेत. त्यात काय मजकूर होता तर – उदाहरणार्थ एखाद्या ग्रहाचे नाव – ज्यावरून समजायचे की हा मजकूर खगोलशास्त्राशी संबंधित आहे. मात्र त्यात जे आकडे येत त्याचा अर्थ स्ट्रासमायरला लावता येत नव्हता. म्हणून त्याने १८८० मध्ये त्याच्या बरोबरच्या एका धर्मगुरूला, जोसेफ एपिंग याला, जो त्याचा जर्मनीमध्ये गणिताचा शिक्षक होता आणि आता नेदरलँडमध्ये स्थायिक झाला होता त्याची मदत मागितली. एपिंग सुरुवातीला फारसा उत्सुक नव्हता. त्याला क्युनिफॉर्म वाचता येत नव्हते, आणि जरी खगोलशास्त्र त्याला पूर्णपणे अज्ञात नव्हते तरी, त्याने नंतर लिहून ठेवले की, ते काम फार भयानक होते. मी स्वत:ला काही संगणकीय बुद्धिमत्ता असलेला कलाकर समजत नव्हतो जो असे समीकरण सोडवू शकेल, ज्यात अज्ञात गोष्टी जास्त आणि ज्ञात गोष्टी फारच कमी होत्या. तरी स्ट्रासमायरने त्याने काढलेली सगळी चित्रे त्याच्या हवाली केली आणि सरतेशेवटी एपिंगने त्या रहस्यमय आकड्यांबरोबर दोन हात करायला सुरुवात केली, त्यातून काही आकृतिबंध सापडून त्याचा काही अर्थ लागतो का ते बघायला सुरुवात केली.

त्याने एका छोट्या भागापासून सुरुवात केली ज्यात सात उभ्या स्तंभांमध्ये आकडे होते जे चक्राकारात वर-खाली होत होते. त्याचा अर्थ लावायला त्याला काही महिने लागले. एपिंगचे काम एकीकडे चालू होते तर दुसरीकडे क्युनीफॉर्मचा अभ्यास करणाऱ्या विद्वानांना बॅबिलोनिअन लोकांचे गणितातील कौशल्य आणि त्यांची ६० हा आकडा धरून (जी कल्पना आपण वेळाच्या बाबतीत तास, मिनिटे आणि सेकंद वापरताना किंवा एखाद्या कोनाचे मोजमाप अंशांमध्ये करताना पुन्हा पुन्हा वापरतो.) त्यावर आधारलेली आकडेमोड याची थोडी पुसटशी कल्पना यायला लागली होती जी बीजगणित, अपूर्णांक किंवा अगदी वर्ग समीकरणे सोडवताना

वापरली जाते. तरीही त्यातून आम्हाला जे सापडले ते म्हणजे जणू आकस्मिक घबाडच हाती आल्यासारखे झाले.

१८८१ मध्ये एपिंगने जाहीर केले की ते आकडे म्हणजे इ.पू. १०४ ते इ.पू. १०१ या काळादरम्यान ओळीने येणाऱ्या अमावस्यांच्या तारखा काढण्यासाठीची पायऱ्या पायऱ्यांनी करायची आकडेमोड होती. दुसऱ्या ठिकाणच्या मजकुरात अशाच प्रकारचा तक्ता गुरू आणि शुक्र यांच्या स्थिती जाणून घेण्यासाठी होता. ती आकडेमोड कौतुक करावे एवढी अचूक होती. त्यात त्यांनी अगदी सूक्ष्मातिसूक्ष्म असे चंद्र आणि ग्रहांच्या गतीमध्ये होणारे फरक (जे त्यांच्या लंबवर्तुळाकार कक्षेमुळे होतात.) जमेस धरले होते. ग्रीक आणि रोमन लोक बॅबिलोनिअन लोकांच्या तारकांविषयीच्या ज्ञानावर अवलंबून असायचे तरीहि कोणालाही हे माहीत नव्हते की त्यांच्या शकुन-अपशकुनांच्या आणि प्रार्थनांच्या कल्पनेबरोबरच मार्दुकच्या लेखांमध्ये एक नवीन प्रकारचे अवकाशाच्या बाबतीतले गणिताचे ज्ञान असेल. एपिंग त्याच्या शोधाला 'मौल्यवान ऐतिहासिक खजिना' असे म्हणतो. तेव्हाचे धर्मगुरू गणिताची अचूक सूत्रे वापरून किती तरी दशके आधी खरोखरीच भविष्य सांगू शकत होते.

जसजशी जास्त जास्त विटांचे वाचन आणि यादी तयार होत होती तसतसे इतिहासकार त्यावेळच्या धर्मगुरूंची क्षमता कशी हळूहळू वाढत गेली त्याचा अंदाज करू लागले. अशुर्बानिपालच्या वाचनालयात सापडलेल्या एनुमा अनु एनलील या पुस्तिकेत इ.पू. दुसऱ्या शतकातील शुक्राच्या उगवण्या आणि मावळण्यावरून शकुनांची मालिका दिलीय.[४] काही आकडे निरीक्षणावरून लिहिले असले तरी काही मात्र आकृतिबंध ओळखून लिहिले आहेत. त्यांची पद्धत जरी खूप अचूक नसली तरी हे नक्की होते की त्यावेळपासूनच बॅबिलोनिअन लोक गणिताचे नियम लावून आकाशाचे वर्णन करू पाहत होते. बॅबिलॉनमध्ये मिळालेल्या काही नंतरच्या विटांवरून (आणि उरूक शहराच्या मंदिराच्या धर्मगुरूंनी लिहिलेल्या काही मजकुरावरूनही) असे समजते की इ.पू. ८व्या शतकाच्या आसपास तेव्हाच्या धर्मगुरूंनी अधिकच अचूक अशी नोंद ठेवायला सुरुवात केली. प्रत्येक रात्री आकाशाचे निरीक्षण करून काय काय बघितले त्याची नोंद करून ठेवायची असा उपक्रम ते करत. या खगोलशास्त्रीय रोजनिशीमध्ये पृथ्वीवरच्याही घटनांची नोंद होत होती उदाहरणार्थ युफ्रेटिस नदीपासून ते लोकरीची किंमत, बार्ली आणि तीळ यांच्या किमतीपासून ते एखाद्या भयंकर बाळाच्या जन्मापर्यंत सर्व नोंदी होत होत्या.

---

४. सूर्यास्ताच्या आधी त्याचे पहिल्यांदा दिसणे आणि सूर्योदयाच्या आधी शेवटचे दिसणे.

काही पिढ्यांच्या नंतर लेखन करणाऱ्यांना हळूहळू त्यातल्या मोठ्या मोठ्या चक्रांची कल्पना यायला लागली : काही ठरावीक कालावधीनंतर त्याच घटना पुन:पुन्हा होतात हे त्यांच्या लक्षात आले. उदाहरणार्थ, ईश्तार तिच्या फिरण्याच्या कक्षेत परत त्याच ठिकाणी ८ वर्षांनंतर येते, तर मार्दुक ७१ वर्षांच्या नंतर आणि ग्रहणेही १८ वर्षांचे चक्र पाळतात. मागच्या चक्राच्या वेळी काय झाले हे बघून आकाशात घडणाऱ्या घटनांवर न बघता ते लक्ष ठेवू शकत होते.

त्यानंतर इ.पू. ४०० च्या आसपास अत्याधुनिकतेमध्ये अजून वरची पायरी गाठली गेली. धर्मगुरूंनी राशीचक्राचा शोध लावला. त्यांनी आयनिकवृत्ताचे (आकाशातील सूर्य, चंद्र आणि इतर ग्रहांचा भासमान मार्ग) १२ भागात विभाजन केले, प्रत्येक भाग ३० अंशांचा. प्रत्येक भागाला त्याच्या जवळ असणाऱ्या तारकासमूहाचे नाव दिले, उदाहरणार्थ आकाशातला बैल (आता टॉरस म्हणजे वृषभ) आणि जुळी मुले (जेमिनी म्हणजे मिथुन). यांच्यामुळे त्यांना आकाशात घडणाऱ्या घटनांची नोंद करणे आणि संगणन करणे सोपे झाले. त्यानंतर थोड्याच काळात त्यांनी या पुन:पुन्हा येणाऱ्या चक्रांच्या नोंदी करण्यासाठी अंकगणितीय पद्धत वापरून त्यांच्या रोजनिशीत लिहायला सुरुवात केली.

हे वेगवेगळ्या कालावधींचे एकमेकातील नातेसंबंध शोधण्यावर अवलंबून होते. जिथे वेगवेगळी खगोलशास्त्रीय चक्रे एकमेकांच्या अनुषंगाने व्यक्त झालेली दिसतात. उदाहरणार्थ, प्रत्येक ग्रह आयनिक वृत्तावर त्याच्या त्याच्या ठरावीक गतीने जातो (त्याला आयनिक चक्र म्हटले आहे).[५] पण त्याच्यावर अध्यारोपित केलेला एक नागमोडी वळणाचा मार्ग आहे. त्यात तो ग्रह कधी कधी थांबल्यासारखा वाटतो तर कधी उलट दिशेने जातो असे वाटते. त्याला सांवासिक चक्र म्हटले आहे. शुक्राची गती अगदी साध्या पद्धतीने सांगता येते, ८ वर्षांमध्ये तो ८ आयनिक चक्रातून जातो तर जवळ जवळ बरोबर ५ वर्षांच्या काळात ५ सांवासिक चक्रातून जातो, मात्र इतरांची गती जरा गुंतागुंतीची आहे. शेवटची पायरी होती ती म्हणजे, या ग्रहांच्या गतीमध्ये या चक्रांच्या दरम्यान होणारे सूक्ष्म बदल, त्यात ठरलेल्या नियमानुसार काही आकडे वाढवायचे किंवा कमी करायचे,

---

५. हे असे असण्याचे कारण पृथ्वी आणि इतर सर्व ग्रह सूर्याभोवती फिरतात. बुध आणि शुक्र सूर्याच्या जवळ आहेत म्हणून आकाशात ते नेहमी सूर्याजवळच दिसतात. जेव्हा ते सूर्यामागे (पृथ्वीवरून बघताना) जातात तेव्हा ते उलट दिशेने जाताहेत असे वाटते. बाकी ग्रह (म्हणजे मंगळ, शनी आणि गुरू) आपण आहोत त्यापेक्षा सूर्यापासून जास्त दूर आहेत त्यामुळे कधी कधी आपण आतल्या बाजूने त्यांच्या पुढे जातो.

या सगळ्याला समाविष्ट करून घ्यायचे ही होती.[६]

जेम्स इव्हान्स नावाचा खगोलशास्त्राचा इतिहासकार म्हणतो की ते फार चातुर्यपूर्ण असे गणित आहे. धर्मगुरूंना आता पूर्वी केलेल्या लांबलचक निरीक्षणाच्या यादीची अजिबात गरज राहिली नव्हती. त्यांना आता फक्त संख्यात्मक मापदंडाच्या छोट्या सेटची आवश्यकता होती ज्यावरून प्रत्येक आकाशस्थ घटनेची व्याख्या त्यांना करता येणार होती.[७] एपिंग याने तो क्षण शोधला होता ज्या वेळेपासून मानवता आकाशस्थ घटनांचा नुसता अनुभव घेण्यापेक्षा त्याचा अर्थ सांगू लागली होती तो क्रांतिकारी क्षण त्याने टिपला होता.

आणि तेवढेच आश्चर्य त्या मोडक्या विटांमध्ये लपलेले नव्हते तर अजूनही काही होते.

इ.पू. ३३६ मध्ये बॅबिलोनिआपासून वायव्येला १६०० कि.मी. अंतरावर असलेल्या मासेडोनियाच्या सिंहासनावर अलेक्झांडर नावाचा तरुण राजपुत्र बसला. नंतरच्या ५ वर्षांच्या काळात त्याने फार मोठे साम्राज्य उभे केले. पहिल्यांदा ग्रीक राज्ये मग आशिया मायनर आणि नंतर इजिप्त त्याने जिंकून घेतले. इ.पू.३३१च्या ऑक्टोबर महिन्यात निनेवेह जवळच्या मैदानात पर्शिअन सैन्याशी झालेल्या एका निर्णायक लढाईनंतर त्याने त्याचे सैन्य बॅबिलोनियाच्या दिशेने वळवले.

नंतरच्या एका रोमन इतिहासकार क्विंटस कर्तीअस रुफुस याच्या मते, त्या शहराचे काही रहिवासी शहराच्या तटबंदीच्या भिंतींवर चढून अलेक्झांडरला प्रवेश

---

६. राशीचक्रातून जाणाऱ्या ग्रह-ताऱ्यांच्या निरीक्षणापेक्षा त्या धर्मगुरूंना वेळ आणि काही खास घटनांच्या जागा यांचे संगणन करण्यात विशेष उत्सुकता होती – विशेष घटना म्हणजे अमावस्या किंवा चंद्रग्रहण किंवा ती वेळ ज्या वेळी एखाद्या ग्रहाची गती थांबल्यासारखी वाटते किंवा तो उलट फिरतो असे वाटते - कारण यांच्या मुळेच शकुन आणि अपशकुन यांच्याबद्दल भाकिते करायची गरज पडते.

७. संशोधकांना अजूनही त्या विटांमध्ये नवीन नवीन आश्चर्यकारक गोष्टी सापडत आहेत. २०१६ मध्ये इतिहासकार मॅथ्यु ओसेन्ड्रीज्वर याच्या लक्षात आले की ते धर्मगुरू भौमितिक तंत्र त्यांच्या खगोलशास्त्रासाठी वापरत होते. त्याने असे लिहून ठेवले आहे की एका बॅबिलोनिअन विटेमध्ये गुरू या ग्रहाने कापलेल्या अंतराचे गणित अशी पद्धत वापरून केले होते जशी आपण एखादा आलेख काढून करतो. त्याची गती आणि त्याला लागणारा वेळ यांचा आलेख काढून त्या आलेखात याच्या खाली असलेल्या क्षेत्राची मोजणी करावी तसे गणित केलेले होते. ही पद्धत युरोपियन खगोलशास्त्रज्ञांनी १४ व्या शतकात शोधली असा आत्तापर्यंत समज होता.

करताना बघायला बसले होते तर बरेच लोक त्याला भेटायला त्याचे स्वागत करायला गेले होते जेव्हा तो त्या चकचकीत निळ्या दरवाज्यातून आत येत होता. अधिकाऱ्यांनी त्याच्या यायच्या मार्गावर फुलांचा सडा घातला होता आणि त्याचा मार्ग चंदेरी चबुतऱ्यांनी सजवला होता, अत्तराचे सडे शिंपले होते. शहरवासीयांनी त्याच्यासाठी नजराणे पाठवले – गुरांचे आणि घोड्यांचे कळप; सिंहाचे आणि चित्त्यांचे पिंजरे – त्यांच्या सांस्कृतिक खजिन्याचे प्रदर्शन करण्यासाठी त्यांच्या संगीतकार गायक-वादकांची, विद्वान लोकांची आणि एनुमा अनु एनलीलच्या लेखकांची एक मिरवणूक काढली. सशस्त्र सैनिकांच्या गराड्यातून अलेक्झांडर त्याच्या रथावर स्वार होऊनच त्या दरवाज्यातून राजप्रासादापर्यंत गेला. त्या शहराचे सौंदर्य आणि प्राचीनता बघून तो खूप खूश झाला आणि तीच आपली नवी राजधानी बनवली. त्याच्या विजयामुळे बाबिलॉनचा ग्रीक साम्राज्यात समावेश झाला – आणि तिथल्या लेखकांचा पाश्चिमात्य तत्त्वज्ञांशी आणि खगोलशास्त्रज्ञ यांच्याशी संबंध आला. त्या दोघांचे विश्वाविषयीचे विचार फार वेगळे असू शकणार नाहीत.

मंदिराच्या धर्मगुरूंना आकाशातील घटना, सपाट अशा विटांवर बघायची सवय होती तर ग्रीक विद्वानांना त्रिमितीत बघायची इच्छा होती; त्यांना सूर्यमालेची रचना कशी आहे ते जाणून घ्यायचे होते. बॅबिलोनिअन लोकांच्या शकुनांबद्दलच्या समजुती म्हणजे काटेकोरपणे सांभाळलेली अचूकता. तर ग्रीकांना मात्र आकाशाचे अचूक निरीक्षण करण्याची अजिबात सवय नव्हती. ते त्यांच्या कल्पना तत्त्वज्ञानातील उत्तुंग अशा प्रतिमांवर आधारलेल्या ठेवत.

इ.पू. ४ थ्या शतकात ग्रीकांमधला प्रभावी विचारवंत म्हणजे अलेक्झांडरचा शिक्षक ॲरिस्टॉटल होय. त्याचे मूलभूत गृहीतक असे होते की आकाश (स्वर्ग) हे दैवी असल्याने त्याची रचना परिपूर्ण आणि उत्कृष्टच असली पाहिजे; जणू वर्तुळांची एक रांग. त्याने अशी कल्पना मांडली की पृथ्वी गोल असून ती सगळ्या विश्वाच्या केंद्रस्थानी आहे, आणि तिच्या भोवती समकेंद्री वर्तुळात इतर ग्रह, चंद्र आणि सूर्य हे फिरतात आणि स्थिर अशा ताऱ्यांच्या कक्षाही त्या भोवतीच आहेत. त्यातली काल्पनिक गोष्ट एकच होती ती म्हणजे आकाशातील या सगळ्या ग्रह-ताऱ्यांची कक्षा ही बरोबर गोलाकार आहे, पण त्यामुळे हे ग्रह मध्येच थांबल्यासारखे का वाटतात किंवा मागे फिरल्यासारखे कसे दिसतात याचे स्पष्टीकरण मिळत नव्हते. इ.पू. तिसऱ्या शतकात पाश्चिमात्य खगोलशास्त्रज्ञांनी एक छान स्पष्टीकरण शोधून काढले : ते म्हणजे सगळे ग्रह छोट्या छोट्या गोलाकारात फिरतात त्याच वेळी पृथ्वीभोवती एका मोठ्या वर्तुळात फिरतात. चंद्र आणि सूर्याच्या वेगवेगळ्या गती असण्याचे कारण त्यांच्या कक्षा केंद्रबिंदूपासून दूर असलेल्या असतील असे पण स्पष्टीकरण आले. या भौमितिक सिद्धान्तांमध्ये कुठलेही अचूक आकडे नव्हते; तत्त्व

महत्त्वाचे होते, इ.पू. दुसऱ्या शतकापर्यंत ही समजूत होती. त्यानंतर आलेल्या हिप्पार्कस नावाच्या खगोलशास्त्रज्ञाने सर्व गोष्टी बदलल्या.

इ.पू. १९० मध्ये त्याचा जन्म झाला होता, तो ऱ्होड्स बेटावर काम करायचा. असे मानले जाते की त्याने ग्रीकांचे खगोलशास्त्र क्रांतिकारकरित्या एकहाती बदलले, या आध्यात्मिक कलेला त्याने प्रत्यक्षातल्या शास्त्रात बदलले. त्याने प्रचंड मोठ्या प्रमाणावर खगोलशास्त्रीय निरीक्षणे घेतली आणि पहिली ताऱ्यांची यादी करण्याचे काम त्याने पहिल्यांदा केले. तो त्याच्या बरोबरच्या सहकाऱ्यांना त्यांच्या गलथानपणाबद्दल खूप रागावत असे, त्याचे म्हणणे असे होते की जर त्याच्या सहकाऱ्यांनी प्रत्यक्ष आकाश निरीक्षण केले नसेल तर त्यांनी बनवलेल्या आकाशाच्या मॉडेल्सना काही अर्थ नाही. जेम्स इव्हान्सच्या दृष्टीने जगाबद्दलचा विचार करण्याची त्याची पद्धत संपूर्णपणे वेगळी होती, निदान ग्रीकांमध्ये तरी. हिप्पार्कसने केलेल्या कामापैकी काहीच शिल्लक राहिले नाही म्हटले तरी चालेल, पण त्याच्या नंतर आलेल्या टोलेमी या गणिती - खगोलशास्त्रज्ञाने नोंद करून ठेवली आहे की हिप्पार्कस खगोलशास्त्रीय निरीक्षणांचा उपयोग करून योग्य ते अचूक आकडे मिळवायचा - कालावधीचे नाते – सूर्य, चंद्र किंवा इतर ग्रह यांच्या चक्राकार गतीचे स्पष्टीकरण देण्यासाठी. त्यानंतर त्याने नवीन पद्धतीचे गणित म्हणजे त्रिकोणमितीचा (कदाचित त्याने ती पद्धत शोधली असेल किंवा नसेलही, पण ती पद्धत वापरणारा तो पहिला होता हे नक्की) वापर हे अचूक आकडे त्या वेळच्या उपलब्ध भौमितिक चौकटीमध्ये बसवण्यासाठी केला.

हिप्पार्कसने व्यापक स्पष्टीकरणात्मक अशा भौमितिक चौकटीची औपपत्तिक मीमांसा केली, असे ईव्हान्सचे म्हणणे आहे. ॲरिस्टॉटलच्या वर्तुळांचा उपयोग करून ग्रहांच्या गतीचे वर्णन करणे त्याला जमले नव्हते. पण ग्रीकांना दिलेल्या तारखेला सूर्य किंवा चंद्राची राशीचक्रातील स्थिती पहिल्यांदा मोजून सांगता आली होती.

ग्रीकांच्या कालखंडातला त्यानंतरचा मोठा शास्त्रज्ञ होता टॉलेमी. इ. सनाच्या दुसऱ्या शतकात तो आलेक्झांड्रिया येथे काम करत होता. हिप्पार्कसच्या कामावर आधारित एक संस्मरणीय असे 'अल्मागेस्ट' नावाचे पुस्तक त्याने लिहिले. त्यात त्याने आकाशात होणाऱ्या सगळ्या हालचालींचे निरीक्षणांवर आधारित तर्कशुद्ध आणि गणितीय असे स्पष्टीकरण पायऱ्या पायऱ्यांनी दिले आहे. त्यामध्ये ग्रहांच्या बद्दलचा तो सिद्धान्त होता ज्याने हिप्पार्कसला चकवले होते. टॉलेमीने असे सुचवले की ती छोटी छोटी वर्तुळे एका अविचल, स्थिर अशा वेगाने आकाशात हलतात, त्यांच्या कक्षेच्या केंद्रातून किंवा पृथ्वीवरून नव्हे तर तिसऱ्याच एका बिंदूमधून पाहताना, ज्याला त्याने 'ईक्वांट' असे नाव दिले गुंतागुंतीची असली तरी ही कल्पना अचूक होती, अल्मागेस्ट त्या काळातले सगळ्यात प्रभावशाली असे विज्ञानावरचे

पुस्तक ठरले, त्यात या विश्वाबद्दलची जी कल्पना मांडली होती ती पुढे १५०० वर्षांपर्यंत खरी मानली गेली.

आता आतापर्यंत इतिहासात या सगळ्या घटनांची साखळी म्हणजे फक्त पाश्चिमात्य खगोलशास्त्राचा उगम नव्हे तर एकंदरीतच शास्त्रीय विचारसरणीचा उगम मानला जात होता, तथाकथित 'ग्रीकांची जादू' यात मोडत होता. ईव्हान्सच्या मते, 'जणूकाही ग्रीकांनी एकाच फटक्यात विज्ञान, इतिहास, काव्य आणि लोकशाहीचा शोध लावला होता.' पण १९०० सालात एपिंगचा सहकारी आणि उत्तराधिकारी असलेल्या फ्रांझ कुग्लरला बॅबिलोनिअन विटांमध्ये काहीतरी अनपेक्षित असे वाचायला मिळाले, त्याचे महत्त्व किती तरी दशके नीट लक्षात आले नव्हते.

कुग्लर हा बव्हेरियातील क्योनिगस्बाख गावातल्या जमीनदार कुटुंबातला मुलगा होता अतिशय करारी, दृढ निश्चयी आणि कठोर स्वभावाचा. एपिंग यांच्या एका माजी विद्यार्थ्याची गणिताचा प्रोफेसर म्हणून नेदरलंड मधल्या जेसुइट कॉलेज मध्ये नेमणूक झाली होती. त्याने स्वत:ला अक्काडिअन भाषा शिकवायला सुरुवात केली ज्यायोगे तो १८९७ मधल्या स्ट्रासमायरच्या चित्रांचे विश्लेषण करण्याचे काम घेऊ शकणार होता, तेही एपिंग वारल्यानंतर काहीच वर्षात. स्ट्रासमायर बरोबरचे त्याचे नाते जरा ताणलेलेच होते, त्याची तक्रार अशी होती की स्ट्रासमायरच्या सहकाऱ्याच्या भाषिक सुधारणा त्याच्या खगोलशास्त्रीय विश्लेषणात काहीच उपयोगाच्या नसतात. तो 'पॅनबॅबिलोनिझम' या संकल्पनेचा जहरी टीकाकार होता. 'पॅनबॅबिलोनिझम' म्हणजे एक अशी विचारधारा आहे जी १९ व्या शतकाच्या शेवटी उदयाला आली, ज्यात असा युक्तिवाद केला जातो की हिब्रू बायबल हे बॅबिलोनिअन संस्कृती आणि पौराणिक कथांवरून घेतले आहे आणि बॅबिलोनिअन लोकांनी खगोलशास्त्रात खूप प्रगती केली होती अगदी इ.पू. तिसऱ्या शतकाइतक्या प्राचीन काळात.

एपिंगने शोधून काढलेल्या खगोलशास्त्रीय सिद्धान्तावर कुग्लर यानेच तपशिलात जाऊन काम केले. आणि त्याला बॅबिलोनिअन लोक ज्या –कालावधीच्या संबंधांचा - वापर करून चंद्राच्या हालचालीचे गणित मांडत होते त्यात त्याला काहीतरी विचित्र असे ध्यानात येत होते.

हा त्या धर्मगुरूंचा सगळ्यात गुंतागुतीचा सिद्धान्त होता. चंद्राचे परिपूर्ण वर्णन करण्यासाठी आणि पुढच्या सगळ्या महत्त्वाच्या चंद्रग्रहणांचे अचूक भाकीत करण्यासाठी त्यांना चंद्राच्या अनेक चक्रांना एकत्रित करावे लागले असेल : म्हणजे या सगळ्या वेगवेगळ्या गतींचा आढावा घ्यावा लागला असेल : चंद्राच्या गतीमधले बदल (विसंगत महिना), चंद्राच्या कलांमधून होणारी प्रगती (synodic month - सांवासिक महिना) आणि सूर्याच्या मार्गावरच्या दोन छेदनबिंदूंच्या (nodes) मधील अंतर कापायला लागणारा वेळ (draconitic month). हे करण्यासाठी म्हणून बॅबिलोनिअन

लोकांनी ३५० वर्षांच्या चक्राचा वापर केला, आणि त्यातून त्यांनी सांवासिक महिन्याचा कालावधी २९.५३०६ दिवस[८] इतका काटेकोरपणे काढला. कुग्लरच्या हे लक्षात आले की या सिद्धान्तामधले आकडे आणि हिप्पार्कसने वापरलेले आकडे सारखेच आहेत. याचा अर्थ हिप्पार्कसने त्याच्या सिद्धान्तासाठी कुठलीही निरीक्षणे घेतली नव्हती. त्याने ती सरळ सरळ बॅबिलोनच्या खगोलशास्त्रज्ञानी केलेल्या गणितावरून घेतली होती.

प्रत्यक्षात गेल्या काही दशकांत असे लक्षात आले आहे की हिप्पार्कसचे सिद्धान्त, त्याचा कालावधीचे संबंध या ग्रहांसाठी असलेला सिद्धान्तसुद्धा ज्या आकड्यांवर आधारित होता ते सर्वच बॅबिलोनिअन विटांवरून घेतले होते. इतिहासकारांना हे आधीपासूनच माहिती झाले होते की काही बॅबिलोनिअन गोष्टी जशा की गणित आणि खगोलशास्त्र हे ग्रीकांना बॅबिलोनिअन लोकांकडूनच मिळाले होते, त्यात राशीचक्रातील चिन्हे आणि ६० या आकड्यावर आधारित गणनासुद्धा (हिप्पार्कस ती वापरणारा पहिला होता इतकेच काय ते.) असे असले तरीही बॅबिलोनिअन लोकांना मात्र आदिम आकाश निरीक्षक समजून ग्रीकांना त्यांच्यापेक्षा आधुनिक, वैज्ञानिक विचारांचे समजले जात होते. फ्रेंच असिरिओलॉजिस्ट जॉर्ज बर्टिन, १८८९ मधले एपिंग आणि स्ट्रासमायरचे शोध बघून, तोही आग्रही मत मांडत होता की ग्रीकांनी काही गोष्टी जरी बॅबिलोनिअन धर्मगुरूंकडून घेतल्या असल्या तरी खगोलशास्त्र मात्र बॅबिलोनिअन लोकांनीच ग्रीकांकडून घेतले : 'बॅबिलोनिअन लोकांना त्यांच्या नव्या मालकांच्या विज्ञानातील अचूकतेचा लवकरच शोध लागला.'

हिप्पार्कसचे म्हणून जे आकडे होते ते जुन्या बॅबिलोनिअन मॉडेलमध्ये कोरलेले) सापडले आणि त्यामुळे तो संपूर्ण दृष्टिकोनच पार बदलून गेला. यावरुन हे सिद्ध झाले की त्याच्या सिद्धान्तासाठी लागणारे मूलभूत साहित्य मंदिरातील विटांवरूनच येत होते. अजून जास्तीचे पुरावे बाहेर येताहेत. २०१७ मध्ये ऑस्ट्रेलियामधील संशोधकांनी असा दावा केला आहे की एका इ.पू. दुसऱ्या शतकातील बॅबिलोनिअन विटेवर त्रिकोणमितीचे तक्ते आहेत : कदाचित त्या धर्मगुरूंनीच त्रिकोणमितीचा शोध हिप्पार्कसने लावला असे म्हणायला प्रेरित केले असायचे. बॅबिलोनिअन खगोलशास्त्रावरचे

---

८. दशमान पद्धतीत लिहिण्याच्या ऐवजी, बॅबिलोनिअन लोक सेक्साजेसिमाल पद्धत वापरत होते ज्यात ६० हा पाया धरला जात होता (तो आपण अजूनही कोनाच्या अंशांबाबत आणि वेळाच्या बाबतीत वापरतो.) बॅबिलोनिअन लोकांनी आणि हिप्पार्कस यानेही सारखेच आकडे वापरले,२९;३१,५०,८,२० दिवस ज्याचे रुपांतरण २९.५३०६ दिवसात होते, म्हणजे (२९ दिवस, १२ तास आणि ४४ मिनिटे.) आताची आधुनिक किंमत आहे २९.५३०६ दिवस.

हिप्पार्कसचे अवलंबित्व इतके जास्त आहे की, काही विद्वानांना असे वाटते की कदाचित हिप्पार्कसने एसागीलाच्या मंदिराला भेट दिली असावी आणि तिथल्या धर्मगुरूंबरोबर बसून काम केले असावे. तिथली निरीक्षणे आणि समीकरणे त्याने उतरवून घेतली असावीत आणि त्यांचे ग्रीक भाषेत भाषांतर केले असावे. त्याही पुढे जाऊन असे म्हणता येईल की त्या धर्मगुरूंबरोबरच्या संपर्कातून त्याचा दृष्टिकोनच बदलला.

प्रत्यक्षात त्याच्या देशात होणाऱ्या पोकळ अशा आध्यात्मिक विषयावरच्या चर्चांनंतर हिप्पार्कसला धक्काच बसला असेल असे ईव्हान्स म्हणतो, कारण बॅबिलोनिअन लोक चंद्र, सूर्य आणि आकाशातील इतर ग्रहांच्या स्थितीचे अगदी अचूकपणे भाकीत करत होते. त्यामुळे यात काहीही आश्चर्य नाही की त्याने याची ग्रीक आवृत्ती तितकीच अचूक करण्याचे त्याचे ध्येय ठरवले.

हिप्पार्कसच्या डोक्यात दोन वेगळ्या जगांच्या विरुद्ध गोष्टींचे द्वंद्व होते. एकीकडे बॅबिलोनियातील अंकगणिताची श्रेणी त्यामुळे अचूक, नेमके असे भाकीत करता येत होते पण ज्यात त्रिमिती रचना नव्हती, तर दुसऱ्या बाजूला ग्रीकांकडे भौमितिक चौकट होती पण त्यांच्याकडे अचूक, काटेकोर असे आकडे नव्हते. आकाशाचे परिपूर्ण असे वर्णन करायला दोन्ही दृष्टिकोन एकेकटे असे उपयोगी नव्हते. ते दोन्ही जेव्हा एकत्र आले तेव्हा खगोलाचे शास्त्र तयार झाले.

अर्थात एवढीच गोष्ट घडवण्यात बॅबिलोनिअन लोकांनी मदत केली असे नव्हे. खगोलशास्त्राबरोबर पहिल्यापासूनच त्याला समांतर अशी एक शास्त्रशाखा गुंफलेली होती ती म्हणजे ज्योतिषशास्त्र.

१९६७ सालच्या सप्टेंबर महिन्यात ईशान्य फ्रान्स इथे ग्रँड गावाजवळच्या एका रोमन देवळाच्या जागेवर एक फ्रेंच पुरातत्त्वज्ञ उत्खनन करत असताना एका प्राचीन विहिरीच्या तळाशी त्याला हस्तिदंताचे तुकडे मिळाले. मातीची मडकी, दागदागिने, अश्मिभूत झालेली फळे, बूट यांच्याबरोबर उत्खनन करणाऱ्या टीमला हस्तिदंती विटेच्या दोन जोड्यांचे जवळ जवळ २०० तुकडे सापडले, जे तोडून मोडून तिथे इसवी सन १७० मध्ये टाकण्यात आले होते. त्या तुकड्यांच्या पृष्ठभागावर अजूनही सोनेरी पानाची आणि इतर रंगांची नक्षी होती आणि त्याच्यावर अतिशय सुंदर कोरीव काम करून वर्तुळाकारात काही आकृत्या कोरल्या होत्या ज्या आजही आपल्याला परिचित आहेत, खेकड्यापासून (कर्क), विंचू (वृश्चिक) ते माशांच्या जोडीपर्यंत. त्यांचा उपयोग कुंडली बनवण्यासाठी केला जात होता.

अलेक्झांडरने बॅबिलॉनवर कब्जा मिळवेपर्यंत ग्रीकांकडे भविष्य सांगण्याचे अनेक मार्ग होते, स्वप्नाचे विशेष तज्ज्ञ इथपासून ते मंदिरातील ओरॅकलपर्यंत (दैवी

संकेत सांगणारे धर्मगुरू) पण तरीही त्यांच्याकडे आकाश बघून एखाद्याचे भविष्य सांगण्याची खास अशी काही परंपरा नव्हती. चंद्र, सूर्य आणि ताऱ्यांच्या स्थिती जाणून घ्यायचे ज्ञान नसल्याने एखाद्याची कुंडली मांडायची पद्धतच अस्तित्त्वात नव्हती. पण बॅबिलोनिअन लोकांशी संबंध आल्यानंतर केव्हातरी इ.पू. दुसऱ्या शतकात ज्योतिषशास्त्राचे वेड ग्रीक आणि रोमन जगात पसरले. संपूर्ण रोमन साम्राज्यात हे लोण पसरले, विशेषतः ग्रीक, रोमन इजिप्तमध्ये फार पसरले. मोठमोठी राशिचक्रे इजिप्तच्या मंदिरातील छतावर दिसायला लागली. प्राचीन अशा अवशेषामध्ये बरेचसे भूर्जपत्राचे तुकडे सापडले त्यावर शेकडो कुंडल्यांवरचा मजकूर लिहिलेला सापडला. ज्याच्यावर एखाद्या माणसाच्या जन्माच्या वेळची आकाशातील स्थिती खरडलेली होती. जेम्स ईव्हान्सच्या मते या तेव्हाच्या एखाद्या ज्योतिषाच्या नोंदी असाव्यात, एखाद्या ग्राहकाची माहिती जी सारांशाने लिहून ठेवून नंतर चर्चेच्या वेळी सगळ्यासमोर मांडायची असेल, ग्रँड गावाजवळच्या विटेसारखी. त्यावर सूर्य आणि चंद्राची चित्रे मधोमध कोरलेली आहेत, ज्याच्याभोवती राशिचक्र आहे. त्याच्याभोवती तारकासमूहाचे ३६ डीकॅन्स आहेत, (डीकॅन म्हणजे प्रत्येक राशीचे १० अंशाचे ३ समान भाग) प्राचीन काळी इजिप्शियन लोक त्याप्रमाणे आकाशाचे विभाजन करत होते.

'अलेक्झांडर रोमान्स' ही कथा सांगणारी एक कविता (अलेक्झांडर द ग्रेट याच्या जीवनावरची एक काल्पनिक कथा. ती दुसऱ्या शतकाच्या वेळी सांगण्यात आली आहे) तिच्यामध्ये एक उतारा आहे. त्यात वर्णन केले आहे की त्याकाळी कशी एकसमान वीट वापरात होती. त्या कथेमध्ये शेवटचा इजिप्शियन फारो, नेक्टानेबो द्वितिय, पर्शिअन लोकांकडून पराभूत झाल्यावर मासेडोनियाच्या दरबारात हजर होतो तेही ज्योतिषाचे सोंग घेऊन – तो एका मोठ्या कारस्थानाचा भाग असतो – त्यात तो ऑलिम्पिआस राणीला फसवतो – ती नंतर त्याच्या मुलाला-अलेक्झांडरला- जन्म देते. तो राणीला सांगतो की कुंडलीवरून असे समजते आहे की रात्रीच्या वेळी एडक्याची शिंगे लावलेला देव तिच्या भेटीला येईल; त्यानंतर नेक्टानेबो स्वत:च त्या देवतेच्या वेशात तिथे पोहोचला. त्यानंतर राणीबरोबरच्या सल्लामसलतीमध्ये नेक्टानेबो एक शाही, खूप किमती असा बोर्ड समोर ठेवतो, जो हस्तिदंत, एबनी, सोने आणि चांदी वापरून बनवलेला असतो, ग्रँडच्या विटेसारखा सजवलेला असतो. तो एक छोटा हस्तिदंती डबा उघडतो आणि त्यातून काळजीपूर्वक जडजवाहीर बाहेर काढतो, ते म्हणजे आकाशातील ग्रहांचे प्रतिनिधी. सूर्यासाठी स्फटिक, नीलमणी शुक्रासाठी, लाल माणिक मंगळासाठी – हे सगळे त्या बोर्डवर म्हणजे त्यावर मांडलेल्या कुंडलीमधील त्या त्या ग्रहांच्या जागी ठेवून राणीच्या जन्माच्या वेळची ग्रहस्थिती दाखवतो. ग्रीको – रोमन काळात श्रीमंत ग्राहकांना त्यांच्या कुंडलीबद्दल सल्लामसलत

करण्यासाठी मंदिराचा गाभारा किंवा कुठलेतरी पवित्र ठिकाण अशा जागा वापरल्या जात असत असे ईव्हान्सचे म्हणणे आहे. इतर सामान्य जनांसाठी ज्योतिषी मंडळी चौकात, बाजारात त्यांच्या वाळूवर किंवा चक्क जमिनीवर कुंडली मांडत असत.

जन्मकुंडली आणि राशिचक्रावर आधारित ज्योतिषशास्त्राची मूळ प्रेरणा - आज जे आपण लोकप्रिय अशा वेबसाइटवर किंवा सेल्फ हेल्प प्रकारच्या पुस्तकांमध्ये बघतो ती – प्राचीन इजिप्शियन लोकांकडून मिळाली असे मानले जाते; पारंपरिक संशोधक मात्र असे म्हणतात की ७ व्या शतकातल्या फारो नेचेप्सो याने हे शोधले होते. ग्रीक ज्योतिषशास्त्राने पारंपरिक इजिप्शियन गोष्टी समाविष्ट केल्याच होत्या – फक्त तारकासमूह ज्यांना डेकॅन म्हणत ते त्यात नव्हते, जे सुरुवातीला रात्रीच्या वेळी वेळ सांगण्यासाठी वापरत – तर कुंडलीचा मुद्दा हा नवीनच भाग त्यात समाविष्ट केला, आयनिक वृत्ताचा तो भाग जो जन्माच्या वेळी उगवत असतो आणि ज्यावरून संपूर्ण कुंडलीला नाव दिले जाते असा. पण गणितीय ज्योतिषशास्त्राबद्दल बोलायचे तर पाश्चिमात्य ज्योतिषशास्त्रासाठीचे मूलभूत साहित्य मार्दुकच्या धर्मगुरूंकडून मिळालेले आहे.

इ.पू. ४०० पासूनच बॅबिलोनिअन लेखकांनी वेगवेगळ्या शाखांवर लिहायला सुरुवात केली होती. फक्त राजा आणि देशाच्या बाबतीतच भाकिते करण्याचे सोडून वैयक्तिक पातळीवर आकाशातील ग्रह-ताऱ्यांच्या त्या व्यक्तीच्या जन्माच्या वेळच्या स्थितीवरून त्यांच्यासाठीसुद्धा भाकिते करायला सुरुवात केली. एपिंग आणि कुग्लर यांनी पहिल्या बॅबिलोनिअन कुंडलीचा अर्थ लावण्यात यश मिळवले; काही डझनभर कुंडल्या आता माहीत आहेत. त्यातली एक सगळ्यात जुनी जवळ जवळ इ.पू. ४१० वर्षांपूर्वीची एका छोट्या मुलाची जन्मकुंडली सापडली आहे. त्या मुलाचा जन्म निसंनु नावाच्या महिन्याच्या १४ व्या रात्री जेव्हा गुरू मीन राशीत होता, शुक्र वृषभ राशीत आणि चंद्र वृश्चिक राशीच्या वर (जिथे आपल्या तूळ राशीचे तारे येतात). आयुष्य चांगले जाईल (तुझ्यासाठी गोष्टी चांगल्या असतील,) असे विटेवर लिहिले होते.

बॅबिलोनिअन लोकांच्या खगोलशास्त्रीय तंत्राची ग्रीक ज्योतिषशास्त्राला मदत झाली, तसेच कुंडलीचा अभ्यास करण्याची इच्छा ही ग्रीक खगोलशास्त्रज्ञांसाठी एक प्रेरणा होती. हिप्पार्कसने ज्योतिषशास्त्रावर इतिहासकार प्लिनी (ज्येष्ठ) याच्या बरोबर एक ग्रंथ लिहिला आहे - तो आता हरवलाय- त्याचे म्हणणे असे आहे की, त्यांची स्तुती करावी तेवढी कमीच आहे, माणसाचे आकाशातल्या ताऱ्यांशी नाते असते आणि आपले आत्मे स्वर्गाचा भाग असतात हे त्यांच्या एवढे चांगल्या तऱ्हेने कोणीही सिद्ध केले नाहीये. टॉलेमीसुद्धा एक वकील होता. 'अल्मागेस्ट'च्या जोडीने त्याने दुसरे एक महाकाव्य लिहिले आहे. ते जबरदस्त परिणामकारक आहे, त्याचे

नाव 'टेट्राबिब्लोस' त्यात त्याने ज्योतिषशास्त्रातील काही पद्धती सारांशाने लिहिल्या आहेत आणि त्यांची तर्कशुद्ध मांडणी करण्याचा प्रयत्न केला आहे. व्यक्तिगत गुणवत्ता 'ज्यात मनाचा आणि कारणाचा संबंध असतो ते बुधाच्या स्थितीवरून समजते,' असे त्याने लिहिले, 'आणि संवेदनेसंबंधीच्या व अतार्किक भागाबद्दलची गुणवत्ता चंद्रामुळे कळते.' टॉलेमीचा दृष्टिकोन बॅबिलोनिअन लोकांपेक्षा वेगळा होता, आकाशातील चिन्हे या दैवी धोक्याची सूचना आहेत असे न समजता त्याचा असा विश्वास होता की ग्रह-ताऱ्यांकडून येणारी शक्ती पृथ्वीवर काही परिणाम करू शकते. त्यामुळे वातावरणापासून ते एखाद्याच्या व्यक्तिमत्त्वावर किंवा आरोग्यावरही परिणाम होऊ शकतो. परंतु तोही गणितीय अचूकतेकडे आकर्षिला गेला होता, अंशत: तरी, कारण त्याला माणसाबद्दलची रहस्ये ताऱ्यांमधून जाणून घ्यायची होती.

पश्चिम युरोपातील विद्वानांना टॉलेमीचा सिद्धान्त चुकीचा ठरवून त्या जागी आताचा, सूर्य या ग्रहमालेच्या केंद्रस्थानी आहे हे सांगणारा आधुनिक सिद्धान्त आणायला जवळ जवळ हजार वर्षे जावी लागली. १५४३ साली कोपर्निकसने सुचवले की पृथ्वी नाही तर सूर्य या विश्वाच्या केंद्रस्थानी आहे. या सिद्धान्ताला गॅलिलिओचा पाठिंबा मिळाला. जेव्हा गॅलिलिओने त्याची दुर्बीण आकाशाकडे वळवली तेव्हा त्याच्या हे लक्षात आले की शुक्राच्यासुद्धा चंद्रासारख्या कला दिसतात. त्यानंतर १६०९ मध्ये जोहानेस केप्लरने अधिचक्र आणि समपरिणामी घटक यांना पूर्णपणे फाटा दिला, कारण त्याच्या लक्षात आले की आकाशातील ग्रहगोलांच्या कक्षा गोलाकार नसून लंबगोलाकार आहेत.

या सगळ्या खगोलशास्त्राच्या गाढ्या विद्वानांच्या मनाच्या एका कप्प्यात हे पक्के बसलेले होते की तारे माणसाच्या भविष्यावर परिणाम करतात, ते त्यांच्या प्रेरणास्थानी आणि विश्वकल्पनेमध्ये होते. श्रीमंत ग्राहकांसाठी गॅलिलिओ नियमितपणे ज्योतिषशात्रीय भाकिते करतच होता आणि स्वत:च्या अनौरस कन्यांच्या कुंडल्याही मांडतच होता. केप्लरला या ज्ञानशाखेला बळकट, सामर्थ्यवान करून त्यात सुधारणा करायची होती, जणूकाही भुसकट बाजूला काढून धान्य जमा करण्याचे काम तो करत होता. संस्कृतीने रचलेली नावे किंवा राशींची चिन्हे पृथ्वीवरील घटनांवर परिणाम करतात या कल्पनेला केप्लरने फेटाळून लावले. पण त्याचा या गोष्टीवर मात्र ठाम विश्वास होता की ग्रहांवरून येणाऱ्या वेगवेगळ्या प्रकारच्या प्रकाशामुळे वातावरणावर किंवा आरोग्यावर परिणाम होतो. त्याने असेही सुचवले की माणसाला जसा आत्मा असतो तसाच पृथ्वीलाही असतो आणि तो ताऱ्यांच्या स्वरमेळाला संवेदनशील असतो.

परंतु सरतेशेवटी ज्योतिषशास्त्र हे वैज्ञानिक क्रांतीशी विसंगतच ठरले. १६४१

साली सुप्रसिद्ध फ्रेंच तत्त्वज्ञ रेने देकार्त याने शरीरापासून मन, चेतनेपासून भौतिक जग वेगळे काढले, याचे स्पष्टीकरण एवढेच देता येऊ शकते की पाश्चिमात्य जगातील लोकांचे भौतिक कार्यकारण भावाकडे झुकलेले मत. खगोलशास्त्र आणि ज्योतिषशास्त्र यांना त्यांच्या त्यांच्या वेगवेगळ्या वाटेने जावे लागणार होते. पहिल्यामध्ये वस्तुनिष्ठ मोजमापावर विश्वाचा अर्थ लावला जातो तर दुसऱ्या मध्ये अमूर्त संबंधावर आणि काल्पनिक गोष्टींवर भर दिला जातो. त्यात एकच कोणीतरी जिंकू शकतो. दूर आकाशातील ग्रह-तारे आपल्या आयुष्यावर परिणाम करू शकतात हे कुठल्याही ठोस पुराव्याने शाबीत करता येत नसल्याने ते बौद्धिक कसोटीवर खरे ठरू शकले नाही.

वैज्ञानिक खगोलशास्त्राची जोरदार वाटचाल सुरू झाली आणि ज्योतिषशास्त्र मात्र अडखळत मागे पडत चालले, Sofia Centre for the Study of Cosmology in Culture, वेल्स विद्यापीठ, या संस्थेचे संचालक निकोलस कॅम्पिअन असे म्हणतात की, ती अशी प्रणाली आहे जिचा कॉस्मोलॉजी पासून दूर स्थानभ्रंश झाला आहे. बऱ्याच शास्त्रज्ञांना असे वाटते की ज्योतिषशास्त्र धोकादायक आहे आणि ते नष्ट केले पाहिजे. इंग्लंडमधले ख्यातनाम भौतिकशास्त्रज्ञ ब्रायन कॉक्स म्हणतात की ज्योतिषशास्त्र म्हणजे आपल्या संस्कृतीला क्षीण करून टाकणारी गोष्ट आहे. जीवशास्त्रज्ञ असलेले रिचर्ड डॉकिन्स एक शंकेखोर माणूस आहे, ते अशी तक्रार करतात की हे शास्त्र आपल्या विश्वाची किंमत कमी करते आहे.

आणि तरीही वैज्ञानिक आधार नसतानाही (किंवा कदाचित म्हणूनच) राशिचक्र आणि कुंडलीबद्दल आवड वाढतेच आहे. प्रत्यक्षात ज्योतिषशास्त्राची विश्वासार्हता आणि लोकप्रियता वाढतेच आहे, विशेषत: अशा हजारो लोकांमध्ये ज्यांना मार्गदर्शन हवे आहे. संदिग्धता, तणावपूर्ण आणि टोकाच्या तर्कसंगत जगात कसे वावरावे यासाठी. खगोलशास्त्र आणि ज्योतिषशास्त्र एकमेकांच्या अगदी विरोधी आहेत असे वाटेल, अगदी शत्रूच जणूकाही. पण एकप्रकारे ते जुळे आहेत असे म्हणावे लागेल, आपल्या स्वभावाच्या दोन आवश्यक बाजू, आकाशातील तारकांचे आकार आणि त्यांच्या अर्थ शोधण्याच्या त्याच मूलभूत आकांक्षेमधून जन्माला आलेले.

इ.पू. ३२३ मध्ये अलेक्झांडर त्याच्या सैन्यासह बॅबिलोनला आला. शहरातून आलेला राजदूत बेल- अप्लाइद्दीना एक खगोलशास्त्रज्ञ आणि धर्मगुरू होता, ज्याने त्याला धोक्याची सूचना आधीच दिली होती की, आकाशातून मिळालेल्या शकुनावरून तो जर शहरात शिरला तर त्याच्या जिवाला धोका आहे. वेगवेगळ्या लेखकांनी दिलेल्या सविस्तर माहितीमध्ये फरक आहे : एकाच्या म्हणण्याप्रमाणे, धर्मगुरूने अलेक्झांडरला असा सल्ला दिला की त्याने पूर्वेकडे तोंड करून बॅबिलोनमध्ये प्रवेश

करावा, म्हणजे सूर्यास्ताच्या वेळचा सूर्य बघण्याचे टळेल. पण पूर्वेकडे तोंड करून बॅबिलोनमध्ये शिरण्यात एक अडचण अशी होती की त्या बाजूची जमीन दलदलीची होती, त्यावरून सैन्य जाणे शक्य नव्हते म्हणून राजाने तोंड फिरवून पश्चिमेच्या बाजूने शहरात प्रवेश केला.

एकदा बॅबिलोनमध्ये आल्यावर अलेक्झांडरने आपली नंतरची लष्करी मोहीम आखायला सुरुवात केली – त्याला दक्षिणेत अरेबियावर हल्ला करायचा होता तर कार्थेज आणि इटलीवर पश्चिमेकडून हल्ला करायचा होता. असंख्य रोमन आणि ग्रीक लेखकांनी ही कथा सांगून ठेवली आहे, त्या वर्षाच्या मे महिन्यात जेव्हा राजा त्याच्या सिंहासनापासून दूर होता – डिओडोरसच्या मते राजा त्या वेळी मालिश करून घ्यायला गेला होता; प्ल्यूटार्कच्या मते राजा व्यायाम करत होता – तुरुंगातून पळून गेलेला एक कैदी राजवाड्यात शिरला, स्वत:ला त्याने राज्याभिषेक करवून घेतला आणि रिकाम्या सिंहासनावर जाऊन बसला. अलेक्झांडरच्या बॅबिलोनिअन सल्लागारांनी त्याला त्या माणसाला मारून टाकण्याचा सल्ला दिला. पण त्या ग्रीक रोमन लेखकांना या घटनेत काहीतरी गूढ आहे असे वाटत होते. आताच्या विद्वानांनी असे सुचवले की, त्यावेळच्या धर्मगुरूंनी, ज्यांना अलेक्झांडरच्या जिवाची फार काळजी वाटत होती त्यांनी पर्यायी राजा गादीवर बसवण्याचे कर्मकांड राजाला वाचवण्यासाठी केले.

त्यानंतर काही आठवड्यांनी अलेक्झांडर एका पेयपान मेजवानीला गेला होता आणि त्यानंतर तो गंभीर आजारी पडला. इ.पू. ३२३ मधल्या ११ जूनच्या संध्याकाळनंतर काय घडले याची एकमेव साक्षीदार आहे एक समकालीन खगोलशास्त्रीय डायरी. 'राजा मेला' असे लेखकाने लिहिले आहे.

वयाच्या फक्त ३३ व्या वर्षी जगातील सर्वश्रेष्ठ सेनानीच्या कारकिर्दीचा अंत झाला आणि त्या शहराच्या भविष्याची कोंडी झाली. ॲलेक्झांडरने बॅबिलोनला आपली राजधानी केली होती. तो मार्दुकचे मंदिर आणि एटेमेनंकीच्या मिनाराची पुनर्बांधणी करीत होता. पण त्याच्या मृत्यूनंतर त्याच्या राज्याचे त्याच्याच सरदारांनी तुकडे केले. सेल्युकस याने मेसोपोटेमिया घेतले, स्वत:साठी नवी राजधानी बांधली आणि बॅबिलोनच्या लोकांना जबरदस्तीने तिथे हलायला लावले. त्या रिकाम्या झालेल्या नगरात फक्त देवळातले धर्मगुरू तेवढे परिश्रमपूर्वक रात्रीची निरीक्षणे घेत राहिले.

तो भाग त्यानंतर इ.पू. १२५ मध्ये पार्थिअन्सनी जिंकून घेतला, म्हणजे आत्ताच्या आधुनिक काळातील इराणी लोकांनी, आणि त्यानंतर लवकरच ते सगळे राज्य रोमन साम्राज्यात समाविष्ट करण्यात आले. काही शतकांनंतर बॅबिलोनसुद्धा निनेवेह आणि उरूक या शहरांसारखे वाळूच्या खाली बुडून नाहीसे झाले, विस्मरणात

गेले ते थेट १९ व्या शतकामध्ये उजेडात आले जेव्हा लायार्द आणि रासाम यांनी उत्खनन करून ते शोधून काढले. तो मानवतेच्या पहिल्या संस्कृतीचा अंत होता. सैन्यदले आणि साम्राज्ये, मंदिरे आणि मिनार, पुराणकथा आणि जादू, यांनी आपल्या आताच्या संस्कृतीतल्या बऱ्याच गोष्टींचा पाया घातला. त्या संस्कृतीचा शेवटचा श्वास – सगळ्यात शेवटी सापडलेली क्युनिफॉर्म वीट – त्याची तारीख आहे इसवी सनाचे पहिले शतक. ते खगोलशास्त्रीय पंचांग आहे. भाकीत वर्तवणारे.

आतापर्यंत आपण हे सांगू शकतो की जवळ जवळ पॅलिओलिथिक काळापासून लोकाना तारकासमूहांची ओळख झाली होती आणि त्यांना सूर्य, चंद्र आणि तारे यांच्या वार्षिक चक्राची माहिती झाली होती. निओलिथिक काळापर्यंत त्यांनी त्यांच्या विश्वाला आकार द्यायला सुरुवात केली होती, विशिष्ट घटना किंवा काही खास परिणाम नोंदण्यासाठी स्मारके बांधायला सुरुवात केली होती. पण लिखित स्वरूपात नोंदी करण्याची क्षमता – आणि त्या लिखाणाला आधार देणारी प्रशासकीय व्यवस्था – यांनी मोठ्या प्रमाणावर ताबा मिळवण्याची संधी देऊ केली. शतकभराच्या प्रयासानंतर बॅबिलोनिअन लोकांनी हलत्या फिरत्या, विचित्र आकाशाला, देवांच्या खेळण्याला, एक भरवशाचे आणि गणिती विश्व बनवले.

इतिहासात अनेक संस्कृतींनी आकाशाचे वर्णन करणारे गणिती मॉडेल बनवले. चिनी सम्राटांनी खगोलशास्त्रज्ञांचे गटच्या गट आकाशाचे नकाशे काढायच्या आणि ग्रहणांसारख्या घटनांची भाकिते करायच्या कामाला नेमले. माया लोकांचे पुढारी ज्यांनी स्वत:ला आकाशातल्या ग्रहगोलांशी जोडून घेतले होते, त्यांनी आकाशातील ग्रहगोलांच्या चक्रांची मोजणी केली जी पुढे लाखो वर्षे सुरू राहिली. पण एनुमा अनु एनलीलचे लेखक हे ॲनालॉग विश्वापासून डिजिटल (अंकगणितीय) विश्वापर्यंत जाणारे, आपल्याला माहीत असणारे पहिले होते; वास्तवाच्या अव्यवस्थित गुंतागुंतीची साधेपणा आणि आकड्यांचे सामर्थ्य यात अदलाबदल करणारे ते पहिले होते.

४

विश्वास

२८ ऑक्टोबर ३१२ मध्ये रोमच्या बाहेर दोन सैन्ये समोरासमोर ठाकली होती. दोन मेव्हणे, मॅक्सेनटिअस आणि कॉन्स्टन्टाईन, हे दोघे जण रोमन साम्राज्याच्या पश्चिम भागावर अधिकार जमवण्यासाठी लढत होते. हा भाग ब्रिटनपासून उत्तर आफ्रिकेपर्यंत पसरलेला होता. मॅक्सेनटिअसकडे रोम होते. कॉन्स्टन्टाईन आल्प्सच्या बाजूने गौल वरून चालून आला. युद्धाच्या आदल्या दिवशी शहराच्या भिंतीच्या उत्तरेला काही कि.मी. अंतरावर त्याने त्याचा तळ ठोकला.

कॉन्स्टन्टाईनबरोबर त्या दिवशी काय घडले, काही प्राचीन लेखकांनी वर्णन केल्याप्रमाणे, जसे की युसबिअस, सीझर याचा बिशप, या घटनेला इतिहासात एका निर्णायक टप्प्याचे महत्त्व प्राप्त झाले आहे, ती जणू दंतकथाच झाली आहे. दुपारच्या सुमारास त्या सत्तापिपासू सम्राटाला एक दैवी दृश्य दिसले. सूर्याच्या समोर एक जळता क्रॉस दिसला ज्यावर अक्षरे झळकताना दिसत होती ती म्हणजे 'याने जिंकून घे'. आणि बस तेवढी गोष्ट मूर्तिपूजक कॉन्स्टन्टाईनला ख्रिश्चन बनायला पुरेशी होती. त्याने हुकूम सोडला की प्रत्येक सैनिकाच्या ढालीवर हे चिन्ह पाहिजे – ख्रिस्ताच्या नावातील पहिल्या दोन अक्षरांपासून जे तयार होते ते म्हणजे कोरलेले 'CHI' आणि 'RHO'

मॅक्सेनटिअसने त्यादरम्यान मंगळाकडून संरक्षण मागितले, रोमन लोकांचा युद्धाचा देव. त्याच्या शत्रूच्या लष्करी विजयाच्या गोष्टी ऐकून तो चिंताग्रस्त झाला होता. त्याने त्याच्याकडून कॉन्स्टन्टाईनची प्रगती रोखण्याचे सर्व प्रयत्न करून बघितले. मंदिरात वेगवेगळे विधी केले, बळी दिले, प्राण्यांच्या आतड्यावरून अंदाज बांधले आणि आकाशातून मिळणारे शकुनसुद्धा बघितले. त्याने राजधानीच्या अभेद्य अशा भिंतीच्या आतून वेढा घालण्याची जोरदार तयारी केली, धान्यसाठा करून ठेवला, टायबर नदीवरच्या मिल्विअन पुलाच्या दगडी कमानी मुद्दाम तोडून टाकल्या जेणेकरून कॉन्स्टन्टाईनचा रोममध्ये शिरण्याचा रस्ता अडला असता. पण त्याला त्याच्या नागरिकांच्या निष्ठेबद्दलच शंका होती : कारण २७ ऑक्टोबरच्या दिवशी

सर्कस मॅक्सिमसच्या रथाच्या शर्यतीच्या वेळी लोक कॉन्स्टन्टाईनचे नाव घेऊन ओरडत होते. दुसऱ्या दिवशी मॅक्सेनटिअसने सिबिलाईन बुक्स नावाच्या ओरॅकल्सचा सल्ला घेऊन शत्रूला समोरासमोर मैदानावर तोंड द्यायचे ठरवले.

त्यांनी स्वत:च टायबर नदीवरचा पूल पाडून ठेवल्यामुळे मॅक्सेनटिअसच्या सैनिकांनी लाकडी बोटींचा एक तात्पुरता चौथरा बनवून त्यावरून नदी ओलांडली, आणि नदीच्या पलीकडच्या काठावर काही कि.मी. अंतरावर कॉन्स्टन्टाईनच्या सैन्याला सामोरे गेले. हल्ला करणारी फौज संख्येने कमी होती तरी त्यांनी मॅक्सेनटिअसच्या सैन्याला मागे रेटले. पळून जायला दुसरा रस्ताच नसल्यामुळे सैनिक नदीत बुडून मरण पावले. इतके सैनिक नदीत पडले की त्यांच्या मृतदेहांमुळे नदीचे पाणी अडले. मॅक्सेनटिअस स्वत:सुद्धा मारला गेला, कारण त्याने पळ काढायचा प्रयत्न केला पण त्याच्या स्वत:च्या अंगावरच्या चिलखताच्या वजनाने तो बुडून मेला. कॉन्स्टन्टाईनने चिखलातून मॅक्सेनटिअसचे प्रेत शोधून बाहेर काढले आणि त्याच्या तोडलेल्या मुंडक्याची रस्त्यावरून मिरवणूक काढली.

या विजयामुळे कॉन्स्टन्टाईनला रोमच्या पश्चिम भागाचा निर्विवाद ताबा मिळाला. त्यानंतर ची-ऱ्हो (Chi –Rho) या चिन्हाखाली लढाई करून त्याने रोमचा पूर्वेकडचा भाग पण मिळवला – मासेडोनियापासून ते सीरिया आणि इजिप्तपर्यंत. पिढ्यान्‌पिढ्या चाललेल्या यादवी युद्धानंतर आणि अस्थिरतेनंतर त्याने सरतेशेवटी सर्व रोमन साम्राज्य एकत्र आणले. अर्थात पश्चिम भाग एखाददोन शतकाच्या कालावधीनंतर पडला, कारण रोमचा राजकीय प्रभाव त्याच्या प्रचंड मोठ्या प्रदेशावर राहिला नाही, हळूहळू कमी होत गेला. रोमच्या पूर्व भागाचा कारभार, त्याच्या नव्या राजधानीच्या शहरामधून कॉन्स्तान्तिनोपलमधून पाहिला जात होता तो अजून १००० वर्षांपर्यंत टिकला.

कॉन्स्टन्टाईनला मिळालेल्या विजयाचे परिणाम फार फार दूरगामी होते, भौगोलिक सीमा आणि राजकारणाच्या पलीकडे जाणारे. त्याच्या संपूर्ण कारकिर्दीमध्ये शतकानुशतके जुन्या अशा धार्मिक परंपरा या सम्राटाने मोडीत काढल्या, त्याने स्वीकारलेल्या धर्माला त्याने अगदी छोट्या अशा पंथापासून प्रचंड मोठ्या शक्तिशाली अशा धर्मामध्ये एकहाती बदलले. त्याच्या धर्मांतरामुळे, ख्रिस्ती धर्माला मार्ग मिळाला, ख्रिस्ती धर्म हा रोमपुरताच नाही तर साऱ्या पाश्चिमात्य जगावर वर्चस्व गाजवणारा प्रबळ असा धर्म झाला. त्यामुळे मिल्विअन पुलाची लढाई हा फार महत्त्वाचा क्षण ठरतो जो माणसाच्या इतिहासातील अजून एका मोठ्या लढाईची प्राचीन संस्कृतीतील आकाशपूजक समाज आणि एकेश्वरवादी धर्म जो आजही साऱ्या जगावर वर्चस्व ठेवून आहे यांच्यातील लढाईसाठीही महत्त्वाचा ठरतो.

मॅक्सेनटिअसवरच्या विजयाच्या स्मरणार्थ, कॉन्स्टन्टाईनने रोममध्ये

कॉलोसिअमच्या जवळ एक प्रचंड मोठी दगडी कमान उभी केली. ती अजूनही, सम्राटांच्या खास समारंभाच्या वेळी निघणाऱ्या मिरवणुकीच्या मार्गावर जेव्हा ते नगरप्रवेश करतात तिथे दिमाखात उभी आहे. त्याच्यावर एक मोठा शिलालेख जो सुरुवातीला ब्रॉन्झमध्ये ओतलेला होता ज्यावर असे लिहिले आहे की त्याच्या विजयाचे श्रेय तो दैवी प्रेरणेला देतो. बऱ्याच इतिहासकारांच्या मते या त्याच्या म्हणण्याचा उगम त्या भव्यदिव्य क्षणामध्ये आहे जेव्हा कॉन्स्टन्टाईनला आकाशात तो जळता क्रॉस दिसला. पण आता गेल्या काही वर्षांपासून काही विद्वानांच्या मते, उदाहरणार्थ इतिहासकार एलिझाबेथ मार्लो यांनी असे दाखवून दिले आहे की त्या कमानीवर असलेली काही संगमरवरी शिल्पे आणि उठावाची चित्रे यामध्ये कुठलीही ख्रिस्ती चिन्हे नाहीत.

उलट त्याच्यावर रोमन लोकांच्या सूर्यदेवाचे म्हणजेच सोलचे चित्र आहे. कमानीच्या पूर्वेकडच्या बाजूला जे चित्र आहे त्यात सोल त्याच्या ४ घोड्यांच्या रथावर बसून समुद्रातून वर येतो, त्याच्या विरुद्ध बाजूला पश्चिम दिशेला लुना, चंद्रदेवता मावळते आहे असे चित्र आहे. त्या दगडी मिनारावर इतरत्रही सोलदेवाची चित्रे आहेत, जिथे त्याच्या डोक्याभोवती प्रकाशकिरणे उत्सर्जित झालेली दाखवली आहेत – किरण उत्सर्जित करणारा मुकुट या नावाने प्रसिद्ध आहे – आणि उजवा हात वर उचललेल्या स्थितीत आहे; असंख्य ठिकाणी कॉन्स्टन्टाईन अशा मुद्रेमध्ये दर्शवला आहे. एवढेच नाही तर मार्लोने हेही दाखवून दिले आहे की ती कमान काळजीपूर्वक मुख्य रस्त्यापासून जरा बाजूला घेतलेली होती जेणेकरून येणाऱ्या समुदायाला तो भलामोठा ब्रॉन्झचा पुतळा जो सूर्यदेवाचा होता, तो त्या कमानीच्या पलीकडे होता तो नीट दिसेल. कॉन्स्टन्टाईन ख्रिश्चन होता हे ठासून सांगण्याऐवजी मार्लो तर म्हणते की तो नि:संशय त्याचा लाडका देव होता, सोल होता.

दुसऱ्या शब्दात सांगायचे झाले तर सम्राटाचे ते सुप्रसिद्ध धर्मांतर खरे नव्हतेच, एकतर आणि त्यामुळे एकेश्वरवादाचा आकाशदेवतांना मानणाऱ्या लोकांवर झालेला विजयही खोटाच होता म्हणायचा.

बऱ्याच प्राचीन समाजात आकाशाला कुठल्या ना कुठल्या रूपात भजले – पूजले जायचे, किंवा त्यांच्या देवांचा संबंध आकाशातील ग्रह-ताऱ्यांशी जोडला जायचा. पृथ्वीवरचेसुद्धा देव आहेत अर्थात, जे प्राण्यांचे प्रतिनिधित्व करणारे, पूर्वजांचे, नदीचे किंवा अगदी धान्याचे प्रतिनिधित्व करणारेसुद्धा आहेत. पण बहुतेककरून सगळ्याच धर्मांमध्ये – इतिहासाच्या प्रत्येक कालखंडात – जगाच्या कुठल्याही भागात – आकाशातील ग्रह-ताऱ्यांना महत्त्वाची भूमिका आहेच. डेइटी या शब्दाचे मूळच मुळी

अशा गोष्टीत आहे ज्याचा अर्थ 'आकाशात चमकणारी गोष्ट' असा आहे.[१]

२० व्या शतकातील रोमॅनिअन इतिहासकार मिर्सिआ एलीअॅड, ज्याने जगभरातील शेकडो धर्मांचा अभ्यास केला, त्याच्या मताप्रमाणे आकाशाचा निव्वळ प्रचंड आकार आणि शक्तीमुळेच आध्यात्मिक अनुभव मिळतात. आकाशाच्या नुसत्या असण्यामुळे या विश्वाच्या दृष्टीने आपण किती क्षुद्र आहोत याची जाणीव ते आपल्याला देते, तसेच त्याच वेळी आपल्याला त्या कल्पनातीत अनंताच्या संपर्कात ठेवते. 'आकाश त्याच्या नैसर्गिक गुणधर्मानुसार, तारकांनी भरलेला घुमट म्हणून आणि वातावरणाचा भाग म्हणून, त्यात पौराणिक कथांचा खजिना आहे आणि धार्मिक महत्त्व आहे,' असे त्यांनी लिहिले आहे. 'वातावरणीय आणि हवामानशास्त्रीय 'जीवन' हे एक न संपणारे मिथक आहे.'

काही आकाशदेवता एखाद्या विशिष्ट आकाशीय गोलाशी जोडलेल्या असतात, जसे बॅबिलोनिआचे मार्दुक आमी ईश्तार, किंवा इजिप्तचा सूर्यदेव, रा. बाकीचे सर्वोच्च निर्माते आहेत एकतर त्यांना मूर्तस्वरूप देण्यात आले आहे किंवा ते प्रत्यक्षात आकाशात आहेत. पश्चिम आफ्रिकेतील मावू देवता, जिची बेनीनमध्ये पूजा होते, ती ढगांचे कपडे घालते आणि निळ्या आकाशाची ओढणी किंवा बुरखा घेते. सुमात्रामधील डेबाता (देवता शब्दाचा अपभ्रंश?) हा हसण्यासाठी जेव्हा तोंड उघडतो तेव्हा आकाशातली वीज सोडतो. मेलानेशियामधल्या द्वीपसमूहावर क्वॅट याने पहाट निर्माण केली जेव्हा त्याने लाल रंगाच्या ऑब्सिडियनच्या चाकूने अंधाराचा पडदा फाडला. पण त्यानंतर तीन एकेश्वरवादी धर्मांच्या - ज्युडाइझम, ख्रिस्ती धर्म आणि इस्लाम – यांच्या उदयानंतर या आकाशीय व्यक्तिमत्त्वाच्या खजिन्याचा अंत झाला. त्यांच्या दैवी नाट्याच्या जागी, सगळ्याच मानवतेसाठी, एकच संकल्पना आली, ती म्हणजे न बदलणारा देव.

ती एक प्रकारची क्रांती होती जिची सुरुवात, पॅलेस्टाईनमधील एका प्रांतात, जॉर्डनचे खोरे आणि मेडिटेरेनिअन समुद्र यांच्यामध्ये कॅनान येथे झाली. ब्रॉन्झ युगाच्या शेवटच्या काळात इस्रायली नावाचे लोक ज्यांच्यावर इजिप्शिअन लोकांनी राज्य केले ते या भागात इ.स. १२५० च्या दरम्यान उदयाला आले. लिखित पुराव्यांवरून आणि पुरातत्त्वीय पुराव्यांवरून असे लक्षात येते की इस्रायली लोक सर्व देवांच्या मंदिरात आकाशीय गोलांचीही पूजा करत होते, ज्यांचा पुढारी याव्हेह हा होता (काही विद्वानांच्या मते सूर्याशी संबंधित देव) आणि त्याची बायको आशेरा (झाडांशी आणि नंतर शुक्राशी संबंधित).

---

१. हिटाईट लोकांमध्ये दिसउस, संस्कृतमध्ये द्यौस; त्यानंतर ग्रीक लोकांमध्ये झेअस आणि लॅटिनमध्ये ज्युपिटर.

त्या प्रदेशाचे दोन भाग होऊन त्याची दोन वेगवेगळी राज्ये झाली, उत्तरेला इस्राईल आणि दक्षिणेला जुडा. इ.पू. ७२२ मध्ये असीरिअन लोकांनी इस्राईलचा नाश केला, हजारो लोकांना देशोधडीला लावले; तर इ.पू. ५८६ मध्ये बॅबिलोनिअन लोकांनी तीच स्थिती जुडाची केली. इस्राईलच्या पतनानंतर जुडामध्ये एक धार्मिक गट उदयाला आला जो जेरुसलेममध्ये केंद्रित झाला होता. त्यांच्या मताप्रमाणे याहवे हाच एक या विश्वाचा निर्माता होता : एक अशी देवता जिचे चित्र काढता येत नाही आणि जिने इतर कुठल्याही देवाची पूजा करण्यास मनाई केली होती. त्यावेळच्या धार्मिक लिखाणाचे सर्वेक्षण केले असता असे लक्षात येते की सुरुवातीला हे विचार फक्त अल्पसंख्याकांचे होते, पण नंतर हा 'याहवे –एकच' या विचाराला बळकटी आली आणि नंतर तो विचार बॅबिलोनिअन निर्वासित लोकांमध्येही पसरला.

इ.पू. ५३८ मध्ये पर्शिअन लोकांनी बॅबिलोनवर कब्जा मिळवला ज्यांनी निर्वासित लोकांना स्वदेशात परत येण्यास मदत केली आणि त्यांचे जेरुसलेमचे मंदिर परत बांधले. पर्शिअन लोकांच्या आधाराने या एकेश्वरवादी गटाने जुडाइअन धार्मिक संस्थांवर ताबा मिळवला. त्यानंतर त्यांनी सर्व कागदपत्रे एकत्र करून ती संपादित केली आणि अशा तऱ्हेने हिब्रू बायबल तयार झाले. पर्शिअन लोकांना यांच्याबद्दल सहानुभूती वाटण्याचे कारण, जेव्हा ते स्वत: निर्वासित होते तेव्हा त्यांच्या धर्मावर झोरोस्ट्रीअनिझमवर अशीच गदा आली होती. त्यांचा सर्वोच्च देव अहुरा माझदा याला त्यांचा शत्रू अंग्रा मैन्यू याने विरोध केला होता. सुरुवातीच्या जुडाइझम वर झोरोस्ट्रीअनिझमचा खूप प्रभाव होता, विशेषत: त्यांच्या विश्वाबद्दलची कल्पना म्हणजे चांगल्या आणि वाइटामधली लढाई अशीच होती.

इतिहासकारांची या घटनांबद्दलची समजूत गोंधळाची असली तरी विद्वानांचे यावर एकमत आहे की ज्यू लोकांमध्ये 'याहवे'चा या वेळी जो उदय झाला त्याचा संबंध त्यांच्या निर्वासित स्थितीशी आणि त्यांचे जे नुकसान झाले त्याच्याशी आहे. त्यांनी त्यांच्या एकाच आयुष्यात शक्तिशाली अशा असीरिया आणि बॅबिलोनिया या दोन साम्राज्यांचा नाश झालेला पाहिला, असे, मॅकगिल विद्यापीठातील ज्युविश विषयाचे प्रोफेसर डेव्हिड आबरबाख यांचे म्हणणे आहे. म्हणूनच कदाचित वस्तुरूप देव आणि त्या भूभागाची ओळख या गोष्टी त्यांना कमकुवत आणि क्षणभंगुर वाटल्या असतील, आणि म्हणून त्यांनी दगडी किंवा लाकडाच्या मूर्तींच्या ऐवजी अमूर्त आणि अविनाशी अशा देवाची निवड केली असेल.

सर्वच देश असा दावा करतात की त्यांचा मुख्य देव हाच सर्वोच्च आहे, पण ही नवी देवता वेगळीच होती. उदाहरणार्थ ग्रीक लोकांच्या झीअससारखे, जो या विश्वातला सर्वशक्तिमान असा देव असूनसुद्धा त्याच्या कृतीला बंधने होती आणि इतर देवांकडून उधळून लावली जाऊ शकत होती. याहवे हा सर्वश्रेष्ठ होता: या

विश्वामध्ये नव्हे तर त्याच्याही वर, आणि त्यातल्या बंधनांनी बांधला गेलेला नाहीये. ईलियाडच्या मते, ही देवाच्या 'शक्तीची' कल्पना, हेच फक्त सत्य आहे, 'हे माणसाच्या स्वातंत्र्यासंबंधी सगळ्या गूढ आणि तार्किक विचारांच्या प्रवासाची सुरुवात होती.'

ती कल्पनाच इतकी शक्तिशाली होती की, तिने मानवतेचा आध्यात्मिक चेहेरामोहराच बदलला : जुडाईझम, ख्रिश्चन धर्म आणि इस्लाम धर्म आता जगातील निम्म्या लोकसंख्येचे धर्म झाले आहेत. सुरुवातीला याहवेचा प्रभाव इस्राईलच्या बाहेर फारसा नव्हता. त्यानंतर इसवी सनाच्या पहिल्या शतकात ज्युविश पंथ निर्माण झाला ज्याचा पुढारी नाझरेथ मधला एक शिक्षक जीझस ख्राइस्ट हा होता, जो स्वत:ला देवाचा पुत्र म्हणवून घ्यायचा. पॉल द अपोस्टल सारख्या धर्मांतरितांनी त्याच्या मृत्यूची आणि त्याच्या पुनरुत्थानाची कथा रोममध्ये आणली. ते धर्ममत पसरायला जरा वेळ लागला; जेव्हा, रोमन सैन्यातील एका उच्चाधिकाऱ्याचा मुलगा, कॉन्स्टन्टाईनचा जन्म २७२ मध्ये नैस्ससमध्ये म्हणजे आत्ताच्या सायबेरियामध्ये झाला, बदलाच्या भरतीच्या लाटा अजूनही किनाऱ्यावरच होत्या.

ए.एच.एम. जोन्स या इतिहासकाराने म्हटल्याप्रमाणे कॉन्स्टन्टाईन अतिशय अमंगल, अभद्र अशा काळात लहानाचा मोठा झाला. इ.पू. दुसऱ्या शतकात रोमन साम्राज्य जेव्हा ग्रीकांच्या मुलखात शिरले तेव्हा त्यांची फार झपाट्याने वाढ झाली. ५०० वर्षांनंतर ते प्रचंड साम्राज्य ताब्यात ठेवणे अवघड झाले आणि कोसळण्याच्या अगदी कड्यावर येऊन ठेपले होते. परकीय आक्रमणे, अंतर्गत यादवी, दुष्काळ, प्लेगसारख्या रोगाच्या साथी आणि दर वेळी शत्रूच्या सैनिकांनी उभे केलेले नवे नवे सम्राट यांनी ते साम्राज्य मोडकळीला आले होते.

धर्मामध्येसुद्धा उलथापालथ होत होती. पारंपरिक रोमन देवतांची जागा ग्रीकांच्या पन्थेओन देवतांनी घेतली होती : रोमनांचा मुख्य देव ज्युपिटर म्हणजे ग्रीकांचा झीअस, तर आफ्रोडाईट या देवतेला व्हीनसचे गुणधर्म चिकटले, आणि ग्रीकांचा सूर्यदेव हेलीओसचा संबंध रोमन सूर्यदेव सोलशी लावण्यात आला. या ग्रहांच्या देवांना लोकांच्या दैनंदिन जीवनात महत्त्वाचे स्थान प्राप्त झाले, नुसत्या धार्मिक विधींसाठीच आणि बळी वगैरे देण्यासाठीच नव्हे तर भविष्य कथनासाठी सुद्धा, कारण ज्योतिषशास्त्र जे बॅबिलॉनमधून आयात झाले होते ते ग्रीको-रोमन जगामध्ये फारच लोकप्रिय झाले होते.

इसवी सनाच्या पहिल्या शतकापासून या ग्रहांनी दैनंदिनी म्हणजे कॅलेंडरवरसुद्धा राज्य करायला सुरुवात केली. सात दिवसांच्या आठवड्याची ओळख झाली- तीही कल्पना बहुतेक मूळची बॅबिलॉनमधलीच असावी- शनीपासून सुरुवात करून Saturn पासून Saturday, Sun पासून Sunday, मूनपासून मंडे, मंगळ, बुध, गुरू आणि

शुक्र.[२] जसे रोमचे साम्राज्य वाढायला लागले तसे त्यांचे पन्थेओन वाढायला लागले. कारण रोमन लोक ज्या प्रदेशावर कब्जा करत त्या प्रदेशातील देव आपलेसे करीत असत. नवीन ख्रिश्चन धर्माला त्या समाजात शिरकाव करून घेण्यासाठी म्हणून त्याचा मार्ग इतक्या सगळ्या देवदेवतांनी खच्चून भरलेल्या गर्दीतून कोरून काढावा लागणार होता, असे एका इतिहासकाराने म्हटले आहे. त्या देवदेवतांमध्ये इफेसूसची मातृदेवता आर्टेमिसपासून, इजिप्तची आयसिस आहे (सिरीयस म्हणजे व्याध या ताऱ्याशी संबंधित), ते पर्शिअन सूर्यदेव मिथ्रास पर्यंत.

या सगळ्या अनागोंदीला घालवून देशात सुव्यवस्था आणण्यासाठी सम्राटाच्या अंगरक्षकांचा नायक असलेला डायाक्लेटीअनच्या कठोर आणि खंबीर अशा कारभाराची जरुरी होती. तो स्वत: जेव्हा सम्राट झाला म्हणजे २८४ मध्ये तेव्हा त्याने रोमच्या पारंपरिक देवदेवतांना महत्त्व दिले, आणि जे ख्रिश्चन लोक ते मानायला तयार नव्हते त्यांना शिक्षा दिली. त्याने त्या विखुरलेल्या साम्राज्याचे दोन भाग केले, प्रत्येकाचे नेतृत्व एक वरिष्ठ आणि एक कनिष्ठ अशा भागीदारांनी करायचे आणि ते चार सम्राटांच्या आधिपत्याखाली काम करतील अशी व्यवस्था केली. डायोक्लेटीअन आणि मॅक्सिमिअन (मॅक्सेनशिअसचे वडील) याकडून राज्याचा भार स्वीकारला. दोघांनी अनुक्रमे पूर्व आणि पश्चिम भागावर राज्य केले. ते दोघेही ३०५ मध्ये निवृत्त झाले; कॉन्स्टन्टाईनचे वडील कॉन्स्तांनटीअस, यांनी मॅक्सिमिअनकडून पदभार स्वीकारला पण दुसऱ्याच वर्षी जेव्हा त्याचा इंग्लंडमध्ये मृत्यू झाला तेव्हा त्याच्या लष्कराने; कॉन्स्टन्टाईनला त्याचा वारस म्हणून जाहीर केले. पण त्या चतु:शासन व्यवस्थेमुळे वेगवेगळ्या सिंहासनांवर हक्क सांगणारे अनेक दावेदार निर्माण केले होते. त्यात मॅक्सेनशिअसचाही समावेश होता. त्यानंतरच्या काही वर्षात कॉन्स्टन्टाईनलाही अनेक लढाया लढून आणि विश्वासघातांना तोंड देऊन आपला मार्ग काढावा लागला, कारण अनेक शत्रू सत्ता मिळवण्यासाठी टपलेले होते.

३१० साली जेव्हा कॉन्स्टन्टाईनने मॅक्सिमिअनचा मार्सेलिसमध्ये पराभव केला तेव्हा त्याने त्याच्या फौजेला हुकूम केला की त्यांनी मुख्य रस्त्यावरून बाजूला असलेल्या मंदिराच्या गर्भगृहात जायचे आहे.[३] त्याच्या समकालीन अनेक लिखाणात

---

२. पुरातत्त्वशास्त्रज्ञांना ग्रहांचे कॅलेंडर सगळीकडे बघायला मिळाले अगदी पहिल्या शतकातील सम्राटाच्या, टायटनच्या हमामखान्याच्या अवशेषांपासून ते वेसुविअस ज्वालामुखीमुळे इ.स.७९ मध्ये राखेखाली पुरल्या गेलेल्या एका घराच्या भिंतीवरसुद्धा सापडले आहे.

३. मंदिराचे गर्भगृह कदाचित ग्रांड इथले असावे, ज्योतिषशास्त्र विषयक विटा मिळाल्याचे मूळ ठिकाण, प्रकरण ३ मध्ये त्याचा उल्लेख आहे.

असे नमूद केले आहे की सम्राटाला त्या वेळी तिथे दैवी साक्षात्कार झाला ज्यात त्याला असे वरदान मिळाले की त्याच्या लष्कराला विजय मिळेल आणि तो खूप वर्षे राज्य करेल. त्याला वरदान देणारा संदेश म्हणजे जळता क्रॉस नव्हता तर तो अपोलो देव होता, जो त्यांचा सूर्यदेव आहे.

रोमन राज्यकर्ते आग्रहाने सांगत की त्याची परंपराच अशी आहे की त्यांना ज्युपिटरकडून शक्ती मिळते, ही अशी देवता आहे ज्याचे मूळ प्राचीन इंडो–युरोपियन आकाशदेव 'द्यौस' मध्ये आहे. पण काही जण असा दावा करतात की त्याचा संबंध सर्वोच्च अशा सूर्यदेवतेशी आहे, आणि ते स्वत: एकप्रकारचे सूर्यकिरणांचे वाहक आहेत जे सूर्यापासून निघून पृथ्वीवर येतात. जोनाथन बार्डील याने, 'Constantine, Divine Emperor of the Christian Golden Age' हे पुस्तक लिहिले, त्यांच्या मते ही परंपरा खूप जुनी ग्रीक बोलणाऱ्या टोलेमिक राजांपर्यंत जाते ज्यांनी अलेक्झांडर द ग्रेटनंतर इजिप्तवर राज्य केले, जे प्राचीन इजिप्शियन फारोंच्या आणि ते पूजत असलेल्या त्यांच्या सूर्यदेवराच्या प्रभावाखाली होते. इसवी सन पूर्व पहिल्या शतकात जुलिअस सीझरने प्रकाशकिरण फाकणारा असा मुकुट घातला होता; त्याचा वारस असलेल्या ऑगस्टसने (रोमचा पहिला सम्राट) एक ओबेलीस्क म्हणजे एक शंकूच्या आकाराचा दगडी स्तंभ उभा केला, ते एक खूप मोठे सूर्य तबकडी यंत्र (सनडायल) होते. जे इजिप्तमधून आणले होते. इसवी सनाच्या पहिल्या शतकात नीरोने स्वत:चा प्रचंड मोठा असा ब्रॉन्झचा पुतळा, आपण सूर्य आहोत अशा कल्पनेने उभा केला.

या अशा प्रकारच्या प्रयत्नांचा शेवट बहुतेक वाईटच होत होता. मार्कुस औरेलीअस अन्तोनिअस हा इमेसिया, सीरियामधला किशोरवयीन मुलगा कौटुंबिक संबंधातून २१८ मध्ये जेव्हा त्या राजगादीवर आला, त्याआधी तो स्थानिक मंदिरातला धर्मगुरू होता जिथे सीरिअन सूर्यदेव एलागाबालास, जो एका शंकूसारख्या आकाराच्या अशनीच्या दगडावर होता त्याची पूजा होत असे. त्याने तो दगड रोमला नेला आणि तिथे तो त्याची रोज पूजा करू लागला, तो 'रेशमी कपडे, मोठा मुकुट आणि गाल लाल आणि पांढऱ्या रंगात रंगवलेला असा होता.' त्यानंतर चार वर्षातच त्याचा खून झाला आणि त्याच्या प्रेताची विटंबना करून त्याला रस्त्यावरून फरफटत नेले. औरेलिअस, २७० मध्ये सम्राटपदी आला त्याला थोडे जास्त यश मिळाले असे म्हणता येईल, कारण त्याने जुपिटरच्या जागी सोल इन्व्हिक्ट्स या पंथाच्या 'अजिंक्य सूर्य'[४] याची स्थापना केली.

---

४. सोल इन्व्हिक्ट्स हा एलागाबालसच पण वेगळ्या पद्धतीने समोर आला किंवा पारंपरिक ग्रीको-रोमन सूर्य होता किंवा पूर्णपणे नवाच सूर्यदेव होता यावर इतिहासकारांचे एकमत नाही.

त्यांचा मुख्य सण म्हणजे सोलचा जन्मदिवस, २५ डिसेंबर, दक्षिणायनांतानंतर थोड्याच दिवसांनी, जेव्हा सूर्य त्याचा उत्तर दिशेकडचा प्रवास सुरू करतो आणि वसंतापर्यंत दिवस मोठा मोठा व्हायला लागतो. ५ वर्षे राज्य केल्यानंतर औरेलिअनचा सुद्धा खूनच झाला पण तो पंथ सोल इन्व्हिक्ट्स त्याच्यानंतरही शिल्लक राहिला.

त्याच्या दुर्दैवी पूर्वजाप्रमाणे कॉन्स्टन्टाईनने त्याच्या सूर्याच्या साक्षात्काराच्या गोष्टीच्या मागे जायचे का ठरवले कळले नाही; कदाचित त्याला त्या चतु:शासनाच्या पारंपरिक धर्मापासून स्वत:ला लांब ठेवायचे असावे. पण ३१० पासून कॉन्स्टन्टाईनच्या सगळ्या टाकसाळींमध्ये नाण्यांवर सोलचे चित्र त्याच्या खास मुद्रेमध्ये, पूर्ण नग्न, एक हात वर उचललेला आणि किरण दाखवणारा मुकुट असे होते, त्याचे वर्णन सम्राटाचा साथीदार असे येते. जेव्हा ३१२ मध्ये कॉन्स्टन्टाईन रोमला स्वतंत्र करायला निघाला होता तेव्हा सूर्यदेव त्याचा पालक वा संरक्षक म्हणून बरोबर होता, असे बार्डील यांचे म्हणणे आहे.

तेव्हा तर त्याला परत साक्षात्कार नाही ना झाला, ज्यामुळे त्याने ख्रिश्चन धर्म स्वीकारला? काही संशोधक असे सुचवतात की कॉन्स्टन्टाईनला जे आकाशात जळता क्रॉस दिसल्याचे वारंवार बोलले जाते ते म्हणजे त्या भागात दिसणाऱ्या सूर्यप्रकाशामुळे आहे, त्याला सूर्य-श्वान म्हणतात. जेव्हा सूर्याच्या किरणांचे बर्फाच्या स्फटिकांमुळे वक्रीभवन होते तेव्हा त्यामुळे आकाशात सूर्य असा क्रॉसच्या आकारात दिसतो. पण या गोष्टीसाठी हवामानशास्त्राचा दाखला देण्याचीही जरुरी नाही. रोमन पुढारी नेहमीच अशा स्वप्न आणि दृष्टान्त वगैरे गोष्टींचा किंवा दैवी समर्थनाचा आधार त्यांच्या सैन्याला प्रोत्साहन देण्यासाठी घ्यायचे. (सीझरचा खून झाल्यानंतर ऑगस्टसने जेव्हा रोममध्ये प्रवेश केला तेव्हा सूर्याभोवती गोलाकार असे इंद्रधनुष्य दिसले.) कॉन्स्टन्टाईनला दिसलेला आकाशातील क्रॉस हा कदाचित अपोलोच्या गोष्टीची आवृत्ती असू शकते, जी नंतर ख्रिश्चन धर्माच्या वळणाने वळवून सांगितली असावी.

तथापि कॉन्स्टन्टाईनने मक्सेन्तिअसचा पराभव केल्यानंतर त्याच्या धार्मिक श्रद्धा बदलल्याच होत्या. नीरोच्या काळापासून ख्रिश्चन लोकांना लक्ष्य बनवले होते, ज्याचा शेवट डायोक्लेटिअन्स 'मोठ्या शिक्षे'मध्ये झाला, दरम्यान जे कोणी मूर्तिपूजकांच्या देवासमोर समर्पण करायला तयार व्हायचे नाहीत त्यांना कैदेत टाकले जायचे किंवा मारून टाकले जायचे. कॉन्स्टन्टाईनने त्याच्या उलट जाऊन ३१३ मध्ये त्याच्या साम्राज्यातल्या रहिवाशांना त्यांना पाहिजे त्या देवाची पूजा करण्याची मुभा दिली. ३२१ मध्ये त्याने असे फर्मान काढले की ख्रिश्चन लोकांच्या पूजेचा दिवस म्हणजे रविवार हा दिवस अधिकृतपणे रोमन नागरिकांसाठी सुटीचा दिवस असेल. आणि

त्यानंतर ३२४ मध्ये जेव्हा त्याला पूर्ण साम्राज्यावर ताबा मिळाला तेव्हा त्याने त्याच्या नाण्यांवर ख्रिश्चन चिन्हे वापरायला सुरुवात केली. त्याने मूर्तिपूजकांच्या देवांचे पुतळे एकत्र तोडले किंवा वेगळ्या पद्धतीने परत बनवले आणि मुख्य महत्त्वाच्या अशा अनेक ख्रिश्चन चर्चेसची मालिका बांधून घेतली ज्यात जेरुसलेममधल्या होली सेपल्चर या चर्चचा समावेश आहे. ते चर्च, जीझसला जिथे क्रूसिफाय केले गेले ती आणि रिकाम्या घुमटाची जागा होती, जी अजूनही ख्रिश्चन धर्माची सगळ्यात पवित्र जागा म्हणून ओळखली जाते.

कॉन्स्टन्टाईनने ख्रिश्चन लोकांना आर्थिक मदतसुद्धा दिली आणि स्वत: जातीने त्यांच्या चर्चेसच्या सुव्यवस्थेकडे लक्ष दिले. मे ३२५ मध्ये त्याने संपूर्ण साम्राज्यातून शेकडो बिशप्सना एकत्र आणून त्यांची पहिली मोठी परिषद निकाइया (Nicaea) येथे भरवली. या परिषदेत पहिल्यांदा सर्वच ख्रिश्चन धर्मासाठी एकच शिकवण एक तत्त्वप्रणाली आचरणात आणण्यास सहमती दिली गेली. आधीचा बिशप आणि इतिहासकार असलेला युसेबिअस स्वत:च स्वत:चे वर्णन करतोय की तो एका मोठ्या दालनात बरोबर मध्ये जांभळ्या आणि सोनेरी रंगाचा गाउन घालून बसलाय, देवाच्या एखाद्या स्वर्गीय दूतासारखा, घातलेली वस्त्रे अशी चमकत होती जणू त्यातून प्रकाशाची किरणे बाहेर पडताहेत. त्याने त्या भांडणाऱ्या बिशप्सना जवळ जवळ धमकावूनच एकमत करायला भाग पाडले, त्यामुळे शक्तिशाली एका सूत्रात बांधलेले असे कॅथलिक चर्च उभारायला मदत झाली.[५]

हा पारंपरिक इतिहास म्हणजे, प्रत्यक्षात युसेबिअससारख्या ख्रिश्चन लेखकांच्या लिखाणातून गोळा केलेले मुद्दे आहेत. बाकी स्रोतांमधून असे समजते की यात अजूनही काही सांगण्यासारखे आहे, जसे कॉन्स्टन्टाईनला झालेल्या दृष्टान्ताबद्दल आणि त्याच्या विजय कमानीबद्दल आहे तसे. उदाहरणार्थ मक्सेन्तिअसचा पराभव केल्यानंतर कित्येक वर्षे कॉन्स्टन्टाईन सोलची चित्रे असलेली नाणी पाडत होता, मात्र नंतर ३२४ च्या आसपास ते काम त्याने थांबवले. जरी कॉन्स्टन्टाईनने रविवारचा दिवस हा सुट्टीचा दिवस असेल म्हणून फर्मान काढले होते तरी त्याने त्या दिवसाला ख्रिश्चन लोक म्हणतात तसे ईश्वराचा खास असे म्हटले नव्हते. सूर्याप्रति आदर दाखवण्यासाठी म्हणून त्याने एक नवा कायदा आणला. ३३० मध्ये त्याच्या नव्या, ख्रिश्चन राजधानी कॉन्स्तान्तिनोपल मध्ये त्याने स्वत:चा एक प्रचंड पुतळा एका ३७ मीटर उंच अशा जांभळ्या रंगाच्या दगडाच्या खांबावर उभा केला. तो पुतळा पूर्ण नग्न असा होता, त्याच्या डोक्यावर किरण बाहेर फेकणारा असा तो

---

५. कॅथलिक हा शब्द लॅटिन भाषेतील catholicus (किंवा ग्रीक मधील katholikos) या शब्दावरून आलाय. त्याचा अर्थ वैश्विक असा होतो.

मुकुट होता आणि त्याचे तोंड पूर्वेकडे सूर्योदयाच्या बाजूला होते. ११०६ साली तो पुतळा जोरदार वाऱ्यामुळे पडला पण साहित्याच्या स्रोतांमध्ये त्याच्या वर लिहिलेला मजकूर जपून ठेवला आहे: 'कॉन्स्टन्टाईनसाठी जो सूर्या सारखा तळपतोय.'

दुसऱ्या शब्दात सांगायचे झाल्यास कॉन्स्टन्टाईनने त्याची सूर्यावरची श्रद्धा सोडून दिली नव्हती. पण तो दोन्ही धर्मांचे पालन एकाच वेळी कसे करू शकत होता? कारण ख्रिश्चन धर्मात इतर देवांची पूजा करायला सक्त मनाई आहे. त्याच्याच पत्रांमधून काही धागेदोरे हाती लागतात. उदाहरणार्थ एकात तो वर्णन करतो की 'देवांच्या सगळ्यात तेजस्वी किरणांची वाचवण्याची शक्ती' आणि असेही म्हणतो की 'देवाने त्याचा पवित्र प्रकाश त्याच्या पुत्राकरवी हाती धरून ठेवला आहे.' बार्डीलसारखे इतिहासकार असा दावा करतात की कॉन्स्टन्टाईनने मूर्तिपूजा सोडून ख्रिश्चन धर्म कधीच स्वीकारला नव्हता. त्याऐवजी त्याने दोन्ही धर्मांचे पालन करायला सुरुवात केली, ख्रिश्चन देवाला सर्वोच्च सूर्यदेवता समजून त्याचे किरण ख्रिस्ताने जमिनीवर पसरले असा अर्थ घेतला. दोन्ही धर्मांमधील सीमारेषा जाणूनबुजून धूसर ठेवून त्याने पहिला धर्म न सोडता दुसराही धर्म आत्मसात केला.

अर्थात याबाबतीत तो पहिला नसावा. शतकानुशतके ख्रिश्चन लोक आपल्या ताऱ्याकडून शक्ती आणि तेज घेत आहेत.

जुन्या करारात मालाची नावाचा प्रेषित येणाऱ्या मसीहाबद्दल असे म्हणतो की, 'तो भलेपणाचा, सदाचाराचा सूर्य असेल'; ख्रिस्ताने नंतर स्वत:बद्दल असे म्हटले आहे, की तो 'जगाचा प्रकाश आहे'. ख्रिस्ताला सुळावर चढवण्याआधी त्याला पकडणाऱ्या रोमन लोकांनी त्याला किरणांचा मुकुट, तोही दगडाचा असा देऊन त्याची क्रूर थट्टा केली होती. मात्र इसवी सनाच्या पहिल्या काही शतकात, जेव्हा रोमन साम्राज्यातील ख्रिश्चन लोकांनी अनुयायी जमवण्याचा प्रयत्न चालवला होता आणि त्यांच्या मूळ ज्युईश श्रद्धेपासून ते कसे वेगळे आहेत हे दाखवण्याचा प्रयत्न चालवला होता, तेव्हा त्यांनी सूर्याराधनेसाठीचे विधी आणि ती अधिकाराची वस्त्रे वगैरे जास्तीत जास्त प्रमाणात उसनी घेतली होती.

ज्यू लोकांसारखे जेरुसलेमकडे तोंड करून प्रार्थना करायच्या ऐवजी ते पूर्वेकडे, सुर्योदयाकडे तोंड करून प्रार्थना करत. आणि ज्युईश साबाथच्या ऐवजी त्यांनी मूर्तिपूजकांमधील सूर्यपंथासारखा रविवार हा त्यांचा मुख्य प्रार्थनेचा दिवस ठरवला. इसवी सनाच्या दुसऱ्या शतकात ख्रिश्चन लेखक तेर्तुलिअनच्या मते रविवार हाच दिवस सुट्टीचा दिवस ठरवण्यामागे त्याचा सूर्यासंबंधी काही सूचितार्थ नव्हता. पण कॉन्स्टन्टाईनच्या वेळेपासून, युसेबिअस याला एक थेट दुवा मिळाल्याचा आनंद झाला की 'उद्धारकर्त्याच्या दिवसाचे नाव प्रकाशापासून, सूर्यापासून मिळाले आहे.'

ख्रिश्चन लोकांचे महत्त्वाचे सगळे सण सूर्याच्या हालचालींवर ठरवलेले आहेत. ख्रिस्ताच्या पुनरुत्थानाचा दिवस, ईस्टर हा दिवस मुख्यत्वे करून ज्युईश पासओव्हर या त्यांच्या सणावर आधारित आहे, तो बॅबिलोनिअन लोकांच्या नववर्षाच्या उत्सवावर 'अकीतू'वर आधारित आहे. तो उत्सव वसंत संपात दिनाच्या नंतरच्या पहिल्या पौर्णिमेला साजरा केला जातो. कॉन्स्टन्टाईनच्या नेतृत्वा खाली निकेअ इथे भरलेल्या बिशप्सच्या पहिल्या परिषदेमध्ये बिशप्स नि ईस्टर त्यानंतरच्या रविवारी साजरा करण्याचा ठराव मंजूर केला. इसवी सनाच्या ४ थ्या शतका पासून, जीझसचा वाढदिवस २५ डिसेंबरला साजरा व्हायला सुरुवात झाली होती, तो दिवस सोल इन्व्हिक्ट्सचा वाढदिवस असतो, ज्या दिवशी मूर्तिपूजक लोक मेणबत्त्या आणि मशाली लावून, छोटी झाडे सजवून साजरा करीत असत.

या सगळ्याचा परिणाम म्हणजे, इतिहासकार आणि लेखक मरिना वॉर्नरच्या मते ख्रिस्ताच्या जीवनाचा फार जवळून असा संबंध सूर्याच्या वार्षिक चक्राशी लावला जाऊ लागला; त्याचा वाढदिवस आजही दक्षिणायनानंतर लगेच, म्हणजे जेव्हा सूर्य त्याच्या उत्तर दिशेकडच्या प्रवासाला सुरुवात करतो, म्हणजे वसंत संपातानंतर मृत अशा अंधकारातून वर उठतो तेव्हा साजरा केला जातो. तेव्हा सूर्य सरतेशेवटी अंधकारावर विजय मिळवतो आणि दिवस रात्रीपेक्षा मोठा व्हायला लागतो. इतर ख्रिश्चन वर्णन शैलीने या रूपकांना बळकटी दिली. जवळ जवळ इसवी सनाच्या पहिल्या शतकापासूनच १२ प्रेषितांना १२ राशींचे प्रतिनिधी समजायला सुरुवात झाली, आकाशातून प्रवास करताना त्यातून सूर्य जातो.

त्यादरम्यान चंद्र पहिल्यांदा चर्चशी आणि नंतर कुमारी मेरीशी जोडला गेला. 'Alone of All Her Sex ' या आपल्या पुस्तकात वॉर्नर म्हणते की ज्या ठिकाणी ख्रिश्चन धर्माने सुरुवातीला मूळ धरले त्या ठिकाणी सूर्य प्रचंड ऊर्जा आणि शक्ती यांचे प्रतिनिधित्व करतो. मात्र सौम्य चंद्रप्रकाश जो ओलावा देणाऱ्या दवबिंदूंशी जोडला गेलाय त्याच्यामुळे जीवन बहरले. तिचा असा दावा आहे की याच प्रेरणेमधून ही कल्पना निघाली की देवाची कृपा मेरीमातेच्या माध्यमातून होते, जसा सूर्यप्रकाश चंद्राच्या तबकडीवरुन परावर्तित होऊन आपल्यापर्यंत येतो. जर का ख्रिश्चन धर्माचा उदय प्रखर सूर्यप्रकाश असलेल्या पूर्व भागात झाला नसता तर त्यांच्या तारकासंबंधीच्या प्रतिमा खूप वेगळ्या झाल्या असत्या.

सूर्याला देवाचे प्रतिक मानण्यामध्ये एक गोष्ट होती की त्यामुळे ख्रिश्चन धर्म नव्याने स्वीकारणाऱ्याला तुलनेने सोपे जात असावे, कारण धर्मांतरितांना त्यांचे नेहमीचे सवयीचे रीतिरिवाज आणि उत्सव सोडून द्यावे लागत नव्हते. याचा असाही अर्थ होत होता की सूर्यपूजा त्यांच्या मनात रुतून बसली होती, जरी ख्रिश्चन लोक अगदी त्वेषाने मूर्तिपूजनाशी त्यांचा संबंध नाकारत होते, त्यातले काही तर मूर्तिपूजकांच्या

देवापुढे शरण जाण्यापेक्षा मरण पत्करायला तयार होते. पुरातत्त्वशास्त्रज्ञ ज़्क्वेटा हाकस म्हणते त्याप्रमाणे, 'इतिहासात असा द्वेषयुक्त विरोधाभास अनेक वेळा उघड दिसतो, एका आघाडीवर ते शूर वीराप्रमाणे लढा देत असले तरी दुसऱ्या बाजूने त्यांच्यामध्ये घुसखोरी होत असते.'

कॉन्स्टन्टाईनने दोन पंथाच्या विलीनीकरणाला अजून पुढे नेऊन, सूर्यदेवाची ख्रिस्ताशीच अभिन्नता दर्शवली असे नाही तर स्वत:शीही दर्शवली. जसा जीझस पृथ्वीवर दैवी प्रकाश पसरवत होता तसाच सम्राटही पसरवत होता. पाचव्या शतकातील एका वर्णनाप्रमाणे कॉन्स्तान्तिनोपाल येथे असलेल्या त्याच्या सूर्यप्रतिमेला त्या शहरातले ख्रिश्चन लोकसुद्धा पायाशी देवाला अर्पण करतात तशा वस्तू अर्पण करायचे. भक्तिभावाने लोक त्याच्यासमोर उदबत्त्या आणि मेणबत्त्या लावायचे. कॉन्स्टन्टाईनची सोलला पूज्य मानायची कळून सवरून किंवा नकळत केलेली खेळी हा राजकारणातील मास्टर स्ट्रोक ठरली. त्यामुळे त्याला ख्रिश्चॅनिटी आणि आकाशपूजकांना जोडणारा जो पूल हवा होता तो मिळाला, ज्यामुळे त्याच्या साम्राज्यात एका छत्राखाली आणि एका सर्वोच्च सूर्यदेवाखाली ख्रिश्चन आणि मूर्तिपूजक दोघेही एका ठिकाणी नांदले.

या दोन धर्मांच्या विलीनीकरणाचे सखोल परिणाम फक्त कॉन्स्टन्टाईनच्या प्रतिमेवरच झाला असे नाही तर ख्रिश्चन लोक त्यांच्या संरक्षणकर्त्याकडे कशा नजरेने बघतात त्यावरही झाला. सगळ्यात जुने ख्रिस्ताचे चित्रण आहे एका छोट्या साध्या घरातल्या भिंतीवर. ते घर पुढे २३५ मध्ये चर्चमध्ये बदलवण्यात आले, जे आजच्या सीरियामधल्या ड्यूरायुरोपोस नावाच्या गावात आहे. कॉन्स्टन्टाईनच्या शासनकाळाच्या आधीच्या काळातील वाचलेली एकुलती एक चर्चची भिंत आहे. त्यावर एक अगदी साध्याशा अंगरख्यातील माणूस एका अर्धांगवायू झालेल्या माणसाची सेवा करताना दाखवला आहे; पाण्यावर चालणारा; त्याच्या बकऱ्या सांभाळत चालला आहे. कॉन्स्टन्टाईनच्या काळानंतर मात्र खास कॅथलिक चित्रे खूप वेगळी होती. उदाहरणार्थ पाचव्या शतकातील थेसालोनिकी येथील होसिओस डेव्हिडमध्ये, ख्रिस्त आकाशीय सिंहासनावर बसला आहे जे इंद्रधनुष्यापासून बनवले आहे, जांभळ्या रंगाचा अंगरखा त्याने घातला आहे, त्याच्या चेहऱ्याभोवती सोनेरी तेजोवलय आहे आणि उजवा हात वर उचललेला आहे.

तेजोवलय (डोक्याच्या मागे दिसणारी एक प्रकारच्या प्रकाशाची गोल आभा, तिला निम्बस असेही म्हणतात.) हा प्रकार आता जरी ख्रिश्चन धर्माशी जोडला गेला असला तरी मुळात तो मूर्तिपूजकांच्या एका पंथाकडून, मिथ्राईझमकडून, सूर्यदेवाच्या दैवी आणि प्रकाशमान अशा रूपाचे चित्रण करण्यासाठी वापरला जात होता. त्यानंतर कॉन्स्टन्टाईनने ते स्वत:च्या चित्रासाठी रोममधल्या त्याच्या एका विजय

कमानीवर वापरले, एखाद्या रोमन सम्राटासाठी हे पहिल्यांदाच वापरले गेले होते. त्याच्या नंतरच ख्रिश्चन लोकांनी तेजोवलयाचा वापर करायला सुरुवात केली, आणि असे केल्यामुळे त्यातून एक परिवर्तन घडायला सुरुवात झाली ज्यात ख्रिस्ताने जास्तीत जास्त अशी राजेशाही थाटाची चिन्हे वापरायला सुरुवात केली. कॉन्स्टन्टाईनला यात धन्यवाद द्यायला हवेत, कारण एक साधा शिक्षक त्यामुळे स्वर्गीय सम्राट होऊन बसला, तो सगळ्या विश्वावर सूर्याच्या तेजाने तळपत राज्य करत होता.

मध्ययुगीन काळात हेच चित्र शक्तिशाली ठरले. विद्वानांचे यावर एकमत नाही की ख्रिश्चन लोकांनी हे तेजोवलय जे उसने घेतले होते ते त्यांच्या मसीहाला एक शक्तिशाली सम्राट म्हणून दाखवायचे होते की त्यांना फक्त सूर्याचा प्रकाश आणि सुबोधपणा लोकांपर्यंत पोहोचवायचा होता. काहीही असले तरी, एकदा ते स्वीकारल्यावर तीच प्रतिमा प्रसिद्ध झाली असे कला- इतिहासकार थॉमस मॅथ्यूज यांचे म्हणणे आहे. लोकांच्या मनात त्याचे जसे चित्र होते तसे तो बनला.

सूर्य आणि ताऱ्यांच्या पूजेवरून जीझसची कल्पना करता येत नाही. स्वर्गाविषयीच्या आधुनिक पाश्चात्त्य समजुतींच्या मुळाशी आणि माणसाच्या आत्म्याच्या भविष्याच्या मुळाशी हे आहे. लहान मुलांसाठीच्या, 'What's Heaven?' या पुस्तकात, त्याची लेखिका आणि कॅलिफोर्नियाची माजी फर्स्ट लेडी मारिया श्रीव्हर वर्णन करते की 'मृत्यूनंतरच्या आयुष्यात एका अतिशय सुंदर अशा स्थळी तुम्ही पोहोचता, जिथे तुम्ही मऊ मऊ अशा ढगांच्या आसनावर बसू शकता... पृथ्वीवरचे तुमचे आयुष्य संपले की, देव तुमच्यासाठी स्वर्गातून देवदूतांना तुम्हाला त्याच्याकडे घेऊन जायला पाठवतो.' आपल्या मृत्यूनंतर आपला देह नसलेला आत्मा तरंगत वर देवदूतांबरोबर राहायला जातो, ही कल्पना आज खूप ख्रिश्चनांमध्ये लोकप्रिय आहे. प्राचीन इस्रायली लोकांना हे ऐकून कदाचित धक्का बसला असता.

जुडाईक इतिहासकार जे. एडवर्ड राईट यांच्यामते प्राचीन इस्राईलमधील लोकांचा असा विश्वास होता की – जसे पॅलिओलिथिक आणि निओलिथिक समाजांमध्ये समजले जायचे की - हे विश्व तीन पातळ्यांवर अस्तित्त्वात आहे : सपाट पृथ्वीच्या खाली पाताळलोक आणि वर आकाश. हिब्रू बायबल (ख्रिश्चन जुन्या करारामध्ये याचीच पुनर्निर्मिती केली आहे) मध्ये आकाश म्हणजे पृथ्वीच्या वर असलेला जणू एक तंबू आहे, पण तो घन आणि भक्कम ही आहे, ज्याला दगडी जमीन आहे आणि कोठीच्या खोल्याही आहेत ज्यात हवामानाशी संबंधित गोष्टी म्हणजे वारा, बर्फ किंवा गारा यांचा साठा करण्यासाठी जागा. या वर्णनासाठी पृथ्वीवरच्या गोष्टींचा म्हणजे गावे, राजवाडे इ.चा उपयोग करून घेतला आहे : म्हणून स्वर्गाला मुख्य प्रवेशद्वार आहे, आणि केंद्रस्थानी असलेली सिंहासनासाठीची खोली, त्यावर बसून

याहवे विश्वाचे राज्य चालवतो, त्याच्याभोवती त्याच्या परिषदेचे साधूवृत्तीचे सभासद असतात.

पण जसे सर्वसामान्य लोकांना राजाच्या राजवाड्यात प्रवेश नसायचा तसेच या स्वर्गातही साधारण माणसांना स्थान नव्हते. हिब्रू बायबलमध्ये मृत्यूनंतर काय होते याबद्दल काही लिहिलेले नाही असे निरीक्षण इतिहासकार दैर्मेड मॅक कुलॉक 'A History of Christianity' या ग्रंथात नोंदवतो. उलट त्यात असे लिहिले आहे की, माणसाचे आयुष्य संपते आणि तो मरतो, हा नियम सर्वसामान्यांसाठी आहे पण काही अगदी थोडे मरत नाहीत, त्यांच्या बाबतीत आयुष्य संपत नाही. त्यांच्या शेजारपाजारच्या समाजांमध्येही अशीच कल्पना आहे. गिलामेशमध्ये सिदुरी नावाच्या त्या खानावळवाल्या नायकाला त्याचा अमर होण्यासाठी चाललेला शोध थांबवायला सांगतो, तो म्हणतो की अमरत्व देवांनी फक्त स्वत:साठी ठेवले आहे. तसेच होमर या महाकाव्यातही – जी आपली ग्रीक काळातील सगळ्यात प्राचीन नोंद आहे - इ.पू. ८ व्या शतकापासून – ज्यामध्ये सर्व लोकांसाठी ओळखू येण्यासारखा असा कुठलाही स्वर्ग नाही. खरे अस्तित्त्व म्हणजे माणसाचा देह हेच होते, आणि जरी आत्मा हा मृत्यूनंतर अंधकारमय अशा पाताळलोकांमध्ये शिल्लक राहतो अशी कल्पना असली तरी, ती म्हणजे जिवंत माणसाची निव्वळ सावली होती असे म्हणता येईल. ओडिसीमध्ये, भयावह असे भविष्य समोर आहे ज्यामुळे नायक अकिलीस घाबरून जातो. तो ओडिसिअसला म्हणतो की 'माझा कधीही मृत्यूशी संबंध येऊ देऊ नको,' वर म्हणतो की, 'एक वेळ मी पृथ्वीवरच्या अगदी गरीब माणसाचा नोकर बनून राहीन, पण ज्यांचा नाश झाला आहे त्या सगळ्यांचा मला स्वामी बनवलेत तरी मला नको.'

इ.पू. ६ व्या शतकानंतर ते बदलले. जेव्हा ग्रीक तत्त्वज्ञ पौराणिक गोष्टींपासून जरा लांब जाऊन त्याऐवजी या विश्वाबद्दलचे भौतिक स्पष्टीकरण शोधण्याच्या मागे लागले तेव्हा त्यांचे आदर्शसुद्धा धार्मिक विचारांनी भारलेले होते, हे फक्त ग्रीसमध्ये नाही तर जवळच्या पूर्वेकडच्या भागातही होते. आपण प्रकरण ३ मध्ये ऐकलेच आहे की ॲरिस्टॉटलने कशा तऱ्हेने ही कल्पना निश्चित केली होती की सूर्य, चंद्र आणि इतर ग्रह एकात एक असलेल्या अशा वर्तुळाकारात पृथ्वीभोवती फिरतात; यातूनच ७ स्वर्गांची कल्पना बाहेर आली जी अनेक ज्युईश आणि ख्रिश्चन (आणि आता इस्लामिकसुद्धा) पुस्तकांमध्ये आहे. पण काही आधीच्या आणि याहीपेक्षा प्राथमिक अशा बदलांप्रमाणे ॲरिस्टॉटलचे शिक्षक प्लेटो यांनी आत्म्याच्या संकल्पनेमध्ये क्रांती घडवली.

प्लेटो यांच्या प्रसिद्ध अशा शिकवणीमध्ये, जी इ.पू. चौथ्या शतकात लिहिली गेली आहे ती म्हणजे एक कथा त्याच्या द रिपब्लिक या ग्रंथात येते. त्यात

साखळदंडाने बांधलेले काही कैदी एका गुहेत भिंतीकडे तोंड करून उभे केलेले आहेत, त्यामुळे ते फक्त तिथल्या खडकांवर पडलेल्या सावल्या तेवढ्या पाहू शकतात. त्या कैद्यांना वाटत असते की त्या सावल्या म्हणजे खऱ्या गोष्टी आहेत, पण खरेतर त्या सावल्या म्हणजे खऱ्या गोष्टींचे प्रतिबिंब आहे, ज्या गोष्टी गुहेबाहेरील प्रकाशात आहेत. तसेच भौतिक गोष्टी ज्या आपण आपल्या आयुष्यात बघतो, अनुभवतो आणि ज्या गोष्टी आपल्याला खऱ्या वाटतात त्या प्रत्यक्षात त्यांच्या मागच्या न बदलणाऱ्या कल्पना किंवा रचनांची प्रतिबिंबेच असतात. हे असे तत्त्वज्ञान आहे ज्यात भौतिक पदार्थ हा चेतनेपुढे गौण आहे, आणि भौतिक वस्तू या कल्पनेतून आलेल्या आहेत.

त्यामुळे यात काहीही आश्चर्य नव्हते की प्लेटोला देहापेक्षा आत्मा महत्त्वाचा वाटला. त्याच्या दुसऱ्या एका संवादात टिमायूस त्याचे एक पात्र कृपाळू, परोपकारी अशा देवाचे गुण वर्णन करते, ज्याने विश्वामध्ये असलेली अनागोंदी संपवून त्यातून एक शिस्तबद्ध अशी अवकाशीय ग्रहांची रचना निर्माण केली, ज्यात पहिल्यांदा आत्मा निर्माण करून मगच त्याचा भौतिक आकार तयार केला. प्लेटोने सुचवले होते की 'माणसांचे आत्मेसुद्धा अमर असतात, ज्यांचा उगम, मूळ आकाशातील ताऱ्यांच्या दैवी राज्यात असतो. प्रत्येक आत्मा त्या ग्रहांच्या मधून खाली पृथ्वीवर येतो, जिथे त्यांचा जन्माच्या वेळी भौतिक देहाशी संबंध येतो. जेव्हा आपण मरतो तेव्हा आपला आत्मा आपल्या देहातून मुक्त होतो आणि एकतर पुनर्जन्म घेतो किंवा आपण जर सदाचारी, सद्‌गुणी असलो तर आपला आत्मा त्या ग्रहगोलांमधून जाऊन आपल्या मूळ ठिकाणी ताऱ्यांमध्ये जाऊन पोहोचतो.' 'आपण शक्य तितक्या लवकर पृथ्वीपासून दूर उडत स्वर्गाकडे जायला हवे,' त्याने लिहून ठेवले आहे, 'उडून दूर जाणे म्हणजे देवासारखे होणे आहे.' (हीच कल्पना नंतर सुप्रसिद्ध चित्रकार व्हीन्सेंट व्हान गॉगने १८८८ मध्ये त्याच्या भावाला लिहिलेल्या पत्रात वापरली आहे : 'जसे आपण तारास्कॉन किंवा रौएनला जायला ट्रेन पकडतो,' गमतीने तो पुढे म्हणतो, 'म्हणजे जणू आपण तारकांपर्यंत जाण्यासाठी मृत्यूला कवटाळतो.')

आपल्या प्रत्येकामध्ये एक दैवी स्फुल्लिंग असते, एक अतिशय योग्य, शुद्ध असा आत्मा आपल्या नाजूक पण मर्त्य शरीरात जो स्वर्गापर्यंत प्रवास करून जाऊ शकतो आणि अनंत काळपर्यंत ताऱ्यांच्या बरोबर राहू शकतो. ही एक खास प्रेरणादायी अशी कल्पना आहे. मग ही कल्पना प्लेटोला कुठून मिळाली? त्याच्या पाठीमागे एक कथा आहे. ती हजारो वर्षे लपून राहिली होती.

इजिप्तमधल्या वाळवंटाच्या काठावर कैरोच्या दक्षिणेला, सक्कारा नावाच्या खेडेगावाजवळ तिथे अर्ध्यामुर्ध्या मोडकळीस आलेल्या पिरॅमिडचे काही अवशेष आहेत. एका खूप

मोठ्या शाही दफनभूमीचा तो एक भाग आहे जे प्राचीन राजधानी मेम्फिससाठी होते. ते छोटे आहेत आणि त्या भागातले बरेचसे पिरॅमिड जवळच्याच गिझाच्या पिरॅमिडपेक्षा अलीकडच्या काळातले आहेत. मोठ्या ढिगाऱ्याभोवती चुनखडीच्या दगडांनी बांधले होते, पण ते चुनखडीचे दगडसुद्धा फार जुन्या काळातच चोरीला गेले आहेत. एकेकाळी चांगले ५० मीटर उंच असलेले आता ते अगदीच चुरा झालेल्या स्थितीत एखाद्या छोट्या टेकाडासारखे दिसतात.

१८८१ च्या जानेवारी महिन्याच्या ४ तारखेला बर्लिनमध्ये राहणारे दोन भाऊ -हेन्रीच आणि इमिले ब्रूश – यांनी त्या ढिगाऱ्याला भेट दिली, त्यांना त्याच्या खाली असलेल्या गुप्त दालनांना भेट द्यायची होती. त्यांनी भेट दिलेल्या पहिल्या पिरॅमिडच्या प्राचीन प्रवेशद्वाराचे तोंड एका खूप मोठ्या जड अशा ग्रॅनाईटच्या दाराने बंद केले होते, म्हणून ते पोटावरून घसरत, पूर्वी लुटेऱ्यांनी खोदून बनवलेल्या एका अगदी अरुंद अशा बोगद्यामधून आत शिरले होते. हेन्रीचला अशी भीती वाटत होती की डोक्यावर लटकणारे भलेमोठे मोडके दगड आत त्यांच्या अंगावर कोसळून त्यांना चिरडून टाकायचे, पण सरतेशेवटी काही वाईट न घडता ते सुखरूपपणे जमिनीखालच्या एका बोगद्यात पोहोचले. 'आणि काय आश्चर्य! आमच्यासाठी आमच्या परिश्रमाचे बक्षीस म्हणून की काय, जिथे कुठे माझी नजर जात होती तिथल्या भिंतींवर सगळीकडे असंख्य गोष्टी लिहिलेल्या दिसत होत्या.'

तिथे उभ्या रकान्यांमध्ये ती चित्रलिपी फार कुशलतेने कोरली होती. खाली वाकून, मोठमोठ्या दगडधोंड्यावरून जात, धडपडत ते दोन्ही भाऊ अरुंद वाटेवरून जात एका मोठ्या दालनात येऊन पोहोचले. त्या दालनाला अणकुचीदार अशा चुनखडीच्या दगडांचे छत होते, ज्याला काळा रंग दिलेला होता आणि त्यावर पाच टोके दाखवणाऱ्या ताऱ्यांचे पांढऱ्या रंगात रंगवलेले आच्छादन होते. इथेसुद्धा सगळ्या भिंतींवर त्या चित्रलिपी कोरल्या होत्या. त्यांच्या हातातल्या मेणबत्त्यांच्या मंद उजेडात त्यांना एकच नाव जिकडेतिकडे लिहिलेले दिसत होते, ते म्हणजे मेरेन्रे, सूर्याचा लाडका.

१९ व्या शतकादरम्यान, मेसोपोटेमिया सारखेच इजिप्तमध्येही वसाहतवादी लोक खूप उत्साहाने प्राचीन खजिने शोधत होते. दक्षिणेत लक्सार जवळ युरोपियन संशोधक 'व्हॅली ऑफ किंग्ज'मधील कड्यांवर खोदून शाही थडगी उघडून बघत होते. त्या थडग्यांमधील संपत्ती लुटेऱ्यांनी लुटून नेली असली तरी तिथल्या भिंतींवरील कला आणि खोदकामामधून तिथल्या रहस्यमय अशा संस्कृतीबद्दल आणि त्यांच्या इतिहासाबद्दल अमूल्य अशी माहिती मिळते. मात्र खूप प्राचीन अशा गिझाच्या पिरॅमिडमधल्या आतल्या दालनातील भिंती मात्र पूर्ण कोऱ्या होत्या, ही बाब फार निराशाजनक होती.

पुरातत्त्व खात्याचा मुख्य असलेल्या वृद्ध फ्रेंच माणसाची, ऑगुत मारिएची मात्र खात्री पटली होती की सगळ्या पिरॅमिड्समध्ये कुठेही काहीही माहिती नाहीये, सगळे पिरॅमिड्स मुके आहेत. त्यामुळे छोटे छोटे पिरॅमिड उघडून बघण्याची तसदी घेण्याची जरुरीच नाही असे त्याचे मत होते. पण फ्रेंच सरकारला हे मान्य नव्हते. त्यामुळे १८८० च्या उन्हाळ्यात तिथल्या स्थानिक मजुरांनी सक्काराजवळच्या पिरॅमिडमध्ये एक बीळ पोखरले आणि त्यांना आतमधल्या भिंतींवर चित्रलिपी सापडल्याचे त्यांनी नमूद केले. मारिएचा मात्र त्यावर जराही विश्वास बसला नाही, त्याचे म्हणणे होते की ते लोक चुकून एखाद्या मोठ्या सरदाराच्या थडग्यामध्ये उतरले असतील. पण डिसेंबर महिन्यात जेव्हा कैरोमध्ये असताना तो खूप आजारी पडला होता तेव्हा, दुसऱ्या एका पिरॅमिडमध्ये असेच अनेक चित्रलिपी, मजकूर सापडले आहेत अशी बातमी आली. त्याची तब्येत ढासळत चालली असल्याकारणाने त्याने आपले फार जुने सहकारी बृग्श बंधूंना तिथे खात्री करून घेण्यासाठी पाठवले.

अशा तऱ्हेने जानेवारी ४ च्या सकाळी, हैन्रीच आणि इमिल यांनी कैरोच्या दक्षिण भागातून ट्रेन पकडली, त्यानंतर दोन तास गाढवाच्या पाठीवरून प्रवास करून ते नव्याने खोदलेल्या पिरॅमिडपर्यंत पोहोचले. ज्या दालनात छतावर तारे चित्रित केले होते त्याच्या पश्चिमेला आणखी एक दालन होते. तिथेही असेच छत होते. इथल्याही भिंतींवर सगळीकडे उभ्या रकान्यावर मजकूर लिहिलेला होता, आणि कोपऱ्यामध्ये एक दगडी शवपेटिका होती जी ठिपके असलेल्या लाल रंगाच्या ग्रॅनाईटपासून बनवली होती ज्याला एक झाकण होते. तिच्या वर अजून खूप चित्रलिपी कोरली होती, ज्याचे हैन्रीचने ढोबळ भाषांतर केले की, 'सर्वसाक्षी परमेश्वर आणि प्रकाशाच्या भागाचा देव, सूर्यासारखा राहतो.'

जमिनीवर त्या शवपेटीशेजारी मसाला लावून टिकवलेले एका तरुणाचे प्रेत होते. पहिल्यांदा ते शव अगदी तलम अशा कपड्यामध्ये गुंडाळलेले होते, पण लुटेऱ्यांनी त्या ममीच्या अंगावरची वस्त्रे फाडून टाकली होती त्यामुळे त्या वस्त्राच्या चिंध्या आजूबाजूला कोळ्याच्या जाळ्यासारख्या पसरल्या होत्या. शवाच्या अंगावरचे सर्व दागदागिने ओरबाडून नेलेले होते. पण शव टिकवण्यासाठी वापरलेल्या उच्च दर्जाच्या मसाल्यावरून आणि त्या ममीच्या अजूनही टिकून राहिलेल्या नाजूक चेहेरेपट्टीवरून ते शव त्या पिरॅमिडच्या मालकाचे म्हणजे मेरेन्रे राजाचेच आहे असा निष्कर्ष हैन्रीच याने काढला.

त्या बंधु द्वयाने त्या ४००० वर्षे वयाच्या फारोला त्याच रात्री मारिएकडे घेऊन जायचे ठरवले. 'मला असे वाटले की त्या मृत्यूशय्येवर असलेल्या मित्राला मरताना समाधान मिळेल.' 'स्वत:च्या डोळ्यांनी इजिप्तमधल्या आणि अर्थात पूर्ण जगातल्या सगळ्यात प्राचीन अशा राजाची ममी बघितल्याचे समाधान.' असे हाईनिश्चने लिहून

ठेवले आहे. त्यांनी ते शव एका लाकडी शवपेटीत ठेवले आणि एका गाढवाच्या पाठीवर ते बांधले, तिथून दोन तासांचा प्रवास करून स्टेशनपर्यंत पोहोचले. त्यांनी प्रयत्नपूर्वक ती शवपेटी कैरोला जाणाऱ्या रेल्वेच्या सामानाच्या डब्यात ठेवली. तिथल्या चकित झालेल्या गार्डला त्यांनी सांगितले की ते सक्काराच्या मेअरचे मसाला लावलेले प्रेत घेऊन चालले आहेत. त्यानंतर प्रवासादरम्यान ती ट्रेन शहराच्या आधी काही किलोमीटर बंद पडली. या दोघा भावांना उरलेले अंतर पायी जावे लागणार होते. सूर्य मावळायच्या सुमारास ते दोघे निघाले. शवपेटीचे वजन जास्त वाटायला लागले म्हणून ते कमी करण्यासाठी त्यांनी ती शवपेटी तिथेच टाकली आणि त्या राजाचे प्रेत एकाने पाय आणि एकाने डोके असे उचलून घेतले. काही वेळाने ते प्रेत मधून तुटले. शेवटी त्याचे दोन तुकडे दोघांनी उचलून नेले. सरतेशेवटी त्यांनी ती ममी मारीएट पर्यंत एकदाची पोहोचवली. तुकडे झालेल्या त्या राजाची ती ममी बघून तो बिचारा भयचकित झाला. त्यानंतर थोड्याच दिवसात तो हे जग सोडून गेला.

त्या पिरॅमिडमध्ये सापडलेली ती ममी फार महत्त्वाची होती असे नाही तर त्या पिरॅमिड मध्ये सापडलेला मजकूर सगळ्यात महत्त्वाचा होता, 'पिरॅमिड मजकूर' असे ब्रूश याने त्याचे नामकरण केले आहे. आता त्याच्या सारखेच मजकूर असलेले १० सक्कारा पिरॅमिड सापडले आहेत जे ५ व्या आणि ६ व्या राजवंशाच्या राजे आणि राण्यांच्या मालकीचे आहेत. त्यांचा काल इ.पू. २४ किंवा २३ व्या शतकापर्यंत मागे जातो. त्यात ऐतिहासिक माहिती काही उपलब्ध नाही पण ती सगळ्यात जुनी आणि इजिप्शियन धार्मिक समजुतींवर प्रकाश टाकणारी जबरदस्त माहिती आहे. त्यावरून हे समजते की त्यांच्या जवळच्याच पूर्वेकडच्या भागातील संस्कृतींमध्ये स्वर्ग हा फक्त देवांसाठी असतो अशी समजूत होती, त्या वेळी इजिप्त फार वेगळे होते.

इजिप्शियन लोकांचा या विश्वाबद्दलचा विचार थोडा गुंतागुंतीचा आणि विचित्र रूपकांनी भरलेला आहे. ते आकाश म्हणजे एक सागर आहे असे समजत, ज्यामधून त्यांचा सूर्यदेव रा त्याच्या अवकाशीय होडीतून जातो. किंवा हे विश्व म्हणजे एका मोठ्या फाल्कनचे पोट आहे असा त्यांचा समज होता, किंवा नट नावाच्या देवीचे पोट, जी देवी एखाद्या गाईच्या रूपात किंवा स्त्रीच्या रूपात असते, जी गेब नावाच्या या पृथ्वी देवतेच्या वर आपल्या हातांनी आणि पायांनी कमान करते. रात्रीच्या वेळी आकाशातील सर्व ग्रहगोलांना खाऊन टाकते आणि सकाळी त्यांना जन्म देते. आयुष्य म्हणजे रोजचे चक्र होते जे 'रा'च्या रोजच्या मरण आणि पुनरुत्थाना भोवती फिरते. सूर्यास्ताच्या वेळी रा मरतो आणि पृथ्वीच्या खाली रसातळाला जातो. रात्रीच्या वेळी रा ओसिरीस बरोबर, जो ममीच्या रुपात खोल रसातळात आहे, त्याच्या बरोबर

विलीन होतो. या विलीनीकरणातून त्याला नव्या आयुष्यासाठी शक्ती मिळते आणि सूर्योदयाच्या वेळी त्याचा पुन्हा जन्म होतो.

पिरॅमिडची बांधणी अशा तऱ्हेने झाली होती की त्यात फारोला या सगळ्या प्रवासाचे प्रतिबिंब तिथे दिसावे. इजिप्टॉलॉजिस्ट जॉन टेलर असे म्हणतो की ते अनंत कालपर्यंत टिकावेत म्हणून ते दगडांमध्ये बनवले होते. आणि ते पिरॅमिड म्हणजे फक्त प्रेतासाठीची जागा एवढाच उद्देश त्यामागे नव्हता तर ती थडगी म्हणजे दोन जगातील, जीवित जगातील आणि पुनरुत्थित झालेले मृत, या दोघांच्या जगातील एक दुवा होता. स्टोनहेंजसारख्या निओलिथिक काळातील स्मारकांच्या बाबतीतील सिद्धान्ताचे पडसाद निर्माण करणारे आणि थोडेसे कोड्यात टाकणारे असे हे आहे, जे त्याच काळात वापरात होते. सूर्याबरोबरच फारोचा आत्मा प्रत्येक रात्री त्याच्या भौतिक देहाबरोबर म्हणजे पिरॅमिडमधल्या ममीबरोबर संमिलीत होतो- तो दुसऱ्या दिवशी पुन्हा जन्म घेतो. पिरॅमिडमधला जो लिखित मजकूर आहे तो सगळा जादू आणि मंत्रांबद्दल आहे, जो या क्रियेला मदत करणारा असा आहे. त्यात वेगवेगळ्या पायऱ्या दर्शवल्या आहेत, ज्याचा शेवट राजा सूर्याबरोबरच उदय पावून ताऱ्यांच्या मधल्या त्याच्या आकाशातील जागेवर स्थानापन्न होण्यात होतो. 'सूर्या मी तुझ्या बोटीत बसून आकाशातून वल्हवत चाललो आहे.' असे एका ठिकाणी लिहिले आहे, तर दुसऱ्या ठिकाणी असे लिहिले आहे की : 'आकाशाकडे जाणारा असा एक पदपथ माझ्यासाठी तिथे पसरला आहे, ज्याच्या वरून मी कदाचित वर आकाशात जाऊ शकतो.'

सक्कारा इथल्या पिरॅमिडमधली दालने हा रोजचा प्रवास प्रतिबिंबित करण्यासाठी निर्धारित केलेली होती. तिथे पुनरुत्थित राजे त्या थडग्यातून बाहेर पडून सुरुवातीला उगवत्या सूर्याकडे पूर्व दिशेला प्रवास करतात. त्यानंतर बाहेर पडायचा मार्ग उत्तरेकडे तोंड करून आहे, कदाचित ध्रुवाकडे बोट दाखवत असावा, जो तारा उत्तर वैश्विक ध्रुवा भोवती फिरतो. इजिप्शियन लोक या तारकासमूहांची अमरत्वाशी सांगड घालतात, त्यांना ते अविनाशी तारे म्हणतात, कारण ते कधीच मावळत नाहीत. अनेक ठिकाणी, पिरॅमिडमधल्या मजकुरात त्या तारकासमूहांना मृत राजाचे शेवटचे ठिकाण मानतात. अर्थात इतर तारेसुद्धा तिथे प्रामुख्याने दिसतात. त्यात ओरायनचा (मृग नक्षत्र) पट्टा (ज्याचा संबंध ओसिरीसशी आहे), सिरिअस (व्याध) (इसिस देवतेशी संबंधित) आणि तो सकाळी आणि संध्याकाळी एकटा दिसणारा (दोन्ही म्हणजे शुक्रच, पहाटे आणि संध्याकाली एकटा दिसणारा तेजस्वी तारा).

जरी गिझासारख्या पिरॅमिड्समध्ये छोट्या पिरॅमिडसमधल्या सारखा मजकूर कोरलेला नसला तरी ज्या राजांनी ते बांधले त्यांची विचारसरणी सारखीच होती. पिरॅमिड्समधल्या भिंतींवरचा मजकूर जेव्हा लिहिला गेला तेव्हाच तो प्राचीन झाला

होता असा समज आहे. आणि गिझाच्या तिन्ही प्रमुख पिरॅमिडचे तोंड उत्तरेकडे, ध्रुव ताऱ्याकडे आहे. सगळ्यात जुना आणि सगळ्यात मोठा जो खुफूचा पिरॅमिड आहे, जो इ.पू. २६ व्या शतकात बांधला आहे तो असा स्थापित केला आहे की तो २० अंशांच्या आत बसतो. गिउलिओ मागली नावाचा इटालियन खगोलभौतिकी तज्ज्ञ आणि पुरातत्त्वीय खगोलतज्ज्ञ याला 'उन्मादी अचूकता' असे संबोधतो. तो असे सुचवतो की त्या लोकांना सर्कम पोलर स्टार्स म्हणजे ध्रुव ताऱ्याभोवती फिरणाऱ्या ताऱ्यांबद्दल नको इतके कुतूहल आहे, त्यांना जणू त्या ताऱ्यांनी पछाडले आहे. जेव्हा हे पिरॅमिड बांधले गेले तेव्हा त्यातील दोन अक्ष हे अगदी अचूकपणे ध्रुवाभोवतीच्या ताऱ्याकडे रोखलेले होते, आणि मृग नक्षत्राच्या पोटातील बाणाच्या (ओरायनच्या पट्ट्याच्या, ओसिरीसचा सगळ्यात वरचा, उगवता बिंदू) सगळ्यात वरच्या टोकाकडे रोखलेले होते, याचे अचूक गणित खगोलशास्त्रज्ञांनी मांडले आहे. कादाचित ते सांकेतिक पदपथ असावेत ज्यावरून राजाचा आत्मा आकाशात जात असावा असे मागली यांनी सुचवले.

पिरॅमिडमध्ये लिहिलेला मजकूर फक्त राजा आणि त्याच्या कुटुंबीयांना माहीत असायचा, त्यांचे स्वतःचे पिरॅमिड होते. नंतरच्या शतकात त्याच प्रकारचा मजकूर सर्वसामान्य लोकांच्या म्हणजे राजघराण्याबाहेरच्या लोकांच्यासुद्धा शवपेटीत किंवा पॅपिरसवर लिहिलेला असायचा. 'बुक ऑफ द डेड' जे इ.पू. १६०० च्या दरम्यान उदयाला आले, जे अगदी सरसकट सगळ्यांनी वापरले असावे. त्यात काही जादू सांगितलेल्या होत्या, ते पुस्तक वापरणारा किंवा वापरणारी यांना त्या पुस्तकांतर्फे परीक्षा उत्तीर्ण होण्यासाठी मदत केली जायची. ती परीक्षा म्हणजे त्या स्त्री अथवा पुरुषाच्या, त्यांच्या हृदयाचे वजन केले जायचे त्यावरून ते स्वर्गात जाण्यायोग्य आहेत की नाहीत हे ठरवले जायचे. इजिप्शियन लोकांनी आकाशातील दैवी राज्याच्या कल्पनेचा शोध लावला नव्हता – पण जगभरातील लोकांमध्ये असा समज आहे – पण आपल्या माहितीप्रमाणे ते लोक पहिले आहेत जे असे समजतात की सदाचारी, सद्वर्तनी माणसांच्या आत्म्यांना राहण्यासाठी ती अत्यंत सुयोग्य जागा आहे.

इजिप्शियन समजुती म्हणजे नेहमीच ऐतिहासिकदृष्ट्या बंद झालेले रस्ते : एक भूतकाळात लुप्त झालेला धर्म, तो अद्भुतरम्य, आकर्षक जरी असला तरी आताच्या काळाच्या मृत्यूनंतरच्या आयुष्याबद्दलच्या समजुतीशी निगडित नाहीये. परंतु निकोलास कॅम्पिओन हा इतिहासकार तर ठासून असे म्हणतो की खरेतर इथेच सगळ्याची सुरुवात झाली; ते असे की कदाचित इजिप्शियन लोकांनीच अमर आत्म्याची कल्पना ग्रीसमध्ये आणली असावी. कॅम्पिओन हेही दाखवतो की, 'ग्रीक लेखक हेरोडोट्सनेही म्हटले आहे की इजिप्शियन लोक हे पहिले होत ज्यांनी

आत्म्याच्या अमरत्वाची तत्त्वप्रणाली पुढे आणली.' अर्थात हा काही पुरावा होऊ शकत नाही, कारण हेरोडोट्सने बऱ्याच चुकीच्या गोष्टी केल्या होत्या, पण तो दुवा असणे शक्य आहे. इ.पू. ६ व्या शतकात ग्रीस आणि इजिप्त ही दोन्ही पर्शियाच्या सत्तेखाली आली, त्यामुळे ग्रीक तत्त्वज्ञांना इजिप्शियन धर्मगुरूंबरोबर मिसळायची संधी मिळाली. तत्त्वज्ञ आणि गणिती असलेल्या पायथागोरसच्या प्राचीन चरित्रांवरून – तो ग्रीसमधला पहिला माणूस होता ज्याने अमर अशा आत्म्याची कल्पना पहिल्यांदा मांडली आणि त्याचा प्लेटोवर खूप प्रभाव होता – असा दावा करतात की दक्षिण इटलीमध्ये शाळा उघडण्यापूर्वी त्याने इजिप्तमधल्या मंदिरांमध्ये शिक्षण घेतले होते.

खगोलशास्त्राच्या इतिहासात इजिप्शियन लोकांना नेहमीच डावलले गेले आहे, बाजूला टाकले गेले आहे; वैज्ञानिक दृष्टिकोनातून बघितले तर ते त्यांच्या शेजाऱ्यांच्या, मेसोपोटेमिअन लोकांच्या जवळपासही पोहोचलेले नव्हते. तरीही त्यांनीच पाश्चिमात्य विश्वोत्पतीशास्त्राच्या कल्पनेचा पाया रचला असे कॅम्पिओनचे म्हणणे आहे. बॅबिलोनिअन लोकांनी गणित दिले असले तरी इजिप्शियन लोकांनी तत्त्वज्ञान पुरवले, म्हणजे आत्मा या कल्पनेचा समावेश त्यांनी केला असे तो म्हणतो. पायथागोरस आणि प्लेटोला धन्यवाद द्यायला पाहिजेत, कारण आपल्या आत्म्याची जागा ताऱ्यांच्या जवळ आहे ही कल्पना आधी ग्रीक जगतात आणि नंतर रोमन जगतात फारच लोकप्रिय झाली, त्यातच ही समजूतसुद्धा आली की, या विश्वाबद्दल जितके मनन-चिंतन आपण करू तितके आपण देवाच्या जवळ जातो. 'ताऱ्यांच्या हालचाली अशा तऱ्हेने निरखाव्या जसे तुम्ही त्यांच्या बरोबर त्यांच्याच मार्गाने जाता आहात,' असा सल्ला दुसऱ्या शतकातील रोमन सम्राट मार्कस ऑरेलीस याने दिला. 'अशा प्रकारच्या कल्पना करत बसल्याने जमिनीवरच्या आयुष्यातील मलिनता दूर होण्यास मदत होते. प्लेटोच्या कल्पनांनी बऱ्याच रहस्यमय पंथाच्या विचारांना हातभार लावला आहे, ज्या कॉन्स्टन्टाईनच्या काळातही लोकप्रिय होत्या, उदाहरणार्थ ग्नोस्टिसीझम, हेर्मेटिसीझम आणि मिथ्राइझम. या सगळ्यांमध्ये त्यांनी आत्म्याला त्याच्या स्वर्गाकडे जातानाच्या प्रवासासाठी कसे तयार करायचे ते ज्ञान द्यायचे वचन दिले आहे. ज्युईश देव उत्कट, भावनाप्रधान आणि हस्तक्षेप करणारा असा होता, हे धर्म 'एकाच' देवाला पुजणारे असे होते, जो कधीही न बदलणारा, अमूर्त असा देव होता, जो ज्ञान आणि प्रकाश देत होता.

प्लॅटोनिक संकल्पना ज्यूडाइझममध्ये झिरपल्या आहेत. एखादा सदाचारी माणूस स्वर्गामध्ये देवाशी एकरूप होऊ शकतो ही कल्पना हिब्रू बायबलमध्ये दोनदा आलीय, पण अर्थात नंतरच्या आवृत्त्यांमध्ये. पर्शिअन काळात तयार झालेले उपदेशक यांना हे पटलेले नाही, ते विचारतात : 'कोणाला माहीत आहे की

माणसाचा आत्मा वरतीच उठतो?' अलेक्झांडर द ग्रेटच्या विजयानंतर, डॅनियल याच्या बाजूने बोलतो : 'जे कोणी शहाणे असतील ते आकाशाच्या मोठ्या तेजस्वी विस्तारासारखे चमकतील, आणि जे कोणी अनेकांना चांगल्या मार्गाला लावतील ते ताऱ्यासारखे चमकतील.' काही शतकांनंतर इस्लामने तोच वारसा पुढे चालवत मृत्यूनंतरच्या आकाशातील अनंत काळच्या आयुष्यासाठी त्याच कल्पना उचलल्या.

प्लेटोचा सगळ्यात जास्त प्रभाव मात्र नव्याने जन्मलेल्या ख्रिस्ती धर्मावर होता. 'जेव्हा ख्रिश्चन लोक त्यांचे असे वाङ्‌मय निर्माण करायला लागले होते तेव्हा त्यांच्या लेखकांना हे आत्मा आणि पुनरुत्थान या गोष्टी पूर्णपणे नैसर्गिक अशा वाटल्या' असे मॅक कुल्लोच यांचे म्हणणे आहे, 'मृत्यूनंतरच्या जीवनाशी संबंधित गोष्ट ख्रिश्चन धर्माचा आधार बनला ज्याचा कधी कधी अतिरेक होऊ लागला होता.'

३३७ च्या ईस्टरनंतर पर्शियावर स्वारी करण्याच्या तयारीत असताना कॉन्स्टनटाईन आजारी पडला. त्याने त्याच्या आईच्या गावातल्या, हेलेनोपोलीस मधल्या एका स्पाला भेट दिली. त्यांनतर तो इतका जास्त आजारी पडला की कॉन्स्टनटिनोपाल पर्यंतचा प्रवास त्याला करता आला नाही त्याऐवजी तो जवळच्या निकॉमेडिया या गावी गेला, जिथे त्याने बिशप्सच्या एका गटाला बोलावले. त्याने त्यांचा शाही जांभळा पोशाख बदलून स्वच्छ पांढरा पोशाख घातला आणि त्यानंतर त्याने मरण्याच्या काहीच दिवस आधी बाप्तिस्मा घेतला. त्याचा मृतदेह एका सोनेरी शवपेटीत घालून त्याच्या घरी नेला गेला आणि एका खूप सुशोभित केलेल्या चर्च ऑफ होली अपोस्टलमध्ये ठेवला, जिथे त्याने स्वतःसाठी दगडी शवपेटी बनवून घेतली होती. त्याच्या अवतीभोवती १२ रिकामी थडगी होती. ख्रिस्ताच्या शिष्यांचे[६] अवशेष ठेवण्यासाठी बनवली होती. काही इतिहासकार या प्रकाराकडे एक उघड पुरावा म्हणून बघतात की कॉन्स्टन्टाईन स्वतःला ख्रिस्ताच्याच बरोबरीचा किंवा स्वतः ख्रिस्तच समजत होता. बाकी इतिहासकारांनी असे सुचवले की, अपोस्टल्स (प्रेषित) १२ राशींचे प्रतिनिधित्व करतात, त्यावरून सम्राट स्वतःला सूर्यच समजत असण्याची तितकीच शक्यता आहे. कॉन्स्टन्टाईनच्या स्मरणार्थ काढलेले अधिकृत नाणे जे त्याच्या मृत्यूनंतर थोड्याच दिवसात काढण्यात आले, ज्यावरच्या चित्रात तो ४ घोड्यांच्या रथात बसून, तेजस्वी असा मुकुट घालून सूर्यासारखा आकाशात उगवतो आहे असे दाखवले आहे.

---

६. त्या अपोस्टल्सची थडगी आणि अवशेष नंतर त्याच्या मुलाने कॉन्स्टन्टीअसने काढून टाकली. आता कॉन्स्टन्टाईनला देव मानत नाहीत तर त्याला संत समजतात.

बहुतेक करून ते दोन्ही एकाच वेळी होते. कॉन्स्टन्टाईनने ख्रिश्चॅनिटीला इतिहासात एक महत्त्वाची वैश्विक शक्ती बनवले; विद्वानांचे यावर एक मत आहे की त्याने कॅथलिक चर्चेसचे भविष्य घडवले आणि त्याच्या मुळेच ख्रिश्चॅनिटी सर्व जगभर पसरली. पण हे करण्यासाठी ख्रिश्चॅनिटीच्या श्रद्धांमध्ये त्याने त्याच्या दैवी, तेजस्वी अशा सूर्याची कल्पना बिंबवली. ही अशी कथा आहे ज्यातून त्या काळातील विस्तृत अशी धार्मिक संदिग्धता समोर येते, ज्या काळात प्रतिस्पर्धी साम्राज्यांच्या बदलत्या भविष्यांनी या विश्वाबद्दलच्या परस्परविरोधी कल्पना आणि आपले त्यातील स्थान, हे एकत्र आणले. बऱ्याच ठिकाणी एकेश्वरवादाने देव आकाशात असण्याबद्दलच्या जुन्या कल्पनांचे उच्चाटन नाही केले तर शक्य तेवढ्या त्या आत्मसात केल्या किंवा स्वीकारल्याच. स्वर्ग, आत्मा आणि मृत्यूनंतरचे अनंत कालपर्यंत चालणारे जीवन या सगळ्या ख्रिश्चन कल्पना शतकांच्या कालखंडात इजिप्त, पर्शिया, इस्राईल, ग्रीस, रोम आणि त्याच्या पलीकडच्या प्रदेशातून आलेल्या वेगवेगळ्या रंगांच्या प्राचीन धाग्यांनी विणल्या गेल्या आहेत.

अर्थात प्रत्येक ठिकाणी असे नव्हते. १८ व्या शतकातील राजकीय विषयावर लेखन करणारा लेखक थॉमस पेन, इतर गोष्टींशिवाय त्याच्या धर्मावरच्या जळत्या टीकेसाठी प्रसिद्ध होता (याला आपण नंतर ८ व्या प्रकरणात भेटूच), ख्रिश्चॅनिटीचे वर्णन करताना म्हणतो, की हे म्हणजे सूर्यपूजक धर्माचे केलेले गचाळ अनुकरण आहे, ज्यात ते एका माणसाला ज्याला ते ख्रिस्त म्हणतात, त्याला ते सूर्याच्या जागी ठेवतात, आणि त्याची त्याचप्रकारे पूजा करतात जशी सूर्याची केली जात होती. पूर्वीच्या ख्रिश्चन लोकांनी निश्चितपणेच त्यांच्या विरोधक अशा सूर्यपूजकांची चिन्हे आणि कर्मकांडे उचलली होती. पण त्यांच्यात एक मूलभूत फरक असा आहे ज्याकडे पेनची लेखणी दुर्लक्ष करते; प्लेटोच्या विचारातील एक पैलू, एक बाजू जी मुख्य ख्रिश्चन विचारधारेने स्वीकारली नाही.

प्लेटोच्या कल्पनेतले निर्माते हे त्या विश्वामध्येच अस्तित्त्वात होते, आणि अवकाशीय ग्रहगोलांची निर्मिती त्यांच्या हाती असलेल्या पदार्थांमधूनच करत होते. प्लेटोने त्याच्या टाईमॅअस ग्रंथामध्ये लिहिले आहे की, 'अनागोंदीमधून त्याने सुसूत्रता आणली,' एका अशा जगाला आकार दिला जे, 'स्वतः परिपूर्ण होते आणि त्याचे भागही परिपूर्ण होते.' त्याच्या विरुद्ध ज्यू लोक देव म्हणजे या विश्वाच्या पलीकडे, वर आणि खाली सगळीकडे वरचढ असणारा मानतात, ज्याने हे विश्व शून्यातून निर्माण केले. इसायाच्या हिब्रू बायबलमध्ये म्हटले आहे की, 'स्वर्ग माझे सिंहासन आहे तर पृथ्वी म्हणजे माझ्या पायाखाली घ्यायची बैठक आहे.'

ख्रिश्चन लोकांनी नंतरचा दृष्टिकोन स्वीकारला आहे. उदाहरणार्थ युसेबिअसला कॉन्स्टन्टाईनची सूर्याशी तुलना केलेली पसंत होती : 'जसा सूर्य सगळ्यांना

उदारपणे त्याचा प्रकाश देतो, कॉन्स्टन्टाईननेही तसेच केले, सूर्यासारखेच पहाटे लवकर त्याच्या शाही राजवाड्यातून कामकाज सुरू करून, त्याच्यासारखे वर वर चढत आपल्या तेजाने तळपत, त्याच्या प्रकाशाचा फायदा जे कोणी त्याच्या आश्रयाला येत त्यांना करून देत असे.' त्याच वेळी त्याने हेही स्पष्ट केले की 'सूर्यसुद्धा दैवी नाहीये तर देवाच्या निर्मितीचा एक भाग आहे. कॉन्स्टन्टाईनची निष्ठा सूर्याशी असेल पण युसेबिअससाठी मात्र पूजेचा केंद्रबिंदू या विश्वाच्या पलीकडे होता. सम्राटाचा ख्रिश्चॅनीटीला असलेला पाठिंबा म्हणजे इथून पुढे लोकांनी सूर्य, चंद्र आणि तारे यांच्याकडे आदराने बघत, जादू वगैरे त्यांच्या खात्यावर जमा करण्याची आवश्यकता नाही, तर हे सत्य स्वीकारायला हवे की सगळ्याच्या वर तो अजेय, ज्ञानेंद्रियांना अगोचर असा वैश्विक निर्माता आहे आणि फक्त त्यालाच पुजायचे आहे.'

आजसुद्धा कॅथलिक चर्च याच स्थितीत आहेत. व्हॅटिकनच्या वेधशाळेचे प्रमुख गाय कॉन्सोल्माग्नो यांनी २०१३ मध्ये स्वच्छ सांगून टाकले आहे की : 'ज्या देवावर मी विश्वास ठेवतो तो या विश्वातला नाहीये, तर हे विश्व अस्तित्वात यायच्या अगोदर तो होता, तो या निसर्गाचा भाग नाही तर तो अलौकिक आहे.' सर्वशक्तिमान अशा देवाच्या बाबतीत अशी ही समजूत आहे, या विश्वाच्या नियमाच्या किंवा संसाधनांच्या पलीकडे आहे तो. पण हे एवढ्यावरच संपत नाही. स्वत: विश्वावरही याचा जबरदस्त परिणाम होतो. प्लेटोचे विश्व एक सजीव, बुद्धिमान आणि दैवी असा प्राणी आहे, त्याला त्याचा स्वत:चा आत्मा आहे जो सगळ्यांमध्ये भरला आहे. परिणामी या विश्वामध्ये जे जे काही आहे ते प्राणी किंवा माणसे त्यांच्या नश्वर देहापासून ताऱ्यांपर्यंत यांचा आत्मा एकच आहे, ज्याला प्लेटोने दैवी, अनादी, अनंत जीव म्हटले आहे. त्याला मनापासून धन्यवाद दिले पाहिजेत, अशा समजुती क्लासिकल जगात (ग्रीक, रोमन जगात) सर्वत्र होत्या. ५ शतकांच्या नंतर रोमन इतिहासकार प्लिनी द एल्डर याने सूर्याचे वर्णन आत्मा असे केले... किंवा साऱ्या जगाचे मन असे केले आहे. इजिप्शियन किंवा मेसोपोटेमिअन सारखे आधीचे समाज जे आकाशातील देवांना मानत होते, त्यांच्या मरणानंतरच्या माणसाच्या नशिबाबद्दलच्या कल्पना काहीही असोत, त्यांना हे ब्रह्मांड म्हणजे परस्परांना जोडलेली जीवनप्रणाली वाटली असावी. जेव्हा त्यांनी सूर्य, चंद्र, तारे यांना देवतास्वरूप दिले तेव्हा ते प्रत्यक्षात या ब्रह्मांडाचीच पूजा करत होते.

त्यामुळे एकेश्वरवादाकडे झुकण्याचा अर्थ फक्त देवांची संख्या कमी होण्यापुरता मर्यादित राहत नाही तर त्यापलीकडे जातो. प्रत्यक्षात तो बदल ज्या प्रकारच्या ब्रह्मांडात आपण राहतो त्यात झाला आहे. ५ व्या शतकातला तत्त्वज्ञ, (थिओलोजीअन) हिप्पो इथला ऑगस्टीन याने ख्रिश्चन विचारधारा पक्की करून टाकली. त्याला

प्लेटोबद्दल प्रचंड आदर होता : 'प्लॅटोनिस्ट सोडून कोणी आपल्या (ख्रिश्चन लोकांच्या) जवळपाससुद्धा फिरकू शकले नाही,' असे तो लिहितो. पण त्याला हे ब्रह्मांड देवांच्या आत्म्यांनी भरलेले आहे ही कल्पना मान्य नव्हती. कोणी हे का बघू शकत नाही की याचे किती अपवित्र आणि अधार्मिक, परिणाम होऊ शकतील, जसे की कोणी काहीही पायाखाली तुडवले तर तो देवाला पायाखाली तुडवतोय असा त्याचा अर्थ होईल, किंवा एखाद्या प्राण्याला मारणे म्हणजे देवाचा एखादा अवयव तोडण्यासारखे नाही का होणार? थोडक्यात कॅम्पिओन म्हणतो की, ऑगस्टाईनने ब्रह्मांड हे जिवंत आहे या कल्पनेला विरोध दर्शवला... त्याऐवजी या जगाचे काही भाग आता जिवंत नाहीयेत आणि जे आहेत ते त्यांच्या पासून वेगळे काढता येताहेत.

कॉन्स्टन्टाईनला स्वत:ला असेच वाटत होते की नाही, याबद्दल मला खात्री नाही. पण त्याचे धर्मांतर करणे लक्षवेधी ठरते, निदान पाश्चात्त्य संस्कृतींसाठी तरी, जेव्हा मानवतेने हे ब्रह्मांड दैवी नाही, जिवंत नाही असे ठरवले. त्याऐवजी वेगळ्या निर्मात्यांची ती फक्त एक वेगळी निर्मिती ठरली. कधी काळी मानवतेचे नशीब आकाशातल्या ग्रहगोलांच्या हालचालींवरून ठरायचे, आणि तारे म्हणजे देवांची घरे होती, आता आपण या ब्रह्मांडाच्या केंद्रस्थानी नाही आहोत जे सगळ्याना सामावून घेत होते. आता त्याच्या बाहेर पाऊल टाकून खाली बघण्याची कल्पना करता येणे शक्य आहे.

सूर्य, चंद्र आणि तारे यांच्या प्रभावाने आपल्या धार्मिक भावना टोकाच्याच राहिल्या. पण या ब्रह्मांडाबरोबरचा अजून एक दुवा तुटला होता.

५

काळ

ऑक्स्फर्ड विद्यापीठाच्या बोडलेइन वाचनालयाच्या ऐतिहासिक कागदपत्रांच्या संग्रहात एक छोटे नेहमीपेक्षा जास्त जाड असे पुस्तक आहे. एम. एस. आशमोल १७९६, एवढेच नाव त्यावर आहे, आणि साधारण २०० पानांचे वासराच्या कातड्याचे कव्हर असलेले, कातड्याने अक्षरे झाकलेल्या लाकडी फळ्यांच्या मध्ये ते आहे. ते १४ व्या शतकात लिहिलेले असून त्यात चौकोनी काळी अक्षरे आहेत आणि व्यवस्थित काढलेल्या रेखाचित्रांनी ती सजवली आहेत, ज्यात गुंतागुंतीची चाकाची आणि चाकाच्या दांड्याची यांत्रिक व्यवस्था दाखवली आहे.

एलीआस आरमोल नावाच्या संग्राहक आणि ज्योतिषशास्त्रात गती असणाऱ्या माणसाने १७ व्या शतकात ते पुस्तक विद्यापीठासाठी म्हणून मागे ठेवून दिले होते, आणि ते १०० वर्षांपर्यंत तसेच कोणीही न बघता राहिले. १९६५ साली ऑक्स्फर्डच्या एका इतिहासकार खगोलशास्त्रज्ञ जॉन नॉर्थने त्या पुस्तकाच्या लॅटिन भाषेतील स्क्रिप्टचे भाषांतर केले, आणि समासात ही नोट लिहिली, Hic est liber sancti Albani, त्याचे भाषांतर होते : 'हे संत अल्बानचे पुस्तक आहे.' त्याच्या हे लक्षात आले की त्या पुस्तकाच्या पानात काहीतरी खास लपलेले आहे; एका नेत्रदीपक अशा शोधाबद्दल काही होते ज्यासाठी, त्या वालिंगफोर्डचा रिचर्ड नावाचा माँक, संत अल्बानासच्या मठाचा मठाधिपती (१३२७ ते १३३५) याने आपले बरेचसे आयुष्य वाहिले होते.

तो शोध होता एका प्रचंड मोठ्या घड्याळाबद्दलचा जे आबीस चर्चच्या दक्षिणेकडच्या खिडकीच्या खाली लावलेले होते. पण रिचर्ड्सने बनवलेले ते घड्याळ साधेसुधे, नुसते वेळ दाखवणारे नव्हते. ते अतिशय आधुनिक असे स्वत:हून चालणारे ब्रह्मांडाचे मॉडेल होते. ते जेव्हा तयार झाले तेव्हा त्याच्या सारखे एकही नव्हते, ते काळाच्या इतके पुढे होते की जेव्हा दोन शतकांनंतर, १५३४ मध्ये ग्रंथपाल आणि पुरातन वस्तूंचा विशेषज्ञ असलेल्या जॉन लेलँडने ते बघितले तेव्हा त्याचे वर्णन त्याने एक चमत्कार असे केले, त्याही वेळी पूर्ण युरोपमध्ये

त्याच्यासारखे घड्याळ नव्हते. त्या घड्याळात तुम्हाला या विश्वाचे सगळे कामकाज समजते, अगदी समुद्रापासून ते स्वर्गापर्यंत असे लेलँड यांनी म्हटले आहे. एखाद्याला सूर्याचा मार्ग बघायचा असेल किंवा चंद्राचा, ताऱ्यांचा मार्ग बघायचा असेल तर ते त्यात बघता येत होते किंवा समुद्राची भरती-ओहोटीबद्दलही त्यात माहिती मिळत होती.

आता त्या घड्याळाचा काही मागमूस लागत नाही, त्याचे काहीही अवशेष शिल्लक नाहीत. त्यामुळे आधुनिक इतिहासकारांना ते शब्द वाचून लेलँडने नक्की काय बघितले हे कळायला काहीही मार्ग नव्हता. मात्र जेव्हा नॉर्थच्या लक्षात आले की बोडलेइन वाचनालयातील वेलिंगफोर्डने ज्या सूचना लिहून ठेवलेल्या होत्या त्या हेच घड्याळ कसे बनवायचे यासंबंधी होत्या, तेव्हा हे कोडे सुटले. त्याने जे रहस्य शोधून काढले ते नुसतेच प्रभावी नव्हते तर तो शोध म्हणजे मानवाच्या इतिहासातील एक अत्यंत महत्त्वाचा क्षण होता.

या प्रकरणात त्यामुळे पुढे येते की त्यावेळच्या मध्ययुगीन युरोपमधल्या मॉंक्सनी काळाचा पाठलाग कसा केला आणि हे करताना त्यांनी मानवतेला कसे बदलून टाकले. आपण पुढे बघणार आहोत की दररोजच्या चक्रांचा अतिशय अचूकपणे माग काढण्याचा प्रयत्न करताना त्यांना त्यांच्या कल्पनेपलीकडे यश मिळाले. तरीही ते ज्याचा पाठपुरावा करत होते त्याचाच त्यांनी नाशही केला. इतिहासात त्या वेळेपर्यंत, काळ हा विश्वातील एक दैवी प्रकार होता, जे आपल्याला चंद्र, सूर्य, ताऱ्यांच्या चक्रातून समजत होते. यांत्रिक घड्याळाच्या शोधामुळे एक वेगळ्याच प्रकारचा काळ समोर आला, जो आपल्या देवाबरोबरच्या आणि या ब्रह्मांडाबरोबरच्या दुव्याला कमकुवत करण्याइतका शक्तिशाली होता, आणि त्याने आयुष्य जगण्याच्या एका नवीनच प्रकाराचा पाया रचला.

रिचर्ड हा एका लोहाराचा मुलगा होता, ज्याचा जन्म लंडनच्या पश्चिमेला ५० कि.मी. अंतरावर असलेल्या बर्कशायरमधील वेलिंगफोर्ड येथे १२९१ किंवा १२९२ मध्ये झाला असावा. तो १० वर्षांचा असताना त्याचे वडील वारले, आणि एक किंवा दोन वर्षांच्या आतच त्याला तिथल्या बेनेडिक्टाईन मठाच्या मठाधिपतीने दत्तक घेतले. त्याला दत्तक घेण्याचे कारण एकतर तो एकटा पडला होता आणि शिवाय त्याची योग्यता, त्याच्यातील उमेद बघून त्यांनी त्याला दत्तक घेतले. त्या मठाधिपतीने जवळच्या ऑक्स्फर्ड विद्यापीठात त्याच्या शिक्षणाची व्यवस्था करून त्याची फी भरली, तिथे त्याने उघडपणे थिओलॉजीकडे (तत्त्वज्ञान या विषयाकडे) दुर्लक्ष करून खगोलशास्त्र आणि गणित हे विषय निवडले.

बेनेडिक्टाईन पंथ (त्याच्या सभासदांना काळे भिक्षू अशा टोपणनावाने त्यांच्या

सवयींवरून ओळखत) हा पूर्ण युरोपमध्ये लोकप्रिय होता. १३१४ मध्ये जेव्हा रिचर्ड २२ वर्षांचा होता तेव्हा तो स्वत: एक मॉंक, होण्यासाठी शपथ घ्यायला म्हणून सेंट अल्बांस इथल्या मोनास्ट्रीमधे पोहोचला. बहुतेक त्याला त्याच्या शिक्षणासाठी तिथल्या मठाधिपतीकडून मिळणाऱ्या आर्थिक मदतीची गरज असावी. सेंट अल्बांस ही त्या वेळी इंग्लंडमधील सगळ्यात शक्तिशाली मोनास्ट्री होती, ज्याची स्थापना आठव्या शतकात[१] झाली होती आणि ज्यांच्याकडे खूप मोठी जमीन आणि भलेमोठे चर्च होते ज्याचा मधला भाग ज्याला नेव्ह म्हणतात तोच मुळी ८५ मीटर लांब होता, बहुतेककरून हा ख्रिश्चन जगतातला सगळ्यात लांब मार्ग होता.

१३१७ मध्ये पाद्री म्हणून नेमणूक झाल्यानंतर रिचर्ड ऑक्स्फर्डला परतला, जिथे तो अजून ९ वर्षे शिकला आणि त्याने कित्येक प्रबंध लिहिले. एकामध्ये त्याने शोधलेल्या एका खगोलशास्त्रीय उपकरणाची ज्याला 'अल्बिओन' असे म्हणतात त्याची माहिती येते. अल्बिओन या उपकरणात धातूंच्या अनेक चकत्या असून ज्या वापरून आकाशातील ग्रहांच्या स्थिती जाणून घेता येतात. दुसऱ्या एका प्रबंधामध्ये ज्योतिषशास्त्राबद्दल माहिती येते, ज्याच्यावर टॉलेमीच्या टेट्राबिब्लिओसचा जबर प्रभाव आहे. त्याच्यामध्ये हवामानाचा अंदाज कसा वर्तवायचा - नद्यांना येणारे पूर, दुष्काळ, वादळे आणि भरती-ओहोटी वगैरे सगळे आकाशातील ग्रह-ताऱ्यांवरून कसे सांगायचे ते होते (भरती-ओहोटीबद्दल त्याचे म्हणणे बरोबर होते).

सप्टेंबर १३२७ मध्ये त्याने परत सेंट अल्बांसमधल्या मठाला भेट दिली आणि तिथे त्या वेळी त्याच्या आयुष्याला परत एक वेगळेच वळण मिळाले; तो तिथेच असताना मठाधिपती असलेल्या ह्यूज एवर्ड्‌सन याचे निधन झाले होते, आणि रिचर्डला त्याचा उत्तराधिकारी म्हणून निवडण्यात आले. मठातील नोंदीप्रमाणे रिचर्ड ते स्वीकारायला फारसा उत्सुक नव्हता; कदाचित त्याच्या हे लक्षात आले असावे की कशा आव्हानात्मक परिस्थितीला त्याला सामोरे जावे लागेल ते. त्या मठाच्या डोक्यावर फार मोठे कर्ज होते. त्या चर्चचा काही भाग पडला होता आणि अजूनही तो पूर्णपणे दुरुस्त झालेला नव्हता. आणि त्याच वेळी इंग्लंडचे यादवी युद्धामुळे तुकडे झाले होते.

त्या वर्षी जानेवारी महिन्यात किंग एडवर्ड-दुसरा याला त्याच्याच फ्रेंच राणीने, क्वीन इसाबेला आणि तिचा प्रियकर रॉजर मॉर्टीमर या दोघांनी मिळून गादीवरून पदच्युत करून तुरुंगात टाकले; त्यानंतर त्या जोडीने इसाबेलाच्या लहान मुलाच्या

---

१. त्याच जागेवर पूर्वी एक चर्च होते. सेंट अल्बांसच्या स्मृतिप्रीत्यर्थ ते बांधले गेले होते. सेंट अल्बांस हा सम्राट डायोक्लेटीअनने ख्रिश्चनांच्या केलेल्या छळणुकीमध्ये हुतात्मा झाला होता.

नावाने, तिसऱ्या एडवर्डच्या नावाने राज्य केले. त्यानंतरच्या काही महिन्यातच तिथे राजकीय अस्थिरता निर्माण झाली, ठिकठिकाणी सामाजिक उठाव व्हायला लागले, कारण वेगवेगळे गट सत्तेसाठी एकमेकात भांडत होते. सेंट अल्बांससारखा मठ असलेल्या गावात तर हिंसाचार फारच जास्त उफाळला होता. या हिंसक परिस्थितीमुळे आगीत तेल पडावे तसे आधीच तिथल्या मठाधिपतीच्या विरोधात असलेला लोकक्षोभ अजूनच उफाळला.

इंग्लंडमधील या मठांच्या मालकीच्या खूप मोठमोठ्या जमिनी होत्या, आणि त्यामुळे जे त्या इस्टेटीवर राहत होते त्या लोकांवर आणि शेतकऱ्यावर मठाधिपती हुकमत गाजवत होते. सर्वसामान्य माणसांना जबर कर आणि जकात भरावी लागत होती आणि शिवाय मठाच्या इस्टेटीमध्ये शिकार करायला त्यांना मनाई होती. १३२७ च्या जानेवारी महिन्यात सेंट अल्बांसच्या नागरिकांनी मठावर हल्ला करून मठाला वेढा घातला. त्यांनी वेगवेगळ्या प्रकारच्या अनेक अधिकारांची मागणी केली त्यातच एक मागणी होती ती म्हणजे संसदेत त्यांना प्रतिनिधित्व हवे होते. मठाधिपती ह्यूज याने पूर्वी दुसऱ्या एडवर्डचा आधार मिळवून भरपूर मजा केली होती, पण आता इसाबेलाच्या दबावाखाली त्याला लोकांच्या जवळ जवळ सगळ्या मागण्या मान्य कराव्या लागल्या होत्या- त्यात त्याची चांगलीच मानहानी झाली होती. त्याचा मृत्यू होण्यात या अपमानाचीही भर पडली असण्याची शक्यता आहे.

सप्टेंबरपर्यंत त्या अतिउत्साही लोकांनी बंडखोरी चालूच ठेवली, त्यांनी जवळच्या जंगल प्रदेशाची तर नासधूस केलीच आणि मठाच्या दाट लोकवस्तीवर आणि फिशपाँड्सवरही हल्ला चढवला. रिचर्डला या युद्धाला तोंड द्यावेच लागले असते पण त्याआधी त्याला अविग्न्योला जाऊन पोपच्या दरबारातून त्याची मठाधिपती म्हणून झालेली निवड मान्य करून घ्यायची होती. वाटेत जाताना त्याने मोठमोठी कॅथिड्रल्स आणि युरोप खंडातील पूल बघितले असते. तसेच काही नवीन हस्तलिखिते वाचायला मिळाली असती आणि त्या काळातल्या काही मोठमोठ्या विद्वानांना भेटता आले असते. उदाहरणार्थ त्या वेळी अविग्न्योच्या दरबारात असणाऱ्या तत्त्वज्ञ आणि थिओलोजीअन, ऑक्खामच्या विलियमना भेटता आले असते. तो सारा प्रवासच खूप प्रेरणादायी झाला असावा. परंतु ज्या रात्री तो मठाधिपतींसाठी असलेल्या महालात पोहोचला, १३२८ चा एप्रिलचा महिना, त्याला त्याच्या डाव्या डोळ्याची खूप जळजळ व्हायला लागली असल्याचे लक्षात आले. त्याला कृष्ठरोग झाला होता.[२]

---

२. रिचर्डला वाटत होते की आपल्याला कृष्ठरोग झालाय, पण काही इतिहासकार असे सुचवतात की कदाचित त्याला क्षयरोग किंवा सिफिलीस झाला असेल.

बरोबर हजार वर्षे उलटून गेली असतील, कॉन्स्टन्टाईनने नव्या ख्रिश्चन राजधानीमध्ये कॉन्स्टन्टिनोपलमध्ये रोमन साम्राज्य विलीन केले. सम्राटाच्या मृत्यूनंतर येणाऱ्या शतकांमध्ये त्याच्या पूर्वेकडच्या प्रदेशात संस्कृती बहरली (नंतरच्या काळात ते बायझेन्टाईन साम्राज्य म्हणून ओळखले जात होते). तसेच मुस्लीम जगतातही जिथे विद्वान मंडळी पुरातन रोमन आणि ग्रीक वाङ्मयाचे भाषांतर करून ज्ञान वाढवत होती. पण रोमन साम्राज्याचा पश्चिम भाग मात्र प्रभावाच्या बदलाच्या परिणामातून कधीही वर येऊ शकला नाही. त्याला कारण अंशत: जर्मन स्थलांतरितांचे उत्तरेकडून आलेले प्रचंड लोंढे हे असू शकेल, कारण कॉन्स्टॅन्टिनोपलमधले सम्राट या दूरदूरच्या प्रदेशावर ताबा ठेवू शकले नाहीत. शेवटी ४७६ मध्ये रोम पडले, इथे पुरातनतेचा अंत झाला आणि मध्ययुगीन काळाची सुरुवात झाली.

युरोपमध्ये अंदाधुंद गोंधळाची स्थिती निर्माण झाली होती. सामाजिक, आर्थिक आणि राजकीय या पायाभूत घटकांची चौकट मोडली होती जी शतकानुशतके अस्तित्वात होती. दूरच्या देशांशी असलेले व्यापार कोसळले. त्यात मुख्य ज्या गोष्टी भक्कम आणि बळकट होत्या त्या म्हणजे, स्थिर, अखंड सत्ता आणि शैक्षणिक केंद्रे असलेले - म्हणजे ख्रिश्चन मठ होते. इजिप्तच्या वाळवंटातील धार्मिक संन्यासी मंडळींनी अगदी तिसऱ्या शतकापासूनच समुदाय स्थापन करायला सुरुवात केली होती, आणि ही प्रथा पाश्चिमात्य देशात वेगाने पसरायला लागली. मठातील आयुष्य अतिशय कठोर अशा नियमांनी बांधले जायला सुरुवात झाली, उदाहरणार्थ ६ व्या शतकातील संत बेनेडिक्ट यांचे नियम. आणि तिथल्या मॉंक्सच्या दैनंदिन जीवनावर दुसऱ्या कुठल्या गोष्टींपेक्षा वेळाचा फार मोठा पगडा होता.

दिवस आणि रात्री कडक नियमांनी बांधून ठरलेल्या पक्क्या वेळेच्या भागात विभागले गेले होते, ज्यात अभ्यासाची आणि हाती करायच्या कामाची अनेक आवर्तने असत, त्यातच ठरावीक कालावधीच्या अंतराने होणारी प्रार्थनासत्रे असत. ही अशी 'कालबाधित शिस्त' पाश्चात्त्य ख्रिश्चनांच्या आणि इतर एकेश्वरवाद्यांच्या मधला फरक दाखवणारी खास गोष्ट होती असे हार्वर्डमधला इतिहासकार डेव्हिड लँड्स याचे म्हणणे आहे. ज्युडाइझम आणि इस्लाम धर्मात तसेच पौर्वात्य ख्रिश्चन चर्चेसमध्ये त्यांच्या दैनंदिन प्रार्थना या नैसर्गिक गोष्टींवर म्हणजे सूर्योदय, दुपार आणि सूर्यास्तावर व्हायच्या. पण पाश्चिमात्य ख्रिश्चन लोकांत, विशेषतः मठातील ख्रिश्चन लोकांत, नियमितपणा आणि वक्तशीरपणाचे महत्त्व वाढायला लागले होते. प्रार्थनेची जास्तीची आवर्तने प्रस्तावित केली गेली, त्यातली कित्येक आवर्तने सूर्याचे निरीक्षण करून नव्हे तर दिवसाचे तास मोजून केली गेली. बेनेडिक्टने दिवसाकाठी प्रार्थनेच्या म्हणून सात वेळा ठरवल्या : त्या शिवाय सकाळ, संध्याकाळ आणि रात्रीच्या वेळीसुद्धा, मॉंक्स मंडळींना पहिल्या,

तिसऱ्या, सहाव्या आणि नवव्या तासाला एकत्रित प्रार्थना करावी लागे. (prime, terce, sext and none).[३]

बेनेडिक्टाईन नियम इतर अनेक मठांमध्ये स्वीकारले गेले, आणि या धार्मिक कायद्यानुसार असलेला तासातासावर आधारित प्रार्थना करण्याचा प्रकार म्हणजे कॅथलिक चर्चच्या लोकांचे अधिकृत धोरण ठरले. या अशा कडक शिस्तीच्या आणि कार्यक्षम धोरणामुळे, माँक्सची उत्पादन क्षमता चांगलीच वाढली आणि त्यामुळे त्यावेळच्या रक्तरंजित वादळी काळामध्ये त्यांना तरून जायला मदत झाली. पण हे घड्याळाच्या तालावर चालण्यामागे एक वेगळीच खोलवर पोहोचणारी अशी प्रेरणा होती.

ज्या समाजात प्रत्येकाला स्वत:ची अशी एक भूमिका निभवायची असते – सैनिक राज्याचे रक्षण करतो; शेतकरी धान्य पिकवतो – तसे या माँक्सवर फक्त स्वत:च्याच आत्म्याचे नाही तर सर्वच ख्रिश्चन मंडळींचे रक्षण करण्याची जबाबदारी होती. लांदेसच्या मते त्यांचे काम हेच होते, 'सतत प्रार्थना करत राहणे, आणि ही प्रार्थना इतर असंख्य निष्ठावान अशा लोकांसाठी जे अशी प्रार्थना त्यांच्या कामामुळे किंवा त्यांच्या चंचलपणामुळे स्वत:ला देवाच्या सेवेसाठी वाहून घेऊ शकत नाहीत अशांसाठी होती. त्यांचे काम म्हणजे घंटा वाजल्या की एकत्रित करावयाच्या दैनंदिन प्रार्थना. सर्व गोष्टी वेळच्या वेळी होणे फार महत्त्वाचे होते, प्रार्थना करताना वेळेअभावी कुठे थोडा भाग गाळावा लागू नये आणि सगळ्यांच्या प्रार्थना समक्रमित (एका तालासुरात) असाव्या याकडे काटेकोरपणे लक्ष देणे जरुरी होते. सर्वांनी मोठ्या आवाजात पार्थना म्हटल्यामुळे हे प्रयत्न जास्त जोरदार, जास्त शक्तिदायक होतात असा विश्वास होता. वेळ सांभाळणे हे तेव्हा जीवनमरणापेक्षा जास्त महत्त्वाचे होते. संपूर्ण मानवतेचे अध्यात्माद्वारे होणारे पापविमोचन त्यावर अवलंबून होते.

पण बरोबर अचूक वेळ कळायची कशी? पण सर्वोत्तम घड्याळ तर हे ब्रह्मांडच समजले जात होते आत्तापर्यंत. आदिमानव दिवस आणि ऋतू सूर्याच्या हालचालींवर ठरवत आणि महिना चंद्राच्या हालचालींवरून ठरवत. प्राचीन बॅबिलोनिअन आणि इजिप्शियन लोक आणि त्यांच्या नंतर ग्रीक आणि रोमन लोक दिवसाची वेळ समजायला सनडायल (सूर्यप्रकाशामुळे पडणाऱ्या सावलीवरून वेळ दाखवणारे घड्याळ) वापरत तर रात्री उगवत्या ताऱ्यांवरून वेळ ठरवत असत. खगोलशास्त्रज्ञांनी

३. वेळ मोजायला सुरुवात सुर्योदयाबरोबर होत असे, साधारण सकाळी ६ वाजता. काही शतकांनंतर माध्यान्ह दुपारच्या मध्य काळापासून ते दिवसाच्या मध्यापर्यंत सरकले, तिथूनच आधुनिक नून हा शब्द आला.

दिवसाची विभागणी आज आपण करतो तशी २४ समान भागात केली असली तरी इतर विस्तृत समाजात ऋतूप्रमाणे तास ठरवले जात, ज्यामध्ये दिवसाचा आणि रात्रीचा काळ १२ समान विभागात विभागला होता, म्हणून वर्षभराच्या काळात त्यांची लांबी कमी-जास्त व्हायची.[४] जमिनीवरच्या वेळ मोजायच्या पद्धती म्हणजे वाळूचे घड्याळ किंवा पाण्याचे घड्याळ (ज्यात एखाद्या तरंगणाऱ्या वस्तूला तासाच्या अंतराने फिरणारा एखादा मार्गदर्शक काटा जोडला जायचा) हे थोड्या प्रमाणातला वेळ मोजायला वापरले जायचे – अगदी सिनेटच्या सदस्याच्या भाषणापासून ते वेश्येबरोबर ठरलेल्या भेटीपर्यंत.

मध्ययुगीन काळात अनेक ठिकाणी विद्वत्ता मागे पडली होती तरी वेळ सांगण्याची कला चांगलीच फोफावत चालली होती. कारण त्या वेळी ख्रिश्चन मॉंक, आणि विद्वान सततच अचूक वेळ कशी बघता येईल याच्याच शोधात होते. जेणेकरून त्यांच्या प्रार्थना अगदी वेळच्यावेळी व्हाव्यात, विशेषत: जेव्हा रात्र पडत असे तेव्हा वेळ समजणे अवघड जाई. उदाहरणार्थ ५७० मध्ये ग्रेगोरी ऑफ टूर्स या बिशपने काही विशिष्ट ताऱ्यांच्या उगवण्याच्या निरीक्षणासंबंधी आणि देवाची स्तोत्रे म्हणून किती वेळ लागतो ते मोजण्यासंबंधी सविस्तर सूचना दिल्या होत्या. पण यासाठीसुद्धा कोणालातरी रात्रभर जागे राहणे जरुरी होते.

१० आणि ११व्या शतकात जेव्हा युरोपातील राजकीय स्थितीत स्थैर्य यायला लागले होते, अशा वेळी मुस्लीम जगताशी आलेल्या संबंधांमुळे, विशेषत: स्पेनशी आलेल्या संबंधांमुळे त्यांच्याकडची विद्वत्ता वाढली. याच सुमारास मॉंक्सनी पाण्यावर चालणारे अलार्म्स वापरायला सुरुवात केली. त्यांना जरी घड्याळच म्हटले जात होते तरी ते वेळ सांगत नव्हते. उलट त्यावर एक साधी यंत्रणा बसवली होती जिच्यामुळे काही ठरावीक तासांच्या अंतराने एक छोटी घंटा सारखी वाजायची, ज्यामुळे मठामधल्या मुख्य घंटा वाजविणारा रिंगर जागा होऊ शकेल (हा प्रकार लहान मुलांच्या फ्रेर जॅक या लोकप्रिय गाण्यामधून अजरामर केला गेलाय).

अशा प्रकारच्या सर्वांत जुन्या घड्याळासंबंधी सविस्तर माहिती उत्तर स्पेनमध्ये असलेल्या एका समकालीन हस्तलिखित प्रतीमध्ये बेनेडिक्टाईन मठात आहे, पण नंतर ती लवकरच सर्व युरोपमध्ये सर्वत्र आढळायला लागली. 'बरी सेंट एडमंड' मधल्या मठात ११९८ मध्ये जेव्हा आग लागली होती तेव्हा ती विझवायला पाण्यासाठी म्हणून सगळे मॉंक्स घड्याळाकडे धावले होते. हे अलार्म सुद्धा अचूक

---

४. फक्त बॅबिलोनिअन लोक असे होते ज्यांनी दिवस दोन वेळा १२ तासांच्या मध्ये विभाजित केला आणि दोन्हींचा, सारख्या आणि ऋतूप्रमाणे असणाऱ्या तासांचा उपयोग करून घेतला.

नव्हते, आणि दररोज संध्याकाळी ते पहिल्यापासून परत रीसेट करावे लागायचे. आणि नंतर १३ व्या शतकाच्या शेवटाला एक क्रांती झाली.

सगळ्या आधीच्या घड्याळाची संरचना – उदाहरणार्थ वाळूचे घड्याळ, जळणाऱ्या मेणबत्त्यांचे आणि पाण्याचे घड्याळ – या सगळ्यामध्ये काळाचा सातत्याने प्रवाह ठेवायचा प्रयत्न केला गेला होता. शेवटी काळ नैसर्गिकपणे पुढे जात असतो. परंतु प्रत्यक्षात एखादी गोष्ट सतत एकाच वेगाने फिरवत ठेवणे खूप अवघड आहे. १३ व्या शतकात घड्याळ बनवणाऱ्यांनी प्रायोगिक स्वरूपात एका पिंपाच्या भोवती एखाद्या साखळीला उतरत्या क्रमात वजने जोडून प्रयोग केला, ज्याच्या गोल फिरण्यामुळे घड्याळातील यंत्रणा चालेल. पण ती वजने जास्तच वेगाने खाली पडली आणि पडतानाही त्यांचा वेग सम नव्हता, खाली पडताना त्यांचा वेग वाढत जात होता. यातला निर्णायक असा महत्त्वाचा शोध म्हणजे त्यात एका आंदोलक यंत्रणेची भर घातली गेली - त्याला एस्केपमेंट म्हणतात – त्यामुळे चक्राची गाडी एकाआड एक चालू बंद होत होती, त्यामुळे ती वजने पडताना त्यावर नियंत्रण ठेवता येत होते. लांदेसच्या म्हणण्याप्रमाणे हा शोध म्हणजे इतिहासातील एक अत्यंत कल्पक असा शोध होता. काळ मोजताना तो सातत्याने वाहणाऱ्या प्रवाहांसारखा मोजण्याच्या ऐवजी एस्केपमेंटच्या साहाय्याने तो प्रवाह विभाजित केला जाऊन नियमित खंडात (बीट्‌समध्ये) विभागला जात होता – घड्याळाची टिक टिक – ती नंतर मोजता येते. त्या क्षणापर्यंत इस्लामिक जगाने आणि चीनने जगातले सगळ्यात अत्याधुनिक घड्याळ बनवले होते: ते होते जोरात वाहणाऱ्या पाण्याच्या प्रवाहामुळे फिरणारे खडबडीत दातेरी चाकांपासून ते मोठ्या टॉवरवरच्या घड्याळापर्यंत जे पाण्यावर किंवा पाऱ्यावर चालत होते, ते चिनी सम्राटाचा शिक्षक असलेल्या सु सुंगने तयार केले होते, असे एका अंडालुसिअन इंजिनिअर अल-मुरादीने वर्णन केले आहे. पण त्यानंतर मात्र घड्याळ बनवण्यात युरोपियन लोकांचा कोणी हात धरू शकले नाही.

सर्वांत प्रथम एस्केपमेंट कोणी तयार केले हे इतिहासाला ज्ञात नाही. १२७१ पर्यंत हे यंत्र अस्तित्त्वात नव्हते एवढे नक्की; इंग्लिश खगोलशास्त्रज्ञ रॉबर्टस अंग्लीकस याने असे लिहून ठेवले आहे की, घड्याळ बनवणाऱ्या तंत्रज्ञांनी शिशाचा उपयोग वजनासाठी करून घड्याळाचे चाक दिवसाकाठी एकदा फिरेल असा प्रयोग करून बघितला, पण त्यांना काही तो नीटसा जमला नाही. त्यानंतर थोड्याच वर्षांनी चर्चच्या आर्थिक नोंदींमध्ये एका नवीन प्रकारच्या घड्याळाच्या खरेदीची नोंद आहे जे अतिशय महाग होते, ज्याची दुरुस्ती नेहमी खास तंत्रज्ञांकडून करवून घेतली जायची आणि जे खूप उंचावर चर्चच्या एका भिंतीवर लावलेले होते.

अगदी सुरुवातीच्या सगळ्या नोंदी इंग्लिश चर्चच्या आहेत, जसे, डन्स्टेबल

इथले ऑगस्टीनिअन प्रार्थनागृह, बेडफोर्डशायर, तिथे १२८३ मध्ये तिथल्या मॉंक्सनी पल्पिटम (चर्चमधल्या मुख्य बसायच्या जागेच्या आणि प्रार्थना म्हणण्याच्या जागेच्या मध्ये असतो तो पडदा) वर लावण्यासाठी म्हणून स्वहस्ते घड्याळ तयार केले होते. त्याच्या पाठोपाठ लंडनमधील एक्झिटर, एली, कॅन्टरबरी आणि सेंट पॉल या चर्चमध्ये – तिथे एक घड्याळ बनवणारा होता, त्याचे नाव बार्थोलोमेव, त्याला २८१ दिवसांचा शिधा एवढा पगार दिला जायचा- हे सगळे त्या शतकाच्या शेवटाला होते. (उर्वरित युरोपमधल्या पहिल्या घड्याळाची नोंद थोड्या काळानंतर येते, उदाहरणार्थ मिलानमधले १३०९ सालातील लोखंडी घड्याळ) साहित्य क्षेत्रात यांत्रिक घड्याळाचा अप्रत्यक्ष उल्लेख त्याच काळातला आहे, १३ व्या शतकातली फ्रेंच कविता 'ल रोमॉं द ला रोज' :

And then through halls and chambers
Made his clocks chime
By wheels of such cunning
Ever turning through time

या घड्याळांना डायल किंवा काटे होतेच असे नाही. कारण त्यांचे महत्त्वाचे काम होते प्रार्थनेच्या वेळी घंटा वाजवणे. आपोआप चालणारी मशीन्स बनवण्याच्या मागे फक्त मॉंक्सच होते असे नाही.

इ.स.पू. पहिल्या शतकात रोमन लेखक सिसेरोने दोन मोठ्या गोलांचा (sphere) उल्लेख केला आहे, जे थोर गणिती आर्किमिडीजने तयार केले होते. रोमन सेनापती मार्सेलसने जेव्हा आर्किमिडीजच्या शहरावर, सिराक्युसवर हल्ला चढवून ते लुटले तेव्हा त्याने ते दोन गोल आपल्याबरोबर नेले. त्याने त्यातला एक गोळा ज्यावर तारे आणि तारकासमूह काढलेले होते तो गोळा रोममधल्या एका मंदिराला दिला. दुसरा जरा फार खास असा होता तो त्याने स्वत:साठी ठेवला. तो तयार करण्यासाठी, सिसेरो लिहितो की, एखाद्या सामान्य माणसाजवळ असणे शक्य नाही अशी ईश्वरीय देणगीच, अशी बुद्धिमत्ता मिळाली असावी आर्किमिडीजला.

हा गोळा म्हणजे या ब्रह्मांडाचे यांत्रिक असे प्रारूप आहे ज्यात सूर्य, चंद्र आणि माहिती असलेल्या पाच ग्रहांच्या हालचाली दर्शवल्या आहेत. आर्किमिडीजने अशी पद्धत शोधून काढली होती की तो गोळा फिरवण्याने एकाच उपकरणामधून वेगवेगळ्या गोलांची वेगवेगळी गती दर्शवता येत होती. जेव्हा तो गोळा फिरवला जाई तेव्हा त्या ब्रॉन्झच्या यंत्रावर चंद्राचे परिभ्रमण सूर्याच्या जितके मागे असेल तितकेच मागे दाखवले जाई जितका चंद्र प्रत्यक्ष आकाशात मागे असेल तितका.

सिसेरोने लिहून ठेवलेले इतिहासाच्या पानांवर कधीच गंभीरपणे घेतले गेले नाही. असे कुठलेही उपकरण प्राचीन काळातून तेव्हापर्यंत टिकून राहिले नव्हते. आणि सिसेरोने केलेल्या वर्णनाप्रमाणे (शेवटी ते त्याने कथारूपात लिहून ठेवले होते) ती तशी यांत्रिक रचना करणे प्राचीन ग्रीक कारागिरांच्या क्षमतेच्या पलीकडची होती. पण गेल्या काही दशकांपासून संशोधक एका रहस्यमय ब्रॉन्झच्या उपकरणाचा अभ्यास करत आहेत जे पाणबुड्यांनी १९०१ साली समुद्राखालून मिळवले आहे. पहिल्या शतकाच्या दरम्यान अन्तिकिथेरा या ग्रीक बेटाजवळ जे जहाज फुटून समुद्रात बुडाले त्यावर हे उपकरण मिळाले आहे. ते उपकरण गंजले आहे पण त्यावर लिहिलेले शब्द, गियरची चाके, आणि डायल ही इतकी गुंतागुंतीची रचना आहे की काही लेखकांनी तर सुरुवातीला ही एक मोठी लबाडी आहे, कोणाला तरी फसवण्यासाठी केलेली युक्ती आहे असे म्हटले होते, काहींनी तर हे परग्रहवासीयांचे काम आहे, असेसुद्धा म्हटले. मात्र ते उपकरण अस्सल आहे, खरे आहे. त्यावर लिहिलेले वाचायला आणि त्याचा अर्थ लावायला एक शतक लागले. संशोधकांना आता पटले आहे की, जसे सिसेरोने वर्णन करून ठेवले आहे तसेच हे असे यंत्र आहे ज्यातून अवकाशातील वस्तूंच्या हालचाली दाखवता येतील असे हे मॉडेल आहे.

मुळात साधारण ३० सें.मी. उंच अशा एका लाकडी पेटीत ते यंत्र ठेवले होते, अशा त्या अन्तिकिथेराच्या यंत्राला समोरच्या बाजूला एक मोठी ब्रॉन्झची डायल होती त्यावर सूर्य, चंद्र आणि ग्रहांच्या बदलत्या हालचाली समजत होत्या. एक गोल फिरणारा काळा पांढरा गोळा चंद्राच्या कला दाखवत होता, तर लिखित मजकुरामध्ये वर्षभरात वेगवेगळ्या वेळेला उगवणाऱ्या ताऱ्यांची यादी होती. मागच्या बाजूला दोन सर्पिलाकृती डायल्स होत्या : २३५ - महिन्याचे कॅलेंडर (ज्याच्या आतमध्ये बसवलेल्या ४ वर्षांच्या एका डायलवर अथेलेटिक उपक्रम, आणि त्यात ऑलिम्पिक खेळांचाही उल्लेख आहे. शिवाय एक २२३ महिन्यांचे चक्र आहे जे ग्रहणांचे भाकीत करते.

थोडक्यात सांगायचे झाले तर ते एक चालतेफिरते ब्रह्मांड होते, असे ब्रह्मांड जे यंत्रामध्ये बद्ध केले आहे. वेगवेगळ्या काट्यांचे (पॉइंटर) वेगवेगळे वेग ब्रॉन्झच्या गुंतागुंतीच्या गिअरच्या दातेरी चाकांनी मोजले जात होते (३० पेक्षा जास्त चाके अजून शिल्लक आहेत, त्याला याहीपेक्षा जास्त चाके असावीत असा अंदाज आहे) त्या चाकांना असणाऱ्या दात्यांची संख्या वेगवेगळी होती, असे दाते ज्यांना आज आपण क्लॉकवर्क (किल्ली फिरवून चालू होणारी यंत्रणा) म्हणतो.

अन्तिकिथेरा येथे सापडलेल्या यंत्राइतके अत्याधुनिक यंत्र १००० वर्षांच्या ऐतिहासिक नोंदीतही सापडत नाही – अर्थात रिचर्ड ऑफ वॉलिंगफोर्डचे घड्याळ

येईपर्यंत. खगोलशास्त्रीय गती दाखवण्यासाठी दातेरी चाकांचा वापर करण्याची कल्पना पूर्णपणे विस्मरणात गेली नव्हती. लंडनच्या सायन्स म्यूझिअममध्ये ६व्या शतकातले बायझेंटाइन सन डायल (सूर्य तबकडी) आहे त्यात एक यांत्रिक दिनदर्शिका आहे त्यामध्ये ८ दातेरी चक्रांचा (गिअर व्हील्स) वापर करून सूर्य आणि चंद्राच्या आकाशातील स्थिती दाखवल्या आहेत. त्याच्यासारखेच कॅलेंडर (दिनदर्शिका) इस्फाहान इथे १३ व्या शतकातील ॲस्ट्रोलेबवर असलेले सापडले आहे. अशा प्रकारचे ज्ञान परत युरोपमध्ये आणले गेले अशा प्रकारचे सूचक इशारे मिळतात: उदाहरणार्थ १२३२ मध्ये दमास्कसच्या सुलतानाच्या राजदूताने होली रोमन सम्राट फ्रेडरिक दुसरा याला भेट म्हणून रत्नजडित असे तारांगण दिले होते. ते कशाप्रकारे चालत होते, काम करत होते याची माहिती नाही, पण काही समकालीन लेखांमध्ये एका यंत्राचे वर्णन येते जे विलक्षण अशा चाकांवर चालायचे.

या सगळ्या यंत्रांना एक मर्यादा होती, मोठा दोष म्हणता येईल अशी, ती म्हणजे ती हाताने चालवावी लागायची. जरी इतिहासात अनेक वेळा पाण्याचा उपयोग खगोलशास्त्रीय गोष्टी प्रदर्शित करण्यासाठी केला गेला होता – रोमन वास्तुविशारदाने व्हिट्रुव्हीअसने एका विलक्षण घड्याळाचे वर्णन केले आहे जे पाण्यावर चालत असून एक मोठी ब्रॉन्झची तबकडी फिरवत असे त्यावर तारे कोरलेले होते[५] – तरी पाण्याची शक्ती तेवढी शक्तीशाली नाही की ज्यामुळे गुंतागुंतीची चक्रे म्हणजे गिअर्स असलेली यंत्रणा चालवू शकेल. १३ व्या शतकात युरोप मधील विद्वत्तेला पुन्हा भरभराटीचे दिवस आले, तेव्हा धर्मशास्त्रवेत्ते आणि तत्त्वज्ञानी यांच्या मनात तीव्र इच्छा उत्पन्न झाली की ब्रह्मांडाचे स्वयंचलित मॉडेल तयार करावे.

१२४८ मध्ये फ्रेंच ख्रिश्चन महंत रॉजर बेकन यांनी एक प्रबंध लिहिला ज्यात त्यांनी असे सुचवले की जादूपेक्षा विज्ञान आणि तंत्रज्ञानाने कितीतरी जास्त विलक्षण अशा गोष्टी साधू शकतील. त्याने पाणबुड्या, उडणारी यंत्रे (विमाने), वक्राकार भिंगे आणि बंदुकीची दारू यांसारख्या शोधांचे वर्णन तर केलेच पण या सगळ्यापेक्षा जास्त किमती, महत्त्वाचे असे वर्णन त्याने केले ते म्हणजे आपोआप चालणारा खगोलशास्त्रीय गोळा. अशाप्रकारचे उपकरण तेव्हा अस्तित्त्वातच नव्हते, पण बेकन

५. अशा प्रकारच्या घड्याळाने तो टॉवर ऑफ विंड्स पूर्ण व्यापला आहे, ही एक अष्टकोनी इमारत आहे जी इ.पू. पहिल्या शतकात बांधली गेली होती आणि अजूनही अथेन्समधील रोमन बाजाराच्या जागेवर उभी आहे. व्हिट्रुव्हीअस याने वर्णन केल्याप्रमाणे, दुसऱ्या शतकातील ब्रॉन्झ डायलचे तुकडेसुद्धा साल्झबुर्ग आणि ग्रांड येथे सापडले आहेत.

यांना असा विश्वास होता की हे शक्य होईल. त्यानंतरच्या लिखाणामध्ये त्यांनी असेही सुचवून ठेवले की 'या यंत्रांना चुंबकीय[६] शक्ती' चालवू शकेल, आणि यासाठी त्यांनी संदर्भ दिला तो, 'प्रायोगिक विज्ञानातील किंवा अन्य कुठल्याही ठिकाणी असू शकेल असे... सगळ्यात मोठे गुपित – एखादे शरीर किंवा उपकरण जे स्वर्गीय गतीबरोबर हलते तेव्हा ते खगोलशास्त्रीय उपकरणापेक्षा वरचढ ठरते' याचा दिला.

वेगळ्या शब्दात सांगायचे झाल्यास, पहिले काही संशोधक जे 'निरंतर गतियंत्र'(Perpetual motion machine) बनवायचा प्रयत्न करत होते ते फुकटची ऊर्जा मिळवण्याच्या प्रयत्नात नव्हते, किंवा निसर्गाला फसवण्याचाही प्रयत्न करत नव्हते. त्यांना एक छोटेसे ब्रह्मांड बनवायचे होते जे स्वत:च्या स्वत: चालेल. अशा प्रकारचे मॉडेल राजाच्या खजिन्यापेक्षा जास्त किमतीचे असेल असे बेकन म्हणाले, कारण त्यामध्ये ब्रह्मांडाच्या कार्याचे रहस्य दडलेले असेल. म्हणून जेव्हा एस्केपमेंटच्या संशोधकांनी पहिल्यांदा काळाचे तुकडे पाडले, त्यानंतर काहीच वर्षांनी त्याचे परिणाम प्रार्थनेची अचूकता वाढवण्याच्या कामी कुचकामी ठरले. दोन मोठ्या यांत्रिक परंपरांचा – घड्याळ (वेळ राखणारे) आणि खगोलशास्त्रीय मॉडेल – संघर्ष होणार होता.

रिचर्ड ऑफ वालिंगफोर्ड जेव्हा अविन्योहून सेंट अल्बांसला परतला, तेव्हा त्याचे मुख्य काम हेच होते की तिथल्या गावातल्या लोकांनी झगडून ह्यूज या धर्मगुरूकडून जे हक्क मिळवले होते ते त्यांच्या हातातून काढून घेऊन त्यावर आपला ताबा ठेवायचा. भांडणाचा एक महत्त्वाचा मुद्दा होता धान्य दळण्याचा. मठात असणाऱ्या घोड्याकरवी चालवल्या जाणाऱ्या गिरणीमधून धान्य दळून न्यायचे असेल तर लोकांना पैसे भरावे लागत, असा कायदाच होता. पण गावकऱ्यांनी स्वत:च्या घरी हाताने चालणाऱ्या छोट्या गिरण्या बनवायला सुरुवात केली, त्यामुळे मठाला मोठाच तोटा व्हायला लागला, दळण्याचे पैसे मिळेनासे झाले.

रिचर्डने असे धोरण ठेवले की गावातल्या सगळ्यात महत्त्वाच्या लोकांवर

---

६. ते कदाचित फ्रेंच विद्वान पिएर डी मारीकोर्ट जे पीटर पिलग्रिम याही नावाने ओळखले जातात. यांच्या कामाचा संदर्भ देत असतील, जे नैसर्गिक चुंबकांवर प्रयोग करत होते, आणि अशा निष्कर्षांप्रत पोहोचले होते की (ती कल्पना जरी चुकीची असली तरी अतिशय कल्पक होती) चुंबकाचे उत्तर आणि दक्षिण ध्रुव आकाशीय उत्तर आणि दक्षिण ध्रुवाशी संलग्न आहेत. त्यांनी असे सुचवले की जर एखादा चुंबकीय गोळा आकाशाकडे योग्य दिशेने कोन करून ठेवला तर जशी पृथ्वी फिरेल तसा तो गोळाही फिरेल.

आक्रमक असे कायदेशीर हल्ले करायचे. त्याने त्या लोकांवर नैतिक गुन्हे केल्याचे आरोप ठेवले, उदाहरणार्थ व्यभिचार केल्याचे आरोप. त्यानंतर त्यांनी न्यायाधीशांबरोबर जेवणे, त्यांना दारू पाजणे या गोष्टी करून नवीन राजा तिसरा एडवर्ड बरोबर संधान बांधले. १३३२च्या मे महिन्यापर्यंत गावाच्या लोकांना शरणागती पत्करायला लावून त्यांनी मिळवलेले सगळे हक्क परत करायला लावले – आणि त्यांनी तयार केलेल्या ८० च्या आसपास हातगिरण्याही द्यायला लावल्या. रिचर्डने त्या गिरण्यांसाठी वापरलेले दगड जप्त करून मठाच्या खोलीच्या जमिनीमध्ये बसवून सिमेंटने पक्के केले.

दरम्यानच्या काळात त्याचा आजार वाढत चालला होता. त्याचे शरीर अशक्त, दुबळे झाले होते, एका डोळ्याने तो आंधळा झाला होता, त्याचा चेहेरा विद्रूप झाला होता आणि त्याला नीट बोलताही येत नव्हते. पण त्याने मिळवलेल्या विजयामुळे बाकी मॉंक्स त्याचा आदर करत होते. त्याला उलथवून टाकण्याचे त्याच्या विरोधकांचे दोन प्रयत्न त्याने उधळून लावले, त्यातून तो वाचला, आणि त्याने मठात अनेक नव्या इमारती बांधायचे काम हाती घेतले. या सगळ्या घटना त्याच्या मुख्य उद्दिष्टापासून लोकांचे लक्ष दुसरीकडे वेधण्यासाठी होत्या. त्याने मनाशी पक्के ठरवले होते की त्या वेळी नव्याने लागलेल्या घड्याळाच्या क्रांतिकारी शोधाचा उपयोग करून घेऊन असे काही तयार करायचे की ते जगाने तोपर्यंत बघितले नसेल, एक भलेमोठे अवकाशीय घड्याळ.

एम.एस. आरमोल १७९६ यांनी लिहिले नसले तरी समासातील लिखाणावरून असे वाटते की रिचर्डच्या मृत्यूनंतर लगेचच सेंट अल्बांस इथल्या कोणा लेखकाने रिचर्डने केलेल्या लिखाणाची नक्कल केली असावी.[७] त्या पुस्तकात गणित आणि खगोलशास्त्राबद्दलचे बरेच लिखाण आहे, ज्यात रिचर्डने लिहिलेल्या असंख्य गोष्टींचा समावेश आहे. यातच काही संस्करण न केलेले लिखाण होते जे कोणाचे आहे ते माहीत नाही – कुठल्या तरी एका स्रोताकडून आलेले, त्याचे घड्याळ तयार करायच्या सूचना त्यात होत्या. एखादे यांत्रिक घड्याळ तयार करण्यासंबंधीच्या सर्वांत प्राचीन अशा या सविस्तर सूचना आहेत – जग बदलून टाकणाऱ्या एखाद्या शोधाच्या उगमाच्या अंतरंगातील माहिती जाणून घेण्याची संधी आपल्याला इथे मिळते. त्या सूचनांवरून शेवटी नॉर्थ यांना या कॉस्मिक यंत्रची सविस्तर पुनर्बांधणी

---

७. नॉर्थ यांच्या सांगण्याप्रमाणे १४ व्या शतकाच्या शेवटाला असलेल्या जॉन लौकीन नावाच्या मॉंकचे ते होते, तो सेंट अल्बांस येथे सब-सॅक्रिस्टन होता. एखाद्या मठातील सेक्रिस्टन किंवा सबसेक्रिस्टन (आधुनिक काळात सेक्स्टन) याच्यावर मठातील पवित्र अशा वस्तूंची देखभाल करण्याची जबाबदारी असते, ज्यात घंटा आणि नंतर घड्याळांचा समावेश झाला.

करता आली.

त्या नोंदींवरून एखादे खाली पडणारे वजन आंदोलन करणाऱ्या (हेलकावे खाणाऱ्या) अशा एस्केपमेंटच्या साहाय्याने त्यावर ताबा ठेवून एखादे जडशीळ असे लोखंडी दातेरी चाक, कसे फिरवते ते समजते. ते चाक दिवसातून एकदा सूर्याच्या हालचाली बरोबर फिरते आणि ते एका घंटा वाजवणाऱ्या अशा यंत्रणेला जोडलेले होते की प्रत्येक तासाला ती घंटा वाजेल. त्या एस्केपमेंटमध्ये एक अर्धगोलाकृती धातूचा तुकडा बसवलेला होता जो २ समांतर चाकांवर एकाआड एक लावलेल्या पिनमुळे मागेपुढे व्हायचा. हे एस्केपमेंट 'व्हर्ज आणि फोलीओट'च्या एस्केपमेंट पासून वेगळे होते जे नंतर कॉमन झाले आणि जे नॉर्थच्या शोधापर्यंत मूळचे डिझाइन समजले जात होते.[८]

यंत्रणेच्या या भागाचा शोध रिचर्डने लावला नाहीये असे वाटते; त्याने अशा तऱ्हेने लिहिले आहे की जणू ते आधीपासूनच माहिती होते. मात्र कोड्यात टाकणारी गोष्ट अशी आहे की जी रचना तो वर्णन करतो ती रचना मागे आणि पुढे होणाऱ्या हातोडीच्या यंत्रणेसारखी आहे जी त्याच्या घड्याळात घंटा वाजवत असे. नॉर्थ अशा निष्कर्षाला येऊन पोहोचला होता की अशा प्रकारची एस्केपमेंट हेलकावे खाणारी, घंटा वाजवणारी यंत्रणा म्हणून सुरू झाली असावी, बहुतेककरून एखाद्या पाण्यावर चालणाऱ्या घड्याळासाठी तयार झाली असावी. नंतर कोणाच्या तरी ते लक्षात आले असावे की ही यंत्रणा पडणाऱ्या वजनाला ताब्यात ठेवण्यासाठी वापरात येऊ शकते. घंटेच्या नादापासून ते घड्याळाच्या टिकटिकीपर्यंत : वेगळ्या प्रकाराने विचार केल्यामुळे युरोपला अशा प्रकारची झेप घेता आली जी सगळ्या बायझेन्टाइन आणि इस्लामिक जगातील शतकभरातील विद्वानांच्या पुढे जाणारी होती.

एमएस आशमोल १७९६ यानेसुद्धा वर्णन केले आहे की घड्याळामध्येच खगोलशास्त्रीय घटना समाविष्ट केलेल्या होत्या. २४ तासांचे सूर्यचक्र दुसऱ्या एका किंचित जास्त गतिमान चक्राला जोडलेले आहे, जे एका ६ फुटांच्या लोखंडी डायलला चालवते, तेही आकाशातील ताऱ्यांच्या बरोबरीने त्या वेळात चालते. त्या लोखंडी तबकडीवर ताऱ्यांचे नकाशे म्हणजे तारकापुंजांचे आराखडे आहेत. त्याच्या समोरच्या बाजूला एका पक्क्या जाळीवर आकाशातील महत्त्वाची ठिकाणे नोंदवलेली

---

८. व्हर्ज आणि फोलीओट एस्केपमेंटना उभ्या अशा अक्षाला दोन्ही बाजूला पट्ट्या असतात ज्या एका दाताच्या साहाय्याने, जे एका चाकाच्या वरच्या आणि खालच्या बाजूला आहे त्याद्वारे मागे आणि पुढे अशा ढकलल्या जातात. एस्केपमेंटचे डिझाईन जे रिचर्डने वर्णन केले आहे ते फक्त लिओनार्डो दा विन्ची याने १५ व्या शतकाच्या शेवटाला केलेल्या रेखाटनांमध्येच मिळू शकते.

आहेत, यात क्षितिज, त्या ठिकाणांचे रेखांश[९] आणि वेळ येते. हे एखाद्या कोळ्याच्या जाळ्याच्या नीटस, सुंदर रेषा आणि वक्र रेषांसारखे दिसते. आकाशाच्या त्रिमिती घुमटाला एखाद्या सपाट पृष्ठभागावर पसरल्या सारखे आहे.

अशा प्रकारचे डायल खगोलशास्त्रीय प्रदर्शनामध्ये समाविष्ट करणारा रिचर्ड हा पहिलाच नव्हता. व्हिट्रुव्हिअस याने वर्णन केलेल्या खगोलशास्त्रीय पाण्याच्या घड्याळात ताऱ्यांचा फिरता नकाशा आहे. नॉर्विच कॅथेड्रलमधल्या १३२० च्या आर्थिक नोंदींमध्ये ४० किलो वजनाच्या लोखंडी तबकडीच्या बांधणीची नोंद आहे, जी आकाशाच्या फिरण्याबरोबर फिरत होती. परंतु रिचर्डने यात अत्यंत आश्चर्यकारक अशा अचूकतेने यश मिळवले आहे. त्याने यात अत्यंत गुंतागुंतीचे गणिती तत्त्वे वापरून जी दातेरी चाके (गिअर) वापरली त्याला किती दात असावेत, त्यांचा आकार केवढा असावा आणि त्यांची गती, वेग किती असावा हे ठरवले. नॉर्थने शोधून काढले की जर त्या घड्याळाचे मुख्य सूर्यचक्र प्रत्येक २४ तासात एकदा फिरले, तर त्याच वेळी त्या लोखंडी तारकाचक्राने त्याचे एक परिभ्रमण २३ तास, ५६ मिनिटे आणि ४.१२ सेकंदात पूर्ण केलेले आहे, म्हणजे दर दिवसाला फक्त ०.०३ सेकंदांची चूक होते.

मात्र रिचर्ड तिथेच थांबला नाही. त्याने सूर्यदर्शकाची (Sun-pointer) एक अतिशय कल्पक युक्ती वापरली. साधारणपणे यामध्ये एक मंडल पूर्ण होत होते. पण जसे आपण प्रकरण ३ मध्ये बघितले की सूर्याचा आकाशातील वेग नेहमी एकसारखा नसतो, बदलता असतो; तो कधी सावकाश जातो तर कधी जास्त वेगाने जातो. एक पूर्णपणे नवीन असलेल्या शोधाचा, एका अंडाकृती दातेरी चक्राचा उपयोग करून रिचर्डने हे समजून घेतले. वेगवेगळे गोलाकृतीचे चार भाग, ज्याचे प्रमाण सूर्याच्या बदलत्या वेगानुसार त्याने गणित करून ठरवले. त्याने तो सूर्यदर्शक असा चालवला की कुठल्या एका ठरावीक वेळेला ज्या ठिकाणी तो सूर्यदर्शक तारकांच्या नकाशावर आयनिक वृत्ताला छेद देईल ते ठिकाण म्हणजे त्यावेळची सूर्याची अचूक स्थिती. नॉर्थ, जो विश्व विज्ञान शास्त्राच्या इतिहासाचा तसेच मध्ययुगीन शास्त्राचा तज्ज्ञ होता, त्यानेही अशा प्रकारचे यंत्र कुठेही बघितले नव्हते. अंडाकृती दातेरी चक्र म्हणजे यांत्रिकी आणि गणिती क्षेत्रातील अलौकिक बुद्धिमत्तेचे विलक्षण मिश्रण होते. तो म्हणतो की संपूर्ण मध्ययुगीन इतिहास काळातील किंवा रीनेसाच्या काळातील तर्कसंगत यांत्रिकीमध्ये या सम हेच असे म्हणायला पाहिजे.

एक वेगळा दर्शक चंद्राची स्थिती दाखवत असे, तसेच एक फिरत राहणारा

---

९. स्थानिक रेखांश म्हणजे निरीक्षकाच्या डोक्यावरून आकाशातील एका बिंदूतून जाणारे तसेच अवकाशीय ध्रुवांच्या मधून जाणारे आकाशातील मोठे वर्तुळ.

काळा-पांढरा गोळा चंद्राच्या कला दाखवत होता. याचा उपयोग रात्रीच्या वेळी करावयाच्या प्रवासाच्या तयारीसाठी होत असे, तसेच मॉंक्सच्या आरोग्याच्या कारणास्तव पाळल्या जाणाऱ्या पथ्यापैकी रक्तवाहिनी कापून मुद्दाम रक्तस्राव होऊ देण्याच्या प्रकारासाठी याचा उपयोग व्हायचा. चंद्राच्या ग्रहणाची गणितेसुद्धा ते घड्याळ करीत असे.

प्राचीन अन्तिकायथेरा यंत्रणा बनवणारा – त्या वेळेपर्यंतचे सगळ्यात अत्याधुनिक खगोलशास्त्रीय उपकरण, ज्यामध्ये बऱ्याचशा गोष्टी या यंत्रासारख्या होत्या- याने सुद्धा हा प्रयत्न केला नाही. तो फक्त बॅबिलोनिअन भाकितांचा उपयोग करून घेऊन महिन्याच्या दिनदर्शिकेत त्या त्या घटना लिहून द्यायचा. या उलट रिचर्डचे घड्याळ चंद्र-सूर्याच्या गतींवरून (टॉलेमीच्या सिद्धान्तावर आधारित) ग्रहणाची भाकिते आपोआप मिळवत होते, आणि ते एक फिरणाऱ्या काळ्या तबकडीचा वापर चंद्राच्या गोळ्याला झाकायला करायचे, तेही योग्य प्रमाणात.

मठाधिपतीच्या ज्योतिषाबद्दलच्या आवडीमुळे, त्याच्या उपकरणात पृथ्वीवर होणाऱ्या अवकाशीय घटनांचा परिणामसुद्धा बघता येईल अशी सोय होती, ज्यात एका डायलमध्ये समुद्राच्या सेंट अल्बांस जवळच्या बंदरावर, लंडन ब्रिजवरच्या भरती, ओहोटी बद्दलचीही माहिती मिळते. या एका महिन्याच्या चक्राचे मोजमाप करणे, हिशेब करणे त्या मानाने सोपे जाते, ज्या मध्ये दर्शक (pointer) दातेरी चाकाच्या मदतीने महिन्यांमध्ये एकदा फिरते.

वालिंगफोर्डचे जे काही लिखाण वाचले आहे त्यात ग्रहांबद्दल काहीही चर्चा केलेली नाही, पण पुराण वस्तूंचा अभ्यास करणारा लेलँड नंतर म्हणाला की त्या घड्याळात ते दिसत होते. लेलँड याने उल्लेख केलेले 'व्हील ऑफ फॉर्च्यून' हे सुद्धा १४ व्या शतकातल्या लिखाणामध्ये सापडत नाही. हे कदाचित रोमन देवता फॉर्च्यूना हिच्या व्हीलशी संबधित असावे. मध्ययुगीन काळात हे फार लोकप्रिय होते. ते चक्र जणू बदलणारे भविष्य सांगत असे, त्या चक्राच्या तळाला समजा एखादा भिकारी आहे असे समजले तर जेव्हा ते चक्र फिरेल आणि ते वर जाताना तो राजा झालेला असेल, त्या चक्राच्या वरच्या जागेवरून खाली यायच्या आधी. पण ख्रिश्चन मठामधील हा संदर्भ जरा विचित्र वाटतो. त्याऐवजी नॉर्थ असे सुचवतो की यातून कदाचित ज्योतिषशास्त्राची शिकवण सांगितली गेली असावी ती 'प्लेस ऑफ फॉर्च्यून' म्हणून माहिती आहे, जी एखाद्याच्या वैयक्तिक आयुष्याबद्दल त्याच्या जन्माच्या वेळच्या आकाशातील स्थिती बघून भाकीत करत असेल.

ते घड्याळ कसे तयार करायचे याबद्दल फारच थोडी माहिती आहे तरीही मठाच्या नोंदीप्रमाणे ते बनवायला खूप वर्षे लागली आणि त्याचा खर्चही अंदाजापेक्षा खूपच जास्त झाला. त्यानंतर काही दशकांनी फ्रान्समध्ये बांधल्या गेलेल्या एका घड्याळाच्या नोंदीप्रमाणे त्या सगळ्या प्रक्रियेबद्दल माहिती मिळू शकते. हे घड्याळ

१३५६ मध्ये अरागोनचा एक राजा पेरे चौथा याने त्याच्या पिरिनीज इथल्या किल्ल्यावर कार्यान्वित केले. घड्याळ बनवणारा तज्ज्ञ अन्तोनिओ बोवेली याने पोपच्या अविग्नोन येथील कोर्टमधून येताना त्याच्या बरोबर १० कारागीर सहकारी आणले होते, ज्यांनी त्या किल्ल्याचे आवार भट्ट्या आणि लोहाराच्या सामानाने भरून टाकले होते. त्यांनी लाकडाच्या साच्याचा उपयोग करून हातोडीने चाकांना आकार दिला. त्या महाप्रचंड घड्याळाच्या फ्रेमचे वजन जवळ जवळ एक टन होते तर त्याच्या घंटेचे वजन ३ टन होते, आणि जेव्हा हे भाग क्रेनच्या साहाय्याने त्या घड्याळाच्या टॉवरवर चढवले जात होते तेव्हा लोकांचा एवढा मोठा समुदाय तिथे जमला की त्या सुतार मंडळींना त्या सगळ्या लोकांसाठी मचाणे बांधावी लागली.

बोवेलीचे घड्याळ सेंट अल्बांस इथे असलेल्या घड्याळापेक्षा बरेच साधे होते, जे तयार करायला फक्त ९ महिने लागले. तरीही ज्या हेतूने ते बांधले होते तो कधीच सफल झाला नाही. ३० वर्षांच्या अवकाशात वाळूचे घड्याळ वापरणारे मोठी घंटा वाजवायला लागले (मोठे घड्याळ वापरायला लागले). त्याचवेळी रिचर्डने मात्र त्या काळाच्या मानाने फार पुढची झेप घेतली होती, त्याने विश्वात योग्य क्रमाने आणि तर्कशुद्धपणे चाललेल्या कामाचे विलक्षण असे प्रदर्शन करून दाखवले, ते पुढे दोन शतके चालू राहिले. त्याने लिहिलेल्या ज्या नोंदी परत सापडल्या त्यावरून हेच समजते की तो फक्त चांगला मठाधिपतीच होता असे नाही तर मध्ययुगीन काळाच्या उत्तरार्धातला अगदी मुळापासूनचा असा इंग्रज शास्त्रज्ञ होता, असे नॉर्थ म्हणतो. त्याच्या विलक्षण अशा घड्याळाने आधुनिक शास्त्रज्ञांचा १४ व्या शतकातील खगोलशास्त्रज्ञांच्या कुवतीबद्दलचा अंदाज सपशेल मोडीत काढला होता. तंत्रज्ञानाच्या इतिहासातील तो एक अतिशय महत्त्वाचा असा निर्णायक टप्पा ठरला.

त्यानंतरच्या काही दशकात युरोपभर अशा मोठ्या घड्याळांची एक परंपराच सुरू झाली. तो काल आर्थिक आणि शैक्षणिक पुनरुज्जीवनाचा होता; कापड आणि गव्हाचा व्यापार वाढत होता, आणि समाज आता त्या जुन्या सरंजामशाही विरुद्ध बंड करत होता. स्ट्रासबर्गपासून ते मिलानसारखी गावे आता मोठ्या बाजारपेठा झाल्या होत्या, ज्यात संघटित कामगार वर्ग आणि एक नवाच व्यापारी वर्ग निर्माण झाला होता.

जीवनाची आणि कामाची वाढती गती, विशेषतः मोठ्या गावांमध्ये, वेळाबद्दल जागरूकता वाढली होती. गावातल्या कामाच्या वेळा, सुरू करायच्या, संपवायच्या, वेगवेगळ्या शिफ्टच्या, बाजारातील व्यापारी कामाच्या वेळा इथपासून ते रस्ते साफ करण्याच्या वेळा, पब बंद होण्याच्या वेळा या सगळ्या गावात वाजणाऱ्या घंटांवर ठरायच्या. सुरुवातीला या घंटा ऋतूंवर अवलंबून असणाऱ्या चर्चच्या वेळापत्रकाप्रमाणे त्या तासांवर वाजायच्या. पण त्यानंतर यांत्रिक घड्याळाच्या शोधामुळे त्यात बदल

व्हायला लागला. सुरुवातीला जरी ही घड्याळे फक्त चर्चेसमध्ये आणि कॅथेड्रल्समध्येच होती तरी नंतर मात्र सार्वजनिक ठिकाणी, चौकात वगैरे ती लावायला सुरुवात झाली.

रिचर्डचा मार्ग अनुसरून ज्या उपकरणाचा त्या वेळी प्रसार झाला त्यात गुंतागुंतीचे खगोलशास्त्रीय प्रदर्शन असायचे. त्यात बऱ्याचवेळा चालत्या फिरत्या आकृत्या असायच्या. १३५० मधल्या स्ट्रासबर्गमधल्या कॅथेड्रलच्या टॉवरवरच्या घड्याळात एक सोनेरी कोंबडा होता जो त्याचे पंख हलवून माध्यान्हीच्या वेळेस आरवायचा (तीच परंपरा आताच्या प्रसिद्ध कुकू क्लॉक्समध्ये पाळली जाते). प्रागमध्ये असलेल्या खगोलशास्त्रीय घड्याळात, जे १४१० मध्ये बांधले गेले होते त्यात एक हाडाचा सांगाडा वाळूचे घड्याळ हलवतो; १५व्या शतकातील मान्तुआमधील घड्याळाचा डिझायनर अशी बढाई मारायचा की ते घड्याळ अगदी शल्यकर्मापासून, कपडे शिवण्यापासून ते मातीची मशागत करण्यापर्यंतच्या सगळ्या कामांच्या वेळा दाखवायचे.

ही जी घड्याळे होती ती फक्त तासातासाला ठोके देणारी नव्हती. ती म्हणजे निर्मितीची प्रतिमा होती, पृथ्वी आणि स्वर्गातल्या काळाच्या हेतू आणि अर्थाशी संबंधित- अगदी नीतीशीही संबंधित होती.

या प्राचीन उपकरणांच्या वैश्विक स्वरूपावरून हेच समजते की काळ कशा तऱ्हेने अजूनही विस्तृत अशा विश्वामध्ये अंत:स्थापित होता; त्या घड्याळांची टिक टिक आणि आकाशातील चक्र ही वेगळी नव्हती, एकच होती. त्यानंतर येऊ घातलेल्या मोठ्या सामाजिक बदलाला हे वैशिष्ट्य जबाबदार होते. ही घड्याळे म्हणजे काही खेळणे नव्हते किंवा नुसती उपकरणेही नव्हती; त्यांना दैवी अधिकार होते. ज्या लोकांसाठी या घड्याळांवरचे हे आकाशातील भव्य चक्रांचे प्रदर्शन लावलेले होते, ज्यांच्या दिनक्रमाचे नियमन ते घड्याळ करत होते, त्यांच्यासाठी ते अत्यंत विस्मयकारक वाटले असेल. उदाहरणार्थ ग्रहणाबाबत भाकीत करण्याचे रिचर्डच्या घड्याळाचे हे कौशल्य अल्बांसच्या लोकांना जादूसारखेच वाटले असेल, अवकाशीय जगाशी सरळ सरळ असलेल्या दुव्याचा पुरावा. मठातली हॉर्स मिल (गिरणी), जिच्यामुळे इतका संघर्ष झाला ती साध्या दातेरी चाक आणि त्याचे दाते[१०] यावर अवलंबून होती. रिचर्डने त्याच्या घड्याळात त्यातली दातेरी चाके पृथ्वीवरून उचलून थेट स्वर्गाशी आणि देवाशी बांधली.

सार्वजनिक ठिकाणच्या घड्याळांची संख्या जशी वाढायला लागली तशी,

---

१०. त्या गिरणीमध्ये अगदी अचूक मोजमापाची घड्याळात वापरली जाणारी लोखंडाची चाके वापरायच्या ऐवजी मोठ्या आकाराची ओबडधोबड कापलेली लाकडाची चाके वापरली गेली असतीही – दातेरी चाकांमुळे एकमेकात गुंतून बळाचे हस्तांतरण होणे – हे तत्त्व सारखेच होते.

काळावर असलेला आणि म्हणून कामगारांच्या दैनंदिन कामावरचा मठांचा ताबा हळूहळू गावाच्या ताब्यात आला. उदाहरणार्थ १५ व्या शतकात सेंट अल्बांस मधील गावकऱ्यांनी, मठाधिपतीच्या लोकांच्या कामाच्या दिवसांवर असलेल्या ताब्याला विरोध दर्शवण्यासाठी म्हणून स्वत:चे असे घड्याळ बनवले. दिवसाचे विभाग कसे करायचे यामध्येही बदल घडला. मठात असणाऱ्या पाण्यावर चालणाऱ्या घड्याळामध्ये ऋतूप्रमाणे वेळ दाखवली जात होती, पण असे करायला त्या आपोआप चालणाऱ्या दातेरी चाकांच्या यंत्रणेच्या घड्याळात काही सोय नव्हती. म्हणून यांत्रिकी घड्याळ आल्यानंतर ऋतूप्रमाणे तास ठरायच्या ऐवजी सारख्या कालावधीचे तास वापरात आले. प्रत्येक तासाला नुसती घंटा वाजवण्याच्या ऐवजी नवीन घड्याळात प्रत्येक तासाला त्या तासाच्या संख्येएवढ्या घंटा वाजायच्या – ज्याला 'तासाला टोले देणारे' असे म्हणतात, (ज्या गोष्टीचे रिचर्डचे घड्याळ हे पहिले उदाहरण आहे), जे १४ व्या शतकाच्या शेवटाला सगळीकडे पसरले.

समान कालावधींचे तास वापरात आल्यामुळे धर्मनिरपेक्षतेच्या प्रक्रियेला बळकटी मिळाली आणि मठाच्या दैनंदिनीशी असलेले बंध तुटायला लागले. तसेच ऋतूनुसार सूर्यावरून वेळ ठरवण्याच्या प्रकारापासून मुक्ती मिळाली. प्रत्येक तासाला वाजणारी घंटा म्हणजे ऐकण्याच्या टप्प्यात असलेल्या प्रत्येकाला वेळेची होणारी जाणीव होय, नुसत्या अधूनमधून वाजणाऱ्या घंटा नव्हेत तर एक दिवसभरातील संकलित करणारी क्रिया होती. आणि जसजशी अचूक वेळ सांगता येऊ लागली तशी त्यात काही संदेह उरला नाही. लोकांच्या जीवनावर नैसर्गिक संकेतांची किंवा घटनांची सत्ता जाऊन ते घड्याळाच्या कठोर नियमानुसार चालू लागले.

इतिहासकार बहुतेककरून या काळाला भांडवलशाही आणि औद्योगिक क्रांतीचा पाया घालणारा काळ समजतात : २० व्या शतकातील अत्यंत प्रभावी अशा इतिहासकार लुईस ममफोर्डच्या मते, 'आधुनिक औद्योगिक काळाची खरी सुरुवात वाफेच्या इंजिनापासून नव्हे तर घड्याळापासून झाली आहे.' घड्याळातील अचूक अशी दातेरी चाके बनवण्यासाठी लागणारे तांत्रिक कौशल्यच पुढे जाऊन मोठ्या प्रमाणात करायच्या उत्पादनासाठी लागणाऱ्या स्वयंचलित यंत्रांच्या निर्मितीसाठी उपयोगी ठरले.[११] पण या सगळ्यात जास्त महत्त्वाचे होते ते म्हणजे कामातले

---

११. उदाहरणार्थ एपिसायक्लिक आणि डिफरन्शिअल गिअर्स त्यात मोठ्या चाकांच्या भोवती फिरणारी छोटी चाके होती, ती पहिल्यांदा खगोलशास्त्रीय घड्याळात ग्रहांच्या गती दाखवायला वापरली होती. त्यानंतर ते भाग स्वयंचलित मागासाठीचे गरजेचे भाग बनले, आणि अगदी आता आता चारचाकी गाडीच्या ॲक्सेलचे आणि थ्रीडी प्रिंटरचे.

आणि कामगारांमधले वाढते नियमन आणि समन्वय, आणि वेळेकडे बघण्याच्या दृष्टिकोनात झालेला बदल. मध्ययुगीन इंग्रजीचे प्रोफेसर जॉन स्कॅटरगुड मध्ययुगातील घड्याळाबद्दलच्या साहित्यातील संदर्भाचे विश्लेषण करत होते तेव्हा त्यांच्या असे लक्षात आले की जेव्हापासून यांत्रिक घड्याळे उदयाला आली तेव्हापासून लेखक मंडळी नव्या सद्गुणांच्या यादीत, उदाहरणार्थ स्थिरता, वक्तशीरपणा आणि अचूकता यासाठी घड्याळाशी संबंधित रूपके वापरायला लागली. अर्थात जगभरात याचे स्वागत झाले असे नाही. १४ व्या शतकातील घड्याळामुळे ज्याच्या कामात व्यत्यय आला अशा एका कवीने, डाफिड अप ग्विल्यमने तक्रार केली आहे की, एका सुंदर मुलीचे स्वप्न पाहत असताना त्याची झोप घालवण्याचे काम शेजारी ठेवलेल्या घड्याळाने केले.

Let its mouth and tongue be vain
with its two ropes and its wheel,
the stupid balls which are its weights,
its four-squarc
case and hammer,
with its ducks who think it day,
and its restless mill-wheels.
Churlish clock with foolish chatter.

सर्वसाधारण समाजाने लवकरच कामाच्या संबंधात आणि मठांच्या उत्पादन क्षमतेबाबत याचा स्वीकार केला. सर्व लोकांची म्हणजे कामगारांपासून ते व्यापाऱ्यापर्यंत सर्वांची कामे या यांत्रिक घड्याळाच्या ठोक्याबरहुकूम नियमित आणि समक्रमित होऊ लागली – अर्थात आध्यात्मिक उन्नतीपेक्षा पैसा हाच याच्या पाठीमागचे खरे कारण होते. १४३३ मध्ये एका स्पॅनिश व्यापाऱ्याने लिओन बातिस्ता आल्बर्ती लिहितो की, 'सकाळी उठल्यावर पहिलं काम मी काय करत असेन तर ते म्हणजे माझ्या आजच्या दिवसभरात करायची कामे कोणती ते लिहून ठेवायचो. किती तरी गोष्टी असायच्या, मी त्या मोजायचो, त्याबद्दल विचार करायचो आणि प्रत्येक कामाला ठरावीक वेळ द्यायचो,' तो म्हणतो की 'वेळ वाया घालवण्यापेक्षा एक वेळ मी माझी झोप घालवीन.'

पण घड्याळामुळे झालेल्या या वागण्या-बोलण्यातल्या फरकांमागे नियमितपणापेक्षाही दुसरी खूप खोलवर गेलेली कारणे आहेत. आतापर्यंतच्या मिळतेजुळते घेत जमवून घेत जगण्याच्या अनुभवानंतर आताच्या मोजूनमापून तुटक तुटक जगण्यामुळे लोक आता जास्त गणिती पद्धतीने तोलूनमापून विचार करायला

लागले. डेव्हिड लांदेसचा दावा आहे की बरोबर तासातासाला घड्याळाचे ठोके पडत असले तर त्यामुळे साधे अंकगणित आणि आकडे मोजणे यांना प्रोत्साहन मिळते, विशेषतः अशा समाजात ज्यांना अंकाचे किंवा अंक मोजण्याचे विशेष ज्ञान नाही. (उदाहरणार्थ एका शिफ्टमध्ये किती तास होतात, इ.) त्यांनी असेही दाखवून दिले की १३ व्या शतकाच्या आधी मोजमापाची एकके वेगवेगळीच असायची आणि वस्तूंच्या प्रकाराबरोबर बदलायची. उदाहरणार्थ इंग्रज लोक फुटाचे माप धरत तर फ्रेंच लोक पौसे किंवा थंब म्हणत. ऋतूंवर अवलंबून असणारे तास सोडून समान मापाचे तास मोजायला लागल्यानंतर अमूर्त अशा मोजमापांना प्रोत्साहन मिळाले – प्रमाणित एकके ती त्यांच्यातच अस्तित्वात असतात – असे काही जे त्या वेळी वाढती नोकरशाही आणि व्यापारासाठी जरुरी होते. त्यादरम्यान घड्याळांचा आकार हळूहळू छोटा होत जात होता आणि घड्याळे कमी गुंतागुंतीची म्हणजे साधी होत चालली होती. बऱ्याच वेळा आता त्यात अवकाशाबद्दलची माहिती नसायची तर फक्त वेळ दाखवली जायची (तरीही त्यांच्या प्रवासाची दिशा अजूनही तशीच – म्हणजे घड्याळाच्या दिशेने उत्तर आकाशातील सूर्याच्या प्रवासाची दिशा दर्शवते).

ममफोर्डसाठी अमूर्त पद्धतीने विचार करण्याची आणि मोजण्याची नव्याने सापडलेली क्षमता ही खरी क्रांती होती आणि ती घड्याळामुळे घडली होती. माणसांच्या हातात इतकी शक्ती आली की त्यांचे खऱ्या म्हणजे रोजच्या जगातील गहू आणि लोकर, अन्न आणि वस्त्र यावरचे लक्ष पार उडाले आणि पूर्णपणे त्या त्या गोष्टींच्या परिमाणात्मक प्रतीनिधित्वावर, प्रतीक आणि चिन्हांच्या रूपाने केंद्रित झाले. एखाद्या गोष्टीचे प्रमाण हे त्याच्या किमतीचे द्योतक राहिले नाही तर त्याची व्याख्याच होऊन बसले. घड्याळाच्या तासाच्या टोलामधून आपल्या आधुनिक जीवनाच्या आर्थिक बीजांची निर्मिती झाली.

घड्याळामुळे झालेल्या क्रांतीचा जबरदस्त परिणाम शास्त्रज्ञ आणि तत्त्वज्ञ यांच्या विचारसरणीवरही झाला. एका दृष्टीने सामाजिक बदल जे आधीच व्हायला सुरुवात झाली होती ते अधिक मजबूत झाले. पहिल्यांदा अवकाशाची प्रतिकृती दाखवणारी जी खगोलशास्त्रीय घड्याळे तयार झाली ती म्हणजे हे विश्व एक प्रकारचे घड्याळच आहे हे सांगण्याचा एक मार्ग होता. ही तुलना करणारा पहिला लेखक होता इटालियन कवी दान्ते, त्याच्या १३१६ ते १३२१ यादरम्यान लिहिलेल्या 'पारादिसो' मध्ये, (जेव्हा रिचर्ड ऑक्स्फर्डमध्ये शिकत होता), त्यात दान्तेच्या अवकाशातील ग्रहगोलांमधून केलेल्या प्रवासाचे वर्णन होते. जेव्हा दान्ते सूर्याच्या गोळ्याजवळ पोहोचतो तेव्हा तो देवाच्या विश्वाचे कार्य बघतो आणि त्याची तुलना मठातील घड्याळाशी करून बघतो : 'a glorious wheel.. sounding the chime with notes so sweet.' (गोड स्वरात नाद करणारे एक देदीप्यमान चक्र)

हे विश्व म्हणजे ज्यांचे भाकीत करता येईल अशा नियमांनी शासित असे एक प्रकारचे यंत्र आहे, ही कल्पना खूप प्राचीन आहे. पण मध्ययुगीन काळात सतत चालू राहणाऱ्या खगोलशास्त्रीय घड्याळाच्या टिकटिकीमुळे ही कल्पना जास्तच आकर्षक वाटली. १३६४ मध्ये इटालियन इंजिनिअर जिओवानी डी डोंडी याने एक गुंतागुंतीचे खगोलशास्त्रीय घड्याळ बनवले, अंशत: हे सिद्ध करायला की टॉलेमीची एकात एक असलेली गोलांची प्रणाली ही फक्त गणितीय प्रतिमा नव्हे तर प्रत्यक्षातील अवकाशात चालणाऱ्या हालचालींचे अचूक वर्णन होते. १३७७ मध्ये फ्रेंच तत्त्वज्ञ निकॉल ओरेस्म याने असे सुचवले की हे अवकाश म्हणजे एखाद्या घड्याळासारखे आहे, कुठलाही मोसम असो ते कधी जास्त जोरात चालले नाही की जास्त सावकाश चालले नाही आणि कधी थांबलेही नाही : 'ही स्थिती अशी होती की जणू एखाद्या माणसाने एखादे घड्याळ तयार केले आणि त्याला स्वत:च्याच गतीवर चालायला आणि चालत ठेवायला लावले.'

आपण आजच्या काळात जसे घड्याळाशी किंवा यंत्राशी तुलना करू तरी मध्ययुगातील या विद्वानांसाठी हे विश्व म्हणजे कोरडे, जीव नसलेले असे विचित्र दिसणारे साधन नव्हते. पारादिसोमध्ये जरी दान्तेने मठातील घड्याळाशी या विश्वाची तुलना केली होती तरी तो त्याला देवाच्या नवरीची उपमा देतो : जेव्हा हे विश्व सकाळच्या वेळी नाद करत प्रार्थना म्हणते तेव्हा ती तिच्या नवऱ्यासाठी आणि तिच्या निर्मात्यासाठी प्रेमाची गाणी गात असते. पण १७ व्या शतकात रेने डेस कार्तेससारख्या तत्त्वज्ञाने त्या रूपकाला तार्किक निष्कर्षावर ताणले, त्यांचा दावा असा होता की फक्त ग्रह आणि तारेच नाही तर प्राणीसुद्धा एखाद्या यंत्रासारखे वागतात : पुर्वनिर्धारित नियमाप्रमाणे चालणाऱ्या यंत्रणेसारखे, म्हणजे स्ट्रासबोर्गच्या कोंबड्यासारखे.[१२] फक्त माणूस वेगळा असतो, त्याच्यात आत्मा असतो म्हणून.

हे विश्व चालण्यामागचे बळ आता निव्वळ देवाचे प्रेम हे राहिले नसून कारण आणि परिणाम हे होते; काही गोष्टी समजून घेण्यासाठी त्या गोष्टी भौतिक यंत्रणेद्वारे समजावून सांगितल्या जायला हव्या होत्या. तत्त्वज्ञ आणि विज्ञानाचा इतिहासकार असलेला स्टीफन टोल्मिन याच्या मते : १७ व्या शतकातील कुठलाही शास्त्रज्ञ जो थोडक्यावर समाधान मानणारा असेल तर त्याच्या बद्दल त्याचे सहकारी त्याची

---

१२. देकार्तला बहुतेक घड्याळांचे फार आकर्षण असावे. त्याने त्याच्या स्वत:च्या घड्याळाची यंत्रणा, तसेच सर्व स्वयंचलित यंत्रणा उदाहरणार्थ कसरत करायची तार वा दोरखंडापासून ते तित्तीर पक्षावर धावून जाणाऱ्या खेळण्यातल्या कुत्र्यासारखे यंत्र ही सगळी त्याप्रमाणे बनवून घेतली.

निंदाच करत असत, जणू तो 'चमत्कार' आणि 'गूढ जादू' वगैरे प्रकारांना आवाहन करत आहे. विश्वाच्या या यांत्रिकीकरणामुळेच ज्योतिषशास्त्र लोकांना पटेनासे झाले, ते मागे पडले आणि भविष्यातील सगळ्या वैज्ञानिक विचारांची बैठक घातली गेली. संपूर्ण समाजात काळाकडे बघण्याचा लोकांचा दृष्टिकोन बदलला होता आणि घड्याळांनीसुद्धा शास्त्रज्ञांच्या काळाबद्दलच्याच कल्पना बदलल्या.

सातत्याने प्रत्येक सेकंदाला होणारी टिक टिक ही कल्पना कितीही नि:संदिग्ध असली तरी अपरिहार्य नव्हती. मानववंशशास्त्रज्ञांनी अशा अनेक स्थानिक समाजांबद्दल निरीक्षण नोंदवून ठेवले आहे की ज्यांना काळाबद्दल विशेष जाणीवच नाही, उदाहरणार्थ सुदानमधील नाईल नदीकाठचे नूआर लोक, रशियन बेट साखालिनवरची आयनु संस्कृती किंवा ब्राझीलमधील अमाझोनियामधील अमोन्डवा जमातीचे लोक.[१३] मानवाच्या बहुतेक संपूर्ण इतिहासात सूर्य, चंद्र आणि तारे यांच्या गतिकाळाची व्याख्या करतात असे नाही तर ते काळ निर्माण करतात; त्यांच्या गतीशिवाय काळ समजायला दुसरा मार्ग नव्हता. पण जशी घड्याळे अचूक बनत गेली तशी सगळी परिस्थिती बदलत जाणार होती.

सुरुवातीला घड्याळाच्या आतले भाग जास्त चांगले बनवून सुधारणा घडत गेली. १५ व्या शतकात घड्याळे बनवणाऱ्यांनी पहिल्यांदा मिनिट काटा आणला. घड्याळाला चालवण्यासाठी आधी वापरात असलेली पडणाऱ्या वजनांची पद्धत सोडून स्प्रिंग्ज उपयोगात आणल्या. यामुळे आणखी छोट्या आकारातली घड्याळे बनवता येऊ लागली. खगोलशास्त्रज्ञांना त्यांच्या निरीक्षणांसाठी जास्त अचूकपणे वेळ नोंदविण्याची गरज होती म्हणून त्यांनी या सुधारणा करण्यात पुढाकार घेतला, आणि १७ व्या शतकात त्यांनी जास्त आधुनिक सुधारणा घडवून आणल्या.

इटालियन खगोलशास्त्रज्ञ गॅलिलिओ गॅलीलीला अंतर्दृष्टीमुळे ही कल्पना सुचली. पूर्वीच्या घड्याळातील एस्कॅपमेंटबाबत अशी समस्या होती की ती कुठल्याही कमी-जास्त वेगाला काम करायची. घड्याळ बनवणारे अतिशय काळजीपूर्वक ती वजने त्या फिरणाऱ्या हातांवर लावायचे, जेणेकरून त्यांना पाहिजे ती गती प्राप्त व्हावी. पण त्याच्यात अगदी मामुली फरकानेसुद्धा घड्याळ चुकायचे. गॅलिलिओच्या

---

१३. नुअर लोकांमध्ये जेमतेम कसेबसे चांद्रमास केलेले होते. त्यांची नावे वर्षभरात केलेल्या वेगवेगळ्या क्रियांवर अवलंबून असत आणि त्यावर ठरतही, उदाहरणार्थ जीओम, जेव्हा गुरांच्या छावण्या लागत. अमोन्डवा लोक यांना सकाळ व दुपार आणि ओला आणि कोरडा ऋतू एवढेच माहिती होते, त्यांना महिना आणि वर्ष ही संकल्पना माहीत नव्हती. आणि काळ या शब्दाशीही त्यांचा संबंध नव्हता किंवा त्यासाठी काही एककही नव्हते.

लक्षात आले की एखादा लंबक नेहमीच त्याला दिलेल्या वेगात तसाच फिरतो, मग त्याचे वजन काहीही असो किंवा त्याच्या फिरण्याचा दोलविस्तार (amplitude) काहीही असो.[१४]

म्हणून जर एखादा लंबक एका सेकंदाला एकदा फिरेल असा सेट केला तर एकदा मोकळा सोडल्यावर तो नेहमीच तसाच फिरेल. १६५६ मध्ये डच खगोलशास्त्रज्ञ ख्रिश्चन ह्यूजेन (हा सोलोमन कॉस्टर नावाच्या घड्याळ तयार करणाऱ्याबरोबर काम करत होता) याने लंबकाच्या मदतीने चालणारे पहिले घड्याळ[१५] बनवले. या नव्या डिझाइनमुळे घड्याळाच्या कामगिरीमध्ये जबरदस्त सुधारणा झाली. म्हणजे जिथे दर दिवशी १५ मिनिटांचा फरक पडत होता तिथे आता तोच काही सेकंदांचा पडायला लागला.

पूर्वीच्या काळी भिंतीवरची घड्याळे आणि छोटी घड्याळे वारंवार जुळवून घ्यावी लागत असत. याला संदर्भ असायचा सूर्याचा, खऱ्या वेळेचा. याच कारणासाठी पूर्वीच्या छोट्या घड्याळांच्या आत कव्हरखाली सूर्यतबकडी यंत्र असायचे. सूर्याच्या आकाशातील गतीमध्ये होणाऱ्या छोट्या बदलामुळे (ज्यामुळे खरेतर सूर्याच्या वेळेत आणि घड्याळाच्या वेळेत १६ मिनिटांचा फरक पडत होता) काही फार फरक पडत नव्हता. पण आता घड्याळे सूर्यापेक्षा जास्त अचूक वेळ दाखवू लागली होती. ही यंत्रे सुरुवातीला तरी या विश्वाच्या चक्राचे अनुकरण करण्यासाठी बनवली गेली होती ती आता त्याच्या पलीकडे जाऊन त्याहून वरचढ झाली होती, ज्यामुळे माणसाच्या विचारप्रक्रियेवर प्रगल्भ परिणाम झाला होता.

या सुधारणांचा फायदा सुप्रसिद्ध भौतिकशास्त्रज्ञ आयझाक न्यूटन याने घेतला जेव्हा तो त्याच्या गुरुत्वाकर्षणाच्या सिद्धान्तावर काम करत होता. त्याच्या १६८७ साली प्रसिद्ध झालेल्या सुप्रसिद्ध, आद्यप्रवर्तक ग्रंथाने 'द प्रिन्सिपिया' ने विश्वाच्या वैज्ञानिक संकल्पनेमध्ये क्रांतिकारक बदल घडवले. तो आतापर्यंतचा प्रकाशित

---

१४. हे फक्त वर्तुळाच्या एका छोट्या भागापुरते (एक चाप, arc) खरे ठरते, तेही एका विशिष्ट प्रकारच्या, ज्याला चक्रीय कमान म्हणतात, त्यात एखाद्या तारेने उचललेल्या वजनाने आक्रमिलेल्या मार्गापेक्षा थोडासाच फरक पडतो. परंतु जोपर्यंत तो लंबक चापाच्या अगदी छोट्या भागावर फिरतो तोपर्यंत त्यात होणारी चूक अगदीच छोटी असते (जेवढा मोठा लंबक आणि जेवढा छोटा चाप तेवढी त्यात होणारी चूक कमी).

१५. ह्यूजेंस हा भिंगे घासण्यात आणि दुर्बीण बनवण्यात वाकबगार होता. तसा तो बाकी काही गोष्टींसाठी जास्त प्रसिद्ध आहे, उदाहरणार्थ १६५५ मध्ये शनीचा पहिला चंद्र शोधणारा म्हणून शिवाय १६६६ मध्ये शनीच्या कड्यांचा खरा आकार शोधणारा म्हणून तो ओळखला जातो.

झालेला सगळ्यात महत्त्वाचा असा वैज्ञानिक ग्रंथ आहे. न्यूटनने गतीचे ३ मूलभूत नियम शोधून काढले आणि ते नियम व त्याच्या गुरुत्वाकर्षणाच्या सिद्धान्ताला[१६] धरून सूर्यमालेतील सर्व ग्रहांच्या, त्यांच्या असंख्य चंद्रांच्यापासून ते कधीतरीच उगवणाऱ्या धुमकेतूपर्यंत आणि अगदी समुद्राच्या भरती-ओहोटीपर्यंत सगळ्यांच्या गती कशा सविस्तर समजावून सांगता येतील ते सांगितले. अंतरिक्षातील भोवळ आणणाऱ्या भव्यदिव्य रचनेपासून ते अनेक स्वतंत्र अशा गोष्टीबद्दल आणि त्यांच्या गतीबद्दल त्याने एकाच समीकरणात माहिती दिली आहे की सगळे विश्व एका गुरुत्वाकर्षणाच्या जाळ्यामुळे बांधले गेले आहे.

निरपेक्ष अशी अवकाश-काळाची कल्पना न्यूटनच्या गतीविषयक विचारसरणीसाठी महत्त्वाची होती : दोन्ही मिळून एक प्रकारचे गणिती जाळे तयार होत होते ज्यावर विश्वातील वस्तू आणि विश्वाची हालचाल अध्यारोपित (सुपर इम्पोज) केली गेली आहे. सूर्याच्या गतीवर काळाचे जे मोजमाप होत होते ते त्याने थांबवले. उदाहरणार्थ त्याने खरा आणि गणिती काल जो कुठल्याही बाह्य गोष्टींवर अवलंबून न राहता वाहत असतो ही संकल्पना रुजवली. या गोष्टीसाठी नव्याने लंबकावर चालणारी अचूक घड्याळे मुख्यत्वेकरून प्रेरणादायी ठरली. शाही खगोलतज्ज्ञ असलेले खगोलशास्त्रज्ञ जॉन फ्लामस्टीड यांच्याशी न्यूटन सतत संपर्कात होता (यांनी १६७५ मध्ये लंडनच्या ग्रीनविच वेधशाळेमध्ये जेव्हा ती सुरू झाली तेव्हा लंबकाचे घड्याळ पहिल्यांदा आणले), आणि त्यांच्या स्वतःच्या मालकीचे एक लंबकाचे घड्याळ होते असे म्हणतात जे १६८० मध्ये बनवले गेले होते. त्याच्या प्रिन्सिपिया या ग्रंथात त्याने या गोष्टीची चर्चा केली आहे, की लंबकाच्या घड्याळाने हे सिद्ध केले की शास्त्रज्ञांना विश्वाचे अचूक निरीक्षण आणि आकडेमोड करण्यासाठी सापेक्ष काल आणि निरपेक्ष काल यात फरक करता आला पाहिजे.

सुरुवातीला काही लोकांचा उदाहरणार्थ जर्मन तत्त्वज्ञ गॉटफ्रीड लीबनिझ यांचा या गोष्टीला विरोध होता, त्यांना असे वाटत होते की न्यूटन रहस्यमय, अनाकलनीय (अगोचर) अशा कल्पना आणि बले नव्याने आणू पाहतोय, ज्याचे स्पष्टीकरण त्याला देता येत नाहीये. लीबनिझचा असा दावा होता की एखाद्या गोष्टीचे अस्तित्त्व आपण तोवर मान्य करू शकत नाही जोवर आपण ते अनुभवत नाही, किंवा आपल्या इंद्रियांना ते गोचर होत नाही. काळ आपल्याला दिसत नाही फक्त घटना दिसतात.

---

१६. न्यूटनच्या गुरुत्वाकर्षणाच्या नियमाप्रमाणे या विश्वातील प्रत्येक कण एका विशिष्ट बलाने दुसऱ्या कणाला आपल्याकडे आकर्षित करतो, ते बल त्या दोन कणांच्या वस्तुमानाच्या गुणाकाराच्या समप्रमाणात तर त्यांच्यातील अंतराच्या वर्गाच्या व्यस्त प्रमाणात असते.

लीबनिझचे ठाम मत होते की काळ हा केवळ क्रम आहे ज्यात क्रमाने घटना घडतात. आजचे भौतिकशास्त्रज्ञ काळाचा ज्या दृष्टिकोनातून विचार करतात तो, न्यूटनच्या विचारापेक्षा याच्या फार जवळ जातो (तसे आपण या पुस्तकात नंतर बघणारच आहोत). पण पुढे कित्येक शतके न्यूटनचीच, अमूर्त काळाची कल्पना, जो काळ घटनांची पर्वा न करता वाहत असतो, ती कल्पनाच वैज्ञानिक दृष्टिकोन म्हणून डोळे झाकून स्वीकारली गेली होती.

लंबकाच्या घड्याळाचा जसा प्रसार व्हायला लागला तशी सूर्यावरून ठरवलेल्या वेळेतील आणि खऱ्या वेळेतील तफावत समाजामध्ये सर्वदूर पसरली. १६७० पासून प्रत्येक वर्षातील प्रत्येक दिवसाच्या किंवा आठवड्याच्या वेळेतील फरक दर्शवणारे रूपांतरण तक्ते बऱ्याच वेळेला घड्याळाच्या पेटीच्या आत लावलेले असत, म्हणजे ती घड्याळे सतत सूर्याच्या वेळेप्रमाणे जुळवली जायची. पण जसे लोक घड्याळानुसार त्यांची आयुष्ये जगायला लागली तसे ही कार्यपद्धती किंवा प्रक्रिया उलट घडू लागली. लवकरच सूर्य तबकड्यांवर रूपांतरण तक्ते यायला लागले : तेव्हा पासून घड्याळे नाही तर सूर्याची वेळ दुरुस्त करून घेण्यात येऊ लागली.

एकामागून एक मोठी शहरे सौरवेळ बघायची सोडून द्यायला लागली – १७८० पासून जिनीव्हा येथे मध्य वेळ प्रमाण म्हणून मानण्यात येऊ लागली, लंडनमध्ये १७९२ पासून तर १८१६ पासून पॅरिसमध्ये – त्यानंतर जी सूर्यावर अवलंबून नाही अशी नेहमीची निरपेक्ष वेळ प्रचलित झाली. सुरुवातीला लोकांची अजूनही अशी समजूत होती की माध्यान्ह म्हणजे जेव्हा सूर्य आकाशात सगळ्यात उंच ठिकाणी असतो तेव्हाची वेळ, त्यामुळे प्रत्येक शहराला त्याची स्वत:ची अशी प्रमाण वेळ होती. पण १५ व्या शतकात रेल्वेच्या वेळापत्रकामुळे त्या वेळा सांभाळणे अव्यवहार्य होऊन बसले म्हणून मग 'ताशी काल विभाग' (hourly time zone) ठरवावे लागले. २० व्या शतकाने 'उन्हाळी काळ'च्या कल्पनेचा शोध लावला, ज्यामध्ये संपूर्ण घड्याळच अशा तऱ्हेने बदलले जाते की त्यामुळे सूर्यप्रकाशाचा पुरेपूर उपयोग करता येतो. आणि आता विमान प्रवास इतका लोकप्रिय झाला आहे की त्यावरून आता आपण एका दिवसात वेगवेगळ्या टाइम झोनमधून जायला किती सरावलो आहोत ते समजते. काळ हा स्वतंत्ररीत्या वाहणारा प्रवाह आहे हे इतके स्वयंसिद्ध आहे की आता दुसऱ्या कुठल्या तऱ्हेने त्याबद्दल विचार करणे आपल्याला शक्यच नाही.

तेव्हापासून घड्याळे जास्तीत जास्ती अचूक व्हायला लागली जेव्हा कल्पक अशा यांत्रिक एस्कॅपमेंटसची जागा क्वार्ट्झच्या स्फटिकांच्या लंबकांनी घेतली आणि त्यानंतर विजेसारख्या अतिगतिमान आण्विक कंपनांनी घेतली. मात्र आधीची गोलाकार

डायल्स जी या विश्वाचेच जणू प्रतिनिधित्व करत होती ती डिजिटल डिस्प्ले आला तरी बदलली नाही, पण आपली काळाची व्याख्या मात्र आता खगोलशास्त्रावर अवलंबून राहिलेली नाही. शेवटी १९६७ मध्ये शास्त्रज्ञांनी औपचारिकपणे आकाश आणि काळामधला दुवा तोडून टाकला जेव्हा त्यांनी अगदी मूलभूत अशा सेकंदाची व्याख्या परत नव्याने लिहिली. पारंपरिकरीत्या पृथ्वीच्या परिभ्रमणावरून १ सेकंद म्हणजे दिवसाचा १/८६,४०० एवढा भाग असे ठरवलेले होते, आता सेकंदाची व्याख्या बदलली आहे, आता एक सेकंद म्हणजे एक विवक्षित आकडा (९ अब्जापेक्षा जास्त) सीसीयम अणूच्या आंदोलनाएवढा.[१७]

एका क्षणाच्याही सूक्ष्म भागाएवढ्या कमी वेळात घडणाऱ्या गोष्टी आकलन होण्यासाठी मानवी मेंदू तेवढा सक्षम नाही, मात्र सध्याच्या काळातल्या समाजाच्या पायाभूत अशा गोष्टी, उदाहरणार्थ दळणवळणाची साधने, वीज वितरणाचे जाळे, वित्तीय संस्थांचे जाळे, छायाचित्रण आणि क्रीडा स्पर्धांचे निकाल या सगळ्यांना विभाजित सेकंद तंत्राची आवश्यकता आहे. दरम्यान काळाचा व्यय करण्याच्या संदर्भात- वेळ खर्च करणे, वेळ वाचवणे, वेळ वाया घालवणे या सगळ्यात आपल्या जागृतावस्थेतील प्रत्येक क्षण वापरला जात असतो. वक्तशीरपणाचे महत्त्व आणि उशिरा येण्याचे दुष्परिणाम या गोष्टी सुरुवातीलाच मुलांना शिकवल्या जातात, आपण घड्याळ हे कधीही आपल्या नजरेआड किंवा कानाच्या टप्प्याबाहेर जाऊ देत नाही. 'या सगळ्या संकेतांना दिलेला आपला प्रतिसाद हा मनावर ठसवला जातो आणि त्याकडे आपण आपल्याच जोखमीवर दुर्लक्ष करतो' असे लांदेस यांचे म्हणणे आहे.

यातला विरोधाभास असा आहे की जितक्या अचूकपणे आपण वेळा मोजतो तितकाच तो आपल्याकडे किती कमी आहे हे आपल्याला जाणवते. जवळ जवळ अर्धे अमेरिकन लोक असे म्हणतात की त्यांच्या दैनंदिन आयुष्यात त्याना नेहमी वेळेची कमतरता जाणवते.

वेळेच्या दुष्काळाबाबतची ही जी काही भावना आहे ती अनेक वेळा अशा काही गोष्टीसाठी कारण म्हणून पुढे केली जाते उदाहरणार्थ दुसऱ्यांना मदत करणे टाळण्यासाठी, स्वतःला थोडा आराम देण्यासाठी किंवा कधी कधी तर अरबट

---

१७. ६० सेकंद x ६० मिनिटे x २४ तास = ८६,४००
हे म्हणजे ९,१९२,६३१,७७० एवढी सीसीयम -१३३ अणू ची कंपने. अजूनही कधी कधी भौतिकशास्त्रज्ञांना कॅलेंडर मध्ये एखाद्या लीप सेकंदाचा अंतर्भाव करावा लागतो, एवढीच खात्री करायला की घड्याळे दिवस रात्रीशी मिळतीजुळती आहेत की नाहीत.

चरबट खाण्याशी, झोपेच्या समस्येशी आणि ताणतणावाशीही याचा संबंध जोडला जातो. आधुनिक जीवनातली जटिल गुंतागुंत, नाना संधी या गोष्टीना तोंड देणे केवळ आपण घड्याळाला शरण गेल्यामुळे शक्य झाले आहे. पण आपल्या आयुष्याचे असे बारीक बारीक तुकडे करण्याचीही आपल्याला किंमत चुकवावी लागणार आहे.

१३३० सालाच्या सुरुवातीला एडवर्ड तिसरा याने सेंट अल्बांसला भेट दिली होती. जेव्हा राजाने तिथले घड्याळ बघितले तेव्हा त्याने, चर्चची दुरुस्ती करण्याचे काम सोडून एका साध्या घड्याळासाठी मठाचा एवढा पैसा ओतल्याबद्दल ॲबट रिचर्ड यांची सौम्य अशी कानउघाडणी केली. त्यावर वालिंगफोर्ड यांनी असे उत्तर दिले की, पुढचे मठाधिपती चर्चची दुरुस्ती किंवा पुनर्बांधणी केव्हाही करू शकतील पण माझ्या मृत्यूनंतर हे घड्याळ कोणीही पूर्ण करू शकणार नाही. त्यांना माहीत होते की त्यांचे आयुष्य फार थोडे राहिले आहे. त्यांचा कृष्ठरोग बळावत चालला होता आणि तसेच झाले, १३३४ मध्ये त्यांची प्रकृती गंभीर झाली. मठाच्या कागदपत्रातील नोंदींप्रमाणे १३३५ मध्ये आलेल्या एका वादळामुळे त्यांच्या चेंबरला (खोलीला) आग लागली, आणि त्या दिवसापासून त्यांच्या आयुष्याच्या शेवटच्या दिवसापर्यंत असा एकही दिवस गेला नाही की त्यांना काही वेदना झाल्या नाहीत. शेवटी २३ मे १३३६ रोजी वयाच्या ४४व्या वर्षी त्यांचा मृत्यू झाला.

ज्यावेळी वाचनालयाचे मुख्य लेलँड यांनी ते बघितले त्यावेळपर्यंत म्हणजे वरवर पाहता १५३४ सालापर्यंत त्याने बांधलेले हे घड्याळ चालू होते. नंतर ते फार काळ टिकले नाही. त्या वेळी आठवा हेन्री रोमन कॅथलिक चर्चपासून वेगळा झाला होता आणि इंग्लंडमधल्या सगळ्या मठामधील संपत्ती स्वत:साठी ताब्यात घेण्याच्या तयारीत होता. लेलँड यांची नेमणूक त्या सगळ्या इमारती विकल्या जाण्यापूर्वी त्यात काही हस्तलिखिते वा अन्य मौल्यवान गोष्टी आहेत की काय याचा आढावा घेण्यासाठी झाली होती. रोमशी फारकत म्हणजे नुसती ऐतिहासिक महत्त्वाची गोष्ट नव्हती तर ऐतिहासिक माहितीशी फारकत होती, असे नॉर्थ यांनी नोंदवले आहे. ते म्हणतात, 'ऐतिहासिक माहिती वाचवण्याच्या बाबतीत आपण लेलँड यांचे कायमचे ऋणी राहणार आहोत, त्यांनी ही हानी कमी होईल याची काळजी घेतली.'[१८] पण ते ते घड्याळ नाही वाचवू शकले. शेवटी ते ॲबेचे चर्च सेंट अल्बांस गावाच्या

१८. लेलँड यांनी सेंट अल्बांसच्या मठामधून वाचवलेले एक हस्तलिखित म्हणजे (गेस्टा अबॅटम) मठाधिपतीच्या जीवनाबद्दलचे इतिवृत्त, ज्याच्या शिवाय आपल्याला रिचर्ड किंवा वालिंगफोर्डबद्दल काहीही माहिति मिळाली नसती.

लोकांना ४०० पौंडांना विकण्यात आले आणि ते घड्याळ इतिहासातून अदृश्य झाले. १६३१ मध्ये झालेल्या इंग्लिश चर्चेस आणि स्मारकांच्या सर्वेक्षणामध्ये या घड्याळाचा अजिबात उल्लेख नाही; कदाचित त्याच्या आत असलेल्या मौल्यवान लोहासाठी ते मोडून टाकले असावे.

त्या गावच्या लोकांनी घड्याळाचे काही भाग त्यांच्या स्वत:च्या घड्याळासाठी वापरले असण्याची शक्यता आहे, ज्याचे आठव्या हेन्रीच्या काळात नूतनीकरण झाले. त्या घड्याळाचा मनोरा अजूनही उभा आहे, आणि नॉर्थने असा दावा केला आहे की तिथल्या मोठ्या मध्ययुगीन घंटेचा आकार हेच सुचवतो की ही घंटा पूर्वी एखाद्या मठामध्ये असणार, आणि त्यावर असलेला कोरीव लेख, Missi de celis habeo nomen Gabrielis ('I am heaven sent, in Gabriel's name'- गॅब्रिएलच्या नावाने मला स्वर्गातून पाठवण्यात आलेले आहे.) असे सुचवतो की ते एखाद्या चर्चमधून आणले आहे. रिचर्डच्या घंटेचा आवाज अजूनही घुमू शकतो.

रिचर्डने ज्या तंत्रज्ञानात पुढाकार घेतला त्याचे परिणाम आधुनिक युगातही निश्चितपणे दुमदूमताहेत. आताची आधुनिक पाश्चिमात्य संस्कृती आणि त्यांचा वैज्ञानिक दृष्टिकोन हे त्यावेळच्या यांत्रिक घड्याळांमुळे घडलेल्या सामाजिक आणि तात्त्विक बदलाचे दृश्य फळ आहे. तसेच मध्ययुगातील काळ्या कालखंडातील युरोपला त्यातून बाहेर पडायला आणि आत्ताच्या अत्यंत आश्चर्यकारक, स्तिमित करणाऱ्या अशा आर्थिक आणि तंत्रज्ञानातील प्रगती करायला आणि साऱ्या जगावर राज्य करायला तेच कारण झाले. दरम्यान या स्वयंसिद्ध यंत्रामुळे या विश्वाशी ज्यात आपण राहतो त्याच्याशी एक अजून मूलभूत अशी फारकत झाली आहे. आता काल हा विश्वाच्या चक्रात नाही तर आपल्या सतत अचूक होत जाणाऱ्या घड्याळांमध्ये अवतरला आहे.

६

सागर

अ‍ॅन्डेव्हर जहाजाचे पथक २ महिन्यांपासून जमिनीचे दर्शन व्हावे म्हणून समुद्रावरून प्रवास करत होते. अखेरीस १७६९ सालाच्या मार्च महिन्याच्या शेवटाला त्यांना समुद्री शैवालाचे काही झुबके आणि जमिनीवर घरटी करणारे पक्षी; गल पक्षी, टर्न जातीचे आणि ग्रेट ब्लॅक फ्रिजेट हे पक्षी दिसायला लागले. त्यांनतर काही ताडमाड जातीच्या झाडांनी झाकलेली छोटी छोटी बेटं लागली जिथे न थांबता ते पुढे गेले. आणि ११ एप्रिलच्या सूर्योदयाला एकदाचे त्यांचे गंतव्य स्थान त्यांना दिसले : ताहितीची हिरवीगार सुरकुतलेल्या सारखी दिसणारी ती शिखरे एकदाची दिसली.

त्या दणकट आणि सपाट बुडाच्या जहाजाची निर्मिती सुरुवातीला खरेतर कोळसा वाहून नेण्यासाठी ईशान्य इंग्लंड, व्हीट्बी येथे झाली होती – एका लेखकाने त्या जहाजाचे वर्णन कोळसा वाहून नेणारी बादली असे केले – त्यानंतर त्याचे नाव बदलण्यात आले आणि या प्रशांत महासागरातील पहिल्या-वहिल्या प्रवासासाठी त्याला नव्याने तयार करण्यात आले. सुरुवातीला ज्या जहाजात १२ जणांच्या पथकाची सोय होती त्याच जहाजामध्ये आता दाटीवाटीने ९० माणसांसाठी राहण्याच्या खोल्या आणि शिवाय या सगळ्यांना ३ वर्षे पुरेल एवढी शिधासामग्री बसवली होती. या जहाजाने १७६८ साली ऑगस्ट महिन्यात लेफ्टनंट जेम्स कूक नावाच्या व्हिटबीच्या कोळशाच्या व्यापाराशी संबंधित असलेल्या माणसाच्या नेतृत्त्वाखाली प्लायमाउथचा किनारा सोडला, त्या वेळी ते जहाज काठोकाठ भरलेले होते.

जहाजाच्या चमूने जहाज अटलांटिक महासागरात दक्षिणेच्या दिशेने पोर्तुगीस कॉलनी असलेल्या मदेइरा आणि रिओ डी जानीरो मार्गे नेले आणि थेट दक्षिण अमेरिकेच्या टोकाला असलेल्या तएरा देल फुएगो इथल्या सील माशाच्या कातड्याचे कपडे घालणाऱ्या माणसांना भेटायला थांबवले. गारा आणि बर्फाच्या माऱ्याने छिन्नविच्छिन्न झालेल्या त्या जहाजाने जानेवारी १७६९ च्या शेवटाला अतिशय धोकादायक, विश्वासघातकी अशा केप होर्नला वळसा घालून नंतर प्रशांत महासागरातील खूप लांबच्या भयानक अशा प्रवासाला सुरुवात केली.

प्रशांत महासागराच्या अफाट पाण्यातून प्रवास करताना कूकचे खलाशी आता गंतव्य स्थानाची फार आशेने वाट बघत होते. स्पॅनिश लोक फार काळापासून प्रशांत महासागरात मोठमोठ्या शिडाच्या व्यापारी जहाजांमधून प्रवास करत होते तरीही या महासागराच्या खूप मोठ्या भागाचा अजूनही शोध घ्यायचा बाकी होता, आणि त्यांच्या प्रतिस्पर्धी ब्रिटिश आणि फ्रेंच राष्ट्रांनी नुकत्याच त्या भागात नवीन प्रदेश आणि व्यापाराच्या नवीन संधी शोधण्यासाठी जहाजे पाठवायला सुरुवात केली होती. 'ॲन्डेव्हर' जहाज जेव्हा प्रवासाला निघणार होते त्याच्या काही महिने आधी या जहाजांपैकीच एक जहाज 'डॉल्फिन' हे ब्रिटनच्या किनाऱ्यावर पोहोचले होते. ताहितीला भेट देणारे ते पहिले युरोपियन होते. त्या प्रवासाहून परतल्यावर त्या जहाजाच्या खलाशांनी तिथल्या उष्णकटिबंधीय प्रदेशातील त्यांच्या स्वर्गीय अनुभवांची रसभरीत वर्णने केली होती. तिथे त्यांनी रसदार फळे, डुकराचे मांस यावर ताव मारला होता आणि अक्षरश: कवडीमोल किमतीला तिथल्या सुंदर अनावृत्त अशा बायकांचा उपभोग घेतला होता.

जसजसा क्षितिजावर त्या बेटाचा आकार स्पष्ट होऊ लागला तसतशी त्यांनी ज्या गोष्टींची अपेक्षा बाळगली होती ती पूर्ण होण्याची चिन्हे दिसू लागली. तिथे उंच उंच हिरवीगार शिखरे ज्यावर फळांनी लगडलेली झाडे होती आणि किनाऱ्यावर वाळूच्या पुळणीमध्ये उंच नारळाची झाडे होती. शिवाय पारदर्शक निळ्या रंगांची तळी आणि सभोवताली कोरल रीफ असलेल्या खाड्या होत्या. १३ एप्रिलला ॲन्डेव्हर ताहितीचा उत्तर भाग असलेल्या मातावीच्या किनाऱ्याला लागले आणि लगेचच तिथल्या स्थानिक लोकांच्या छोट्या छोट्या बोटींच्या थव्याने त्यांना घेरून त्यांचे स्वागत केले. त्या बोटींमध्ये स्थानिक लोक हातात केळ्याचे कोंब हलवून या पाहुण्यांना नारळ, ब्रेडफ्रूट नावाचे फळ, ताहितीमधील सफरचंदे आणि मासे देऊ करत होते.

प्रशांत महासागरातील त्याच्या तीन संस्मरणीय अशा प्रवासांदरम्यान त्याने कुठल्याही इतर युरोपियन माणसापेक्षा त्या महासागराबद्दल असंख्य नवीन गोष्टी शोधल्या होत्या. पण मला विचाराल तर त्याची ताहितीला दिलेली पहिली भेट विशेष चित्तवेधक ठरली. ॲन्डेव्हर या त्याच्या जहाजावर त्याच्या बरोबर कलाकार आणि शास्त्रज्ञ यांचे मोठे पथक होते ज्यांचा पुढारी तरुण उच्चकुलीन निसर्गवादी असा जोसेफ बँक्स होता जो तिथे नवा प्रदेश आणि तिथे असणाऱ्या नव्या जाती - प्रजातींच्या नोंदी करण्यासाठी आतुर होता. या सगळ्या विद्वानांना याची कल्पनाच नव्हती की ते काहीतरी खूप वेगळा शोध लावणार आहेत: त्या सागरावर अशक्य ठिकाणी पसरलेली अत्यंत चैतन्यपूर्ण अशी एक संस्कृती, ज्यांना त्यांच्या आत्मज्ञानाने प्राप्त झालेल्या विश्व कल्पनेपेक्षा या विश्वाबद्दल खूप वेगळी आणि नावीन्यपूर्ण माहिती होती, इतकी की त्याची रहस्ये उलगडण्याचे काम अजून सुरू आहे. ही

अशी गोष्ट आहे ज्यामुळे युरोपियन लोकांच्या माणसाच्या जल पर्यटनाच्या आणि नवनवीन प्रदेश शोधण्याच्या मर्यादेबद्दलच्या, क्षमतेबद्दलच्या अनेक समजुती आणि आपले ताऱ्यांच्या बरोबरचे नाते याबद्दल नव्याने लिहावे लागेल.

पण या सगळ्या गोष्टी अजून दूरच ठेवायला हव्या होत्या; कारण कूकला महत्त्वाची कामे होती. त्याने आणि बँकने मिळून तिथल्या स्थानिक मुख्य माणसाला अभिवादन केले. पिळदार स्नायू असलेला त्या वयस्कर माणसाचे नाव होते तुतेहा. (दोन्ही बाजूंनी भेटवस्तूंची देवाणघेवाण केली, बँकला मात्र त्यांनी देऊ केलेल्या लैंगिक आदरातिथ्याला नाइलाजाने नाकारावे लागले; कारण तिथल्या गवत-कडब्याच्या झोपड्यांना भिंतीच नव्हत्या), त्यानंतर ते त्या बेटाच्या उत्तर किनाऱ्यावरील वाळूच्या चिंचोळ्या भूभागावर कामाला लागले. कूकने अशी एक जागा निवडली ज्या जागेला जहाजाच्या तोफांचे संरक्षण मिळेल. त्याच्या भोवती त्याने दणकट लाकडी कुंपण घातले आणि दिवस-रात्र हातात बंदूक घेतलेल्या खलाशांचा तिथे पहारा बसवला. त्याचा बेत असा होता की त्या कुंपणाच्या आतमध्ये बरेच तंबू शेजारी शेजारी उभारायचे ज्यामध्ये खगोलशास्त्रज्ञ असलेला चार्लेस ग्रीन तिथे त्याची अनेक उपकरणे बसवेल. अशी उपकरणे जी लंडनमधली सर्वोत्तम उपकरणे बनवणाऱ्यांकडून घेतलेली होती. ज्यामध्ये ब्रास या धातूपासून बनवलेले क्वाड्रंट आणि सेक्स्टंट होते, कमीत कमी ४ दुर्बिणी आणि २ घड्याळे होती. हा तोच कॅम्प होता ज्यावर युनिअन ज़ॅक फडकत होता आणि जिथून कूकने जे काम केले ते त्याच्या देशाचे नाव, अभिमान आणि संपत्ती वाढवणारे ठरले. एक मूलभूत असे काम, ज्याला ब्रिटनमध्ये निर्णायक असे मानले जाते ते म्हणजे नवनवीन प्रदेश शोधून त्याचे नकाशे बनवायचे – आणि त्यायोगे तिथे वर्चस्व गाजवायचे – तिथे आणि पूर्ण जगावरच. त्या जागेला त्याने नाव दिले 'फोर्ट व्हीनस'.

या पृथ्वीतलावर आपण नक्की कुठे आहोत आणि कुठल्या काळात आहोत हे ठरवण्यासाठी आपण नेहमीच सूर्य आणि ताऱ्यांवर अवलंबून राहिलो आहोत; संपूर्ण इतिहासात पृथ्वीवर आपण कुठे आहोत हे जाणून घेणे म्हणजे या विश्वात आपण कुठे आहोत हे जाणून घेण्यासारखेच होते. जशी पृथ्वी तिच्या अक्षाभोवती फिरते तशी आपली दिक्‌स्थिती आकाशावरून ठरत असते : पूर्व आणि पश्चिम ठरते सूर्याच्या उगवण्या आणि मावळण्यावरून; उत्तर आणि दक्षिण दिशा ठरते वैश्विक ध्रुवावरून ज्या बिंदूभोवती आकाशातील सर्व तारे गोल फिरतात. तसेच आकाशातील तारकासमूह आणि ग्रह-तारे बघून त्या क्षणाला पृथ्वीवर आपण कुठे आहोत ते समजते. स्थानिक प्रवासासाठी तिथल्या खाणाखुणा उपयोगी पडतात आणि एखादे होकायंत्र दिशा दाखवायला पुरेसे असते, परंतु मागच्या काही दशकांपर्यंत पृथ्वीवर

आपण कुठे आहोत हे ठरवण्यासाठी आकाशाकडेच बघावे लागत होते.

कित्येक प्राण्यांच्या जातीसुद्धा आकाशात घडणाऱ्या घटनांचा फायदा घेतात. उदाहरणार्थ शेणाचा किडा स्वत:च्या घरट्याकडे परतण्याचा रस्ता जाणून घेण्यासाठी आकाशगंगेचा वेध घेतो, स्थलांतर करणारे पक्षी आणि अगदी सील मासेसुद्धा ताऱ्यांचा वेध घेतात. आकाशातील ताऱ्यांचा नकाशा समजून घेण्याच्या पात्रतेमुळेच माणसाला स्थलांतर करणे, प्राचीन काळापासून युद्धे आणि व्यापार करणे, विशेषतः जिथे जमीन दिसत नाही असे समुद्री प्रवास करणे, हे सगळे शक्य झाले. ख्रिस्तपूर्व दुसऱ्या शतकात म्हणजे इतक्या प्राचीन काळी क्रेट बेटावरचे मिनोवन लोक सप्तर्षी आणि ध्रुव मत्स्य (Ursa Major DeeefCe Ursa Minor) जे उत्तर ध्रुवाभोवती गोल फिरतात त्या तारकासमूहांचा उपयोग त्यांच्या लढाऊ जहाजांना आणि व्यापारी जहाजांना दूरवरच्या बंदरांवर जाण्यासाठी दिशादर्शक म्हणून करून घेत असत. होमरच्या सुप्रसिद्ध ओडिसेमध्ये, जे ८ व्या शतकात लिहिले गेले, त्यातला भटकंती करणारा नायक समुद्रप्रवासात सप्तर्षींना नेहमी आपल्या डाव्या हाताला ठेवून पुढे जायचा म्हणजे तो बरोबर पूर्वेला त्याच्या घराच्या दिशेला जाई.

ज्याला आपण ध्रुव तारा म्हणजे उत्तर दिशा दाखवणारा तारा म्हणतो तो आणि दक्षिण दिशा दाखवणारा तारा हे पृथ्वीच्या परांचन गतीमुळे बदलत असतात. पृथ्वी तिच्या अक्षांभोवती फिरताना डळमळते, २६हजार वर्षांनंतर ती परत त्याच स्थितीला येते, म्हणजे हे चक्र २६हजार वर्षांचे असते. सध्या दक्षिण ध्रुव दर्शवणारा एकही तारा त्या जागेवर नाही (तरी सदर्न क्रॉस हा तारकासमूह त्या बिंदूभोवती फिरतो). पण गेल्या काही शतकांपासून पोलारिस नावाचा तारा बरोबर उत्तर ध्रुवाच्या स्थितीला असून तो ध्रुवमत्स्य (little bear – ursa minor) तारकासमूहाच्या शेपटीच्या टोकाला आहे. हा तारा जो सरळ पृथ्वीच्या उत्तर ध्रुवाच्या वर आहे तो त्याच्या जागे पासून जवळ जवळ हलत नाही, बाकीचे आकाश म्हणजे बाकी तारे मात्र हलतात, आणि हे समुद्री प्रवासासाठी फार महत्त्वाचे आणि उपयोगी आहे. त्याला लोड स्टार किंवा दिशादर्शक तारा किंवा नुसते तारा असेही म्हणतात.

पोलारिस म्हणजे ध्रुव तारा जसा आपल्याला उत्तर दिशा दाखवतो तसेच तुम्ही पृथ्वीवर किती उत्तरेला आहात हेही तो दाखवतो, त्याला अक्षांश असे म्हणतात – तो आकाशात किती उंचावर आहे त्यावरून हे समजते. बरीचशी प्राचीन नौकानयनाची उपकरणे याच तत्त्वावर आधारित होती. समजा उदाहरणार्थ ध्रुव ताऱ्याची समुद्रसपाटीपासून उंची ५० अंश असेल तर तर तुमचे अक्षांश ५० अंश आहे. विषुववृत्तावर (० अंश उत्तर) या ठिकाणी, ध्रुव तारा क्षितिजावर दिसेल; उत्तर ध्रुवावर (९० अंश उत्तर) या ठिकाणी तो बरोबर डोक्यावर असेल. आद्य दर्यावर्दीनी त्या ताऱ्याची उंची हाताच्या अंतरावर एखादी काडी धरून मोजली असेल; ९व्या शतकाच्या शेवटापासून अरब

व्यापाऱ्यांनी त्यातला कोन ‘कामाल’ वापरून मोजायला सुरुवात केली, ज्यात एक लाकडी फळा आणि गाठी मारलेली दोरी हे होते. १५ व्या शतकात पोर्तुगीज दर्यावर्दी लोकांकडे खलाशांचे खास ॲस्ट्रोलेब होते (अंशांचे आकडे लिहिलेले असत अशा ब्रासची जड रिंग वापरायचे जे उपकरण उंची म्हणजे अल्टीट्यूड मोजण्यासाठी वापरले जायचे) ते वापरून ते दक्षिणेला अटलांटिक महासागरात मदेइरा, अझोरेस, द केप व्हर्ड बेटं आणि सिएरा लेओने इथे पोहोचले. असे करताना त्यांनी तो सगळा ‘शोध लावण्याचा काळ’ दूर ढकलला, लांब ठेवला, ज्या काळात युरोपियन लोकांनी जगभरात भटकंती करून अनेकानेक नव्या प्रदेशांचा शोध लावला आणि तो भाग आपल्या आधिपत्याखाली आणण्याचा प्रयत्न केला जो पुढे जाऊन पुढच्या शतकांमध्ये आधुनिक जगाला आकार देणारा ठरला.

१५व्या शतकाच्या शेवटच्या भागात तक्ते उपलब्ध होऊ लागले होते, ज्यामुळे दिवसाच्या वेळात सूर्याची माध्यान्हीला असणारी आकाशातली उंची यावरून अक्षांश जाणून घेणे सोपे झाले. त्यामुळे त्यानंतर खलाशांच्या ॲस्ट्रोलेबची जागा अधिक अचूक क्रॉस स्टाफ आणि बॅक स्टाफ यांनी घेतली ज्यात एक हलवता येणारी धातूची पट्टी धातूच्या एका सरळ रुळावरून फिरवली जाते ज्यावर अंशांच्या खुणा असतात. दरम्यानच्या काळात पोर्तुगीज लोकांबरोबर स्पॅनिश लोकही नव्या प्रदेशांच्या शोधामध्ये उतरले – ज्यांनी पुढे जाऊन १४९२ साली अटलांटिक महासागर पार करून जाणाऱ्या कोलंबसाची सफर आयोजित केली आणि १५२१ मध्ये संपूर्ण पृथ्वी प्रदक्षिणेची सफर प्रायोजित केली – त्यानंतर इंग्रज, फ्रेंच आणि डच लोकही यात आले. १६व्या शतकानंतर साखर, मसाल्याचे पदार्थ, रेशीम आणि गुलाम यांची ने-आण करण्याचे अटलांटिक आणि प्रशांत महासागरावर व्यापारी मार्गाचे एक जाळेच तयार झाले.

हे सगळे रेखांशाबद्दल म्हणजे पूर्वेकडून पश्चिमेकडे कापलेल्या अंतराबद्दलची माहिती नसतानाच मिळवले होते. रात्रीच्या आकाशाच्या मदतीने उत्तर, दक्षिण हा फरक नीट समजतो तसे पृथ्वीचे परिवलन होताना पूर्वेकडून पश्चिमेकडे प्रवास करताना आकाशात स्थिर असा एकही बिंदू नाही ज्याचा पथदर्शक म्हणून उपयोग होईल. खलाशांना ते किती अंतर प्रवास करून आले ते ठरवण्यासाठी त्यांच्या जहाजाला लागून पाणी किती वेगाने मागे जाते ते बघावे लागत असे, किंवा मग काही युक्त्या कराव्या लागत, उदाहरणार्थ एखाद्या माहीत असलेल्या अक्षांशाला धरून त्यावरून प्रवास करायचा आणि आपले गंतव्य स्थान गाठायचे. पण यामुळे जहाजांना खूप दूरचे किंवा चुकीचे मार्ग घ्यावे लागत असत आणि कितीतरी लोकांचे जीव नौकानयनातील चुकांमुळे जात असत.

१६व्या शतकातल्या डच खगोलशास्त्रज्ञ गेम्मा फ्रीसिअस याच्या हे सर्वात

पहिल्यांदा लक्षात आले की आपण रेखांशाचा भौगोलिक दृष्टीतून विचार करून त्याला एका स्थानाशी जोडू पाहतोय पण वास्तविक त्याचा संबंध काळाशी म्हणजे वेळेशी जोडायला हवाय. वेगवेगळ्या रेखांशावरचे निरीक्षक हे पृथ्वीच्या दैनंदिन परिवलनाच्या वेगवेगळ्या बिंदूंवर असतात त्यामुळे एका ठरावीक वेळेला तो प्रत्येक निरीक्षक आकाशात सूर्य आणि तारे वेगवेगळ्या ठिकाणी बघेल. रेखांशामध्ये जेवढा जास्त फरक पडेल तेवढा जास्त फरक दिवसाच्या वेळेत पडेल. फ्रीसिअसने असे सुचवले की प्रवाशाला जोवर त्याच्या निघतानाची वेळ आणि तो जिथे असेल ती स्थिती ते ठिकाण माहीत असेल तोवर त्या दोघांमधील फरकावरून रेखांशातला बदल काढता येईल.[१]

हे म्हणायला जेवढे सोपे वाटले तेवढे प्रत्यक्षात करायला तेवढे सोपे नव्हते. यांत्रिक घड्याळे मोठ्या कालखंडात तेवढ्या चांगल्या क्षमतेने काम करत नाहीत, जहाजावरच्या सतत बदलत्या वेगाच्या, तापमानाच्या आणि कमी जास्त आर्द्रतेच्या वातावरणात तर सोडाच जमिनीवरही नीट काम करत नाहीत. दुसरा एक प्रस्ताव होता तो म्हणजे आकाशालाच घड्याळ म्हणून वापरायचे. चंद्र त्या मानाने आकाशात ताऱ्यांच्या पार्श्वभूमीवर बऱ्याच वेगाने प्रवास करतो. म्हणून जर काही विशिष्ट तारकासमूहांच्या जोडीने अथवा सूर्याच्या जोडीने प्रत्येक दिवसाच्या ठरावीक वेळेला त्याच्या पुढच्या स्थितीचे भाकीत करता आले, तेसुद्धा एखाद्या माहितीच्या रेखांशाचा संदर्भ घेऊन, तर जगभरात कुठेही असलेल्या खलाशाला चंद्राची निरीक्षणे करून त्याच्या स्वत:च्या गावातील, देशातील वेळ कळू शकेल.

आता इथेसुद्धा अचूकतेचा मोठाच प्रश्न होता. चंद्राचा आकाशातील मार्ग अतिशय गुंतागुंतीचा आहे, कारण त्याच्यावर पृथ्वी आणि सूर्य या दोघांच्या गुरुत्वाकर्षण शक्तीचा परिणाम होतो. त्यामुळे रेखांश माहिती करून घेण्यासाठी लागणाऱ्या चंद्राच्या हालचाली अचूक वर्तवणे फार कठीण होते. ज्या देशाला नौकानयनामध्ये प्रगती करता येईल, त्या देशाला मोठा फायदा होईल, प्रदेशाच्या बाबतीत आणि व्यापारातही, म्हणून रेखांश शोधणे हे अगदी निकडीचे बौद्धिक असे आवाहन होते तेव्हा.

या प्रश्नाचे उत्तर मिळायला २०० वर्षे जावी लागणार होती. त्या काळात अनेक युरोपियन शासकांनी जो हा प्रश्न सोडवेल त्याला मोठमोठी बक्षिसे जाहीर

---

१. पृथ्वी ताशी १५ अंश या गतीने स्वत:भोवती फिरते – २४ तासांच्या एका दिवसात ३६० अंश फिरते – म्हणजे समजा लंडनहून निघून तुम्ही पश्चिमेला सागरावरून निघालात, सूर्य त्या वेळी बरोबर डोक्यावर आला आहे (दुपारचे १२ वाजले आहेत) आणि लंडनच्या वेळेला लावलेल्या घड्याळात आता ४ वाजलेले दिसताहेत, म्हणजे तुम्ही ४ x १५ = ६० अंश पश्चिम एवढा प्रवास केला.

केली होती, फ्रान्स आणि ब्रिटन दोन्ही देशांनी राज्याच्या खर्चाने शाही वेधशाळा उभारल्या. आता जरी त्या संस्था वैज्ञानिक संस्था म्हणून माहिती असल्या तरी त्या वेळी मात्र किंग चार्ल्स दुसरे यांच्या ब्रिटनच्या पहिल्या शाही खगोलतज्ज्ञ जॉन फ्लामस्टीड यांना स्वच्छ सूचना होत्या की त्यांनी स्वत:ला या कार्याला वाहून घेतले पाहिजे; ज्यात आकाशीय गतीच्या तक्त्यांचे आणि ताऱ्यांच्या स्थितीच्या तक्त्यांचे नूतनीकरण झाले पाहिजे, ज्यामुळे बहुप्रतीक्षित असे ते रेखांश सापडण्यास मदत होईल, ज्यामुळे नौकानयनात खूप प्रगती होणार होती.

लंबकाच्या घड्याळांमुळे जमिनीवर वेळेचे मोजमाप करण्यात जी क्रांती झाली होती ती समुद्रावर चालत्या जहाजात निरुपयोगी ठरली. पण निदान खगोलशास्त्रीय निरीक्षणे तरी त्यातून अचूक घेता येत होती. जेव्हा ती निरीक्षणे न्यूटनच्या गुरुत्वाकर्षणाच्या सिद्धान्ताच्या मदतीने (तो १६८७ मध्ये प्रसिद्ध झाला) ताडून बघितली तेव्हा युरोपियन खगोलशास्त्रज्ञांना लवकरच आकाशातील सर्व गोलांच्या मार्गांचे भाकीत करता येऊ लागले, फक्त नागमोडी वळणे घेत फिरणाऱ्या चंद्राला सोडून. जमिनीवर रेखांश माहीत करून घेणे तोपर्यंत खूपच सरळ सोपे झाले होते, पण घड्याळे किंवा खगोलशास्त्रीय तक्ते किंवा निरीक्षण करण्याची उपकरणे ही समुद्रावर अचूकपणे काम करू शकत नव्हती.

जसा कूकचा प्रशांत महासागरातला प्रवास जवळ यायला लागला, तसा, कसे कोण जाणे पण घड्याळे आणि खगोलशास्त्र या दोन्हीचे दृष्टिकोन शेवटी व्यावहारिकदृष्ट्या उपयोगी होतील असे व्हायला लागले होते. अखेरीस १७५९ साली ३० वर्षांच्या दीर्घ प्रयोगानंतर यॉर्कशायरच्या एका सुताराला – जॉन हॅरिसन याला – ते यंत्र बनवण्यात यश आले, ज्याला त्याने H4 असे नाव दिले होते : एक छोटे घड्याळ किंवा क्रोनोमीटर, जे जहाजावरसुद्धा योग्य वेळ दाखवू शकत होते. नव्याने शोधलेल्या sextant मुळे, ज्याच्या मुळे समुद्रावर याआधी कधी नव्हे इतके जास्त अचूक असे altitude म्हणजे उंचीचे मोजमाप करता येत होते, जहाजावरच्या लोकांना समुद्रावर दुपारची तिथली वेळ आणि त्यांच्या देशातील (गावातील) वेळेची तुलना करता येऊ लागली.

कूकने १७६८ मध्ये जेव्हा त्याची दर्यावर्दी मोहीम सुरू केली तेव्हाही त्या H4 यंत्राच्या चाचण्याच चालू होत्या आणि त्यावर वादही चालू होता. ताहिती शोधण्यासाठी त्या वेळी त्याला चंद्रावर अवलंबून रहावे लागले. खगोलशास्त्रज्ञ आणि गणिती या लोकांनी न्यूटनचे चंद्राचे तक्ते परिष्कृत केले आणि १७६७ मध्ये ब्रिटनच्या पाचव्या शाही खगोलतज्ज्ञाला नेविल मास्केलाईन याने पहिले नाविक पंचांग प्रसिद्ध केले; ज्यात चंद्राची सूर्यापासूनची आधीच काढून ठेवलेली (पूर्वगणना करून) अंतरे दिली होती, तीही लंडनच्या शाही वेधशाळेच्या ग्रीनविचमधून ३/३ तासांच्या अंतराने

दिली होती.[२] त्या पंचांगामुळे एखाद्या नाविकाला सेक्स्टंट आणि घड्याळाच्या मदतीने (आदल्या दिवसाच्या दुपारच्या वेळेची नोंद ठेवण्यासाठी) त्याचे रेखांश काढायला फार तर अर्धा तास लागायचा, आणि ते वापरणारा कूक हा पहिला माणूस होता. ते तक्ते काही पूर्णपणे बरोबर नव्हते, तरीही १.५ अंशाची संभाव्य चूक जमेस धरली तर विषुववृत्तावर ते अंतर १०० नाविक मैल इतके येऊ शकते. खगोलशास्त्रज्ञांच्या सूर्यमाला समजून घेण्यातल्या चुकीमुळे ते तसे होत होते आणि जी कूकच्या मिशनमध्ये दुरुस्त होणार होती.

एकदा ताहितीमध्ये स्थायिक झाल्यावर बँक्स आणि त्याच्या चमूने त्या बेटावरच्या लोकांच्या जीवनावर दस्तऐवजीकरण करायला सुरुवात केली, तिथल्या वन्यजीवसृष्टीची पेंटिंग्ज करणे (त्यांना तिथे मच्छरदाणीमध्ये बसावे लागत होते, कारण माशांचे थवे त्यांचे रंग खायला त्यावर येऊन बसत होते), तिथल्या स्थानिक लोकांकडून नाकाने वाजवल्या जाणाऱ्या बासरीच्या धून ऐकणे ही कामे करायला सुरुवात केली. बँक्सच्या तंबूमध्ये त्याला भेटायला येणाऱ्यांचा ओघ लागला होता. त्यातच २८ एप्रिल रोजी एक बाई त्याला भेटायला आली, तिचे वर्णन त्याने असे केले, 'साधारण चाळिशीची, उंच आणि भली दांडगी, धडधाकट'. आधी कदाचित दिसायला ती बरी असावी, आता मात्र त्याच्या काहीही खुणा शिल्लक राहिल्या नव्हत्या. डॉल्फिन या जहाजावरून पूर्वी ताहितीला आलेल्या एका खलाशाने तिला लगेचच ओळखले, तिचे नाव पुरीआ, तिथली स्थानिक मुखिया, खलाशाला ती तिथली राणी वाटली होती, मात्र आता तिला बाजूला करून तुतेहा तिच्या जागी आला होता.

यादरम्यान कूक त्याच्या महत्त्वाच्या दिवसाची वाट बघत होता. तोपर्यंत त्याच्या जहाजावरच्या लोखंडाच्या खिळ्याना सुरक्षित ठेवणे हेच त्याचे महत्त्वाचे काम होते. शरीरसुख मिळवण्यासाठी लोखंडाच्या खिळ्यांचा व्यापार केल्यामुळे डॉल्फिनच्या मिशनला फार गंभीर समस्येला तोंड द्यावे लागले होते. बेशिस्त खलाशांनी खुशाल जहाजाचे वेगवेगळे भाग काढून त्यातील लोखंड विकले होते. देण्याघेण्याच्या व्यवहारात स्थानिक लोक त्यांच्या मौल्यवान वस्तू द्यायला तयार नव्हते, कारण त्यांच्या गरजा इतर तऱ्हांनी पूर्ण होत होत्या. त्यामुळे कूकने व्यापारासाठी अगदी कडक नियम बनवले होते आणि चुकणाऱ्याला फटके मारण्याची शिक्षा ठेवली होती. त्याने नियमच केला होता की लोखंड आणि इतर काही

---

२. नाविक पंचांग हे आता नेहमीसाठी काढण्यात येते, आणि ग्रीनविचला शेवटी जगभरातील सगळ्या रेखांशांचा (आणि वेळेचा) संदर्भबिंदू म्हणून मान्यता मिळाली आणि त्या अनुषंगाने सगळी मोजमापे केली जातात.

महत्त्वाच्या गोष्टी अगदी जरुरीच्या गोष्टींसाठी सोडून कशासाठीही द्यायच्या नाहीत, म्हणजे वस्तुविनिमय करायचा नाही, फक्त महत्त्वाच्या गोष्टी म्हणजे एका छोट्या डुकरासाठी एक अणकुचीदार खिळा; १० नारळांसाठी एक पांढऱ्या काचेचा मणी याला परवानगी होती. कूकच्या समोर असलेले आणखी एक मोठे आव्हान म्हणजे ताहितीयन लोकांमध्ये असलेली अत्यंत प्रभावी, अफाट अशी चोरीची कला, तिला आवर घालणे. एका घटनेमध्ये बँकच्या दोन सहकाऱ्यांना ओपेरा ग्लास आणि तंबाखूची डबी गमवावी लागली, तर दुसऱ्या एका घटनेत एक स्थानिक माणूस चापाची बंदूक पळवण्याच्या भानगडीत मारला गेला होता. रोजच्या गरजा भागवण्यासाठी शेवटी स्थानिक लोकांवरच अवलंबून राहावे लागत असल्यामुळे कूकला इथून पुढे रक्तपात व्हायला नको होता.

१ मे या दिवशी फोर्ट व्हीनसचे काम पूर्ण झाले आणि जहाजाच्या चमूने ते खगोलशास्त्रीय उपकरण जहाजावरून किनाऱ्यावर आणले, त्यानंतर ते त्या आवारात भरपूर सुरक्षारक्षकांच्या गराड्यात ठेवले जाणार होते. पण दुसऱ्या दिवशी सकाळी जेव्हा त्यांनी तो भला मोठा ब्रासच्या यंत्राचा कोनमापकाचा खोका उघडला तर तो चक्क रिकामा होता. हा फार मोठा धक्का होता, याने जबर नुकसान होऊन पूर्ण मिशनच कोसळले असते. कूकने एक अहिंसात्मक धोरण अवलंबिले, त्याच्या माणसांना त्याने तुतेहा आणि पुरीया या दोघांच्या होड्या ताब्यात घ्यायला सांगितले आणि जोवर कोनमापक परत मिळत नाहीत तोवर परत द्यायच्या नाहीत असे सांगितले. दरम्यानच्या काळात बँक्स माणसांचा एक छोटा गट आपल्याबरोबर घेऊन शोधमोहिमेसाठी निघाला, त्याला एकदम अचानक जाऊन मुख्य संशयित आरोपीच्या समोर जायचे होते. त्यांच्या मागोमाग कूक शस्त्रसज्ज लोकांना घेऊन निघाला होता. तिथल्या भल्यामोठ्या चिडलेल्या जमावाला त्याने खिशातल्या दोन बंदुकांच्या साहाय्याने धाक दाखवला. बँकला कोनमापक परत मिळाले, पण तुकड्या तुकड्यांमध्ये. तो आणि कूक फोर्ट व्हीनसला ब्रासचे तुकडे गवतामध्ये बांधून घेऊन परतले, त्यांच्या या सफरीवर ते समाधानी होते. मात्र ते जेव्हा परतले तेव्हा कूक हैराण होऊन बघत राहिला की तुतेहाला जबरदस्तीने आवरून धरले होते, कारण त्याला अशी खात्रीच वाटत होती की आता त्याचा वध होणार आहे. त्यानंतर कूक आणि मुखिया यांच्यात सर्व ठीक व्हायला कित्येक दिवस लागले (आणि अन्नधान्याचा पुरवठा आधी सारखा करण्यासाठी) त्यासाठी एक प्रदर्शनीय कुस्तीचा सामना ठेवावा लागला आणि शिवाय भाजलेल्या डुकराचे मास.

पुरीआची होडी अजूनही ॲन्डेव्हरमध्येच अडकवली होती, दुसऱ्या दिवसाच्या सकाळीच तिने एका सल्लागाराला तिची मालमत्ता परत मिळवण्यासाठी पाठवले. जहाजावर त्या माणसाने पूर्ण दिवस खर्च केला. युरोपियन लोकांच्या त्या जहाजावर

येऊन तो अगदी भारावून गेला होता, विशेषतः जहाजावर असलेले ते कलाकार, शास्त्रज्ञ मंडळी बघून, आणि त्या रात्री तो तिथेच राहिला आणि रात्री त्या होडीच्या छताखाली झोपला. बँक सुरुवातीला काही त्या माणसामुळे प्रभावित झाला नव्हता. सुरुवातीला तर तो जरा साशंक नजरेनेच बघत होता, त्याच्या बरोबर झोपलेला तो माणूस वयाने ४५ पेक्षाही कमी असेल. पण त्यानंतर तो जास्तीत जास्त वेळ बँकच्या माणसांबरोबर घालवायला लागला. तो जरी त्यांचा मित्र बनू शकला नाही तरी एक सल्लगार किंवा गाइड झाला. तो तिथला मुख्य धर्मोपदेशक होता, कदाचित त्या ताहिती बेटावरचा सगळ्यात जास्त शिकलेला माणूस असावा. धार्मिक कथा आणि पूर्वापार चालत आलेल्या धर्मविषयक ज्ञानात, वैद्यकशास्त्र, खगोलशास्त्र आणि नौकानयनात तो तरबेज होता. त्याचे नाव होते तुपाइया.

कूकच्या नशिबाने रात्रभरच्या बदलत्या हवेनंतर ३ जूनची पहाट उगवली ती निरभ्र आकाश घेऊन. तो स्वतः, ग्रीन आणि त्यांचा वनस्पतीशास्त्रज्ञ मित्र डॅनिअल सोलान्डर यांच्या हातात जेमतेम दोनेक तास होते, तेवढ्या वेळात त्यांना त्यांच्या सगळ्या उपकरणांची शेवटची तपासणी करायची होती, ज्यात एका अत्याधुनिक लंबकाच्या घड्याळाचा समावेश होता जे एका उंच अशा लाकडी खोक्यात होते. शिवाय बऱ्याचशा छोट्या पितळेच्या दुर्बिणी त्यांचे ३ पायांचे स्टॅन्ड, ज्यांचे पाय वाळूमध्ये खोलवर पुरलेल्या पिंपात घट्ट रोवून बसवले आहेत. ७ वाजून २१ मिनिटांनी तो क्षण आला ज्या क्षणाची ते वाट बघत होते – सूर्याच्या धगधगत्या बिंबावरून शुक्राचा छोटा काळा ठिपका सरकताना दिसू लागला. या छोट्याशा चित्रामध्ये प्रचंड माहिती सामावलेली होती, त्यांच्यासाठी ज्यांना त्याचा अर्थ समजत होता (माहिती डी कोड करता येत होती). संपूर्ण सूर्यमालेच्या आकाराची माहिती त्यात सामावली होती.

गेल्या दोन शतकांमध्ये प्रलयंकारी बदल घडून आले होते आणि त्यामुळे शास्त्रज्ञांच्या आपल्या या विश्वातील स्थानाबद्दलच्या ज्ञानात बरीच भर पडली होती. टॉलेमीच्या पृथ्वीकेंद्रित विश्वाची कल्पना दीड हजार वर्षांपर्यंत टिकली, परंतु १५४३ मध्ये पोलिश खगोलशास्त्रज्ञ निकोलस कोपर्निकस याने ती कल्पना आतून-बाहेरून संपूर्ण बदलून टाकली, त्याने असे सुचविले की पृथ्वीसह सर्व ग्रह प्रत्यक्षात सूर्याभोवती फिरतात. त्यानंतर गॅलिलिओ आणि केप्लर यांच्यासारख्या खगोल निरीक्षकांनी दुर्बिणीतून निरीक्षणे करून कोपर्निकसच्या सिद्धान्ताला जबरदस्त पुरावे दिले आणि कोपर्निकस बरोबर होता हे दाखवून दिले. या विश्वाच्या केंद्रस्थानी बसून ऐटीत सगळ्या विश्वावर नजर फिरवण्याऐवजी आपण इतर सगळ्या ग्रहांसारखे आपल्या सगळ्यात जवळच्या ताऱ्याभोवती फिरतोय. दृष्टिकोनात झालेल्या या

जबरदस्त बदलामुळे मानवतेवर खूप परिणाम झाला होता. पण आपली स्थिती नक्की जाणून घेणे आणि इतर सर्व ग्रहांच्या स्थिती माहीत होणे एवढेच पुरेसे नव्हते. गुरुत्वाकर्षणामुळे चंद्रावर होणारे गुंतागुंतीचे परिणाम – रेखांश समजण्यासाठी केलेले चंद्राच्या हालचालीचे तक्ते, त्यात सुधारणा करणे – सूर्यमालेतील घटकांच्या नुसत्या गती माहीत असून उपयोग नव्हता, तर त्याचा योग्य आकार आणि विशेषतः पृथ्वीचे सूर्यापासूनचे अंतर माहिती होणे जरुरी होते.

सूर्यमालेतील अंतरांचे मोजमाप करण्याचे काम खूप आधीच्या काळापासून म्हणजे ग्रीक खगोलशास्त्रज्ञ हिप्पार्कसपासून सुरू आहे ज्याने खगोलीय लंबन (पॅरालॅक्स) ही एक नवी पद्धत शोधून काढली. आपण जेव्हा काही वस्तू वेगवेगळ्या कोनातून बघतो तेव्हा जवळची वस्तू आपल्या जागेवरून जास्त सरकल्यासारखी वाटते, तर लांबची वस्तू कमी सरकल्यासारखी वाटते. पृथ्वीपासून चंद्राचे अंतर मोजण्यासाठी त्याने पृथ्वीवर शेकडो कि.मी. अंतराच्या फरकाने साध्या डोळ्यांनी निरीक्षणे घेतली. १७ व्या शतकात दुर्बिणी आणि न्यूटनचे गणित यांचे साहाय्य घेऊन खगोलशास्त्रज्ञ परत हिप्पार्कसच्या पद्धतीकडे वळले. त्यासाठी आकाशात होणाऱ्या अगदी छोट्या बदलांची नोंद घ्यावी लागते, जे दूरवर आकाशात धगधगणाऱ्या सूर्याच्या तबकडीमुळे शक्य होत नाही. पण केप्लरने हे दाखवून दिले की ग्रहाच्या सूर्याभोवती फिरायच्या कक्षेत आणि त्याला एक प्रदक्षिणा पूर्ण करण्यासाठी किती वेळ लागतो यात एक साधे गणिती नाते आहे. यामुळे खगोलशास्त्रज्ञांना कक्षीय कालावधीवरून सूर्यमालेतील सर्व अंतरे कशी जोडलेली आहेत हे समजले: आणि एक शोधले की बाकी सर्व समजून जाते.

१७१६ मध्ये इंग्लंडचा दुसरा शाही खगोलतज्ज्ञ असलेला शास्त्रज्ञ एडमंड हॅले याने एखाद्या ग्रहाचा खगोलीय लंबन अचूकपणे मोजण्यासाठी शुक्राच्या अधिक्रमणाचा (सूर्यबिंबावरून शुक्राचा काळा ठिपका सरकत जाताना दिसतो त्याला शुक्राचे अधिक्रमण, असे म्हणतात) कसा उपयोग करून घेता येईल हे सुचवले. वेगवेगळ्या दूरदूरच्या ठिकाणांवरून शुक्राच्या अधिक्रमणाला लागणाऱ्या काळाची एकाच वेळी समांतर निरीक्षणे घेऊन त्यावरून त्या ग्रहाचे खगोलीय लंबन काढता येईल अशी कल्पना होती.[३] हा फारच महत्त्वाकांक्षी प्रकल्प होता, कारण जगभरातल्या

३. या आकडेमोडीमध्ये सूर्याच्या स्थितीत होणारा बदलसुद्धा जमेस धरता येणार होता, म्हणूनच खगोलीय लंबन मोजण्यासाठी शुक्राचे अधिक्रमण बुधाच्या अधिक्रमणापेक्षा जास्त उपयोगी असते, खरेतर बुधाचे अधिक्रमण जास्त वेळा होते. बुध हा सूर्याच्या जास्त जवळ असल्याने सूर्याच्या अनुषंगाने त्याच्या स्थितीत होणारे बदल खूप छोटे असतील. (इतर ग्रह हे पृथ्वीच्या कक्षेबाहेर कक्षा असलेले असल्याने ते कधीच पृथ्वी आणि सूर्याच्या मध्ये येत नाहीत.)

निरीक्षकांनी बराच वेळ चालणाऱ्या या अधिक्रमणाच्या वेळेची, अगदी सेकंदापर्यंत अचूक नोंद करणे गरजेचे होते. त्यानंतरचे अधिक्रमण १७६१ पर्यंत होणार नव्हते, (म्हणून ही संधी घेणे महत्त्वाचे होते).

ती वेळ जेव्हा आली तेव्हा नेमके फ्रान्स आणि ब्रिटन हे सात वर्षे टिकलेल्या जागतिक प्रदेशावरून चाललेल्या युद्धात विरुद्ध पक्षात एकमेकांचे शत्रू म्हणून उभे होते, ज्या युद्धात युरोपमधला जवळ जवळ प्रत्येक देश सामील होता. तरीही दोन्ही देशांनी आपापल्या खगोलशास्त्रज्ञांना पाठवलेच होते, पण सुरू असलेले युद्ध, खराब, ढगाळ हवामान आणि वाईट नियोजन यामुळे सगळ्या निरीक्षणांवर आणि त्यांच्या निकालांवर पाणी फिरले, सर्व प्रयत्न अयशस्वी ठरले. १७६३ मध्ये जेव्हा युद्ध संपले तेव्हा त्यांनंतर ६ वर्षांनी येणाऱ्या त्याच घटनेसाठी जोरदार तयारी सुरू झाली, कारण त्यानंतर जवळ जवळ एक शतकभर अशी संधी मिळणार नव्हती. विरुद्ध पक्षाच्या देशांमध्ये सत्ता आणि प्रतिष्ठेसाठी शुक्राचा पाठलाग करणे ही १८ व्या शतकातली अवकाश स्पर्धाच ठरली. ऑक्स्फर्डमधील खगोलशास्त्रज्ञ थॉमस हॉर्नस्बी याने ब्रिटनची योजना मांडताना असे म्हटले की, '१७६९ मधल्या शुक्राच्या अनुकूल स्थितीचा पुरेपूर फायदा उठवणे आपल्यासाठी आवश्यक आहे,' म्हणजे ज्या वेळी युरोपातील अनेक सत्ता या मोठ्या प्रश्नाचे उत्तर मिळवण्यात कोणाचा मोठा वाटा असेल यावर एकमेकात झगडे करतील तेव्हा आपल्याला स्वत:बद्दल खात्री असली पाहिजे.

ब्रिटिशांनी पुरस्कृत केलेल्या शास्त्रज्ञांच्या तुकड्या नॉर्वे आणि कॅनडाला रवाना झाल्या, त्याच वेळी डॉल्फिन या जहाजाने आणलेल्या नव्या शोधाच्या बातमीमुळे आयत्या वेळी ताहितीची पण यात निवड झाली. ॲन्डेव्हर या जहाजावर तसे दोन खगोलशास्त्रज्ञ होते, ग्रीन तर होताच, ज्याने १७६१ चे अधिक्रमण बघितले होते पण स्वत: कूक, ज्याने उत्तर अमेरिकेच्या किनाऱ्याचे सर्वेक्षण करताना सागरी खगोलशास्त्राचा अभ्यास केला होता.[४] ३ जून पर्यंत त्या दोघांनी एक आठवडाभर ते सेक्स्टंट आणि नव्याने दुरुस्त केलेले कोनमापक वापरून फोर्ट व्हीनसचे अचूक अक्षांश आणि रेखांश ठरवले, ही माहिती अधिक्रमणाच्या मोजमापाएवढीच महत्त्वाची होती. त्यानंतर त्यांनी आपला मोर्चा दुर्बिणीकडे वळवला. शुक्राचा ठिपका बरोब्बर कुठल्या वेळेला सूर्याच्या तबकडीवर दिसायला लागून नाहीसा होतो तो तेवढा वेळ बरोबर मोजण्यासाठी एका बाजूला घड्याळाची टिकटिक ऐकत होते.

---

४. १७६६ साली झालेल्या सूर्यग्रहणाच्या कूकने घेतलेल्या निरीक्षणांना रॉयल सोसायटीने प्रसिद्ध केले ज्यामुळे न्यू फौंडलंडचे रेखांश ठरवण्यात मोलाची मदत झाली.

समजा जर एका ठिकाणी ढग आले तर दुसऱ्या ठिकाणावरून निरीक्षणे घेण्याची सोय आधीच करून ठेवण्यासाठी म्हणून कूकने ॲन्डेव्हरवरच्या सहकाऱ्यांच्या दोन वेगवगेळ्या टीम्स वेगवेगळ्या ठिकाणी पाठवल्या. मुरे बेटावर जाणाऱ्या गटाचे नेतृत्व बँक्सने केले, आणि त्याच्याच जर्नल (रोजनिशी) वरून आपल्याला हे कळू शकले की त्याने तिथल्या स्थानिक प्रमुखाला आमंत्रण देऊन दुर्बिणीतून ही घटना बघण्यासाठी बोलावले; 'तीन सुंदर मुलींना' त्यानंतर त्याच्या तंबूत पाठवण्यात आले होते आणि त्या रात्री तिथेच राहण्यासंबंधी त्यांना आरामात पटवले होते. कूकच्या रिपोर्टमध्ये फोर्ट व्हीनसवर असल्या कुठल्याही गोष्टींचा व्यत्यय आला नाही, तरीही त्याच्या स्वत:च्या निकालांवर तो फारसा खूश नव्हता. अधिक्रमणाच्या दरम्यान एक 'कृष्ण थेंब परिणाम' नावाचा प्रकार घडतो ज्यामुळे अधिक्रमण सुरू होण्याचा आणि संपण्याचा नेमका क्षण हुकला[५] आणि त्या गटांच्या वेळेत जवळ जवळ १३ सेकंदाचा फरक पडला.

इतर ठिकाणांच्या निरीक्षकांनाही त्याच अडचणीला तोंड द्यावे लागले, त्यामुळे जगभरातील वेगवेगळ्या ठिकाणच्या वेगवेगळ्या डेटाचा गणितज्ज्ञांनी केलेल्या विश्लेषणावरून वेगवेगळे निकाल मिळाले,[#] त्यामुळे सरतेशेवटी सूर्य – पृथ्वीमधले योग्य अंतर मिळालेच नाही, त्यामुळे १८७४ मध्ये येणाऱ्या अधिक्रमणापर्यंत थांबणे भाग होते. काही इतिहासकारांचे असे मत आहे की काही झाले तरी कूकला त्याच्या निरीक्षणाबद्दल अभिमानच वाटायला हवा होता. हॉर्न्सबी या शास्त्रज्ञाने ताहिती, कॅनडा, बाजा – कॅलिफोर्निया[६] इथे गेलेल्या फ्रेंच टीमची निरीक्षणे आणि रशिया आणि स्कॅन्डीनेव्हिया इथल्या टीम्सच्या निरीक्षणावरून गणित मांडून सूर्य – पृथ्वीतले सरासरी अंतर काढले १४९,६२३,००७ कि.मी. – जे अंतर अत्याधुनिक पद्धतीने म्हणजे शुक्र आणि मंगळावर धडकून मग परत आलेल्या लेसरच्या

---

५. अशा प्रकारच्या परिणामाच्या स्पष्टीकरणाबाबत थोडे वाद आहेत, आता असा विचारप्रवाह आहे की हे होण्याचे कारण प्रकाशाचे विवर्तन (diffraction), किंवा त्या ग्रहाच्या कडांवरून होणारे प्रकाशाचे वक्रीभवन असू शकते.

साधारण १५१ निरीक्षकांनी जगभरातून ७७ वेगवेगळ्या ठिकाणांहून त्यांचे निकाल वेगवेगळ्या संस्थांना साधारण ६०० प्रबंध लिहून पाठवले.

६. या टीममधले बरेच लोक अधिक्रमणानंतर पिवळ्या तापाने मेले. फ्रेंच खगोलशास्त्रज्ञ गिलोम ल जेंतिल यालाही नशिबाने धोका दिला; १७६१ साली झालेले अधिक्रमण त्याचे युद्धामुळे थोडक्यात हुकले, त्यानंतर तो ८ वर्षे इंडियन ओशन मध्ये १७६९ मध्ये होणाऱ्या अधिक्रमणाची वाट बघत थांबला होता आणि तेव्हाही ढगांमुळे त्याला ते बघता आले नाही, तो फक्त वेडा व्हायचाच बाकी राहिला होता.

सिग्नल्सवरून ठरवलेल्या अंतरापेक्षा थोडेच वेगळे आहे.$

त्यादरम्यान युरोपियन शोधक प्रवासी लोक ग्रहांचे तक्ते बनवण्यासाठी ताऱ्यांचाच उपयोग करत होते. जरी क्रोनो मीटर वापरात आले होते तरी नाविक लोकांना ते तपासावे लागत होते आणि चंद्राच्या अंतरांवरून वेळेचे निराकरण करण्यासाठी जरुरी होते. कूकने त्याच्या त्यानंतरच्या दोन्ही सफरींवर या दोन्ही पद्धतींचा वापर केला, अंटार्क्टिकापासून अलास्का त्ते हवाई या किनारपट्टीचे नकाशे बनवले. मात्र १७७९ मध्ये चोरीला गेलेल्या गोष्टी परत मिळवण्यासाठी एका प्रमुखाला ओलीस ठेवून घेण्याच्या प्रकारात गोष्टी बिघडल्या आणि त्यात कूक मारला गेला.

१८७० ते १८८० दरम्यान जेव्हा महासागरांवरून तारायंत्राद्वारे अचूक वेळेचे संदेश सगळ्या बंदरांवर पाठवता येऊ लागले (ते संदेश नंतर वेगवेगळ्या जहाजांवर एक चेंडू टाकून किंवा बंदुकीची फैर झाडून पाठवण्यात येत) तेव्हाच चंद्राच्या अंतरावरून वेळ ठरवण्याची पद्धत बंद करण्यात आली. २० व्या शतकाच्या सुरुवातीला रेडिओ सिग्नलमुळे खलाशांना दूर समुद्रावर असतानासुद्धा क्रोनोमीटर वापरता येणे शक्य झाले होते. त्या वेळेपर्यंत कूक आणि त्याच्यासारख्या इतर नाविक सर्वेक्षण करणाऱ्यांच्या, प्रदेशाच्या आणि सागराच्या सीमा शोधून काढण्याच्या कामगिरीमुळे युरोपियन देशांना जगभर वसाहतवाद पसरवायला आणि आपले वर्चस्व प्रस्थापित करायला सोपे गेले. २०१४ साली प्रसिद्ध झालेल्या डेव्हिड बार्रीयेच्या सेक्स्टंट या पुस्तकात त्याने लिहिले आहे, 'जागतिक क्रमवारी... चांगल्या तक्त्यांवर अवलंबून आहे.'

ताहितीवर त्या वेळी अधिक्रमणाच्या यशस्वी निरीक्षणानंतर आता वेळ आली होती मौजमजेची. निरीक्षणासाठी वेगवेगळ्या ठिकाणी गेलेल्या सगळ्या टीम्स जेव्हा फोर्ट व्हीनसवर परतल्या तेव्हा कूकने राजाचा वाढदिवस साजरा करण्याच्या निमित्ताने एक जंगी मेजवानीचा बेत ठरवला आणि त्यासाठी स्थानिक प्रमुखांना आमंत्रणे दिली. 'किंग जॉर्ज' हा शब्द काही तिथल्या स्थानिक लोकांना नीट उच्चारता आला नाही, ते फारतर म्हणू शकले 'किहीअर्गो'. ॲन्डेव्हर जहाज त्यानंतर बरच आठवडे ताहितीला थांबले होते. त्यादरम्यान कूकने त्या बेटाच्या किनारपट्टीचे संपूर्ण सर्वेक्षण केले. जेव्हा परत निघायची वेळ आली त्या वेळी त्याने अभूतपूर्व असे काम केले; असे काम जे पुढे जाऊन या विश्वाबद्दल एक वेगळेच दृश्य समोर आणणार होते. त्याने तुपाइयाला जहाजाच्या चमूमध्ये सामील करून घेतले.

$ पृथ्वी आणि सुर्यातील अंतराला १ खगोलीय एकक म्हणतात. वेळ आणि संदर्भ चौकट बदलली की त्याबरोबर त्याचे मूल्य बदलते, म्हणून २०१२ मध्ये खगोलशास्त्रज्ञांनी त्याचे मूल्य पक्के करायचे ठरवले आणि ते होते १४९,५९७,८७० कि.मी.

'तुपाइया' हा 'अरिओई' नावाच्या एका गुप्त गटाचा मुख्य धर्मोपदेशक होता, जे 'ओरो' नावाच्या देवाची आराधना करत असत. मुळात हे लोक 'राइयाती' नावाच्या ताहितीच्या वायव्येला २५० कि.मी. अंतरावर असलेल्या बेटाचे रहिवासी होते. ते लोक नरबळीसारखी भयानक प्रथा पाळत असत आणि त्याच्या जोडीला भडक असे संगीत, उत्तान नाच आणि हलकेफुलके विनोदी मनोरंजनाचे कार्यक्रम करत असत. जेव्हा तुपाइया तरुण होता तेव्हा त्याच्या अरिओई या जमातीचे लोक लाल रंगाचे कपडे घालत असत आणि अंगावर काळ्या रंगाने गोंदवून घेत असत. ते लोक छोट्या होड्यांमधून बेटाबेटांवर जायचे आणि तिथल्या लोकांचे मनोरंजन करून त्याबदल्यात भेटवस्तू आणि मेजवान्यांची अपेक्षा ठेवत असत. १७५० सालाच्या शेवटाला राइयाती बेटावर शेजारच्या बोरा बोरा बेटावरच्या आक्रमकांनी हल्ला केला तेव्हा तुपाइया ताहिती बेटावर पळून आला. तिथे तो पुरीआ आणि तिथल्या सगळ्यात मोठा सत्ताधारी असलेल्या माणसाचा सल्लागार झाला. पण जेव्हा ॲन्डेव्हर तिथे पोहोचले तोपर्यंत पुरीआचा पराभव होऊन त्याच्या हातातून सत्ता गेलेली होती, आणि तुपाइयाचे भविष्य अंधारात गेले होते. म्हणून जेव्हा ते परदेशी लोक त्यांच्या जहाजावरून परत जायला निघाले तेव्हा तुपाइयाने त्यांना त्याला इंग्लंडला न्यायची विनंती केली.

बँक्सने आधी या धर्मोपदेशकाबरोबर संभाषण केले होते आणि त्याची चांगलीच करमणूक झाली होती आणि त्यामुळे जहाजावर त्याच्या असण्याची किंमत तो समजून होता. तो लिहितो की, 'मला समजत नाहीये, पण एक कुतूहल म्हणून त्याला ठेवून घ्यायला हरकत नसावी,' तसेही माझ्या शेजाऱ्यांनी पाळलेल्या वाघ किंवा सिंह यांच्यावर ते जेवढा खर्च करतात तेवढा ही मला याच्यावर करावा लागणार नाही. दरम्यानच्या काळात कूक तुपाइयाला ठेवून घ्यायला फारसा उत्सुक नव्हता तरी त्याच्या तिथल्या स्थानिक बेटांबद्दल असलेल्या माहितीचा उपयोग झाला असता म्हणून कूक तयार झाला. १३ जुलैच्या सकाळी एन्डेव्हरने मातावाईच्या उपसागरातून वाट काढत पुढे प्रवास सुरू केला तशी बँक्स आणि तुपाइया जहाजाच्या डोलकाठीच्या वरच्या टोकापर्यंत चढले आणि तिथे बराच वेळ उभे राहून त्यांच्या जहाजाच्या मागे येणाऱ्या छोट्या बोटींना बघून हात हलवत होते, काही वेळाने त्या बोटी मागे पडल्या. बेट सोडताना बेटावरच्या रहिवाश्यांनी अश्रुपूर्ण डोळ्यांनी तुपाइयाला दिलेला निरोप बँक्स निरिच्छपणे बघत होता, त्यांच्या रडारडीवर त्याचा फारसा विश्वास दिसत नव्हता, पण तुपाइयाच्या डोळ्यात मात्र त्याला खऱ्या दुःखाच्या भावना दिसल्या. तो म्हणतो की, 'डोळ्यात आलेले पाणी लपवताना त्याला जे परिश्रम करावे लागत होते ते पाहून त्याच्या भावना खऱ्या असाव्यात असे मला वाटले,'

नंतरच्या महिना भराच्या काळात तुपाइयाने ॲन्डेव्हरला तिथल्या वेगवेगळ्या बेटांमधून हिंडवले (ज्यांना कूकने सोसायटी आयलंड्स असे नाव दिले), ज्यात रैअतेअ बेटाचाही समावेश होता. कुठल्याही प्रकारचे तक्ते किंवा उपकरणे न वापरता नौकानयनातील त्याचे कौशल्य बघून जहाजा वरचे खलाशी चकित झाले होते. तासन्तास तो डेक वर घालवायचा – रात्रीच्या वेळी महत्त्वाच्या ताऱ्यांबद्दल माहिती सांगायचा, दिवसा समुद्राच्या पाण्याचे उचंबळणे बघत रहायचा – आणि केव्हाही कुठूनही ताहिती कुठल्या दिशेला आहे हे अचूक सांगायचा.

स्थानिक बेटांना भेट दिल्यानंतर तुपाइयाने कूकला अजून पुढे पश्चिमेकडे जायची विनंती केली. तिथे साधारण १२ दिवसांच्या सागरी प्रवासाच्या अंतरावर अजून काही बेटं आहेत असे तो म्हणत होता. कूकने तुपाइयाचे ऐकले असते तर तो टोंगा, फिजी बेटं आणि सामोआ बेटांवर पोहोचला असता, जी साधारण २५०० कि.मी. अंतरावर होती. मात्र त्याला त्याच्या आरमार प्रमुखांचा जास्तीचा आणि गुप्त असा हुकूम मानणे गरजेचे होते. अधिक्रमणाच्या यशस्वी घटनेनंतर त्याला दक्षिणेकडे जाऊन दक्षिणेला असलेला खंड शोधायचा होता, सुपीक जमिनीचा एक खूप मोठा प्रदेश तिथे दूर अंतरावर प्रशांत महासागरात आहे आणि तो युरोप, आशिया आणि रशिया या भूखंडांना तोलून धरतो अशी त्याच्या देशातील विद्वानांना खात्री होती. ९ ऑगस्टला कूक दक्षिणेला जायला निघाला.

कूकला तो अद्‌भुतरम्य असा खंड काही सापडला नाही. (प्रशांत महासागरातील त्याच्या दुसऱ्या सफरीवर असताना, अनेक वेळा अंटार्क्टिक वर्तुळाला ओलांडल्यावर तो सांगू शकला की असा काही खंड अस्तित्वात नाही). परंतु ९ ऑक्टोबर या दिवशी त्यांचे जहाज न्यूझीलंडच्या किनाऱ्याला लागले, जिथे Poverty bay वर कूकने अजून एक नवाच शोध लावला: तिथल्या स्थानिक प्रमुखाशी तुपाइया बोलू शकत होता. त्यांची ती भेट म्हणजे जगाच्या इतिहासात एक विलक्षण भेट म्हणून नोंदवली गेली. त्याच्या मायभूमीत बोलली जाणारी ब्रिटिश लोकांची भाषा इंग्लिश चॅनेलच्या पलीकडे कोणाला माहीत नव्हती आणि इथे तुपाइया आणि ते माओरी लोक यांची भाषा अर्धा महासागर ओलांडून गेले तरी एक होती.[७]

---

७. कूक आणि त्याचे सहकारी यांनी जेव्हा न्यूझीलंडच्या सागरकिनाऱ्याचे सर्वेक्षण केले, तिथली संस्कृती आणि वन्यजीव यांची माहिती नोंद करून ठेवली तेव्हा, तुपाइया त्यांचा प्रवक्ता होता. तुपाइयाच्या त्यांच्या बरोबर असण्यामुळे आणि त्याच्या भूमिकेमुळे ॲन्डेव्हरच्या चमूला स्थानिक लोकांशी मित्रत्वाचे संबंध प्रस्थापित करता आले हे कूकने कधीही मनापासून मान्य केले नाही, ते आताच्या विद्वांनांनी नुकतेच मान्य केले आहे.

त्याच्या कारकिर्दीत कूकच्या हे लक्षात आले की हा एकच भाषा असण्याचा वारसा इतर बेटांवरसुद्धा सारखाच आहे. एका मानववंशशास्त्रज्ञाच्या मते कूकला जणू, पोलिनेशियन बेटे शोधणे अनिवार्य होते, कारण महासागरातील हवाई बेटे, ईस्टर आयलंड्स आणि न्यूझीलंड या बेटांच्या मधल्या त्या मोठ्या त्रिकोणाकृती भागात असलेल्या (सागरातील ६ दशलक्ष वर्ग कि.मी.) असंख्य छोट्या छोट्या बेटावर एकच भाषा बोलली जात होती आणि तिथली संस्कृतीही सारखीच होती : सारख्याच त्या दगडी तासण्या, मासे पकडायचा आकडा, शाकारलेली घरे आणि छोट्या छोट्या बोटी. दूरवरच्या ईस्टर आयलंड्सना जेव्हा कूकने १७७४ मध्ये भेट दिली तेव्हा त्याने लिहून ठेवले आहे की, 'ही एक अभूतपूर्व अशी गोष्ट आहे की एकच देश त्याची संस्कृती या सगळ्या बेटांवर पसरलेली असावी. महासागरातील तो भाग जवळ जवळ सबंध पृथ्वीच्या परिघाच्या एकचतुर्थांश असावा.'

इतर युरोपियन प्रवाशांनासुद्धा प्रशांत महासागरातल्या इतक्या छोट्या छोट्या आणि एकमेकांपासून शेकडो मैल अंतरावर असलेल्या बेटांवर एवढी समृद्ध संस्कृती नांदतेय याचे खूप आश्चर्य वाटले. पाश्चिमात्य नाविकांसारखे पोलिनेशियन नाविकांकडे कुठल्याही प्रकारची उपकरणे नव्हती की तक्ते नव्हते : दुर्बिणी, सेक्स्टंट किंवा चंद्राचे तक्तेसुद्धा नव्हते. महासागराच्या एवढ्या मोठ्या पसाऱ्यात हे लोक त्या बेटांवर कसे पोहोचले असतील? काहींचा अंदाज असा होता की एखादा लोकवस्ती असलेला प्राचीन असा खंड समुद्रात बुडला असेल आणि त्यावरच्या पर्वतांची शिखरे तेवढी पाण्यावर राहिली असतील, किंवा मग त्या बेटावरच्या रहिवाशांना देवाने तयार केले असावे. तुपाइयाची ओळख झाल्यावर मात्र कूकला वेगळीच कल्पना सुचली.

१७७० च्या मार्च महिन्यात न्यूझीलंड सोडताना परतीच्या प्रवासादरम्यान ऑस्ट्रेलिया आणि इंडोनेशियावरून जाताना कूकने प्रशांत महासागरात असलेल्या बेटांची एक मोठी यादी तुपाइयाच्या मदतीने तयार केली आणि एका तक्त्याचा उल्लेख केला आहे जो तुपाइयाने स्वहस्ते बनवला होता, ज्यावर साधारण ७४ बेटांची जागा दाखवली आहे. आता तो मूळ तक्ता शिल्लक नाही राहिला पण कूकने त्याची जी प्रत बनवली आहे ती आता लंडनच्या ब्रिटिश लायब्ररीमध्ये ठेवली आहे. पिवळ्या पडलेल्या त्या कागदावर शिंतोडे उडाल्यासारखे असंख्य बेटांचे ठिपके दिसतात, सोसायटी आयलंडपासून खूप लांबवर पसरले आहेत ते. कूकला ही कल्पना मान्य होती की पोलिनेशियन लोकांनी प्रशांत महासागरात या बेटावरून त्या बेटावर असा भरपूर सागर प्रवास केला असावा, त्या प्रवासादरम्यान सकाळच्या वेळी सूर्याने आणि रात्रीच्या वेळी चंद्र आणि ताऱ्यांनी त्यांना एखाद्या होकायंत्रासारखा मार्ग दाखवला असावा.

त्या लोकांनी हे कसे केले ते त्याने सुचवले नाही आणि असे वाटते की

तुपाइयासुद्धा हे सांगू शकत नव्हता किंवा त्याला सांगायची इच्छा नव्हती. ॲन्डेव्हरवर येऊन त्याला पूर्ण वर्ष झालं होतं. त्यादरम्यान तो स्कर्वीसारख्या रोगातून बचावला आणि ग्रेट बॅरिअर रीफशी झालेल्या भयानक टकरीतूनही बचावला. पण बटाविया (आजचे जकार्ता)[८] या रोगग्रस्त बेटावर पोहोचल्यावर मात्र ताप येऊन तुपाइया मरण पावला. त्याचे ज्ञान लंडन पर्यंत कधीच पोहोचू शकले नाही. पण त्याने काढलेल्या नकाशाने मात्र आताच्याही विद्वानांना मोहित केलेले आहे.

आता पुरातत्त्ववेत्ते हे मान्य करतात की कूकने सुचवल्याप्रमाणे प्रशांत महासागरातील लोक आग्नेय आशियाकडून पूर्वेकडे समुद्रावरुनच स्थलांतरित झाले असावेत तेही इसवी सनाच्या दुसऱ्या शतकापासून. तिथून ते पायऱ्या पायऱ्यानी टोंगा, हवाई आणि ईस्टर आयलंडकडे पसरले असावेत आणि शेवटी न्यूझीलंडला पोहोचले असावेत, साधारण इ.स. १२०० च्या सुमारास. कूक आणि त्याच्यासारख्या प्रवाशांनी मायदेशी येऊन पोलिनेशिअन लोकांबद्दल खूप रम्य कल्पना पसरवल्या होत्या की ते सागरी नौकानयनात एकदम तरबेज आहेत आणि आकाशातल्या ताऱ्यांवरून ते मार्ग शोधतात इ. ज्या सुरुवातीला लोकांना पटल्या होत्या तरी १९५० सालानंतर मात्र त्या संशयास्पद वाटू लागल्या.

तुपाइयाचा तक्ता संपूर्ण चुकीचा आहे असे वाटू लागले. प्रशांत महासागराची भौगोलिक माहिती मिळाल्यावर तुपाइयाने सांगितलेली अनेक बेटे एकतर अस्तित्त्वात नसावीत किंवा भलत्याच ठिकाणी होती असे लक्षात आले. तुपाइयासारख्या धर्मगुरूंचे नौकानयन कसे होते हे सांगणाऱ्या शोधक-प्रवाशांच्या नोंदी काहीशा अर्धवट, अपुऱ्या होत्या तर, प्रत्यक्षात पोलिनेशियामध्ये युरोपियन लोकांनी आपल्या बरोबर तिथे नेलेल्या रोगांमुळे स्थानिकांची लोकसंख्या प्रचंड कमी झाली होती, त्यामुळे तिथल्या संस्कृतीसंबंधीची खूप महत्त्वपूर्ण माहिती त्या लोकांबरोबरच संपली. त्याबरोबर दूर अंतरावरच्या सागरी प्रवासाचे कौशल्यही संपले, त्या बरोबर अत्यंत प्रभावी टीकाकार असलेल्या न्यूझीलंडच्या ॲन्ड्र्यू शार्प सारख्यांनी तर ठासून सांगितले की असे कौशल्य त्यांच्या जवळ नव्हतेच. पोलिनेशियन लोकांना लांबच्या सागरी प्रवासात तक्ते किंवा खगोलशास्त्रीय उपकरणांअभावी त्यांचा परतीचा रस्ता सापडला नसावा असे त्याचे म्हणणे होते. नवीन नवीन बेटांवर जी वस्ती झाली ती चुकून झाली असावी, जेव्हा छोट्या छोट्या बोटी मार्ग चुकून अशा बेटांवर पोहोचल्या असाव्यात.

ज्यांना हे पटत नव्हते, ज्यांचे या बाबतीत वेगळे मत होते, त्यांनी आक्रमक पवित्रा घेऊन त्या वेळच्या सारख्या पारंपरिक होड्या तयार करवल्या आणि लांब

---

८. ॲन्डेव्हरच्या चमूमधील एकतृतीयांश व्यक्ती बटावियावरच्या रोगाची बळी ठरली, त्यात खगोलशास्त्रज्ञ चार्ल्स ग्रीन याचाही समावेश होता.

अंतरावरच्या सागरी प्रवासासाठी त्यांची चाचणी घेतली. १९७० साली हवाई विद्यापीठाचे मानववंशशास्त्रज्ञ बेन फिन्ने यांनी हॉकुलें स्टार ऑफ जॉय नावाची होडी बांधायला मदत केली. त्या होडीचे १९ मीटरचे जुळे भाग (hull) एकमेकांना जोडल्यामुळे डेकला आधार मिळाला होता, २ डोलकाठ्यांना तपकिरी रंगाची शिडे (खेकड्याच्या पायाच्या प्रकारची) लावण्यात आली होती आणि त्यावर १६ जणांचा चमू होता. १९७६ साली मायक्रोनेशियाचा कुशल दर्यावर्दी माउ पिऐलुग (एकही पोलिनेशियन तज्ज्ञ मिळाला नाही) याच्या नेतृत्वाखाली हॉकुलेंने २,००० सागरी मैलाचे हवाईपासून ताहितीपर्यंतचे अंतर कुठल्याही प्रकारच्या आधुनिक उपकरणाशिवाय कापले. जेव्हा हॉकुलें ३३ दिवसांच्या सागर सफरीवरून परत आली तेव्हा तिच्या स्वागताला १७ हजार हर्षोत्फुल लोक हजर होते. आमच्यापैकी कोणालाही अशा प्रकारच्या सांस्कृतिक प्रतिसादाची अपेक्षा नव्हती असे नैनोआ थॉमसन यांनी म्हटले, जे आता पॉलिनेशियन व्हायाजिंग सोसायटीचे अध्यक्ष आहेत. त्या सफरीमुळे हवाईयन लोकांची ओळखच बदलली असे ते नंतर म्हणाले. 'आधी जणूकाही आम्ही पूर्णपणे बहिष्कृत होतो... आणि आता आम्ही जगातील सगळ्यात उत्कृष्ट अशा दर्यावर्दींची मुले आहोत.'

नव्याने झालेल्या पुरातत्त्वशास्त्रातील आणि अनुवंशशास्त्रातील संशोधनातून असे समजते आहे की पोलिनेशियन लोक एके काळी नियमितपणे सागरावर सफरी करत होते, प्रशांत महासागरातील दूरदूरच्या बेटांशी त्यांचे व्यापारी संबंध होते, एवढेच नाही तर अमेरिकेसारख्या सुदूरच्या प्रांतापर्यंत ते पोहोचले होते अगदी कोलंबसाच्या कितीतरी आधी.

त्यादरम्यान संशोधक काही मुद्द्यांवर संशोधन करत आहेत ज्याचा अजून अभ्यास झाला नाही ते हे की हे त्या लोकांनी कसे केले असेल. एका अतिशय प्रभावी अशा इतिवृत्तात पोलिनेशियन विद्वान आणि खलाशी असलेले डेव्हिड लुईस यांनी पोलिनेशियन लोकांच्या मार्ग शोधण्याच्या पद्धतींसंबंधीचे ऐतिहासिक वर्णन अभ्यासले आणि त्या वेळी जिवंत असलेल्या मायक्रोनिअन दर्यावर्दींची मुलाखत घेतली, ज्यातून त्यांना एका अशा पद्धतीचा शोध लागला जी पाश्चिमात्यांपेक्षा कल्पनातीत वेगळी होती.

ध्रुव तारा जो युरोपियन खलाशांसाठी अत्यंत महत्त्वाचा होता तो दक्षिण गोलार्धातून दिसतच नाही. त्यामुळे समुद्रसपाटीपासूनची उंची मोजण्याच्या ऐवजी पॅसिफिकचे खलाशी एक ताऱ्यांचे होकायंत्र वापरत,[९] ज्या मध्ये क्षितिजावरच्या

---

९. एखाद्या विशिष्ट अक्षांशावर प्रत्येक तारा क्षितिजावर एका ठरावीक जागी उगवतो आणि ठरावीक जागी मावळतो.

उगवत्या आणि मावळत्या ताऱ्यांवरून अंदाज बांधत असत. एखाद्या ठिकाणी जाण्यासाठी शीड उभारायचे असेल तर त्यावेळचे दर्यावर्दी त्यांच्या होड्यांची तोंडे योग्य त्या ताऱ्याकडे करून ठेवत. तो विशिष्ट तारा थोडा वेळच क्षितिजावर दिसत असे, म्हणून रात्रीच्या प्रवासात होडी योग्य मार्गाने नेण्यासाठी एकामागून एक असणाऱ्या अशा ताऱ्यांचा मागोवा घ्यावा लागत असे – जणू ताऱ्यांचा पथ – यामुळे खलाशांना आकाशातील वेगवेगळ्या भागातील उगवत्या आणि मावळत्या ताऱ्यांचा आकृतिबंध लक्षात ठेवावा लागत असे. याच्या जोडीला सूर्य, चंद्र, वाऱ्याची दिशा, समुद्राची भरती आणि दूरवर असणाऱ्या बेटांच्या खुणा, उदाहरणार्थ ढग तयार झालेले असणे किंवा जमिनीवर घरटी करणारे पक्षी यांचीही निरीक्षणे घ्यावी लागत. ही एक प्रकारची प्रक्रिया आहे ज्यात हे निसर्गातील सूक्ष्म संकेत ओळखून ते आत्मसात करण्यासाठी तुमच्या सगळ्या इंद्रियांचा वापर करावा लागतो : पाण्याच्या रंगातील बदल, अगदी पाण्याच्या चवीतील बदलही त्यात आले. लुईस यांनी अशी नोंद करून ठेवली आहे की, जर ढगांमुळे किंवा धुके आल्यामुळे खलाशांना त्यांच्या बोटीकडे येणाऱ्या लाटेची दिशा समजली नाही, तर खलाशी त्याचे पाय फाकवून बोटीवर उभा राहायचा आणि त्याच्या अंडकोशाच्या हालचालीवरून समुद्राच्या भरतीचा अंदाज घेत असे.

या तंत्रावर प्रभुत्व मिळवण्यासाठी लहानपणापासून कठोर प्रशिक्षण मिळणे गरजेचे आहे. दर्यावर्दी लोक तालात म्हणायच्या ओळी किंवा कथा किंवा काही नृत्य प्रकाराच्या आधाराने ज्यात दृश्य रूपके असत अशा असंख्य गोष्टी लक्षात ठेवत असत. जणू त्यांच्या डोक्यात एक स्मृती नकाशाच तयार होई. उदाहरणार्थ डायमंडच्या आकाराचा असलेला सदर्न क्रॉस (त्रिशंकू) या तारकासमूहाला ते 'ग्रेट ट्रिगर फिश' म्हणत – त्यात धार्मिक समजुतीही असत. पॉलिनेशियन लोकांच्या विश्वउत्पत्ती शास्त्राचा सगळ्यात महत्त्वाचा आणि मुख्य स्त्रोत म्हणजे बोरा बोरा बेटं, जिथे एका पाश्चिमात्य धर्मप्रचारकाने १८१८ मध्ये त्याच्या समोर रूआ- नुई नावाच्या एका म्हाताऱ्या बाईने म्हणून दाखवलेल्या काही ओळींची नोंद करून ठेवली आहे. विश्वनिर्मितीच्या संकल्पनेची ती गोष्ट आहे ज्यात हे विश्व कसे आणि कधी निर्माण झाले, हे सगळे केव्हा सुरू झाले, तारे त्यांच्या होड्यांतून प्रवासाला निघाले आणि आकाशाच्या प्रत्येक कोपऱ्यात पोहोचले आणि त्यानंतर त्यांनी पृथ्वीवर राजांची निर्मिती केली. जेव्हा तुपाइया आणि त्याचे साथीदार ताऱ्यांच्या साथीने समुद्रप्रवासाला निघत तेव्हा ते फक्त होकायंत्राला अनुसरून जात नसत, तर ते त्यांच्या पूर्वजांच्या आकाशीय प्रवासाला अनुसरत असत.

रुआ - नुईच्या काव्यात, कोणे एके काळी आकाशाला आधार देणाऱ्या खांबांचेच पुढे ताऱ्यात रुपांतर झाले असेही कथानक येते. ज्येष्ठा नक्षत्र, प्रवेशद्वाराचा

खांब; रोहिणी, नक्षत्र टॅटूचा खांब; आणि अल्फार्डचा खांब; यांचा समावेश होता. २०१० मध्ये न्यूझीलंडचे संशोधक आणि सर्वेक्षण करणारे दर्यावर्दी स्टॅन लस्बी यांनी असे सुचवले की तुपाइयासारख्या धर्मगुरूंच्या प्रशिक्षणासाठी अशा प्रकारच्या कथा/काव्याचा वापर केला गेला असावा, कदाचित ते प्रशिक्षण खांब असलेल्या एखाद्या पारंपरिक घरात होत असावे जे आकाशाच्या घुमटाचे प्रतिनिधित्व करत असावे.

यातून कदाचित एखादा सुगावा मिळू शकतो की पॉलिनेशियन लोक नवी नवी बेटं कशी शोधत होते. (सागर सफरीं कशा होत्या ते समजून परत करून बघताना, कुठल्या दिशेने जहाज हाकायचे ती दिशा आधुनिक तक्त्यांवरून समजून घेत मग पॉलिनेशियन पद्धतीच्या तारका होकायंत्रामध्ये रूपांतरित केल्या गेल्या). लस्बीची अशी कल्पना आहे की रुआ-नुईचे खांब एकच तारा निर्देशित करत नाहीत, तर ताऱ्यांची जोडी निर्देशीत करतात. जेव्हा खालच्या बाजूचा तारा क्षितिजावर असतो तेव्हा कुठलीही ताऱ्यांची जोडी उभी दिसू शकते ती फक्त एखाद्या विशिष्ट अक्षांशावरच. लस्बीने हे दाखवून दिले की त्या प्राचीन काव्यातील खांब जे एकामागे एक येणाऱ्या ताऱ्यांनी दर्शवले जातात त्यांनी कदाचित प्रशांत महासागरामधे पूर्व-पश्चिम जाणाऱ्या अशा सागरी मार्गांची प्रणाली तयार केली असावी. होड्यांनी प्रथम उत्तरेला अथवा दक्षिण दिशेने प्रवास सुरू करून जेव्हा एखादा ताऱ्यांचा उभा खांब लागेल तेव्हा त्याच्या अनुरोधाने त्यांनी पूर्व किंवा पश्चिम दिशा धरली असावी ती थेट जमीन दिसेपर्यंत गेले असावेत. या ताऱ्यांनी अधोरेखित केलेल्या मार्गांवर जहाजे पाठवून कदाचित प्राचीन पॉलिनेशियन धर्मगुरूंनी त्या प्राचीन काव्यात वर्णन केलेल्या आकाशीय सफरींचा प्रतिध्वनी निर्माण केला असावा. पहिली गेलेली बोट जरी परत येऊ शकली नसली तरी इतरांना त्यांच्या मार्गाने जाऊन निर्णायकपणे आपले ध्येय गाठता आले असावे. एकदा का त्या बेटाची जागा निश्चित कळली की त्यावरून ताऱ्यांचा मार्ग निश्चित करून तिथे जायचा एक निश्चित मार्ग ठरवता आला असावा.

हे एक अंदाजाने केलेले अनुमान आहे पण त्यातून हे समजू शकते की पॉलिनेशियन लोकांकडे असलेल्या उपकरणांचा वापर करून ठरवून दिलेल्या मार्गांवरून व्यापारी किंवा संशोधनासाठीच्या सफरी करणे शक्य होत असावे. आणि प्रत्येक रात्री क्षितिजावर सरळ उभा राहणारा पौराणिक कथेतील खांब त्यांच्या सर्वांगीण विचार करण्याचा दृष्टिकोन दाखवून देतो. कूक जेव्हा अचूक अशा खगोलशास्त्रीय निरीक्षणांचा वापर करून कोष्टके आणि तक्त्यांवरून त्याची स्थिती ठरवत होता तेव्हा त्याचे पॉलिनेशियन समकालीन लोक इंद्रियगोचर असे आडाखे, आठवणी, कथा आणि समजुतींचे गुंतागुंतीचे जाळे आत्मसात करत होते. फ्रेंच पुरातत्त्व शास्त्रज्ञ ॲनी डी

पिअझ्झा म्हणते की हे नौकानयन म्हणजे 'ज्ञानाची गोळाबेरीज नसून जगाची कल्पना करणे आणि अस्तित्त्वाचा मार्ग शोधण्यासारखे आहे.'

या प्रत्यंतरामुळे डी पिअझ्झा आणि तिचा सहकारी एरिक पेअर्थ्री यांना तुपाइया आणि त्याच्या नकाशांकडे परत आणले.

ताहितीचे कूकने बनवलेले तक्ते, जे त्याने त्या बेटाच्या किनाऱ्यावर हिंडून मोठ्या कष्टाने घेतलेल्या खगोलशास्त्रीय निरीक्षणांवरून बनवले, ते इतर नकाशांसारखेच-खऱ्या आणि काल्पनिक गोष्टींचे एक विलक्षण मिश्रण आहे. त्याच्या चित्रणात, वर्णनात असलेल्या कित्येक गोष्टी त्या बेटाचे आकाशातून निरीक्षण केल्यावर जशा दिसतील तशा आहेत : दोन विषम आकाराचे खंड; मोठ्या प्रमाणावर असणारे पर्वत आणि नद्या; प्रवाळ बेटाची झालर. पण इतर ज्या गोष्टी त्याने त्यात दाखवल्या आहेत, त्या प्रत्यक्षात नाहीतच. त्यात समुद्राच्या जागी उभ्या-आडव्या रेषांची जाळी दाखवली आहे, त्यातील रेषांना अंशाच्या आकड्यांनी विभागले आहे (ग्रीनविचपासून पश्चिमेला मोजले जाते तर विषुववृत्तापासून दक्षिणेला) एक मोजपट्टी आणि बाणाच्या साहाय्याने उत्तर दिशा दाखवली जाते. हे असे दर्शवण्याची प्रथा शतकानुशतकांच्या वापरामुळे पडत गेली, आणि आता ती इतकी नैसर्गिक वाटतात की आपल्या ते लक्षातही येत नाही, तरी आपण भौतिक जगाकडे कसे बघतो त्याची व्याख्या त्यावरून समजते.

नकाशावरती आकडे टाकण्याची पद्धत पहिल्यांदा बॅबिलोनिअन लोकांनी सुरू केली आणि त्यात काही नवल नाही, कारण त्यांनीच पहिल्यांदा स्थानिक जागांच्या रेखाटनामध्ये मोजपट्टी आणि दिशानिदेशनाचा वापर केला, सगळ्यात पहिल्यांदा जगाचा नकाशा ग्रीकांनी बनवला होता, तरी. ख्रिस्तपूर्व पाचव्या शतकात एउदोक्षस नावाच्या खगोल निरीक्षकाने पृथ्वी केंद्रस्थानी असलेल्या गोलाकार विश्वाची कल्पना मांडली होती आणि ते दाखवून देण्यासाठी त्याने एक अवकाशीय गोल बनवला : बाहेरून आत बघणारा आकाशाचा एक असा नकाशा बनवला. ताऱ्यांच्या बरोबरच त्याने इतर महत्त्वाच्या गोष्टींचीही म्हणजे उदाहरणार्थ वैश्विक ध्रुव, विषुववृत्त आणि उष्ण कटिबंध (संपात बिंदू आणि आयनांत यांच्या मधून जाणारा सूर्याचा आकाशातील मार्ग) यांचीही नोंद केली आहे. जेव्हा खगोलशास्त्रज्ञांनी पृथ्वीचा गोल बनवला त्या वेळी त्यांनी तसेच बिंदू आणि तशीच वर्तुळे पृथ्वीच्या पृष्ठभागावर रेखाटली.

इसवी सनाच्या तिसऱ्या शतकात इराटोस्थेनिस नावाच्या खगोलशास्त्रज्ञाने दूर अंतरांवर असणाऱ्या दोन शहरांतील सावल्यांची तुलना करून विषुववृत्ताची लांबी मोजण्याचा प्रयत्न केला होता : दुसऱ्या शब्दात सांगायचे झाले तर पृथ्वीचा परीघ मोजायचा प्रयत्न केला. त्यानंतरचे काम सोपे होते, पृथ्वीभोवतीच्या कुठल्याही

समांतर वर्तुळाची लांबी म्हणजे त्या वर्तुळाचा परीघ मोजण्यासाठी फक्त भूमितीचा वापर करायचा आणि वेगवेगळ्या अक्षांशामधला फरक अंतरांमध्ये रूपांतरित करायचा एवढेच होते, जी अंतरे खगोलशास्त्रीय निरीक्षणामधून गणित करून काढलेली होती. माणसाला शेवटी पृथ्वीचा आवाका समजायला लागला होता, त्यामुळे त्यांना माहिती असलेली ठिकाणे ते नकाशावर दाखवू शकायला लागले होते (अर्थात रेखांशांचा अंदाज मात्र प्रवाशांच्या वृत्तान्तावरूनच करता येत होता त्यामुळे ते फार अचूक असत नव्हते). त्यानंतर ४०० वर्षांनी टॉलेमीने अत्याधुनिक पद्धतीने 'जॉग्राफिया' ही नकाशा बनवणाऱ्या साठीची जणू माहिती पुस्तिकाच बनवली, त्यात टॉलेमीने पृथ्वीच्या गोलाकार पृष्ठभागाचा नकाशा सपाट कागदावर कसा मांडायचा त्याच्या विविध पद्धती दिल्या आहेत – ते तंत्र खगोल निरीक्षकांनी पहिल्यांदा निर्माण केले होते जे आकाशाचा नकाशा बनवायला वापरले होते – आणि जगभरातील माहीत असलेल्या जवळ जवळ ८००० ठिकाणांच्या सहनिर्देशक प्रणाली (Co-ordinates)ची व्यवस्थित रीतसर अशी नोंद करून ठेवलेली आहे.

मध्ययुगीन कालखंडात युरोपमध्ये टॉलेमीचे हे कार्य विस्मरणात गेले होते (अरेबिक भाषा बोलणाऱ्या विद्वानांना मात्र हे माहीत होते). त्याऐवजी या विश्वाबद्दलची धार्मिक चित्रेच, लोकप्रिय होती. हे अर्थात प्रतीकात्मक होते वैज्ञानिक नव्हते : याचे एक सुप्रसिद्ध उदाहरण म्हणजे इंग्लंडच्या हेरफोर्ड कॅथेड्रलमध्ये असलेल्या एका चित्रात हे जग म्हणजे सगळे खंड मिळून एकच भूभाग आहे आणि त्याच्या सगळ्या बाजूने गोलाकार समुद्र आहे. त्याच्या केंद्रस्थानी जेरुसलेम दाखवले असून त्यातली शहरे आणि गावे म्हणजे बायबलमधल्या घटनांची सरमिसळ होऊन गेलेली दाखवली आहेत, आणि हे सगळे येशू ख्रिस्त एका सिंहासनावर बसून बघतोय. पण जेव्हा १४०६ मध्ये 'जॉग्राफिया'चे लॅटिनमध्ये भाषांतर झाले तेव्हा पाश्चिमात्य लोकांच्या जगाकडे बघण्याच्या दृष्टिकोनात क्रांती झाली. १००० वर्षांच्या कालखंडात पहिल्यांदाच लोकांच्या हे लक्षात आले की त्यांना जे जग माहीत होते (ज्यात युरोप, आशिया आणि आफ्रिका यांचाच समावेश होता) ते जग म्हणजे पृथ्वीच्या पृष्ठभागावरचा फारच थोडा भूभाग होता. अजून खूपच मोठा भूभाग उजेडात यायचा बाकी होता, संशोधनासाठी अजून खूप संधी होत्या, कोलंबस आणि कूकसारख्या संशोधक दर्यावर्दींसाठी टॉलेमीने एक चांगले साधन पुरवले होते त्यांचे संशोधन नोंदवून ठेवण्यासाठी.

पुराणकथा आणि धर्म यांच्या ऐवजी अक्षांश आणि रेखांश यांचा वापर केल्यामुळे स्थानांची जागा विश्वासार्ह अशा ठिकाणांनी घेणे शक्य झाले – या भौतिक जगाची वस्तुनिष्ठ अशी नोंद करणे शक्य झाले जी वैयक्तिक अशा मतांनी किंवा अनुभवांनी डागाळलेली नसेल. त्यामुळे कूकला त्याच्या तक्त्यावर त्याच्या समुद्र सफरीसाठीचा

मार्ग सुरुवातीच्या ठिकाणापासून ते शेवटच्या ठिकाणापर्यंत आखायला सोपे गेले, जसे आपण आताच्या काळात एखादा नकाशा वापरतो तसे. पण २००७ मध्ये डी पिआइझा आणि पेअर्थ्री यांचे असे म्हणणे होते की तुपाइयासारखे पॉलिनेशियन दर्यावर्दी या पद्धतीने प्रवास करत नव्हते. विद्वानांच्या पिढ्यान्‌पिढ्या डोळ्यावर पाश्चिमात्य विचारसरणीचा चश्मा लावून आणि त्यांच्या मेंदूनुसार विचार करत त्याचा तक्ता चुकीच्या तऱ्हेने वाचत आले आहेत.

जरी पॉलिनेशियन नौकानयनाबद्दल अजूनही फार कमी माहिती उजेडात आली असली तरी त्यातला परवलीचा शब्द आहे 'इटाक' किंवा 'हलती बेटं', ज्यामध्ये एखादा दर्यावर्दी असा विचार करतो की संपूर्ण प्रवासात त्याची नौका स्थिर आहे आणि सभोवतीचे पाणी आणि बेटं वाहत मागे जात आहेत.[१०] जेव्हा आपण एखादा पाश्चिमात्य पद्धतीचा नकाशा बघतो तेव्हा अशी कल्पना करतो की आपण वरून खाली एखाद्या पक्ष्यासारखे बघतोय; तेव्हा तो भूप्रदेश स्थिर असतो आणि आपण हलत असतो. पण एखादा पॉलिनेशियन दर्यावर्दी प्रवास करताना त्याच्या विश्वाच्या केंद्रस्थानी स्थिर असतो, त्याच्या भोवतीचा समुद्र हलत असताना तो ताऱ्यांचा मार्ग अनुसरत असतो. तो त्याचे स्थान त्याने एखाद्या नकाशावर किती प्रवास केला या कल्पनेवर ठरवत नाही, तर संबंधित बेटांवरून त्याची दिक्‌स्थिती ठरवून त्याची सद्य:स्थिती ठरवतो, तो ती बेटं बघू शकत नसला तरी – एखाद्या मोठ्या खोलीतील टेबलखुर्चीकडे, जरी ते डोळ्यांनी दिसत नसले तरी जितक्या सहजपणे बोट दाखवावे, तसेच इथे, पण फार मोठ्या प्रमाणावर असे म्हणता येईल.

त्यांची पद्धत समजून घेण्यासाठी पुलुवाट अटोल नावाच्या बेटावर असलेल्या 'रीफ होल प्रोबिंग' या नावाचे प्रशिक्षण मदत करते. प्रशिक्षणार्थी दर्यावर्दी अशी कल्पना करतात की त्यांच्या बेटाजवळच्या समुद्रातील खडकाच्या खोल छिद्रामध्ये एखादा पॅरटफिश (पोपटासारखी चोच असलेला रंगीबेरंगी मासा) राहतो आहे. ते असे सांगतात की काडीने टोकल्यावर ते मासे तिथून सुळकन निघून दुसऱ्या बेटाजवळच्या खडकातील छिद्रापर्यंत जातात, आणि असे करताना असा समज आहे की ते त्या काव्याचेच जणू पठण करतात ज्यातून ताऱ्यांचा मार्ग सांगितला आहे, जो त्यांना तिथपर्यंत घेऊन जातो. नंतर ते स्वत:ला त्या बेटावर मनानेच घेऊन जातात आणि हाच क्रम परत करतात. जोपर्यंत आसपासच्या सगळ्या बेटांना ते

---

१०. याचा अर्थ असा नाही की पॉलिनेशियन लोक प्रत्यक्षात असेच समजत होते की ते स्थिर राहतात; ते फक्त नौकानयनाच्या उद्देशाने तसा विचार करत असत. जसे आपण आजही समजतो की सूर्य उगवतो आणि मावळतो, पण प्रत्यक्षात सूर्य नाही तर पृथ्वी फिरते हे आपल्याला माहीत असते.

अशी भेट देत नाहीत तोवर हा क्रम चालू राहतो. या अशा प्रकारच्या संकेतांमुळे डी पिझ्झा आणि पेअर्थ्री यांना असे सुचवावेसे वाटले की तुपाइयाचा तक्ता म्हणजे कुठला नकाशा नव्हताच, म्हणजे निदान आपल्या तरी समजाच्या पलीकडचे असे ते काही तरी असावे, खरेतर वेगवेगळ्या केंद्रस्थानातून निघणाऱ्या नौकानयनासाठीच्या दिशा एखाद्या संमिश्र चित्रासारख्या दाखवल्या आहेत.

या कल्पनेची खात्री पटवून घेण्यासाठी म्हणून संशोधकांनी त्या तक्त्यावरच्या सगळ्यात मोठ्या बेटांना केंद्रस्थानाची मालिका धरून त्यांच्या प्रत्येकापासून त्यांच्या शेजाऱ्या पर्यंतच्या रेषेतील कोन मोजला. त्यानंतर त्यांनी हे चित्र तुपाइयाच्या तक्त्याशी, त्यावर सुपरइम्पोस करून ताडून बघितले. त्यात त्यांना असे लक्षात आले की ५ वेगवेगळ्या निर्गमन स्थानांवर, ज्यात ताहिती आणि राइयाती पण आले, केंद्रित केलेल्या दिक्स्थानांच्या स्थिती तक्त्यावरच्या निम्म्यापेक्षा जास्त बेटांच्या स्थानांशी जुळताहेत, ज्यात ऑस्ट्राल्स, कुक्स आणि मार्क्वेसास[११] यांचाही समावेश आहे. पाश्चिमात्य नकाशांमध्ये बेटांच्या ज्या जागा असत्तात त्या ठळकपणे दाखवलेल्या असतात, तसे तुपाइयाच्या नकाशात नसते, त्यातील मध्यवर्ती कल्पनेला व्यक्तिनिष्ठ संदर्भ चौकट असते, जी तो नकाशा बघतो त्याच्या स्थितीवर अवलंबून असते, असा त्यांचा दावा आहे.

डी पिअझ्झा आणि पेअर्थ्री हे असे सुचवतात की जेव्हा कूकने तुपाइयाच्या नकाशांची नक्कल करून घेतली तेव्हा त्यात होकायंत्राच्या दिशा आणि मोजपट्टी यांचा समावेश केला. एखादा नकाशा कसा असावा याबद्दलची एक ठाशीव कल्पना त्याच्या आणि आतापर्यंतच्या असंख्य इतर विद्वानांच्याही मनावर अशी बिंबली होती की त्याशिवाय दुसरा विचार ते करूच शकत नव्हते. पण आधी ज्याला श्रेय नाकारले गेले होते, त्या तुपाइयाच्या तक्त्यातील गूढ अर्थ उकलल्या नंतर मात्र, त्या तक्त्यामधून पश्चिमेला असलेल्या सामोआ बेटापासून ते पूर्वेला असलेल्या तुआमोटस बेटादरम्यानचा संपूर्ण अमेरिकेएवढ्या सागर भागातील बेटाबद्दल माहिती मिळते.

अक्षांश आणि रेखांशाच्या रेषा आपल्या ग्रहाभोवती कल्पून ज्यात आपण राहतो त्या

---

११. ते जे सांगताहेत ते जर बरोबर असेल तर त्या तक्त्यावर प्रत्येक केंद्रस्थानातून निघणाऱ्या नौकानयनासाठीच्या फक्त दिशा दर्शवल्या आहेत अंतरे नाही. अर्थात कूक आणि त्याच्या सहकाऱ्यांनी याची नोंद करून ठेवली आहे की तुपाइयाने वेगवेगळ्या बेटांवर जाण्यासाठी लागणारा वेळही नोंदवून ठेवला होता (पॉलिनेशियन दर्यावर्दींसाठी जास्त सुसंगत आहे कारण ते नुसत्या अंतरांपेक्षा वारे आणि सागरी प्रवाह यांची माहितीही त्यात समाविष्ट करतात).

अवकाशाशी असलेले नाते आपण बदलून टाकले. मध्ययुगीन काळातील नकाशांत फक्त ठिकाणेच दाखवली होती असे नाही, तर त्यात माणसे, प्राणी, घटना खऱ्या आणि पौराणिक यांनी खच्चून भरलेले होते. अवकाश आणि काळाचे त्यात मिश्रण करून टाकले होते; प्रत्येक ठिकाणाला दिलेले महत्त्व त्याबद्दलची माहिती मिळवून, ज्ञान मिळवून मगच दिलेले होते; तिथे जे देखावे रंगवलेले होते ते माणसाच्या डोळ्यांना जसे दिसले तसे केले होते. टॉलेमीचे नकाशे वापरायला सुरुवात झाल्यावर या नैतिक आणि ऐतिहासिक चौकटीची जागा गणिताने घेतली.

नवीन तक्ते – जे खगोलशास्त्रीय निरीक्षणावरून संकलित केले होते – ते मानवीय दृष्टिकोनातून बनवले गेले नव्हते, तर ते एक भौमितिक प्रक्षेपण होते, आणि कुठल्याही पुराणकथा अथवा कोणाच्या लहरीवर अवलंबून न ठेवता ते योग्य मोजपट्टी वापरून लिहिले होते. वेगळ्या शब्दात सांगायचे झाले तर त्या ठिकाणांच्या सांस्कृतिक महत्त्वाची पर्वा न करता ते प्रत्येक ठिकाणाला साध्या संदर्भ चौकटीत बसवत होते. हा जो बदल आहे तो आज एकदम नैसर्गिक वाटतो, पण याचे मूलभूत परिणाम झाले होते. या जगाचा आपला व्यक्तिनिष्ठ अनुभवही एक पूर्ण 'सत्य' नव्हते. या विश्वाच्या केंद्रस्थानी पृथ्वी नाहीये, ही गोष्ट ठासून समजल्यावर या नकाशावरून जे समजणे अभिप्रेत होते ते हे की या भूप्रदेशाचे सखोल, वस्तुनिष्ठ वास्तव, जे व्यक्तिगत विश्वास आणि समजुती बाजूला ठेवल्या जातील तेव्हाच अचूकपणे सांगता येईल.

१७ व्या शतकात डेसकार्टेस याने या संकल्पनेला धरून संख्यात्मक संदर्भ चौकट (आता त्याला कार्टेशियन अक्ष म्हणतात) वापरण्याची कल्पना मांडली, तेही फक्त नकाशावरील स्थाने दाखवण्यासाठी नव्हे तर भौमितिक आकार आणि रेषा दर्शवण्यासाठी मांडली – मूलतः भौतिक जग बाजूला ठेवून पूर्णपणे गणितावर आधारित अवकाशाची निर्मिती केली. नकाशामध्ये कुठल्याही प्रकारच्या घटना अथवा स्थाने यांची भर न करता अवकाश आता कुठल्याही बंधनाशिवाय अक्षांश – रेखांशाच्या जाळीच्या आधारे पसरत जाते आहे.

थोडक्यात ज्या तऱ्हेने आपण काळाला आणि देवाला अमूर्त स्वरूप दिले तसेच स्थानालाही दिले. ही कार्टेशियन विचारपद्धती, ज्यामध्ये आपण निश्चित वस्तुनिष्ठ अशी पद्धत वापरतो, तो आधुनिक विज्ञानाचा पाया बनला असून त्यामुळे अत्याधुनिक तंत्रज्ञानाने उंच भरारी मारली आहे. युरोपियन संशोधक प्रवाशांनी जे तक्ते आणि उपकरणे वापरली त्यामुळे त्यांना जग जिंकणे शक्य झाले. आपण तो दृष्टिकोन फार उंचावर नेला आहे. आपण आता फारच अत्याधुनिक तंत्रज्ञानाचा वापर करून फक्त समुद्रावरच नाही तर अवकाशातही, आपल्या सूर्यमालेतही संचार करतो आहोत, आता आकाशातील ताऱ्यांच्या ऐवजी कृत्रिम उपग्रहांच्या तांड्याच्या, ज्यांच्यावर

आण्विक घड्याळे बसवली आहेत त्यांच्या साहाय्याने पृथ्वीवर बसून आपण त्यांचे संचालन करू शकतो. आता तर जीपीएसच्या माहितीच्या आधारे आपण आपल्या गाडीत बसून आपल्या हातातल्या फोनच्या साहाय्याने गाडीच्या खिडकीबाहेरही न बघता किंवा आकाशातही न बघता आपला मार्ग जाणून घेऊ शकतो.

पण याचीही कुठे तरी किंमत चुकवावी लागते. मानसशास्त्रज्ञ आणि मज्जातंतूंचा अभ्यास करणारे शास्त्रज्ञ (चेता वैज्ञानिक) यांनी धोक्याची सूचना दिलेली आहे की आपण जेव्हा आपला मार्ग शोधण्यासाठी म्हणून तंत्रज्ञानावर अवलंबून राहतो तेव्हा आपल्या आसपासच्या परीसराबद्दलची आपली जाण, जागरूकता कमी कमी होत जाते, कारण आपण जास्तीत जास्त वेळ अमूर्त अशा संगणकाच्या जगात वावरतो. संगणकावरून मिळणाऱ्या माहितीच्या अचूकतेवर आपण नको इतका विश्वास ठेवून आपल्या स्वत:ला होणाऱ्या जाणिवा, आपले कान, आपले डोळे यांनी मिळणाऱ्या माहितीकडे आपण दुर्लक्ष करू लागलो आहोत – याचा परिणाम म्हणजे उपग्रह दिशशदर्शनाच्या मार्गदर्शनाखाली चालवणाऱ्या वैमानिक आणि प्रवाशांना अंदाज न आल्यामुळे विमान अपघात होऊन विमान समुद्रात कोसळण्यात झाला आहे. मज्जातंतूंचा अभ्यास करणाऱ्या ब्रिटिश शास्त्रज्ञांच्या टीमला, जिचे नेतृत्व हुगो स्पिर्स करतात त्यांच्या २०१७ मध्ये असे लक्षात आले आहे की एरवी मेंदूचा जो भाग दिशादर्शनाच्या कामात भाग घेतो तो भाग जे लोक जीपीएसचा वापर करतात त्यांच्यासाठी काम करत नाही. 'जेव्हा एखादे तंत्रज्ञान आपल्याला कोणत्या मार्गाने जावे ते सांगते, तेव्हा मेंदूचे ते ते भाग सपशेल काम करत नाहीत, रस्त्यांच्या जाळ्यांकडे लक्षच देत नाहीत', असे स्पिर्स म्हणतो. एका अर्थी असे म्हणता येईल की मेंदू आपल्या भोवतीच्या रस्त्यांबाबतच्या माहितीमध्ये काहीही उत्सुकता दाखवत नाही, त्याने तो भाग मिटून घेतला आहे, असं म्हणता येईल.

दुसऱ्या एका अभ्यासातून असे निष्पन्न झाले आहे की जे लोक नियमितपणे जीपीएसचा वापर करतात त्यांना त्याच्या शिवाय मार्ग शोधणे जमतच नाही, ही एक अतिशय वेगळी, अपूर्व अशी घटना आहे, जी घडण्याचे कारण मेंदूमध्ये झालेले रचनात्मक बदल असावेत, जसा एखादा न वापरलेला भाग आक्रसून जायला लागतो तसा. आपली जीवनशैली बैठी असेल तर शारीरिकदृष्ट्या आपण फार अशक्त, कमकुवत बनतो, तंत्रज्ञानावर नको इतके अवलंबून राहून ज्ञानेंद्रियांची कामे आणि बौद्धिक कामे आपण त्यातून करून घेऊ लागलो तर आपण मानसिकदृष्ट्या कमकुवत, मंद होत जातो, कदाचित पुढे जाऊन आपल्या मज्जासंस्थेत विकृती येण्याचा संभव वाढून डिमेंशियासारखा रोग होऊ शकतो. आपण जितके स्वत:च्या शारीरिक अनुभवापेक्षा जास्त संगणकावर अवलंबून राहू तेवढी आपण आपली शक्ती, आपली जाण आणि आपली कौशल्ये घालवून बसू.

एका अर्थी त्या अदृश्य अशा अक्षांश – रेखांशाच्या रेषांनी आपल्याला या विश्वाशी जसे जोडले आहे ते प्राचीन संस्कृतींना समजणे कठीण आहे, त्याची कल्पनाही त्यांना करता येणार नाही. मार्गदर्शक दोऱ्या किंवा नौबंधासारखे ते आपल्याला एक संदर्भ चौकट उपलब्ध करून देतात, अत्यंत आश्चर्यकारक अशी अंतर्दृष्टी आणि क्षमता बाळगण्याची क्षमता आपल्यात निर्माण करतात. त्यामुळे आपल्याला आपले फक्त समुद्रावरीलच स्थान नव्हे तर पृथ्वीच्या दृष्टीने आपण कुठे आहोत, सूर्यमालेत आपले स्थान काय आणि त्याही पुढे जाऊन अवकाशात ताऱ्यांमध्ये आपले स्थान काय हे जाणून घेणे शक्य झाले आहे. पण त्याच वेळी अमूर्त अशा अवकाशाचा शोध लागला म्हणजे आपल्या व्यक्तिनिष्ठ अशा विश्वाच्या कल्पनेपासून ते वस्तुनिष्ठ कल्पनेपर्यंतच्या प्रवासातील तो एक पुढचा टप्पा होता, - ज्या विश्वातून सोडवता येणार नाही अशा गुंत्यात अडकण्यापासून – अगदी त्या विश्वाचे निर्माते म्हणूनही – ते अस्तित्त्वात असलेल्या वास्तवाचे स्वतंत्रपणे निरीक्षण करणारे आणि नोंद ठेवणारे असे आपण होईपर्यंत.

तुपाइयाच्या कथेमुळे आपण जे पर्याय निवडले आहेत ते एकदम ठळक दिसण्यासारखे आहेत हे कळले. अवकाशाबद्दलचा, काळाबद्दलचा आपला दृष्टिकोन इतका स्वयंसिद्ध वाटतो की दुसरा कुठला पर्याय शोधणे अवघड आहे. सत्यातील भौतिक जगाबद्दल जाणून घेण्यासाठी वस्तुनिष्ठ आणि गणिताला धरून असलेला दृष्टिकोन सगळ्यात उत्तम – जरी तो एकच पर्याय नसला तरी- असे समजायला हरकत नाही. तरीही विश्वाबद्दलचे त्यांचे अनुभव सोडून द्यायच्या ऐवजी पॉलिनेशियन दर्यावर्दींनी त्याचा जास्तीत जास्त उपयोग करून घेत सागरावरच्या लक्षावधी चौरस मैल भागाचा शोध घेतला. कथा, गाणी, समज आणि अंत:प्रेरणा याच्या जोरावर कुठल्याही तंत्रज्ञानाशिवाय त्यांनी जे मिळवले, दर्यावर जे पराक्रम गाजवले ते आपण पाश्चिमात्य लोक म्हणून त्याची कल्पनाही करू शकत नाही.

७

सत्ता

१७७४ च्या डिसेंबर महिन्यात जेव्हा कॅप्टन कूक प्रशांत महासागरावरच्या सफरीवर त्याच्या दुसऱ्या जहाजावर 'रेसोल्युशन'वर होता, तेव्हा एक अगदी वेगळीच ब्रिटिश नौका गजबजलेल्या वर्दळीच्या अशा त्या फिलाडेल्फियाच्या बंदरावर येऊन लागली. तिच्यावरचे प्रवासी अटलांटिक महासागर ओलांडून आपले नशीब अजमावायला, एक नवीन आयुष्य जगायला म्हणून अमेरिकेला आले होते. परंतु त्यांच्या तीन महिन्याच्या प्रवासादरम्यान त्यांचा जहाजावरच्या लोकांना टायफाईडची लागण झाली. ज्या वेळी ते दुर्दैवी जहाज बंदराला लागले त्या वेळी जहाजावरचे बहुसंख्य लोक इतके अशक्त झाले होते की त्यांना उचलून न्यावे लागले.

त्यांच्यात एक ३७ वर्षांचा जरा वितंडवाद घालणारा, पण प्रभावी वक्तृत्व असलेला टॉम पेन नावाचा तरुण होता. या सफरीवर आलेल्या अनेकांप्रमाणे त्यालासुद्धा मायदेशी परत जाऊन काही करता येण्यासारखी स्थिती नव्हती. तो नॉरफोक येथे राहणाऱ्या कॉर्सेट (चोळीसारखे वस्त्र) बनवणाऱ्याचा मुलगा होता, त्याने अनेक कामे करून बघितली, पण त्याला कशातच यश मिळाले नाही. त्याने अनेक प्रकारचे व्यवसाय, करवसुली करण्याचे काम, तंबाखूचा व्यापार, अध्यापन – असे अनेक उद्योग करून बघितले आणि सरतेशेवटी जे काही हातात होते-नव्हते ते विकून एका नव्या जगात, अमेरिकेत पाय ठेवण्यासाठी म्हणून या जहाजावर जागा मिळवली. फिलाडेल्फिया इथल्या ८० वर्षांपेक्षा कमी वर्षे तिथे असलेल्या ब्रिटिश वसाहतीत त्याला सुसंस्कृत आणि रानटीपणाचे एक चैतन्यपूर्ण, जोषपूर्ण असे मिश्रण सापडले. एकीकडे विटांचे अनेकमजली बांधकाम असलेल्या इमारती, घरे, चर्चेस, वाचनालये आणि कदाचित उत्तर अमेरिकेतील सर्वांत मोठा बाजार, तर दुसरीकडे किडेमकोडे, डास यांच्यापासून ते डुकरांपर्यंत सगळ्यांनी बुजबुजलेली वसाहत, पावसाळ्यात चिखलाने भरलेले रस्ते तुडवणाऱ्या गाड्या असे चित्र होते.

मरणाच्या वाटेवर असलेल्या स्थितीतल्या पेनला पहिले सहा आठवडे हे काहीही दिसले नाही. आल्या आल्या तिथल्या स्थानिक डॉक्टरने त्याचा ताबा घेतला

आणि त्याला सक्तीची विश्रांती घ्यायला लावली. पण जशी त्याची प्रकृती सुधारायला लागली तशी त्याने तिथल्या वसाहतीतल्या बरोबरच्या लोकांसाठी लिहायला सुरुवात केली. आणि एकदा तो सुरू झाल्यावर तो थांबलाच नाही. त्याने लोकशाहीबद्दल, मानवाधिकाराबद्दल लिहिले, आणि समाज कसा वेगळ्या पद्धतीचा असू शकतो, राजेशाही पद्धतीतील हास्यास्पद वेडगळपणा आणि भ्रष्टाचार, आणि प्रत्येक मनुष्याचा स्वतंत्र असण्याचा नैसर्गिक जन्मसिद्ध हक्क इत्यादींबद्दल त्याने लिहायला सुरुवात केली.

त्यानंतर 'पेन' या नवीन नावाखाली लिहायला सुरुवात केल्यावर त्याने मागे वळून बघितलेच नाही, आणि तो आत्तापर्यंतचा सगळ्यात यशस्वी असा लेखक ठरला. त्याच्या एका चरित्रकाराने त्याच्याबद्दल लिहिले आहे की, 'तो आधुनिक काळातील माणसांच्या इतिहासातील सगळ्यात प्रभावी असा लेखक होता' आणि त्याच्या युक्तिवादामुळे, तर्कवितर्कांमुळे सगळे जग बदलले, असे म्हटले तर त्यात जराही अतिशयोक्ती होणार नाही. नंतरच्या काही दशकात त्याने जनतेसमोर मूलगामी अशा कल्पना मांडल्या आणि दोनवेळा क्रांती घडवून आणली, तिसरी क्रांती घडवता घडवता थोडक्यात राहिली. ज्यात अशा घटना घडल्या की ज्यात अमेरिकेमध्ये त्याला हिरोसारखा मान मिळाला, इंग्लंडमध्ये त्याचा पाठलाग करून पकडण्याचा प्रयत्न झाला आणि शेवटी फ्रान्समध्ये त्याला मृत्युदंड दिला गेला. जॉर्ज वॉशिंग्टन यांनी त्याचे अशा शब्दात कौतुक केले की, 'त्याने अनेक लोकांच्या मनात विलक्षण असा बदल घडवून आणला.' आणि नेपोलियन बोनापार्ट तर म्हणाला की, 'याचे सोन्याचे पुतळे करून या विश्वातील प्रत्येक शहरात उभारले पाहिजेत.' त्याचे शेवटचे काम मात्र पाखंडी मानले गेले आणि त्यामुळे त्याची प्रतिमा २०० वर्षांपर्यंत डागाळलेली राहिली.

कुठून मिळत होत्या पेनला त्याच्या या सगळ्या कल्पना? आणि एकेकाळी समुद्रप्रवास करून आलेला, खिशात दमडी नसलेला माणूस पुढे जाऊन आधुनिक जगातील राजकारणाला आकार देणारा, वेगळे वळण लावणारा अशा महत्त्वाच्या भूमिकेत कसा आला? सत्ता आणि आपला विश्वाबद्दलचा दृष्टिकोन हे कसे एकमेकात गुंतलेले आहेत ते दाखवणारी कथा आहे ही. आणि तिची सुरुवात होते एका चाच्यांच्या जहाजापासून, खगोलशास्त्राच्या काही व्याख्यानापासून आणि पृथ्वीच्या दोन गोळ्यांपासून.

लंडनच्या 'डेली ॲडव्हर्टायझर' मध्ये दोन आठवडे रोज एक अशी नोटीस प्रसिद्ध होत होती : 'तेरिबल या फ्रेंच प्रिव्हाटीअरवर (१७ व्या १८ व्या शतकात शासनाकडूनच एखाद्या जहाजावर हल्ला करायची परवानगी मिळायची, त्या माणसाला

किंवा त्या जहाजाला प्रिव्हाटीअर म्हणतात) कॅप्टन विलियम याच्या विरुद्ध लढण्यासाठीच्या समुद्रसफरीवर जाण्यासाठी सर्व खलाशी सद्गृहस्थांना, धडधाकट शरीरयष्टी असलेल्या, ज्यांना आपले भाग्य अजमावून बघायचे आहे, जे जहाजाची दुरुस्ती जहाजावर करण्यास उत्सुक आहेत,' १९ वर्षीय पेनसाठी ही ऑफर फारच महत्त्वाची होती, तिला नाही म्हणणे शक्य नव्हते.

थेटफोर्ड नावाच्या गावात एका शाकारलेल्या झोपडीत वधस्तंभाजवळच्या जागेत तो लहानाचा मोठा झाला, वयाच्या १४ व्या वर्षी शाळा सोडून वडिलांच्या व्यवसायात शिकायला लागला. १७५६ मध्ये तो लंडनला पळून गेला. तिथे त्याने काही काळ कॉर्सेट बनवण्याचे काम करून बघितले, पण खूप कमी पगार आणि दिवसाचे १४ तास काम करणे त्याला जमेना. म्हणून त्याने तेरिबलवर काम करण्यासाठी स्वत:चे नाव नोंदवले. प्रिव्हाटीअर म्हणजे सरळ सरळ कायदेशीर चाचे होते, ज्यांना युद्धकाळात शत्रूची जहाजे पकडून त्यावर ताबा मिळवायचा आणि त्यांच्या पुढील हालचालीला पायबंद घालायचा परवाना मिळाला होता – या केसमध्ये सात वर्षीय युद्धाचा काळ. पेनचे वडील एक शांतताप्रिय क्वेकर (ख्रिश्चन लोकांचा एक शांतताप्रिय धार्मिक पंथ) होते, त्यांनी पेनचा माग काढत त्याला शोधून काढून त्याला त्या जहाजावर जाण्यापासून परावृत्त केले; पेनचे नशीब जोरदार होते, तो त्यातून वाचला कारण तेरिबल या जहाजाला चॅनेलमध्ये लवकरच एका फ्रेंच जहाजाबरोबर भयानक युद्धाला तोंड द्यावे लागले आणि त्यात त्या जहाजावरचे सगळे लोक मारले गेले.

पण शेवटी विशीतल्या त्या मुलाने शांत आयुष्य सोडून साहस आणि संघर्षाचे जीवन पत्करलेच, जे पुढे जाऊन त्याला आयुष्यभर करावे लागले. शेवटी १७५७ मध्ये तो दुसऱ्या एका प्रिव्हाटीअरच्या 'किंग ऑफ प्रशिया'च्या चमूमध्ये सामील झाला. या सफरीला खूप मोठे यश मिळाले – त्यांनी सहा महिन्यात आठ जहाजांवर कब्जा मिळवला – आणि तो त्या उन्हाळ्यात लंडनला परतला, त्या वेळी त्याच्या जवळ ३० पौंड्स एवढी रक्कम जमा झाली होती, त्या वेळी त्याच्या दृष्टीने ती फार मोठी होती. आयुष्यात पहिल्यांदाच त्याच्या हाती खर्च करण्यासाठी काही रक्कम आली होती. त्याचा चरित्रलेखक क्रेग नेल्सोन असे सुचवतो की अशा वेळी पेनने स्वत:साठी शहरातल्या एखाद्या सद्गृहस्थासारखे कपडे घेतले असते: पॅन्ट्स, गार्टर्स आणि स्टॉकिंग्ज : रेशमाचे अस्तर असलेला कोट; फेल्ट हॅट. पण त्याच्या डोक्यात अजून खूप वेगळेच काहीतरी होते. पेनने नंतर लिहिले आहे,' जेव्हा मला शक्य झाले तेव्हा पहिल्यांदा मी काय घेतले असेल तर पृथ्वीचे दोन गोल.'

परतल्यानंतरचे लंडन त्याला फारच रोमहर्षक, उत्तेजित करणारे असे वाटले असेल, कारण त्या वेळी एकंदर युरोपच्या इतिहासात विचारांमध्ये असामान्य असे

परिवर्तन घडून येत होते: प्रबोधन ६० वर्षांपूर्वी न्यूटनने त्याचे सुप्रसिद्ध 'प्रिन्सिपिया' प्रसिद्ध केले ज्यात त्याने हे दाखवून दिले होते की एकच समीकरण या जगातील सर्वच गोष्टींवर, अगदी आकाशातील धूमकेतू, ग्रहांच्या गतीपासून ते पृथ्वीवरील झाडावरून जमिनीवर पडणाऱ्या सफरचंदापर्यंत सगळ्यावर नियंत्रण ठेवते. आता त्याच्या कल्पना युरोपभर पसरल्या होत्या, त्याचबरोबर प्रत्यक्ष दिसून येणारे त्याचे सशक्त असे परिणाम. न्यूटनने अक्षरश: या विश्वाची कार्यपद्धतीच समोर मांडली होती आणि हे त्याने स्वत:च्या निरीक्षणातून आणि स्वत:च्या हुशारीने सिद्ध केले होते, त्यासाठी तो प्राचीन विद्वानांना किंवा चर्चला आवाहन करत बसला नव्हता. आता हे ब्रह्मांड म्हणजे देवांच्या लहरीवर, मर्जीवर चालणारे कुठलेही दिव्य असे रहस्य राहिले नव्हते. न्यूटनने दाखवून दिले होते की हे विश्व शिस्तबद्ध, नियमित अशा वैश्विक नियमांप्रमाणे चालते, जे समजून घेता येतात आणि शोधूनही काढता येतात, पण हे त्यांनाच शक्य होते जे ते शोधायचा प्रयत्न करतात. त्या वेळी एकंदरच क्रियाशीलता, वादविवाद आणि चर्चांना उधाण आले होते – तो एक मोठा उपक्रम त्या वेळी सुरू झाला. त्याला नैसर्गिक तत्त्वज्ञान म्हणत असत, त्यालाच आपण आता विज्ञान म्हणतो. पारंपरिक सिद्धान्तांवर भरवसा ठेवण्यापेक्षा त्याची जागा आता आधुनिक निरीक्षणे आणि प्रयोगशीलता याबद्दलच्या आस्थेनी घेतली होती. जर्मन तत्त्वज्ञ इमॅन्युएल कान्ट या सगळ्याचे सार 'जाणून घेण्याची हिंमत असणे' अशा शब्दात सांगतात.

त्याच वेळी विज्ञान हे सहज उपलब्ध होऊ लागले होते, अगदी नवीनतम कल्पनासुद्धा लोकप्रिय पुस्तकातून, व्याख्यानांमधून आणि क्लब्जमधून जाणून घेता येणं सोपं झालं होतं. त्यावेळचा सगळ्यात प्रतिष्ठित असा क्लब होता ब्रिटनची रॉयल सोसायटी (ज्याचे बोधवाक्य होते Nullis in vera त्याचा अर्थ साधारण 'कोणाच्या सांगण्यावर जाऊ नये' असा होतो), पण अशा छोट्या छोट्या संस्था त्या वेळी युरोपभर शहरांमध्ये आणि गावागावांमध्ये उदयाला आल्या होत्या. नवीन विज्ञानाच्या अनुयायांमध्ये जोसेफ बँक्ससारखे अमीर –उमरावच फक्त नव्हते तर विशेषकरून यांत्रिकी संबंधित कारागीर आणि शिल्पी होते जे स्वत:हून शिकत होते.

जेव्हा पेन त्याची किंग ऑफ प्रशियावरची कमाई घेऊन लंडनला परतला तेव्हा तो मोठ्या उत्साहाने या न्युटोनिअन समुदायात सामील झाला. सहा महिने जहाजावर असताना आकाश निरीक्षण करायला त्याला भरपूर वेळ मिळाला असणार आहे, या ब्रह्मांडाचे स्वरूप आणि कार्यपद्धती बघून तो अगदी भारावून गेला होता. तसेच पृथ्वीचे दोन गोल घेतल्यावर - एक पृथ्वीसाठी आणि एक आकाशासाठी – तो ओरेरी Orrery वापरायलाही शिकला (एक असे यंत्र जे सूर्यमालेतील घटकांच्या हालचालीचे प्रात्यक्षिक दाखवते). त्यावेळचा विज्ञान लोकप्रिय करण्यासाठी व्याख्याने

देणारा गणिती आणि भिंग बनवणारा बेंजामिन मार्टिन आणि जेम्स फर्ग्युसन सारख्यांची व्याख्याने तो ऐकायला जायचा, जेम्स फर्ग्युसन हा स्कॉटिश खगोलशास्त्रज्ञ होता आणि त्याने न्यूटनच्या कल्पनांवर लिहिलेले पुस्तक अफाट लोकप्रिय झाले होते.

पेन आणि त्याचे नव्याने झालेले मित्र त्या काळात कॉफी घ्यायला गेल्यावर किंवा जेवणाच्या टेबलावर बसून रात्र रात्र गप्पा मारत असत, गप्पांचे विषय असत रसायनशास्त्र, धुमकेतू, लंबक आणि प्रिझम म्हणजे लोलक इ.इ. पण त्यांच्या चर्चेचे विषय यावर थांबत नसत. प्रबोधनाच्या काळातील मन:स्थितीमुळे लोक फक्त ठाम अशा वैज्ञानिक तत्त्वांबद्दलच नाही तर इतरही कल्पनांबद्दल प्रश्न विचारत होते. 'त्यांच्या सततच्या व्याख्यानामुळे आणि चर्चांमुळे मूळ विषय न्यूटनच्या अंकगणितापासून फार दूर गेला आणि त्या शतकातल्या सर्वांत विस्मयकारक अशा प्रश्नाकडे वळला, ज्यातल्या एका प्रश्नाने थॉमस पेनला जगातल्या शहराशहरांमध्ये प्रसिद्ध केले: राजे कशाला असायला हवेत?' असे नेल्सन लिहितो.

मानवाच्या संपूर्ण इतिहासात, स्वर्गात घडणाऱ्या घटना आणि नातेसंबंध सत्ताव्यवस्थेच्या केंद्रस्थानी आहेत ज्यामुळे पृथ्वीवरील आपल्या आयुष्याला आकार आला आहे. प्रकरण १ मध्ये वर्णन केल्याप्रमाणे पॅलिओलिथिक काळापासूनच वैश्विक चक्रांबद्दल सखोल ज्ञान असणाऱ्यानाच उच्चभ्रू समजले जात असावे. जसजसा समाज गुंतागुंतीचा होत गेला तसतसे आकाशाबाबतच्या कल्पनांनी त्यांना एकत्र जोडून ठेवलं असावं. जुन्या खगोलशास्त्रातील ग्रहगोलांची चमचमणारी वर्तुळे म्हणजे राजे महाराजे आणि सम्राट यांच्यासाठी आदर्श प्रतिकृती असावी, आणि त्या वेळी जी संस्कृती निर्माण झाली त्यात संपूर्ण शासन व्यवस्था पूर्णपणे स्वर्गीय हालचालींना आदर्श मानून त्याबरहुकूम बनवली गेली होती: ज्याला विश्वनिर्माणशास्त्राचा इतिहासकार निकोलस कॅम्पिओन 'वैश्विक राज्य' म्हणतो.

खगोलशास्त्राचा उपयोग हवामानाचा अंदाज वर्तवण्यासाठी आणि त्याप्रमाणे शेतीविषयक निर्णय घेण्यासाठी तर होत होताच, पण तसेच इतर विषयातील विद्याव्यासंग वाढवण्यासाठी उदाहरणार्थ अर्थशास्त्र व अभियांत्रिकीसाठी उत्तेजक ठरत होता. पण मुख्य म्हणजे आकाशावर लक्ष केंद्रित केल्यामुळे समाजाला यशस्वी होण्यासाठी लागणारे स्थैर्य आणि शिस्त मिळत होती. आकाशस्थ घटनांना घट्ट चिकटून राहण्याचे प्रकार हे सगळे सत्तेसाठी होते, आकाशीय घटनांबद्दलच्या ज्ञानाचा वापर करून राजकीय विचारसरणी मजबूत करणे, सत्ताधाऱ्यांच्या स्थितीचे समर्थन करणे आणि सर्व लोकांवर जबरदस्त पकड मिळवणे यासाठी होते.

आत्तापर्यंत आपण ज्या ज्या उदाहरणांची चर्चा केली, त्या प्रत्येकात तो तो

समाज आकाशीय घटनांकडे याचसाठी बघत होता ज्यायोगे खाली पृथ्वीवरील त्यांच्या राज्यकर्त्यांच्या गादीचे रक्षण होईल; बॅबिलोनिअन लोक त्यांच्या राजाच्या संरक्षणासाठी आकाशीय शुभ-अशुभ शकुनांनी पछाडलेले होते; इजिप्शियन फारो तर स्वत:ला सूर्यच समजायचे; किंवा प्राचीन ज्यू आणि ख्रिश्चन लोक यांच्या स्वर्गाविषयीच्या कल्पनांनी त्यांच्या राजाचा दरबार सजलेला असायचा. फ्रेंच तत्त्वज्ञ ब्रूनो लतौर म्हणतो, 'प्रत्येक संस्कृतीने पृथ्वी आणि स्वर्गाच्या स्थितीचा उपयोग आपल्या सोयीने करून घेतला आहे. त्या काळी यशस्वी झालेली अशी एकही प्राचीन संस्कृती तुम्हाला सापडणार नाही, जिने स्वत:ला आकाशाशी जोडून घेतलेले नाही.'

इतिहासात हे वेगवेगळ्या तऱ्हेने समोर आलेले आहे. स्वर्गीय भव्यदिव्य वैभवाशी आणि परिपूर्णतेशी संबंध जोडून एखाद्या शासनकर्त्याचा नावलौकिक वाढवला जायचा. खगोलशास्त्रीय घटनांसंबंधी आधीच भाकीत करता येणे हे त्या प्राचीन काळच्या लोकांना जादुई वाटत असणार, यावरून लोकांची खात्री पटत असेल की त्यांचा राजा हा स्वत:च दैवी आहे किंवा त्याला सरळ सरळ देवांचाच आधार आहे. राजा आणि त्याचे दरबारी यांचा पदानुक्रम आकाशात प्रतिबिंबित झालेला बघून तर त्यांचे अस्तित्व अगदी नैसर्गिक आणि गरजेचेच वाटले असेल. जर एखादे सत्ताकेंद्र या विश्वाचा अविभाज्य भाग असेल तर त्या समाजातील सत्ताकेंद्राची चौकशी करणे, प्रश्न विचारणे सोपे नसते.

चीनमध्ये साम्राज्यशाही असताना सम्राट हा त्या वेळी स्वर्गाचा पुत्र समजला जायचा, ज्याच्यावर पृथ्वीवरील जीवसृष्टी आकाशाशी सुसंगत राहतेय ना हे पाहण्याचे काम होते. चार हजार वर्षांपेक्षा जास्त काळ चीनच्या सम्राटांच्या पदरी असलेले खगोल निरीक्षक आकाशाचे सतत निरीक्षण करून नोंदी ठेवत असत, आणि त्यांनी तयार केलेले ताऱ्यांचे नकाशे आणि पंचांग वगैरे हे सगळे खास पहाऱ्यामध्ये सुरक्षित ठेवले जायचे. आकाशात घडणाऱ्या घटनांचे बरोबर भाकीत करून सम्राटाला हे सिद्ध करावे लागायचे की त्याच्याकडे अजूनही ते दिव्य अधिकार आहेत; जर का त्याचे शाही खगोलशास्त्रज्ञ एखादी मोठी घटना, उदाहरणार्थ एखाद्या ग्रहणाचे भाकीत करण्यास चुकले तर त्याचा फायदा घेऊन त्यांचे शत्रू बंड करायची भीती असायची.

मध्य अमेरिकेतील शासकसुद्धा आकाश निरीक्षण करण्यासाठी अशा तऱ्हेचे सल्लागार नेमत असत आणि स्वर्गाशी असलेले आपले नाते जाहीर करण्यासाठी आकाशस्थ ग्रहगोलांचे सोंग वठवत असत. १० व्या शतकात मेक्सिकोमधील युकातान प्रांतातील माया लोकांच्या राजाने स्वत:ला पावसाच्या देवतेचे नाव 'चक' ठेवून घेतले होते. स्वत:च्या राजवाड्यावर सगळीकडे शुक्राचे चित्र दाखवणारी शेकडो कोरीव कामे करून घेतली होती, तसेच ५ आणि ८ हे आकडेही कोरून

घेतले होते (तो शुक्राचा सांवासिक काल आहे). पुरातत्त्व शास्त्रज्ञ इवान स्प्राज जो मेसोअमेरिकन संस्कृतीमधील खगोलशास्त्राचा अभ्यास करतो, तो असे सांगतो की शुक्र या ग्रहाचे वर्षभरातील आकाशात दिसणे आणि नाहीसे होणे हे बरोबर तिथल्या पावसाच्या येण्याजाण्याशी मिळतेजुळते आहे. त्यामुळे स्वत:ला शुक्र समजून चकने सर्वांना जीवदान देणाऱ्या पावसाला आणण्याचे श्रेय स्वत:कडे घेतले आहे.

एखाद्या इमारतीच्या नाही तर स्मारकाच्या स्वरूपात आकाशातील घटनांशी असलेले दुवे भौतिक रचनांशी जोडलेले असायचे. माया लोकांनी उंच उंच पायऱ्या आणि पिरॅमिड्स बांधून त्यातून अयन आरंभ किंवा अयनांताचा परिणाम दाखवण्याचा प्रयत्न केला – स्टोन हेंजचीच सुधारित आवृत्ती. रोममध्ये असलेला ग्रँड पँथीऑनचा मोठा घुमट संपात दिन दर्शवतो. बीजिंग येथे असलेले १५ व्या शतकातील टेम्पल ऑफ हेवन हे स्वर्ग आणि पृथ्वीमधला दुवा दर्शवण्यासाठी बांधलेले होते. या सगळ्यात अत्यंत प्रभावी असे उदाहरण म्हणजे एक अख्खं गाव असं बांधलं गेलंय की ते म्हणजे जणू आकाशाचे प्रतिबिंबच. ८व्या शतकात कालीफ –अल- मन्सूर या मुस्लीम साम्राज्याच्या शासकाने एक लाख कामगार कामाला लावून बगदाद येथे एक नवीन राजधानी उभी केली.

गोल शहर असा नावलौकिक असलेल्या त्या शहराची रचना एकात एक असलेल्या वर्तुळासारखी होती, ज्याच्या केंद्रस्थानी कालीफचा सोनेरी राजमहाल होता आणि त्यातून बाहेरच्या भिंतीपर्यंत जाणारे रस्ते किरणांसारखे दिसत. इतिहासकार इब्राहीम अल्लावी असा दावा करतो की याची रचना एखाद्या ग्रॅन्ड कॉस्मिक ॲस्ट्रोलेब सारखी होती. त्या गोलाचे चार भागात विभाजन केले होते, ज्यात काही भागात जास्त रस्ते दाखवले होते तर काही भागात कमी. ज्यावर अल्लावी यांचे असे म्हणणे आहे की सूर्याची लंबवर्तुळाकृती कक्षा दाखवण्यासाठी तसे केले होते (सूर्याची गती ज्या भागात जास्त असते त्या भागात जास्त रस्ते दाखवले गेले आहेत). त्या दरम्यान जी एकात एक असलेली वर्तुळे आहेत ती विषुववृत्त, कर्क वृत्त आणि मकर वृत्ताचे प्रतिनिधित्व करतात आणि केंद्रस्थानी असलेला राजमहाल ध्रुवाची स्थिती दर्शवतो ज्याच्या भोवती हे सर्व आकाश फिरते. अल-मन्सूर ला त्याची नवी राजधानी या संपूर्ण जगाच्या सत्तेचे आणि अर्थकारणाचे केंद्रस्थान व्हायला हवी होती, आणि संपूर्ण विश्वाचे नाभिस्थान, असे अल्लावी म्हणतो.[१]

---

१. मालीमधील टिंबकटू १५ व्या आणि १६ व्या शतकात मुस्लीम संस्कृतीचे केंद्र होते, ते शहरही एक असेच वैश्विक रचना दर्शवणारे उदाहरण आहे. त्याची पाच भागात विभागणी केलेली होती, ज्यात एक आदिम तारा आणि त्याच्याभोवती चारही दिशांना चार तारे अशी कल्पना केलेली होती.

खगोलशास्त्र आणि सत्ता यांच्यातील दुवे फक्त प्राचीन इतिहासातच होते असे नाही तर ते आपल्या या आधुनिक जगाच्या मुळामध्ये रुजलेले आहेत. खगोलशास्त्रात मूलभूत काम करणाऱ्या कोपर्निकसनेही त्याच्या सूर्याबद्दलच्या कल्पना वर्णन करण्यासाठी एका सर्व सत्ताधारी राजाचीच प्रतिमा उधार घेतली होती म्हणा ना. १५४३ मध्ये जेव्हा तो सूर्यमालेच्या रचनेबद्दलची प्राचीन काळापासून असलेली रूढ कल्पना बदलायला निघाला होता तेव्हा त्याची परिस्थिती जरा अवघड होती. पृथ्वी जगाच्या केंद्रस्थानी आहे या रूढ कल्पनेला चूक ठरवून उलट ती एका जवळच्या ताऱ्या भोवती फिरते हे सिद्ध करण्यासाठी त्याच्या जवळ काहीही ठोस पुरावे नव्हते. म्हणून त्याने त्या वेळच्या प्रचलित अशा राजकीय रचनेचा आधार घेऊन त्याच्या म्हणण्याला विश्वासार्हता प्राप्त करून दिली की, 'सूर्य त्याच्या भोवती फिरणाऱ्या ग्रहांच्या कुटुंबाचा शासक आहे... जणूकाही तो एखाद्या राजसिंहासनावर बसला आहे'.

कोपर्निकसच्या कल्पनेला मान्यता मिळाल्यानंतर युरोपमधल्या राजांनी स्वत:ला केंद्रस्थानी असलेल्या सूर्यासारखे समजायला आणि संबोधून घ्यायला सुरुवात केली, जसे पूर्वीच्या काळी रोमन सम्राट, उदाहरणार्थ कॉन्स्टन्टाईन, स्वत:ला संबोधून घ्यायचे. १७ व्या शतकात स्पेनचा राजा फिलीप चौथा याचे टोपणनाव सूर्यावरून ग्रहांचा राजा असे ठेवले होते. फ्रान्सचा लुई १५ वा हा सगळीकडे सूर्यदेव म्हणूनच प्रसिद्ध होता. अगदी उशिरात उशिरा म्हणजे १८ व्या शतकाच्या मध्यापर्यंत ब्रिटिश राजे जॉर्ज दुसरा आणि तिसरा यांचे वर्णन 'चमकता सार्वभौम' राजा किंवा 'चमचमणारे राजपुत्र' असे केले जायचे, जे त्यांचे किरण सगळीकडे पसरवतात. आता आकाशातली स्थिती जरी बदलली होती तरी आधीसारखेच ते, सर्व सत्ताधीश आणि दैवी आज्ञेने चालणाऱ्या शासकांना आधार देत होते, जसे गेली कित्येक हजार वर्षे होत होते. पण आता फार काळ हे चालणार नव्हते, क्रांती तिच्या मार्गावर होती.

न्यूटनने निरीक्षण आणि तर्काचा आधार घेत जेव्हा हे दाखवून दिले की एकच समीकरण विश्वातील सगळ्याच वस्तूंच्या गतीचे भाकीत करू शकते – अगदी सफरचंदापासून ग्रहांपर्यंत, वाळूच्या कणापासून ते तेजस्वी सूर्यापर्यंत – त्याने नुसते लोकांच्या भौतिक जगासंबंधी विचार करण्याची पद्धत बदलली असे नाही तर लोकांना हाही विचार करायला लावला की आपण कोण आहोत आणि आपण कसे जगतोय. न्यूटनने फक्त गुरुत्वाकर्षणाचा 'अंतरांवरच्या क्रियां' याचाच शोध लावला असे नाही तर त्याने जगासाठी एक संपूर्ण नवी प्रणालीच निर्माण केली, असे विज्ञानाचा इतिहासकार मोर्डेचाई फ़ेइन्गोल्ड याचे म्हणणे आहे.

पार्श्वभूमी तर आधीच तयार झाली होती. १७ व्या शतकाच्या सुरुवातीला गॅलिलिओच्या दुर्बिणीतील निरीक्षणातून – सूर्यावर डाग असतात; चंद्रावर डोंगर

आहेत; ग्रहांच्याही कला असत्तात, त्यांचे त्यांचे चंद्र असतात – या सगळ्या नव्याने मिळवलेल्या ज्ञानाने आधीची भ्रष्ट अशी पृथ्वी आणि दिव्य, परिपूर्ण असा स्वर्ग यातली दरी मिटायला सुरुवात झाली. गॅलिलिओ त्याच्या गतीच्या अभ्यासातून या मूलभूत कल्पनेपर्यंत पोहोचला होता की हे सगळे विश्व म्हणजे एक मोठी यंत्रणा आहे जी देवाच्या मर्जीप्रमाणे चालत नाही, तर भौतिक तत्त्वांवर चालते. 'आपल्या डोळ्यांसमोर सतत उलगडत असणारे हे अफाट विश्व म्हणजे एक तत्त्वज्ञानाचे पुस्तक आहे, आणि ते गणिताच्या भाषेत लिहिले आहे,' असे त्याने लिहिले आहे.

विश्वाबद्दलच्या या कल्पनांचा खूप मोठा प्रभाव इंग्लिश तत्त्वज्ञ थॉमस हॉब्बेससारख्या राजकीय विचारवंतांवर पडला होता. गॅलिलिओ सारखाच हॉब्बेस यांचा विश्वास होता की हे विश्व पूर्णपणे यांत्रिक, भौतिक गोष्टींनी बनले आहे, आणि त्यांचा असाही दावा होता की सर्व नैसर्गिक घटना, अगदी माणसाचे विचार सुद्धा भौतिक पदार्थामधील यांत्रिक परस्परक्रियेचे फलित आहे. हॉब्बेसने त्याच्या १६५१ मध्ये प्रकाशित झालेल्या 'लेविअथन' मध्ये त्याने हीच तत्त्वे राजकीय आणि सामाजिक गोष्टींना लावून राजांना असलेल्या दैवी अधिकारांना नाकारले आणि असा दावा केला की सर्व माणसे जन्माने सारखीच असतात. तरीही तो लोकशाहीपासून बराच दूर होता.

सगळ्या लोकांना एकत्रित ठेवण्यासाठी एखादा शक्तिशाली सत्ताधारी असायला लागतो नाही तर समाजाची स्थिती असंस्कृत, निरंकुश माणसांसारखी होते, जणू एखाद्या पदार्थातील कण जसे वाटेल तसे वेडेवाकडे कुठल्याही दिशेने जातात तसे. ज्या समाजात तंत्रज्ञान, उद्योग धंदे, कला आणि विज्ञान हे काही नाही त्या समाजाची स्थिती एकाकी, गरीब, ओंगळ आणि पशुवत समाजासारखी होईल. हे सगळे टाळायचे असेल आणि आपल्याला संरक्षण मिळवायचे असेल तर आपण आपले व्यक्तिगत हक्क एखाद्या सार्वभौम सत्ताधीशाला समर्पण केले पाहिजेत.

१६८७ मध्ये न्यूटनने या दिशाहीन ध्येयरहित समाजाला एक मोठी योजना दिली. अव्यवस्थित, अस्ताव्यस्त अशा स्थितीपेक्षा त्याने दाखवून दिले की आकाशस्थ गोष्टी या वैश्विक अशा गुरुत्वीय नियमाने बांधलेल्या असतात. जवळ जवळ लगेचच तत्त्वज्ञानी आणि राजकीय सिद्धान्तवादी याचा समाजाशी कसा संबंध येऊ शकतो याबद्दल विचार करायला लागले. एकच गणिती समीकरण जर संपूर्ण विश्वावर राज्य करत असेल तर अशाच प्रकारे सार्वत्रिकपणे एखादा नियम असेल का जो समाजावर, लोकांवर लागू होईल.

अनेक महत्त्वाच्या प्रबोधन करणाऱ्या तत्त्वज्ञान्यांमध्ये जॉन लोक्के हा एक महत्त्वाचा तत्त्वज्ञ होता. न्यूटनप्रमाणेच त्याचेही मत असे होते की या जगाला समजून घेण्यासाठी अनुभवजन्य पुरावे आणि हेतू या दोन्हीची सांगड घालून माहिती मिळवली पाहिजे. त्यालाही भौतिक विश्व मान्य होते ज्याची व्याख्या यांत्रिक परस्पर

क्रिया आणि टकरी (आघात) यावरून होत होती, पण त्याला हॉब्बेसची दिशाहीन पोकळी मान्य नव्हती. 'स्टेट ऑफ नेचर' म्हणजे अशी परिस्थिती जिथे शासनकर्ते नाहीतच, अशा या स्थितीलासुद्धा एक निसर्गाचा नियम असतो त्यावर अंकुश ठेवणारा,' असे लोक्के याने १६८९ मध्ये म्हटले होते. आणि त्यातील तर्क, जो नियम आहे तो असे सांगतो की सगळेजण सारखे आणि स्वतंत्र असल्यामुळे कोणीही कोणाला जगण्यासंदर्भात, आरोग्यासंबंधात, स्वातंत्र्य आणि त्याच्या मालमत्तेच्या बाबतीत त्रास देता कामा नये. जसे विश्वामध्ये एकच नियम अगदी अणूपासून ग्रहांपर्यंत सर्वांना सारखाच लागू होतो तसेच एकच नैतिक नियम सर्वांना सारखाच लागू व्हायला हवा राजापासून सामान्यांपर्यंत. तरीही लोक्केचे असे मत होते की राजाकडून संरक्षण मिळवण्याच्या बदल्यात आपण आपले काही निसर्गदत्त हक्क सोडून दिले पाहिजेत. पण लोक्केच्या योजनेमध्ये त्या राजाच्या हातीसुद्धा सर्व सत्ता नाहीये. तो राजा जर पुढे जाऊन जुलमी, अत्याचारी बनला आणि लोकांच्या हक्कावर गदा आणू बघायला लागला तर त्याला गादीवरून दूर करता आले पाहिजे.

हॉब्बेसच्या बरोबरीने लोक्के हासुद्धा उदारमतवादी राजकारणी विचारसरणीचा संस्थापक समजला जातो – वैयक्तिक हक्क आणि मर्यादित शासनव्यवस्था या कल्पनांचाही त्यात समावेश आहे – ज्यावर आजची पाश्चिमात्य राजकीय प्रणाली आधारित आहे. लोक्केचानंतर न्यूटनशी पत्रव्यवहार झाला असला तरी त्याच्यावर या भौतिक शास्त्रज्ञाच्या विचारांचा पगडा नव्हता. त्याने त्याच्या कल्पनांवर न्यूटनचे शोध प्रकाशित व्हायच्या किती तरी आधीपासून, कितीतरी दशकांपासून विचार केलेला होता, आणि तो इतरांच्या बरोबर गॅलिलिओ आणि हॉब्बेस या दोघांशी सुद्धासंपर्क ठेवून होता, शिवाय त्याचा स्वत:चा ब्रिटिश राजकारणाचा अनुभव होताच जोडीला. ब्रिटिश यादवी युद्धाच्या काळात तो लहानाचा मोठा झाला आणि जेव्हा ऑरेंजचे प्रोटेस्टन्ट राजपुत्र आणि राजकन्या यांना त्या वैभवशाली क्रांती नंतर १६८८ साली गादी वर बसण्यासाठी आमंत्रण देण्यात आले होते त्या वेळी लोक्के यानेच त्यांच्या हक्कांच्या कायद्याचा मसुदा तयार करण्यासाठी मदत केली होती ज्याने त्यांच्या सत्तेला मर्यादा आली होती.

तथापि लोक्के आणि न्यूटन या दोघांच्या दृष्टिकोनातील साम्य पाहता – त्यांचे लिखाण दोनेक वर्षांच्या अंतरानेच पुढेमागे असे प्रसिद्ध झाले होते – लोकांना ते एकमेकांशी जोडलेले आहेत असेच वाटत होते. लोक्केनेही लोकांच्या या विचाराला प्रोत्साहनच दिले, त्याच्या मते न्यूटन हा 'अतुलनीय' असा माणूस होता आणि त्याचे 'प्रिन्सिपिया' ज्याचे कौतुक करावे तेवढे कमीच असे आहे. त्या दरम्यान न्यूटन ने त्याच्या प्रीन्कीपियाच्या प्रस्तावनेमध्ये असे सुचवले होते की, 'जो तर्क त्याने इथे मांडला आहे' तोच पुढे जाऊन याचसारखी तत्त्वे शोधून काढण्याच्या कामी मदत

करेल ज्यायोगे निसर्गाच्या वेगळ्या पैलूचे नियमन होईल. फाईनगोल्ड म्हणतात की, 'न्यूटन आणि लोक्के हे नव्या युगाचे प्रतीक बनले आहेत.' ते म्हणतात की, 'लोक्केचे काम म्हणजे एक पुरावा म्हणून बघण्यात येतो आहे की न्यूटनच्या वैज्ञानिक तत्त्वांचा आधार घेऊन त्यातून समाजाचेसुद्धा नियमन करणारे निसर्गनियम निर्माण होतील.'

न्यूटनची रूपके आणि तत्त्वे लवकरच राजकरणातही झिरपली. १७१३ मध्ये आयरिश तत्त्वज्ञ जॉर्ज बर्कलेने सामाजिक बंधाची तुलना गुरुत्वाकर्षणाशी केली जे तत्त्व 'अंतराने कमी होते', म्हणजे अंतर पडले की कमी होते; त्यानंतर काही वर्षांनी एक राजकारणी लॉर्ड बोलिंगब्रोक यांना नव्याने घडणाऱ्या इंग्लिश राज्यघटनेमध्ये अवकाशीय यांत्रिकी गतिशास्त्र दिसले. त्यांना असे म्हणायचे होते की, 'राजाला त्याच्या लोकांपासून दुसऱ्या कुठल्या कक्षेत फिरता येत नाही आणि आकाशातील मोठ्या ग्रहांप्रमाणे तो स्वत:च्या गतीने इतरांना आकर्षित करणे, दूर ढकलणे, त्यांच्यावर प्रभाव टाकणे किंवा स्वत:च्या गतीने त्यांच्या गतींवर ताबा ठेवणे हे करतो'.

रिचर्ड स्ट्रीनर नावाच्या इतिहासकाराच्या मते न्यूटनच्या कामावर मिळालेल्या प्रतिसादावरून मिळालेली राजकारणातील सगळ्यात दमदार कल्पना म्हणजे समतोलन सुसंवाद, एकोपा राखायचा असेल तर एकमेकांच्या विरुद्धची बले एकमेकांविरुद्ध उभी करणे. जसे एकमेकांना आकर्षित करणारे गुरुत्वीय बल आणि दूर ढकलणारे केंद्रापसारक बल ग्रहांना त्यांच्या सूर्याभोवती फिरण्याच्या कक्षेत स्थिर ठेवते, तसे समाजातील वेगवेगळ्या घटकांना नीट तोलून सांभाळावे लागते. फ्रेंच तत्त्वज्ञ चार्ले द सेकन्दाँ, बॅरन द मोन्तेस्कु, यांनी त्यांच्या १७४८ च्या ग्रंथात ही कल्पना पहिल्यांदा वापरली, आत्तापर्यंत प्रकाशित झालेल्या राजकीय सिद्धान्तावरच्या सर्व कामांमध्ये हे सगळ्यात प्रभावी असे काम आहे. राजकीय सत्तेचा गैरवापर टाळण्यासाठी राजकीय अधिकार कायदेविषयक खाते, अंमलबजावणी खाते आणि न्यायालयीन सत्ता या तीन भागात विभागले पाहिजेत म्हणजे न्यायनिवाडा योग्य होऊन त्याची योग्य अंमलबजावणी होऊ शकेल.

मोन्तेस्कु प्राचीन मिश्र अशा शासनव्यवस्थांच्या सिद्धान्तांवर आधारित बांधणी करत होता. त्यात लोकशाही, उमरावशाही आणि राजेशाही या तिन्हीच्या अंशांचे मिश्रण होते. परंतु राजकीय बले, अवकाशस्थ बलांसारखी एकमेकांच्या विरोधात उभी करावी लागतात तरच सत्तेचा तोल सांभाळला जाऊन तो एका बाजूला जुलूमशाहीच्या गर्तेत केंद्रात फेकला जात नाही किंवा दुसरीकडे अनागोंदीचा कारभार होऊन दूर उधळला जात नाही, या विचाराने तो प्रेरित झाला होता. त्याने ग्रेट ब्रिटनमधली मर्यादित राजेशाही बघितली होती ज्यात राजाबरोबर समतोल सांभाळायला

कॉमन्स, लॉर्ड्स होते, एखाद्या आदर्श प्रणालीसारखे. 'या अशा प्रकारच्या शासनात जी अवकाशस्थ प्रणालीशी मिळतीजुळती आहे, त्यात जी सत्ता आहे ती केंद्रापासून सगळ्यांना दूर ढकलते आणि गुरुत्वीय सत्ता त्यांना आकर्षित करते,' असे तो म्हणतो.

या अशा प्रकारचे काही विषय १८ व्या शतकाच्या मध्याला उच्चपदस्थ राजकारणी आणि तत्त्वज्ञ यांच्या मध्येच मोठ्या उल्हासाने चर्चिले जायचे असे नाही तर तरुण पेन आणि त्याच्या मित्रमंडळात लंडनच्या कॉफी हाउसमध्येही चर्चिले जायचे, आणि युरोपमधल्या त्यांच्या सारख्याच लोकांमध्ये देखील. न्यूटनच्या भौतिकशास्त्राने कुठली निर्विवाद अशी उत्तरे दिली नव्हती. वेगवेगळ्या देशांच्या, धार्मिक पार्श्वभूमीच्या आणि राजकीय विचारसरणीच्या विचारवंतांनी आपापल्या विचारांना बळकटी देण्यासाठी न्यूटनच्या रूपकांचा वापर केला; काहींना समाजाच्या नैसर्गिक, वैश्विक तालामध्ये कमीत कमी ढवळाढवळ करायची होती, तर काही विरोधातील वैश्विक बळाशी स्पर्धा करण्यासाठी युक्तिवाद करत होते. तथापि एक सखोल आणि महत्त्वाचा असा बदल मात्र जरूर झाला होता. विश्वामध्ये नैसर्गिक क्रमाचा एक वेगळाच आणि नवा स्त्रोत तयार झाला होता आणि एक नवी कल्पना : ती अशी की कायदा आणि तर्क, युक्तिवाद यांच्या मार्फत स्वत:वर शासन ठेवण्यासाठी लोक नवीन वाटा शोधतील. दैवी प्रेरणेने प्रेरित अशा वैश्विक शासकाचे नमुनेदार उदाहरण उघड उघड मोडीत निघाले होते आणि त्या जागी कोण येणार यावर आता भांडण सुरू झाले होते.

सहा महिन्याच्या कालावधीतच पेनच्या जवळचे सगळे पैसे संपले. त्याने लंडन सोडले आणि त्यानंतरची १५ वर्षे तऱ्हेतऱ्हेच्या अडचणी, दुर्दैव यांना तोंड देत काढली. त्यादरम्यान त्याने चोळ्या तयार करण्याचा उद्योग सुरू केला जो बुडला; नंतर तो प्रेमात पडला आणि बायकोला पहिल्या बाळंतपणातच गमावून बसला; त्यांनतर कर संकलित करण्याचे काम त्याने काही काळ केले, ज्यात त्याचा संबंध किनाऱ्यावर चाचेगिरी करणाऱ्यांशी आला, ज्या कामातून त्याला दोनदा काढून टाकण्यात आले होते, एकदा उघड उघड कामामधील गैरव्यवहारा विषयी बोलताना पकडला गेला तर एकदा सहकाऱ्याच्या बाजूने पगारवाढीबद्दल बोलताना पकडला गेला. लेवेसमध्ये राहत असताना एका तंबाखूच्या व्यापाऱ्याच्या मुलीशी त्याने दुसरे लग्न केले तेसुद्धा मोडले आणि ते दोघे मिळून करत असलेला त्यांचा परंपरागत व्यापारही बसला.

यादरम्यान तो सतत लंडनला जात तिथली व्याख्याने ऐकत आणि चर्चांमध्ये भाग घेत असे. १७७४ मध्ये त्याच्या जवळ जे काही होते ते विकून आणि तंबाखूच्या व्यापारातून जी कर्जे झाली होती ती फेडून, पेन परत लंडनला आला. तिथे तो त्याच्या एका परिचितांना भेटला: बेंजामिन फ्रँकलिन नावाच्या संशोधक, मुत्सद्दी

आणि न्यूटनला मानणाऱ्या अशा माणसाला भेटला. त्या फ्रँकलिनने याला अमेरिकेतील नव्या वसाहतींमध्ये राहायला जाऊन आपले भविष्य घडवायची कल्पना दिली. त्या नवीन जगात जाण्यासाठी तिथल्या काही मान्यवर लोकांच्या नावाने फ्रँकलिनने पेनला काही ओळखपत्रे दिली आणि पेनने त्याच्या जवळची शेवटची रक्कम फिलाडेल्फियाला जाण्यासाठी प्रथम श्रेणीचे तिकीट खरेदी केले.

तो जेव्हा विषमज्वरातून बरा झाला तेव्हा त्याच्या लक्षात आले की नव्या ज्ञानाच्या विज्ञान आणि राजकारणाबद्दलच्या चर्चा तिथे फिलाडेल्फिया मधल्या कॉफीगृहात आणि क्लब्स मध्येही चालू होत्या. तो अशा प्रकारच्या समुदायामध्ये बरोबर सामावून गेला, इंडियन क्वीन नावाच्या अमेरिकन फिलॉसॉफिकल सोसायटीतर्फे चालवल्या जाणाऱ्या क्लबमध्ये तो दारू प्यायला, चर्चा करायला आणि जाऊ लागला. लवकरच त्याला नोकरी मिळाली पेनसिल्व्हानिया मॅगेझिन नावाच्या एका नव्याकोऱ्या प्रकाशन संस्थेमध्ये कामाला लागला. त्या मासिकात विविध विषय घेतले जात होते बिव्हरपासून वोल्तेर पर्यंत पण पेनचे लिखाण जास्तीत जास्त राजकीय होत चालले होते, कारण तो बरेच वेळा द्वंद्वयुद्धाच्या विरोधात, प्राण्यांच्या बाबतीतल्या दुष्टपणाच्या विरोधात, गुलामगिरी आणि अगदी स्त्रियांच्या अधिकारांच्या बाजूनेसुद्धा लेख लिहीत होता.

दरम्यानच्या काळात ब्रिटन आणि त्यांच्या अमेरिकन प्रदेशांमधला तणाव वाढत चालला होता. १७ व्या आणि १८ व्या शतकात या वसाहतींचे काम त्या स्वतःच बघत होत्या. पण फ्रेंचाशी झालेल्या ७ वर्षांच्या युद्धामुळे ब्रिटिश शासन मोठ्या कर्जाखाली दबले होते. त्यामुळे १७६५ पासून ब्रिटिश शासनाने त्या वसाहतींवर जबरदस्त कर बसवायला सुरुवात केली : पेपर, काच, रंग, शिसे आणि चहा यांच्यावर. त्या वेळी अमेरिकन लोकांनी ज्या ज्या वस्तूंवर कर लावला होता त्या वस्तूंवर बहिष्कार टाकून, ठिकठिकाणी निदर्शने करून त्याला जोरदार विरोध दर्शवला, आणि नंतर १७७३ च्या डिसेंबर महिन्यात सुप्रसिद्ध 'बोस्टन टी पार्टी' मध्ये चहाची शेकडो मोठाली खोकी समुद्रात फेकली.

ब्रिटनने युद्धनौका पाठवून आणि रस्त्यारस्त्यांवर सैन्यदळे पाठवून त्याला चोख उत्तर दिले आणि १७७५ मध्ये पहिल्या जोरदार चकमकीच्या बरोबर थोडे आधी पेन तिथे पोहोचला. त्या वेळी जॉर्ज वाशिंग्टन नावाचा एक अतिशय कर्तबगार, तेजस्वी असा माणूस युरोपियन सैन्याचा कमांडर म्हणून नेमला गेला होता. अमेरिकन लोकांकडून जरी विरोध दर्शवला गेला होता तरी स्वतंत्र होण्याची भाषा नव्हती. बहुसंख्य अमेरिकन लोकांना बंडखोर किंवा गद्दार म्हणवून घ्यायचे नव्हते. ब्रिटनबरोबर त्यांचे भांडण त्यांनी लादलेल्या अटींच्या विरुद्ध होते, त्यांना संबंध तोडायचे नव्हते. पेनसाठी मात्र तो एक निर्णायक टप्पा होता. त्याने नंतर लिहून ठेवले, 'ज्या देशात

मी माझे पाउल ठेवले तो जर कोणी पूर्णपणे जाळायला निघाला असेल, तर आता मात्र काही तरी करायलाच पाहिजे.' त्याने एक मोठा प्रबंधच लिहायला घेतला, ज्यात भरपूर वेगवेगळ्या कल्पना मांडल्या होत्या ज्या त्याने त्याच्या न्यूटनला मानणाऱ्या दोस्त मंडळींशी, ज्यात फ्रँकलिनचाही समावेश होता आणि वकील आणि त्या जागेचा मालक थॉमस जेफर्सन याचाही समावेश होता, त्यांच्याशी चर्चा करून मग लिहिल्या होत्या. त्याला त्याने 'कॉमन सेन्स' असे नाव दिले.

ते लिखाण इतके वादग्रस्त होते की त्याला ते छापण्यासाठी फक्त एक प्रिंटर मिळाला. सुरुवातीला तर त्याला त्यावर स्वत:चे नाव छापायचीही हिंमत झाली नव्हती (पहिल्या पानावर फक्त एवढेच लिहिले होते 'एक ब्रिटिश माणूस'). पण त्या लेखनाने लवकरच खळबळ माजवली. थोड्याच दिवसात १००० प्रतींची पहिली आवृत्ती संपली. ३ महिन्याच्या कालावधीत त्याच्या १ लाख २० हजार इतक्या प्रती (स्वतंत्र विचारसरणीच्या लोकांची संख्या जिथे फक्त वीस लाख आहे). प्रतिस्पर्धी गटाच्या आणि अवैध मार्गाने छापलेल्या कॉपीज शिवाय हस्तलिखित कॉपीज संपूर्ण अमेरिकेतच नव्हे तर युरोपमध्ये सगळीकडे फिरल्या, मंत्रमुग्ध श्रोत्यांच्या समोर त्याचे मोठ्याने वाचन केले गेले.

त्या पत्रकामध्ये पेनने ब्रिटिशांच्या शासनापासून अमेरिकन लोकांना स्वातंत्र्य मिळायला हवे याबद्दल लिहिले होते, ज्यात त्याने लिहिताना न्यूटनच्या सिद्धान्ताचे संदर्भ देणारी भाषा वापरली होती : निसर्गानेसुद्धा कुठेही एखाद्या ग्रहाचा उपग्रह त्याच्यापेक्षा मोठा बनवला नाहीये, तो पुढे लिहितो की, 'इंग्लंड आणि अमेरिका हे एकमेकांच्या दृष्टिकोनातून निसर्गक्रमानुसार अगदी विरुद्ध आहेत त्यामुळे हे उघडच आहे की ते वेगवेगळ्या व्यवस्थेचे भाग आहेत.' त्याने राजेशाहीच्या मूळ कल्पनेवरच हल्ला चढवला – अगदी ब्रिटिशांच्या मर्यादित राजेशाहीवर सुद्धा – त्याचा असा दावा होता की सगळे पुरुष निसर्गाने एक सारखेच घडवले आहेत तर मग एकाच घराण्याच्या पुरुषांच्या हाती वर्षानुवर्ष सत्ता सोपवण्यात काहीच अर्थ नाही; खरेतर हे निसर्गाच्याही विरुद्ध आहे, हे जर नैसर्गिक असते तर निसर्गाने सिंहाच्या जागी गाढवासारखा वारस देऊन माणसांचा वारंवार उपहास केला नसता. (म्हणजे प्रत्येकच राजा सिंहासारखा उपजेलच असे नाही, त्याचे वारस गाढवासारखेही निघू शकतात). समाजामध्ये एकमेकांना सहकार्य करण्याची जी ऊर्मी माणसांमध्ये असते त्या उर्मीला पेन गुरुत्वाकर्षण शक्ती म्हणतो. तो एका नव्याच पद्धतीच्या देशाच्या निर्मितीबद्दल दावा करतो, ज्यात लोकशाहीचे सरकार असेल, आणि जास्तीत जास्त माणसे अशी असतील जी मतदान करण्यायोग्य असतील. तो म्हणतो की, 'हे सर्व जगच पूर्णपणे नव्याने साकारणे आपल्या हातात आहे.'

फ्रँकलिन, जॉन आणि सॅम्युएल ॲडम्ससारखी प्रभावी व्यक्तिमत्त्वे आपापसात

याच गोष्टींवर चर्चा करत होती, पण खासगीत. पेन मात्र पहिला होता ज्याने उघडपणे सर्वांसमोर स्वातंत्र्याची कल्पना मांडली. सर्वसामान्य अमेरिकन लोकांना पटणारी आणि त्यांचे मन वळवू शकणारी अशी स्वच्छ भाषा आणि चित्रे पेन वापरत होता. त्याने त्या संघर्षाला एक पूर्णपणे नवीन चेहेरामोहोरा मिळवून दिला, तो संघर्ष आता देशद्रोही, गद्दार किंवा बंडखोरांचा न राहता अभिमान वाटावा असा स्वातंत्र्यलढा झाला. उलट नैसर्गिकदृष्ट्या तो लढा अनिवार्य ठरला. त्या वेळी क्रांती होत होती ती कर चुकवण्यासाठी नव्हे तर एक नवीन आणि जास्त चांगले जग निर्माण करण्यासाठी होत होती.

तो एक अद्वितीय असा काळ होता असे इतिहासकारही मान्य करतात. '१७७६ च्या जानेवारी महिन्यामध्ये अमेरिकन स्वातंत्र्याचा पुरस्कार करणारा खरेतर दुराग्रही, मूर्ख किंवा धर्मांधच असायला हवा' असे बर्नार्ड बेल्यन हा इतिहासकार म्हणतो, कारण सगळ्यांनाच माहीत होते की ब्रिटन हा जगातला सगळ्यात शक्तिशाली देश आहे.' पेनने अटलांटिक महासागराच्या दोन्ही बाजूच्या इंग्रज माणसाला आवडेल अशी कल्पना मांडली,' असे क्रेग नेल्सन म्हणतो, 'त्यांचे शासन जगातील सर्वोत्तम शासन होते, कारण त्या एकाच वेळी राजेशाहीची सत्ता, सभ्यकुलीन लोक आणि सर्वसामान्य लोक या एकमेकांशी स्पर्धा करणाऱ्यांमध्ये समतोल साधला होता आणि नंतर त्यांनीच त्याला सुरुंग लावला.' किंवा एका बोस्टनच्या रहिवाशाने त्या वेळी म्हटल्याप्रमाणे, 'एका वर्षापूर्वी स्वातंत्र्याचा नुसता उच्चार केला तरी दंड भोगावा लागला असता, त्याला माफी नव्हती, आणि आता स्वातंत्र्याशिवाय दुसरी भाषा नाहीये लोकांच्या तोंडी, आणि मला समजत नाहीये ब्रिटन याला कशाप्रकारे रोखू शकणार आहे.'

आता अमेरिकन लोकांनी स्वातंत्र्य जाहीर करायचे याबद्दल दुमत नव्हतेच, फक्त कसे आणि केव्हा हा प्रश्न होता. युरोपमध्ये राजकीय चर्चांमध्ये आधीच न्यूटनच्या भौतिकशास्त्रीय कल्पनांचा समावेश झालाच होता. ब्रिटन आणि तिच्या वसाहतींचा संबंध या आधीच खगोलशास्त्रीय भाषेत लावला जात होता; १७६४ मध्ये त्या वसाहतींचा राज्यपाल थॉमस पोव्नाल यांनी ब्रिटिश साम्राज्याचे वर्णन करताना म्हटले की, ते साम्राज्य म्हणजे अवकाशातील मोठे साम्राज्य असून या वसाहती त्याच्याभोवती योग्य कक्षेत फिरत आहेत. पोव्नालच्या समजानुसार 'ब्रिटनच्या राजापेक्षा आता तिथल्या शासनाला सर्वाधिक महत्त्व दिले पाहिजे आणि तिथल्या जनतेने त्याच्याचकडे प्रवृत्त व्हायला हवे.' परंतु अमेरिकन लोकांना खूपच मूलभूत अशा बदलाला सामोरे जायचे होते. एखाद्या प्रणालीचा गुरुत्वीय मध्यच काढून टाकला तर काय होईल?

कनेक्टिकट क्युरान्टच्या एका लेखकाने असा इशारा दिला होता की, 'खूप

आधी स्वातंत्र्य जाहीर केले तर सर्व वसाहती हवेतल्या चेंडूप्रमाणे इतस्ततः विखुरतील,' पण पेनसिल्वेनिया लेजरच्या एका वार्ताहराने १७७६ मध्ये जरा जास्त सकारात्मक असे चित्र उभे केले. लेखकाच्या डोळ्यांसमोर अवकाश प्रवासाचे एक कल्पनाचित्र उभे राहिले ज्यात प्रवासी मंडळींना 'ताऱ्यांच्या मध्ये लोकतंत्र दिसले.' जणूकाही सूर्य, स्वर्गीय ग्रहताऱ्यांचा मोठा राजा या नात्याने खाली मर्त्य लोकाकडे बघून कौतुक करतोय, तरी बाहेर अवकाशात मात्र दूरवर बघता तिथल्या अगणित ताऱ्यांमध्ये आणि तारकासमूहांमध्ये मात्र समानतेचे तत्त्वच जाणवते. अवकाशातील सत्तेचे चित्र, त्याची रचना, आता राजेशाहीचे राहिले नसून लोकतंत्र झाले आहे.

शेवटी जुलै महिन्यामध्ये काँग्रेसने स्वातंत्र्य जाहीर केले, ते असे म्हणतात की, 'देवाच्या आणि निसर्गाच्या दृष्टिकोनातून वेगवेगळ्या प्रदेशातील माणसे एकमेकांच्यासाठी सारखीच आहेत, या वसाहतींना जगातील इतर देशांसारखा स्वतंत्र असण्याचा हक्क आहे, निसर्गतःच त्यांना स्वतंत्र्याचा हक्क आहे, हे ते एखाद्या माणसाबद्दल नाही, तर देशाबद्दल म्हणत आहेत.' त्यातले सगळ्यात प्रसिद्ध वाक्य हे आहे की : आम्ही काही सत्ये स्वयंसिद्ध आहेत असे धरून चालतो की सर्व माणसांची निर्मिती समान तत्त्वांवर झाली आहे, की त्यांच्या निर्मात्याने त्यांच्याकडून काढून घेता येणार नाहीत असे काही विशेष हक्क त्यांना बहाल केले आहेत आणि ते जगण्याचा हक्क, स्वातंत्र्याचा हक्क आणि सुख, आनंद मिळवण्याचा हक्क हे आहेत.

विद्वानांमध्ये याच्या मूळ स्रोताबद्दल सातत्याने चर्चा होतच राहताहेत, पेनच्या लिखाणात आणि यात खूप साधर्म्य जाणवते, आणि त्या कल्पनांवर उघड उघड लोक्केच्या लिखाणाचा आणि इंग्लंडच्या हक्कांबाबतच्या कायद्याच्या मसुद्याचा प्रभाव स्पष्ट जाणवतो. कित्येक इतिहासकारांचे तर असे मत आहे की त्या जाहीरनाम्याच्या मसुद्याबाबत न्यूटनचे प्रचंड ऋण मानायला हवेत. त्यात त्या भौतिकशास्त्रज्ञाचे बोल जरी कुठेही सरळ उद्धृत केले नसले तरी त्याच्या कल्पना लोकांच्या मनात घरकरून बसलेल्या आहेत आणि 'निसर्गनियम'किंवा 'स्वयंसिद्ध सत्य' यासारख्या शब्दरचनांवरून वाचकांना न्यूटनच्या तत्त्वांची आठवण आल्याखेरीज राहणार नाही. जेफर्सनकडे न्यूटनचा अर्धपुतळा आणि त्याचा डेथ मास्क (मृताच्या चेहेऱ्याचा साचा) हे दोन्ही होते, त्याने स्वतःसकट लोक्के आणि तत्त्वज्ञ फ्रान्सिस बेकन[२] यांना धरून असे जाहीर केले की 'जगातील आत्तापर्यंत जगलेल्या लोकांपैकी हे तिघे सगळ्यात थोर पुरुष होत.'

१७८० या सालात पूर्ण वर्षभर न्यूटन प्रेरित कल्पना आणि रूपके – ज्यात

---

२. १७ व्या शतकातील बेकनचे काम वैज्ञानिक कार्यपद्धती तयार करण्याच्या कामी उपयुक्त ठरले.

counterpoise (एकमेकांच्या विरुद्धची बले एकमेकांविरुद्ध उभी करणे) च्या संकल्पनेचा अंतर्भाव होता – युनायटेड स्टेट्सच्या घटनेचा मसुदा तयार करण्याच्या कामी येत होते. काँग्रेसचे प्रतिनिधी एका नव्या प्रकारच्या शासनाचा आणि संघराज्याचा आराखडा शून्यातून निर्माण करू बघत होते. सर्वांच्याच मनात हे कसे करावे याबद्दल तऱ्हेतऱ्हेच्या कल्पना होत्या, पण प्रत्येकाला ही काळजी लागलेली होती की त्या आराखड्यानुसार कुठेही सत्तेमध्ये असमतोल किंवा सत्तेचा गैरवापर होणे याला थारा मिळता कामा नये, आणि ते नेहमी यावर चर्चा करताना अवकाशीय दृष्टिकोनातून किंवा यांत्रिकी दृष्टिकोनातून करत.

काही प्रतिनिधींच्या मते कमीत कमी नियमन असावे असे होते – देल्वारेस जॉन डिकिन्सन यांच्या मते राज्यांना त्यांच्या त्यांच्या योग्य कक्षेत स्वतंत्रपणे फिरू द्यावे – तर इतरांचे मत होते की जरा जास्तच मजबूत बंध पाहिजे होते; जॉन अडम्सच्या मते अशी घटना पाहिजे की ती आकर्षणे आणि प्रतिकर्षण दोन्हींवर ताबा ठेवेल, ज्यामुळे निसर्गाचा तोल सांभाळला जाईल. या चर्चेचा शेवट सत्तेचे वाटे वेगवेगळ्या खात्यांमध्ये करण्यात झाला – नियंत्रण ठेवणे आणि तोल सांभाळणे; दोन सदने असलेली सभा (राज्यसभा आणि लोकसभा) – जे युनायटेड स्टेट शासनाच्या केंद्रस्थानी अजूनही आहे : एक आदर्श लोकशाही, स्वर्गीय नैसर्गिक बलाने प्रेरित झालेली, त्या वेळेपासून ती पद्धत जगभरात प्रसारित झाली.

या सगळ्याच्या आधी प्रश्न उपस्थित झाला तो म्हणजे देशाचा झेंडा कसा ठेवायचा हा. झेंड्याचे डिझाइन कसे ठेवायचे हे युरोपियन काँग्रेसने एका ठरावाद्वारे १४ जून १७७७ रोजी ठरवले, आणि त्या १३ नव्याने स्वतंत्र झालेल्या राज्यांचे प्रतिनिधित्व करण्याची एकच कल्पना करता येण्याजोगी होती. ठरावाने असे सांगितले की, 'ही १३ राज्ये १३ ताऱ्यांच्या रूपात झेंड्यावर दिसतील, निळ्या रंगाच्या पार्श्वभूमीवर १३ पांढरे तारे'. आकाशात एक नवीनच तारकासमूह उगवला.

त्या क्रांतीनंतर पेन स्वत:च्या जगण्यासाठी नवीन प्रयोजन शोधायला लागला. तो म्हणतो की, 'माझी स्थिरचित्तता, शांतता सोडून द्यावी लागेल अशी कुठलीही मोठी घटना नंतर उद्‌भवण्याची शक्यता होती असे मला वाटले नाही ज्यामुळे माझी मन:स्थिती तेव्हा सारखी व्हावी'. तो त्याच्या आवडीच्या क्षेत्रात परतून विज्ञानाचे प्रयोग करण्यात रमला. फ्रँकलिन आणि वॉशिंग्टन यांच्या बरोबर तो वायू आणि मेणबत्त्या यांच्यावर प्रयोग करीत होता. त्यानंतरची ७ वर्षे त्याने एका विस्तृत आकाराच्या लोखंडी पुलाचा आराखडा तयार करण्यात घालवली.

१७८७ साली तो आधी पॅरिसला आणि नंतर लंडनला गेला, जिथे त्याने त्याच्या या पुलाची युरोपियन लोकांसमोर जाहिरात केली. त्यातून त्याला एक

इंग्लिश पेटंट मिळाले आणि त्याने ४० मीटर लांबीच्या पुलाचे एक प्रारूप बनवले. पण विज्ञानातला त्याचा रस लवकरच संपुष्टात आला. लोकांना त्याबद्दल अजिबात कुतूहल राहिले नव्हते आणि त्यात थॉमस जेफर्सन (तो आता फ्रान्समधला युनाटेड स्टेटचा मंत्री झाला होता) त्याला पॅरिसमधून लिहीत होता की इंग्लिश खाडीच्या या बाजूला काही नाटकीय घटना होऊ पाहत आहेत.

राजकीय गैरव्यवस्थापन, पिकांची नासाडी आणि देशाच्या डोक्यावर असलेले खूप मोठे कर्ज (आधी सात वर्षीय युद्धामुळे आणि नंतर अमेरिकेच्या क्रांतियुद्धामुळे, ज्यात फ्रेंच सैन्य बंडखोरांशी लढले) यामुळे फ्रान्स आर्थिकदृष्ट्या गर्तेत लोटला गेला होता; जिथे अमीर उमराव मेजवान्या झोडत होते तर गरीब शेतकरी भिकेला लागले होते. १७८९ साली जेव्हा संसदेने १५व्या लुईस ने सुचवलेल्या करसुधारणेचा कायदा करण्याचे नाकारले तेव्हा राजाने प्राचीन अशा संस्थेला, Estates-General जी देशाच्या तीन संस्थांची प्रतिनिधी होती : चर्चमधील धर्माधिकारी, खानदानी लोक आणि सर्वसामान्य नागरिक यांना बोलावले. राजाने ठरवल्याप्रमाणे काही झाले नाही. सर्वसामान्य लोकांनी लगेचच स्वत:ची नवी राष्ट्रीय असेंब्ली स्थापन केली, ज्यात त्यांनी सत्तेचा समतोल सांभाळला होता, आणि इतरांना त्यात सामील व्हायला आमंत्रण दिले. फ्रेंच क्रांतीची सुरुवात झाली होती.

त्या वर्षीच्या उन्हाळ्यात असेंब्लीने, 'माणूस आणि नागरिक यांच्या हक्काबद्दलचा जाहीरनामा' स्वीकृत केला, जो मानवी हक्काच्या इतिहासातील एक महत्त्वपूर्ण दस्तावेज म्हणून आजही बघितला जातो. ज्ञानी तत्त्वज्ञांच्या प्रेरणेने आणि जेफर्सनच्या मदतीने त्याचा मसुदा तयार केला गेला, त्यात सर्वांसाठी कायद्याने समान हक्क प्रस्थापित केले गेले, तसेच माध्यमांना पूर्ण स्वातंत्र्य बहाल केले होते. असेंब्लीने राजाची सत्ता कमी करण्यासाठीसुद्धा जोरदार मतदान केले, आणि अशा तऱ्हेने अमीर उमरावांची सत्ता उधळून लावण्यासाठी सुद्धा. अमेरिकन क्रांतीच्या तुलनेत फ्रेंच क्रांतीला सुरुवातीपासूनच एक काळी किनार होती. जुन्या शासनाचे प्रतिनिधित्व करणाऱ्यांना दंगल करणाऱ्यांनी क्रूरपणे ठार मारले; १४ जुलैला बॅस्टिलच्या तुरुंगावरच्या जोरदार हल्ल्यानंतर हर्षोत्फुल अशा दंगलखोर जमावाने राज्यपालांना मारून त्याचे मस्तक भाल्याच्या टोकावर खोचले.

अमेरिकन क्रांतीमधील त्याच्या महत्त्वपूर्ण भूमिकेमुळे पेनला फ्रान्सचे सन्माननीय नागरिकत्व बहाल झाले होते, त्यामुळे तो अनेक वेळा पॅरिसला जाऊन तिथे घडणाऱ्या घटना स्वत:च्या डोळ्यांनी बघून येत असे. या स्वातंत्र्याच्या आणि लोकशाहीच्या नव्या उदाहरणांनी त्याला जोरदार प्रेरित केले होते. पण १७९० साली इंग्लंडहून तत्त्वज्ञ एडमंड बुर्क याने प्रसिद्ध केलेले एक पत्रक फार जोरदारपणे पुढे आले. त्यात त्याने असा दावा केला होता की ही क्रांती संसर्गाने झाली आहे

ज्यात उद्धट आणि हिंसक जमावाने फ्रान्सच्या पारंपरिक समाजावर आणि संस्कृतीवरच घाला घातला. त्यामुळे प्रक्षुब्ध होऊन पेनने लगेचच जहाल असे प्रत्युत्तर तयार करायला सुरुवात केली. त्याचे म्हणणे होते की बॅस्टिलच्या तुरुंगावर हल्ला करणारा हिंसक जमाव नव्हता तर ते वीर योद्धे होते. 'आत्तापर्यंत लोकांना सूचना देण्यासाठी, ज्ञान देण्यासाठी इतके कष्ट कोणीही घेतले नव्हते, आणि कोणीही त्यांना आत्तापर्यंत हे दाखवून दिले नव्हते की त्यांचे हित त्यांच्या सदाचारात आहे, त्यांच्या सूड घेण्यात नाही,' हे जेवढे फ्रेंचक्रांतीमध्ये दिसले तेवढे कुठे दिसले नव्हते. परंपरा आणि इतिहासाच्या नावाखाली बर्कने आपल्या दाव्याचे समर्थन केले तर पेनचा दावा होता की सजीव हे हक्क बजावतातच आणि माणूस जन्माला येतो तोच मुळी स्वातंत्र्य आणि समान हक्क घेऊन.

१७९१ साली प्रसिद्ध झालेल्या 'The Rights of Man' या पुस्तकाने परत एकदा पेनला सर्वांत वेगवान खपाच्या पुस्तकाचा लेखक बनवले. क्रांतीला नुकती कुठे सुरुवात होत होती. २१ जूनच्या सकाळी पेनला त्याच्या पॅरिसमधल्या घरमालकाने पहाटे पहाटेच उठवले आणि सांगितले की, 'पक्षी पिंजरा तोडून पळाले!' राजा आणि त्याचे कुटुंब राजवाडा सोडून पळून गेले. पेन तसाच धावत बाहेर पळाला, पण जाताना त्याची टोपी विसरला ज्यावर रिपब्लिकन पार्टीची तिरंगी रिबन होती, त्यामुळे चिडलेल्या जमावाने त्याला जवळ जवळ ठारच मारले होते.

त्यानंतर लवकरच तो लंडनला परतला पण आलेल्या अनुभवाने फ्रेंच राज्यक्रांतीबद्दलच्या त्याच्या उत्साहावर अजिबात पाणी फिरवले नव्हते. १७९२ सालाच्या सुरुवातीलाच त्याने त्याच्या The Rights of Man चा दुसरा भाग प्रकाशित केला, जो नि:संदिग्धपणे रिपब्लिकन होता. त्याला उमगले होते की ज्या समानता आणि स्वातंत्र्य या तत्त्वांसाठी अमेरिकेत त्याने लढा दिला ती तत्त्वे युरोपमध्येही व्यक्त करता येतील. फ्रान्ससारखा एवढा पारंपरिक देशसुद्धा एवढ्या नाट्यमय रीतीने बदलू शकतो तर अशा प्रकारची क्रांती कुठेही होऊ शकेल.

ते पुस्तक एवढे लोकप्रिय झाले, त्याला एवढे जबरदस्त यश मिळाले की ब्रिटिश सरकारने चिंताग्रस्त होऊन त्यांच्या सैनिकांची निष्ठा तपासून बघण्यासाठी प्रतिनिधी पाठवले. ब्रिटिश सरकारला चिंता वाटू लागली की त्यांचा देश यादवी युद्धाच्या काठावर उभा राहतो की काय. ते पुस्तक विकणाऱ्या पुस्तक विक्रेत्यांना अटक करण्यात आली, त्या पुस्तकावर चर्चा करणारे क्लब्ज बंद करण्यात आले. पेन आणि त्याच्या प्रकाशकावर देशद्रोहाचा, राजद्रोहाचा आरोप ठेवला गेला. हा असा गुन्हा होता की त्याला शिक्षा म्हणजे फक्त मृत्यूदंडच. १५ सप्टेंबरला घोषणा देणाऱ्या जमावाने घेरलेल्या त्याने इंग्लंडमधून पळ काढला, फ्रान्समध्ये, 'थॉमस पेन'चा विजय असो अशा जयघोषात त्याचे जंगी स्वागत झाले आणि नव्याने तयार

झालेल्या, निवडून आलेल्या शासकांमध्ये राष्ट्रीय अधिवेशनात एक जागाही बहाल करण्यात आली.

त्यावेळचे वातावरण फार तणावाचे होते, सतत देशद्रोही, गद्दार आणि आक्रमणे यावरच चर्चा होत होती आणि त्यात राज्यानेच प्रायोजित केलेले हत्यासत्र. त्या अधिवेशनामध्ये सुरुवातीपासूनच अतिशय कटू अशी फूट पडली होती. एका बाजूला जॅकोबिन्स हा डाव्या पक्षाचा (ज्यांचा पुढारी मॅक्सिमिलिएन रोबेस्पिअरे जो एक वकील होता) तर दुसऱ्या बाजूला पेनचा सगळ्यात जवळचा सहयोगी गिरोन्दिस जो उजव्या पक्षाचा पुढारी. राजाच्या भविष्याबद्दलच्या गरमागरम चर्चेत पेन, क्षमा करावी याबद्दल युक्तिवाद करत होता आणि त्यामुळे सत्ताधारी रोबेस्पिएरे अधिकच चिडत होता. २१ जानेवारी १७९३ रोजी अख्ख्या पुराणमतवादी युरोपला हादरवून टाकणारी घटना घडली, लुईसला गिलोटिनच्या खाली मृत्युदंड दिला गेला.

जूनमध्ये जॅकोबिन्सने संसदीय हल्ला करून सत्ता काबीज केली आणि त्यांच्या विरोधक गिरोन्दिंनला अटक केली. पेनला अधिवेशन भवनात प्रवेश नाकारला गेला, तिथल्या पायरीवर जेव्हा पेनला जॅकोबिन्समधला सहकारी भेटला तेव्हा त्यांनी टिप्पणी केली की, 'तो जो कोणी लेखक होता, ज्याने फ्रेंच प्रजासत्ताकाची तुलना शनीशी केली, त्याने आपली स्वत:चीच पिल्ले खाल्ली, तो एकदम बरोबर होता.' त्यावर तो फ्रेंच माणूस उत्तरला की, 'गुलाबपाणी शिंपडून क्रांती घडत नसते.'

आणि अशा तऱ्हेने दहशतीचे साम्राज्य सुरू झाले. जॅकोबिन्सनी शेतकऱ्यांना अटक करून त्यांची पिके जप्त केली, राजकीय हत्यासत्र वाढवले, ज्यात गिरोन्दिंनचा समावेश होता. ऑक्टोबर महिन्यात पेनला सार्वजनिकरीत्या देशद्रोही म्हणून जाहीर केले गेले, तो इंग्लंडलाही परतू शकत नव्हता, कारण तिथे त्याच्यावर मृत्युदंडाची टांगती तलवार लटकत होती, किंवा तो अमेरिकेतही जाऊ शकत नव्हता, कारण ब्रिटिश जहाजे त्याला धरायला इंग्लिश खाडीमध्ये सज्ज उभीच होती. म्हणून त्याने शक्य तितक्या घाईने लिहायला सुरुवात केली. नंतर त्याने लिहिले की, 'माझे आयुष्य धोक्यात असल्याचे मी बघत होतो, माझे एक एक मित्र गीलोटिनच्या पात्याखाली मारले जात होते, आणि माझेही भविष्य तेच असणार होते हे मला रोज दिसत होते, म्हणून मी माझे काम सुरू करण्याचा निश्चय केला.'

ख्रिसमसनंतर लगेचच तो भयभीत करणारा क्षण येऊन ठेपला : त्याच्या हॉटेलच्या खोलीच्या दारावर थापा मारून त्याला तिथले सुरक्षारक्षक उठवत होते. तुरुंगाच्या वाटेवर असताना त्याने त्याच्या प्रकाशकाला त्याचे नुकतेच केलेले मौल्यवान असे लेखनाचे बाड पोहोचवण्याची व्यवस्था चुपचाप केली, जे लिखाण १७९४ मध्ये लंडनमध्ये प्रकाशित झाले. जेव्हा पेन तुरुंगातील त्याच्या घाणेरड्या, उंदरांनी भरलेल्या बराकीत पडला होता तेव्हा तिकडे त्याचे पुस्तक प्रकाशित होऊन

जोरदार लोकप्रिय झाले होते, त्याच्या आधीच्या लोकप्रिय पुस्तकापेक्षा जास्त खप या पुस्तकाचा झाला. जेव्हा राजेशाही अस्ताला जाऊ पाहत होती तेव्हा इकडे पेनने नवीन अवकाश विज्ञानाचा उपयोग त्याने जी जुलूमशाही बघितली होती त्यावर हल्ला चढवण्यासाठी केला. त्यानंतर ना त्याची प्रतिष्ठा परत मिळाली ना पेनची.

लंडनमध्ये राहत असल्यापासून पेन यावर विचार करत होता की धार्मिक श्रद्धांबाबत शास्त्रज्ञांच्या या विश्वाबाबतच्या ज्ञानाचा अर्थ काय असेल. 'जेव्हा मी पृथ्वीच्या गोलाचा सखोल अभ्यास करून त्यात प्रावीण्य मिळवले, ग्रहगतिदर्शक यंत्राचाही अभ्यास केला, आणि 'नैसर्गिक तत्त्वज्ञान' असे ज्याला म्हणतात त्याबद्दलचे सामान्यज्ञानही मी मिळवले. ख्रिश्चन धर्माच्या समजुतींशी जोडलेल्या गोष्टींबद्दल मी अभ्यास करायला लागलो तेव्हा मला हे पटले की राजकारणाबद्दल पुनर्लेखन करणे पुरेसे नाही. सर्व राष्ट्रीय चर्च - मग ती ज्युईश असोत की ख्रिश्चन असो की तुर्की – हे सगळे माणसांनीच बनवले आहे'. त्याने असा निष्कर्ष काढला की हे सगळे माणसाना घाबरवून सोडायचे, त्यांना गुलाम बनवायचे आणि सत्ता व नफा या दोन्हीत एकाधिकार शाही राबवायची यासाठी होते. त्यामुळे तिथे एक धार्मिक क्रांती होणेही जरुरी होते.

पेनने त्याच्या कॉमन सेन्स या पुस्तकात सुचवल्याप्रमाणे आणि त्याच्या आधी लोक्के व मोन्तेस्कु FS ने सुचवल्याप्रमाणे अमेरिकेच्या संस्थापक मंडळींपैकी मुख्य लोकांनी एक खूप मोठा निर्णय घेऊन शासन यंत्रणा धर्माच्या प्रभावापासून वेगळे ठेवायचा निर्णय घेतला. त्यातील मुख्य उद्देश हाच होता की कुठल्याच एका धर्माला त्यात झुकते माप मिळायला नको आणि प्रत्येकाला त्याचा त्याचा धर्म पाळण्याची मुभा मिळावी. पेन हे पॅरिसमध्ये बसून लिहीत असताना तिथे, तिथल्या क्रांतिकारकांनी धर्माला शासनापासून नुसते वेगळेच ठेवले असे नाही, तर त्याचे संपूर्ण उच्चाटनच केले.

त्या नव्या शासनाने आधीच कॅथलिक चर्चच्या मालकीच्या जमिनी ताब्यात घेतल्या होत्या, धर्मसत्ता मोडीत काढली आणि कित्येक धर्मगुरूंना एकतर मारून तरी टाकले नाही तर हद्दपार तरी केले. १७९३ सालच्या शरद ऋतूपर्यंत रोबेस्पीएरे आणि त्याच्या जॅकोबिन्स सहकाऱ्यांनी देशातील सर्व धार्मिक गोष्टी, वास्तू, चिन्हे आणि समजुती पद्धतशीरपणे नष्ट केल्या आणि त्यांच्या जागी सर्वधर्मसमभाव आणला. कॅथॅड्रल्स आणि ख्रिश्चन दफनभूमी यांची तोडफोड केली. चर्चवर लावलेल्या घंटा वितळवून त्यांच्या बंदुका बनवल्या गेल्या. एक नवीन कॅलेंडर वापरायला सुरुवात केली गेली ज्यात दहा दिवसांचा आठवडा आणि तीन आठवड्यांचा महिना होता आणि सुरुवात ख्रिस्त जन्मापासून नव्हे तर प्रजासत्ताकाच्या स्थापनेच्या दिवसापासून धरली गेली. नोत्र दामच्या कॅथेड्रलचे नामकरण टेम्पल ऑफ रीझन असे केले गेले.

याच धार्मिक बदलाची वाट पेन बघत होता. पण त्याला अशीही भीती वाटत होती की व्यवस्थित बसलेली धार्मिक घडी मोडून मागे राहिलेल्या समाजाला सावरायला दुसरी कुठली शिस्तबद्ध रचना नसली तर काय होईल? म्हणून त्याच्या शेवटच्या मोठ्या लिखाणामध्ये, 'द एज ऑफ रीझन'मध्ये त्याने चर्चपासून मुक्त झालेल्या धर्माची कल्पना केली होती; जेणेकरून समाजाला एक जास्त चांगली लोकशाही मिळेल, एक अशी आध्यात्मिक चौकट मिळेल ज्यामुळे लोक अनैतिकता आणि नास्तिकपणा यापासून दूर राहतील. 'फ्रान्समध्ये घडलेल्या घटनेने अशा प्रकारच्या कामाची किती गरज आहे हे दाखवून दिले, अन्यथा अंधश्रद्धेच्या महापुरात शासनाच्या चुकीच्या प्रणाली, चुकीचे धर्मशास्त्र, यामध्ये आपण नैतिकता, माणुसकी हरवून बसतो आणि जे खरे धर्मशास्त्र आहे तेही घालवून बसतो' असे पेनने म्हटले आहे.

हे करण्यासाठी, खूप वर्षांपूर्वी लंडनमध्ये असताना जी व्याख्याने त्याने ऐकलेली होती त्यातूनच त्याने काही कल्पना उचलल्या. न्यूटनच्या वैज्ञानिक कल्पना लोकप्रिय करण्यासाठी त्यावेळचे शिक्षक विश्वाबद्दलच्या नव्या कल्पनांचा वापर करून ख्रिश्चन देवावर विश्वास ठेवावा म्हणून प्रयत्न करत असत, त्या परंपरेचे नाव आहे फिजिको-थिऑलॉजी (भौतिकशास्त्रातील धर्मशास्त्र).[३] उदाहरणार्थ ग्रहगतिदर्शक यंत्र बनवणारा जेम्स फर्ग्युसन म्हणतो की, 'खगोलशास्त्र आपल्याला हे पटवून देते की ते सर्वोच्च अस्तित्त्व, बुद्धिमत्ता, शक्ती आणि चांगुलपणा अस्तित्त्वात आहेत. ज्याला धर्माबद्दल अभिमान नाही असा खगोलतज्ज्ञ वेडा समजला पाहिजे.' बेंजामिन मार्टिन नावाचा गणिती असा दावा करतो की स्वर्ग नावाच्या कल्पनेचा वैज्ञानिक अभ्यास केल्यास असे चित्र उभे राहते की, अतिशय ज्ञानी, परिपूर्ण आणि शक्तिशाली अशा अस्तित्त्वाबद्दलची ही कल्पना आहे.

पेनने आता खगोलतज्ज्ञांच्या युक्तिवादाचा अंगीकार केला, परंतु त्याला थोडी मुरड घालून अंगीकार केला. जसे त्याच्या शिक्षकांनी त्याला फिरवून आणले होते तसे वाचकांना त्याने सूर्यमालेच्या सफरीवर नेऊन आणले – विश्वाच्या भव्यतेवर,

---

३. ही परंपरा एका व्याख्यानमालेमुळे सुरू झाली, जी व्याख्यानमाला भौतिक शास्त्रज्ञ रॉबर्ट बॉईल याने ख्रिश्चॅनिटी आणि नवीन विज्ञान यांच्यातील नाते ओळखण्यासाठी केली होती. १६९२ मध्ये झालेली पहिली व्याख्यानमाला धर्मशास्त्राचे जाणकार रिचर्ड बेंटले यांनी दिली होती, त्याला, 'जगाच्या मुळारंभापासून ते चौकटीपर्यंत निरीश्वरवादाचा खोटेपणा उघड करणारी' असे म्हणतात. न्यूटनने स्वत: पत्र लिहून बेंटले यांचे अभिनंदन केले. त्याने लिहिले होते की, 'जेव्हा मी 'प्रिन्सिपिया' लिहिले तेव्हा माझ्या मनात आले होते की जी तत्त्वे मी यात मांडतो आहे ती देवावरचा विश्वास वाढायला मदत करतील की नाही? 'पण तो हेतू साध्य झाला हे समजल्यावर त्यासारखी आनंददायक अशी दुसरी गोष्ट नव्हती.'

विशालतेवर विशेष जोर देऊन –'आपल्या जगाएवढ्या किंबहुना त्याहीपेक्षा मोठ्या अशा अब्जावधी जगांसाठी इथे भरपूर जागा आहे, आणि त्यातले प्रत्येक जग हे एकमेकांपासून अब्जावधी मैल दूर आहे' – आणि त्या दयाळू, परोपकारी अशा निर्मात्याने असे असंख्य ग्रह निर्माण केले ते अशासाठी की मानव त्यांचे निरीक्षण करेल आणि त्यावरून त्याला निसर्गाचे नियम शिकता येतील, असा युक्तिवाद त्याने केला. तो म्हणाला की आपल्याला जो त्या सर्वशक्तिमान अशा देवाच्या अस्तित्त्वाचा पुरावा हवा आहे तो हा इथेच आहे.

पण त्यांनतर त्याने पूर्णपणे घूमजाव केले आहे, त्याचा असा दावा आहे की वर जे त्याने या विश्वाचे रूप आपल्यासमोर चितारले आहे, त्यावरून ख्रिश्चन समजुती निखालस खोट्या ठरतात. तो विचारतो की, 'जर देवाने इतके असंख्य ग्रह आणि तारे निर्माण केले आहेत, तर फक्त आपल्याच एका ग्रहावर असा सर्वशक्तिमान रक्षणकर्ता का जन्माला आलाय? या गोष्टीवर आपण कसा विश्वास ठेवायचा की इतर अब्जावधी विश्वाचे रक्षण करणे ज्याचे काम आहे, त्याच्यावर ते अवलंबून आहेत, त्या सर्वांचा त्याग करून तो आपल्याच ग्रहावर कशाला येईल मरायला? एक पुरुष आणि एका बाईने एक सफरचंद खाल्ले म्हणून? या वेगवेगळ्या असंख्य सूर्यमालांचे अस्तित्त्व ख्रिश्चन समजुतींना बळकटी देण्यापेक्षा त्या कशा हास्यास्पद आहेत हेच दाखवतात आणि तो विचारही हवेत उडणाऱ्या पिसांसारखा उडून जातो.

याच प्रकारचा युक्तिवाद पेनने दिव्य साक्षात्काराच्या विरोधात बोलताना केला. त्याने असे सुचवले की जो प्रेमळ, दयाळू असा देव आहे, जो सर्वांवर सारखेच प्रेम करतो, तो काही विशिष्ट वेळेपुरता, विशिष्ट ठिकाणी काही मर्यादित लोकांसाठीच स्वतःला प्रकट करणार नाही, आणि त्याच्या संदेशातील ज्ञान काही थोड्याच लोकांपुरते म्हणजे ज्यांना एकादी विशिष्ट भाषा माहिती आहे, जी प्राचीन वाङ्मयातच आढळते अशांसाठी मर्यादित ठेवणार नाही. त्याऐवजी तो अशा भाषेत, अशा पद्धतीने बोलेल की ती सर्वांना समजेल, सर्वांना अनुभवता येईल, प्रत्यक्षात विश्वाच्याच भाषेत बोलेल.' त्यालाच आता नॅचरल फिलॉसफी, सर्व विज्ञान शाखा समावेशक असे शास्त्र म्हणतात, ज्यात खगोलशास्त्राला सर्वात महत्त्वाची जागा आहे... हे खरे धर्मशास्त्र. देवाचा शब्द बायबलमध्ये नाही तर न्यूटनच्या भौतिकशास्त्राच्या नियमात सापडेल.

पेनच्या आधीच्या लिखाणाप्रमाणेच द एज ऑफ रीझन या पुस्तकातली कल्पनाही मूळची त्याची स्वतःची अशी नव्हती. तो १८ व्या शतकातील देववादाची परंपरा पाळत होता, यासाठी त्याला व्होल्तेअर, स्पिनोझा आणि डेव्हिड ह्यूम[४]सारख्या

४. काही इतिहासकारांचा असा दावा आहे की पेनवर त्याच्या साध्या बोलणाऱ्या, संशयी परंपरा असणाऱ्या क्वेकर संप्रदायात लहानपण गेल्याचासुद्धा प्रभाव असू शकतो.

ज्ञानी विचारवंतांकडून प्रेरणा मिळाली होती. मानवी स्वरूपातील देवावर, जो सतत तुमच्या वैयक्तिक व्यवहारात लुडबुड करत असतो त्याच्यावर विश्वास ठेवण्यापेक्षा, देववादी लोक देव म्हणजे एखादा दिव्य घड्याळ बनवणारा आहे असे मानतात, जो त्याची यंत्रणा बंद करतो आणि एका बाजूला उभा राहून त्या यंत्राला नैसर्गिक नियमाप्रमाणे चालायला लावतो. अशा प्रकारच्या समजुती फारशा वादग्रस्त नव्हत्या. फ्रँकलिन, जेफर्सन, मॅडीसन, वॉशिंग्टन यांसारखी मोठी संस्थापक मंडळी देववादी होती असे म्हणतात. पण ते सगळे सुज्ञ आणि आपल्या विचारांच्या दृष्टीने धोरणी होते, त्यांना चर्चबद्दलही आदर होता; अनेकांना अजूनही वाटत होते की समाजाला ताब्यात ठेवायचे असेल, नियंत्रणात ठेवायचे असेल तर संघटित असा धर्म असायला हवा. त्याच्या उलट पेनने एक अवमानकारक असा जाहीर हल्ला चढवला.

जेव्हा १७९४ मध्ये हे पुस्तक प्रकाशित झाले तेव्हा त्याचा निकाल जबरदस्त स्फोटक होता, धर्माच्या इतिहासातील सगळ्यात वादग्रस्त असे हे पुस्तक होते. फ्रान्समध्ये त्यावर थोडी प्रतिक्रिया उमटली तरी ब्रिटनमध्ये मात्र द एज ऑफ रीझन हे पुस्तक लोकप्रिय झाले, तरी सरकारने त्या पुस्तकावर निर्बंध आणण्याचे पुष्कळ प्रयत्न केले. अमेरिकेत तर हे पुस्तक फारच लोकप्रिय ठरले, १७९६ पर्यंत या पुस्तकाच्या १७ आवृत्त्या निघाल्या होत्या. याच्यामुळे देववादाच्या समजुतीचा उद्रेक झाला आणि ख्रिश्चन समजुतीला न भूतो न भविष्यति अशी चपराक बसली होती. त्यात अजून जवळ जवळ ३० पत्रकांचा समावेश करता येईल ज्यात प्रत्युत्तरादाखल मजकूर होता, ज्यातले एकतर हार्वर्डमधल्या प्रत्येक विद्यार्थ्याला देण्यात आले होते, आणि त्यामुळे एक धार्मिक पुनरुज्जीवन घडले त्याला प्रबोधन असे म्हणतात.

यातल्या बऱ्याच घटना बघायला पेन जिवंत राहिला नव्हता. जूनपर्यंत फ्रान्समधील दहशतवादी शासनाने अत्युच्च पातळी गाठली होती, हजारो लोक तुरुंगात टाकले जात होते आणि रोज कित्येकांना उचलून मृत्यूदंड दिला जात होता. 'रोबेस्पिएर आणि त्याचे सहकारी क्रोध, संताप आणि संशयाच्या इतके आहारी गेले होते की जणू जिवंत असलेल्या कुठल्याही माणसापासून धोका आहे अशी भीती त्यांना वाटत होती,' असे पेनला आठवते. 'जवळ जवळ एकही रात्र अशी जात नव्हती की त्या वेळी तुरुंगातून दहा, वीस किंवा त्याहून जास्त अशी कितीही माणसे तुरुंगातून बाहेर काढली जायची, त्यानंतर सकाळी त्यांना ढोंगी, बनावट अशा न्यायासनासमोर नेले जायचे आणि रात्र व्हायच्या आधीच त्यांना गिलोटिन खाली मारले जायचे.' त्यानंतर पेन परत एकदा टायफाईडने गंभीर आजारी पडला.

तो म्हणतो की, 'त्या वेळी मला मी जगण्यावाचण्याची शक्यता फारच कमी वाटत होती, आणि माझ्याबाबत इतरांनाही कमीच शक्यता वाटत होती.' पण त्या तापातून तो वाचला असावा, कारण २४ जुलैला त्याला मृत्युदंड ठोठावला गेला.

त्याच्या बाबतीत अशी कथा सांगितली जाते की तो विषमज्वराने आजारी असताना त्याचा ताप इतका वाढला की त्याच्या बरोबरच्या त्याच्या तुरुंगातल्या बराकीतल्या तीन बेल्जियन सहकाऱ्यांना त्यांच्या कोठडीचे दार उघडे ठेवायची परवानगी मिळाली जेणेकरून गार हवा आता येऊन त्याचा ताप कमी व्हावा. त्यानंतर त्यांच्या कोठडीवर चार नंबर लिहिला गेला याचा अर्थ दुसऱ्या दिवशी त्यांना मारले जाणार- तो नंबर नेमका त्या कोठडीच्या उघड्या दाराच्या आतल्या भागावर लिहिला गेला. त्या संध्याकाळी त्या बेल्जियन लोकांना दार बंद करायला सांगितले गेले, त्यामुळे तो लिहिलेला नंबर झाकला गेला, कारण तो आतल्या बाजूला लिहिला होता, त्यामुळे त्या दिवशी चार जीव वाचले.

थोड्या दिवसांतच ते दहशतीचे राज्य संपुष्टात आले आणि रोबेस्पिएरे स्वतःच मारला गेला. पेन त्या दुखण्यातूनही वाचला (जरी त्याची तब्येत त्यानंतर अगदी पूर्ववत कधीच झाली नाही) आणि नोव्हेंबर महिन्यात शेवटी तो तुरुंगातून मुक्त झाला. त्यानंतर फ्रान्समध्ये तो पाच वर्षे राहिला आणि भविष्यातील सम्राटाला नेपोलियन बोनापार्टलाही भेटला, ज्याने सांगितले की तो पेनचे राईट्स ऑफ मॅन हे पुस्तक उशीखाली ठेवून झोपतो.[५] त्यानंतर पेनने द एज ऑफ रीझन या पुस्तकाचे अजून दोन भाग लिहिले. ज्यात त्याने बायबलमधील मूर्खपणा, विसंगती, अनैतिकता याबद्दल लिहिले. आणि १८०२ मध्ये त्याने परत एकदा अटलांटिक महासागर ओलांडून अमेरिकेत पाऊल ठेवले ते नव्याने स्थापन झालेल्या राजधानीत वॉशिंग्टन डी सी मध्ये राहायला आला.

मात्र, त्याला अपेक्षित होते तसे त्याचे भव्य स्वागत काही झाले नाही. अर्थात काही थोडे निष्ठावंत समर्थक होते त्याचेही, मात्र पुराणमतवादी लोकांना त्याचे जहालमतवादी राजकारण अजिबात आवडत नव्हते, तर काहींना त्याने जॉर्ज वॉशिंग्टनवर केलेल्या तीव्र हल्ल्यामुळे धक्का बसला होता. पेनला असे वाटत होते की जॉर्ज वॉशिंग्टनने त्याला लक्षेमबर्गच्या तुरुंगात मरायला सोडून दिले होते. पण मुख्यत्वे करून लोक पेनचा द्वेष त्याच्या द एज ऑफ रीझन या पुस्तकामुळेच करत होते आणि त्यामुळे जो लोकांच्या नजरेत क्रांतीचा नायक होता तो एकदम दारुड्या नास्तिक, घृणास्पद सरपटणारा प्राणी किंवा अगदी अर्धमानव अर्धपशू झाला. जुने मित्र त्याच्याशी बोलेनासे झाले. एकदा तर त्याला एका घोडागाडीत बसण्यापासून रोखण्यात आले आणि त्याला दगड मारून हाकलण्यात आले. एका स्थानिक अधिकाऱ्याने त्याला मतदान करू दिले नाही. शेवटी १८०९ मध्ये न्यू यॉर्कमध्ये

---

५. नेपोलियन बोनापार्टचे शासन जेव्हा हुकूमशाहीकडे झुकायला लागले तेव्हा पेन त्याच्यावर टीका करायला लागला आणि तेव्हा ती जोडी नंतर फुटली.

त्याचा मृत्यू झाला तेव्हा फक्त ६ माणसे त्याच्या अंत्यदर्शनाला आली होती.

काही शतकांपूर्वी आपल्याला माहीत आहे की ख्रिश्चन धर्म धरून सर्व मुख्य संघटित अशा धर्मांनी देवाला विश्वाच्या कल्पनेपासून वेगळे काढले आणि स्वर्गाशी जोडलेल्या प्राचीन देवांची जागा अमूर्त अशा निर्मात्याला दिली. परंतु लोकांच्या मनात अजूनही हे विश्व म्हणजे दैवी शक्तीने भरलेले आणि भारलेले आहे- ज्याला प्लेटो न्यूमा किंवा आत्मा म्हणतो. त्यामध्ये त्या विद्वानांचा समावेश आहे ज्यांनी या विश्वाला एक तर्कसंगत यंत्र आहे असे म्हटले. १४व्या शतकात जेव्हा दांतेने या विश्वाचे वर्णन करताना त्याला एका घड्याळाची उपमा दिली तेव्हा त्या घड्याळाच्या दातेरी चाकांना चालवणारी शक्ती म्हणजे देवाचे प्रेम होते. त्यानंतर ३०० वर्षांनी जेव्हा केप्लर ग्रहांच्या लंबवर्तुळाकार कक्षांची गणिते करत होता तेव्हा पृथ्वी, सूर्य आणि इतर ग्रहांच्या शिस्तशीर हालचाली त्यांच्या आत्म्यांच्या मार्गदर्शनाखाली होत होत्या, ज्या अवकाशात उत्सर्जित होत होत्या. डेसकार्टेस मानवी शरीराला या विश्वासारखीच एखाद्या यंत्राची उपमा देतो, पण त्याच बरोबर हेही सांगतो की या शरीराच्या यंत्राला माणूस बनवतो तो त्यातला आत्मा (निर्हेतुक अशा यंत्रमानवाच्या विरुद्ध).

बऱ्याचशा ज्ञानी विचारवंतांच्या मतेसुद्धा या विश्वातील भौतिक घटनांचे भाकीत कदाचित गणिताने करता येईल, पण त्याचा अर्थ समजतो आणि शक्ती येते ती देवाकडूनच. न्यूटन स्वत: धर्माभिमानी असा ख्रिश्चन होता, आणि असा दावा करत असे की निसर्गातील नियमितपणा आणि सौंदर्य एखाद्या बुद्धिमान आणि शक्तीशाली अशा अस्तित्त्वामुळेच शक्य आहे, त्या सार्वभौमाच्या सल्ल्याशिवाय पुढे जाणे शक्य नाही. पेनसारखे इतर लोक मात्र अशी आशा करत होते की तर्कसंगत असे न्यूटोनिअन विश्व आणि देववादाचा धार्मिक चमत्कार यांचे चांगले मिश्रण मानवता करेल.

पण तसे काही घडले नाही. अर्थात संघटित धर्माच्या दाव्यांना आणि युक्तिवादाला दुरुस्त करण्याच्या कामी पेनचा युक्तिवाद निश्चितच कामी आला. सुप्रसिद्ध तत्त्वज्ञ बर्ट्रांड रसेल १९३४ साली असे म्हटले की, 'पेनसारख्या माणसांनी छळाला तोंड देत अत्याग्रही विचारांना थोडे सौम्य बनवले म्हणून आपल्याला त्याचा आता फायदा होतोय.' परंतु ख्रिश्चॅनिटीची जागा देववाद घेऊ शकला नाही. द एज ऑफ रीझन हे पुस्तक आता धार्मिक वाङ्मय म्हणून नव्हे तर नास्तिकपणाकडे नेणारी एक अत्यावश्यक पायरी म्हणून बघितले जाते. जेव्हा पाश्चिमात्य तत्त्वज्ञांनी आणि शास्त्रज्ञांनी हे विश्व म्हणजे स्वत:च स्वत:ला नियमाने बांधणारे असे यंत्र आहे, ज्याचे स्पष्टीकरण गणिताच्या तत्त्वांनी देता येते असे म्हणायला नव्याने सुरुवात केली, तेव्हा त्यांनी अजाणतेपणाने दैवी प्रभावाची गरज नाही असे दाखवून दिले. विश्वाचा आत्माच जणू वाहून जायला लागला (निघून गेला).

जर्मन समाजशास्त्रज्ञ मॅक्स वेबर या प्रक्रियेला disenchantment म्हणजे एक प्रकारे भ्रमनिरास असे म्हणतो; तर फ्रिडरिच नित्शे याने या प्रक्रियेचे वर्णन देवाचा मृत्यू असे केले आहे. प्रबोधनाच्या काळानंतर राज्याचे शासक दैवी इच्छेवर नव्हे तर लोकांच्या संमतीवर आणि तर्कसंगततेवर त्यांची शक्ती मिळवायला लागले. लोकशाही आणि मानवाधिकार याबद्दलच्या नवीन नवीन कल्पना स्फुरण्यासाठी हे नवीन विश्वरचना शास्त्र कशी मदत करते ते पेनची कथा स्पष्ट करते. पण ते तेवढ्यावरच थांबले नाही. ज्याच्याबद्दल अंदाज बांधता येईल आणि गणिताद्वारे समजून घेता येईल अशा भौतिक प्रणालीची प्रतिकृती मानवाच्या आयुष्याच्या इतरही क्षेत्राला मोठ्या उत्साहाने लागू करून बघितली, अगदी पैशापासून मनापर्यंत.

डेव्हिड ह्यूमसारख्या तत्त्वज्ञाने (कधी कधी त्याला मॉरल सायन्सचा म्हणजे नैतिक विज्ञानाचा न्यूटन असेही म्हणतात) हे दाखवून दिले की जगण्यासाठीच्या नैतिक चौकटी कुठल्याही धार्मिक शिकवणीशिवाय मिळू शकतात. आधुनिक खुल्या अर्थव्यवस्थेचा जनक असलेला ॲडम स्मिथ, न्यूटनच्या गुरुत्वाकर्षणाच्या सिद्धान्ताला, मानवाने लावलेला आतापर्यंतचा सर्वांत मोठा शोध आहे असे म्हणतो आणि त्यानेही स्वत:चा ग्रंथ १७७६ मध्ये लिहिला, 'वेल्थ ऑफ नेशन्स' – त्यात त्याने मागणी आणि पुरवठा या दोन अदृश्य शक्ती बाजारावर कसे राज्य करतात – ते लिहिले आहे, त्याला तो नवीन 'प्रिन्सिपिया' म्हणतो.[६] १८ व्या शतकापासून मानसशास्त्राच्या नव्या क्षेत्राच्या समर्थकांनी यालाही न्यूटनच्या भौतिकशास्त्राचे प्रतिरूप मानायला सुरुवात केली आणि त्यांनी मानसिक घटनांचा अभ्यास गणिताच्या साहाय्याने करायला सुरुवात केली, त्यातूनच मानसशास्त्रासंबंधीचे शेकडो नियम प्रकाशात आले.[७]

देवाचा मृत्यू झालेला नव्हताच. पण या विश्वातील शक्तीचा कल बदलला होता, आता पृथ्वीवर आणि आकाशावरही भौतिकशास्त्र सर्वोच्च शासक झाले होते.

---

६. स्मिथचा असा दावा होता की सरकारने बाजाराच्या मामल्यात ढवळाढवळ करू नये, म्हणजे मग मालाच्या आणि ते पुरवणाऱ्या सेवेच्या किमती नैसर्गिक राहतील... ज्याच्या भोवती सर्वच वस्तूंच्या किमती फिरत असतात.

७. या मानसशास्त्रा संबंधीच्या नियमात वेबरचा नियम मोडतो. १८३४ साली प्रकाशित झालेल्या या नियमामध्ये, 'एखाद्या उत्तेजनेमध्ये होणाऱ्या बदलाच्या आकलनाचे मोजमाप करणे, आणि थॉर्नडाईकचा १९०५ मध्ये प्रकाशित झालेला नियम, त्यात असे म्हटले आहे की, एखाद्या विशिष्ट परिस्थितीमध्ये समाधानाची भावना निर्माण करणाऱ्या प्रतिक्रिया पुन्हा पुन्हा येण्याची शक्यता असते. (आधुनिक मानसशास्त्रज्ञ या नियमांच्या बाबतीत जास्त सावध आहेत, ते 'परिणाम' किंवा 'तत्त्व' यासारख्या अतिरेकी संकल्पनांना प्राधान्य देत नाहीत).

८

प्रकाश

इंग्लंड मधील बाथ या गावी विल्यम हर्शेल हा संगीतकार आपल्या घरासमोरच्या बागेत असलेल्या सात फूट लांबीच्या त्यानेच बनवलेल्या दुर्बिणीतून आकाश निरीक्षण करत होता. मध्यरात्रीच्या थोडेसेच आधी त्याला मिथुन राशीत एक वेगळाच तारा किंवा एक प्रकाशबिंदू दिसला. पहिल्यांदा त्याला वाटले की तो एखादा धूमकेतू असावा, पण त्याला शेपूट नव्हते. हळूहळू निरीक्षण करता करता त्याला खात्री पटली की तो एक नवा ग्रह आहे. त्या ग्रहाला त्याने Georgium Sidus – जॉर्जचा तारा – किंग जॉर्ज-३ च्या नावावर त्याने हे नाव ठेवले, पण पुढे खगोलशास्त्रज्ञांनी स्वर्गाचा प्राचीन ग्रीकदेव युरेनसवरून त्या ग्रहाचे नाव युरेनस पक्के केले.

हा एक फार मोठा शोध होता. खूप पुरातन काळानंतर युरेनस हा शोधला गेलेला पहिलाच ग्रह आहे ज्याची कक्षा गुरू, शनीच्या पलीकडे आहे, आणि त्या शोधामुळे सूर्यमालेची व्याप्ती क्षणात दुप्पट झाली. परंतु हा शोध म्हणजे १८व्या शतकाच्या शेवटाला आणि १९ व्या शतकाच्या सुरुवातीला जी शोधाची लाट आली होती त्यातला हा एक बिंदू होता. क्रांती घडल्यामुळे राजकीय नकाशात बऱ्याच घडामोडी झाल्या आणि त्यामुळे दुर्बिणी बनवण्यात क्रांती घडली, उत्तरोत्तर शक्तिशाली दुर्बिणी बनवल्या जाऊ लागल्या आणि खगोलशास्त्रज्ञांच्या अवकाशाच्या ज्ञानात खूपच भर पडायला लागली होती. त्या दुर्बिणीमुळे खगोलशास्त्रज्ञांना खूप खोलवर, दूरवर बघता येत होते आणि ते जास्त चांगल्या गुणवत्तेचे दृश्य बघू शकत होते. आकाशातील माहिती असलेल्या खगोलीय गोलांचे जास्तीत जास्त अचूक निरीक्षण करणे आणि संपूर्ण आकाशाचे सर्वेक्षण करून अज्ञात गोष्टींचा शोध घेणे या गोष्टी हर्शेल आणि त्याची बहीण कॅरोलिन आळीपाळीने करत होते आणि त्यात ते अग्रभागी होते- कदाचित नौकानयनात मार्गदर्शनाच्या कामावर असावेत.

जसजसे युरोपियन खगोलशास्त्रज्ञ वेगवेगळ्या असंख्य धूमकेतूंचा शोध लावत होते, तसेच अजून अनेक छोट्या छोट्या लघुग्रहांचा, ज्यांना आता उल्कापाषाण म्हणतात त्यांचा शोध लावत होते, तसतशी आपली सूर्यमाला गजबजून जायला

लागली होती. उल्काच्या शोधाची सुरुवात १८०१ साली सापडलेल्या सेरेसपासून झाली. त्याच्या पाठोपाठ पालास, जुनो, व्हेस्टा यांचा शोध लागला आणि त्यांच्यानंतर अनेक लघुग्रह सापडले. हर्शेलने मोठ्या मुश्किलीने शनीचे दोन चंद्र, मिमास आणि एन्सेलाड्स तसेच युरेनसचे टायटानिया आणि ओबेरॉन यांचा शोध लावला, तसेच मंगळाच्या कधी दिसणाऱ्या तर कधी नाहीशा होणाऱ्या बर्फाच्या ध्रुवीय टोप्यांचाही शोध लावला. अवकाशाच्या रुंदावत जाणाऱ्या कक्षांचा परिणाम खोलवर होणारा होता. आधी तारे म्हणजे पृथ्वीच्या भोवती जवळपासच असणाऱ्या एखाद्या घुमटावरचे न हलणारे बिंदू वाटत होते. पण जसजशी खगोलशास्त्रज्ञानची दृष्टी विस्तारत गेली, अजून दूरदूरचे प्रकाशबिंदू दिसायला लागले तसे त्यांना जणू भोवंडणाऱ्या त्रिमिती अशा अनंत अवकाशात प्रवेश केल्यासारखे वाटले.

त्यातील वैविध्य थक्क करणारे होते. दुरून जे तारे एकएकटे वाटत होते ते बऱ्याचवेळा एकमेकांभोवती फिरणाऱ्या २ किंवा ३ ताऱ्यांचा गट असायचा, त्यावर अनेकांनी अंदाज बांधले होते की त्यांच्या भोवतीही फिरणारे ग्रह असू शकतील. हर्शेलने असंख्य रंगीबेरंगी आणि रहस्यमय अशा अवकाशीय वस्तूंची, ज्यात अंधूक दिसणारे ढगासारखे तारे, सर्पिलाकृत्या, जे ताऱ्यांसारखे अजिबात दिसत नव्हते अशांची एक यादी केली होती, त्या सगळ्यांना सरसकट नेब्युले असे नाव देण्यात आले (लॅटिनमध्ये नेब्युला म्हणजे ढग). शास्त्रज्ञांनी अवकाशीय अनेक गोलांना ग्रीक पुराणातील नावे दिली होती, पण आता ते अवकाश म्हणजे पौराणिक कथांमधील विचित्र प्राणी आणि प्राचीन देव यांच्या पुरता रंगमंच राहिला नव्हता. ती जणूकाही अनंतापर्यंत पसरलेली खगोलीय बाग झाली होती, जी नैसर्गिक आणि भौतिक चमत्कारांनी भरलेली होती.

जसे इतर काही बागांच्या बाबतीत असते तसे याही बागेतील काही भाग, म्हणजे काही ज्ञान निषिद्ध होते. जुन्या अधिकाऱ्यांना घालवून दिल्यानंतर जे क्रांतिकारी समाजव्यवस्था नव्याने लावू पाहत होते तेसुद्धा काय आणि कसे समजावून घेता येईल याची व्याख्या नव्याने करत होते. फ्रेंच तत्त्वज्ञ आणि प्रत्यक्षवादाचा प्रभावी जनक ऑगुस्त कॉम्ते, याने नैतिक आणि तत्त्वज्ञानविषयक युक्तिवाद सपशेल नाकारला, आणि १८३० मध्ये असे जाहीर केले की न्यूटनच्या पद्धतीने केलेले निरीक्षण आणि त्याची कारणमीमांसा हा एकच मार्ग सत्याकडे नेणारा आहे. प्रत्येक शास्त्राची व्याप्ती आणि पद्धती यांची व्याख्या करण्यात त्याने अनेक वर्षे खर्ची घातली आणि कशा प्रकारचा तपास योग्य आहे की अयोग्य हे सांगितले. आणि खगोलशास्त्राबाबत त्याची मते स्पष्ट होती, पृथ्वीवरून निरीक्षणे घेणाऱ्यावर अर्थातच मर्यादा असणार आहेत – दूरस्थ ताऱ्यांच्या बाबतीतले आपले ज्ञान, ज्यांना आपण बघू तर शकतो, पण स्पर्श करू शकत नाही – हे मर्यादितच असणार. 'ताऱ्यांच्या

आकारमानाविषयी, त्यांच्या आकाराविषयी आणि त्यांच्या आपल्यापासूनच्या अंतराविषयी आपण निश्चित कल्पना करू शकतो' असे त्याने १८३५ साली लिहून ठेवले आहे. 'पण ताऱ्यांच्या रासायनिक स्वरूपाबद्दल माहिती जाणून घेण्याची काहीच शक्यता नाही.' ब्रिटनच्या शाही खगोलशास्त्रज्ञ ही पदवी असलेल्या जॉर्ज बिडेल एरी यांनीही १८५७ मध्ये कॉम्ते यांचीच री ओढली, कॉम्ते यांच्या विधानाला दुजोरा देताना त्यांनी धोक्याची सूचना दिल्यासारखे सांगितले की अवकाशीय गोष्टींच्या दिसण्याबाबत किंवा त्यांच्या जडणघडणीबद्दल काहीही अनुमान बांधणे यात खगोलशास्त्राबद्दल खरी आस्था आहे असे म्हणता येणार नाही. शास्त्रज्ञ ताऱ्यांच्या गतीचे निरीक्षण करू शकतात, पण ते असे कधीही विचारू शकत नाहीत की तारे कशाचे बनले आहेत किंवा त्यांचे कार्य कसे चालते.

काही नियम फार नाट्यमयरीत्या मोडले गेले. दोनच वर्षांनंतर म्हणजे १८५९ मध्ये दक्षिण जर्मनीतल्या हायडेलबर्ग विद्यापीठात २ संशोधक रात्री उशिरापर्यंत त्यांच्या प्रयोगशाळेत काम करत बसले होते. सहजच खिडकीतून नेकरनदीच्या पलीकडे ऱ्हाईनकडे बघताना त्यांना क्षितिजावर लाल रंगाचा प्रकाश दिसला, जवळच्याच मानहाइम बंदरावर मोठी आग लागलेली दिसत होती. त्या आगीच्या ज्वालेत त्यांनी जे काही पाहिले, ते एका ऐतिहासिक घटना लिहून ठेवणाऱ्याच्या भाषेत सांगायचे झाले तर, 'त्यांनी जे काही पाहिले त्यामुळे त्यांच्या आश्चर्याला पारावार उरला नाही.' त्यामुळे कॉम्ते आणि एरी पूर्णपणे चूक ठरले. हायडेलबर्गच्या त्या जोडीने जे काही शोधले त्यामुळे विश्वाचे एक नवीनच द्वार अगदी नाट्यमयरीत्या उघडले, आणि पुन्हा एकदा आकाशाशी असलेले आपले नाते बदलले.

जर्मन रसायनतज्ज्ञ रॉबर्ट बुन्सेन हा आज त्याच्या सुप्रसिद्ध गॅस बर्नरसाठी प्रसिद्ध आहे, जो शोधण्यात त्याचा मोलाचा वाटा आहे, हा साधासा धातूच्या कांड्यांचा बर्नर आता जगभरातल्या रसायनशास्त्राच्या प्रयोगशाळेतील एक गरजेची वस्तू झाला आहे. जगभरातील शिक्षक त्यांच्या शिष्यांना हे शिकवतात की जळणाऱ्या वायूबरोबर किती प्रमाणात ऑक्सिजन मिसळला तर जळताना त्यातून गरम पण रंगहीन अशी ज्योत मिळेल. पण ते हे शिकवत नाहीत की त्या जळणाऱ्या ज्योतीच्या साहाय्याने बुन्सेन ताऱ्यांच्या अंतरंगापर्यंत कसा पोहोचला.

बुन्सेन हा खरेतर खूप चांगला आणि दिसायला देखणा असा होता, पण बहुतेककरून अंगभर वेगवेगळी रसायने बाळगून असायचा (त्याच्या एका सहकाऱ्याची बायको असे म्हणाली होती की तिला बुन्सेनचे चुंबन घ्यायला आवडेल, पण त्या आधी त्याला धुवून घ्यायला लागेल), आणि प्रयोशाळेच्या सुरक्षेच्या बाबतीत तो किती जागरूक होता आणि त्याने कसे धाडस दाखवले ती आठवण त्याचा एक

ब्रिटिश सहकारी, हेन्री रॉस्के सांगतो, एकदा त्याने बुन्सेनच्या हाताच्या बोटामधून धूर येताना बघितले तेव्हा त्याच्या लक्षात आले की बुन्सेनने नुसत्या हाताने अतितप्त अशा एका क्रुसिबलचे झाकण उघडले होते आणि त्यामुळे त्याचा हात जळला होता (त्यावर त्याचा, 'बर्निंग बुन्सेन'चा वास नाकाला जाणवला असा एक विनोद करून झाला).

त्याने त्याच्या करिअरची सुरुवात प्राणघातक, विषारी अशा अर्सेनिक या संयुगाच्या अभ्यासापासून केली. हा अभ्यास करताना तो चेहऱ्यावर एक मास्क लावत असे ज्याला एक लांब काचेची नळी जोडलेली होती ज्यातून तो बाहेरची शुद्ध हवा घेऊ शकत होता. १८३० साली त्याने अर्सेनिक या जालीम विषावरचा उतारा शोधून काढला, ज्यामुळे पुढे त्याचाच जीव वाचला होता, जेव्हा प्रयोग करताना एक स्फोट झाला होता (ज्या अनेक स्फोटांमधून तो वाचला त्यातलाच हा एक स्फोट). त्याने आईसलंडमधील अतितप्त अशा उष्ण पाण्याच्या फवाऱ्यांचाही (geyser चा) अभ्यास केला होता, आणि एक प्रकारच्या बॅटरीचा शोध लावला होता जी झिंक आणि कार्बनपासून बनवली होती. त्या बॅटरीचा उपयोग त्याने खनिजापासून शुद्ध धातू बाजूला करण्यासाठी जी पद्धत नव्याने शोधली गेली होती, इलेक्ट्रोलिसिसची, त्यात केला.

त्यातला एक धातू होता मॅग्नेशियम. ते जळल्यामुळे त्यातून जो तेजस्वी प्रकाश बाहेर पडतो त्याची त्याला भुरळ पडली होती आणि त्यामुळे त्याबद्दल त्याची जिज्ञासा जागृत झाली होती, त्यामुळे त्याने आपले लक्ष प्रकाशाच्या रसायनशास्त्राकडे वळवले. रसायनशास्त्रज्ञ (आणि किमयागार) या लोकांना खूप प्राचीन काळापासून हे माहीत आहे की तुम्ही जर वेगवेगळे पदार्थ ज्वालांच्या वर शिंपडलेत तर वेगवेगळ्या रंगाचा प्रकाश त्यातून बाहेर पडतो : मॅग्नेशियमचा पांढरा प्रकाश पडतो, लिथिअमचा लाल गुलाबासारखा लाल, तर पोटॅशियमचा रंग दिसतो जांभळा. या रंगांचा अर्थ काय लावायचा?

१८५२ मध्ये बुन्सेन हायडेलबर्ग विद्यापीठात आला. सुरुवातीला रसायनशास्त्राचा विभाग एका प्राचीन मठात होता. मठाच्या मध्ये चारही बाजूला असलेल्या आच्छादित मार्गाखाली प्रयोगशाळेतील बाकडी तिथे ठेवली होती : जणू एक चपखल बसणारे उदाहरण की कसे नव्या ज्ञानाने जुन्याची जागा घेतली आहे. रोस्को सांगतो की, 'आमच्या पायाखाली पूर्वी मरण पावलेल्या भिक्षूंचे मृतदेह होते आणि त्यांच्या थडग्यांच्या वर आम्ही आमची खराब झालेली रसायने फेकत होतो.' 'त्या काळामध्ये गॅस नव्हता किंवा गावात व्यवस्थित पाणीपुरवठा करणारी व्यवस्थाही नव्हती.' १८५३ मध्ये हायडेलबर्ग मध्यवर्ती पाइपलाईनने जोडलेले होते, आणि काहीच वर्षांच्या नंतर एका नव्याने बांधलेल्या प्रयोगशाळेत बुन्सेनने त्याचा तो सुप्रसिद्ध बर्नर

बनवला. त्या बर्नरमधल्या पारदर्शक आणि काजळी न धरणाऱ्या ज्योतीमध्ये त्याला मूलतत्त्वाचे रंग जास्त स्पष्टपणे बघता आले जे अग्नीमध्ये जळताना तेवढे सुस्पष्ट दिसत नव्हते. वेगवेगळ्या छटा बघण्यासाठी बुन्सेनने काही फिल्टर्सचा वापर केला होता, पण त्या वेळेपर्यंत जे काय दिसतय त्याचा अर्थ लावता येत नव्हता. उदाहरणार्थ तांब्याचे संयुग निळ्या रंगाची ज्योत निर्माण करते तसेच अर्सेनिक आणि शिशामुळेही दिसते. त्यानंतर त्याच्या मित्राला गुस्ताव किर्चोफ्फला एक कल्पना सुचली.

किर्चोफ्फ त्याच्या क्षेत्रात जरी खूप हुशार होता तरी इतर अनेक बाबतीत बुन्सेनच्या विरुद्ध प्रकारचा होता. खूप उत्साही आणि आनंदी अशा त्या रसायनशास्त्रज्ञापेक्षा १३ वर्षांनी लहान असलेला किर्चोफ्फ खूपच विनम्र आणि लाजराबुजरा होता असे त्याचे सहकारी सांगतात. वीज वेगवेगळ्या सर्किट्स मध्ये आणि वेगवेगळ्या पदार्थांमध्ये कशा तऱ्हेने कार्य करते हे बघण्यात त्याला विशेष कुतूहल होते. आयझॅक न्यूटनमध्ये गुंतागुंतीच्या घटनांचे तपशिलात निरीक्षणे घेण्याचे जे विशेष कौशल्य होते तेच याच्यातही होते, आणि त्या निरीक्षणावरून त्याचे वर्णन करण्यासाठी नीट सफाईदार अशी गणिती समीकरणे तयार करणे हेही कौशल्य होते. किर्चोफ्फने असे सुचवले की नुसत्या डोळ्याने वेगवेगळ्या रंगाच्या ज्योतींचे निरीक्षण करण्यापेक्षा त्या प्रकाशाला काचेच्या प्रीझममधून जाताना बघावे, जसे १६६६ साली न्यूटनने केले होते.

एका छोट्या भोकामधून किंवा एका फटीमधून प्रकाशकिरण जाऊन जेव्हा तो एखाद्या प्रिझममधून बाहेर पडतो तेव्हा सप्तरंगांचा वर्णपट आपल्याला दिसतो, जरी मूळ प्रकाश पांढरा किंवा पारदर्शक वाटला तरी तो या सात रंगांनी ठासून भरलेला असतो, हा सुप्रसिद्ध शोध न्यूटनला लागला. आपण पाहतो ते सगळे रंग गर्द हिरवा, निळा, लाल किंवा सोनेरी हे सगळे रंग प्रकाशाच्या पांढऱ्या किंवा पारदर्शक प्रकाशात सामावलेले असतात. (शास्त्रज्ञांना आता समजले आहे की वेगवेगळे रंग म्हणजे वेगवेगळ्या तरंग लांबीचा प्रकाश असतो.) जेव्हा या प्रकाशाचे मिश्रण एखाद्या प्रिझममधून बाहेर पडते किंवा आत शिरते तेव्हा वेगवेगळ्या छटा वेगवेगळ्या प्रमाणातल्या दाबाने ढकलल्या जातात : आणि ते सूर्यकिरण सात रंगात उलगडत जातात. तीच युक्ती बुन्सेनच्या ज्योतीमधल्या प्रकाशासाठी वापरली तर त्यातून बाहेर पडलेला प्रकाश वर्णपटात उलगडेल, ज्यामुळे त्यांचे अचूक मोजमाप करणे सोपे जाईल असे किर्चोफ्फने सुचवले.

त्या जोडीने एक उपकरण बनवले ज्याला त्यांनी स्पेक्ट्रोस्कॉप असे नाव दिले. त्या उपकरणात काही भिंगे, एक प्रिझम आणि बघण्यासाठी एक दुर्बीण अशा गोष्टी त्यांनी वापरल्या, आणि हे सगळे एका बंद डब्यात बसवले. लीथिअम, सोडियम,

स्ट्रॉनशियम, कॅल्शियम, बेरिअम इत्यादींच्या ज्योतीची प्रतिक्रिया काय येते हे बघण्यासाठी त्यांनी हे उपकरण वापरले- आणि त्यांना जे सापडले ते फार विलक्षण होते. कुठल्याही एखाद्या मूलद्रव्याचा त्या उपकरणातून बाहेर पडणारा प्रकाश नेहमी एकाच स्वरूपाचा असतो, मग तो कुठल्याही रासायनिक स्वरूपात जाळला जावो, कुठल्या तपमानाला तो जाळला जावो किंवा कुठल्याही वायूमध्ये तो जाळला जावो.

त्या वेळी इतर अनेक प्रमुख शास्त्रज्ञांनी ज्योतींच्या प्रकाशाचा अभ्यास करण्यासाठी प्रिझमचा वापर आधीच केला होता. त्यांनी तर विशिष्ट पदार्थामुळे निर्माण होणाऱ्या विशिष्ट प्रकारच्या रेषा म्हणजे स्पेक्ट्रल लाइन्सचाही शोध लावला होता, उदाहरणार्थ सोडियममुळे निर्माण होणारी तेजस्वी पिवळ्या रंगाच्या रेषांची जोडी. परंतु अनेक मूलद्रव्यांच्या तयार होणाऱ्या आणि एकत्रितपणे दिसणाऱ्या असंख्य रेषा या चांगल्याच गुंतागुंतीच्या होत्या. या आकृतिबंध मध्ये दिसणाऱ्या रेषांचा अर्थ लावण्यात दिसलेली किर्चोफ्फच्या बुद्धीची चमक, जोडीला बुन्सेनच्या स्वच्छ ज्योतीचा बर्नर (ज्यातून स्वतःच्या अशा कुठल्याही रेषा निर्माण होत नाहीत) आणि इलेक्ट्रोलिसिसचा वापर करून अतिशय शुद्ध असे नमुने मिळवण्याची त्याची क्षमता, या सगळ्याचा मथितार्थ असा निघत होता की यातून काय निकाल हाती आला ते समजणारी जगातली ही पहिली जोडी होती. प्रत्येक मूलद्रव्याला प्रकाशात दडलेली त्याची स्वतःची अशी खूण असते.

नवीन पद्धत वस्तुनिष्ठ होती. रंगांच्या विविध छटा साध्या डोळ्यांनी वेगवेगळ्या ठरवण्यापेक्षा, एखादा रंगांधळा माणूससुद्धा त्यातल्या रेषांच्या मधल्या अंतरांचे अचूक मोजमाप करून मूलद्रव्यांच्या ज्योतीच्या वरून ओळखू शकेल. आणि ते नितांत संवेदनशील होते. बुन्सेन आणि किर्चोफ्फ हे प्रयोग करत असताना त्यातला एक जण एका कोपऱ्यात छोटासा नमुना घेऊन तो गरम करत असे आणि एक मोठी उघडलेली छत्री हलवून त्याच्या वाफांना वारा घालून हवेत मिसळवण्याचा प्रयत्न करत असे आणि दुसरा त्याच्या विरुद्ध कोपऱ्यात बसून त्या स्पेक्ट्रोस्कॉपमधून निरीक्षण करत असे. सोडियम आणि लिथियम ओळखण्यासाठी, बुन्सेनने सांगितले की ही पद्धत इतर अनेक विश्लेषणात्मक रसायनशास्त्रातील पद्धतींना, निकालाच्या निश्चिततेबाबत आणि संवेदनशीलतेबाबत मागे टाकते, यात ही पद्धत हवेतील एक दशलक्ष कणांमधून मिठाचा एक कण निवडू शकते.

दोनेक वर्षांच्याच अंतराने ज्योतींच्या वर्णपटावरून दोन पूर्णपणे नवीन मूलद्रव्य त्यांना सापडणार होती. त्यातल्या एका मूलद्रव्याचा अंश ड्युर्कहाईम मधल्या शुद्ध पाण्यात होता; त्यांच्यामुळे वर्णपटात आकाशी निळ्या रंगाच्या एमिशन रेषा दिसत होत्या म्हणून त्यांनी त्या मूलद्रव्याचे नाव सिशीयम असे ठेवले, कारण प्राचीन काळी लोकांनी निळा रंग हा आकाशाच्या घुमटाच्या वरच्या भागाला बहाल केला होता.

दुसरे मूलद्रव्य होते रुबिडिअम (त्याच्या वर्णपटीय रेषा गडद लाल दिसतात त्यावरून) जे गुलाबाच्या रंगाच्या पाण्यात ज्याला लेपिडोलाइट म्हणतात त्यात सापडले. त्यानंतर इतर शास्त्रज्ञांनीही त्यांचीच री ओढली, नव्या पद्धतीचे शेपूट धरून त्यांनीही अनेक नवीन मूलद्रव्ये शोधली आणि आवर्तसारणी वाढवत नेली.

पण हे एवढ्यावरच थांबले नाही. १८५९ मधल्या त्या रात्री जेव्हा बुन्सेन आणि किर्चोफ्फ या दोघांना मॅनहाईममध्ये लागलेली आग त्यांच्या प्रयोगशाळेच्या खिडकीतून दिसली तेव्हा त्यांनी ती त्यांच्या स्पेक्ट्रोस्कॉपमधून बघितली तेव्हा जरी ती आग त्यांच्या पासून १५ किमी अंतरावर होती तरी त्यात त्यांना बेरिअम आणि स्ट्रॉन्शिअमच्या रेषा दिसल्या. काही दिवसांनंतर ते हायडेलबर्गच्या आसपासच्या डोंगरांवरील जंगलात हायकिंगला गेलेले असताना, त्या विद्यापीठात एक रस्ता आहे जो 'तत्त्वज्ञान्यांचा पथ' म्हणून प्रसिद्ध आहे, त्यावरून चालताना बुन्सेनच्या डोक्यात एक कल्पना आली. कदाचित त्यांच्या स्पेक्ट्रोस्कॉपमधून त्यांनी फक्त ऱ्हाईनच्याच पलीकडे बघितले असे नव्हे, तर या विश्वाच्या आरपार बघितले असे म्हणायला हरकत नाही. कॉम्ते आणि त्याच्या सकारात्मकतावादी सहकाऱ्यांनी जी कल्पना विज्ञानाच्या मर्यादेपलीकडची आहे आणि अवमानकारक आहे असे जाहीर करून टाकले होते ती कल्पना बुन्सेनने मांडली, बुन्सेनला माहीत होते की लोकांना ही कल्पनासुद्धा वेडेपणाची वाटेल. पण त्याच वेळी ती त्याला अगदी योग्य वाटत होती. 'आपण जर १५ किमी अंतरावरील मॅनहाईममध्ये लागलेल्या आगीतील द्रव्यांचे गुणधर्म शोधू शकलो तर', त्याने किर्चोफ्फला विचारण्याचे धाडस केले की, 'आपण सूर्याकडे का नको बघायला?'

जवळ जवळ ६० वर्षे आधी १८०१ च्या उन्हाळ्यात, जर्मनीतील म्युनिकमधल्या मागच्या एका रस्त्यावर दोन इमारती पडल्या. त्या पडलेल्या इमारतींचा ढिगारा उपसण्याचे काम बराच वेळ चालले, त्यातून एकच जण वाचला. ढिगारा उपसणाऱ्या कामगारांनी त्याला बाहेर काढले तो एक १४ वर्षांचा छोटा मुलगा होता. त्याचे नाव जोसेफ. जोसेफबरोबर त्यांनी आपले सूर्याबद्दलचे वैज्ञानिक ज्ञानच जणू उपसून काढले. त्यांनतर जवळ जवळ अर्ध्या शतकानंतर जेव्हा बुन्सेन आणि किर्चोफ्फ यांनी त्यांचे लक्ष आकाशाकडे वळवले, या जोसेफच्या कामातूनच त्यांना मदत मिळाली.

आई-वडिलांच्या मृत्यूनंतर जोसेफ फ्रॉनहॉफर याला एका काचा घासणाऱ्या माणसाकडे काम मिळाले जो त्याला चांगली वागणूक देत नव्हता असे त्याच्या चरित्रलेखकांनी लिहून ठेवले आहे. त्याने जुनी पुस्तके मिळवून त्यावरून गणित आणि प्रकाशशास्त्र (optics) शिकायचा प्रयत्न केला, पण त्याच्या मालकाने त्याला मुद्दाम नाउमेद केले, त्याच्या मित्रांनी तर त्याची थट्टाच केली, उगीच वेळ

वाया घालवतोय म्हणून. त्या अपघाताने सगळे चित्र बदलले. त्याच्या अद्भुत सुटकेची बातमी त्यावेळच्या बव्हेरियाच्या युवराजाच्या मॅक्सिमिलिअन जोसेफच्या (जो नंतर राजा झाला) कानावर गेली, त्याने जोसेफ फ्रॉनहॉफरला मोठ्या औदार्याने १८ डूकॅटसचे भरपूर मोठे अनुदान दिले. फ्रॉनहॉफरने लगेचच आपल्या शिकाऊ उमेद्वारीतून सुटका करून घेतली आणि ते पैसे वापरून स्वत:चे काचा घासण्याचे यंत्र घेतले. त्याने स्वत:चा प्रकाशशास्त्राचा अभ्यास चालूच ठेवला. तो जेव्हा २० वर्षांचा झाला तेव्हा तो खगोलशास्त्रीय उपकरणे आणि सर्वेक्षण करण्याची उपकरणे बनवणाऱ्या कंपनीत काम करायला लागला. खगोलशास्त्रासाठी लागणाऱ्या अत्यंत महत्त्वाच्या अशा अक्रोमॅटिक भिंग बनवण्याच्या मागे तो लागला.

एका काचा बनवणाऱ्या डच माणसाने, दोन भिंगांचा उपयोग करून असे उपकरण बनवले ज्यायोगे तुम्ही आकाशातील दूरच्या गोष्टी जवळ आहेत अशा बघू शकता, या कल्पनेचे पेटंट घ्यायचा त्याने प्रयत्न केला तेव्हापासून म्हणजे १६०८ सालापासूनच दुर्बिणी उपयोगात यायला लागल्या होत्या. या शोधाची बातमी सगळीकडे लगेच पसरली. इटलीमध्ये गॅलिलिलोने त्याची स्वत:ची दुर्बीण स्वत: बनवली आणि १६०९ मध्ये ती आकाशाकडे वळवली. १६११ मध्ये जोहानेस केप्लरने प्रागमध्ये त्याच्यापेक्षा बरी दुर्बीण बनवली. तर १६५० मध्ये डच खगोलशास्त्रज्ञ ख्रिश्चन ह्युजेन याने ४ मीटर लांब केप्लरच्याच दुर्बिणीची बरी आवृत्ती बनवली ज्यातून त्याला शनीचा चंद्र टायटन आणि ओरायन तेजोमेघ यांची रेखाटने करायची होती.

जसजसे खगोलशास्त्रज्ञ उत्तरोत्तर मजबूत भिंगे बनवायला लागले तसतसे त्यातून मिळणाऱ्या प्रतिमा उत्तरोत्तर खराब व्हायला लागल्या, प्रतिमांच्या भोवती रंगीत किनारी दिसायला लागल्या. १६६० मध्ये न्यूटनच्या लक्षात आले की हे असे होण्याचे कारण ती भिंगे एखाद्या प्रिझमसारखे काम करत होती, ज्यामुळे वेगवेगळ्या रंगांचे अपवर्तन होत वेगवेगळे रंग वेगळ्या प्रमाणात बाहेर पडतात. ही अडचण मिटवण्यासाठी न्यूटनने 'रेफ्लेक्टिंग टेलिस्कोप' बनवला, ज्यात भिंगाच्या ऐवजी त्याने आरसा वापरला, कारण प्रकाशाचे परावर्तन होताना सगळे रंग एकाच कोनातून परावर्तित होतात, त्यामुळे रंगांच्या अपवर्तनाचा प्रश्न मिटला. पण त्या वेळी जे आरसे उपलब्ध होते ते – टिन आणि तांबे या दोन धातूंच्या मिश्रणाचे, स्पेक्युलमचे बनवलेले असायचे – त्यामुळे ते लवकर काळवंडायचे. हाही प्रश्न सरतेशेवटी १८५० मध्ये सोडवला गेला, त्या वेळी दोन काचेच्या थरामध्ये चांदीचे पातळ आवरण लावून खूप काळ टिकणारे आरसे बनवले जाऊ लागले. पण १८ व्या शतकाच्या मध्याला ऑप्टिशिअन्सनी त्यांचे लक्ष भिंग बनवण्याकडे केंद्रित केले जी भिंगे हे रंगांचे डिस्टॉर्शनच घालवतील. त्यात त्यांनी वेगवेगळ्या प्रकारच्या काचांचे

थर एकावर एक लावून भिंग बनवायचे जेणेकरून सर्व रंग एकाच प्रमाणात बाहेर पडतील असा प्रयोग केला.

अतिशुद्ध काचा बनवणे फार अवघड होते आणि त्यानंतर त्या अचूक अशा घासून घेणे त्याहून अवघड होते, पण फ्रॉनहॉफर सगळ्यात उत्तम होता. त्याने सूक्ष्मदर्शक यंत्रांसाठीसुद्धा भिंगे बनवली होती आणि एका नव्याच यंत्रासाठी ज्याला तो हेलिओमीटर म्हणतो त्यासाठी सुद्धा तो भिंग बनवत होता, ज्यामुळे आकाशातील स्थिती अचूक मोजता येणार होत्या. (१८३८ मध्ये याचा वापर करून ताऱ्याचा Parallax पराशर मोजून पहिल्यांदाच एखाद्या ताऱ्याचे आपल्यापासूनचे अंदाजे अंतर सांगण्यात यश आले होते.) एक परिपूर्ण म्हणजे पूर्णपणे निर्दोष असे भिंग बनवण्यासाठी त्याला वेगवेगळ्या प्रकारच्या काचा वेगवेगळ्या रंगांना किती वाकवतात हे बघायचे होते. म्हणून त्याच्या जवळ असलेल्या काचांच्या नमुन्यातून त्याने प्रिझम्स बनवले आणि एका छोट्या दुर्बिणीतून त्यातून मिळणाऱ्या वर्णपटाचे विश्लेषण केले. १८१४ साली जेव्हा तो सूर्याच्या एका बारीक किरणातून बाहेर पडणाऱ्या वेगवेगळ्या रंगांच्या मार्गाचा तक्ता बनवत होता तेव्हा त्याच्या नजरेस एक विलक्षण गोष्ट आली.

न्यूटनने नोंद करून ठेवली होती की प्रिझम त्याच्यातून बाहेर पडणाऱ्या सूर्यप्रकाशाला रंगांच्या एका सलग पट्ट्यामध्ये विभागतो. पण फ्रॉनहॉफरने जेव्हा जवळून निरीक्षण केले तेव्हा त्याच्या लक्षात आले की न्यूटनचे निरीक्षण तितकेसे खरे नाही. त्याने लिहिले आहे की, 'मी माझ्या दुर्बिणीतून बघितले तेव्हा त्या रंगांच्या वर्णपटाच्या पार्श्वभूमीवर असंख्य बारीक आणि जाड अशा गडद रेषा दिसत होत्या. या रेषा वर्णपटाच्या इतर रंगांपेक्षा जास्त गडद होत्या, आणि काही काही तर गडद काळ्या होत्या, जणूकाही तिथले रंग कोणी खरवडून काढले आहेत. त्याने जवळ जवळ ५७४ नमुन्यांची नोंद केली आहे, आता त्यांना 'फ्रौनहॉफर रेषा'[१] म्हणून आपण ओळखतो.

फ्रॉनहॉफरने सूर्याप्रमाणे चंद्र, सूर्यमालेतील ग्रह आणि काही तारे यांचेही वर्णपट तपासले. त्याने असा निष्कर्ष काढला की शुक्रावरून परावर्तित झालेला

---

१. १८०२ साली ब्रिटिश रसायनतज्ज्ञ विलीअम हाईड वोलास्टन याने सूर्याच्या वर्णपटा मध्ये ७ काळ्या रेषा बघितल्या होत्या, पण त्याने पुढे त्यावर काही जास्त संशोधन केले नाही. फ्रॉनहॉफरला बहुतेक त्याच्या या शोधाची कल्पना नसावी, जेव्हा त्याने स्वत:चे संशोधन जाहीर केले. वोलास्टनच्या पेक्षा बरेच जास्तीचे काम त्याने केले, त्याने खूपच शुद्ध अशी काच वापरून अगदी अचूक अशी मोजमापे घेऊन शेकडो रेषांची नोंद केली.

सूर्याचा प्रकाश आणि प्रत्यक्ष सूर्याचा प्रकाश सारखाच आहे, पण त्याच्या हे लक्षात आले होते की ताऱ्यांच्या वर्णपटात काही वेगळे आकार दिसतात. उदाहरणार्थ व्याध या ताऱ्यावरून येणाऱ्या प्रकाशात ३ गडद रेषा दिसतात – त्यातली एक वर्णपटाच्या हिरव्या भागात आणि २ निळ्या भागात दिसतात – ज्या सूर्याच्या प्रकाशात दिसत नाहीत. वेगवेगळ्या अवकाशीय वस्तूंच्या मध्ये काही रंग दिसत नाहीत, असे का?

शेवटी १८२३ मध्ये, हा काचा घासणाऱ्या माणसाकडे नोकरी करणारा मुलगा उच्चपदाला गेला; त्याला भौतिक शास्त्राचा प्राध्यापक केलं गेलं, आणि त्याला विज्ञानाच्या रॉयल बव्हेरीअन अकादमीचा सभासद केले गेले. त्याच्या पुढच्याच वर्षी त्याची गणना उमरावांमध्ये व्हायला लागली, त्याच्या आडनावाच्या मागे 'व्हॉन' हे टायटल लागले. वर्णपटावरच्या त्याने शोधलेल्या रेषांच्या अस्तित्त्वाचे कारण शोधण्याच्या आधीच १८२६ मध्ये वयाच्या अवघ्या एकूण चाळीसाव्या वर्षी त्याचा क्षयरोगाने मृत्यू झाला. पण त्याने एका मोठ्या इमारतीचा पाया घालून ठेवला होता ज्यावर इतरांनी इमारत बांधली. म्युनिक मधल्या त्याच्या थडग्या वरच्या दगडावर कोरले आहे Approximavit sidera: म्हणजे 'याने ताऱ्यांना जवळ आणले.'

बुन्सेन आणि किर्चोफ्फच्या पुढचे आव्हान होते ते हे की सूर्याच्या वर्णपटातील तेजस्वी एमिशन रेषांचा आणि काळ्या रेषांचा ज्या फ्रॉनहॉफरने बघितल्या होत्या त्यांचा नक्की संबंध काय. इतर संशोधकांच्या (त्यात हर्शेलचा मुलगा जॉन याचाही समावेश आहे) हे लक्षात आले होते की काही रेषा मिळत्याजुळत्या होत्या: उदाहरणार्थ सूर्यप्रकाशाच्या वर्णपटातील दोन काळ्या रेषा बरोबर त्याच ठिकाणी होत्या जिथे सोडियम जाळून घेतलेल्या वर्णपटात दोन तेजस्वी पिवळ्या रेषा दिसतात.

१८५९ मध्ये किर्चोफ्फने एक महत्त्वाचा असा निर्णायक प्रयोग केला. फ्रॉनहॉफरच्या त्या दोन रेषा सोडियमच्या दोन तेजस्वी रेषांशी मिळत्याजुळत्या आहेत की नाही हे बघण्यासाठी त्याने त्या सुपरइम्पोज केल्या. त्याने काय केले तर आपल्या खाण्यातले मीठ (सोडियम क्लोराईड) जाळून त्यातून निघणाऱ्या ज्वालेतून सूर्यप्रकाश जाऊ दिला आणि त्याचा वर्णपट त्याने त्याच्या स्पेक्ट्रोस्कॉपमधून बघितला. त्याला असे वाटले होते की सोडियमच्या तेजस्वी ज्वालेतून निघणाऱ्या त्या दोन तेजस्वी पिवळ्या रेषा त्या दोन काळ्या रेषांच्या वर चपखल बसून त्यांना बाद करतील. पण झाले काहीतरी भलतेच, त्या जागा भरून काढण्याऐवजी, त्या तेजस्वी रेषा गुप्त झाल्या आणि फ्रॉनहॉफरच्या दोन रेषा जास्त गडद काळ्या झाल्या.

जेव्हा त्याने तोच प्रयोग क्षीण अशा सूर्यप्रकाशात केला तेव्हा त्या तेजस्वी पिवळ्या सोडियमच्या रेषा परत आल्या. हे नक्की काय होतय यावर किर्चोफ्फने विचार केला. न्यूटनचे म्हणणे होते की प्रकाश हा कणांचा बनला आहे, पण

किर्चोफ्फने प्रकाशाला तरंग रूपात बघितले होते, आणि त्याला हेही माहीत होते की समान तरंग उष्णता प्रसारित करतात.[२] ऊर्जा नेहमीच जास्त उष्ण वस्तूकडून कमी उष्ण वस्तूकडे वाहते, या तत्त्वावरून त्याने हे सैद्धान्तिकरीत्या सिद्ध केले की जर एखादा वायू त्याच्या आसपासच्या वातावरणापेक्षा जास्त उष्ण असेल तर त्याचे अणू एका विशिष्ट प्रकारच्या प्रारणांचे प्रसारण करतात. पण जर का वायूची उष्णता कमी असेल तर तो त्याच प्रारणांचे शोषण करतो, ज्यातून वर्णपटात तेजस्वी रेषांच्या ऐवजी काळ्या रेषा निर्माण होतात. यातून एकतर हे सिद्ध झाले की फ्रॉनहॉफरच्या रेषा मुळात कशा निर्माण झाल्या. किर्चोफ्फच्या हे लक्षात आले की सूर्याचा बाहेरचा थर हा त्याच्या केंद्रापेक्षा कमी उष्ण असावा. प्रकाश त्या कमी उष्ण थरातून पृथ्वीकडे जात असताना काही रंग किंवा काही तरंगलांबी शोषल्या जातात. याचा अर्थ असा होतो वर्णपटातील काळ्या रेषा सूर्यप्रकाशात असलेल्या वेगवेगळ्या मूलद्रव्यांचे अस्तित्त्व दर्शवतात, त्याच पद्धतीने जसे प्रयोगशाळेत तेजस्वी रेषांद्वारे त्यांचे अस्तित्त्व समजले. सूर्याच्या वर्णपटात न दिसणाऱ्या दोन तेजस्वी पिवळ्या रेषा हेच दर्शवतात की त्या कमी उष्ण अशा थरातील एक मूलद्रव्य सोडियम हे होते.

किर्चोफ्फ आणि बुन्सेन यांच्या असे लक्षात आले की तिथे आणखी काय सापडू शकेल तेही तपासावे. त्या जोडगोळीने जोरदार प्रयोगांची मालिकाच सुरू केली, ज्याचे वर्णन करताना १८५९ च्या नोव्हेंबरमध्ये बुन्सेन म्हणाला की त्या कामापुढे आम्हाला झोपसुद्धा येत नव्हती. त्यांच्या जे जे लक्षात येईल ती ती मूलद्रव्ये त्यांनी बर्नरच्या ज्योतीमध्ये धरून त्यातून कोणते रंग दिसतात आणि कुठल्या रेषा फ्रॉनहॉफरच्या रेषांशी मिळत्याजुळत्या निघतात ते शोधले. त्या प्रयोगात त्यांनी एक एक करून अनेक मूलद्रव्यांच्या रेषा शोधल्या, कॅल्शियम, क्रोमियमपासून ते मॅग्नेशियम, निकेल आणि झिंकपर्यंत.[३]

---

२. १८०० साली जेव्हा विल्यम हर्शेल याने वर्णपटाच्या लाल बाजूच्या पलीकडे एक तापमापक लावले तेव्हा तपमान भराभर वर चढले पण दृश्य प्रकाशामध्ये त्यामानाने कमी वेगाने चढले – त्या उष्णतेच्या प्रारणाला आता 'अवरक्त किरण (इन्फ्रारेड रेडिएशन) म्हणतात.

३. १८८८ मध्ये प्रसिद्ध झालेल्या आठवणींच्या संग्रहात किर्चोफ्फ सांगतो की त्या वेळी संशोधक सूर्याच्या वातावरणात सोनेसुद्धा आहे का हे कसे शोधत होते. त्याच्या बँकरचे म्हणणे होते की, 'जर मी ते इथे खाली आणू शकत नसेन तर त्या सूर्यावरच्या सोन्याचा मला काय उपयोग?' त्यानंतर थोड्याच कालावधीत किर्चोफ्फला त्याच्या संशोधनाबद्दल मेडल देऊन गौरवण्यात आले आणि सोन्याच्या रूपात त्याला बक्षीस दिले गेले. ते सोने त्याच्या बँकरच्या हाती देताना किर्चोफ्फला म्हणल्याशिवाय राहवले नाही की, 'पहा एवढे तरी सोने मी सूर्याकडून मिळवू शकलो.'

१८६० साली हायडेलबर्गमध्ये त्यांना रोस्को भेटायला गेला. तो म्हणाला की, 'जेव्हा मी त्या जुन्या इमारतीच्या भौतिकशास्त्राच्या विभागात गेलो आणि किर्चोफ्फने बनवलेल्या त्या अतिउत्तम अशा स्पेक्ट्रोस्कोपमधून बघितले तेव्हा तिथे जे नवल मी अनुभवले ते मी कधीच विसरू शकणार नाही.' 'जो प्रकाश स्वर्गात दूर १४६ दशलक्ष किमी अंतरावर निर्माण झाला आहे त्यात लोहाची (आयर्न) ओळखीची खूण बघून मी अक्षरश: अवाक् झालो. आपल्याला परिचित असलेले, पृथ्वीवर असलेले लोखंड (लोह) दूर तिथे सूर्याच्या वातावरणातसुद्धा आहे या कल्पनेनेच मी थरारून गेलो.'

बरेच इतर संशोधक फ्रॉनहॉफरच्या रेषांचा अभ्यास करत होते आणि याच निष्कर्षाच्या जवळपास पोहोचले होते, पण किर्चोफ्फ हा त्यांच्यात पहिला होता ज्याने एमिशन आणि ॲबसॉर्ब्शन रेषांचा एकमेकींशी नेमका संबंध काय आहे त्याचे सविस्तर वर्णन तर केलेच आणि त्याचबरोबर हेही सुचवले की त्या रेषांचा उपयोग करून सूर्याच्या वातावरणात कुठली मूलद्रव्ये आहेत ती शोधता येतील. प्रत्येक खुणेच्या रेषेच्या पाठीमागची विशिष्ट यंत्रणा नीट समजायला १९२० साल उजाडावे लागले, जेव्हा शास्त्रज्ञांनी अणूच्या रचनेचे मॉडेल तयार केले. ते काहीही असो, स्वर्गाविषयीची आपली कल्पना पूर्णपणे बदलून गेली होती हे नक्की. मानवाच्या संपूर्ण इतिहासात सूर्य हा भुरळ पाडणारा, मोहवणारा तरीही रहस्यमय असा अवकाशीय प्रकाश होता. न्यूटनने शेवटी त्याच्या गतीचे गणित सोडवले. पण किर्चोफ्फ आणि बुन्सेन यांनी त्याला आकलन करता येईल असे भौतिक रूप दिले : तेजाने जळणाऱ्या वायूचा गोळा, ज्याचा पृष्ठभाग केंद्रापेक्षा थंड आहे (म्हणजे कमी उष्ण आहे इतकेच), जो इतर सर्वसामान्य उष्ण वस्तूसारखाच आहे आणि पृथ्वीवर सापडणाऱ्या त्याच पदार्थांचा बनला आहे.

बुन्सेन आणि किर्चोफ्फच्या संशोधनाचे वृत्त लवकरच साऱ्या युरोपमध्ये पसरले. इंग्लंडमध्ये रोस्को आणि इतर शास्त्रज्ञ जाहीर व्याख्यानात या क्रांतिकारी कल्पनेची माहिती देऊन प्रकाशाचा उपयोग ग्रह ताऱ्यांच्या मध्ये असलेल्या पदार्थांची माहिती मिळवण्यासाठी कसा होतो ते सांगू लागले. ब्रिटिश खगोलतज्ज्ञ वारेन डी ला रुय १८६१ मध्ये लंडनच्या केमिकल सोसायटीमध्ये व्याख्यान देताना म्हणाला की, 'जर प्रत्यक्ष सूर्या वर जाऊन तिथला काही पदार्थ इथे पृथ्वीवर आणून त्याचे इथल्या प्रयोगशाळेत पृथक्करण केले तरी आपण ते चांगल्या तऱ्हेने तपासू शकणार नाही इतक्या चांगल्या तऱ्हेने या नवीन वर्णपटीय पृथक्करणाद्वारे (स्पेक्ट्रल अनालिसिस) तपासता येईल.' त्या बातमीने प्रभावित झालेल्यापैकी अजून एक जण होता तो म्हणजे हौशी खगोलतज्ज्ञ विल्यम ह्यूगिन्स, ज्याच्या घराच्या मागच्या बाजूला त्याची

स्वत:ची वेधशाळा होती.

ह्यूगिन्स हा रेशीम उद्योग करणाऱ्या श्रीमंत अशा कुटुंबातला होता. लहानपणी त्याला देवी झाल्यामुळे त्याची तब्येत बरीच नाजूक झाली होती, त्यामुळे त्याचे बरेचसे शालेय शिक्षण घरीच झाले होते. विज्ञानात त्याला लहानपणापासूनच विशेष गती होती (असे म्हणतात की लहान असताना त्याने एक विद्युत यंत्र बनवले होते जेव्हा तो फक्त ६ वर्षांचा होता आणि त्या आनंदात तो घरभर पळत खुशीत ओरडत सुटला होता की, 'मला शॉक बसला!'), आणि किशोरवयात असतानाच त्याने त्याची पहिली दुर्बीण घेतली होती. त्या दुर्बिणीच्या साहाय्याने तो घराच्या खिडकीतून आकाशदर्शन करायचा ते घर लंडनच्या मध्य भागातील त्यांच्या कुटुंबाच्या दुकानाच्या वर होते, किंवा धुरकट चिमण्यांच्या मध्ये छतावर उभे राहून बघायचा. केम्ब्रिज विद्यापीठात शिकायला जायची स्वप्नं तो पाहत होता. पण त्याच्या वडिलांची तब्येत खराब झाल्यामुळे लंडनमध्येच राहून तो कुटुंबाच्या व्यवसायाकडे लक्ष देऊ लागला. शेवटी १८५४ साली त्याने त्याचे दुकान विकून टाकले आणि तो आई-वडिलांना घेऊन चांगल्या हवेच्या ठिकाणी म्हणून ५ मैल दक्षिणेला तुल्से हिल्स या ठिकाणी राहायला लागला.

तिथे ह्यूगिन्सने त्याची वेधशाळा बांधली. मध्ये काही अडथळा न येता आकाश बघता यावे म्हणून त्याने ती लोखंडाच्या उंच खांबावर बांधली होती. ती त्याच्या घराच्या वरच्या मजल्याला लाकडी पायवाटेने जोडली होती. त्या वेधशाळेच्यावर १२ फुटांचा मोठा घुमट त्याने बांधून घेतला होता. १० फूट लांबीचा मोठा सेकंड हॅन्ड (जुना) टेलिस्कोप विकत घेतला, ज्यात ८ इंचाचे भिंग होते. ती दुर्बीण त्याने ग्रहांच्यावर रोखून त्यांची रेखाटने करायला सुरुवात केली, गुरूवरचे ढग, वादळे आणि तो मोठा लाल धब्बा. पण लवकरच त्याला या दिनक्रमाचा कंटाळा यायला लागला, त्याला त्यात समाधान मिळेना. आकाशाचा अभ्यास करण्याच्या इतर पर्यायांचा तो विचार करू लागला.[४]

१८६२ च्या जानेवारी महिन्यात त्याला ते सापडले. लंडन च्या फार्मास्युटीकल सोसायटी च्या एका मिटींगला ह्यूगिन्स हजर राहिला होता. जिथे लंडन विद्यापीठाच्या डब्ल्यू. ॲलेन मिलर नावाच्या एका रसायन तज्ज्ञाने किर्चोफ्फ आणि बुन्सेन यांच्या संशोधनावर व्याख्यान दिले. किर्चोफ्फच्या विलक्षण शोधा बद्दल ऐकल्या नंतर

४. त्याने नंतर लिहून ठेवले आहे, वेधशाळा स्थापन झाल्यानंतर लवकरच त्याला 'दैनंदिन खगोलशास्त्रीय काम करण्याचा कंटाळा यायला लागला, आणि काही वेगळ्याच वाटेने विचार करून या विषयात नव्याने काही करावे काही नव्या पद्धतीप्रमाणे काम करावे असे त्याला वाटू लागले'

त्याच्या स्वत:च्या स्मृतींमध्ये त्याने लिहून ठेवले आहे की.' (जसे आंधळा मागतो एक आणि देव देतो दोन तसे झाले) वैराण अशा वाळवंटात गार पाण्याचा झरा दिसावा तसे झाले. एखाद्या रसायनतज्ज्ञाला ज्योतीच्या वर्णपटाचा उपयोग करून प्रयोगशाळेत पदार्थाचे पृथक्करण कसे करता येईल ते मिलरने सविस्तर सांगितले. पण ही गोष्ट खगोलशास्त्राचे भविष्य बदलू शकते याची शक्यता ह्युगिन्सच्या डोक्यात आयुष्यभर घोळत होती. 'मला असे वाटत होते की माझ्या हातात अशी एखादी शक्ती आली आहे ज्यायोगे मी जो आतापर्यंत कधीही न उचलला गेला नाही असा पडदा वर करू शकेन. जणू अशी एखादी किल्ली माझ्या हातात आली होती ज्यामुळे मी अज्ञाताच्या दाराचे कुलूप उघडू शकणार होतो जे आत्तापर्यंत कुठल्याही माणसासाठी बंदच राहणार आहे असे वाटत होते – तो पडदा अथवा त्या किल्लीने उघडणाऱ्या दरवाज्याच्या मागे लपले होते ते अज्ञात रहस्य, अवकाशस्थ ग्रहगोलांचे खरे स्वरूप.'[५] असे तो म्हणतो.

ह्युगिन्स आणि मिलर हे शेजारी शेजारी राहत होते त्यामुळे त्या रात्री ते एकत्रच चालत घरी गेले. वाटेत जाताना ह्युगिन्साने मिलरला किर्चोफ्फची पद्धत ताऱ्यांना कशी लागू करता येईल त्यासंबंधी संशोधनात मदत करण्याची विनंती केली. त्यानंतर त्याने त्याच्या वेधशाळेत रसायनशास्त्राच्या प्रयोगशाळेसाठी लागणारी उपकरणे बसवून घेतली; त्याच्या खगोलशास्त्रीय उपकरणांच्या जोडीला आता तिथे मोठे मोठे विद्युत घट 'ज्यातून अपायकारक वायू बाहेर पडत असत', एक मोठी इंडक्शन कॉइल आणि शेल्फ भरली होती बुन्सेन बर्नर्स, रसायने आणि निर्वात नलिका या सगळ्यांनी.

ह्युगिन्स आणि मिलर यांनी ताऱ्यांच्या वर्णपटातील गडद काळ्या रेषांची तुलना पृथ्वीवरील मूलद्रव्यांच्या तेजस्वी रेषांशी करायला सुरुवात केली, ती मूलद्रव्ये इंडक्शन कॉइल मधून येणाऱ्या मोठ्या ज्वाले समोर धरून त्यांचे ज्वलन झाल्या मुळे

---

५. ह्युगिन्सची टिप्पणी नेहमीच उद्‌धृत केली जाते, कारण त्या वेळच्या खगोलशास्त्रज्ञांच्या उत्तेजित अवस्थेचे यथोचित वर्णन त्यात येते, आकाशाचा अभ्यास परत कधीही आधीच्या सारखा असणार नाही ही ती भावना होती. इतिहासकार बार्बरा बेकर हिने असा प्रश्न विचारला आहे की खरोखरीच ह्युगिन्स भविष्यवेत्ता होता का? त्याचे काम एकतर फार सावकाश सुरू झाले आणि त्याने ही जी टिप्पणी केली आहे, ती अनेक दशकांच्या नंतर केली आहे, जेव्हा स्पेक्ट्रोस्कोपीची व्याप्ती त्याच्या खूप आधी वर्तवली गेली होती. त्या वेळी रोस्को किंवा डी ला रु सारखे इतर तज्ज्ञ अजूनही चाचपडत होते, नवी संकल्पना समजून घेत होते तोवर इकडे ह्युगिन्सने त्याचा स्टेलर स्पेक्ट्रोस्कोपीवरचा पहिला प्रबंध एका वर्षाच्या आत प्रसिद्धसुद्धा केला होता, आणि त्यानंतर त्याने मागे वळून बघितलेच नाही.

त्याचा वर्ण पट घेता येत होता. 'पृथ्वी वरच्या हायड्रोजनच्या वैशिष्ट्यपूर्ण तेजस्वी प्रकाश रेषा, ताऱ्यांच्या वातावरणातील हायड्रोजेनच्या प्रकाश रेषांच्या शेजारी तरी दिसतात किंवा व्याध, अभिजित वगैरे ताऱ्यांच्या काळ्या रेषांशी मिळत्याजुळत्या येतात, कारण तिथे हायड्रोजनच्या ॲब्सॉर्बशन रेषा दिसतात,' असे ह्युगिन्सने सांगितले. 'आपल्या पृथ्वीवरच्या खाणीतील लोखंडाच्या प्रकाशरेषा, तेजस्वी किंवा काळ्या, या अवकाशीय ताऱ्यांवरच्या लोहाशी मिळत्याजुळत्या आहेत.'

ते काम सोपे नव्हते, खूप मेहनतीचे काम होते. ताऱ्यांवरून येणारा प्रकाश अतिक्षीण असतो. सूर्यावरून आपल्याला जेवढा प्रकाश मिळतो त्याच्या ५० अब्ज पट कमी प्रकाश आपल्याला अभिजितसारख्या तेजस्वी ताऱ्यापासून मिळतो. त्या जोडीला त्यांचा स्पेक्ट्रोस्कॉप बनवायचा होता, पण तो शून्यातून उभारायचा होता. त्यासाठी स्पेक्ट्रोस्कॉपमध्ये जी फट (slit) बनवायची होती ती एका इंचाच्या ३०व्या भागाइतकी सूक्ष्म बनवायची होती (घड्याळाच्या आत जी यंत्रणा असते त्या यंत्रणेच्या साहाय्याने त्या प्रचंड वजनदार दुर्बिणीला संथपणे हलवले जात होते ज्यायोगे दुर्बीण सतत, रात्रभर ताऱ्याकडे बघत राहील), आणि एक प्रिझम त्यात बसवला होता, तोही अशा विशिष्ट तऱ्हेने बनवलेला होता की त्याच्यावर पडणारा ताऱ्याच्या प्रकाशाचा कणही वाया जायला नको, जेव्हा तो वर्ण पटात विभागला जाईल. इतके सगळे करून सुद्धा त्यांना कुठल्याही रेषा दिसल्या नाहीत, फक्त अगदी निरभ्र आकाश असताना तेवढ्या रेषा त्यांना दिसू शकल्या. आणि वेगवेगळ्या मूलद्रव्यांशी त्या उत्सर्जन रेषा जुळवून बघताना त्यांना सरळ त्या उत्सर्जन वर्णपटाकडे बघावे लागत होते, त्यातून येणाऱ्या तेजस्वी, डोळे दिपवणाऱ्या मॅग्नेशियमच्या फ्लॅशकडे बघावे लागत होते, तर क्षणात जेमतेम दिसणाऱ्या ताऱ्याकडून येणाऱ्या क्षीण प्रकाशाकडे बघावे लागत होते, त्यामुळे त्यांच्या दृष्टीला ताण पडत होता.

अमेरिका, जर्मनी आणि इटली इथले शास्त्रज्ञसुद्धा या प्रकाशरेषांच्या मागे लागले होते, पण ह्युगिन्स आणि मिलरने लवकरच बाजी मारली. १८६४ सालापर्यंत त्यांनी जवळ जवळ ५० मुख्य ताऱ्यांच्या वर्णपटाचे सविस्तर वर्णन प्रकाशित केले, ज्यात फिकट लाल रोहिणी (Aldebaran), नारिंगी झाक असलेला भरत तारा (Betelgeuse) आणि तेजस्वी व्याध (Sirius) हे होते. त्यांनी अशी नोंद करून ठेवली की ताऱ्यांचे वर्णपट सूर्यासारखेच मूलद्रव्यांच्या रेषांनी समृद्ध आहेत, आणि त्यातल्या बऱ्याच रेषा म्हणजे मूलद्रव्ये पृथ्वीवरील मूलद्रव्यांशी मिळत्याजुळत्या आहेत, उदाहरणार्थ हायड्रोजन, सोडियम, मॅग्नेशियम आणि लोह. सगळ्या ताऱ्यांच्यामध्ये थोडा थोडा फरक होता, पण एकंदरीत त्यातून मिळणारा संकेत स्पष्ट होता : पदार्थाचे मूलकण सगळीकडे सारखेच आहेत, पृथ्वीवर जे आपल्याला सापडते ते नुसते सूर्यमालेपुरतेच मर्यादित नाही, तर संपूर्ण विश्वात तेच भरलेले आहे.

या ताऱ्यांच्या बाबतीतील रासायनिक सारखेपणाबद्दल लिहिताना त्यांनी याचीही नोंद केली की काही मूलद्रव्ये जी त्यांनी ताऱ्यांच्या अंतरंगात पाहिली ती 'आपल्या ग्रहावरील सजीवांच्या जडणघडणीशी फार जवळून जोडलेली आहेत'. पेनसारख्या असंख्य लेखकांनी याआधीच शक्यता वर्तवून झाली होती की इतर ताऱ्यांच्या भोवतीसुद्धा सजीवांना आधार देणारे पृथ्वीसारखे ग्रह असू शकतील का? ह्यूगिन्स आणि मिलरने असा दावा केला की त्यांनी काढलेले निष्कर्ष - त्यांनी निरीक्षण केलेले सर्व तारे आपल्या सूर्यासारखे असून सजीवांना आधार देणाऱ्या ग्रहांना आधार देणारे आणि त्यांना ऊर्जाही पुरवणारे असू शकतात – या नाट्यमय अशा गोष्टींचे वैज्ञानिक पुरावे देऊ करतात.

यानंतर मिलर त्याच्या आधीच्या कामाकडे परत वळला आणि ह्यूगिन्सने एकट्याने काम करणे सुरू केले. ह्यूगिन्सने त्याचे लक्ष अवकाशातील अंधूक ढगासारख्या दिसणाऱ्या ऑब्जेक्ट्सकडे वळवले ज्यांना नेब्युला म्हणतात, हे अंधूक, विखुरलेल्या प्रकाशाचे छोटे पॅचेस आणि सर्पिलाकृती ऑब्जेक्ट्स प्रकाशबिंदूंच्या सारख्या दिसणाऱ्या ताऱ्यांपेक्षा खूप वेगळे दिसतात. गेली कित्येक शतके खगोलज्ञ या ऑब्जेक्ट्सबद्दल विचार करत होते आणि अनेक पर्याय सुचवत होते की तो कदाचित चमकणारा द्रवपदार्थ असू शकेल, ज्यापासून सूर्यमाला निर्माण होऊ शकतात, इथपासून ते कल्पनातीत दूर अंतरावर असणाऱ्या दीर्घिका किंवा विश्वाची बेटं असू शकतील इथपर्यंत. पहिल्यांदा ह्यूगिन्सने त्याचे लक्ष उत्तरेला दिसणाऱ्या ड्रॅको या तारकासमूहातील कॅट्स आय नेब्युलाकडे वळवलं, तो नेब्युला एखाद्या हिरव्या निळ्या तबकडीसारखा दिसतो. याबद्दल आठवताना त्याला नंतर मनात विचार आला की त्या वेळी स्पेक्ट्रोस्कॉपमधून बघताना मनामध्ये संमिश्र भाव होते, आता आपल्याला काय दिसेल त्याबद्दल उत्सुकता थोडे रहस्य इ., तेव्हा मनात आले, 'मी आता निर्मितीच्या एका गुप्त अशा ठिकाणाकडे बघणार आहे का?'

कॅट्स आय नेब्युला हा गोल आकाराच्या अवकाशीय वस्तूंच्या अशा वर्गात मोडतो ज्याला 'ग्रहीय नेब्युला' म्हणतात. त्यावेळच्या नव्या दुर्बिणीमधून बघता असे लक्षात येत होते की हे नेब्युले म्हणजे ताऱ्यांचा समूह असावा, दूर अंतरावर असणाऱ्या दीर्घिकांच्या कल्पनेला आधार देणारे, म्हणून ह्यूगिन्सला असे वाटले की त्याला वर्णपटात असंख्य रेषा बघायला मिळणार, कारण अनेक तारे असल्यामुळे सगळ्यांच्या एकत्रित अशा वर्णपटातील खूप साऱ्या रेषा दिसतील. पण त्याला जे काही दिसले त्यामुळे तो आश्चर्यात बुडाला, त्याचे उपकरण नीट काम करत नाहीये की काय असे त्याला वाटले. त्याला त्यातून वर्णपटच दिसला नाही; फक्त एक तेजस्वी प्रकाशरेषा दिसली. नंतर त्याच्या लक्षात आले की हा नेब्युला उत्सर्जन रेषा (emission lines) निर्माण करत होता, तो इतर अवकाशीय वस्तूंसारखा नाहीये,

तो एखाद्या प्रयोगशाळेतील जळत्या वायूसारखा दिसला.

त्यांनतर लवकरच त्याला अजून दोन अंधूक रेषा सापडल्या, आणि त्यानंतर तशाच तीन रेषा इतर 'ग्रहीय नेब्युला'च्या प्रकाशाच्या वर्णपटात सापडल्या.[६] 'ते नेब्युले म्हणजे अनेक सूर्यांचा समुदाय नसून प्रचंड मोठा जळणाऱ्या वायूचा ढग आहेत.[७] अर्थात सगळे नेब्युले काही सारखे नसतात. इतर प्रकारात, ज्यात काही सर्पिलाकृती पण आल्या, ह्यूगिन्सला काही अंधूक असे वर्णपट दिसले. आणि याच काही काळा नंतर आपल्या आकाशगंगेसारख्याच दीर्घिका आहेत हे पक्के झाले. काही दशकांच्या गोंधळाच्या अवस्थेनंतर आणि काही अनुमाने लावल्यानंतर शेवटी स्पेक्ट्रोस्कॉपमधून अवकाशातील हे नवलाचे विविध प्रकार वेगवेगळे ओळखता येऊ लागले.

ह्यूगिन्स त्याच्या तुल्से हिल्स गार्डन इथल्या घरात एका वैज्ञानिक हद्दीतून दुसऱ्या हद्दीमध्ये अशा उड्या मारत होता. १८६६ च्या मे महिन्यात त्याने स्फोट होणाऱ्या ताऱ्याचे, ज्याला नोव्हा म्हणतात, त्याचे पहिले निरीक्षण केले जेव्हा त्याच्या ओळखीच्या एका आयरिश बातमीदाराकडून त्याला अशी बातमी मिळाली की उत्तर मुकुट या तारकासमूहात काही विलक्षण घटना घडते आहे. ही बातमी त्याला थोडी संशयास्पद वाटली म्हणून रात्र पडता पडताच त्याने आकाश निरीक्षणाला सुरुवात केली, आणि, 'मला आश्चर्याचा आणि आनंदाचा धक्काच बसला, माझ्या नशिबाने मला नव्याने उगवलेला एक तेजस्वी तारा बघायला मिळाला.' काही दिवसांच्या नंतर त्या ताऱ्याचे तेज कमी कमी होत गेले, पण त्या पूर्वीच ह्यूगिन्सने त्याची निरीक्षणे घेऊन त्याच्या वर्णपटात दोन्ही प्रकारच्या, म्हणजे तेजस्वी आणि काळ्या रेषा आहेत हे दाखवून दिले. त्याने असा निष्कर्ष काढला की एका प्रचंड मोठ्या स्फोटामध्ये आधीचाच एक मंद तारा जळणाऱ्या हायड्रोजनच्या ज्वालांमध्ये वेढला गेला आहे. दूरदूरच्या खगोलतज्ज्ञानी दूरवर आकाशात एक खगोलीय वस्तू जळताना आणि धूर आणि राख उधळताना पाहिली होती पण ह्यूगिन्सच्या शोधाने सगळ्यांचे लक्ष वेधून घेतले, अगदी आमच्या कॅथेड्रलसमध्ये चर्चच्या व्यासपीठावरून त्यावर प्रवचन सुद्धा दिले गेले.

---

६. त्या ग्रहीय नेब्युलामधल्या हिरव्या निळ्या रंगाची रेषा पृथ्वीवरच्या कुठल्याही मूलद्रव्याच्या रेषेशी मिळत नव्हती, म्हणून ह्यूगिन्सला वाटले की ते एखाद्या अज्ञात अशा मूलद्रव्यांची असावी, ज्याचे नावसुद्धा ठरले, 'नेब्युलिअम' असे. पण १९२७ मध्ये असे दाखवून देण्यात आले की तो ऑक्सिजनचाच एक अनोखा प्रकार आहे, आणि कुठलेही नवे मूलद्रव्य नाही.

७. आपल्याला आता माहिती आहे की (Planetary nebula) ग्रहीय नेब्युला म्हणजे एक मृत तारा असतो ज्याचे आयनीत वायूचे चमकते तेजस्वी आवरण बाहेर फेकले गेले आहे.

ह्यूगिन्सने जवळून जाणाऱ्या धूमकेतूचासुद्धा वर्णपट तपासला, ज्यात त्याला कार्बन सापडले. नव्याने शोधलेल्या डॉप्लर इफेक्टचा- ज्यात एखादा प्रकाशाचा स्रोत तुमच्याकडे येत असेल तर त्यातल्या शोषण करणाऱ्या रेषा (absortion lines) या वर्णपटाच्या निळ्या भागाकडे सरकतात, आणि स्रोत तुमच्यापासून दूर जात असेल तर त्या रेषा लाल भागाकडे सरकतात – त्याचा उपयोग करून घेऊन ताऱ्यांच्या गती ठरवणारा तो पहिला ठरला.[८] त्यातून त्याला जी उत्तरे मिळाली ती अत्यंत चुकीची अशी मिळाली, पण निदान त्याचा वापर करण्याचे धारिष्ट्य दाखवणारा तो पहिला ठरला.

ह्यूगिन्स हे सगळे काम त्याच्या म्हाताऱ्या आईला सांभाळत करत होता. १८६८ च्या सप्टेम्बर महिन्यात जेव्हा त्याच्या आईचा मृत्यू झाला तेव्हा त्या दुःखामध्ये त्याची एक मोठी संधी हुकली, सूर्याच्या करोनामधून उठणाऱ्या लाल ज्वालांचा वर्णपट आणि त्याच्या वर्णपटीय रेषा टिपण्याची संधी हुकली, जी खगोलतज्ज्ञ नॉर्मन लोक्येरने उचलली आणि त्यात त्याला एक पूर्णपणे नवीन मूलद्रव्य सापडले, हेलियम; नेपोलीयनकडून आलेले त्याचे पॅरिसच्या भेटीचे वैयक्तिक आमंत्रणही हुकले. त्यानंतर त्याचा मुख्य एकुलता एक साथीदार होता त्याचा कुत्रा केप्लर.[९] पण त्याचे आयुष्य त्यानंतर परत एकदा बदलणार होते. आयर्लंड मध्ये एक मुलगी लहानाची मोठी होत होती, जिला ताऱ्यांच्याबद्दल प्रेम होते.

मार्गरिट मरे, डब्लीन मधल्या एका वकिलाची मुलगी समुद्राकाठच्या एका

---

८. ऑस्ट्रियन भौतिकशास्त्रज्ञ ख्रिश्चन डॉप्लर याने १८४२ साली असे सुचवले की जर एखादा तारा हलत असेल आणि आपल्याकडे येत असेल तर त्याच्या प्रकाशाची तरंगलांबी कमी होईल – कारण एका मागोमाग येणाऱ्या तरंगांना आपल्यापर्यंत यायला कमी कमी अंतर पार करावे लागते, म्हणून ते सर्व तरंग एकत्र येतात – आणि जर तो तारा लांब जात असेल तर त्याची तरंगलांबी वाढते. या इफेक्टच्या गणितीय विश्लेषणासाठी ह्यूगिन्सने जेम्स क्लर्क मॅक्सवेल या भौतिकशास्त्रज्ञाला पत्र लिहिले, जे विश्लेषण त्याने ताऱ्यांच्या गतींचा अंदाज घेण्यासाठी वापरले, त्यात व्याधाचा ताराही होता.

९. केप्लर (ह्यूगिन्सचा कुत्रा) साध्या साध्यासोप्या गणिताची उत्तरे भुंकून देऊ शकायचा (फार वर्षांपूर्वी क्लेव्हर हान्स नावाचा एक जर्मन घोडा अशाच प्रकारच्या चमत्कृतीसाठी प्रसिद्ध झाला होता), आणि त्याला खाटकाच्या दुकानाची फार भीती वाटायची. त्या केप्लरच्या वडिलांच्या आणि आजोबांच्या मनातही तीच भीती होती – ह्यूगिन्सने हे सगळे चार्ल्स डार्विनला सांगितले, त्याला या 'परंपरागत किंवा वारशाने आलेल्या वैरभावाच्या' उदाहरणाबद्दल फार आश्चर्य वाटले, आणि त्यावर त्याने नेचर या मासिकात १८७३ साली एक लेख लिहिला.

श्रीमंत ज़ॉर्जीअन टाऊनहाउस मध्ये राहत होती. ती ९ वर्षांची असताना तिची आई वारली, आणि समकालीन नोंदींच्या प्रमाणे ती तिच्या आजोबांच्या कडून खगोलशास्त्र शिकली. लवकरच एका छोट्या दुर्बिणीच्या साहाय्याने ती निरीक्षणे घ्यायला शिकली आणि तारकासमूहांची आणि सौर डागांची रेखाटने करू लागली, आणि छायाचित्रणाचे नवे तंत्रही शिकली. १८६७ साली जेव्हा ती १९ वर्षांची होती तेव्हा तिने ह्यूगिन्सच्या कामा बद्दलचा एक लेख एका मासिकात वाचला आणि ती एकदम मोहित होऊन गेली.[१०] त्यात दिलेल्या सुचनांप्रमाणे मार्गरिटने तिचा स्वत:चा स्पेक्ट्रोस्कॉप बनवला आणि सूर्याच्या फ्रॉनहॉफर रेषा शोधून काढल्या.

मार्गरिट आणि विलिअम यांची भेट कशी झाली हे स्पष्ट नाही होत पण कदाचित विल्यमची उपकरणे बनवणारा हॉवर्ड ग्रब, जो डब्लीन मध्ये राहत होता त्याच्या मार्फत या दोघांची ओळख झाली असावी. त्यांनी १८७५ साली लग्न केले तेव्हा विल्यम ५१ वर्षांचा होता तर मार्गरिट २७ वर्षांची. अध्यात्माकडे झुकायला लागलेल्या स्वत:च्या नवऱ्याला मार्गरिटने हळुवारपणे इतरत्र वळवले. त्याची फॅशनची पद्धत बदलली, त्याला केस वाढवायला लावले, त्याला वेल्व्हेटचे कोट घालायला लावले. तिने स्वत:ला विल्यमच्या संशोधनकार्याला वाहून घेतले, आणि दोघांनी मिळून संशोधनाला सुरुवात केली, आणि विज्ञानाच्या इतिहासातील नवरा-बायकोच्या एकत्रित अशा सगळ्यात यशस्वी अशा भागीदारीची वाटचाल सुरू केली.

१८७६ पासून विल्यमच्या शास्त्रीय प्रयोगाबद्दलच्या त्रोटक माहितीची जागा मार्गरिटच्या सविस्तर नोंदींनी घेतली. त्याच्या वेधशाळेमध्ये तिने तिच्या छायाचित्रणाचे कौशल्य वापरायला सुरुवात केली. किती तरी वर्ष विल्यम वर्णपटाची रेखाटने हाताने करत होता – पण त्याचे प्रतिस्पर्धी जे होते, उदाहरणार्थ असेच नवरा-बायको असलेले हेन्री आणि ॲना ड्रेपर यांनी खासगीत बऱ्याच आधीपासून फोटोग्राफी करायला सुरुवात केली होती. न्यू यॉर्क स्टेटमधील एक सधन खगोलतज्ज्ञ जोडपे होते ज्यांनी १८७२ साली पहिल्यांदा अभिजित या ताऱ्याचा स्पेक्ट्रोग्राम घेतला.[११]

---

१०. इतिहासकार बार्बारा बेकर असे सुचवते की चार्ल्स प्रिशा (Royal astronomical society चा अध्यक्ष) याने लिहिलेली, १८६७ मध्ये गुड वर्ड्स या मासिकात छापली होती ती कथा 'एखाद्या जगाचे वातावरण ज्वालांनी वेढले आहे ही कदाचित सत्यकथा असू शकते,'

११. हेन्री आणि ॲना यांचे लग्न १८६७ साली झाले, आणि त्याच्या दुसऱ्याच दिवशी, ज्याला त्यांनी नंतर त्यांची वेडिंग ट्रीप असे म्हटले, त्या दिवशी त्यांनी एक काच निवडली जी पुढे जाऊन २८ इंचाच्या रीफ्लेक्टिंग दुर्बिणीला बसणार होती. ती दुर्बीण बनवायला त्यांना ५ वर्षे लागली ज्यातून त्यांना १८७२ च्या ऑगस्ट मध्ये अभिजित या ताऱ्याचा वर्णपट घेता आला.

मार्गरिट जेव्हा तुल्से हिल्सवर आली तेव्हा तिने आणि विल्यमने मिळून नुकत्याच शोध लागलेल्या ड्राय प्लेट पद्धतीचा[१२] वापर केला आणि असा वापर करणारे ते पहिले खगोलतज्ज्ञ ठरले, शिवाय दोन छान मोठ्या दुर्बिणी वापरून काम सुरू केले. (एक रेफ्लेक्टिंग प्रकारची आणि दुसरी रेफ्राक्टिंग प्रकारची) ज्या त्यांना रॉयल सोसायटीने देणगीदाखल दिल्या होत्या, त्यानंतर त्या क्षेत्रात ते परत सर्वोच्च स्थितीला पोहोचले.

विलीअमने फोटोच्या डेव्हपिंगचे काम अंगावर घेतले आणि मार्गरिटने – ती तरुण असल्यामुळे तिची दृष्टी जास्त चांगली होती – निरीक्षणाचे तरेतमे काम तिने स्वत:वर घेतले. तासन्तास एखाद्या शिडीवर बसून राहणे तसेही अवघडच आहे, डोळे संवेदनशील आणि हात चपळाईने चालणारे असावे लागतात, त्यात तुमचे सांधे म्हणजे तर भारतातील रबरासारखेच असायला पाहिजेत. पण जे दृश्य त्यातून बघायला मिळत होते, त्यामुळे या सगळ्याची भरपाई होत होती. त्या दृश्यापुढे या त्रासाची काहीच किंमत नाही. 'रात्रीच्या शांत रम्य वातावरणात अवकाशाचा तो भव्यदिव्य पसारा उलगडत जाताना बघायला मिळणे यासारखी दुसरी चांगली गोष्ट नाही, तीसुद्धा जगातल्या सगळ्यात मोठ्या शहराच्या प्रचंड गजबजाटापासून फक्त ५ मैल अंतरावर.' तरीही तिला कधीमधी वाटायचे की तिचा नवरा खगोलशास्त्रज्ञ नसता आणि एखादा चित्रकार असता किती बरे झाले असते. 'तो लॅन्डस्केप पेंटर असता तर कितीतरी सुखी झाला असता आणि मी... माझ्यात एक जबरदस्त कलाकार दडली आहे,' ती गमतीने म्हणते. 'विज्ञानाचा अभ्यास किती दमवणारा आहे याची कोणालाही माहिती नाहीये: जितका आनंद तुम्हाला हिरवीगार शेतं, जंगले आणि आकाश बघताना मिळतो तेवढा मिळवायला तेवढी श्रद्धाच असायला लागते मनात, डोळ्यांना ताण देत आकाशातील प्रकाशाचे आणि अंधाराचे बारीक बारीक तुकडे बघत बसायला.'

त्यांनी एकत्रितपणे काम करून अनेक ग्रहांच्या म्हणजे युरेनस, शनी आणि मंगळ यांच्या वर्णपटाचे फोटोग्राफ काढले, तसेच नेहमीच्या माहीत असलेल्या ताऱ्यांपासून म्हणजे व्याध, अभिजित यांपासून ते दुर्मिळ अशा नव्याने सापडलेल्या वोल्फ – रायेट ताऱ्यापर्यंत, ज्याच्या वर्णपटात काळ्या रेषांच्या ऐवजी मोठ्या मोठ्या एमिशनच्या म्हणजे तेजस्वी रेषा आहेत, असे सगळ्यांचे वर्णपट मिळवले. त्यांनी नेब्युलांचे अभ्यास करणे चालूच ठेवले आणि सूर्याच्या कॉरोनाचा वर्णपट मिळवण्याचा खूप वर्षे अयशस्वी प्रयत्न केला. फोटोग्राफीच्या मदतीने त्या जोडप्याला वर्णपटाच्या अल्ट्रा व्हायोलेट भागाचाही वर्णपट घेता आला जो मानवी डोळ्यांसाठी

---

१२. ज्यामध्ये एका काचेच्या प्लेटवर जिलेटीनचा पातळ थर दिला होता.

अदृश्य असा भाग आहे.

विल्यमला खूप पुस्कार मिळाले, त्याची खूप प्रशंसा झाली – त्याला रॉयल सोसायटीचे अध्यक्ष केले गेले – व्हिक्टोरिया राणीने त्याचा सत्कार करून सरदारकी (knighthood) बहाल केली – त्याचवेळी तुल्से हिल्सवर त्यांना भेटायला येणाऱ्या पाहुण्यांची रांग लागली ज्यात ब्राझीलच्या सम्राटाचाही समावेश होता. (तो ब्राझीलचा सम्राट खूप भलामोठा उंच धिप्पाड असा गृहस्थ होता, ज्याला विज्ञानात खूप रस होता आणि त्याची स्वत:ची वेधशाळा होती, इतर पाहुण्यांपेक्षा या पाहुण्याने या जोडप्याचे लक्ष वेधून घेतले, ज्याने विलीअमच्या द्वैती ताऱ्यांबद्दलची माहिती ऐकताना असे म्हटले की, 'हो हे खूपच रंजक आहे पण मला नेहमी या गोष्टीचे नवल वाटत आले आहे, की तुम्ही खगोलशास्त्रज्ञ लोक सर्व ताऱ्यांची नावे कशी शोधून काढता.')

त्या वेळी ते एका वेगळ्याच लाटेवर स्वार होते, तो काळ तंत्रज्ञानाच्या विकासाचा होता, नवीन नवीन शोध लागत होते, ज्यामुळे थोड्याच दशकापूर्वीच्या स्वप्नांचा चक्काचूर होत होता. व्हिक्टोरियन काळातील ब्रिटनने सुरुवातीला ख्रिश्चन धर्माचे पुनरुत्थान बघितले आहे, थोड्या प्रमाणात फ्रेंच राज्यक्रांतीच्या दहशतीमुळे त्या आगीत तेल पडत गेले. थोडे नेपोलियनच्या पाठोपाठ झालेल्या युद्धामुळे झाले, ज्याचा दोष मोठ्या प्रमाणात पेनसारख्या लेखकांच्या संशयखोर वृत्ती आणि बुद्धिप्रामाण्यवादावर ठेवला जातो. पण फार काळ हे नाही चालले. ज्ञानी विचारवंत लोकांनी जे अनुभवजन्य पद्धतीने बायबलच्या विचारांना खोडून काढण्याचे काम सुरू केले होते, ते वैज्ञानिक प्रगतीने पूर्ण केले.

खगोलशास्त्रातील देदीप्यमान शोधांच्या बरोबरीने भूगर्भशास्त्रज्ञ पृथ्वीचा खोल खोल भूतकाळ खणून काढत होते आणि बायबलमध्ये सांगितलेल्या पृथ्वीच्या निर्मितीचा काळ खूप मागे ढकलला जात होता. रसामला अशुर्बानिपालच्या वाचनालयात सापडलेल्या बॅबिलोनिअन टॅबलेटवरून हेच समजत होते, बायबलमध्ये वर्णन केलेल्या जलप्रलयाचे वर्णन अनेक संस्कृतींच्या धर्मग्रंथात आले आहे, जे बायबलच्या कितीतरी शतके आधी लिहिले गेले होते. आणि अर्थातच चार्ल्स डार्विनच्या नैसर्गिक निवडीने होणाऱ्या उत्क्रांतीच्या सिद्धान्ताने, जो १८५९ मध्ये प्रकाशित झाला होता, त्याने जीवाची उत्पत्ती आणि अर्थात मानवाचीही निर्मिती कशी झाली त्याचे सविस्तर स्पष्टीकरण दिलेले आहे.

कॉम्तेच्या सकारात्मक दृष्टीच्या अनुयायांसाठी (त्याच्या कल्पना इंग्रजी मध्ये १८६५ साली उपलब्ध झाल्या) शास्त्रीय सत्य शोधले जाण्याची जणू वाट पाहत होते, आणि त्यातून मिळणारे ज्ञान परिपूर्ण असणार होते. आपल्याला कदाचित या विश्वाबद्दल ज्ञान कधीच मिळाले नसते, पण आपण सत्य जाणून घेण्यासाठी

अज्ञातात उडी घेतली आणि तीही विज्ञानाची शस्त्रे घेऊन, त्यामुळे आपण सत्याच्या जास्त जवळ जाऊ शकलो. रॉयल सोसायटीचा अध्यक्ष म्हणून विल्यमने दिलेल्या भाषणात असे म्हटले की, 'प्रत्येक नवीन शोधाबरोबर हे जग जास्त वैभवशाली होत जाते आहे, त्यातल्या विलक्षण गोष्टी आश्चर्यकारकच आहेत. तरी निसर्गातल्या असंख्य गोष्टी अद्याप शोधल्या जायच्याच आहेत, येणाऱ्या नवनवीन पिढ्यांसाठी न संपणारा असा ठेवा आहे.'

त्या दोघांच्या एकत्रित कारकिर्दीच्या अखेरीस १८९९ मध्ये विल्यम आणि मार्गारेट दोघांनी मिळून एक मोठा ताऱ्यांच्या वर्णपटाचा ॲटलास तयार केला (मार्गारेटने ते सुंदर रीत्या सचित्र असे समजावले आहे). त्यावेळच्या द टाइम्स या वर्तमानपत्रात त्या पुस्तकाबद्दल, 'आत्तापर्यंतचे सगळ्यात उत्तम असे खगोलशास्त्रीय पुस्तक' असे केले होते. खगोलभौतिकी या नवीन शाखेचे संस्थापक म्हणून त्या दोघांचे नाव इतिहासात पक्के झाले. त्या पुस्तकात वर्णन केलेले विश्व स्थिर अशी निर्मिती नाही, तर सतत विकसित होणारे असे विश्व आहे. त्यांच्या पुस्तकातल्या नोव्हापासून नेब्युलापर्यंतच्या वर्णपटांच्या फोटोंच्या बरोबरीने ताऱ्यांच्या उत्क्रांतीबद्दलची माहितीही होती, एकदम तरुण, अति उष्ण व्याध आणि अभिजितसारख्या पांढऱ्या ताऱ्यापासून ते लालसर मंद होत जाणाऱ्या काक्षी ताऱ्यापर्यंत त्यांच्यातील इंधन जळून त्यांचे आयुष्य कसे विकसित होते, याबद्दलची माहिती होती. पुढे त्यांनी एवढेसुद्धा भाकीत करून ठेवले होते की जुन्या मृत्यू पावलेल्या आणि सुपर नोव्हा होऊन फुटलेल्या ताऱ्यांच्या पदार्थांमधूनच पुढच्या पिढीचे तारे जन्माला येणार आहेत. अतिभव्य आणि नेत्रदीपक अशी ती दूरदृष्टी होती, पण शेवटी सगळी रहस्ये दडली होती ती त्या प्रकाशात.

वयाच्या ८४ व्या वर्षी १९०८ मध्ये विल्यमने रॉयल सोसायटीला असे कळवले की त्यांनी दिलेल्या दोन्ही दुर्बिणी आता त्याला त्यांना परत करायच्या आहेत; कारण वयोमानाने त्याला आता त्यावर काम करणे शक्य नाही. त्यानंतर त्या दुर्बिणी केंब्रिज विद्यापीठाच्या एकदम नवीन अशा खगोलभौतिकीच्या विभागात हलवायच्या असा निर्णय घेण्यात आला. डब्लिनमधला शास्त्रीय उपकरणे बनवणारा हॉवर्ड ग्रब याने तुल्से हिल्स येथे स्वत: जाऊन तिथे दुर्बिणी हलवायच्या कामावर देखरेख केली. तो जेव्हा तिथे पोहोचला तेव्हा दुर्बिणीचे भाग सुटे करण्याची प्रक्रिया सुरू झाली होती आणि वेधशाळेतील जमिनीवर जिकडे तिकडे अनेक भाग पसरले होते.

त्या सगळ्या पसाऱ्याच्यामध्ये स्वत: विल्यम मोठा कोट घालून एका पॅकिंग करायच्या खोक्यावर बसून होता आणि मार्गारेट त्यांच्या मध्ये सगळीकडे हिंडत कामगारांच्या प्रत्येक कामावर बारीक लक्ष ठेवून होती. शेवटी एकदाचे ते भले मोठे

१५ इंचाचे अपवर्तनी दुर्बिणीचे भिंग त्याच्या खोक्यात सुरक्षितपणे ठेवले गेले. ग्रबने मार्गरिटला खूण केली. मार्गरिटने सर विल्यमचा हात धरून हलकेच त्यांना त्या खोक्याजवळ नेऊन त्यांच्या जुन्या मित्राचे, त्या भिंगाचे, ज्याने गेली कित्येक वर्षे दूर अवकाशातील प्रकाशकिरणांना पृथ्वीवर आणून अनेक प्रयोग यशस्वी केले होते, त्याचे शेवटचे दर्शन घडवले. ग्रब सांगतो, 'मी त्या खोक्याचे झाकण बंद करण्यापूर्वी ती दोघे खूप वेळ अगदी दुःखाने ते भिंग निरखत होती.'

त्या जोडप्याने ज्या विषयाची सुरुवात केली त्या विषयाच्या अभ्यासाने मानवी संस्कृतीला मुळापासून हलवले. हजारो वर्षांपासून चालत आलेल्या ताऱ्यांबद्दलच्या गोष्टी एका झटक्यात बदलून नव्या गोष्टींचा संच पुढे आणला. कृत्तिका आता अनाथ बहिणी किंवा शिकारी कुत्री नाहीयेत – किंवा अवकाशीय बैलाचे चिन्ह नाहीये- तर ते आता तरुण, अतिउष्ण अशा वायूचे गोळे आहेत, हायड्रोजन जाळून त्यातून हेलियम बनवत आंतरतारकीय धुळीच्या ढगांमधून वेगाने पुढे जात आहेत. रोहिणी हा लाल तारा अवकाशीय बैलाचा डोळा राहिला नसून आता एक म्हातारा होणारा महाकाय तारा आहे हे समजले आहे, जो कार्बन, ऑक्सिजन आणि नायट्रोजन घडवत जाईल, जे एक दिवस अवकाशात फेकले जाईल. शुक्र – संध्यासमयीचा आणि पहाटेचा तेजस्वी तारा, प्रेमाची देवता असलेला (किंवा पर्जन्यदेवता असलेला)- हा खरेतर एक पृथ्वीच्या आकाराचा खडक असून ढगांच्या दाट आवरणाखाली त्यावरील ज्वालामुखी आणि डोंगर, आणि कधीच्या काळी अस्तित्त्वात असणारा उथळ असा समुद्र जो आता हरितगृह परिणामामुळे कोरडा पडलाय आणि ज्यावर शिसेसुद्धा वितळेल एवढा उष्ण पृष्ठभाग असलेला ग्रह आहे, हे समजले आहे.

स्पेक्ट्रोस्कोपीने हे दाखवून दिले की एका अर्थी प्लाटोचे म्हणणे खरे होते, आपण खरेच ताऱ्यांमधून आलो आहोत. खगोलशास्त्रज्ञाना आता हे माहीत आहे की सर्व जड मूलद्रव्ये, कार्बनपासून युरेनियमपर्यंत सर्व, ज्यांच्यापासून आपले जग बनले आहे ती मूलद्रव्ये सुपर नोव्हाच्या स्फोटांमधून अवकाशात बाहेर फेकली जाण्यापूर्वी कित्येक युगे आधी ताऱ्यांच्या अंतरंगात बनली आहेत. आपल्या शरीरातील जवळ जवळ प्रत्येक अणू आधी ताऱ्याच्या अंतरंगात होता. ताऱ्यांच्या जीवनचक्राचा अभ्यास करण्यासाठी त्याच्या प्रकाशाच्या वर्णपटाचा अभ्यास करताना खगोलशास्त्रज्ञाना खूप विलक्षण नवीन ऑब्जेक्ट्सचा शोध लागला ज्यांच्या अस्तित्त्वासंबंधी प्राचीन खगोलशास्त्रज्ञांनी कधी कल्पना पण केली नसेल : सुपरनोव्हा, महाप्रचंड स्फोट होऊन काही ताऱ्यांचा यात अंत होतो; न्यूट्रॉन तारे, हे एखाद्या महा प्रचंड अणूच्या केंद्रकासारखे असतात, अगदी काही किलोमीटर लांबी-रुंदीचे छोटे पण प्रचंड घनतेचे तारे, ज्याच्यावरचा एक चमचाभर पदार्थ पृथ्वीवर अब्जावधी टन भरेल;

कृष्णविवर ज्यात इतकी जबर गुरुत्वीय शक्ती असते की त्याच्या तावडीतून प्रकाशसुद्धा बाहेर पडू शकत नाही.

या अभ्यासातून या सर्व ब्रह्मांडाची निर्मिती कशी झाली आणि त्याचे भविष्य काय असू शकते याचेही भाकीत करू शकेल. ताऱ्यापासून येणाऱ्या प्रकाशाच्या वारंवारितेमधील डॉप्लर शिफ्ट मोजून – या पद्धतीचा ह्युगिन्सने पहिल्यांदा वापर केला होता – त्यातून आपल्याला हे समजले की तुम्ही कुठल्याही दिशेला बघितले – तर दूरदूर वरच्या दीर्घिका आपल्यापासून अजून लांब जाताहेत – दुसऱ्या शब्दात सांगायचे झाले तर हे विश्व प्रसरण पावते आहे. याच तत्त्वांवरून मागे जाऊन शास्त्रज्ञ महास्फोटाच्या सिद्धान्तापर्यंत पोहोचले – १३.८ अब्ज वर्षांच्या पूर्वी अतिशय सूक्ष्म आणि अतिशय घन अशा बिंदूतून स्फोट होऊन हे ब्रह्मांड निर्माण झाले, आणि तेव्हापासून आजतागायत ते मोठे होत आहे. अशा तऱ्हेने शेवटी आपल्याला या विश्व निर्मितीबाबतची वैज्ञानिक कथा मिळाली – माणसाच्या अनुभवावर आणि पौराणिक कथांवर आधारित असण्यापेक्षा तंत्रज्ञानावर आणि निरीक्षणांवर आधारित अशी कथा.

गॅलिलिओ हा विज्ञान क्षेत्रातला हिरो ठरला आहे, ज्याने आपली दुर्बीण आकाशाकडे वळवली आणि – कल्पनातीत असा अवकाशातील खजिना अगदी पहिल्यांदाच आपल्या समोर उलगडला गेला. त्यातून आपल्या शेजारी ग्रहांबद्दलची सविस्तर माहिती उलगडली तेव्हा समजले की तेही आपल्या पृथ्वीसारखेच भौतिक गोल आहेत, त्यांचा सूर्याभोवतीचा आकाशातील मार्ग तपासता आला ज्यामुळे केप्लर आणि न्यूटनला ते गणितात मांडता आले. पण मला वाटते की स्पेक्ट्रोस्कोपीचा जो विकास झाला – फ्रॉनहोफरपासून ते ह्युगिन्स जोडप्यांपर्यंत – तेही तेवढेच क्रांतिकारी होते, कारण त्यामुळे खगोलशास्त्रज्ञांना दृश्य किंवा गती यांची नुसती नोंद करण्यावर थांबायची गरज राहिली नाही. या पायोनियर संशोधकांनी अख्खे ब्रह्मांड पृथ्वीवर आणले, त्यातून हेच सिद्ध झाले की कॉम्ते चूक होता : दूरच्या गोष्टींबद्दल जाणून घेण्यासाठी त्यांचा अभ्यास करण्यासाठी, ते कशाचे बनले आहेत, त्यांचे काम कसे चालते हे जाणून घेण्यासाठी त्यांना स्पर्शच करायला पाहिजे किंवा त्यांना हातात घेऊन निरीक्षण करायला पाहिजे असे काही नाही. त्यांची रहस्ये आपण त्यांच्या प्रकाशामधून जाणून घेऊ शकतो.

तुम्ही असे म्हणू शकता की त्यांनी ताऱ्यांना आपल्या जवळ आणले, जसे फ्रॉनहॉफरच्या थडग्यावरच्या दगडावर लिहिले आहे. पण यात उपरोध असा आहे की त्यांच्या कामामुळेच एक खूप मोठे, खोल असे अंतर पडले आहे, एक समाज म्हणून आपण जसे आकाश अनुभवतो आणि शिकतो त्यात आणि शास्त्रज्ञांच्या अनुभवण्यात फरक पडला आहे. आता खगोलशास्त्रज्ञ भल्या मोठ्या अति शक्तिशाली

अशा दुर्बिणी बनवतात, नुसत्या दृश्य प्रकाशाच्याच नाही तर वर्णपटाच्या सर्व तरंगलांबीच्या दुर्बिणी. उंच डोंगरांच्या माथ्यावर किंवा सरळ अवकाशात ज्यामुळे पृथ्वीच्या वातावरणाचा होणारा अडसरही दूर होतो. ही उच्च तंत्रज्ञान वापरून बनवलेली गुंतागुंतीची उपकरणे कुठल्याही गोष्टीचा शोध घेऊ शकतात, अगदी मंगळावरच्या किंवा चंद्रावरच्या पाण्यापासून ते ब्रह्मांडातल्या प्राचीनतम अशा दीर्घिकांची रचना समजून घेईपर्यंत काहीही.

ज्या दुर्बिणी उच्च वारंवारितेच्या प्रारणाशी मेळ घालून आहेत त्या प्रलयंकारी अशा क्वेसार किंवा गॅमा किरणस्फोटासारख्या उत्पाती गोष्टींची नोंद घेऊ शकतात, तसेच जी उपकरणे मोठ्या तरंगांशी म्हणजे अवरक्त किरणांशी मेळ जुळवून आहेत ते धुळीच्या ढगांच्या आरपार जाऊन नव्याने जन्मणारे तारे दाखवू शकतात.

पण कोणालाच प्रत्यक्षात त्यातून बघता येत नाही. मार्गरिट ह्यूगिन्स दुःखाने असे म्हणते की भव्य आकाशाचे निरीक्षण करण्यापासून आपण छोट्या छोट्या प्रकाशाच्या पॅचेसचे निरीक्षण करायला लागलो आहोत, हा बदल दुःखदायक आहे. आता आपण त्याच्या फारच पुढे गेलो आहोत. ही खगोलशास्त्रामध्ये, आकाशातून येणारे प्रकाशकण स्वतःबरोबर जी अवकाशीय रहस्ये घेऊन येतात त्यासकट ते प्रकाशकण इलेक्ट्रॉनिक शोधकामध्ये पकडून त्याचे डिजिटल डेटामध्ये रूपांतरण करून या पृथ्वीवरच्या सर्वांत शक्तिशाली संगणकाद्वारा अत्यंत गुंतागुंतीच्या समीकरणामध्ये बदलली जातात. विटा बसवून बांधकाम करणारा एक माणूस, गॅरी फील्डस जो नंतर खगोलतज्ज्ञ झाला, त्याने २०१६ मध्ये चिले इथल्या अतिविशाल खगोलदर्शकाला भेट दिली त्याबद्दल त्याने त्याच्या बेस्ट सेलर पुस्तकात, (An Astronomer's Tale) लिहिले आहे. ८.२ मीटर व्यासाचे ४ आरसे एकत्र करून VLT मधून प्रचंड मोठ्या प्रमाणावर दृश्य प्रकाशातील आणि अवरक्त किरणाच्या प्रकाशातील डेटा गोळा करता येतो आणि अतिशय सूक्ष्म अंतरावर (एका अंशाच्या दहा लाखांएवढ्या भागाइतके सूक्ष्म), जवळ जवळ असलेले दोन बिंदू विलग करून मोजमाप घेता येते. आता ताऱ्यांना समजून घेण्याचा प्रयत्न करणाऱ्या आघाडीच्या शास्त्रज्ञांना संगणकाच्या पडद्याला नाक लावून तासन्तास बसलेले बघितले की असे वाटते की यांनी खरे आकाश कित्येक दिवसात बघितलेच नाहीये, या विचारामुळे फील्ड्स अस्वस्थ झाला होता.

जेव्हा शास्त्रज्ञांनी स्पेक्ट्रोस्कॉपच्या मदतीने प्रकाशाचे विभाजन केले – त्याच्या रंगांचे रूपांतरण आकड्यात केले – तेव्हा व्यक्तिनिष्ठ आणि गुणात्मक अशा अवकाशाच्या दृश्यापासून ते एक पाऊल दूर गेले होते आणि पूर्णपणे वस्तुनिष्ठ आणि गणिती अशा अवकाशाकडे वळले होते, आपण जे आतून अनुभवतो ते विश्व त्यापासून दूर जाऊन ज्याचा आपण बाह्यतः हिशेब करतो त्यापर्यंत पोहोचले होते.

आणि इलेक्ट्रॉनिक शोधकाच्या विकासानंतर तर जणू आपली दृष्टी किंवा ते ज्ञानेंद्रियच आपण घालवून बसलो – अवकाश कसे दिसते – हे जणू त्या चित्रातून नाहीसेच झाले. या अर्थाने आजचे खगोलशास्त्र पूर्वीपेक्षा फारच वेगळे आहे असे म्हणावे लागेल. आता आपल्याला त्यासाठी आकाशाकडे तोंड करून बघायची जरुरी राहिली नाही. विश्वाचे ज्ञान करून देणारे – ते आकाश कसे आहे; कसे घडले; जीवसृष्टीशी आणि आपल्याशी ते कसे जोडलेले आहे – हे सगळे आपले डोळे नाही तर आता आपली उपकरणे बघताहेत.

हा जो बदल झाला आहे तो अबाधितच राहिला आहे. २० व्या शतकाच्या सुरुवातीला जेव्हा शास्त्रज्ञ या विश्वाबद्दलच्या कल्पना वैयक्तिक अनुभवांपासून दूर नेण्याचा प्रयत्न करत होते तेव्हा एक क्रांतिकारी कलाकारांचा गट तीच कल्पना मध्यवर्ती राहावी यासाठी प्रयत्नशील होता.

९

कला

त्या नाटकावर टीका करणाऱ्यांनी म्हटले की ही रंगभूमीची चेष्टा आहे. काही समीक्षकांनी अशी तक्रार केली की हे नाटक बेकार आणि अर्थहीन आणि कंटाळवाणेपण होते, बाकी लोक इतके गोंधळात पडले होते की जे काय घडले त्यावर त्यांना चर्चाही करता येत नव्हती. व्हिक्टरी ओव्हर द सन हे नाटक सेंट पिटर्सबर्ग इथल्या लुना पार्क या नाट्यगृहात ३ आणि ४ डिसेंबर १९१३ च्या रात्री लागले होते. नाटकाचे तिकीटसुद्धा भरपूर जास्त म्हणजे ९ रुबल्स एवढे होते. पण तेव्हा एक अफवा पसरली होती की काही तरी धक्कादायक, निंदनीय असा प्रकार घडणार आहे, आणि त्यामुळे सर्व तिकिटे फटाफट एका दिवसात खपली होती, आणि त्या इतक्या सगळ्या लोकांचा हिरमोड नक्कीच झाला नाही.

बरोबर रात्री ९ वाजता पडदा दोन भागात विभागून उघडला गेला, चित्रविचित्र कपडे, अमूर्त प्रतिमा आणि अर्थहीन भाषा, त्याबरोबर एका जुन्या पियानोमधून येणारे विसंवादी सूर यांचे रंगमंचावर तांडव सुरू होते. त्या नाटकाचे तीन तरुण निर्माते – संगीतकार मिखाईल मात्यूशिन, लिब्रेटिस्ट अलेक्सेई क्रुश्चोन्यख (संगीतिकेचे पुस्तक लिहिणारा, लेखक) आणि डिझायनर काझिमीर मालेविच – हे रशियाच्या 'अवांत-गार्द' कला चळवळीचे प्रवर्तक होते ज्याला घन भविष्यवाद असे नाव आहे, आणि व्हिक्टरी ओव्हर द सन हे जगातील पहिले घन भविष्यवादी नाटक आहे.

त्या नाटकात बहुतेककरून स्वयंसेवक वृत्तीच्या विद्यार्थ्यांनी केवळ २ दिवसांच्या तालमीच्या जोरावर काम केले. त्यात भविष्यकाळातील दोन ताकदवान, कणखर अशा पुरुषांचे काम होते, एक कालप्रवासी, वाईट हेतू ठेवून चालणारा आणि भयंकर असमाधानी असा परंपरावादी, 'नीरो आणि कालिगुला दोन्ही एकाच माणसामध्ये'. त्यांचे कपडे म्हणजे भौमितिक आकार दाखवणारे कार्डबोर्ड आणि वायरपासून बनवलेले असे होते, त्यांच्यावर फिरते स्पॉट लाइट टाकले जायचे, या दोन व्यक्ती ज्या पद्धतीने बोलायच्या त्या पद्धतीला क्रुश्चोन्यख झाऊम म्हणतो, ज्यात अनेक अतार्किक गोष्टी आहेत. बोलताना ते त्यांचा आवाज आणि त्यांच्या भावना तर्कसंगत

विचारांच्या वर उठून दिसाव्यात म्हणून त्यात ठीक ठिकाणी पॉज घेत होते. मालेविचचे नेपथ्यसुद्धा सर्वसामान्य सजावट किंवा काही स्पष्टीकरणात्मक चित्रे वगैरे यापेक्षा वेगळे आणि भन्नाट होते. त्याने काळ्यापांढऱ्या रंगाचे भौमितिक आकार असलेले पॅनेल्स बनवले त्यामुळे त्या चित्रांना एक खोली प्राप्त झाली. (रंगीत चित्रे बनवण्याएवढे पैसे त्याच्याकडे नव्हते).

नाटकाला विशिष्ट अशी कथा नव्हतीच. नाटकाच्या कथेची पुनर्रचना करताना असे लक्षात आले की त्या पहिल्या खेळाच्या वेळच्या कथेत तो बलवान भविष्यवेत्ता सूर्याला पकडून एका काँक्रीटच्या डब्यात बंद करायला बघतो आहे. त्यात बराच भीतिदायक गूढ असा हिंसाचार दाखवला होता : तो मनात वाईट हेतू बाळगणारा शांतपणे त्या कालप्रवाशाला ठार मारतो त्यानंतर तो स्वत:वर हल्ला करतो; एक प्रेत आपल्याच केसाला धरून ओढत चाललय. शेवटचा सीन असा आहे : टेलिफोनवर बोलणारा एक जण म्हणतो : 'काय? त्यांनी सूर्याला पकडलं? धन्यवाद.'

दुसऱ्या अंकात कथा एकदम दूरच्या सूर्यविहीन अशा भविष्यकाळात उडी मारते. एक नवीन सत्य परिस्थिती ज्यात पारंपरिक मानवी मूल्ये नष्ट झाली आहेत. ती जागा म्हणजे 'एकदम हलके' वाटायला लावणारी, जिथे कुठल्याही आठवणी नाहीत, स्वप्ने नाहीत किंवा कुठल्याच भावना नाहीत, जिथे मानवतेची पाती एकदम स्वच्छ साफ पुसलेली आहे: 'तुम्ही एखाद्या स्वच्छ आरशासारखे बनता किंवा एखाद्या मासे ठेवण्याच्या पात्रासारखे, एखाद्या स्वच्छ गुहेसारखे ज्यात सोनेरी मासे निश्चिंतपणे आपल्या शेपट्या हलवीत फिरताहेत एखाद्या कृतज्ञ टर्कसारखे.' एक कवटी चार पायांवर इकडेतिकडे पळतेय. एक आश्चर्यचकित झालेला जाडा माणूस विचारतोय 'सूर्यास्त कुठाय' आणि स्वत:चे घड्याळ लावायचा निष्फळ प्रयत्न करतो, त्यापूर्वीच रंगभूमीवर एक विमान येऊन कोसळते.

आतापर्यंत कोणीही असे काही बघितलेले नव्हते, झारच्या रशियात तर नाहीच पण जगात कुठेही नाही. पण त्या वेडेपणामागे एक काही पद्धत होती. समाजिक नियमांची मुद्दामहून मोडतोड करण्यामागे त्या त्रिकूटाचा हेतू प्रस्थापित व्यवस्था कोलमडवायचा होता अर्थातच, पण खरे ध्येय बरेच मोठे होते. साक्षात्कारी विचारांचा कणा असलेल्या कारणमीमांसेवर त्यांना हल्ला करायचा होता. शार्लट डग्लस नावाच्या कलेच्या इतिहासकाराच्या म्हणण्याप्रमाणे, ज्याने त्या नाटकाचा नीट अभ्यास केला होता. त्याचे म्हणणे होते की, त्या तर्कविसंगत गोष्टींच्या भडिमारामागे तर्काच्या पलीकडे जाण्याचा, रोजच्या जगाच्या बाहेर जाण्याचा एक प्रयत्न आहे; त्या कलाकारांना चकित झालेल्या प्रेक्षकांना तर्क बाजूला ठेवून घटनांच्या अंत:प्रेरणेला, भावनिक जागरूकतेला शरण जाण्यास भाग पाडायचे होते. 'तो सगळ्यांनाच धक्का द्यायचा प्रयत्न होता, अगदी त्या भविष्यवेत्त्यांना स्वत:लाही, एका नवीन जाणिवेत

जाण्याचा' असे डग्लस म्हणतो.

मालेविच आणि त्याच्या मित्रांनी, तर्क आणि विज्ञानाला मिळणाऱ्या यशावरून भौतिक जग, जे आपण बघतो ते सत्य आहे ही मध्यवर्ती कल्पना नाकारली होती – तार्किक समीकरणाने आणि कायद्याने चालणारी ऑब्जेक्ट्स आणि बलेही नाकारली, 'आम्ही त्या सूर्याला त्याच्या ताज्या मुळासकट पकडले,' असे ते विजयी वीर आकाशातील तो आगीचा गोळा फाडल्यानंतर गातात. 'ते लठ्ठ आहेत आणि त्यांना गणिताचा वास येतो.' ते सूर्याला लक्ष्य करतात, 'म्हणतात की सूर्य म्हणजे निर्माता आणि दृश्यमानतेचे चिन्ह आहे... सत्याचा भ्रम आहे.' असे डग्लस म्हणतो. 'अपोलो हा तर्कसंगतता आणि स्पष्टता यांचा देव आहे, तर्काचा प्रकाश.' थोडक्यात दुसऱ्या शब्दात सांगायचे झाले तर सूर्याचा प्रकाश आपल्याला मूर्ख बनवतो, आपण जे बघतो तेच सत्य आहे असे मानायला लावतो. मानवतेच्या विकासासाठी ते नष्ट केले पाहिजे.

व्हिक्टरी ओव्हर द सनचा पहिला खेळ आता कुप्रसिद्ध झालाय,

पण त्याची पुनर्निर्मिती जगभरात वारंवार रंगमंचावर येते. (ते नाटक अजूनही प्रेक्षकांना विभाजित करते : एका टीकाकाराने म्हटले आहे की लंडनच्या बार्बिकॅन सेंटरमध्ये प्रस्तुत केलेली १९९९ची आवृत्ती म्हणजे लोकांच्या वेळेचा हास्यास्पद अपव्यय आहे.') पण त्या डिझायनरसाठी मालेविचसाठी, हे प्रतिनाटक म्हणजे सत्य शोधून काढण्याच्या मोठ्या प्रयत्नातील पहिले पाऊल होते. हा असा प्रवास होता ज्याने त्याला खोल खोल ब्रह्मांडात जिथे असंख्य न बघितलेली कंपने, वेगळ्याच मिती अनुभवता येतात तिथे घेऊन गेला आणि ताऱ्यांच्या अफाट मोठ्या क्षेत्रापासून ते मानवाच्या मेंदूतील अफाट जागेपर्यंत हिंडवून आणले.

या प्रकरणात आपण मालेविच आणि त्याच्या सारख्या काही क्रांतिकारकांच्या कथा बघणार आहोत ज्यांनी २० व्या शतकाच्या पहिल्या काही वर्षात पाश्चिमात्य कलेत बदल घडवला. शास्त्रज्ञ जसे पदार्थाचे स्वरूप जाणून घ्यायच्या मागे लागले तसे त्यांनी या विश्वाच्या सत्यतेबद्दल प्रश्न विचारायला सुरुवात केली जे रिनेसांच्या काळापासून ते मानत आले होते. चित्रकार आणि कवी यांनी भ्रामक देखाव्यांविरुद्ध आणि तर्कसंगत विचारांच्या वर्चस्वाविरुद्ध बंड केले. कलेसाठीची मोठी मोठी अधिवेशने भरवणे बंद करण्यास त्यांनी सुरुवात केली. शेवटी ते या ब्रह्मांडाचीच पुनर्रचना करू बघत होते.

ब्रह्मांडाबद्दलच्या या कल्पनांनी कलेवर नेहमीच परिणाम घडवला आहे. आपल्या इतिहासातच प्रत्येक काळामध्ये आकाशाचे चित्र कसे बदलत गेले ते पहा. प्राचीन काळातील चित्रात पौराणिक काल्पनिक प्राणी आणि देव हेच दिसतात, तर रिनेसां

नंतरच्या चित्रांमध्ये, खगोल शास्त्रज्ञांप्रमाणे चित्रकारांनीसुद्धा अवकाशातील विविध आकृत्यांऐवजी प्रकाशबिंदू दाखवायला सुरुवात केली. आपण तारे कसे चित्रित करतो यापेक्षा अवकाशशास्त्र आणि कला यांच्यातले नाते जास्त खोल आहे. या विश्वाच्या स्वरूपाची बदलती चित्रे – ज्या अवकाशात आपण राहतो – ते अपरिहार्यपणे कलाकाराच्या कल्पनांना आणि तो सत्य कसे चितारतो याला आकार देतात.

आपण बघितले की पॅलिओलिथिक काळात गुहेच्या छतावर चितारलेले प्राणी अवकाशाचे प्रतिनिधित्व करत होते ते अवकाश माणूस आणि निसर्ग, पृथ्वी आणि स्वर्ग यांना एकत्र आणले. मध्ययुगीन युरोपमधली कलासुद्धा जागतिक विचार चितारते, अर्थात त्यात ख्रिश्चन धर्मातील चिन्हे आणि विषय आहेत, पण तेही एका मूलगामी पद्धतीने दर्शवले आहे जशा वस्तू आणि दृश्य तयार केली जातात. त्यावेळच्या नकाशांप्रमाणेच (कलाकारांनी या दोन्हीत कधी फरक केलाच नाही) चित्रांच्या मध्ये त्रिमितीमध्ये चित्र दाखवण्याचे प्रयत्न झाले नव्हते, किंवा कुठला सुसंगत दृष्टिकोन समाविष्ट केला नव्हता. त्यात वस्तू बहुतेक करून जमिनीवर ठेवलेल्या दाखवण्याऐवजी तरंगणाऱ्या दाखवल्या जायच्या; वगवेगळ्या वेळी घडलेल्या घटना एकत्रित दाखवल्या जायच्या; महत्त्वाच्या व्यक्ती किंवा घटना फार मोठ्या करून दाखवल्या जायच्या. यातून ज्या संस्कृतीचे दर्शन होते ते भौतिक जगाचे वास्तवाशी साम्य दाखवत नाही असे एक टीकाकार म्हणतो. कलाकाराला जे सत्य किंवा वास्तव दाखवायचे आहे ते प्रत्यक्षात जसे असायला हवे त्यापेक्षा त्यातल्या एकंदर अनुभवात किंवा त्यातल्या एखाद्या दृश्यात सामावलेले आहे असे दाखवले जाते.

हे सगळे बदलायला लागले जेव्हा कलाकार त्यांच्या रचना गणिती नियमांप्रमाणे करायला लागले. १४१३ मध्ये एक मोठा बदल घडला जेव्हा फिलिपो ब्रुनेल्लेश्की नावाचा एक आर्किटेक्ट जो फ्लोरेंस मध्ये काम करत होता याने एक नवीन कल्पना आणली, रेषीय दृष्टिकोन या नावाचे नवे तंत्र आणले. त्या तंत्रानुसार गोष्टी एका क्षितिजरेषेवर आणि नाहीशा होणाऱ्या एका बिंदूवर प्लॉट करायच्या, त्यामुळे चित्रामध्ये त्या ठिकाणाची खोली-लांबी-रुंदी समजते, आणि एखादे दृश्य आपल्याला प्रत्यक्ष त्या ठिकाणावरून कसे दिसेल याची नक्कल बनवायची. १४३५ मध्ये त्या तंत्रामध्ये योग्य ते फेरफार करून घेऊन त्यातून कलाकारांसाठी कार्यक्षम योजना बनवली गेली आणि ते तंत्र अख्ख्या युरोपभर पसरले आणि लवकरच ते एकच स्वीकारार्ह असे तंत्र होऊन बसले. अगदी दा विन्ची आणि राफेल्सच्या रिनेसांच्या उत्कृष्ट कलाकृतीपासून ते टर्नरच्या एक्सप्रेशनिस्ट लॅन्डस्केपपर्यंत, त्यानंतर लिनिअर पर्स्पेक्टिव्ह या तंत्राने पाश्चिमात्य कलेवर ५०० वर्षे राज्य केले.

जसे नकाशा तयार करणाऱ्या लोकांनी अक्षांश आणि रेखांशाचा वापर सुरू केला तसे नवनवीन शोध लागू लागले; त्याच शहरात म्हणजे फ्लोरेन्समध्येच,

काहीच वर्षांच्या पूर्वी म्हणजे १४०६ साली टॉलेमीच्या 'ज़ॉग्रफिया' या गंथाचे लॅटिनमध्ये भाषांतर झाले होते, त्या ग्रंथात त्याने पृथ्वी आणि आकाश यांची विभागणी मेरिडियन्स आणि पॅरलल्स मध्ये केली होती. इतिहासकारांच्या मध्ये याबद्दल वाद आहे की कदाचित त्या दोन्हीत काही संबंध असावा. टॉलेमीने एक भौमितिक सिद्धान्त समजावला होता तो अगदी ब्रुनेल्लेश्की सारखाच होता; तर दुसरीकडे इटालियन कलाकार आधीपासूनच पर्स्पेक्टिव्ह या संकल्पनेवर प्रयोग करत होते तेही अशा समाजात की जो समाज दिवसेंदिवस मोजमापावर जास्त भर देत होता, आणि जास्तीत जास्त अचूक असे आर्किटेक्चरल प्लॅन बनवत होता. दोन्हीही तऱ्हेने बघितले तरी, नकाशा आणि कला या दोन्हीतील क्रांती ही अवकाशशास्त्रातील बदलामुळे झाली होती. विस्तारक्षम, बदलता येण्याजोगा मध्ययुगातील अवकाश ते रिनेसांचे एकसमान तार्किकजाल. खगोलशास्त्रज्ञांसाठी, चित्रकार आणि नकाशे बनवणाऱ्यांसाठी, सत्य शोधण्याचे काम आता बाह्य दृश्यजगाचे मोजमाप करणे आणि त्याचे नमुने तयार करणे यावर अवलंबून होते.

कलेच्या क्षेत्रात हे नमुन्यादाखलचे उदाहरण १९ व्या शतकापर्यंत अतूट राहिले, जेव्हा वास्तववादी मंडळी आदर्शवत रचना तयार करण्याऐवजी वास्तविक जीवनातील माणसांच्या आणि परिस्थितीच्या अपूर्णतेचे चित्रण करायला लागली, स्वच्छंदतावादी लोक एखादी घटना त्यांना वस्तुनिष्ठपणे कशी दिसली त्यापेक्षा अनुभवताना कशी वाटली त्याचे चित्रण करायच्या मागे होती. कारणे फार गुंतागुंतीची होती : कलाकार मंडळी ही वाढत्या निधर्मी, औद्योगिक आणि शहरी समाजात जुन्या बायबलच्या काळातल्या किंवा शास्त्रीय थीमपासून दूर जात होती आणि त्यांच्या अवतीभोवतीचे आधुनिक जग दाखवू पाहत होती. इतिहासकार फोटोग्राफीच्या शोधाचेही उदाहरण देतात की ज्यामुळे मागणीबरहुकूम अचूक प्रतिमा ताबडतोब मिळणे शक्य झाले आणि त्यामुळे चित्रकारांना दुसरे काहीतरी काम शोधणे भाग पडले. दोन्ही गट गणिती अचूकतेपासून दूर जात होते, कशासाठी तर माणसाच्या बघण्याच्या गोंधळलेल्या कृतीला महत्त्व देण्यासाठी.

त्यांच्या नंतर आले प्रभाववादी (Impressionist), यांनी १८६०च्या दरम्यान, शतकापूर्वीच्या जुन्या भ्रामक कल्पना, जसे की कॅनव्हास म्हणजे बाह्य जगाकडे बघण्याची प्रामाणिक खिडकी आहे, या विचाराविरुद्ध युद्धच पुकारले. मॉनेटसारख्या चित्रकारांनी त्याऐवजी त्यांचे क्षणभंगुर असे व्यक्तिनिष्ठ छाप आपल्या ब्रशच्या फटकाऱ्यानी दाखवले. त्यांच्या नंतर आले ते प्रभाववादोत्तर – व्हीन्सेंट व्हान गॉगचे आडवेतिडवे नागमोडी आकृतिबंध, पॉल गोगॅच्या ठळक बाह्यरेषा, जॉर्जे सेउरातचे ठिपके ठिपके – चित्र विचित्र आकार काढून, भडक रंग वापरून आणि रंगांचे थर लावून जास्त जोरात आवेशाने वास्तव नाकारायचे हाच फक्त उद्देश.

१९ व्या शतकाच्या शेवटी फ्रेंच चित्रकार पॉल सिझाने याने शेवटी लिनिअर पर्स्पेक्टिव्हचे नियम मोडायला सुरुवात केली, पार्श्वभाग आणि अग्रभाग एक करून आणि अनेक पर्स्पेक्टिव्ह बिंदूंना एकाच वेळी समाविष्ट करून घेतले. पाब्लो पिकासो याने १९०७ साली पॅरिसमध्ये एक ८ चौरस फुटांचा कॅनवास बनवला ज्याला तो म्हणत होता 'द आविन्यो'. त्यात ५ विवस्त्र स्त्रिया दाखवल्या होत्या, त्यांना निळ्या–पांढऱ्या वस्त्रांनी एकत्र बांधले होते. त्यातल्या दोघी जणी मोठ्या मोठ्या काळ्या डोळ्यांनी बघणाऱ्यांकडे डोळे वटारून बघत होत्या; बाकीच्या तिघींनी आपले चेहेरे आफ्रिकन प्रकाराच्या मुखवट्यांनी झाकले होते.

त्याच्या सगळ्यात जवळच्या मित्रांसाठी सुद्धा हे फार धक्कादायक होते, त्याला कारण एकतर त्या चित्रातला निर्लज्ज आशय आणि वर पाश्चिमात्य सौंदर्याच्या कल्पनेचा केलेला चुराडा. पण मुख्य कारण हे होते की त्याने त्रिमिती वास्तव दाखवण्याचे नाकारले. स्त्रीशरीराची वास्तववादी वळणे आणि गोलाकार दाखवण्याच्या ऐवजी त्या सर्व स्त्रिया रागीट दिसणाऱ्या, टोकदार आणि सपाट अशा दाखवल्या होत्या. आपल्या सारख्याच विचारांच्या इतर कलाकारांबरोबर पिकासो त्याच्याही पुढे गेला – दृष्टिकोनांची सरमिसळ करून, पृष्ठभागाचे काप करून खंडित असे भौमितिक पैलू दाखवायचे- त्याला आता घनवाद असे नाव आहे. हे म्हणजे कॅनव्हासवर रंगांसाठी नव्या योजना करण्यासारखे होते. ते खरेतर अवकाशाच्या स्वभावाची नव्याने कल्पना करत होते.

घनवादाचा जन्म म्हणजे कलाकाराच्या कल्पनांची नैसर्गिक प्रगती असे चित्रित केले जाते, ज्यात पिकासोने सिझानेच्या तंत्राचा वापर केला, तसेच पारंपरिक आफ्रिकन आणि इबेरिअन कलेचा सुलभ असा भौमितिक प्रकार वापरला. दोन्हीचे परिणाम निर्णायक होते यात काही वाद नाही. पण यात अजून एक घटक आहे तो असा की १८९० पासून वैज्ञानिक आणि तांत्रिक विकासाची एक जोरदार लाट आली आणि लोकांचे वास्तवाचे भान बदलले. परत एकदा अवकाशाचे चित्र बदलत होते आणि पिकासोसारखे कलाकार प्रतिसाद देण्याशिवाय काही करू शकत नव्हते.

काही दशकांपूर्वी स्कॉटिश शास्त्रज्ञ जेम्स क्लर्क मॅक्सवेल याने दाखवून दिले होते की विद्युत आणि चुंबकीय क्षेत्रे अवकाशातून प्रवास करताना तरंगांच्या स्वरूपात प्रवास करतात, आणि असा निष्कर्ष काढला होता की प्रकाश म्हणजे असाच एक तरंग आहे. पण आता इतर प्रकारचे विद्युतचुंबकीय प्रारण सापडले होते, ज्यात जादुई वाटावी अशी शक्ती होती. १८९४ सालापासून अभियंत्यांनी नव्याने सापडलेल्या रेडिओ तरंगांचा वापर करून हवेतून अदृश्य असे संदेश पाठवायला सुरुवात केली. १८९५ साली भौतिकशास्त्रज्ञांना क्ष-किरणांचा शोध लागला, अशी किरणे जी घन पदार्थातूनही आरपार जाऊ शकतात आणि आतल्या गोष्टी दिसू शकतात जसे

आपल्या शरीरातील मांसामध्ये हाडे असतात, ती दिसू शकतात. त्याच दरम्यान हजारो वर्षे अणू म्हणजे पदार्थाचा सगळ्यात छोटा कण, मूलभूत कण, ज्याचे पुढे अजून विभाजन होऊ शकत नाही असे कण, असे जे समजले जात होते ते चुकीचे ठरून १८९७ मध्ये अणूच्या आत इलेक्ट्रॉन्स नावाचे अजून छोटे कण असतात असे सिद्ध झाले. त्याच्या पाठोपाठ लगेचच १८९८ मध्ये किरणोत्सारितचा शोध लागला – ज्यामध्ये काही मूलद्रव्य अदृश्य अशी प्रारणे निर्माण करतात आणि त्याबरोबर ऊर्जा बाहेर पडून त्या द्रव्याच्या रासायनिक रचनेमध्ये बदल होतो हा शोध लागला.

या घडामोडींदरम्यान अजून दोन वैज्ञानिक संकल्पना लोकप्रिय झाल्या होत्या, आता जरी त्या विस्मृतीत गेल्या असल्या तरी तेव्हा मात्र मॉडर्न आर्टसारखा याचा स्फोटक प्रसार झाला होता. त्यातली एक होती 'इथर'च्या अस्तित्त्वाची कल्पना, जेलीसारखे किंवा वाफेसारखे द्रव्य – शास्त्रज्ञांचा असा विश्वास होता की हे इथर सर्व ब्रह्मांडात भरले आहे, अगदी अणूच्या अंतरंगातील सूक्ष्म जागेपासून ते अवकाशाच्या अफाट पसाऱ्यापर्यंत सगळीकडे. १८८० साली पृथ्वीभोवती इथरचे अस्तित्त्व सिद्ध करण्यासाठी केलेला एक मोठा प्रयोग फसला होता. परंतु शास्त्रज्ञांकडे विद्युतचुंबकीय तरंग अवकाशाच्या पोकळीतून कुठल्याही माध्यमाशिवाय प्रवास कसा करतात याचे स्पष्टीकरण नव्हते, आणि ती कल्पना पहिल्या महायुद्धाच्या नंतरच्या काळापर्यंत लोकप्रियच राहिली. 'हे इथर आपल्यासाठी तेवढेच गरजेचे आहे जेवढी आपल्याला श्वास घेण्यासाठी हवा लागते' असे भौतिकशास्त्रज्ञ जे. जे. थॉम्पसन १९०९ मध्ये (पुढे जाऊन ज्यांनी इलेक्ट्रॉनचा शोध लावला) म्हणाले होते; काहींची तर असे म्हणण्यापर्यंत मजल गेली होती की इथर हाच पदार्थाचा मूलभूत स्रोत आहे, आणि अणू त्या इथरच्या समुद्रात पोहत असतात.

दुसऱ्या एका कल्पनेमुळे लोक उत्तेजित झालेले होते ती म्हणजे जास्तीच्या मितींची शक्यता. प्राचीन काळापासून ग्रीकांनी भूमितीचे नियम ठरवून दिले होते, त्यानंतर त्यावर कोणी प्रश्न विचारले नाहीत की कोणी यावर गंभीरपणे विचारही केला नाही, कोणी त्यावर आव्हानही दिले नाही की सामान्य व्यवहारज्ञानाप्रमाणे तीनच मिती का असतील? पण १९ व्या शतकात गणिती मंडळींनी हे दाखवून दिले की वेगळ्या नियमांनी बांधलेली वेगळ्याच प्रकारची भूमिती तयार करणं केव्हाही शक्य आहे. फ्रेंच गणिती हेन्री पोइन्केर याने १८८० पासून ही कल्पना लोकप्रिय केली, त्याचा दावा असा होता की वरवर पाहता ही त्रिमितींची सृष्टी हे वास्तव विश्वामध्ये अस्तित्त्वात नसेलही, पण आपण ते कसे समजतो, जाणून घेतो त्यावर ते अवलंबून असेल. जसे हजारो वर्षांच्या पूर्वी प्लेटोने स्वच्छ शब्दात सांगून ठेवले होते की आपण जे विश्व बघतो ते कदाचित वास्तवात असलेल्या विश्वाची मर्यादित सावली असेल.

हा म्हणजे वास्तवाच्या पारंपरिक कल्पनांवर सरळ सरळ हल्ला आहे असे मत

कलेच्या इतिहासकार लिंडा डॅरीम्पल हेंडरसन यांनी मांडले, ज्या मॉडर्न आर्ट आणि विज्ञान यातील संबंधावर अभ्यास करताहेत. पदार्थ स्थिर आणि दृढ किंवा अविचल असा राहिला नव्हता. अवकाशसुद्धा रिकामे, पोकळ राहिले नव्हते तर अदृश्य अशा किरणांनी आणि तरंगांनी भरलेले होते. नव्या शोधांनी दृश्य – अदृश्यातील, पदार्थ आणि ऊर्जा, घन आणि अमूर्त यातील पूर्वापार पासूनची सीमारेषा मिटवून टाकली होती. आणि कलाकारांसाठी ते फार महत्त्वाचे असे होते, त्यांनी, आपण आपल्या ज्ञानेंद्रियांनी विशेषत: डोळ्यांनी जे बघतो त्याची विश्वसनीयता आणि सत्यता याबद्दल प्रश्न उपस्थित केले. 'मानवी डोळ्यांच्यासाठी अदृश्य अशा क्षेत्राचे अस्तित्त्व आता गूढ किंवा तात्त्विक, आध्यात्मिक अनुमान राहिले नव्हते,' असे हेंडरसन म्हणते. विज्ञानाने ते सिद्ध केले आहे.

१९०० सालाच्या सुरुवातीला पोइन्केर नावाच्या गणितज्ज्ञाने चौथ्या मितीची कल्पना करायची असेल तर एखाद्या वस्तूला वेगवेगळ्या कोनातून एकाच वेळी बघण्याची कल्पना करा असे सुचवले. पिकासो आणि त्याच्या क्युबीस्ट कल्पना मानणाऱ्या मित्रांनी ही कल्पना उचलून धरली. त्याच्या एका गुइल्लौमे अपोल्लीनिए नावाच्या कवी मित्राने, नंतर याबद्दल लिहिले की, ही म्हणजे 'मॉडर्न स्टुडिओची भाषा', आहे. उंबेर्तो बोकिओनीसारख्या इतर कलाकारांनी इथरपासून प्रेरणा घेतली. इटालियन फ्यूच्युरिझमच्या प्रणेत्यांमधील एक असलेला बो किओनी पदार्थाच्या वैज्ञानिक प्रकटीकरणामुळे भारावून गेला होता, त्याने १९११ साली लिहिले आहे की 'घनवस्तू म्हणजे घनरूप वातावरणच असते, फ्यूच्युरिझम ही एक कलेची अशी चळवळ जी घनवादा मधून जन्मली आणि तिने आधुनिक यंत्रांच्या ऊर्जा, हिंसा आणि सत्ता, शक्तीचा उत्सव साजरा केला. त्याचे एक अस्वस्थ असे १९१२ मधले त्याच्या आईचे सुप्रसिद्ध चित्र आहे,' मटेरिया (Matter पदार्थ), ज्यात त्या बाईचा आकार वेगवेगळ्या रंगांच्या आणि आकाराच्या मध्ये विरघळत जातो. त्या चित्राबाबत हेंडरसन म्हणते की त्या चित्रात एक वस्तू ज्या पद्धतीने वातावरणात अलगदपणे विरघळून जाताना दाखवली आहे त्याला तोड नाही, आणि ती असे सुचवते की त्याने त्या चित्रातून असे दाखवण्याचा प्रयत्न केलाय की इथरमधून पदार्थ निर्माण होतोय आणि इथरमध्येच नंतर विरघळून जातोय.

अर्थात पिकासो आणि बोकिओनी दोघांचा दृष्टिकोन वेगळा होता, दोघेही वास्तवाचे वेगवेगळे नमुने हाताळत होते, ज्यात पदार्थ आणि अवकाश एकमेकात अदलाबदल करण्याजोगे आहेत आणि त्रिमिती वस्तू जशा आपण बघतो, स्पर्श करताना जसे वाटते तशा त्या नसतात. हे जे नियम तोडणारे काम त्यांनी केले त्यामुळे मालेविच आणि त्याच्या मित्रांना भूतकाळ नष्ट करणारा त्यांचा ओपेरा व्हिक्टरी ओव्हर द सन बनवता आला. त्यांनी हे करायच्या आधीच एका रशियन

कलाकाराला हे विश्व कंपने आणि तरंगांनी भरलेले आहे या कल्पनेची भुरळ पडली. या कल्पनेच्या शक्यता चाचपडून बघताना तो या क्युबिझम आणि फ्यूच्युरीझमच्या कल्पना मागे टाकून किती तरी पुढे निघून जाणार होता.

वासिली कान्दिन्स्की हा असा माणूस होता ज्याला नैसर्गिकपणेच दृश्यमान स्वरूपाच्या पलीकडचे दिसे. त्याने एकदा लिहिले होते की, 'प्रत्येक वस्तू मला तिचा चेहरा, अंतरंग, आत्माच जणू दाखवते. अगदी आकाशातल्या तारका, चंद्र, जंगले आणि फुले ज्यांची गाणी कवीमंडळी गातात ते तर दिसतातच, पण अगदी एखाद्या ॲशट्रेमध्ये असलेले सिगारेटचे थोटूक, रस्त्यावरच्या डबक्यात पडलेल्या पेशंटच्या पॅन्टचे पांढरे बटण किंवा गवतामधून एखाद्या मुंगीने आपल्या तोंडात पकडून आणलेला एखाद्या झाडाच्या खोडाचा तुकडा'.

कान्दिन्स्कीचा जन्म १८६६ साली एका खानदानी कुटुंबात ओडेसा येथे (ज्याला आता युक्रेन म्हणतात) झाला. (त्याचे वडील सायबेरियातील एक चहाचे व्यापारी होते, आणि त्याच्या आज्यांपैकी कोणीतरी एक मोंगोलियाची राजकन्या होती). त्याला नेहमीच रंगांची भूल पडायची; जेव्हा तो लहान होता तेव्हा त्याला वाटायचे की त्यांना त्यांचे आयुष्य असते. १८८९ साली एथनोग्राफर म्हणून खूप दूरच्या जंगल असलेल्या उत्तर भागातील व्होलोग्दा या ठिकाणी तो प्रवास करून पोहोचला – जिथे अजूनही शामान लोक प्रवास करतात, आणि झाडांना आत्मा असतो – तिथली लोककला बघून तो मंत्रमुग्ध होऊन गेला. पारंपरिक वेशातील तिथले शेतकरी म्हणजे जणू भडक रंगाचे कपडे घातलेली दोन पायांवरची चित्रेच वाटत होती जणू. त्याने त्याच्या डायरीमध्ये लिहून ठेवले आहे की, 'त्यांची लाकडी कोरीव काम केलेली घरे आतून इतकी सुंदर सजवलेली होती की आत गेल्यावर एखाद्या चित्रामध्येच शिरल्यासारखे वाटावे.'

मॉस्को विद्यापीठातून त्याने कायदा आणि अर्थशास्त्र या विषयांमध्ये पदवी घेतली आणि १८९६ मध्ये त्याला प्राध्यापकाची नोकरी मिळाली; त्या वेळी तो यशस्वी शिक्षक होण्याच्या मार्गावर होता. पण तरीही त्याला दुसऱ्याच जगाची ओढ लागली होती. त्या वर्षी त्याने मॉस्कोचे कलाप्रदर्शन बघितले आणि तिथे पहिल्यांदाच मॉनेटची चित्रे बघितली, ज्यात 'हेस्टॅक' या नावाच्या मालिकेतील एक चित्र होते. 'कॅटॅलॉगमधून कळले की ते हेस्टॅक या मालिकेतले चित्र आहे म्हणून कळले नाहीतर मला काही ते ओळखता आले नव्हतें,' असे त्याने नंतर लिहून ठेवले आहे. सुरुवातीला त्याला फार दुःख झाले की मॉनेट नीट स्पष्ट व्यक्त झालेला नव्हता, मी आश्चर्यचकित ही झालो आणि थोडा गोंधळलो सुद्धा पण नंतर माझ्या लक्षात आले की त्या चित्राने माझा नुसता कब्जाच घेतला होता असे नव्हे, तर माझ्या

स्मरणात पक्के रुतून बसले, जिथून ते अजिबात पुसले जाणार नाही असे.' त्याने त्याचे चांगले चालू असलेले शैक्षणिक क्षेत्रातले भविष्य तिथेच सोडून दिले आणि कलेचे शिक्षण घेण्यासाठी म्युनिच शहराची वाट धरली.

कान्दिन्स्की उंच होता आणि तो उत्कृष्ट वेशभूषा करायचा, पिन्स - नेझचा चश्मा लावलेला, ताठ मानेने चालणारा अशा त्याला बघितले की वाटायचे, 'जणू हा वरून सर्व विश्वाचे अवलोकन करतोय' असे एका इतिहासकाराने लिहून ठेवले आहे. त्याने वेगवेगळ्या कलाप्रकारात झपाट्याने प्रगती केली, अगदी रीॲलीसम, इम्प्रेशनिझमपासून ते धीट अशा एक्स्प्रेशनिझम आणि फौविझम पर्यंत. सपाट पृष्ठभागावर पेंटिंग करायचे, कळतील न कळतील अशा मानवी आकृत्या काढायच्या, हे असे करून त्याला समाधान मिळत नव्हते. त्या चित्रांच्या मध्ये याला काय वाटत होते ते नेमके पकडले जात नव्हते, व्यक्त होत नव्हते, जेव्हा तो रिचर्ड वॅग्नरचा ओपेरा 'लोहेनग्रिन' बघायला गेला आणि डोळ्यासमोर रंगांचे नृत्य बघितले तेव्हा त्याला जे वाटले; किंवा जेव्हा सूर्यास्ताच्या वेळी मॉस्को शहर जेव्हा संधीप्रकाशात विरघळून एका बिंदूमध्ये एकवटले, जणू 'जंगली ट्यूबा वाद्याच्या सुरावटीने सगळ्यांचे मन आणि आत्मा थिरकायला लागले' तेव्हा जे वाटले ते चित्रात उमटत नव्हते. त्याला नंतर आठवले की १९०५ सालच्या एका संध्याकाळी जेव्हा तो त्याच्या स्टुडिओमध्ये शिरत होता तेव्हा त्याला तो इतकी वर्षे जे शोधत होता ते सापडले. समोरच्या भिंतीला टेकून एक अजिबात न समजण्याजोगे पण अतिशय सुंदर असे पेंटिंग होते, आतल्या प्रकाशाने उजळलेले. शेवटी त्याच्या लक्षात आले की ते त्याचेच स्वत:चेच चित्र आहे, पण बाजूला वळवलेले. 'आता मला समजले की वस्तूमुळे माझ्या चित्राला हानी पोहोचते आहे.'

१९०९ साली दक्षिण बव्हेरियामधील मुर्नाऊ या गावी शेवटी कान्दिन्स्की स्थायिक झाला आणि तिथून त्याने परिवर्तन घडवायला सुरुवात केली ज्यामुळे तो मॉडर्न आर्टमधले खूप मोठे सुप्रसिद्ध असे व्यक्तिमत्त्व ठरला. क्युबिस्ट आणि एक्स्प्रेशनिस्ट मंडळी, कला ही बाह्य जगतासाठीची खिडकी असते या कल्पनेपासून अजून दूर जात होती. पण एका अमेरिकन कला इतिहासकार डोनाल्ड कस्पिटच्या मते या लोकांकडून त्या खिडकीला तडा गेला असेल तर कान्दिन्स्कीने ती खिडकी पार तोडून मोडूनच टाकली असे म्हणायला हवे. दृश्य विश्वाशी असलेले धागे तोडून टाकणारा तो पहिला पाश्चिमात्य मॉडर्न आर्टिस्ट ठरला.

त्यानंतरची काही वर्षे त्याने कामांची मालिकाच पूर्ण केली, बरेच वेळा संगीताच्या संदर्भातली नावे त्याने त्यांना दिली होती, उदाहरणार्थ इम्प्रूव्हायझेशन, कॉम्पोझिशन्स इ. काही चित्रांच्या मध्ये अजूनही थोडे हलकेसे पार्थिव वस्तूंचे भास होते, पण इतर ठिकाणी मात्र रंगांची मुक्त उधळण, रंग आणि आकार यांचे जणू

स्वैर नृत्य चालते त्या चौकटीभर. कित्येक दशके इतिहासकार असे समजत होते की कान्दिन्स्कीचे पहिले अ-प्रातिनिधिक असे चित्र (आणि म्हणूनच कदाचित पहिले मॉडर्न पाश्चिमात्य चित्र) ज्याला नाव दिले नव्हते, ते त्याच्या मते १९१० सालचे होते, आता सगळ्यांना पहिले अमूर्त जलचित्र म्हणून माहीत आहे. विद्वानांना आता असे वाटते की ते चित्र खरेतर तीन वर्षांनंतर केले होते, पण तरीही, कस्पिट सारख्या तज्ज्ञाला असे वाटते की या चित्रात त्याच्या कल्पनाशक्तीने कळस गाठला आहे.

हे अगदी मंत्रमुग्ध करणारे आहे. धारदार, गडद रेषांपासून ते वेगवेगळ्या रंगांचे म्हणजे प्रखर अशा जांभळ्या ते हिरव्या रंगाच्या पाणीदार धब्ब्यांसारखे आकार कुठल्याही अनुक्रमाशिवाय कॅनव्हासवर पसरलेले आहेत. डोळ्यांना समजतच नाही कुठे बघावे ते. मेंदूला काय विचार करावा ते समजत नाही. त्यात कुठे विशिष्ट जागा नाही की वेळ नाही, कुठले दिशा निदेशन नाही की मोजपट्टी नाही, कारण नाही की परिणाम. आपल्याला सवय असते प्रत्येक गोष्ट कुठल्या तरी वर्गात नाही तर कुठल्यातरी कप्प्यात बसवायची, तरीही 'व्हिक्टरी ओव्हर द सन' 'पहिले अमूर्त जलचित्र' यांना कुठलेही तार्किक निकष लावता येत नाहीत. कस्पिट त्याचे वर्णन, 'एखाद्या कलाकाराची अज्ञात विश्वातील झेप' असे करतो. पण खरेतर त्यात अमूर्त असे काही नाही कारण ते पृथ्वीवरील कुठल्याही वस्तू किंवा आकृतीवरून चितारलेले नाही. खरेतर कान्दिन्स्की काहीतरी खूप नवीन दाखवायचा प्रयत्न करतोय.

त्याच्या या प्रवासात तो एकटा नव्हता. झेक पेंटर फ्रान्तिसेक कुप्का आणि डच कलाकार पिएत मोन्द्रिअन हेसुद्धा प्रातिनिधिक कला आर्ट निर्माण करत होते; घनवादी लोकांसारखे हेसुद्धा शास्त्रज्ञांच्या विश्वाबद्दलच्या बदलत्या कल्पनांमुळे प्रभावित झाले होते. कान्दिन्स्की स्वतः, अणू – पदार्थाचा सगळ्यात लहान कण - हा अविचल असून त्याचे अजून बारीक तुकडे होऊ शकत नाहीत, ही जी आधीपासून समजूत होती त्या कल्पनेने हादरला होता. १९१३ साली त्याने लिहून ठेवले आहे की, 'माझ्या मनात अणूचे कोसळणे हे संपूर्ण जगाच्या कोसळण्यासारखेच आहे.' सगळेच कसे अनिश्चित, डळमळीत, भासमान वाटते. 'माझ्या डोळ्यांसमोर एखादा दगड हवेमध्ये विरघळून गेला तरी आश्चर्य वाटणार नाही.'

तो इथरच्या होणाऱ्या परिणामाने प्रभावित झाला होता. बोकिओनीने इथरला एखादा भौतिक पदार्थ असल्यासारखा पकडायचा प्रयत्न केला. पण कान्दिन्स्कीला सगळ्यात कुठल्या गोष्टीमुळे उत्साह वाटला असेल, तर जसे हेंडरसनने लिहिले आहे, 'ती एक नवीन प्रकारची कलात्मक देवाणघेवाण आहे.' नव्यानेच लागलेल्या बिनतारी संदेश यंत्रणेच्या शोधामुळे हवेतून अदृश्य संदेश पाठवायची सोय झालीय. किती तरी सन्माननीय शास्त्रज्ञानी, उदाहरणार्थ ब्रिटिश भौतिकशास्त्रज्ञ विल्यम क्रूक्स आणि ओलिव्हर लॉज आणि फ्रेंच खगोलशास्त्रज्ञ कॅमिले फ्लमरिओन यांनी असे

भाकीत केले होते की इथरमधल्या कंपनीमधून सरतेशेवटी प्रत्यक्ष तुमच्या विचारांना पाठवता येईल.

या अशा कल्पनांनी अर्थातच लेखक आणि कलाकार मंडळींना प्रेरणा मिळाली. १९०५ साली इंग्लिश तत्त्वज्ञ आणि कवी एडवर्ड कारपेंटर निसर्गाचे वर्णन करताना लिहितो की, 'बुद्धिमत्ता आणि भावना यांचे महाजाल आहे हे'; १९१२ मध्ये एझरा पौंड नावाच्या लेखिकेने कवींचे वर्णन करताना असे शब्द वापरले की, 'कवी म्हणजे नव्या भावना आणि नवीन कंपने यांच्या मागावर असलेली मंडळी आहेत.' बऱ्याच कलाकारांना इथरमुळे टेलिपथी या कल्पनेबद्दल सुप्रसिद्ध अशा थिओसॉफिकल सोसायटीमधून समजले, ज्या सोसायटीची सहसंस्थापक आहे न्यू यॉर्कमधली रशियामधून स्थलांतरित झालेली हेलेना ब्लाव्हाटस्की. तिने प्राचीन तत्त्वज्ञान आणि पौर्वात्य धर्मशास्त्र यांचा आधार घेऊन असा दावा केला हे सगळे ब्रह्मांड दैवी निर्मात्यामधून निर्माण झालेले आहे आणि इथर म्हणजे विश्वाचा आत्मा आहे. २० व्या शतकाच्या सुरुवातीला थिओसॉफिस्ट ॲनि बेझंट आणि चार्ल्स लेडबिटर तसेच जर्मनीमधील रुडॉल्फ स्टायनर यांनी शिकवले की आपल्या सगळ्यांभोवती कंप पावणारे इथरचे वलय किंवा प्रभावळ असते, जे आपल्या विचारांचे आणि भावनिक स्थितीचे प्रतिनिधित्व करतात.

कान्दिन्स्कीने १९०९ साली थिऑसॉफिकल सोसायटीचे सभासदत्व घेतले (कुप्का आणि मोन्द्रिअन हेसुद्धा सभासद होते). त्याने जर्मनीमध्ये स्टायनरची व्याख्याने ऐकली होती. त्याच्याकडे 'बेसंट आणि लेडबिटरचे १९०१ Thought Forms हे थिओसॉफीचे पुस्तक होते, ज्यामध्ये रंगीत चित्रे होती जी ठरावीक परिस्थितीत माणसाच्या मनाची काय अवस्था असते ती रंगीत ढग, सुळके, तंतू आणि ताऱ्यांचे स्फोट इ. द्वारा दर्शवत होती, उदाहरणार्थ 'रस्त्यावर झालेला अपघात' किंवा 'एखाद्या मित्राची भेट झाल्यावर निर्माण होणारे भाव' यांसारखे प्रसंग होते. कान्दिन्स्कीने अशाच प्रकारचे आकार त्याच्या कामात वापरले. विचारांची चित्रे पेंट करण्यापलीकडे जाऊन तो काही करू बघत होता.

त्याचा असा विश्वास होता की या ब्रह्मांडातील प्रत्येक गोष्टीत आत्मा असतो किंवा आयुष्याची शक्ती, ज्याला तो आतला आवाज म्हणतो, 'वादळ, जे.एस. बाख, भीती, एक वैश्विक घटना'. त्याला त्याच्या कलेद्वारा तो आतला आवाज बघणाऱ्याच्या थेट मनापर्यंत पोहोचवायचा होता, त्याची नक्कल व्हायला नको होती तर बघणाऱ्याच्या मनात त्याचे मधुर पडसाद उमटायला हवे होते. जशी एखादी कंप पावणारी तार दुसऱ्या तारेला आपल्या बरोबरीने कंप पावायला लावते तशी किंवा एखादा रेडिओचा मास्ट समुद्रापार एखाद्या ट्रान्समीटरला संदेश पाठवतो तसे. केव्हातरी एका वेळी त्याने स्वत:ची अशी भाषा तयार केली, वेगवेगळ्या रंगांच्या

आणि आकाराच्या भावनिक परिणामांची चिरफाड करून - त्यावरून पिवळा हा आक्रमक आहे तर निळा हा शांत आहे – आणि त्याला खात्री होती की तो विश्वाचे नियम उलगडून दाखवतोय.

कान्दिन्स्कीने १९१२ मध्ये लिहिलेल्या त्याच्या ऑन द स्पिरिच्युअल इन आर्ट या पुस्तकावरून हे सिद्ध होते की त्याला त्याचे प्रयत्न म्हणजे मानवतेला वाचवण्याचे मोठे काम तो करतोय असे वाटत होते. त्याने भौतिकवादी विचारांच्या दुःस्वप्नांबाबत आधीच सावधगिरीची सूचना देऊन ठेवली आहे... ज्याने या विश्वाबाबत अतिशय वाईट, दुर्दैवी, निरर्थक असा विनोद केला आहे.' विज्ञानाचा अभ्यास सुरू झाला तो हे वस्तुनिष्ठ भौतिक जग जाणून घेण्यासाठी. पण धर्माला उतरती कळा लागल्यानंतर आणि सकारात्मकता वाढीस लागल्यानंतर सगळ्या अस्तित्त्वावरच विज्ञानाचा जोर वाढला. बाह्यजगातील वास्तव हेच अंतिम वास्तव आहे अशी नव्याने व्याख्या केली गेली. विज्ञानाने प्राप्त झालेले वस्तुनिष्ठ ज्ञान हेच आणि फक्त हेच खरे ज्ञान, असे नवेच स्वरूप त्याला देण्यात आले होते. त्याने सुप्रसिद्ध जर्मन पॅथॉलॉजिस्ट रुडॉल्फ विर्चोव याचे म्हणणे उद्धृत केले आहे, त्याने असा टोमणा मारला आहे की त्याने आत्तापर्यंत हजारो प्रेतांची चिरफाड केली आहे, पण त्यात त्याला कधीही आत्मा सापडला नाही. कान्दिन्स्की अशी तक्रार करतो की, 'या अशा पदार्थालाच देवत्व बहाल करण्याच्या काळात जे आणि जेवढे फक्त डोळ्यांना दिसते त्यालाच फक्त मान्यता मिळते. आत्मा या प्रकाराला तर रद्दच ठरवले आहे पण मनाला मात्र आतल्या भावनांनीच ओळखता येईल,' असे तो ठासून सांगतो.

त्याच्या बरोबरच्या इतर कलाकारांच्या प्रमाणेच कान्दिन्स्की आत्म्या शिवायच्या कोरड्या गणिती अशा विश्वाचा स्वीकार करायला तयार नव्हता. तो लिहितो की, 'हे जग आवाज करते.' 'हे जग आध्यात्मिकदृष्ट्या, भावनिकदृष्ट्या ज्यांच्यावर परिणाम होतो त्यांचे आहे. मृत पदार्थात मन किंवा आत्मा नसतो.' त्याच्या पेंटिंग्जमधून वस्तू बाद करून त्याला हे सिद्ध करायचे होते की या विश्वामध्ये भौतिक गोष्टींच्या, मोजता येणाऱ्या गोष्टींपेक्षा अजून बरेच काही असते. सरतेशेवटी त्याला वास्तवाबद्दलच्या कल्पना बदलायच्या होत्या, जिवंत असणे म्हणजे काय, अस्तित्त्वाचे खरे स्वरूप बाह्य जगात नसते तर ते त्याच्या अनुभवावर आधारलेले असते, हे दाखवून द्यायचे होते. कान्दिन्स्कीनेच हे स्वच्छ सांगून ठेवले आहे की, 'कला म्हणजे वास्तवासाठीचा पर्याय नाही तर स्वतःच एक वास्तव आहे.'

पाश्चिमात्य कलेच्या विश्वात अमूर्त कलेचा जन्म हा खूप महत्त्वाचा होता. पण तिकडे रशियामध्ये क्युबो-फूच्युरिस्ट असलेला मालेविच 'व्हिक्टरी ओव्हर द सन'च्या पलीकडे निघाला होता. काही वर्षांच्या अवधीतच तो या विश्वाच्या खऱ्या स्वरूपाला कसे चित्रित करायचे यावर कब्जा मिळवेल, आणि त्याने जे काय मिळवून

दाखवले त्याच्या पुढे कान्दिन्स्कीचे काम अगदीच मिळमिळीत ठरले.

काझिमीर मालेविच हा लहानाचा मोठा झाला तो कलेच्या क्षेत्राशी संबंधित नसलेल्या वातावरणात आणि त्याला शिक्षणही उत्तम प्रकारचे मिळाले नव्हते जसे कान्दिन्स्कीला मिळाले होते. मुळात तो जिवंत राहिला हीच एक मोठी गोष्ट होती, कारण त्याची ५ भावंडे लहान असतानाच वारली होती. त्याचा जन्म पोलिश आई- वडिलांच्या पोटी युक्रेनमध्ये १८७८ साली झाला, जिथे त्याचे वडील बीटपासून साखर बनवण्याच्या एका कारखान्यात कामाला होते आणि सतत या खेडेगावातून दुसऱ्या गावात असे फिरत होते. तरुण वयात असताना मालेविच मॉस्कोला गेला आणि तिथे आर्ट स्कूलमध्ये प्रवेश घ्यायचा त्याने प्रयत्न केला. पहिल्यांदा तर त्याल तिथे प्रवेश मिळाला नाही. १९०५ साली जेव्हा कान्दिन्स्की त्याच्या चित्रांच्या सौंदर्याबद्दल चिंतन करत होता, त्याच वेळी तिकडे रशियामध्ये मालेविच एका मोठ्या हिंसक आंदोलनात सामील झाला होता, जे रशियाभर पसरत चालले होते, एका मोठ्या घटनेच्या साखळीची सुरुवात ज्यामुळे पुढे जाऊन फक्त १२ वर्षांच्या कालावधीत झारचे राज्य कोसळणार होते.

१९०७ च्या दरम्यान मालेविच रशियन आवाँ गार्द आर्ट सीनचा महत्त्वाचा सभासद झाला होता. त्याच्यावर घनवाद आणि भविष्यवादाचा प्रभाव होता, पण तो अशा निष्कर्षांप्रत आला होता की हे कलाकार भूतकाळातले नियम मोडण्यात फारसे यशस्वी झाले नाहीत. १९१३ मधील 'व्हिक्टरी ओव्हर द सन' हे त्याचे पहिले निवेदन होते. नंतर फेब्रुवारी १९१४ मध्ये मॉस्को पॉलीटेक्निक म्यूझिअममधल्या एका वादविवादात त्याने भाग घेतला होता. तो आणि त्याचा मित्र पेंटर अलेक्सेई मोर्गुनोव, जणू त्या दोघांनी आधीच आपली हार पत्करली होती. मालेविच याने एक भाषण दिले त्यात त्याने जाहीरपणे जी काय कारणमीमांसा दिली जात होती त्याला विरोध दर्शवला, तर मोर्गुनोव याने दुसऱ्या व्याख्यात्याचा अपमान केला, तो म्हणाला 'त्या मुर्खाने मला बोअर केले आहे कंटाळवाणे बोलून.' अध्यक्षांनी पुढे होणारी मारामारी टाळण्यासाठी लगेचच तो कार्यक्रम बंद केला.

मालेविचने नंतर उलगडा केला की आमचे ध्येय नुसते कलेची परंपरा नष्ट करण्याचे नाही, तर जी तर्कसंगत कारणमीमांसा म्हणून दिली जातेय तेही खोडून काढणे. कारण त्याला असे असे वाटले की जी कारणमीमांसा दिली जाते आहे ती फार कोत्या, संकुचित मनोवृत्तीने केली जाते आहे, जी सत्यापासून कोसो दूर आहे. लोकांना रीतिरिवाजात अडकवून त्यांचे लक्ष दुसरीकडेच वेधायचे अशी कल्पना त्यापाठीमागे आहे. तर्कसंगत कारणमीमांसा देऊन जे काही कायदे त्यातून तयार होत होते ते कायम तसे कधीच राहिले नाहीत, ते सतत बदलत गेले आहेत. त्या

कायद्यामध्ये किंवा त्या नियमांनी बांधून टाकल्यामुळे लोक इकडचा तिकडचा विचार करणारच नाहीत, त्यामुळे निष्पाप लोकांना जगाचे ज्ञान होणारच नाही याची काळजी घेतली जात होती. हे हत्यार वापरून कलेला चार भिंतीच्या खोक्यात बंद करण्याचा त्यांचा डाव आहे, तेव्हा वेळीच जागे व्हा आणि इथून दूर जा, असे त्याला सांगायचे आहे.

पण कारणावर कसा हल्ला करायचा? ते करायचे झाले तर सगळ्यात विचित्र, अतार्किक पद्धतीनेच करावे लागेल: रूढी मोडून आणि निषिद्ध गोष्टींवर हल्ला चढवून. लाकडी चमचा या त्याच्या घोषणेनंतर मालेविचने कलेची एक वेगळी पद्धत तयार केली ज्याला तो 'अलोगिझम' म्हणतो. त्याने अर्थहीन अशा कविता लिहिल्या, तसेच अशी पेंटिंग्ज केली ज्याला रशियन कलेचा इतिहासकार आलेक्सांद्रा शात्स्कीख संघर्षमय असा उतारा म्हणते : प्रतिमा आणि वस्तू अशा तऱ्हेने संन्निध दाखवल्या की त्यातून काही अर्थ निघत नाही. त्याच्या कामाचा हा टप्पा कळसाला पोहोचला जेव्हा त्याने, 'गाय आणि व्हायोलिन' हे पेंटिंग १९१५ मध्ये एका मोडक्या पुस्तकाच्या कपाटावर चितारले, त्या चित्राबद्दल त्यावेळचा कोणीही बघणारा म्हटला असता की, 'यावरून असा निश्कर्ष काढावा लागतो की त्याचे स्पष्टीकरण आकलनापलीकडले होते,' असे शात्स्कीख म्हणते.

पण त्याच्या पेंटिंग्जच्या बाबतीत काही तरी विचित्र असे घडले, मालेविच त्याच्या १९१४ च्या मार्चमधल्या पत्रात म्हणतो की : प्लेन्स (प्रतल) स्वतःच व्यक्त होतात.' त्याची चित्रे आपल्या माहितीच्या वस्तूंच्या अतार्किक मांडणीवर आधारित होती. (किंवा त्या वस्तूंचे प्रतीक होते म्हणा), तरीही चपटे आकार आणि रंगांचे सपाट आकार आत घुसायला लागले. 'विलक्षण सुंदर असे भौमितिक आकार खोलातून वर यायला लागले,' शात्स्कीख म्हणते तसे, 'आणि दृश्य विश्वावर त्याचे अव्यवस्थित संदर्भ कुरघोडी करायला लागले.' त्या वर्षी मालेविचने केलेल्या एका कोलाजमध्ये पांढऱ्या, काळ्या, निळ्या आणि गुलाबी रंगांचे आयताकृती आणि त्रिकोण मोनालिसाच्या विद्रूप केलेल्या चेहेऱ्याला अर्धे झाकताहेत असे आहे. त्याने त्याचे वर्णन, 'खंडग्रास ग्रहण' असे केले आहे.

१९१५ सालच्या वसंत ऋतूत ते ग्रहण खग्रास झाले.[१] मालेविच अनेक रंगी

---

१. कान्दिन्स्की सारखेच मालेविचने आपला महत्त्वपूर्ण शोध आधीच लागला असल्याचे सिद्ध करायचा प्रयत्न केला. त्याने लगेचच त्या चौकोनाचे एक स्केच मात्युशीनकडे पाठवले, जो 'व्हिक्टरी ओव्हर द सन'ची मूळ चित्रे आणि संहिता पुनर्प्रकाशित करण्याच्या तयारीत होता. मालेविचने अशी बतावणी केली की त्याने ते चित्र १९१३ च्या निर्मितीसाठी काढले होते, पण त्या वेळी त्याच्याकडे कोणी लक्ष दिले नाही. इतिहासकार कित्येक शतके हे खरे मानत आले, पण आता ते मान्य करतात की Black Square प्रत्यक्षात १९१५ साली तयार झाले आहे.

भौमितिक आकार कॅनव्हासवर चितारत होता तेव्हा अचानक तो थांबला आणि त्याने त्याच्या त्या चित्रावर रंग लावून दिला. शात्स्कीख हिने मालेविचच्या करिअरचा अभ्यास केला आहे, ती म्हणते की त्याच्या मनात काही क्षणिक प्रेरणा एकाएकी उद्भवतात, किंवा हर्शोन्मादी प्रदीपन होते. मालेविचला स्मरते की जेव्हा तो काम करत होता तेव्हा त्याच्या समोरच्या कॅनव्हास वर जणू विजेचे फटकारे बसावेत असे त्याला वाटत होते. एवढेच कशाला, त्याची बोटे त्या रंगा मध्ये उठलेली दिसतात; ती म्हणते की तो एवढ्या वेगाने ते काम संपवायच्या मागे होता की त्याने 'स्वत: त्याच्याच ब्रशला मागे टाकले'. त्या संपूर्ण चित्राची जागा एका रहस्यमय, अनंत आणि रिकाम्या अशा काळ्या चौकोनाने घेतली.

मालेविचचा एक विद्यार्थी सांगतो की त्या काळ्या चौकोनाने मालेविच वर एवढा प्रभाव पाडला होता की तो एक पूर्ण आठवडाभर खाणे, पिणे, झोपणे सगळे विसरला होता. नुसता बाह्य अवतारच नाही तर त्याचे कशावरच लक्ष नव्हते. त्याने त्याला शून्य स्थिती म्हटले आहे. त्यावेळच्या आधुनिक कलामध्ये प्रयोग करणाऱ्या, नवनिर्मिती करणाऱ्या कोणीही अशा प्रकारचे काम केले नव्हते. आताच्या एका समिक्षकाने त्याला, 'कलेची आणि तत्त्वज्ञानाची टोकाची कृती' असे म्हटले आहे. मालेविच म्हणाला होता की,' मला माझ्यात ती रात्र जाणवली आणि तिच्यात काही तरी नवीन असे जाणवले.'

ते चित्र पहिल्यांदा १९१५ साली पेट्रोग्राड येथे, 'Last Futurist Exibition of Paintings 0.10' नावाच्या एका प्रदर्शनात ठेवण्यात आले होते,[२] जो आता २० व्या शतकातील अतिशय महत्त्वाचा असा कलाक्षेत्रातला कार्यक्रम समजला जातो. जिथे Black Square हे चित्र खूप वर असे एका कोपऱ्यात टांगले आहे तर इतर धार्मिक प्रतिमा जुन्या सनातनी अशा ख्रिश्चन घरांमध्ये लावल्या गेल्या. त्यामुळे एका चिडलेल्या समीक्षकाने एक खूप वक्रोक्तीपूर्ण परीक्षण लिहिले की, 'निश्चितच हेच ते आयकॉन आहे जे भविष्यवादी मंडळी पुढे जाऊन मॅडोना आणि त्या निर्लज्ज व्हीनसेसच्या जागी ठेवण्याचे मनसुबे रचताहेत.' त्या समीक्षकाला त्या काळ्या चौकोनात फक्त अस्तित्त्वाचा अभाव आणि नाशच दिसला. पण शेवटी ते चित्र खरोखरीच एक आयकॉन बनले, मॉडर्न आर्टमधली सगळ्यात प्रभावी प्रतिमा.

अलोगिझम म्हणजे जे होऊन गेले त्यावर हल्ला करणे. पण मालेविच आता काही तरी नवीन करायला निघाला होता, आणि त्याला त्याने नाव दिले होते

---

२. १९१४ मध्ये सेंट पीटर्सबर्गचे नाव बदलून पेट्रोग्राड ठेवण्यात आले होते, तेच १९२४ मध्ये लेनिनग्राड झाले आणि शेवटी १९९१ साली परत सेंट पीटर्सबर्ग झाले.

'सुपरमॅटिझम'. त्याने पांढऱ्या पार्श्वभूमीवर भडक रंगाने वेगवेगळे आकार रंगवले; एक हेतुपूर्ण काळा क्रॉस; एक आनंदी पिवळा समलंब चौकोन; आनंदी लाल चौरस, हे सगळे जणू पांढऱ्या पार्श्वभूमीवर बाहेर उठून दिसाताहेत. इतर अनेक रंगांचे दंडे आणि आयताकृतीच्या गुंतागुंतीच्या रचना जणू गुरुत्वाकर्षणाला फसवत होत्या, जणूकाही अवकाशात वर चढताहेत. शेवटी तर त्याने एक नवीन प्रकारच्या वास्तवाला तयार करण्यासाठी पृथ्वीवरील उपस्थितीच नाकारली - 'व्हिक्टरी ओव्हर द सन' यात आश्वसित केलेले एक वरचढ भविष्य. त्याच्या रिकाम्या पार्श्वभूमीचे वर्णन तो पांढरी अथांग जागा असे करतो; रिकामा, मोकळा कॅनव्हास नाही तर पांढऱ्या रंगांचे फटकऱ्यांनी तयार झालेला अथांग असा, खोलीच्या विरुद्ध अंदाज देणारा. रेषात्मक दृष्टिकोनातून तयार झालेले तार्किक आणि त्रिमिती चित्र, मालेविचचा 'सुपरमॅटिस्ट अनुयायी एल लिस्सित्झकी त्याला, 'अतार्किक अवकाशाचे अंतिम भ्रामक चित्र' असे म्हणतो; सपाट तरीही अनंत, सगळे एकाच वेळी. त्यादरम्यान मालेविचचे आकार तणाव आणि ऊर्जेमुळे चमकत होते, जणूकाही त्यांनी वैश्विक समतोल साधला आहे. 'अशा काही वस्तू या जगात या विश्वात असतील का... मला असे वाटते की त्या अस्तित्त्वात आहेत, पण आपल्याला दिसत नाहीयेत,' असे त्याला वाटायचे. १९१६ सालच्या एप्रिल महिन्यात त्याने एक 'सुप्रीमस नं. ५१' नावाचे पेंटिंग बनवण्याच्या क्रियेसंबंधी लिहून ठेवले आहे : 'विस्मयाच्या भावनेने मी भारावून गेलोय, मला विश्वाचा स्पर्श जाणवतोय.' कान्दिन्स्की सारखेच त्यालाही वाटत होते की तो सार्वत्रिक पण लागू होणारे,आधीच अस्तित्त्वात असलेले कायदे आणि रचना उघड करतोय.

शात्स्कीख याला अंतर्ज्ञान म्हणते, एकट्याने घेतलेली झेप, पण हेंडरसनचे म्हणणे असे होते की त्याच्या मित्रांप्रमाणे मालेविच या विश्वाबद्दलच्या नव्या कल्पनांना मानायला लागला होता, विशेषत: अवकाशातील ४ थ्या मितीबद्दल.

हीच गोष्ट क्युबीस्ट मंडळी एका वेगळ्या दृष्टिकोनातून बघत होती, पण दुसरी एक पद्धत होती ती म्हणजे विभागणी करणे किंवा हिस्से करणे. १९१३ साली प्रसिद्ध झालेल्या एका लोकप्रिय पुस्तकात, 'अ प्रायमर ऑफ हायर स्पेस' यामध्ये एका अमेरिकन आर्किटेक्ट क्लाउड ब्राग्डनने काही आकृत्या प्रकाशित केल्या त्यात त्याने हे दाखवले की वेगवेगळ्या कोनातून त्रिमिती चौकोन जेव्हा एखाद्या सपाट प्लेनमधून जातात तेव्हा ते वेगळ्याच प्रकारे दोन मितीतील आकारासारखे दिसतात. त्याचप्रमाणे त्याने असे सुचवले त्रिमिती वस्तूंना आपण वेगवेगळ्या विभागामध्ये किंवा हिश्श्यामध्ये ४ मितींमध्ये बघण्याची कल्पना करू शकतो.

हे सगळे विवेचन भूमितीपेक्षा अजून वेगळ्या गोष्टीबद्दल होते. त्या वेळचे कितीतरी लेखक, अगदी ब्राग्डन धरून, चौथ्या मितीला तत्त्वज्ञानविषयक किंवा

आध्यात्मिक असा पैलू देतात, ते असा दावा करतात की चौथ्या मितीला मन:चक्षूसमोर आणले तरच वास्तवाचे खरे स्वरूप आपण समजून घेऊ शकतो. ब्राग्डनने एक कथा प्रसिद्ध केली होती, त्यात त्याने अशा लोकांबद्दल लिहिले होते की ते लोक स्वत:ला दोन मितीतल्या सारखे समजून वागायचे, त्यांना त्यांच्या खऱ्या स्वरूपाची जाणच नव्हती की ते खरेतर त्रिमितीतले उच्च दर्जाच्या अस्तित्त्वातले आहेत. 'अ न्यू होरायझन ओपन्स,'ही कथा अजून एका खूप यशस्वी अशा लेखकाने चार्ल्स हिंटनने लिहिली होती, तो म्हणतो की हे अवकाश इतके मर्यादित नाहीये जसा आपण विचार करतो.

हेंडरसन असे सुचवतो की मालेविचचे सुपरमॅटिस्ट पॉलिगॉन्स हे थोड्या प्रमाणात का होईना हिंटन आणि ब्राग्डनसारख्या लेखकांच्या लिखाणामुळे प्रभावित झाले होते, तसेच रशियन गणिती आणि गूढवादी पीटर औपेन्स्की, ज्याने कलाकारांना उच्च मिती बद्दल लोकांशी संवाद साधायचे आवाहन केले: 'एखाद्या कलाकाराकडे अशी शक्ती पाहिजे जिच्या आधारे तो लोकांना अशी गोष्ट बघायला लावू शकतो जी त्यांना स्वत:ला दिसत नाही पण कलाकाराला दिसते.' या वरून मालेविचने त्याच्या काही पेंटिंग्सना दिलेली नावे तशी का दिली हे समजू शकते, उदाहरणार्थ: Painterly Realism of a Football Player, Painterly Realism of a Peasant Woman in Two Dimension किंवा Colour Masses in the Fourth Dimension ज्या मध्ये वेगवेगळ्या आकाराच्या रंगाचे थरावर थर आहेत.

ज्या तऱ्हेनी थॉमस पेनने त्याच्या द एज ऑफ रीझनचे लिखाण घाईघाईने पूर्ण केले, कारण एकीकडे तो पॅरिसमध्ये त्याला अटक होण्याचीच तो वाट बघत होता, तसेच मालेविच घाईने काम करत होता, फार उशीर व्हायच्या आधी त्याला त्याची उच्चस्तरावरील वास्तवाची कल्पना सर्वांपर्यंत पोहोचवायची होती. १९१४च्या ऑगस्ट महिन्यामध्ये रशियाने पहिल्या महायुद्धात भाग घेतला आणि जबरदस्त मार खाल्ला होता; पश्चिमेकडच्या युद्धभूमीवर जवळ जवळ दहा लाखांवर रशियन सैनिक मारले गेले होते. मालेविचचा ४० वा वाढदिवस जवळ येत होता, आणि त्याला हे माहीत होते की त्याची कधीही युद्धभूमीवर जाण्यासाठी उचलबांगडी होऊ शकते, म्हणून त्याने लिहून ठेवले आहे की: मला हे सगळे एकाएकी संपायला नको आहे.'

शेवटी १९१६च्या जुलै महिन्यात त्याला बोलावणे आले. त्याच्या कॅनव्हासपासून त्याला लांब जावे लागले, क्रिवीची आणि स्मोलेन्स्क येथे त्याची नेमणूक झाली. त्यानंतर ती प्रसिद्ध क्रांती झाली, जी व्हावी अशी त्याची अपेक्षा होती. निकोलास-२ ला जबरदस्तीने फेब्रुवारी १९१७ मध्ये पदत्याग करावा लागला होता आणि ऑक्टोबरमध्ये व्लादिमीर लेनिनच्या बोल्शेविक पार्टीने सत्तेवर ताबा मिळवला,

ज्यामुळे रशिया जागतिक महायुद्धातून बाहेर पडला, पण यादवी युद्धात अडकला आणि त्यात कित्येक लाख जीव मारले गेले. मालेविच अगदी खूप उत्सुकतेने या नव्या शासनाला सामील झाला आणि याच काळात त्याची पेंटिंग्ज बदलली. १९१७ सालच्या शेवटाला त्याच्या कॅन्व्हासेसवर वेगवेगळ्या पातळीवर वेगवेगळे रंग स्वच्छ आणि खुसखुशीत असे एका बाजूला तर दुसऱ्या विरुद्ध बाजूला ते शून्यात विरघळत जाणारे होते. मालेविचे म्हणणे असे की त्यांच्या भयानक वेगामुळे ते अवकाशात विरघळून जाताहेत. त्यानंतर त्याने जेमतेम ओळखता येतील असे पांढरे आकार पांढऱ्या अथांगात वितळून जाताहेत असे काढायला सुरुवात केली. 'हे ब्रह्मांड विसर्जित होत जातय' असे तो म्हणाला. तो त्याचे नवे वास्तवही मागे टाकू बघत होता.

१९१८ च्या मध्यात त्याने त्याचे दुसरे खूप प्रसिद्ध झालेले असे चित्र काढले, (White on White:) अतार्किक असे कॅनव्हास वरचे पांढरे अवकाश उंच उडणाऱ्या एकुलत्या एक पांढऱ्या चौकोनापुढे भंगले आहे. त्यानंतरची शेवटची पायरी अपरिहार्य होती. त्याचे पहिले एकट्याचे प्रदर्शन मॉस्कोमध्ये मार्च १९२० साली भरले. त्याचा शेवट पांढऱ्यावर पांढरे याने झाला, आणि त्यानंतर अगदी खळबळजनकरीत्या खोलीभर फक्त प्लेन पांढरे कॅन्व्हासेस होते. आणि सरतेशेवटी सगळी सामग्री आणि सगळे भेदच मिटवले गेले. कितीतरी रिकामे आणि एकाच रंगात रंगवलेले कॅनव्हास आधुनिक आणि समकालीन कलेमध्ये बघायला मिळतात (रॉबर्ट रायमन याचे संपूर्ण पांढरे असे चित्र २०१५ मध्ये २० दशलक्ष डॉलरला विकले गेले) पण मालेविचला त्यात पहिल्यांदा मिळाले.

टीकाकार त्या वेळी इतके दिङ्मूढ झाले होते की त्यांना शब्दच सुचत नव्हते, त्यांनी त्यांच्या परीक्षणामध्ये त्या शेवटच्या खोलीचा उल्लेखसुद्धा केला नाही. अगदी त्याच्या मित्रांनासुद्धा तो एक विनोद आहे असेच वाटले. त्यानंतरच्या एका प्रदर्शनात त्याने त्याच प्रकारचा एका रिकामा कॅनव्हास ठेवला होता आणि त्यावर लिहिले होते: 'शून्य = सर्व'.

आणि त्यानंतर त्याने जाहीर केले की तो त्या पेंटिंगचा शेवट आहे. शात्स्किखचे म्हणणे आहे की मालेविचला मनाची श्रेष्ठ अवस्था दर्शवायची होती: हर्षोन्मादी अवस्था, इतिहासकाळात गूढवाद्यांनी ज्यावर प्रभुत्व मिळवले होते, या विश्वाशी एकरूप होऊन सर्व फरक आणि वेगळेपणा विरघळून गेल्या सारखी अवस्था, ती दाखवायची होती.

१९१७ च्या नोव्हेंबर महिन्यात त्याने लिहिले की : 'उन्हाळ्याच्या दिवसात, मी माझ्या खोलीत माझ्या चित्रफलकांसमोर बसलोय, माझ्या रंगीत मेंदूमध्ये संगिनी रोखलेल्या आहेत, मी अवकाशातल्या माझ्या त्या वैभावाबद्दल विचार करतोय,

कारण तिथे त्याच्या आत मी एकटाच आहे. मी स्वत:ला अवकाशात बघतोय; रंगांच्या बिंदू आणि रेषांमध्ये लपलेला, त्या आथांगतेमध्ये त्या सगळ्या हलणाऱ्यांच्या बरोबर मीही हलतोय... मी स्वत:ला अवकाशाचा अध्यक्ष म्हणून जाहीर करतो.' दुसऱ्या एका वेळी त्याने संपूर्ण विश्वाची तुलना मानवी कवटीशी केली 'ज्यात उल्का, सूर्य, धूमकेतू आणि ग्रह अनंत काळपर्यंत पळत सुटलेत.' तुम्ही असे म्हणू शकता की तो मनातल्या मनात सगळ्या ब्रह्मांडात हिंडून येतो, आणि त्याला तिथे जे दिसते, जाणवते ते अनंत, अफाट, अतार्किक असे तो आपल्या कलेत उतरवायला बघतो. जर सगळ्या कलाकारांना हे अवकाशातील चौरस्ते, जर त्यांना या महाकाय धावपट्ट्या आकलन झाल्या असत्या आणि आपल्या शरीरांची आकाशातील ढगांशी झालेली गुंफण कळली असती तर त्यांनी अशी क्रिसॅन्थेमम फुलांची चित्रे काढली नसती.'

आणि त्याबरोबर त्याने शतकानुशतके चालत आलेले वस्तुनिष्ठ आणि व्यक्तिनिष्ठ यातील, बाह्य विश्व आणि आपले अंतर्मन यातील विभाजन पुसून टाकले. एका अर्थी तो त्या गूढ अशा शामानच्या आध्यात्मिकतेकडे परत फिरलाय. 'मी या सगळ्या निर्मितीची सुरुवात आहे,' तो म्हणाला, 'कारण माझ्या जाणिवेतून ही सर्व जगे तयार होत आहेत.' कान्दिन्स्की त्याच्या आसपासच्या सगळ्या गोष्टींमध्ये जीव आणि आत्मा आहे असे समजत होता. मालेविचसाठी वास्तवाचे खरे सार बाहेर नाही तर आत आपल्यात आहे. हे सर्व विश्व आपल्या आत आहे.

एकदा सुपरमॅटिझमचा आवाका समजल्यानंतर मालेविचने त्याची कारणाला भिडण्याची लाकडी-चमचा पद्धत सोडून दिली. पण इतर कलाकारांनी त्यानंतरही मानवतेचे नियम आणि मानदंड यावर हल्ला चढवून आपली कारकीर्द घडवली. त्यातला एक होता मार्केल ड्यूचाम्प, तो अथकपणे शास्त्रज्ञांच्या विश्वाबद्दलच्या कल्पनेवर हल्ला करत राहिला आणि म्हणत असे की मला भौतिकशास्त्राचे नियम चाळून बघायचे आहेत. १९१४ मध्ये त्याने लाकडाच्या चपट्या पट्ट्यांपासून ३ मीटर लांबीच्या तारा बनवून घेतल्या आणि खाली सोडल्या, त्याने शक्यतांवर आधारित मोजमापाची नवीन पद्धत शोधून काढली. १९२१ मध्ये त्याने त्याच्या डोक्यावरचे केस कापताना त्यांना धूमकेतूचा आकार दिला आणि स्वत:च्याच विचित्र वागण्याच्या कक्षा शोधत पॅरिसच्या रस्त्यांवरून फिरत होता.

ड्यूचाम्पच्या कार्यामुळे अतिवास्तववादाला (Surrealism) प्रेरणा मिळाली, अतिवास्तववाद म्हणजे २० व्या शतकातील एक मोठी कलेची चळवळ, जिच्यामुळे अतार्किक आणि हास्यास्पद गोष्टींना संधी मिळाली. सकारात्मकता बुद्धिमान लोकांना आणि नैतिक प्रगतीला गुदमरवून टाकत होती अशी तक्रार आंद्रे ब्रेटन याने केली,

जो १९२४ मधील अतिवास्तववादाच्या संस्थापकांपैकी एक होता: 'अनुभव.... म्हणजे बंदिस्त पिंजऱ्यात नुसते मागे-पुढे फेऱ्या मारणे, ज्यामुळे त्यातून बाहेर पडणे अवघड होते.' अतिवास्तववादी लोकांनी बेसावध मनाचा तसेच संधीचा फायदा घेऊन कल्पनाशक्तीला बंधनांपासून आणि पारंपरिक तार्किक विचारांपासून मुक्त करण्याचे ध्येय ठरवले होते.

असे असले तरी त्यांना विज्ञानाच्या अत्याधुनिक शोधांना मानण्यावाचून गत्यंतर नव्हते. अतिवास्तववादाच्या पहिल्याच साहित्यिक अभिव्यक्ती मध्ये ब्रेटनने सहलेखक म्हणून एक विलक्षण पुस्तक लिहिले त्याचे नाव, 'Les Champs magnetiques ('चुंबकीय क्षेत्र'). त्याचे ध्येय होते बेसावध मनाच्या आतल्या स्वप्नाळू आवाजाला पकडणे, आणि ते पुस्तक विचित्र रचना व परस्परविरोधी प्रतिमा यांनी भरलेले होते. एका उताऱ्यात लिहिलेले होते, 'ते स्मार्ट सेट' 'पुरलेले सूर्य' शोधण्यासाठी एका दूरच्या ठिकाणा पर्यंत प्रवास करतो जिथे, 'समुद्र किनाऱ्यावर रक्ताने माखलेले गोटे आहेत अशा ठिकाणी तुम्हाला ताऱ्यांची हळुवार कुजबुज ऐकू येईल.' त्या परिच्छेदाचे नाव होते, 'Eclipses ग्रहणे' आणि हे त्या वेळी लिहिले गेले होते जेव्हा ब्रिटिश खगोलशास्त्रज्ञ ब्राझीलमधील सोब्राल या ठिकाणी तर पश्चिम आफ्रिकेतील प्रीन्सिपे या बेटावर २९ मे १९१९ रोजी होईल असे भाकीत केलेले खग्रास सूर्यग्रहण बघायला जाणार होते. त्यांना याचे निरीक्षण करायचे होते की सूर्यग्रहणादरम्यान प्रकाशाचे किरण वाकतात की कसे आणि वाकले तर किती त्याचे मोजमाप घ्यायचे होते. आर्थर एडिंग्टन या प्रयोगाचे वर्णन 'प्रकाशाचे वजन घेणे weighing light ' असे करतो. अतिवास्तववादी ब्रेटनला त्याबद्दल उत्सुकता वाटली नाही तरच नवल. इथे आता शास्त्रज्ञांना त्यांचे सामान्यज्ञान बाजूला ठेवून एका अशा प्रदेशात प्रवास करायचा होता की ज्याची त्यांनी स्वप्नातसुद्धा कल्पना केली नसेल.

अभिजात भौतिकशास्त्र अशा विश्वाचे वर्णन करते ज्यात घटना एका ठरावीक अवकाश काळाच्या चौकटीत घडतात किंवा वस्तू अस्तित्वात असतात. हा असा दृष्टिकोन होता ज्याच्यामुळे पृथ्वीवर घडणाऱ्या घटनांचे यथायोग्य स्पष्टीकरण देता येत होते. १९ व्या शतकाच्या शेवटाला काही भौतिक शास्त्रज्ञांना असे वाटत होते की आता कशाचा शोध लागायचे बाकी राहिलेले नाही. त्याच वेळी बर्न इथल्या स्विस पेटंट ऑफिसमध्ये काम करणारा अल्बर्ट आइनस्टाईन स्वत:शीच विचार करत होता की आपण जर प्रकाशाच्या वेगाने प्रवास केला तर त्या विश्वात त्या निरीक्षकाला त्याच्याच दिशेने प्रवास करणारे प्रकाशकिरण थांबल्यासारखे जाणवतील. पण मॅक्सवेलच्या विद्युत चुंबकीय समीकरणाप्रमाणे हे अशक्य आहे कारण त्याप्रमाणे प्रकाश नेहमी एकाच वेगाने जातो.

म्हणून आइन्स्टाईनने असे गृहीत धरले की प्रकाशाचा वेग सगळ्यांच्या साठी

सारखाच असणार मग तो निरीक्षक स्वत: कुठल्याही वेगाने प्रवास करो, आणि त्यावरून तो एका अतिविलक्षण अशा निष्कर्षाप्रत येऊन पोहोचला की अवकाश आणि काल दोन्ही तुमच्या दृष्टिकोनातून बदलू शकतात. त्याने त्याचा सुप्रसिद्ध, 'विशेष सापेक्षते'चा सिद्धान्त १९०५ साली प्रसिद्ध केला. प्रकाशाच्या वेगाच्या बऱ्याच जवळ जाणाऱ्या वेगाने प्रवास करणाऱ्या एखाद्या वस्तूसाठी त्याच्या गणिताप्रमाणे विचित्र अशा भूभागावर काळ वेगवेगळ्या निरीक्षकांसाठी वेगवेगळ्या वेगाने वाहतो, आणि अवकाश हे पसरू शकते किंवा आकुंचन पावू शकते. समीकरण सांगते की अवकाश आणि काळ वेगळे नाहीत तर एकमेकात गुंतलेले आहेत – अवकाश नाही तर काळ ही चौथी मिती आहे –तर वस्तुमान आणि ऊर्जा एकमेकात बदलू शकतात जसे आइन्स्टाईनच्या सुप्रसिद्ध समीकरणात म्हटले आहे E = mc2.

त्याने त्यानंतर गुरुत्वाकर्षणालाही त्यात जोडून घेतले आणि असा निष्कर्ष काढला की गुरुत्वाकर्षण हे प्रवेगाच्या बळाच्या बरोबरीचे आहे आणि सूर्यासारख्या जड भारी वस्तुमानाच्या वस्तू बाकीच्या वस्तूंना स्वत:कडे खेचतात, कारण ते त्यांच्या वजनामुळे अवकाश काळाचे वस्त्र ताणतात. १९१५ सालच्या नोव्हेंबर महिन्यात आइन्स्टाईनने त्याचा मूलगामी असा सापेक्षतावादाचा सिद्धान्त मांडला, पण बराच काळ तो काही विशिष्ट लोकापर्यंतच मर्यादित राहिला. त्याची सगळ्यात मोठी परीक्षा तेव्हा झाली जेव्हा संशोधक खग्रास सूर्यग्रहणाचे निरीक्षण करायला गेले तेव्हा.

आइन्स्टाईनने भाकीत केले होते की सूर्य त्याच्या भोवतीचे अवकाश वाकवतो, त्यामुळे त्यांच्या जवळून जाणारा कुठलाही प्रकाश थेट सरळ न जाता वक्र होऊनच जाईल. असे झाले तर जिथे सूर्य आहे त्या भागातील दूरवरच्या ताऱ्यांची स्थिती थोडी सरकल्यासारखी दिसेल, कारण अर्थातच त्यांची दिशा बदलली असेल म्हणजे त्यांच्या वरून येणाऱ्या प्रकाशाची. एरवी सूर्याच्या जवळ असणारे तारे आपल्याला दिसत नाहीत, पण खग्रास सूर्यग्रहणाच्या वेळी सूर्याचा प्रकाश झाकला गेल्यामुळे ते तारे दिसण्याची शक्यता असते त्यामुळे ताऱ्यांच्या स्थितीचे मोजमाप करता येते. १९१९ मध्ये एडिंग्टनने लंडनमध्ये निकाल जाहीर केला. मिळालेला डेटा जरा संदिग्ध होता तरी त्याने काही फरक पडणार नव्हता; दुसऱ्या दिवशीच्या टाइम्समध्ये बातमी आली. 'विज्ञानाच्या क्षेत्रात क्रांती : ब्रह्मांडाचा नवा सिद्धान्त : न्यूटनच्या कल्पना उलथवून टाकण्यात आल्या आहेत.'

आइन्स्टाईनमुळे भौतीकशास्त्राने एका नव्या युगात पदार्पण केले. इथर आणि अवकाशाची चौथी मिती वगैरे कल्पना बाद झाल्या तसेच निखळ अवकाश काळाची कल्पनाही बाद ठरली. त्या क्षणापासून हे विश्व सगळे सापेक्ष झाले. भौतिक शास्त्रज्ञांसाठी ही पहिली चुणूक होती की विश्वात अंतिम सत्य असे कुठलेच नाही;

आपल्याला जे विश्व दिसते ते आपण त्याकडे कसे बघतो यावर अवलंबून असते.

अजून बरेच काही यायचे होते. अवकाशाच्या भल्यामोठ्या पसाऱ्याशी सापेक्षतेचा संबंध येतो. पण जे भौतिकशास्त्रज्ञ सूक्ष्म गोष्टींचा अभ्यास करत होते – अणू आणि अणूच्या आतील कणांचा अभ्यास – त्यांच्याही पुढे काही प्रश्न होतेच. १९ व्या शतकाच्या सुरुवातीपासूनच हे मान्य झाले होते की प्रकाश हा तरंगांच्या रूपात पुढे जातो, प्रवास करतो. एखाद्या छोट्या फटीमधून प्रकाश गेला तर बाहेर आल्यावर तो पसरतो जसे पाण्याची लाट छोट्या चिरेतून बाहेर पडल्यावर पसरते. समजा जर शेजारी शेजारी दोन फटी (slits) असल्या तर त्यातून प्रकाश बाहेर पडल्यावर एका विशिष्ट पद्धतीने समोर पसरलेला दिसतो, म्हणजे दोन्ही फटीमधून येणारा प्रकाश एकमेकात मिसळतो आणि व्यत्यय संरचना बघायला मिळते म्हणजे काळे-पांढरे पट्टे बघायला मिळतात ते तरंगाच्या कधी उच्चतम बिंदू एकत्र आल्यामुळे तर कधी न्यूनतम बिंदू एकत्र आल्यामुळे दिसतात. मात्र १९०० सालापासून भौतिकशास्त्रज्ञांच्या हे लक्षात आले की त्यांना फक्त काही मूलभूत निरीक्षणांचा अर्थ लावता येतोय जसे की एखादी उष्ण वस्तू जे प्रारण प्रसारित करते, त्यात हे गृहीत धरलेले आहे की अणूपासून निघालेली ऊर्जा अविरत येत नाही, तर छोट्या छोट्या तुकड्यात येते, ज्याला क्वांटा म्हणतात. प्रकाश हा तरंग स्वरूपात नाही तर कणांचा बनला आहे असे लक्षात आले, त्या कणांना फोटोन्स म्हणतात.

१९१३ साली ही संकल्पना डॅनिश भौतिकशास्त्रज्ञ नील्स बोहर याने अणूच्या रचनेला लावून बघितली. त्यावेळच्या नवीनतम मॉडेलप्रमाणे इलेक्ट्रोन्स हे अणू केंद्राभोवती फिरतात जसे सूर्यमालेत ग्रह सूर्याभोवती फिरतात तसे; बोहरने त्यात भर टाकली की इलेक्ट्रॉन्स अणू केंद्राभोवती फिरतात पण ठरावीक कक्षेमध्ये त्यांच्या ठरावीक ऊर्जेमध्ये फिरू शकतात, जे इलेक्ट्रॉन्स कक्षांच्या दरम्यान उड्या मारतात ते त्या प्रकाशाच्या तरंगलांबीशी सुसंगतता राखून एकतर प्रकाशकण उत्सजित करतात किंवा शोषून घेतात. शेवटी फ्रॉन्होफेर, बुन्सेन आणि किर्चोफ्फ ज्याचे स्पष्टीकरण देऊ शकले नाहीत ते बोहरच्या आण्विक मॉडेलने दिले: वेगवेगळ्या मूलद्रव्यांचे वायुरूप स्वरूप खास प्रकारच्या वर्णपटीय रेषा एमिट किंवा ॲबसॉर्ब का करतात ते. पण निषिद्ध ऊर्जेचे क्षेत्र ही कल्पना, ज्यात इलेक्ट्रॉन्स एका स्थितीत नाहीसे होणार आणि दुसऱ्या स्थितीत अचानक उपस्थित होणार ही कल्पना वास्तवातल्या अभिजात मॉडेलच्या चिंध्या करणारी होती.

ही दरी रुंदावत चालली होती. १९२० च्या सुमारास हे स्पष्ट झालं होतं की फक्त प्रकाशच नाही तर इतर सर्व प्रारणे आणि सर्व अवआण्विक कण परस्परविरोधी असे गुण दाखवत होते कधी कणाचे तर कधी तरंगाचे, ते तुम्ही केव्हा आणि कसे निरीक्षण करता यावर अवलंबून आहे. हे जेव्हा सूक्ष्म क्वांटम जगाच्या पातळीवर

आले त्या वेळी कक्षा, स्थिती आणि वेग यासारख्या दणदणीत कल्पनाही कोसळून पडायला लागल्या. बोहर, वेर्नेर हायझेनबर्ग आणि मॅक्स बोर्न यांसारख्या भौतिकशास्त्रज्ञांनी या तर्काच्या विरोधी जाणाऱ्या निकालांचे गणिताच्या साहाय्याने स्पष्टीकरण दिले आणि अशा संकल्पनेपर्यंत पोहोचले की ती संकल्पना अतिवास्तववाद्यांसाठी सुद्धा टोकाची होती. त्यांनी असा निष्कर्ष काढला की आपण जे कण बघतो ते कुठल्याही सर्वसाधारण अवस्थेत अस्तित्त्वातच नसतात, जोवर आपण त्यांचे मोजमाप कुठल्या तरी एका पद्धतीने करीत नाही. तरंगाची स्थिती भौतिक पदार्थाशी अथवा प्रारणाशी संबंधित नसते तर संभाव्यतेशी असते; उदाहरणार्थ तो कण कुठे आहे हे ते सांगत नाही तर तो कुठे दिसेल जेव्हा आपण बघायचा विचार करू हे सांगेल.

क्वांटम थिअरी जी त्यांनी मांडली त्यात अवआण्विक पातळीवर आपल्या जाणून घेण्यावर काही मूलभूत अशा मर्यादा आहेत (उदाहरणार्थ एखाद्या कणाची स्थिती आणि त्याचा वेग या दोन्ही गोष्टी आपण एकाच वेळी अचूकपणे मोजू शकत नाही). आणि एखाद्या मोजमापाचा निकाल काय असेल याचे आपण खात्रीलायकपणे भाकीत करू शकत नाही. अभिजात भौतिकशास्त्रात – आणि सामान्य व्यवहारज्ञानात – एखादे मोजमाप जर तुम्ही पुन्हा पुन्हा केलेत तरी दरवेळी तुम्हाला एकच उत्तर मिळेल. पण क्वांटम भौतिकशास्त्रात ते उत्तर प्रत्येकवेळी वेगळे मिळू शकते.

या कल्पनांचे तत्त्वज्ञानाच्या दृष्टिकोनातून अनेक गर्भितार्थ निघू शकतात. पहिलं म्हणजे ज्या कणाचे मोजमाप आपण करतो ते कण मोजमाप करण्याच्या क्रियेपासून वेगळे करता येत नाही. या शोधामुळे बाह्य वास्तवाबद्दल भौतिकशास्त्रज्ञात तीव्र वादविवादाला तोंड फुटले, आणि मानवी जाणिवेशी याचे काही लागेबांधे आहेत का याहीवर वाद झाले, जो वाद अजूनही सुटलेला नाही (त्या प्रश्नाकडे आपण प्रकरण १२ मध्ये परत येणार आहोत). एका टोकाला आइन्स्टाईन सारखा परंपरावादी, वस्तुस्थिती ही भौतिकशास्त्रज्ञांच्या आणि त्यांच्या प्रयोगापासून स्वतंत्ररीत्या अस्तित्त्वात असू शकते ही कल्पना सोडायला तयार नव्हता. तर दुसऱ्या टोकाला वोल्फगांग पाऊली आणि नंतर इर्विन श्रोडिन्जर, आपल्याला जे आकलन होते ते आपण स्वत:च निर्माण करतो का यावर विचार करत होते आणि असा युक्तिवाद करत होते की क्वांटम भौतिकशास्त्रात मानवी जाणिवेला, मनाला स्थान असले पाहिजे.

या नव्या कल्पनांमुळे जुनी सुस्थापित ठाम अशी मतप्रणाली म्हणजे, वस्तुस्थिती किंवा वास्तव हे आपल्याला समजू शकते आणि त्याचे, कारण आणि परिणामाच्या साखळीसह भाकीत करता येऊ शकते, या कल्पनेचा चुराडा झाला होता. न्यूटनपासूनच्या शास्त्रज्ञांचा असा विश्वास होता की जर आपण एखाद्या प्रणालीबद्दलची पुरेशी माहिती मिळवू शकलो – अगदी या सगळ्या ब्रह्मांडाबद्दलही – तर आपल्याला त्याच्याबद्दल सगळे समजू शकेल आणि त्यातूनच भविष्यात घडू शकणाऱ्या

गोष्टींचेही भाकीत आपण करू शकू. क्वांटम भौतिकशास्त्राच्या जन्मामुळे तो विचार, तो विश्वास अप्रचलित वाटायला लागला. उलट त्याने आपल्याला हे शिकवले की आपण जे बघतो ते म्हणजे संभाव्यतांची सांख्यिकी बेरीज आहे. रोजच्या व्यवहारात हे कारण आणि परिणामांचे भ्रामक खेळ वाटतात – जसे एखाद्या यंत्रामधले (खिळे आणि चक्र) – पण ब्रह्मांडातल्या सगळ्याच गोष्टी आधी ठरवल्या जात नाहीत. त्याच्या मुळाशी एक अस्पष्टता जाणवते, ज्या बद्दल आपण काहीही सांगू शकत नाही.

या प्रकरणात आपण आपल्या मूळ विषयापासून म्हणजे आकाशातील ताऱ्यांच्या विषयापासून बरेच दूर भरकटलो आहोत. परंतु हे कलाकार आणि शास्त्रज्ञ आपल्या कथेचा फार महत्त्वाचा भाग आहेत, कारण वास्तवाबद्दल जाणून घेण्याच्या कामात त्यांनीही त्यांच्या पद्धतीने भर घातली आहे, हे विश्व काय आहे कसे आहे हे जाणून घेण्यात त्यांच्याही कामाचा वाटा आहेच. नुसत्या आकाशदर्शनाच्या पुढे जाऊन त्यांनी त्या चमकणाऱ्या बिंदुंच्या अंतरंगात शिरून वास्तव जाणून घेण्याचा प्रयत्न केला. काहीच दशकांपूर्वी ज्या गोष्टी अविचल वाटत होत्या त्याच गोष्टींच्या निश्चिततेबद्दल आणि स्पष्टतेबद्दल त्यांनी बंड उभारले, आणि दुसऱ्या महायुद्धापर्यंत या ब्रह्मांडाचे स्वरूप फार बदलले.

नंतरच्या प्रकरणांमध्ये आपण बघणार आहोत की बाह्य वास्तवाचे शतकानुशतके काळजीपूर्वक बनवलेले चित्र इतक्या सहजासहजी मिटवता येणार नाही. या प्रचंड सर्जनशीलतेमध्ये दडलेली बीजे तशी दडपून ठेवता येणार नाहीत ती आपले लक्ष वेधून घेत आहेत अजूनही. कलाकारांनी त्यांच्या भावनांचा आणि अंत:प्रेरणांचा उपयोग तर्कशुद्ध, त्रिमिती अवकाश मोडून टाकण्यासाठी केला; आपल्या ज्ञानेंद्रियांच्या मर्यादांवरच आक्रमण करून माणसाच्या मनाचा ठाव घेण्याचा प्रयत्न केला. भौतिकशास्त्रज्ञांनी एक वेगळाच दृष्टिकोन स्वीकारला त्यांनी गणित आणि कारणमीमांसा यावर भर दिला. पण त्यांनाही त्यांचे सामान्यज्ञान बाजूला ठेवणे भाग पडले, आणि अशा विश्वावर पडदा पाडायला लावला जे त्या क्युबो फ्यूच्यूरिस्टिक नाटकासारखेच बेभरवशाचे आणि परस्परविरोधी आहे; त्याच्या सगळ्यात मोठ्या आणि सगळ्यात छोट्या अशा श्रेणी ज्या आपल्या स्वत:च्या अनुभवातून एकमेकीत गुंतलेल्या आहेत आणि तरीही आपल्याला जाणवणाऱ्या वास्तवापासून फार फार दूर आहेत.

असं वाटतं की मालेविच हा नेहमीच प्रत्येक वळणावर सगळ्यात पुढे होता. सामान्यज्ञानाला समजणारे विश्व गेले तेव्हा तोही पुढे गेला. मॉस्कोमधल्या यादवी युद्धामुळे निर्माण झालेल्या अन्न आणि इंधनाच्या भीषण कमतरतेमुळे तिथे जगणे मुश्कील झाले म्हणून नोव्हेंबर १९१९ मध्ये मालेविच बेलोरशियन मधील वितेब्स्क

या शहरात राहायला गेला, तिथे मार्क चागाल या पेंटरच्या आर्ट स्कूलमध्ये कलाशिक्षक म्हणून कामाला लागला.

लवकरच चागाल त्या शाळेच्या बाहेर फेकला गेला आणि ती शाळा कलेच्या वर्चस्ववादाचा बालेकिल्ला बनली. आणि आयुष्याच्या या वळणावर मालेविचला खगोलशास्त्रात फारच रुची वाटायला लागली: त्याच्या खिशात नेहमीच एक छोटा पॉकेट टेलिस्कोप असायचा, आणि तो तासन्तास ताऱ्यांचे नकाशे लक्षात ठेवायचा प्रयत्न करत राहायचा. कदाचित त्याने केलेल्या त्याच्या अंतर्मनातील प्रवासानंतर आता त्याला ही पृथ्वी सोडून दूर जायची स्वप्ने पडत असावीत. त्याच्यावर रशियन इंजिनिअर कोन्स्तान्तीन त्सिओल्कोवस्कीचा प्रभाव पडला होता, ज्याने त्या वेळी नुकतीच आकडेमोड करून शोधले होते की एखाद्या रॉकेट इंजिनमध्ये जर द्रवरूप ऑक्सिजन आणि हायड्रोजेनचे इंधन वापरले तर ते रॉकेट अवकाशात कसे उडू शकेल. १९२० साली मालेविचने मानवतेच्या अवकाश प्रगतीसंबंधी असे भाकीत केले की कलेच्या वर्चस्ववादींची मशिन्स पृथ्वी आणि चंद्राच्या मधल्या कक्षेत घिरट्या घालतील. त्याने त्याचे वर्णन रशियन शब्द 'स्पुटनिक' वापरून केले, म्हणजे सहप्रवासी.

मालेविच हा पेंटिंग करत नव्हता तर भौमितिक आकाराची रेखाचित्रे काढून आर्किटेक्चरल मॉडेल्स बनवत होता, किंवा ज्याला 'आर्किटेक्टॉन्स' म्हणतात ते बनवत होता. तो अवकाशात फिरणाऱ्या मानवी वस्तीसाठीच्या मॉडेल्सची डिझाइन्स बनवत होता ज्याला तो, 'प्लानिट्स' म्हणतो. अवकाश प्रवासासंबंधीचा उल्हास त्याच्या सहकारी आणि विद्यार्थ्यांच्यामध्ये पण पसरला होता. एल लीस्सित्झ्की याने लहान मुलांसाठी एक चित्रांचे पुस्तक प्रसिद्ध केले त्यात दोन अवकाशीय चौरस पृथ्वीला भेट देऊन मग पुढे निघून गेले. इल्या चाश्निक यांच्या १९२५ साली काढलेल्या 'Red Circle on Black Surface' या चित्रात एक एकाकी उपग्रह अवकाशाच्या अफाट काळ्या पार्श्वभूमीवर एका लाल गोलाच्या भोवती फिरतोय हे इतक्या उठावदारपणे दाखवले आहे की यावर विश्वास ठेवणे कठीण आहे. त्याच्यानंतर कित्येक दशकांनी मानवाने पृथ्वी सोडली, अवकाशात पाऊल ठेवले.

मालेविचने जे स्वप्न दाखवून प्रेरणा दिली, त्यामुळे त्याच्या राष्ट्राला युनायटेड स्टेट्सला मागे टाकून जगातील पहिला उपग्रह, 'स्पुटनिक' ऑक्टोबर १९५७ मध्ये अवकाशात सोडायला मदत झाली. पण नव्याने आलेले राजकीय वातावरण त्याच्या कलेसाठी एवढे अनुकूल नव्हते. १९२२ मध्ये सोव्हिएत युनिअनची जेव्हा अधिकृतपणे स्थापना झाली त्यानंतर कम्युनिस्ट पार्टीने समाजातील सर्वच क्षेत्रांवर ताबा मिळवला, अगदी कलाकारांच्या अभिव्यक्तीवरही. लेनिनचा वारस स्टॅलिननेही सोव्हिएत आयुष्याचे प्रामाणिक आणि सकारात्मक चित्रण करणाऱ्या कलाकृतींनाच

तेवढी मान्यता दिली (त्या शैलीला सामाजिक वास्तववाद म्हणतात). मुक्त वातावरणाच्या शोधात मालेविच पेट्रोग्राडला गेला, पण त्याची तिथली संस्थासुद्धा बंद करण्यात आली. कम्युनिस्ट पक्षाच्या वर्तमानपत्राने त्या संस्थेला, 'सरकार ने आधार दिलेला मठ' म्हटले, आणि 'क्रांतिकारी प्रवचने देणारी आणि विषयासक्त कलाकारांनी भरलेली संस्था' असे म्हटले. त्यामुळे ती सक्तीने बंद करण्यात आली.

त्याच्या कलाक्षेत्रातील उपक्रम आणि शिक्षण देण्याचे काम यावर बंधने आली. त्याच्या कितीतरी कलाकृती जप्त करण्यात आल्या. शेवटी १९३० मध्ये त्याला अटक करून राज्यद्रोहाच्या आरोपांखाली तुरुंगात डांबण्यात आले. निराधार झालेल्या त्या द्रष्ट्या माणसाला बलपूर्वक वास्तववादी पेंटिंग करायला लावली, ज्यातून राजकीयदृष्ट्या चालणारी शेतकऱ्यांची आणि त्याच्या कुटुंबाची चित्रे त्याने काढली. त्याने वर्चस्ववादावर विचार करणे कधीच सोडले नाही; १९३३ साली काढलेले त्याचे शेवटचे स्वत:चे चित्र, ज्यात तो स्वत:ला रीनेन्सन्स कलाकार म्हणवून घेतो, त्या चित्रावर काळ्या चौरसात सही केलेली आहे.

पश्चिमी देशात जाऊन उपचार घेण्यासाठी जाण्याची त्याची विनंतीही धुडकावून लावण्यात आली होती, त्यानंतर १९३५ साली मालेविच कॅन्सर झाल्यामुळे मृत्युमुखी पडला. त्याची इच्छा होती की त्याच्या थडग्यावर एक आर्किटेक्टोन आणि पर्यटकांना गुरू ग्रहाकडे बघायला एक दुर्बीण लावावी तीही पूर्ण करण्यात आली नाही. पण त्या जागेवर एक पांढरा ठोकळा ज्यावर एक मोठा काळा चौरस पेंट केलेला आहे असा ठेवण्यात आला. ज्या विश्वामध्ये जाण्याचा आयुष्यभर त्याने विचार केला तिथे जाण्यासाठीचे ते दार आहे असा विचार करायला मला आवडेल. शेवटी मालेविचने पृथ्वी सोडली ते त्याच्या अंतिम प्रवासाला जाण्यासाठीच.

१०

जीवन

१९५४ च्या फेब्रुवारी महिन्यात एका अमेरिकन जीवशास्त्रज्ञ फ्रँक ब्राऊन याने अशी काही उल्लेखनीय, इतकी रहस्यमय अशी गोष्ट शोधली की त्याच्या सहकाऱ्यानी ती इतिहासाच्या पानावर लिहून ठेवली.

ब्राऊनने अटलांटिक समुद्रातून न्यू हॅवेन येथून काही कालव समुद्रतळाच्या गाळातून उपसून काढले आणि तिथून शेकडो मैल दूर असलेल्या इल्लिनोइस या इव्हान्स्टनमधील नॉर्थ वेस्टर्न विद्यापीठात पाठवून दिले. नंतर त्याने त्यांना खाऱ्या पाण्याच्या भांड्यात घालून एका अंधाऱ्या खोलीत जिथे तापमानात, प्रेशरमध्ये आणि इतर कुठलाही बदल होणार नाही अशा ठिकाणी ठेवण्याची व्यवस्था केली. बहुतेककरून हे कालव भरती –ओहोटीवर जगतात. ते त्यांचे कवच उघडून समुद्रातील प्लान्कटन आणि अल्गी हे त्या कवचाच्या फटीतून गाळून घेतल्यासारखे घेतात आणि नंतर इतर वेळी कवच बंद करून घेतात. ब्राऊनने आधीच सांगितल्याप्रमाणे ते भरतीच्या वेळी जास्त सक्रिय असतात जी साधारण दिवसातून दोनदा येते. त्याला हे बघायचे होते की हे कालव प्राणी ही वेळ कशी समजून घेतात, म्हणून त्याने असा प्रयोग करायचा ठरवला की त्यांना अशा ठिकाणी ठेवायचे जिथे त्यांना भरतीबद्दल काहीही माहिती समजणार नाही तेव्हा ते काय करतील? त्यांच्या नेहमीच्या खाण्याच्या वेळा ते पाळतील का?

पहिले दोन आठवडे त्यांनी ती वेळ पाळली. त्यांची खाण्याची क्रिया दर दिवशी ५० मिनिटे उशिराने व्हायला लागली, ही वेळ त्यांच्या मूळच्या ठिकाणी म्हणजे न्यू हॅवेन इथे होणाऱ्या भरतीच्या वेळेशी मिळतीजुळती होती. हा जो परिणाम नोंदवला गेला तोच खूप प्रभावी होता. त्यातून हे समजत होते की ते शेलफिश अचूक वेळ ठरवू शकत होते. पण त्यांनतर काहीतरी अगदी अनपेक्षित असे घडले आणि त्याने ब्राऊनचे आयुष्य नेहमीसाठी बदलले.

त्या कालवांनी त्यांच्या खाण्याच्या वेळा उशिरा उशिरा करायला सुरुवात केली. त्याच्या दोन आठवड्यानंतर एक स्थिर असे चक्र सुरू झाले, पण आता ते न्यू हॅवेन

इथल्या भरतीच्या वेळेच्या ३ तास मागे पडले होते. ब्राऊन या गोष्टीमुळे चांगलाच बुचकळ्यात पडला होता. त्यानंतर जेव्हा त्याने खगोलशास्त्रीय पंचांग बघितले तेव्हा त्याला कळले की प्रत्येक दिवशी जेव्हा चंद्र आकाशात डोक्यावर, सगळ्यात उंच बिंदूवर असतो किंवा क्षितिजाच्या खाली सगळ्यात खालच्या बिंदूवर असतो; त्या वेळी चंद्राचे समुद्राच्या पाण्यावर असलेले गुरुत्वीय आकर्षण सगळ्यात जास्त असते. ब्राऊनच्या हे लक्षात आले की त्या कालवानी चंद्राच्या तिथल्या स्थानिक स्थितीनुसार त्यांची वेळ बदलून घेतली होती. पूर्वेकडच्या समुद्रावरच्या भरतीऐवजी ते त्यांच्या खाण्याच्या वेळा इव्हान्सटनच्या वेळेप्रमाणे – म्हणजे तिथे जर समुद्र असता तर जी भरतीची वेळ असती – त्या वेळेप्रमाणे त्यांनी जुळवून घेतले होते. त्याने या प्राण्यांना त्यांच्या आसपासच्या कुठल्याही गोष्टीपासून काही काही अंदाज बांधता येणार नाही अशाच ठिकाणी त्यांना ठेवले होते. आणि तरीही कसे कोण जाणे, पण ते चंद्राच्या स्थिती बरहुकूम वागत होते.

ब्राऊनचा प्रयोग कुप्रसिद्ध झाला – जीवशास्त्रातील सगळ्यात वादग्रस्त निकाल या प्रयोगातून पुढे आले. जगण्याच्या ज्या प्रक्रिया असतात त्या पर्यावरणाच्या चक्राबरहुकूम चालतात, उदाहरणार्थ दिवसाच्या ठरावीक वेळेप्रमाणे होणाऱ्या गोष्टी इ. या गोष्टीला आता आता कुठे शास्त्रज्ञ मान्य करायला लागले होते. परंतु या क्षेत्रातील जवळ जवळ प्रत्येक मान्यवर व्यक्तीला हे जे ताल असतात ते शेवटी अंतर्गत घड्याळावर चालतात असे वाटत होते; ब्राऊनच्या या विधानाला पूर्णपणे झिडकारले गेले की, जीवाचे कार्य कुठल्यातरी गूढ पद्धतीने वैश्विक चक्राशी जोडलेले असते. जैविक घड्याळाच्या स्वरूपाबद्दल नाही, तर त्यापेक्षा वेगळ्याच गोष्टीबद्दल मतभेद होते. सजीवाचे म्हणजे मानवजात धरून सर्व सजीवांचे आपल्या या पृथ्वीशी आणि सर्व विश्वाशी असलेल्या नात्याबाबत एक खोल, तात्त्विक विभाजनाचे प्रतिबिंब त्यात दिसत होते. आपण, स्वायत्त, स्वयंशासित, स्वतःच्या बळावर चालणारी यंत्र आहोत की आपले जीवन या चंद्र, सूर्य, तारे आणि पृथ्वीशी कुठल्यातरी गूढ अशा बंधनाने बांधलेले आहे?

या संग्रामात ब्राऊन शेवटी हरला, त्याचे दशकांचे काम सदोष म्हणून दूर फेकले गेले. पारंपरिक वैज्ञानिक वृत्तान्तामध्ये त्याचा जेमतेम उल्लेख करतात तोही जणूकाही सावध करण्यासाठी की सामान्यज्ञानापासून दूर गेलात तर काय होईल ते बघा. संशोधकांनी जेव्हापासून रेणूच्या अंतरंगातील गुंतागुंतीच्या रचना समजून घ्यायला सुरुवात केली, रेणूच्या आतील क्लिष्ट रचना ज्यात कालमापनाची क्रिया होते, ज्यामुळे या पृथ्वीवरच्या जवळ जवळ सगळ्या प्राण्यांना सूर्याच्या दैनंदिन आणि ऋतूनुसार होणारी हालचाल समजते ते जाणून घेतले तेव्हापासून 'कालिक जीवशास्त्रा'चे क्षेत्र खूप यशस्वी ठरले आहे.

पण जैविक घड्याळाच्या कार्याबद्दल अजूनही जे मूलभूत रहस्य आहे ते उकललेलेच नाही. ब्राऊनला सापडलेल्या बारीकशा पाण्याच्या धारेचे आता महापुरात रूपांतर व्हायची वेळ आलीय.

कित्येक हजार वर्षांपासून आपल्याला हे माहीत आहे की पृथ्वीवरील जीवन सूर्याच्या दैनंदिन हालचालीशी सुसंगत असे चालते. सकाळ झाली की आपण उठतो, रात्र झाली की झोपतो. फुलेसुद्धा दिवसाच्या वेळेप्रमाणे फुलतात किंवा मिटतात. पक्षी तर पहाटेचे भाट असतात, पहाट झाल्याची सूचना देणारे भाट. सगळ्यात प्राचीन काळी दैनंदिन जैविक चक्राबद्दल, अलेक्झांडरचा नाविक अधिकारी असलेला अन्द्रोस्थेनेस ऑफ थासोस याने लिहून ठेवले आहे, त्याने चौथ्या शतकात वर्णन केले आहे की टीलोस (आताचे बहारीन) इथली चिंचेच्या झाडाची पाने सकाळ झाली की उघडतात आणि रात्र पडली की मिटतात. १७२९ साली खरा शास्त्रीय अभ्यास सुरू झाला, जेव्हा फ्रेंच खगोलशास्त्रज्ञ जीन – ज़्क्वस डी' ओर्तोंस डी मैरन यांच्या हे लक्षात आले की ज्या संवेदनशील झाडाची पाने, लाजाळू दररोज उघडमिट करतात ती झाडे अंधारात ठेवली तरी पानांची उघडमीट करतातच. ही दैनंदिन चक्रे म्हणजे आसपासच्या वातावरणातील बदलाला, उदाहरणार्थ उष्णता किंवा प्रकाशात झालेला बदल, याला दिलेला क्रियाशून्य असा प्रतिसाद आहे. अगदी डी मैरनलासुद्धा हेच वाटले की 'त्याच्या झाडांना न बघताही सूर्याचे अस्तित्व जाणवत असेल'. १८३२ सालापर्यंत म्हणजे स्विस वनस्पती शास्त्रज्ञ ऑगस्टिन डी कॅन्डोले याने सुचविल्याप्रमाणे झोपण्याउठण्याचे मिमोसासारख्या झाडातील चक्र कदाचित काही अंतर्गत घड्याळावर चालत असावे, असे मानायला कोणी तयार नव्हते.

२० व्या शतकाच्या अर्ध्यापर्यंतसुद्धा, झाडासारखे साधे जीव यांच्यात एक अचूक घड्याळ कार्यरत असते, हे मान्य होत नव्हते; उलट त्याचा अभ्यास करण्याची कल्पना वादग्रस्त होती. नैसर्गिक जगाच्या शक्यतांबाबतच्या दृष्टिकोनात होणाऱ्या मोठ्या बदलाचा तो एक छोटा भाग होता. आपण प्रकरण ९ मध्ये बघितले होते की १९ व्या शतकात इथर हा पदार्थ सगळ्या ब्रह्मांडात भरून राहिला आहे, ही कल्पना कशी सर्वमान्य झाली होती, तसेच किरणोत्साराचा शोध यांनी, आपण दैनंदिन जीवनात जे अनुभवतो त्याच्या पलीकडे जाऊन हे जग अदृश्यपणे एकमेकाशी जोडलेले आहे हे सुचवले. त्या वेळी लोकांमध्ये दुसऱ्या माणसाचे मन वाचणे, अतींद्रिय दृष्टी वगैरे गोष्टी फार लोकप्रिय होत्या आणि शास्त्रज्ञांसाठी शोध घेण्याचा विषय, जे जगातल्या काही मोठ्या मान्यवर भौतिक शास्त्रज्ञांनी खूपच मनावर घेतले. पण लवकरच ती समजूत खोटी ठरायला लागली. खगोलशास्त्रज्ञांनी ठामपणे जाहीर केले की इथर नावाची काही चीज अस्तित्वात नाही. काही लाजिरवाण्या अपयशांच्या

मालिकेमुळे शास्त्रज्ञांना ही टोचणी लागून राहिली आणि जाणीवही झाली की माणसांच्या पक्षपाती वागण्यामुळे ते योग्य मार्ग सोडून चुकीच्या मार्गाला लागतात.

उदाहरणार्थ, एका नव्याच प्रकारचे प्रारण ज्याला एन-रे असे नाव देण्यात आले होते, जेव्हा १९०३ साली ते सापडले तेव्हा त्याबद्दल शेकडो भौतिक शास्त्राच्या प्रबंधांमधून लिहून आले होते, आणि तेच १९०४ मध्ये काल्पनिक आहेत असे समजले. अविश्वसनीय अशा गोष्टी अगदी मानसशास्त्रापासून ते पऱ्यांपर्यंत खोट्या म्हणून उघड्या पडल्या. टेलिपथीबद्दल कित्येक दशके अभ्यास करूनही कुठलाही खात्री पटवणारा असा शोध लागला नाही. एका प्रकरणात ज्यावरून पुढे प्राण्यांच्या वागण्याबद्दलच्या अभ्यासाचे भविष्य ठरले त्या प्रकरणात एक क्लेव्हर हॅन्स नावाचा एक जगप्रसिद्ध घोडा गुंतलेला होता. तो म्हणे त्याच्या टापांनी टप टप करून गणिते सोडवायचा, तो शेवटी १९०७ साली खोटा पडला, तो त्याच्या मालकाच्या छुप्या इशाऱ्यावर टापा टाकायचा. १९२० आणि १९३० सालाच्या दरम्यान रहस्यमय क्षमतांबद्दल आणि वेगवेगळ्या बलांच्या बाबतीत खूप संशयाचे वातावरण होते, विशेषत: युनायटेड स्टेट्समध्ये, ज्याच्याबद्दल काही दशकांच्या पूर्वी विद्वानांना खूप कुतूहल होते. सर्व सजीव काळाचा माग घेऊ शकतात याचाही त्यात समावेश होता.

त्याच्या करिअरच्या सुरुवातीलाच जैविक तालासंबंधीच्या त्याच्या आवडीपासून या गोष्टीही ब्राऊनला दूर ठेवू शकल्या नाहीत. माइन यथील माचीअस्पोर्ट नावाच्या समुद्राजवळच्या छोट्याशा गावात १९०८ साली त्याचा जन्म झाला. फावला वेळ तो शिकार करणे, मासे पकडणे आणि नौकाविहार करण्यात घालवत असे. त्यामुळे माइनच्या खडकाळ किनाऱ्याजवळ येणाऱ्या विविध प्राण्यांच्या बद्दल त्याच्या मनात कुतूहल जागृत झाले. माइनचा समुद्रकिनारा जरी सीमित किनारा होता तरी जगातल्या सर्वांत मोठ्या भरतीच्या लाटा तिथे उठत असत. १९२९ साली त्याने हार्वर्डमध्ये त्याच्या पीएच.डी.च्या अभ्यासाला सुरुवात केली, त्याचा पीएच.डी.चा विषय होता अटलांटिक महासागरातील फिडलर खेकड्याचे बदलते रंग.

हे खेकडे सूर्योदयाच्या सुमारास त्यांच्या कातडीचा रंग काळा करतात जेणेकरून शत्रूपासून त्यांचा बचाव तर होतोच, शिवाय त्यांचे अंतर्गत अवयव सुरक्षित राहतात. सूर्यास्ताच्या वेळी त्यांचा रंग हळूहळू हलका चंदेरी करड्या रंगात बदलतो. या रंग बदलण्याच्या मागे काय यंत्रणा आहे, ते कसे बदलतात याचे ब्राऊनला कुतूहल होते, पण त्याची निरीक्षणे आणि त्याचे निकाल दिवसाच्या वेगवेगळ्या वेळेला वेगवेगळे येत होते, आणि त्याला असाही संशय होता की प्रयोगशाळेच्या नियंत्रित वातावरणातही ते खेकडे चोवीस तासांचे चक्र पाळतात.

त्याच्या पीएच.डी.च्या शेवटच्या वर्षात १९३४ साला मध्ये, ज्यात सहा

आठवडे बर्म्युडा इथल्या ओशन रिसर्च स्टेशनमध्ये जाणे अपेक्षित होते, त्या वेळी प्राण्यांच्या वेळ जाणण्याच्या क्षमतेबद्दल त्याला फारच कुतूहल वाटायला लागले. ब्राऊन रोज संध्याकाळी तिथे प्रयोशाळेने बांधलेल्या छोट्या जेटीवर (समुद्रात बांधलेला लहान धक्का) बसून टॉर्चचा उजेड पाण्यावर टाकून पाण्यात पोहणाऱ्या प्राण्यांना त्या उजेडात पाहत बसत असे. लवकरच त्याला तिथल्या रहिवाशांची (प्राण्यांची) ओळख झाली - पाइप फिश, जॅक, बाळ कासवं आणि ईल मासे इ. मंडळींची – पण एका रात्री चंद्र नसताना, म्हणजे अमावस्येच्या रात्री साधारण १० वाजण्याच्या सुमारास समुद्र जणू भरून जाईल इतके प्राणी तिथे एकाएकी आले जे त्याने कधीही बघितले नव्हते : अर्धपारदर्शक अशा कोळंबीच्या झुंडीच्या लाटांवर लाटा आल्या.

जितक्या वेगाने या कोळंबी माशांच्या झुंडी आल्या तितक्याच वेगाने त्या नाहीशा झाल्या, पण बरोबर पुढच्या महिन्याच्या अमावस्येच्या आधी परत हजर झाल्या. ब्राऊनने त्यातल्या काही कोळंबी पकडल्या आणि ब्रिटिश म्यूझिअममधल्या तज्ज्ञांकडे पाठवून दिल्या, ज्यांनी त्या ओळखल्या, त्यांचे शास्त्रीय नाव Anchistioides antiguensis असे आहे. समजायला अतिशय अवघड अशी ही जात असून त्याचा एकच नमुना त्यांच्याकडे होता. त्यानंतरच्या अभ्यासात असे समजले की ते झुंडीने येणारे कोळंबी मासे फक्त काही तास दोन तासासाठी येतात तेही मध्यरात्रीपूर्वी आणि अमावस्येच्या आसपास.[१] तिकडे अमेरिकेत इलिनोइस विद्यापीठात ब्राऊनला संशोधकाची जागा देऊ करण्यात आली होती, आणि आता त्याला माहीत होते की त्याला काय अभ्यासायचे आहे ते. या कोळंब्यांना आणि खेकड्यांना कोण असे वागायला लावत होते?

उन्हाळी शाळेत शिकवून मिळालेले काही पैसे आणि भावाकडून कर्ज काढून घेतलेल्या पैशात ब्राऊनने एक जुनी गाडी विकत घेतली आणि पश्चिमेला इलिनोइसमध्ये जाऊन एक नवीन जीवनाला सुरुवात केली. पण हार्वर्ड सोडण्यापूर्वी त्याच्या एका सहकाऱ्याने त्याला सावधगिरीची सूचना दिली की जर त्याला त्याच्या करिअरची काळजी असेल तर त्याने जैविक घड्याळासारख्या संशयास्पद विषयापासून बाजूला राहावे. त्याने तो सल्ला ऐकला आणि चांगल्याशा 'माशांमधली रंगदृष्टी' या विषयात

---

१. ब्राऊन आणि त्याच्या सहकाऱ्याने महिन्यातून दोन वेळा A.antiguenisच्या झुंडी येतात अशी नोंद केली आहे. एक मोठी झुंड येते ती अमावस्येच्या ३ ते ४ दिवस आधी येते तर एक छोटी झुंड अमावस्येनंतर ते २ दिवसानंतर येते. जीवशास्त्रज्ञांनी हे शोधून काढले की उरलेले दिवस हे प्राणी स्पंजच्या आत राहतात.

संशोधन केले. त्यानंतर १९४९ साली जेव्हा त्याला नॉर्थ वेस्टर्न विद्यापीठात प्रोफेसर म्हणून जागा मिळाली, जी आयुष्यभरासाठी कायम राहणार होती, आणि त्याला नोकरीवरून कोणी काढू शकणार नव्हते तेव्हा त्याने आपला मोर्चा परत जैविक घड्याळाकडे वळवला.

परत एकदा त्याने फिडलर खेकड्यांवर काम करायला सुरुवात केली. त्याने दाखवून दिले की त्या खेकड्यांना सतत प्रकाश आणि उष्णतेच्या भागात ठेवले तरी ते आपला रंग बदलतात, त्यांच्या सवयीच्या किनाऱ्यावरची वेळ आणि स्थितीप्रमाणेच त्यांचा रंग काळा आणि करडा असा बदलत राहतो. आता ब्राऊनने त्या प्राण्यांना वेगवेगळ्या वेळी प्रकाशात नेले तर तो त्यांचे चक्र बदलू शकेल, ज्यायोगे तो त्या प्राण्यांना त्यांचे चक्र ६ तास आधी करायला लावेल, जणूकाही ते बाल्टिक समुद्रातच आहेत, किंवा सिंगापूरसारख्या ठिकाणी १२ तास अगोदर होईल. पण हे इथेच संपत नाही. त्याने त्या खेकड्यांच्या हालचालींचाही अभ्यास केला. हे फिडलर खेकडे त्यांचा बराचसा वेळ वाळूखाली लपून बसण्यात घालवतात; फक्त ओहोटीच्यावेळी किनाऱ्यावरची वाळू उघडी पडते तेव्हाच हे खेकडे त्यातून बाहेर येतात. ब्राऊनने पकडलेले खेकडे त्यांच्या मूळ स्थानापासून शेकडो किलोमीटर दूर असूनसुद्धा त्यांच्या मूळ सवयीला म्हणजे १२.४ तासाच्या भरतीओहोटीच्या चक्राला दृढपणे चिकटून राहतात, प्रत्येक चांद्रदिवसाला दोन ओहोट्या आहेत हे दाखवून देतात. हे प्राणी म्हणजे छोट्या रूपातली खगोलशास्त्रीय घड्याळे आहेत, ज्यांच्यात दोन चक्रे सांभाळली जातात, एक सूर्याची आणि दुसरी चंद्राची, अलगदपणे एकातून दुसऱ्या टप्प्यात जातात जसे आकाशात जातात.

१९५० च्या सुरुवातीपासून काही थोड्या शास्त्रज्ञांनी जैविक घड्याळाच्या संदर्भात बऱ्याच जातीच्या प्राण्यांचा अभ्यास करण्यात रस दाखवायला सुरुवात केली होती. जर्मनीमधील ख्यातनाम वनस्पतीशास्त्रज्ञ इर्विन ब्युनिंग याने बिन्सच्या बियांपासून नुकत्याच तयार झालेल्या रोपांच्या पानांमधल्या झोपेच्या हालचालींचा अभ्यास केला, ज्युर्गन अस्चोफ या आरडाओरड करणाऱ्या, वितंडवाद घालणाऱ्या मानसशास्त्रज्ञाने माणसाच्या शरीराच्या तापमानाचे २४ तासाचे तालचक्र स्वत:वरच प्रयोग करून शोधून काढले. अमेरिकेमध्ये कॉलिन पिटनड्राय या ब्रिटनमध्ये जन्मलेल्या जीवशास्त्रज्ञाने त्रिनिदाद येथील मलेरियावर संशोधन करताना डासांच्या दैनंदिन क्रिया बघून कीटकांच्या शरीरातील ताल शोधण्याचे काम करायला सुरुवात केली होती. रोमानियात जन्मलेल्या फ्रांझ हल्बर्ग याने, त्याची उंदरांवर केलेली औषधाची चाचणी त्यांच्या रक्तातील पांढऱ्या पेशींच्या दैनंदिन चढ-उतारामुळे अपयशी ठरली तेव्हा त्याने या क्षेत्रात पदार्पण केले.

ब्राऊन जेव्हा चंद्राच्या परिणामांमुळे भारावून गेला होता तेव्हा त्याचे प्रतिस्पर्धी

२४ तासाच्या चक्रात अडकले होते. त्यांनी ज्या कुठल्या प्रजातींचा अभ्यास केला – बीन्सचे मोड, पक्षी, माश्या, उंदीर – त्या सगळ्यांमध्ये सारखीच स्थिती होती तसाच ताल सांभाळला जात होता. पण त्यांच्या प्रयोगात त्या तालाचा वेग बाहेरच्या वातावरणाशी संबंध न आल्यामुळे थोडासा बदलला, म्हणून आलेखातील उंचवटे आणि खोलगट भागात सौर दिवसानुसार हळूहळू फरक पडत गेला प्रत्येक प्रजातीमध्ये वेगवेगळ्या काळाची चक्रे होती – सगळी साधारण जवळपास होती, पण बरोब्बर २४ तासाचे चक्र नव्हते. संशोधक अशा निष्कर्षाला आले की प्रत्येकाचा स्वत:चा असा ताल हा पेशींमध्ये असलेल्या अंतर्गत घड्याळाद्वारे चालवला जातो. सर्वसामान्य स्थितीमध्ये ही चक्रे पर्यावरणातील गोष्टींवर अवलंबून असतात, उदाहरणार्थ प्रकाश आणि तपमान, ज्यामुळे ती दिवस-रात्रीच्या चक्राशी जुळवून घेऊ शकतात. पण ते स्वत:च्याच हिमतीवरसुद्धा व्यवस्थित चालू राहू शकतात.

सुरुवातीला ब्राऊनलाही असेच वाटले होते. पण नंतर त्याला स्वत:लाच शंका यायला लागली. त्याच्या स्वत:च्या प्रयोगशाळेतल्या खेकड्यांची चंद्रावर आणि सूर्यावर अवलंबून असलेली चक्रे महिनोंमहिने व्यवस्थित चालू होती अगदी ते आसपासच्या पर्यावरणापासून पूर्णपणे अलिप्त होते तरीही; त्याला या गोष्टीचे नवल वाटत होते की एखादे अंतर्गत, स्वतंत्र असे घड्याळ इतके व्यवस्थित कसे चालू शकते. आणि त्यानंतर १९५४ साली तो वेळ बदलणाऱ्या ऑइस्टर्सवरचा प्रयोग त्याने केला. एका बंद अंधाऱ्या खोलीत असूनसुद्धा त्या ऑइस्टर्सनी त्यांचा दैनंदिन जीवनक्रम तिथल्या चंद्राच्या स्थानिक वेळेनुसार बदलून घेतला होता. अंतर्गत घड्याळापेक्षा सुद्धा ब्राऊनला असे वाटत होते की ते ऑइस्टर्स आकाशातून येणाऱ्या संदेशाप्रमाणे वागत होते.

हे दोन्ही मार्ग, १८ व्या शतकातील दर्यावर्दी रेखांश ठरवण्यासाठी वापरत असलेल्या वेळ मोजण्यासाठीच्या दोन परस्परविरुद्ध मार्गांशी मिळतेजुळते आहेत. तुम्ही असे यंत्र तयार करू शकता जे स्वत:ची वेळ स्वत: ठरवू शकते, जसे घड्याळ बनवणाऱ्या जॉन हॅरिसनने त्याचा क्रोनोमीटर बनवताना केले. किंवा तुम्ही वेळेचे संदर्भ सरळ आकाशातून घेऊ शकता, जसे खगोलतज्ज्ञ नेविल मास्केलीन याने चंद्राचे अंतर मोजायला करताना केले तसे करू शकता. जीवनाने कुठला पर्याय निवडला?

ब्राऊनने सगळ्यात मूलभूत जीवशास्त्रीय क्रियेचा म्हणजे चयापचयाचा अभ्यास करण्याचे ठरवले. त्याने मोड येणाऱ्या बटाट्यांचा अभ्यास करायला सुरुवात केली – हा प्रयोग वर्षानुवर्षे चालू राहिला, त्याने त्याचे जवळ जवळ दशलक्ष तास त्यांचे निरीक्षण केले – तसेच बीन्सच्या बिया, किड्यांच्या अळ्या, कोंबडीची अंडी, हॅमस्टर (घुशीसारखा दिसणारा एक कुरतडणारा प्राणी यांचाही अभ्यास केला,

अर्थात त्या सगळ्यांना तपमान बदलापासून, प्रकाश आणि दाब यातल्या बदलापासून झाकून ठेवले. अर्थात या सगळ्या पर्यावरणीय बदलापासून त्या सर्वांना लांब ठेवले होते, तरी त्यांच्या चयापचयाचा वेग नुसता सूर्य, चंद्राच्या हालचालीशी मिळताजुळता होता असे नाही तर पृथ्वीच्या वातावरणातील बदल आणि प्रेशरमधला बदलही त्यात दिसला. त्या बटाट्यांना नुसता कुठला तास चालू आहे एवढेच माहिती होते असे नाही तर त्या वर्षातला कुठला ऋतू चालू आहे हेही कळत होते. जणूकाही जीवन काळासोबत पृथ्वीबरोबर स्पंदन पावत होते.

ब्राऊन अशा निष्कर्षाला पोहोचला की हे प्राणी बाह्य भूभौतिकी गोष्टींबाबत संवेदनशील तर आहेतच, पण अगदी सूक्ष्म अशा गुरुत्वीय बदलाबाबत किंवा अजूनही काही अज्ञात अशा सूक्ष्म बलांच्या बाबतीतसुद्धा संवेदनशील आहेत. त्याच्या प्रतिस्पर्ध्यांच्या प्रयोगांमध्ये, ज्यात ते स्वतंत्र घड्याळ असल्याचे सिद्ध करू पाहत होते, त्या बाबतीत ब्राऊनचे म्हणणे होते की ते प्राणी पर्यावरणापासून दूर, बंद स्थितीत ठेवले गेलेच नव्हते. ते बाहेरच्या वातावरणात न्हाऊन निघत होते आणि त्यांच्यावर पृथ्वी जशी फिरेल तसे होणारे बदल परिणाम करत होते.

अशा कल्पना त्याच्या सहकाऱ्यांच्या गळी उतरत नव्हत्या. त्यांच्यातल्या कित्येकांनी त्यांच्या दैनंदिन चक्राबद्दलच्या कामाला इतर शास्त्रज्ञांनी गंभीरपणे घ्यावे यासाठी खूप लढा दिला, कारण त्यांच्यावर नाही नाही ते आरोप केले गेले होते जसे की अतींद्रिय मानसशास्त्रापासून ते विकृत मानसिक अवस्थेपर्यंत. त्यांचा व्यावसायिक प्रतिष्ठितपणा, कठोर पुनरुत्पादक पद्धती वापरण्यावर अवलंबून होता, आणि त्यांचे सिद्धान्त कारण आणि परिणामाच्या निर्दोष भौतिक तत्त्वावर आधारलेले होते; ब्राऊनचे रहस्यमय बलाचे दावे त्यांच्यासाठी धोकादायक, मूर्खपणाचे आणि त्या क्षेत्राला संकटात टाकणारे होते. त्याची मोजमापे तेवढी अचूक नव्हती किंवा कदाचित तो त्याच्या अत्यंत गुंतागुंतीच्या डेटामध्ये वेगवेगळे आकृतिबंध बघत होता जे तिथे नव्हतेच अशी त्यांची ठाम समजूत होती. तरीही ब्राऊनचे व्यक्तिमत्त्व छाप पाडणारे होते आणि बोलण्यात तो एकदम वाकबगार होता आणि लोकमत त्याच्या बाजूने झुकत होते. काहीतरी करणे भाग होते.

पहिला मोठा हादरा बसला तो १९५७ साली, तेव्हा युनायटेड स्टेटच्या अग्रगण्य अशा वैज्ञानिक नियतकालिकात एक विलक्षण प्रबंध प्रसिद्ध झाला. एक मान्यवर पर्यावरणशास्त्रज्ञाला मोंट कॉल याने असा दावा केला की त्याने रँडम आकडा काढून युनिकॉर्नमधील बाह्य ताल शोधून काढला आहे. हे व्यंग, औपरोधिक बोलणे, अर्थातच ब्राऊन आणि त्याच्या टीमवर केले होते आणि त्यातील संदेश स्पष्ट होता. त्याचा जो परिणाम झाला तो त्या युनिकॉर्नइतकाच कल्पनातीत होता. तो अभूतपूर्व असा वैयक्तिक हल्ला होता आणि त्याने 'आमच्यावर फार मोठा वार

केला गेला', असे ब्राऊनने नंतर सांगितले. 'या प्रबंधामुळे आम्हाला जागोजागी टोमणे ऐकून घ्यावे लागत होते'. त्या पाठोपाठ १९५९ साली हल्बर्गने 'सिर्काडिअन' हा शब्द तयार केला जो आता त्या क्षेत्राची व्याख्या बनला आहे. असे नेहमी सांगितले जाते की सिर्काडिअन हा शब्द २४ तासांचे चक्र दाखवण्यासाठी वापरला जातो पण ते तितकेसे खरे नाही : त्याचे मूळ लॅटिन भाषेत आहे ते असे आहे, 'एका दिवसाच्या बाबतीत' आणि हल्बर्गने तो शब्द जाणूनबुजून ब्राऊनच्या सिद्धान्तातील दोष दाखवण्यासाठी निवडला; कारण बहुतेक सगळे मुक्त वाहणारे ताल कधीच २४ तासाचे नसतात. १९६० साली न्यू यॉर्क शहराजवळच्या कोल्ड स्प्रिंग हार्बर येथे भरलेल्या जैविक घड्याळासंबंधीच्या एका प्रतिष्ठित परिषदेत एक प्रकारचा तणाव चांगलाच जाणवत होता.

या घटनेकडे आता कालिक जीवशास्त्राची व्याख्या करणारा क्षण म्हणून बघितले जाते, त्या ठिकाणी पिटनड्राय आणि इतरांनी त्यांच्या सिर्काडिअन तालाबद्दलच्या कल्पना मांडल्या त्या अशा की ते एक अंतर्गत, स्वत:च्या बळावर टिकाव धरणारे, ज्याच्यावर जीवरासायनिक यंत्रणेचा ताबा आहे आणि ज्याचे घड्याळातील दातेरी चाकांशी साधर्म्य असणारे असे आहे. या नवीन क्षेत्रासाठी सगळ्याच गोष्टी कशा छान वाटत होत्या, त्यातील नवीन परिभाषा, बलदंड अशी सैद्धान्तिक रचना. त्यात अडथळा फक्त एकच होता, ब्राऊन. त्याला सुरुवातीला आमंत्रित केले गेले नव्हते, पण नंतर तो एवढ्या मोठ्या विरोधी श्रोतृ-वृंदा समोर तोंड द्यायला धैर्याने उभा राहिला, वैश्विक संदेशाऐवजी अगदी आतील गाभ्यामध्ये असणाऱ्या आणि गती देणाऱ्याच्या बाजूने युक्तिवाद करणारा तो एकटाच होता.

ब्राऊनचा एक युक्तिवाद होता तापमानाबद्दल. प्रत्येक जण या गोष्टीशी सहमत होता की तपमान कितीही नाट्यमयरीत्या कमी किंवा जास्त झाले तरी आश्चर्यकारकरीत्या त्याचा जैविक घड्याळावर परिणाम होत नाही. खेकडे त्यांचा रंग बदलतात, माश्या त्यांच्या कोशातून योग्य वेळेला बाहेर येतात, मग बाहेर कितीही थंडी असो नाही तर गर्मी असो. वाळवलेल्या बिया सातत्याने एकाच स्थितीत ठेवलेल्या असल्या तरी त्यांच्या अंकुरण्याचा वार्षिक ताल बदलत नाही, मग त्यांना तुम्ही +५० अंश सेल्सिअस मध्ये ठेवा नाही तर -२० अंश सेल्सिअस मध्ये ठेवा. जैवरासायनिक क्रियेमध्ये मात्र तापमानाच्या बदलामुळे खूप फरक पडतो, असे ब्राऊनने सांगितले; प्रत्येक १० अंश सेल्सिअस तापमानवाढी मागे जैवरासायनिक क्रियेमध्ये दुपटीने वाढ होते (आणि -२०अंश सेल्सिअसला अंतर्गत जैवरासायनिक क्रिया कार्य करण्याची शक्यताच नाहीये). त्याच्या प्रतिस्पर्ध्यांना या गोष्टीचे स्पष्टीकरण अजिबात देता आले नाही की एखादी जैवरासायनिक यंत्रणा अशा प्रकारचे घड्याळ कसे तयार करू शकेल जे या सगळ्या परीणामांपासून दूर असेल, त्याचवेळी सूर्य आणि

चंद्रामुळे होणारे, कशानेही न बदलणारे बाह्य फरक या गोष्टीचे स्पष्टीकरण बरोबर देऊ शकतील. अंतर्गत घड्याळ असते या गोष्टीवर ठाम असणाऱ्या त्याच्या प्रतिस्पर्ध्यांना त्याने सावधगिरीची सूचना दिली की यावर जर ते ठाम असतील, तर ते एखाद्या भुताच्या मागे लागण्यासारखे आहे. त्यावर पिटनड्राय याने प्रत्युत्तर दिले की त्याच्या रहस्यमय आणि तरल अशा प्रभावामुळे ब्राऊनच भुतांच्या मागे लागला आहे.

त्या सभेनंतर ब्राऊनच्या असे लक्षात आले की त्याचे प्रबंध वारंवार नाकारले जाताहेत, विशेषत: युनाटेड स्टेटच्या वार्तापत्रांमधून, आणि त्या क्षेत्रातले इतर लोक जे त्याच्या मताशी कधीच सहमत नव्हते, त्यांनी त्यानंतर कधीही त्याचे संशोधन उद्धृत केले नाही. ब्राऊनच्या सांगण्याप्रमाणे, हल्बर्गने नंतर मान्य केले की, त्या वेळी, प्रतिस्पर्धी गटाने ठरवून प्रत्येक वेळी त्याला श्रेय द्यायचे नाही किंवा त्याच्याकडे दुर्लक्ष करायचे किंवा अडथळा आणायचा असे ठरवलेच होते; या क्षेत्राच्या विकासासाठी त्यांना हे बंद मोडून काढणे भाग होते. ते चूक आहे का बरोबर हे माहीत नाही, पण ब्राऊनच्या कल्पना न स्वीकारून ते एक पायरी खालीच उतरले होते; आणि त्यानंतर असे झाले की जणू ब्राऊन अस्तित्त्वातच नाहीये. पिटनड्रायने १९६४ साली एका मोठ्या संमेलनात ब्राऊनच्या युक्तिवादाकडे पूर्णपणे दुर्लक्ष केले, तर दुसऱ्या वर्षाच्या विज्ञानाच्या अंतिम समालोचनेमध्ये अस्चोफने त्याच्या प्रतिस्पर्ध्याचे नाव घ्यायचेसुद्धा टाळले, एवढेच लिहिले की 'विरुद्ध पक्षाने मांडलेली गृहीतके' यावर भरपूर चर्चा होऊन ते केव्हाच फेटाळण्यात आले आहे तेव्हा त्यावर अजून चर्चा करण्याची माझी इच्छा नाही'.

ब्राऊन आणि त्याचे वैश्विक दुवे यांना बाहेर घालवून देण्यात आले, आणि जैविक घड्याळाच्या अभ्यासाला सिर्काडिअन घड्याळाचा अभ्यास असेच नाव देण्यात आले.

प्राणी आणि वनस्पतींचेच नाही तर मानवाचेही जीवन कसे चालते याबद्दलच्या आपल्या समजुतीत या क्षेत्राच्या अभ्यासामुळे फरक पडला आहे. उदाहरणार्थ अस्चोफ यांनी मूलभूत संशोधनाची मालिकाच सुरू केली, ज्यात त्यांना हे तपासायचे होते की सूर्यप्रकाशापासून माणसाला वंचित ठेवले तर त्यांच्यात काय फरक पडतो. दुसऱ्या महायुद्धाच्या वेळी वापरात असलेल्या एका बंकरमध्ये प्रारंभिक अभ्यास करून नंतर त्याने १९६४ मध्ये बव्हेरियात एका डोंगराच्या पायथ्याला एक खास अशी जागा बनवून घेतली जिथे लोकांना अलगीकरणात ठेवता येईल. एका भौतिकशास्त्रज्ञ सहकाऱ्याबरोबर, रयुतगेर वेवर याच्या बरोबर त्याने कामाला सुरुवात केली. त्याने काही विद्यार्थ्यांना एका वेळी काही आठवड्यांसाठी त्या अलगीकरण

खोलीत ठेवले आणि त्यांच्यावर तऱ्हेतऱ्हेच्या उपकरणांनी लक्ष ठेवले ज्यात रेक्टल प्रोब आणि हालचालीवर लक्ष ठेणारे सेन्सर्स होते. ध्वनिरोधक असलेल्या खोलीत बाकी सर्व सुखसोयी होत्या, खोली आरामदायी होती ज्यामध्ये एक दिवाणखाना, एक बाथरूम आणि एक स्वयंपाकघर होते, मात्र दिवसाची कुठली वेळ आहे ते समजायला एकही मार्ग नव्हता, उदा. एखादे घड्याळ, रेडिओ किंवा टेलिफोन यांना बंदी होती (तिथे एक रेकॉर्ड प्लेअर होता, काही युक्तिबाज मंडळी त्याचा वापर करून अंडी उकडण्यासाठी किती वेळ ठेवायची हे त्यावरून ठरवत असत). आतल्या स्वयंसेवकांचा बाहेरच्या जगाशी संबंध फक्त पत्राद्वारे होता, त्यांना अन्न आणि स्थानिक बिअर त्या बंकरला असलेल्या दोन दारांच्या मधल्या फटीतून कुठल्याही वेळेला दिले जायचे.

अस्चोफ स्वत:च पहिला स्वयंसेवक होता, ज्याचे निरीक्षण वेवरने केले. त्याच्या १० दिवसांच्या तिथल्या वास्तव्यात त्याच्या हे लक्षात आले की तो रोज थोडा थोडा लवकर उठायला लागला होता आणि सुटल्यानंतरची त्याची उठण्याची वेळ बघून तो स्वत:च थक्क झाला होता, कारण तो दुपारी ३ वाजता उठला होता. त्यानंतर तीनशे हून जास्त स्वयंसेवक – बहुतेक वेळी विद्यार्थीच असत ज्यांना थोड्या वेळात खूप जास्त अभ्यास करायचा असायचा – तेच असे तीन ते चार आठवड्यासाठी भूमिगत व्हायचे. त्यातले फक्त चार जण लवकर बाहेर पडले आणि एक ज्याची दिवसाची वेळ ३३ तासांपर्यंत वाढली होती, त्यामुळे त्याला मनासारखा अभ्यास करता आला नव्हता, म्हणून त्याने त्याला परत आत जाऊ द्यावे म्हणून आग्रह धरला.

जसे इतर जातींमध्ये होत होते तसेच या मानवी स्वयंसेवकांच्या दैनंदिन कार्यक्रमात (तालात) काही बदल झाला नव्हता,[२] त्यावरून हेच समजत होते की माणसांच्या आत ही अंतर्गत सिर्काडिअन चक्र (घड्याळ) असते. बाह्य जगापासून वेगळे ठेवल्यामुळे, बाह्य जगाची काहीही माहिती मिळत नाही, अशा स्थितीत ठेवल्यामुळे माणसाचे झोपण्या-उठण्याचे चक्र थोडे मागे पडते म्हणजे सौर दिवसाच्या मागे पडते, दिवस रात्रीचे मिळून २५ तासांपर्यंत दिवस मोठा होऊ शकतो. पुढच्या काही वर्षांत अस्चोफ आणि वेवर दोघांनी मिळून हे दाखवून दिले की अंतर्गत चक्राला प्रखर प्रकाश, तपमान आणि काही सामाजिक संकेत यांच्याबाबत प्रक्षिशित करता येते.

---

२. काही प्रयोग सततच्या अंधारातच करण्यात आले तर काही सततच्या प्रकाशात, आणि काही मध्ये त्या प्रयोगात भाग घेणाऱ्यांना पर्याय उपलब्ध होता, ते स्वत: ठरवू शकत होते लाईट लावायचा का नाही ते.

काही मोजक्या स्वयंसेवकांच्या बाबतीत त्यांचे झोपेचे चक्र काहीच्या काही बदलले, दिवसाचा कालावधी ५० तासांपर्यंत वाढला, पण त्यांना काही फरक जाणवला नाही. पण त्यांच्या शरीरक्रियांच्या मध्ये म्हणजे तापमानात, मलविसर्जन क्रियेत कायम २४ ते २६ तासांचेच अंतर राहिले. याचा अर्थ त्यांच्या झोपण्या-उठण्याचे चक्र त्यांच्या इतर शरीरक्रियांच्या मागे पडले, या प्रकाराला अस्चोफने नाव दिले 'डीसिनक्रोनायझेशन'. हा त्याच्या शोधांच्या मधला सगळ्यात महत्त्वाचा शोध होता, आपल्या शरीरात वेगवेगळ्या क्रियेची वेगवेगळी घड्याळे अस्तित्त्वात असू शकतात याची ती पहिली झलक होती, आणि योग्य त्या बाह्य वातावरणाच्या माहितीअभावी ती वेगवेगळी होऊ शकतात. असे काही झाल्यावर चांगली भावना निर्माण होत नाही, थोडक्यात विचित्र वाटते असे त्या स्वयंसेवकांनी नोंदवले. त्यावरून सावधगिरीची सूचना अशी मिळते की माणसाला सूर्यप्रकाशापासून वंचित ठेवले तर आरोग्याचे गंभीर प्रश्न निर्माण होऊ शकतात, हे अस्चोफच्या लक्षात आले.

ही घड्याळे नेमकी कशी काम करतात, याची पहिली झलक अटलांटिक महासागराच्या पलीकडून, कॅलिफोर्निया येथील एक पदवीधर विद्यार्थी जेव्हा फळातल्या किड्यांच्या दैनंदिन तालावर अभ्यास करत होता तेव्हा मिळाली. रोनाल्ड कोनोप्का याला तीन उत्परिवर्तित (mutant) माश्यांचे प्रकार सापडले ज्यांची वेळ समजण्याची जाणीव, क्षमता लुप्त झाली होती: एकात चक्र फारच हळू झाले होते २९ तासांचे, एकात खूप कमी झाले होते १९ तासांचे आणि तिसरी जिच्यात चक्रच शिल्लक नव्हते. असे लक्षात आले की तिन्ही माश्यांच्या मध्ये एकाच जनुकामध्ये तीन वेगवेगळ्या चुका सापडल्या, ज्या १९८४ साली इतर काही संशोधकांनीही शोधल्या. त्यांनी त्या जनुकाला पीरीयड हे नाव दिले, आणि असे समजले की त्यातून जे प्रोटिन एनकोड होते त्यात प्रत्येक २४ तासात मोठ्या प्रमाणात चढउतार होत असतात. जैविक घड्याळाची यंत्रणा कशी चालते त्याची निदान एक झलक तरी त्यांना बघायला मिळाली. क्रोनोबायोलॉजिस्टना अखेरीस त्यांचे भूत सापडले.

त्यानंतर घड्याळाशी संबंधित अनेक अशी जनुके शोधली गेली. घड्याळाशी संबंधित जनुके प्रोटिन्सना अशा प्रकारे एनकोड करतात की ते चक्राकार जाळ्याद्वारे (feedback loops) स्वत:चे नियमन करतात, शेवटी ब्राऊनला जे अशक्य कोटीतील वाटत होते ते प्रत्यक्षात आले : एक अविचल, स्थिर चक्र ज्याचे सूर्याच्या बरोबरीने दिवसाकाठी एकदा स्पंदन होते. याच प्रकारच्या प्रणाली फक्त फळातील माश्यांच्या मध्येच सापडतात असे नाही तर प्रत्येक सजीवात बॅक्टेरियापासून माणसापर्यंत. ही सूर्यघड्याळे प्राण्यांना केव्हा खायचे, केव्हा पळायचे, केव्हा झोपायचे आणि केव्हा खाल्लेल्या अन्नाचे पचन करायचे हे सांगतात. ते वनस्पतींना

त्यांच्यातील स्टार्चचा साठा रात्रभरासाठी साठवून ठेवून दुसऱ्या दिवशी पहाटेपासून प्रकाशसंश्लेषणाची यंत्रणा चालू करायला सांगते. सौरघड्याळ फंगी किंवा बुरशी या वनस्पतीला बीजाणू कधी तयार करायचे ते सांगते, कीटकांना त्यांच्या कोशातून कधी बाहेर यायचे ते सांगते, हजारो समुद्री सूक्ष्म शैवालांच्या प्रजातींना पहाटेपूर्वी पाण्याखाली बुडायला आणि रात्र झाली की पृष्ठभागावर यायला सांगते – या ग्रहावरची बायोमासची ती सगळ्यात मोठी क्रिया आहे. सूर्योदय आणि सूर्यास्ताच्या बदलत्या वेळा लक्षात घेऊन ही घड्याळे ऋतूप्रमाणे होणारे बदल ओळखून त्याप्रमाणे सजीवांना कधी स्थानांतर, स्थलांतर करायचे, स्वत:मध्ये बदल घडवायचे जसे की कात टाकणे किंवा पिसे झडणे इ. आणि कधी प्रजनन करायचे हे सांगतात.

त्यादरम्यान माणसांच्या बाबतीत सिर्काडिअन ताल हा वैद्यकशास्त्रातील सगळ्यात महत्त्वाचा विषय झाला आहे. अंतर्गत घड्याळे आपल्या झोपेचे आकृतिबंध ठरवतात, शरीरक्रियांचे नियमन करतात, उदाहरणार्थ पचन, रक्तदाब, तपमान, रक्तातील साखरेची पातळी, रोगप्रतिकारक शक्तीचा प्रतिसाद आणि अगदी पेशींचे विभाजन या सगळ्या गोष्टी ठरवतात. खरेतर आपल्या शरीरातील एखादा अवयव ज्यात हे चक्र पाळले जात नाही, असा शोधणे अवघड आहे, आणि अस्चोफने सावध केल्याप्रमाणे या गोष्टींकडे आपण आपल्या जोखमीवर दुर्लक्ष करतो. गेल्या दोन शतकांपासून, जेव्हापासून पहिला कृत्रिम प्रकाश आपण निर्माण केला तेव्हापासून आपली जीवनशैली हळूहळू सूर्योदय आणि सूर्यास्ताच्या चोवीस तासांच्या चक्रापासून दूर दूर जायला लागली आहे. आपल्यापैकी बरेच जण उशिरापर्यंत जागतात, शिफ्टमध्ये काम करतात किंवा कामानिमित्ताने वेगवेगळ्या टाइम झोनमध्ये इकडेतिकडे उड्या मारतात. दिवसभर आपण अंधारलेल्या अशा ऑफिसच्या वातावरणात काम करतो, संगणकाच्या आणि टीव्हीच्या प्रकाशाला सामोरे जातो आणि रात्र स्मार्टफोनच्या प्रकाशात घालवतो. तीच एक मोठी समस्या आहे, कारण जरी आपल्या शरीराचे चक्र स्वतंत्ररीत्या चालत असले तरी जर ते बाह्य साधनांनी मजबूत नाही केले, तर ते वेडेवाकडे, मार्ग सोडून भलतीकडे जाऊ शकते.

सगळ्यात महत्त्वाचा वेळेसाठीचा इशारा म्हणजे सूर्यप्रकाश, जो डोळ्यांतील रेटिनामधल्या पेशीने ओळखला जातो. सूर्योदय आणि सूर्यास्ताच्या वेळासंबंधीची माहिती मेंदूतल्या केंद्रीय पेसमेकरला पाठवली जाते, ज्यामुळे पुढे जाऊन शरीरातली इतर, त्यापेक्षा दुय्यम दर्जाच्या घड्याळांचे नियमन होते. सकाळच्या वेळी म्हणजे जेव्हा मिळायला पाहिजे तेव्हा पुरेसा प्रकाश मिळाला नाही किंवा संध्याकाळच्या वेळेस जेव्हा हळूहळू प्रकाश कमी होत असतो त्या वेळी जर प्रखर प्रकाश असला, तर त्याचा त्या घड्याळावर वाईट परिणाम होईल आणि शरीरातील गुंतागुंतीच्या, लालित्यपूर्ण रचनेमध्ये सगळा गोंधळ होईल. ताल बदलेल, सर्व रचना एकमेकांपासून

विलग होऊ शकतील आणि त्यामुळे आरोग्याचे अनेक प्रश्न निर्माण होऊ शकतील अगदी निद्रानाश आणि नैराश्यापासून ते लठ्ठपणापर्यंत, हृदय आणि रक्तवाहिन्यांच्या रोगापासून ते कर्करोगापर्यंत काहीही होऊ शकते.[३] अग्रगण्य कालिक जीवशास्त्रज्ञ रसेल फोस्टर याने सावधगिरीची सूचना देऊन ठेवली आहे, की आधुनिक तंत्रज्ञानाच्या साहाय्याने आपण कुठल्याही वेळी झोपू शकतो, उठू शकतो किंवा काम करू शकतो, तरी माणसाचे शरीर मात्र पूर्णपणे पृथ्वीच्या अक्षाभोवतीच्या तिच्या चोवीस तासांच्या परिभ्रमणावर अवलंबून आहे. भौगोलिक चक्रापासून आपले दूर जाणे म्हणजे टिक टिकणाऱ्या टाइम बॉम्बवर बसण्यासारखे आहे, त्याचे मानसिक आणि शारीरिक दुष्परिणाम समाजाच्या सर्व भागांना उदासवाण्या भविष्यकाळात ढकलू शकतात.

सिर्काडिअन ताल हा आरोग्यासाठी इतरही दृष्टीने महत्त्वाचा आहे. डॉक्टर्सना आता लक्षात यायला लागले आहे की बऱ्याचशा रोगांमध्ये त्या रोगांच्या लक्षणांमध्ये दैनंदिन चढउतार होत असत्तात अगदी हृदयविकाराचा झटका, दमा, फुफ्फुसदाह, सिस्टिक फायब्रोसिस, पक्षघात, ताप, फीट येणे ते अगदी आत्महत्येपर्यंत कशातही. एखाद्या औषधाला किंवा कुठल्या इन्फेक्शनला आपण कसा प्रतिसाद देऊ ते दिवसाचा कुठला वेळ आहे त्यावर ठरते, किंवा एकाच प्रकारचे अन्न खाऊन आपण लठ्ठसुद्धा होऊ शकतो किंवा बारीकही. ऋतुमानात होणारे बदलसुद्धा महत्त्वाचे आहेत: कुठल्या महिन्यात बाळ जन्माला येते त्यावर त्याला पुढे जाऊन कुठले रोग होऊ शकतात ते ठरते, उदाहरणार्थ विस्मृती, मल्टीपल स्लेरॉसिस आणि स्किझोफ्रेनिआ (त्यातही उत्तर आणि दक्षिण गोलार्धात एकमेकांच्या विरुद्ध लक्षणे दिसतात). शास्त्रज्ञांच्या हे लक्षात येत नाही की नेमके – लहानपणी होणाऱ्या संसर्गाची भीती, पोषण आणि व्हिटॅमिन 'ड'ची पातळी यांचा थिअरीमध्ये का समावेश असतो ते – पण हे स्पष्ट आहे की तुमच्या जन्माच्या वेळी सूर्याच्या अनुषंगाने पृथ्वी कुठे आहे यावर तुमचे आरोग्य अवलंबून असते जे संपूर्ण आयुष्यावर परिणाम करणारे असते.

२०१७ साली कालिक जीवशास्त्र या क्षेत्राला वैज्ञानिक जगातली अत्युच्च मान्यता मिळाली: ज्या संशोधकांनी 'period' हे जनुक शोधले त्यांना नोबेल पुरस्काराने सन्मानित करण्यात आले. पॉल नर्स नावाचा एक मुख्य जीवशास्त्रज्ञ म्हणतो की. 'या ग्रहावर राहणारे आपण सूर्याचे गुलाम आहोत'. सिर्काडिअन घड्याळ हे आपल्या शरीर यंत्रणे मध्ये रुतवलेले आहे, आपल्या चयापचया मध्ये

३. २००७ साली जागतिक आरोग्य संघटनेने हे स्पष्ट केले की शिफ्टमध्ये काम करणाऱ्या लोकांच्या मधल्या सिर्काडिअन तालामध्ये व्यत्यय येतो त्यामुळे माणसामध्ये कर्करोग निर्माण होण्याची शक्यता असते.

रुतवलेले आहे, ते सगळीकडे रुतवलेले आहे. अगदी थोड्याच दशकांच्या अवधीत सौर दिवसाचा अंदाज बांधण्याची क्षमता साध्या कुतुहला पासून ते जीवनाचे महत्त्वाचे अंग बनण्या पर्यंत गेली.

ही एक सुंदर यशोगाथा आहे. तरीही, इतके सगळे महत्त्वाचे शोध लागलेले असूनही ब्राऊनला पडलेले काही प्रश्न अजूनही अनुत्तरितच राहिले आहेत. ब्राऊनची एक कल्पना, जी शंकेखोर लोकांनी कितीही हद्दपार करण्याचा प्रयत्न केल तरी अजूनही टिकून राहिली आहे, ती म्हणजे सर्व व्यापक असा चंद्राचा पडणारा प्रभाव.

सगळ्यात प्राचीन असा कलेचा नमुना – फ्रान्समधल्या लौस्सेल येथील एका गुहेत, लॅस्कॉक्सपासून थोड्याच अंतरावर असलेल्या या ठिकाणी पॅलिओलिथिक काळातील एक आकृती चुनखडीच्या दगडामध्ये कोरलेली आहे. ती आकृती आहे एका स्त्रीची जिचे स्तन खूप मोठे दाखवले आहेत, तिचा एक हात तिच्या फुगलेल्या पोटावर आहे. मूळ चित्र लाल गेरूच्या रंगात रंगवलेले आहे, तिच्या हातात चंद्रकोरीच्या आकाराचे एक शिंग आहे त्याच्यावर खाली वळलेल्या अशा स्थितीत १३ रेषा कोरलेल्या आहेत, विद्वानांच्या मते त्या १३ रेषा म्हणजे चंद्राची कोर (प्रतिपदेची कोर) ते पौर्णिमेचा चंद्र यादरम्यान जितके दिवस असतात ते दर्शवताहेत.

दैनंदिन तालावर लक्ष केंद्रित करण्याकडे कालिक जीवशास्त्रज्ञाचा कल असतो, तरीही जगभरातल्या विविध पारंपरिक समाजात पृथ्वीवरील जीवनावर चंद्राचा जबरदस्त परिणाम होत असतो, हा विश्वास दृढ आहे. सूर्य कायम तसाच दिसतो पण चंद्र मात्र सातत्याने एका शाश्वत चक्रामध्ये फिरत असतो पौर्णिमेपासून अमावस्येपर्यंत आणि परत अमावस्येपासून पोर्णिमेपर्यंत जन्म, वाढ आणि मृत्यूच्या चक्रातून फिरतो – एका मागोमाग एक तीन रात्री चंद्राविना गेल्यावर परत पुनर्जन्म. जगातील विविध जातीजमातीत असलेल्या चंद्राबद्दलच्या मिथकांचा प्रभावी सर्वेक्षण करणारा मिर्सिआ एलियाड म्हणतो की चंद्राच्या कलांवरून आदिमानव फार आधीपासून कालमापन करत होता, फार आधीपासून म्हणजे जेव्हापासून तो सूर्याच्या ऋतुमानानुसार होणाऱ्या सूक्ष्म हालचालींचा वेध घेऊ लागला त्याच्या आधीपासून. (वेगवेगळ्या भाषांमध्ये) संस्कृत आणि पर्शिअन ते ग्रीक आणि लॅटिनमध्ये चंद्राला जे नाव आहे त्याची मुळे 'मी' या शब्दात आहेत, त्याचा अर्थ 'मी मोजतो') त्यादरम्यान चंद्राच्या या वाढ, विलय आणि पुनर्जन्माच्या चक्रामुळे एकंदर विश्वाबद्दलही तीच कल्पना येते की हे विश्व क्रमबद्ध, सुरचित असे आहे, ज्यामध्ये पृथ्वीवरच्या जीवनात आकाशातल्या घटनांचे प्रतिबिंब पडते.

लौसेल इथल्या स्त्रीप्रतिमेवरून हे लक्षात येते की अगदी पॅलिओलिथिक कालापासून मानवाने चंद्र, त्याच्या कला आणि मानवातील म्हणजे स्त्रियांच्या मधील

मासिक पाळीचा संबंध जोडला आहे (चंद्राच्या कलांचे चक्र २९.५ दिवसांचे आहे म्हणजे एका चांद्रमासाएवढे मासिक पाळीचे चक्र आहे) आणि गर्भारपणाचा काल ही ९ चांद्रमासांचा आहे. एका विद्वानाने असे सुचविले आहे की ही जी समक्रमिता (एकसारखेपणा) आहे हे माणसाचे प्राथमिक निरीक्षण होते ज्यातून माणसाच्या मनात या मिथकाने जन्म घेतला की आकाशातील प्रश्नांच्या वरून पृथ्वीवरच्या रहस्यांचा शोध घेता येईल. दुसऱ्या एकाचे म्हणणे आहे की चंद्राच्या या चक्रावरून म्हणजे पौर्णिमा ते पौर्णिमा या चक्रावरून स्त्रियांनी त्यांच्या मासिक चक्राचा अंदाज बांधला असेल आणि त्यातून कालगणनेची कल्पना जन्माला आली असेल. एलियाडच्या म्हणण्यानुसार सृजनशीलता किंवा जननक्षमता यावरचा चंद्राचा परिणाम ही कल्पनाएवढी ताणली गेली की, 'जीवनाच्या तालाशी संबंधित सर्व गोष्टींमध्ये चंद्र सर्वोच्च आहे' हे मानले गेले.

जेव्हापासूनचा लिखित इतिहास उपलब्ध आहे तेव्हापासून मानवी जीवनावर चंद्राच्या असलेल्या प्रभावाबद्दलच्या कल्पना उपलब्ध आहेत. बॅबिलोनिअन आणि प्राचीन ग्रीक लोकांमध्ये तर अशी ठाम कल्पना होती की स्त्रियांच्या जननक्षमतेचा सरळ सरळ संबंध चंद्राशी आहे (मेन्स्ट्रएशन हा शब्द, ग्रीक शब्द मेनेस म्हणजे चंद्र यापासूनच आला आहे). इसवी सनाच्या पहिल्या शतकात रोमन लेखक प्लिनी द एल्डर याने लिहिले आहे की चंद्राची शक्ती सगळ्याच्या आत शिरू शकते, वनस्पतींपासून ते प्राणी आणि मानवाच्या ही शरीरात शिरू शकते (विशेषत: शेलफिश, कवच असलेला जलचर प्राणी, हे चंद्राच्या कलांच्या बरोबर कमीजास्त होतात असे त्याचे म्हणणे आहे); १७ व्या शतकात फ्रान्सिस बेकन याने या समजुतीची नोंद घेतली आहे की पौर्णिमेच्या दिवशी ससे, वूडकॉक हे पक्षी, वासरे इत्यादींच्या मध्ये त्यांचा मेंदू पूर्ण क्षमतेने काम करतो. अगदी अलीकडे पुरातत्त्वशास्त्रज्ञांनी असे निदर्शनास आणून दिले आहे की ग्रीनलंडमध्ये तरुण मुली पौर्णिमेच्या चंद्राकडे बघायला घाबरायच्या, कारण त्यांना असे वाटायचे त्यामुळे त्या गर्भवती होतील, तर भारत आणि फ्रान्समध्ये पारंपरिक समाजात महिला गर्भवती होण्यासाठी चंद्रप्रकाशात ठेवलेले पाणी पीत असत.

पण या सगळ्या मिथकांच्या मागे काही जीवशास्त्रीय सत्य आहे का? चंद्राच्या कलांचे चक्र रात्रीच्या क्रियांसाठी गरजेचे आहे, उदाहरणार्थ निशाचर शिकारी घुबड, लांडगे, साप आणि डूडलबगसारखे प्राणी चंद्रप्रकाशात शिकार करतात. कदाचित याचा परिणाम संपूर्ण इकोसिस्टिमवरही होऊ शकतो. समुद्रातील प्लॉक्टन दिवसाच्या वेळी पाण्याखाली बुडलेल्या असतात ज्यामुळे क्रिलपासून खेकड्यांच्या अळ्यापर्यंत सगळ्यांची शिकाऱ्यापासून लपायची सोय होते, आणि हे गृहीतच धरले गेले आहे की आर्क्टिकच्या भर हिवाळ्यामध्ये हे स्थलांतर पूर्ण बंद असते. परंतु २०१५ साली

जीवशास्त्रज्ञांच्या हे लक्षात आले की आर्क्टिक महासागरात होणारे हे स्थलांतर २४ तासांचे चक्र पाळायच्या ऐवजी २४.८ तासांचे चक्र पाळतात, चंद्राच्या उगवण्या आणि मावळण्यावरून. काल्पनिक अशा शिकारी वेअरवूल्फचे वागणे चंद्रप्रकाशामुळेच बदलते, संशोधकांनी नोंद केली आहे की आमच्या डेटाप्रमाणे चंद्रप्रकाश नक्कीच परिणाम करतो हे सत्य आहे!

जननक्षमतेसारख्या जीवशास्त्रीय क्रियांवर चंद्राचा परिणाम होतो ही गोष्ट जरा वादग्रस्त आहे, पण इथेसुद्धा त्याच्या बाजूने पुरावे मिळत आहेत. त्यात १९२० साली शोध घेणारा पहिला संशोधक होता ब्रिटिश प्राणिशास्त्रज्ञ हॅरॉल्ड मुन्रो फॉक्स. पौर्णिमेच्या दिवशी शेलफिश पूर्ण फुगलेले असतात या प्लीनिच्या म्हणण्यावर मेडीटेरेनिअन आणि लाल समुद्राच्या आसपासच्या कोळ्यांचा पूर्ण विश्वास आहे या गोष्टीचे त्याला फार नवल वाटत होते. म्हणून त्याने सुएझमधून जाळे लावून काही समुद्री अर्चिन पकडले आणि ती गोष्ट खरी असल्याचे त्याला पटले. प्रजननाच्या संपूर्ण काळात, समुद्रात अंडी घालण्याच्या आधी त्यांच्या जननग्रंथी स्पर्म किंवा अंड्यांनी प्रत्येक महिन्यात हळूहळू भरतात आणि पौर्णिमेच्या दिवशी अंडी घातली जातात.

जीवशास्त्रज्ञांना आता हे लक्षात आले आहे की कित्येक जलचर जाती जे अंडी आणि स्पर्म पाण्यात सोडतात, ते सोडताना वेळेचा बरोबर अंदाज येण्यासाठी ते चंद्राच्या कलांचा वापर करतात, बरोबर त्याच कालावधीत अंडी घालण्यासाठी, ती वेळ साधण्यासाठी, जी कधी अगदी काही मिनिटेच असते, (बरेच वेळा दैनंदिन आणि वार्षिक घड्याळाचाही त्याच्या जोडीने वापर करतात). प्रशांत महासागरातल्या कोरल रीफमध्ये राहणारे पालोलो वर्म्स हे वसंत पौर्णिमेच्या तिसऱ्या आठवड्यात म्हणजे तिथल्या स्प्रिंगमध्ये म्हणजे ऑक्टोबर, नोव्हेंबर महिन्यात त्याचे पुनरुत्पादनाचे अवयव मध्यरात्रीच्या पूर्वी काही तास आधी टाकतात. ऑस्ट्रेलियामधल्या ग्रेट बॅरिअर रीफ इथे वसंत ऋतूमध्ये बरोब्बर ठरावीक तिथीला (चंद्राच्या ठरावीक कलेच्या दिवशी) समुद्र जणू जिवंत होऊन उठतो. तिथे समुद्राखाली दूरवर पसरलेल्या खडकांवर अब्जावधी प्रवाळ जीव त्यांची अंडी आणि शुक्राणू करोडोंच्या संख्येमध्ये तिथे सोडतात, जणू या अंडी आणि शुक्राणूच्या छोट्या छोट्या गड्ड्याचा वर्षाव त्या पाण्याखाली होत असतो, त्यांच्या तिथे असण्यामुळे समुद्राचे पाणी गुलाबी गुलाबी होऊन जाते.

जे प्राणी किनाऱ्यावर म्हणजे पाणी आणि जमीन यांच्या सीमारेषेवर राहतात त्यांचे जगणे भरती-ओहोटीवर अवलंबून असते, जी कधी येणार ते त्यांना चंद्राच्या मदतीने समजू शकते. प्रत्येक महिन्यात दोन वेळा (म्हणजे अमावस्या आणि पौर्णिमेला) सूर्य, चंद्र आणि पृथ्वी एका रेषेत येतात. त्यामुळे त्या दोन्हींच्या एकत्रित

गुरुत्वीय बलामुळे जास्त मोठी भरती आणि जास्त मोठी ओहोटी समुद्रात येते यांना स्प्रिंग टाइड्स म्हणतात. या दोन्हीच्या दरम्यानच्या काळात सूर्य आणि चंद्र आकाशात एकमेकांशी काटकोनात असतात, त्यामुळे येणारी भरती आणि ओहोटी मध्यम स्वरूपाची असते, कारण त्या वेळी सूर्याचे गुरुत्वीय बल चंद्राच्या गुरुत्वीय बळाला छेद देते, कमी करते. सागरातील बारीक कीटक ज्यांना मीड म्हणतात, जे अटलांटिक महासागराच्या खडकाळ किनाऱ्यावरच्या शेवाळ्यावर राहतात, त्यांच्यासाठी स्प्रिंग टाइड्स फार महत्त्वाच्या असतात. समुद्राचा तो भाग फक्त जास्तीत जास्त ओहोटीच्या वेळीच उघडा पडतो, आणि त्याच वेळी या मिड किटकांच्या अळ्या कोशातून बाहेर येऊन मोठ्या होतात, त्यांचा समागम होतो, म्हणजे त्यांच्या विणीचा काळ येतो, ती अंडी घालतात आणि वाढत जाणाऱ्या पाण्याबरोबर मरूनही जातात, हा सगळा काही तासांचा खेळ फक्त. बाकी काही प्रजाती स्प्रिंग हाय टाइड म्हणजे भरतीवर अवलंबून असतात, उदाहरणार्थ जपानी जमिनीवरचे खेकडे, जे उंच डोंगरांच्या वरून, जिथे ते राहतात, तिथून खाली उतरून येतात आणि बरोब्बर ठरलेल्या वेळेला येतात आणि आपल्या पिल्लांना समुद्रात सोडून देतात.

जमिनीवरसुद्धा काही प्राणी त्यांच्या प्रजननासाठी त्यांच्या सोबत्यांशी समन्वय साधण्यासाठी किंवा त्यांच्या पिल्लांना जगण्याची उत्तम संधी देण्यासाठी चंद्राचा माग घेतात. उत्तर अमेरिकेतला निशाचर व्हिप पुअर हा पक्षी त्याची अंडी उबवण्याचे काम अमावस्येच्या आसपास करतो, म्हणजे जेव्हा अंड्यातून पिल्ले बाहेर येतात आणि त्यांना सगळ्यात जास्त शक्तीची गरज असते तेव्हा म्हणजे त्यांना खूप अन्न लागते तेव्हा दोन आठवडे उलटून पोर्णिमा जवळ आलेली असते आणि चंद्रप्रकाशात त्यांना खाद्य म्हणजे किडे मिळवायला सोपे जाते. सेरेन्गेटी मधले विल्ड्बीस्ट त्यांच्या समागमाचा काल चंद्रावरून ठरवतात म्हणजे पिल्ले जन्माला यायचा काल त्यांच्या जातीच्या मोठ्या स्थलांतराच्या काळाच्या आधी येतो म्हणजे साधारण मे ते जूनच्या दरम्यान. २०१५ साली शास्त्रज्ञांनी चंद्राच्या साहाय्याने पुनरुत्पादन करणाऱ्या एका झाडाचे पहिले उदाहरण प्रसिद्ध केले. Ephedra foeminea हे फुले न येणारे कॉनिफर किंवा सायकॅड जातीचे झाड साखरेच्या पाकासारखे द्रव बाहेर सोडते जे चंद्रप्रकाशात हिऱ्यासारखे चमकते, त्याच्याकडे कीटक आकर्षित होतात आणि झाडाच्या तावडीत सापडतात.

इतकी सगळी उदाहरणे असताना सुद्धा जीवशास्त्रामध्ये चंद्राच्या चक्राबद्दल कमीच अभ्यास झालाय त्या मानाने सिर्काडीअन चक्राचा अभ्यास जास्त झालाय. बऱ्याच शास्त्रज्ञांना याच्या महत्त्वा बद्दल शंका आहे, विशेषत: जेव्हा हे पुनरुत्पादनाच्या बाबतीत येते तेव्हा, तर ज्यांना याचे महत्त्व पटते त्यांची अशी तक्रार आहे की त्यांच्या कामाला प्रसिद्धी दिली जात नाही. आत्ता आत्ता पर्यंत आपल्या पर्यंत आलेले

ज्ञान एकेकट्या संशोधकांनी केलेल्या संशोधनातून आलेले आहे, उदाहरणार्थ ब्राऊनने श्रीम्प्सचे बर्मुडा येथे केलेले निरीक्षण. टयूनिशिअन जीवशास्त्रज्ञाने त्याच्या ऑफिसच्या खिडकीतून पेरूविअन ॲपल-कॅक्टस झाडाला चंद्रप्रकाशात फुलताना बघितले. तथापि आता हे स्पष्ट होत चालले आहे की फक्त मानवच चंद्राच्या कलांवरून कालगणना करत नाही. चंद्राच्या कलांच्या चक्राची जादू या आपल्या पृथ्वीवर काना कोपऱ्यात सगळ्या ठिकाणी, अगदी समुद्रापासून वाळवंटा पर्यंत आणि जंगला पासून जीवसृष्टीच्या प्रत्येक शाखेपर्यंत पसरलेली बघायला मिळते.

हे एवढ्यावरच संपत नाही. काही सजीव चंद्र प्रकाशात झालेल्या बदलाला प्रतीसाद देतात, बऱ्याच प्राण्यांच्या मध्ये ढगाळ हवेमुळे चंद्र नाही दिसला तरी किंवा एखाद्या प्रयोशाळेत सतत सारख्याच स्थितीत असले तरी, चंद्र असल्यासारखाच परिणाम होतो. गेल्या काही वर्षांपासून या प्रकारच्या घटनेतील पहिल्या रेण्वीय अभ्यासातून – बहुतेक करून सागरी जीवजातींच्या उदाहरणार्थ प्रवाळ, ब्रिस्टल वर्म, मिज कीटक आणि रॅबीटफिश – असे लक्षात आले आहे की चंद्राच्या कला सरळ सरळ सजीवांचे नियमन करतात. २०१७ साली तैवान इथल्या Acropora gemmifera या प्रवाळाचा अभ्यास केला असता असे आढळले की त्यातल्या शेकोडो जनुकांच्या क्रिया चंद्रानुसार बदलतात. या मध्ये त्याही जनुकांचा समावेश आहे जे या आधीच सिर्काडीअन चक्रामध्ये सामील असल्याचे माहिती आहे, तसेच काही महत्त्वाच्या कार्यात उदाहरणार्थ पेशीचे संकेतन आणि पेशींचे विभाजन.[४] काही सजीव असे आहेत की त्यांच्यावर पडणाऱ्या चंद्रप्रकाशाला ते प्रतिसाद देतात. या अशा जातींच्या मध्ये त्यांच्या सिर्काडीअन चक्रा बरोबरच एक अजून चंद्राचे चक्र ही चालू असते.

इतर जातींच्या बाबतीत काय कथा आहे? अगदी मानवाबाबत सुद्धा? माणसांवर चंद्राचा प्रभाव असतो ही कल्पना थोडी विभाजनवादी आहे म्हणजे काहींना पटणारी

---

४. पेशींचे विभाजन बहुतेक करून रात्रीच्या वेळी होते याची माहिती आहे, निदान सस्तन प्राण्यांच्या पेशींमध्ये तरी, असे होण्याचे कारण विभाजनाच्या वेळी पेशींच्या डी.एन.ए.च्या प्रती काढल्या जातात म्हणजे त्यांची कॉपी केली जाते त्या वेळी त्याला सूर्याच्या अतिनील किरणांना तोंड द्यायला लागू नये म्हणून ही योजना असावी. पण कोरल्सचा अभ्यास करणाऱ्या लेखकांच्या असे लक्षात आले की सगळ्या रात्री सारख्या नसतात, पेशींच्या विभाजनात समील असलेली जनुके पौर्णिमेच्या रात्री पेक्षा अमावस्येच्या रात्री जास्त कार्यरत असत्तात, यावरून हेच समजते की निदान A. gemmifera मध्ये तरी ती क्रिया अशा रितीने आखलेली असते की सूर्यप्रकाशच नाही तर चंद्रप्रकाशसुद्धा टाळला जात असावा.

तर काहींना नाही. अमेरिकेतील मानसशास्त्रज्ञ अर्नोल्ड लिबर, ज्याने आपल्या १९७८ साली प्रकाशित झालेल्या पुस्तकात, 'The Lunar Effects' मध्ये असा दावा केला आहे की खुनासारख्या हिंसक गुन्ह्यापासून वेड्यांच्या दवाखान्यातील पेशंट भरतीची संख्या जास्त असण्यापर्यंतच्या घटना या पौर्णिमेच्या रात्री जास्त घडतात. पोलिसांच्या आणि हॉस्पिटल्सच्या रेकॉर्ड्सवरून तसेच चंद्र आणि वेडेपणा यांना जोडणाऱ्या प्राचीन समजुतीपर्यंत (ल्युनॅटिक म्हणजे वेडा हा शब्दच मुळात ल्युना या चंद्रासाठी असलेल्या लॅटिन शब्दापासून बनतो; जुन्या इंग्रजीतला शब्द मोन्सेओक म्हणजेच मून सिक) लिबरचा युक्तिवाद असा होता की अतार्किक, असमंजसपणाचे किंवा आक्रमक वागणे याला चालना मिळते ती आपल्या पेशीतील पाणी चंद्राच्या गुरुत्वाकर्षणामुळे खेचले जाते म्हणून, जसे समुद्राच्या पाण्यावर भरती-ओहोटीच्या वेळी चंद्राचा प्रभाव असतो तसे. त्याच्या या कल्पनेमुळे आपल्या संवेदनशीलतेवर चंद्राचा परिणाम होतो या लोकप्रिय समजुतीला, जी अजूनही प्रचलित आहे तिला पुष्टी मिळाली. तसेच या समजुतीवर संशयखोर टीकाकारांच्या उग्र अशा प्रतिकूल प्रतिक्रिया उमटल्या, ज्यांचे म्हणणे होते की चंद्राचा परिणाम हा प्रकारच सांख्यिकी दृष्टीने तर चुकीचा आहेच आणि प्रत्यक्षातही ते शक्य नाहीये. त्यांचे म्हणणे असे की एखाद्या माणसावर असणारी चंद्राची गुरुत्वाकर्षण शक्ती फारच कमी असते, तुमच्या हातावर असणाऱ्या घामाच्या थेंबा एवढी असते. अगदी नुकतेच म्हणजे २०१८ साली एका शैक्षणिक परीक्षणामध्ये असे सांगितले गेले की चंद्राचा माणसावर होणारा परिणाम हा पॅरानॉर्मल आहे.

पण काही कालिक जीवशास्त्रज्ञ आता असे सुचवतात की जरी लिबरच्या गुरुत्वाकर्षणाच्या सिद्धान्ताला काही पुरावा नसला तरी हा सिद्धान्त आणि इतर मिथके खोटी ठरवण्याच्या नादात चंद्राचा शरीरांवर नेमका काय परिणाम होतो याबाबत काहीच माहिती मिळवायची राहून जाते आहे. शेवटी आनुवंशिकरीत्या नियंत्रित केलेली चांद्र घड्याळे असलेला प्राणी जगताचा पल्ला खूप मोठा आहे, माशापासून ते अपृष्ठवंशीय प्राण्यांपर्यंत हेच दाखवतात की ते उत्क्रांतीच्या अतिप्राचीन काळापासून अस्तित्वात आहेत, आणि म्हणूनच जर ते माणसामध्ये कुठल्यातरी स्वरूपात अस्तित्वात नसले तरच आश्चर्य आहे. आता जरी चंद्राच्या कला या आपल्यासाठी काही फार महत्त्वाच्या राहिल्या नसल्या तरी आदिमानवांसाठी चंद्राचे मासिक चक्र, काळ्या आणि प्रकाशित रात्री यावरून त्यांच्या आयुष्यातील अनेक गोष्टी ठरत असतील. अगदी झोपेची वेळ, शिकारीची वेळ यापासून ते शरीरसंबंधापर्यंत सर्व.

सिद्धान्ताप्रमाणे, अशा प्रकारची घड्याळे माणसाच्या जननक्षमतेवर आणि पुनरुत्पादनावर परिणाम करतात. चंद्राच्या मासिक चक्रानुसार स्त्रियांच्या मासिक पाळीचे चक्र आणि जन्म यात बदल होतो का यासाठी केलेल्या प्रयोगात मिश्र

निकाल मिळाले. एक मात्र निश्चित की त्यांच्या सरासरी कालावधीत आणि चांद्र महिन्याच्या कालावधीत साम्य आहे (इतकेच नव्हे तर असेही लक्षात आले आहे की पुरुषांमध्येसुद्धा संप्रेरकांचे चक्र असते). त्यात जर काही दुवा असेल तर शक्यता अशी आहे की आपल्यातल्या मासिक चक्राचे आणि इतर प्राण्यांच्या मधल्या चंद्राच्या घड्याळाचे मूळ प्राचीन काळात कुठेतरी एकच होते आणि कालांतराने तो दुवा केव्हातरी तुटला. किंवा कदाचित आपल्यातला हा चांद्र ताल आपल्या आधुनिक, कृत्रिम राहणीमानामुळे क्षीण झाला असावा किंवा नष्टच झाला असावा, कारण आपण चंद्राच्या बदलत्या प्रकाशाला सामोरेच जात नाही (अशा परिस्थितीत आरोग्याच्या इतर प्रश्नांच्या बरोबर आपल्या प्रजनन क्षमतेवर कृत्रिमरीत्या प्रकाशित राहणीमानाचा परिणाम होत असावा).[५]

आपल्या मानसिक आरोग्याशी सुद्धा चंद्राचा संबंध असतो यातसुद्धा तथ्य असावे. २०१३ सालापासून अनेक प्रकारच्या अभ्यासातून असे समजले आहे की चंद्राच्या कलेप्रमाणे झोपेची प्रतसुद्धा बदलते – पौर्णिमेच्या दिवशी थोडा वेळ आणि अशांत अशी झोप लागते – तुम्ही अगदी एखाद्या बंद प्रयोगशाळेत असाल तरीही, यातून परत हेच सुचवले जाते आहे की यात एक वंशपरंपरागत चांद्र घड्याळ सहभागी आहे. व्यत्यय येऊन खराब झालेल्या झोपेमुळे अपस्मार किंवा फेफरे इ रोग जडू शकतात, तसेच त्रासदायक मानसिक व्याधी उदाहरणार्थ बायपोलर डिसऑर्डर किंवा स्किझोफ्रेनिया निर्माण होऊ शकतात. चंद्राच्या कला आणि अपस्मार व फेफरे येणे यांचा संबंध आहे याचे पुरावे आधीच मिळालेले आहेत. झोपेवर संशोधन करणारे अमेरिकेतील शास्त्रज्ञ थॉमस वेहर यांना बायपोलर डिसऑर्डर हा रोग असलेल्या रुग्णांवर संशोधन करताना असे लक्षात आले की त्यांच्या मूडमध्ये अचानक होणारे बदल हे झोपेच्या वेगवेगळ्या आकृतिबंधामुळे होतात आणि झोप ही चांद्र चक्राशी जोडलेली आहे, हे त्यांनी २०१८ साली एका प्रबंधामध्ये प्रसिद्ध केले. एका पेशंटने १७ वर्षे त्याच्या झोपेची वेळ नोंदवून ठेवली होती, दररोज रात्री तो ठरलेल्या त्याच वेळी झोपी जायचा, पण उठताना मात्र प्रत्येक २४.८ तासांनी चंद्राबरोबर उठायचा; वेहर सुचवतो की सूर्याच्या मार्गदर्शनाऐवजी त्याची झोपून उठायची वेळ चुकून चांद्र दिवसाशी जोडली गेलीय.

या कल्पनेचा सखोल अभ्यास होणे जरुरीचे आहे. परंतु वेहरच्या कामाने हेच अधोरेखित झाले आहे की आपल्याला चंद्राच्या आपल्या वरच्या परिणामांबद्दल आणि चंद्राच्या घड्याळाबद्दल किती कमी माहिती आहे, आपल्या स्वतःच्या शरीरावर

५. त्याच्या जोडीला सध्या मुलांच्या जन्मवेळाही हल्ली सिझेरिअन वगैरे प्रकाराने आपणच ठरवू लागलो आहोत.

आणि आपल्या स्वत:ला आकाशीय दुव्यांपासून तोडून टाकल्याचा काय परिणाम होतो ते माहीत नाही. कुठल्याही बाजूने विचार केला तरी हेच वाटायला लागले आहे की ब्राऊन चंद्राच्या सर्वव्यापी परिणामांबद्दल जे सांगत होता ते बरोबर होते. पृथ्वीवरील सजीवांच्या सर्वच क्षेत्रात, सूर्याच्या उघड उघड दिसणाऱ्या परिणामांच्या मागे चंद्राचा छुपा परिणाम आहे.

चंद्र त्याच्या अस्तित्त्वामुळे सजीवांना त्यांच्या आसपासच्या स्थानिक वातावरणात, पर्यावरणात, उदाहरणार्थ पाण्याचे प्रवाह किंवा रात्रीचा प्रकाश यात होणाऱ्या बदला बद्दल अंदाज बांधायला मदत करतो. पण ते चंद्राचे बल आत्ता जागतिक पातळीवर जीवनाचे नियोजन करू पाहते आहे, त्यात वार्षिक आणि दैनंदिन चक्रांचा समावेशही आहेच, ज्यामुळे काहींना स्वतंत्रपणे आणि वेगवेगळ्या प्रजातींना त्यांच्या क्रिया आणि हालचालीत वेळेत समन्वय साधण्यासाठी आणि सहकार्य करण्यासाठी मदत होतेय.

अब्जावधी वर्षांपासून सजीव अशा तऱ्हेने उत्कांत झाले आहेत की सूर्यमालेच्या तालाशी जुळवून घेणारे सूर अक्षरश: त्यांच्या डीएनए मध्येच रुजले आहेत. जगण्याच्या क्रियेच्या अगदी केंद्रस्थानी, प्रत्येक पेशीच्या आत एक कधीही न संपणारे, बाहेरून आपल्यापर्यंत येणाऱ्या रात्रीच्या आणि दिवसाच्या प्रकाशामुळे मोलेक्युल्सचे चक्क नर्तन चालू असते, ते जणू सूर्य, चंद्र आणि पृथ्वीच्या आकृतिबंधची नक्कल करीत असते.

तरी या जीवशास्त्रीय घड्याळाच्या गोष्टीला अजून एक वेगळीच कलाटणी मिळू शकते. कदाचित आपल्यापर्यंत येऊन पोहोचणारा प्रकाश हा एकमेव अवकाशीय संदेश नसावा.

कुठल्या रहस्यमय बळाच्या मदतीने ब्राऊनचे ऑइस्टर्स अवकाशीय संदेश ग्रहण करू शकत होते? ब्राऊनला हे माहिती होते की जोवर तो एखादी यंत्रणा सुचवत नाही तोवर त्याच्या म्हणण्याला त्याचे प्रतिस्पर्धी गांभीर्याने घेणार नाहीत. म्हणून त्याने १९५९ सालच्या उन्हाळ्यामध्ये न्यू इंग्लंडच्या समुद्रकिनाऱ्यावरच्या रेतीत सरपटणाऱ्या ३४ हजार गोगलगाईंचा काळजीपूर्वक अभ्यास केला. त्या गोगलगाईंना कंपास च्या वेगवेगळ्या दिशांमधला फरक ओळखता येत होता हे समजल्यावर ब्राऊन थक्क झाला. एवढेच नव्हे तर; त्या वेगवेगळ्या वेळेला वेगवेगळी दिशा निवडत होत्या, कारण त्या सौर दिवस आणि चांद्र दिवसाची चक्रे संभाळत होत्या, आणि गंमत म्हणजे तो त्यांच्या या उपक्रमात चुंबकाच्या साहाय्याने व्यत्यय आणू शकत होता. सरतेशेवटी त्याला हे सांगता आले की बंद अशा प्रयोगशाळेत असूनसुद्धा प्राणी तिथली स्थानिक वेळ कशी ओळखू शकतात : ते प्राणी पृथ्वीच्या चुंबकीय क्षेत्रात रोजच्या रोज होणारे बदल जाणून घेऊ शकत होते.

पृथ्वीचे हे चुंबकीय क्षेत्र वितळलेल्या लोहामुळे निर्माण होते जे पृथ्वीच्या केंद्रस्थानी गाभ्याच्या बाहेरच्या बाजूने फिरत असते. त्या क्षेत्राचा आकार असा असतो की पृथ्वी जणू एक बार मॅग्नेट आहे, ज्याचा उत्तर ध्रुव एका टोकाला तर दक्षिण ध्रुव दुसऱ्या टोकाला आहे. पण त्यावर बाहेरच्याही काही गोष्टींचा परिणाम होत असतो जसे की वातावरण, चुंबकीय वादळे - तसेच सूर्य आणि चंद्राच्या हालचाली. सूर्याच्या प्रारणामुळे वातावरणाच्या वरच्या थरात अणूचे आयनन (ionisation) होते, ज्यामुळे सुटे, स्वतंत्र इलेक्टॉन्स निर्माण होतात. दरम्यान सूर्याच्या उष्णतेमुळे टायडल वारे या भारीत कणांना पृथ्वीच्या चुंबकीय क्षेत्राच्या रेषांच्याकडे हलवतात. त्यातून निर्माण झालेला विद्युतप्रवाह स्वत:चे चुंबकीय क्षेत्र तयार करतो: हा प्रवाह म्हणजे पृथ्वीच्या मोठ्या चुंबकीय क्षेत्रावर सुपर इम्पोस झालेला छोटा २४ तासांनी येणारा प्रवाह (लाट).[६] अशाच प्रकारचा छोटा प्रवाह किंवा छोटी लाट चंद्राच्या गुरुत्वाकर्षणामुळे प्रत्येक चांद्र दिवसाला येते. हे दोन्ही परिणाम परस्परांवर क्रिया करतात त्यामुळे स्प्रिंग आणि नीप टाईडच्या दरम्यान लाटांचे पीक्स आणि ट्रफ्स (उंचवटे आणि खोलगट भाग) निर्माण होतात. तेसुद्धा वातावरणाच्या वरच्या थरावर किती सूर्यप्रकाश पडतो त्यावर अवलंबून असतात, त्यामुळे कुठल्या अक्षांशावर ते आहेत आणि कुठला ऋतू चालू आहे त्याप्रमाणे त्यांच्यात बदल होतो.

पृथ्वीचे भूचुंबकीय क्षेत्र फारच क्षीण असते, साधारण एखाद्या रेफ्रिजरेटर मधल्या चुंबकापेक्षा १०० पट कमी शक्तीशाली असते, आणि सौर आणि चांद्र भरती अजूनच क्षीण असते.[७] प्राण्यांना चुंबकीय ज्ञान असावे असे सुचवणारा ब्राऊन हा पहिला संशोधक होता (शास्त्रज्ञांना तेव्हा नुकताच शोध लागला होता की काही माशांना विद्युत क्षेत्राची जाण असते) आणि त्याला हे समजत नव्हते की त्याच्या गोगलगाई इतके सूक्ष्म फरक कशा जाणून घेऊ शकत होत्या. पण त्याला हे समजले होते की त्याच्या बाह्य कॉस्मिक दुव्यांच्या सिद्धान्ताला हे पुष्टी देणारे ठरले असते.

त्याने अत्यंत उत्साहाने त्याचे निकाल १९६० साली भरलेल्या जैविक घड्याळा बाबतच्या संमेलनात सादर केले, श्रोत्यांना त्याने समजावून सांगितले की कसे सजीव सृष्टी विलक्षण तऱ्हेने अगदी क्षीण अशा चुंबकीय क्षेत्राला सुद्धा ओळखू शकते.[८]

---

६. सूर्याच्या गुरुत्वाकर्षणाचा फार थोडा परिणाम सौर भरती वर होतो.

७. पृथ्वीच्या चुंबकीय क्षेत्राचा प्रभाव ३० ते ६० म्यु T(microtesla), आणि दैनंदिन सौर दिवसाचा फरक असतो ५० nT (nanotesla).

८. ब्राऊनने नंतर हेही दाखवून दिले की चपट्या कृमीना सुद्धा चुंबकीय (विद्युत सुद्धा) क्षेत्राची जाणीव असते.

त्याने ठामपणे असे प्रतिपादन केले की जरी आपण ते बघू शकत नसलो तरी आपण सगळेच एका विद्युत चुंबकीय समुद्रात बुडलेलो आहोत, ज्यात लाटा आहेत, भरती ओहोटी आहे आणि तरंग सुद्धा आहेत जे सूर्य, चंद्र आणि पृथ्वीच्या सापेक्ष स्थितीप्रमाणे बदलत राहते, ज्यामुळे सर्व जीव हे सूर्यमालेशी आणि दिवसाच्या वेळेशी सतत संपर्कात राहतात. त्याने सांगितले की, 'सध्यातरी आपण याचे स्पष्टीकरण देऊ शकत नाही, पण त्यावरून आपल्याला अजून प्रकर्षाने हे समजते की सजीवांच्या वर कार्य करणाऱ्या किती तरी बलांविषयी आपण घोर अज्ञानात आहोत.'

ब्राऊनने केलेल्या रहस्यस्फोटाचा त्याच्या प्रतिस्पर्ध्यांवर जराही परिणाम झाला नाही, त्याने ज्या गोष्टी सिद्ध करायचा आटोकाट प्रयत्न केला ते तर त्यांना पटले नाहीच उलट त्याच्या विरुद्ध मत पक्के झाले. जैवरासायनिक अंतर्गत घड्याळाच्या अभ्यासासंबंधीची कडक तत्त्वे ते ठरवत असताना – सूक्ष्म अशा चुंबकीय जाणिवेची कल्पना – खूप जुन्या कधीच्या काळीच ज्याचा दंभस्फोट झालेला आहे अशी प्राणी आणि चुंबकत्व ही कल्पना – परत मान्य होणे शक्य नव्हते. त्यांनी ब्राऊनला कितीही टाळले, झिडकारले तरीही त्यांनी त्याची कल्पना पूर्णपणे झिडकारली नव्हती : किंबहुना त्याच्या विरुद्ध काम केले होते.

अस्चोफ आणि वेवरच्या प्रसिद्ध बंकर्सबाबत, जी थोड्याच काळानंतर बांधली गेली, त्याबद्दल सांगितली जात नाही ती गोष्ट अशी की त्या तळघरात एक नव्हे तर दोन दालने होती. ती दोन्ही समांतर दालने अगदी सारखी होती, दोन्ही मध्ये सारखेच पलंग, स्वयंपाकघर, आणि रेकॉर्ड प्लेअर. पण त्या दोन्हीमध्ये एक मोठ्ठा फरक होता, त्यातले एक दालन जणू एखाद्या भक्कम बूच लावून बंद केलेल्या कॅपसूलसारखे तारांच्या वेटोळ्याने, ग्लास वूलने आणि स्टीलने पूर्णपणे अगदी घट्ट बंद करण्यात आले होते, त्यामुळे त्या दालनात कुठल्याही प्रकारचे विद्युत चुंबकीय प्रारण जाऊ शकणार नाही, अशी व्यवस्था होती. त्यामुळे त्याच्या आत राहणारा कोणीही पृथ्वीच्या चुंबकीय क्षेत्राच्या प्रभावापासून तुटलेला राहिला असता. त्याचे ध्येय असे होते की या कवचामुळे आत राहणाऱ्या स्वयंसेवकाच्या जैविक घड्याळावर काहीही परिणाम होत नाही हेच सिद्ध करायचे आणि नेहमीसाठी दाखवून द्यायचे की ब्राऊन चुकीचा होता.

१९६४ ते १९७०च्या दरम्यान त्या दोन जुळ्या दालनात साधारण ८० स्वयंसेवक राहून गेले.[९] जसे अस्चोफने भाकीत केले होते त्याप्रमाणे त्यांचे

९. त्यानंतर त्यातले एक दालन तापमानाच्या प्रयोगासाठी थोडे बदलले गेले त्यामुळे त्यानंतर ते जुळ्यासारखे एकसारखे राहिले नाहीत.

सिर्काडिअन चक्र चालू राहिले, पण त्यात एक अडचण होती त्या दोन्ही गटांचे निकाल सारखे नव्हते. जे दालन पूर्ण बंद नव्हते केले मात्र घड्याळ आणि सूर्यप्रकाशापासून दूर होते पण चुंबकीय क्षेत्राला सामोरे जात होते, त्यातल्या लोकांची झोपण्याची आणि उठण्याची वेळ नेहमीच्या सौर दिवसापेक्षा वेगळी होती, साधारण सरासरी २४.८ तासांची. पण जेव्हा चुंबकीय क्षेत्रसुद्धा बंद केले गेले तेव्हा त्यातल्या लोकांचे सिर्काडिअन चक्र जास्त खराब झाले. त्यांच्या दिवसाची लांबी अजून वाढली. आणि त्यातल्या प्रत्येकात वेगवेगळे फरक पडले होते. त्याचे वेगवेगळे ताल एकमेकांशी संबंध नसल्यासारखे वेगळे होण्याची शक्यता होती. आधी सांगितल्याप्रमाणे अस्चोफने स्वत:च्या नावाचे डांगोरे पिटण्यासाठी त्याचा महत्त्वाचा शोध म्हणून अ-समकालन (दैनंदिन कार्यक्रमाच्या वेळात झालेली तफावत) याची जोरदार जाहिरात केली. तरीही त्या ६ वर्षांत हे असे घडले ते फक्त चुंबकीय क्षेत्रापासून बंद असलेल्या बंकरमध्ये. वेवरला माहीत होते की जर त्याने त्या बंकरला कृत्रिमरीत्या चुंबकीय क्षेत्राचा प्रभाव दिला असता तर ते सगळे परिणाम उलट झाले असते.

या सगळ्या प्रयोगाचे फलित असे होते की जरी आपल्या आत एक अंतर्गत घड्याळ स्वतंत्ररीत्या कार्यरत असले आणि बाहेरच्या जगातील कुठल्याही प्रकारच्या विद्युत चुंबकीय प्रारणाशी त्याचा संबंध येत नसला तरी याचा अर्थ असा नाही की ही कथा इथेच संपते. बंकरमध्ये राहणाऱ्या स्वयंसेवकांना जरी पृथ्वीच्या अतिक्षीण अशा चुम्बकत्वाची जाणीव झाली नसली तरी निकालावरून तर असेच लक्षात येते की त्यांच्या शरीराला मात्र ते जाणवले असावे, आणि त्याचा परिणाम त्यांच्यातल्या जैविक घड्याळाच्या कार्यावर झाला असावा. वेवरने तो सगळा डेटा १९७० साली एका मालिकेमध्ये तेव्हाच्या पेपरमध्ये (जो आता फारसा प्रसिद्ध नाही) त्यात प्रसिद्ध केला; हा एक उल्लेखनीय असा निकाल होता ज्यात पहिला वैज्ञानिक पुरावा सादर केला गेला की मानववर नैसर्गिक चुंबकाचा परिणाम होतो. पण अस्चोफने त्याचे नाव त्यावर टाकले नाही, आणि त्याने कवच बंद प्रयोगाचा किंवा विद्युत चुंबकीय क्षेत्राच्या उघड सहभागाचा उल्लेखही त्याच्या अ-समकालन वरच्या प्रबंधामध्ये केला नाही. दुसऱ्या दालनाचे अस्तित्त्व जवळ जवळ विस्मृतीत गेले होते. सिर्काडिअन तालावरचे प्रयोग असे चालू राहिले जसे काही चुंबकत्वावरचे प्रयोग कधी झालेच नव्हते.

हे संशोधक जरी चुंबकीय क्षेत्राशी असलेला संबंध दुर्लक्षित करत होते तरी इतर जीवशास्त्रज्ञांना मात्र त्यांच्या परिणामांबाबत माहिती देण्याचे आदेश होते, त्यातून निघणारा गर्भितार्थ संशयास्पद होता तरीही. हे शास्त्रज्ञ बऱ्याच प्राण्यांच्या प्रभावी जलपर्यटन कौशल्याचा अभ्यास करत होते उदाहरणार्थ कासवांपासून ते सालामांडरपर्यंत

तर पक्ष्यांपासून मधमाश्यांपर्यंत. दर वर्षी अब्जावधी मोनार्क फुलपाखरे उत्तर अमेरिकेपासून हजारो किमी दूर असलेल्या मध्य मेक्सिकोतील एका विशिष्ट भागात असलेल्या विशिष्ट झुडपांच्या तिथे कसे जाऊन पोहोचतात? १० वर्षांच्या पूर्वी ज्या किनाऱ्यावर या मादी कासव अंड्यातून बाहेर आल्या त्याच किनाऱ्यावर अंडी घालायला त्या कशा काय बरोब्बर पोहोचतात? स्पर्धा करणारी कबुतरे त्या ठिकाणांवरून ज्या ठिकाणी ते आधी कधीही गेले नव्हते तिथून बरोब्बर त्यांच्या घराकडे कशी परत येतात?

१९५० सालापासून जीवशास्त्रज्ञांच्या हे लक्षात यायला लागले होते की कित्येक प्रजाती अवकाशीय संदेश ग्रहण करण्यात तरबेज असतात. फुलपाखरे सूर्याचा माग घेतात; पतंग कीटक चंद्राचा माग घेतात. साळुंक्या अवकाशीय उत्तर ध्रुवावरून, ज्याच्याभोवती सगळे तारे फिरतात त्यावरून पृथ्वीवरील उत्तर ध्रुवीय प्रदेशाचा मार्ग ठरवतात. शेणाचे किडे त्यांचे शेणाचे गोळे गडगडवत नेतात ते एका सरळ रेषेत चमचमत्या आकाशगंगेचा वेध घेऊन नेतात. प्राणी नेहमी या अशा दृश्य पुराव्याची सांगड त्यांच्यातल्या सिर्काडिअन चक्रातून मिळणाऱ्या माहितीशी घालतात, त्यांच्या दिवसभराच्या वेळाची भरपाई करण्यासाठी. प्राचीन दर्यावर्दी मानवांच्या प्रमाणे या भल्या मोठ्या ब्रह्मांडातील प्राण्यांना त्यांच्या स्थानावरून आकाशात फिरणाऱ्या ताऱ्यांवरून फक्त वेळच कळते असे नाही, तर पृथ्वीवरील समुद्रात पर्यटन कसे करायचे त्याचे मार्गदर्शन मिळते.

पण एवढे स्पष्टीकरणसुद्धा काही प्रजातींच्या वागण्याचे कारण स्पष्ट करू शकत नव्हते कारण ते प्राणी आकाशात तारे दिसत नसतानाही म्हणजे ढगाळ हवेतही आपली वाट शोधू शकत होते. त्यात असे लक्षात आले की सूर्याच्या आणि चंद्राच्यासुद्धा पोलाराईस्ड प्रकाशात काही प्राणी त्यातले आकृतिबंध शोधतात त्यामुळे मग त्यांना ढगाळ हवेतूनही या अवकाशीय गोलांच्या जागा बरोब्बर लक्षात येतात.[१०] त्यानंतर १९७२ सालात एका जर्मन पदवीधर विद्यार्थ्याने, ज्याचे नाव वोल्फगांग विलत्स्च्को याने दाखवून दिले की पृथ्वीच्या चुंबकीय क्षेत्रा एवढ्याच शक्तीचे कृत्रिम चुंबकीय क्षेत्र लावले तर स्थलांतर करणाऱ्या रॉबिन या पक्षाचा मार्ग चुकतो किंवा बदलतो. पृथ्वी तिच्या अक्षावर अवकाशात फिरताना ज्या चुंबकीय क्षेत्ररेषा निर्माण होतात त्या जाणून घेण्याची क्षमता प्राण्यांमध्ये असते याबद्दलच्या पुराव्यांचा पाऊस पडायला सुरुवात झाली. वूड माईस आणि मोल रॅट (चिचुंद्री)

---

१०. व्हायकिंग खलाशी मंडळींना ही अशाच प्रकारची युक्ती माहीत होती, आइसलँड स्पारसारखे पोलारायझिंग क्रिस्टल वापरून ढगाळ हवेतही सूर्याचे स्थान ओळखून आर्टिक सागरासारख्या सागरातही ते जलप्रवास करत असत.

त्यांचा वापर त्यांची घरटी कुठे बनवायची यासाठी करतात; गुरे आणि हरणे चरताना त्यांची शरीरे त्या रेषांच्या अनुसंधाने ठेवतात; कुत्री – कारण माहिती नाही – पण काही कारणाने नैसर्गिक विधी करताना (शू किंवा शी करताना) स्वत:ला उत्तरेकडे किंवा दक्षिणेकडे तोंड करून उभे राहतात. कासवांसारख्या इतर काही प्रजाती यांना तर असे म्हणतात की चुंबकीय नकाशा जाणण्याची पात्रता असते त्यामुळे त्यांना नुसती दिशाच नाही तर बरोबर स्थानही सांगतां येते. काही दशकांपूर्वी टेलिपथी आणि अतीद्रिंय दृष्टी यांना दंतकथा म्हणून उघडे पाडले होते; क्लेवर हान्स या घोड्याला फ्रॉड ठरवले गेले. आता काही जीव अशा क्षमता दाखवत आहेत त्याही तितक्याच प्रभावी आहेत. असे वाटते की जीवन खरोखरीच अदृश्य अशा विद्युत चुंबकीय क्षेत्रात ठेवले आहे.

सुरुवातीला अर्थातच या बाबतीत बरेच संशयाचे वातावरण होते. नैसर्गिक चुंबकीय क्षेत्र हे जैविक पेशींवर परिणाम करण्यासाठी अतिशयच क्षीण असेल अशी समजूत होती, त्यामुळे त्यातला संदेश कसा ग्रहण करता येणार? शेवटी जीवनाला कुठली तरी वाट सापडतेच. किंवा खरेतर शेकडो वाटा सापडतात. माश्यांच्याकडे विद्युत प्रवाहाचा मार्ग आहे: ते पाण्यात पोहताना जेलीने भरलेल्या कॅनालची जाळी विद्युत प्रवाह मोजण्यासाठी उपयोगात आणतात (पण सर्किट पूर्ण होण्यासाठी त्यांना पूर्णपणे पाण्यातच बुडलेले राहणे गरजेचे असते, त्यामुळे ही पद्धत जमिनीवर काम करत नाही). दुसऱ्या एका पद्धतीत भौतिक बळाचा वापर केला जातो : १९७५ साली संशोधकांना 'मॅग्नेटोटॅक्टिक' जीवाणू सापडले जे अगदी छोट्या छोट्या अशा चुंबकीय क्रिस्टल्सच्या साखळ्या वापरतात – ज्या मॅग्नेटाईट या खनिजापासून बनलेल्या आहेत – त्यांचा वापर होकायंत्रातील सुईसारखा करून घेऊन ते आपला मार्ग चुंबकीय क्षेत्ररेषांच्या मधून शोधत त्यांच्या मातीच्या घरापर्यंत पोहोचतात, जिथे ते राहतात. काही संशोधकांना असे वाटते की पक्षी आणि मधमाश्या यांच्या सारख्या जीवांमध्ये त्याच प्रकारच्या क्रिस्टल्समुळे न्युरोन्सवर यांत्रिक बळ लावल्यामुळे मॅग्नेटोसेन्सिंग करणे शक्य होत असेल, कारण ते पृथ्वीच्या चुंबकीय रेषांशी जमवून घ्यायचा प्रयत्न करतात, त्यांच्या बरोबर ओळीत येतात, मात्र अशा प्रकारची ग्रहणशीलता असलेले जीव अजून निश्चितपणे सापडले नाहीयेत.

१९७८ साली जर्मन जैवभौतिकशास्त्रज्ञ क्लाउस शुल्टन याने क्वांटम परिणामामुळे प्रभावित होऊन होणाऱ्या अस्पष्टशा रासायनिक क्रियांचा अभ्यास करून तिसरीच शक्यता वर्तवली. इलेक्ट्रॉन्सना एक क्वांटम गुणधर्म असतो त्याला भौतिकशास्त्रज्ञ 'स्पिन' म्हणतात. शुल्टन हे शोधू बघत होता की प्रकाशाच्या ऊर्जेमुळे कमी आयुष्य असलेली रॅडिकल्सची जोडी, म्हणजे असे रेणू ज्यात एकाकी इलेक्ट्रॉन्स आहेत, जे एकाच किंवा विरुद्ध दिशेने स्पिन होऊ शकतात, ते कसे तयार होतात. या दोन

स्पिनच्या स्थिती रासायनिकदृष्ट्या वेगवेगळ्या असतात, आणि एका स्पिन स्थितीमध्ये इलेक्ट्रॉन किती काळ राहील यावर चुंबकीय क्षेत्राचा प्रभाव असतो. म्हणूनच एखाद्या रासायनिक क्रियेवर प्रभाव टाकण्यासाठी एखादे क्षेत्र खूप क्षीण असेल, तरी प्रकाशामुळे त्यातल्या इलेक्ट्रॉन्सना एक्सायटेड स्टेटमध्ये नेऊन या नाही तर त्या मार्गाने कार्यभाग साधता येतो. कल्पना करा की एखादी माशी एखादा मोठा दगड त्यावर धडकून किंवा त्याला ढकलून तो पाडू शकत नाही, पण तोच दगड जर अगदी एखाद्या टोकाला नेऊन ठेवला, आत्ता पडेल का मग अशा अवस्थेत आणि अगदी त्याच स्थितीला आणि क्षणाला जर त्या माशीने तो दगड ढकलला तर तो नक्की पडेल. म्हणजे दगडाची स्थिती आणि तो क्षण अगदी योग्य असेल तर माशीसुद्धा खूप मोठा बदल घडवू शकेल.

हे उदाहरण असे होते की जे सर्वांना आधी अशक्य वाटत होते; ती एक अशी यंत्रणा आहे ज्यामुळे अगदी क्षीण अशा चुंबकीय क्षेत्रामुळे तीव्र रासायनिक संदेश निर्माण होऊ शकतात जे मज्जासंस्थेद्वारे ओळखले जाऊ शकतात. शुल्टन म्हणाला की, 'मला वाटते हेच ते अंतर्गत होकायंत्र असावे ज्याच्या शोधात जीवशास्त्रज्ञ आहेत.' पण अशाप्रकारे विद्युतभारीत जोड्या निर्माण करणारा कुठलाही ग्राहक कुठल्या सजीवात आहे असे माहीत नव्हते, आणि जेव्हा त्याने त्याचा सिद्धान्त 'सायन्स'ला सादर केला तेव्हा तो ताबडतोब नाकारला गेला. एका टीकाकाराने तर असे म्हटले की, 'एखाद्या कमी धाडसी शास्त्रज्ञाने या अशा कामाला सरळ कचऱ्याची कुंडी दाखवली असती.'

दोन दशकांच्या नंतर फळांवरच्या माश्यांवर संशोधन करताना जीवशास्त्रज्ञांना क्रिप्टोक्रोम नावाचे एक प्रथिन सापडले जे निळ्या प्रकाशाला सामोरे गेले तर अशा विद्युतभारित जोड्या निर्माण करते. आता क्रिप्टोक्रोम हे जीवांच्या मध्ये सर्वसाधारणपणे असतेच हे माहीत झाले आहे; ते झाडांमध्ये, माशांमध्ये (फिश), कीटकांच्या मिश्यांमध्ये आणि पक्षी आणि सस्तन प्राण्यांच्या रेटिनामध्ये सापडते. आणि आता असे जबर पुरावेही मिळाले आहेत की हे क्रिप्टोक्रोम्स असंख्य प्रजातींच्या मध्ये निश्चितपणे चुंबकीय जाणीव आणि दिशादर्शनामध्ये समाविष्ट असते. संशोधकांनी तर असेही सुचवले आहे की त्याच्यामुळे पक्ष्यांना चुंबकीय क्षेत्र रेषा दिसू शकतात, कदाचित योग्य दिशेला बघण्यामुळे त्यांना जास्त चांगली प्रतिमा दिसत असेल.

माणसांच्या मध्येही क्रिप्टोक्रोम्स असतात. आत्ता आत्तापर्यंत अनेक शास्त्रज्ञांनी हे मान्य केले होते की माणसाला चुंबकीय क्षेत्र रेषांची जाणीव होऊ शकत नाही. पण २०११ मध्ये संशोधकांनी माणसाच्या शरीरातील क्रिप्टोक्रोम्स प्रथिने फळांवरच्या माश्यांमध्ये, ज्यांच्यात स्वत:ची प्रथिने नव्हती, त्यांच्यात घातली असता त्यांना त्यांची चुंबकीय जाणिवेची क्षमता परत मिळाली. आपल्यात आणि फळांच्या

माश्यांमध्ये उत्क्रांतीच्या दृष्टीने ३०० दशलक्ष वर्षांचा फरक आहे; माणसामध्ये जर या प्रथिनांचा उपयोग विशिष्ट कारणासाठी आतासुद्धा होत नसता तर इतकी वर्षे इतक्या व्यवस्थितपणे ते जतन केले गेले नसते. यावरून असे लक्षात येते की वेवर बरोबर होता: आपण जाणीवपूर्वक समजू शकत नसलो तरी आपल्या शरीराला चुंबकीय क्षेत्राची जाणीव असते.[११] आणि इथेच खरी गंमत आहे. क्रिप्टोक्रोम्स हे माग्नेटो सेन्सर म्हणून प्रसिद्ध नाहीयेत तर वेगळ्याच कारणासाठी माहिती आहेत. ते जैविक घड्याळातला अति महत्त्वाचा भाग आहेत.[१२]

जैविक घड्याळाच्या यंत्रणेला चुंबकत्वाची जाणीव असते ही गोष्ट अजूनही नवीच आहे, आणि अजून हेही स्पष्ट नाहीये की आपल्या काळाच्या जाणिवेवर चुंबकीय क्षेत्राचा परिणाम होतो का? आणि होत असला तर कसा? एका सिद्धान्ताप्रमाणे हे निदान काही प्रजाती, उदाहरणार्थ मधमाशी, या पृथ्वीच्या चुंबकीय क्षेत्रातील दैनंदिन टायडल तफावतीवरून वेळ सांगू शकतात, अगदी तसेच जसे ब्राऊनने सुरुवातीला सुचवले होते. इतरांना असे वाटते की हा जो दुवा आहे तो घड्याळे तापमानबदलाला कसे प्रतिकार करतात त्याच्याशी जोडला गेला आहे : हाच प्रश्न ब्राऊनने उपस्थित केला होता आणि त्याला शेवटपर्यंत नीटसे उत्तर मिळालेच नव्हते. तुम्ही जर तापमानातील त्रुटीपूर्ती गमावलीत तर, शरीराचा ताल चालू राहील, पण ताल अस्थिर होईल, सतत बदलता राहील आणि चुंबकीय क्षेत्रापासून स्वत:ला वेगळे करू पाहीले, जसे वेवरला त्या बंकरमध्ये लक्षात आले होते, जे चुंबकीय क्षेत्रापासून सुरक्षित होते, बंद होते. कदाचित ही बाहेरून मिळालेली सूचना असेल – पृथ्वीचे चुंबकीय क्षेत्र – जे जैविक घड्याळाला कुठल्याही तपमानात काम करायला लावते : संपूर्णत: चालण्याची शक्ती देते असे नाही, पण निदान

---

११. २०१९ मध्ये कॅल्टेकमधल्या संशोधकांच्या चमूने जोसेफ किर्श्विंक यांच्या नेतृत्वाखाली एका अभ्यासाचा डेटा प्रसिद्ध केला ज्यात त्यांनी ३४ स्वयंसेवकांच्या ब्रेन वेव्हचा अभ्यास केला होता, त्यातून हे सिद्ध होत होते की माणूस चुंबकीय क्षेत्र शोधू शकतो, जरी त्यांना स्वत:ला ते समजत नसलं तरी. किर्श्विंक याचा त्यावर विश्वास आहे.

१२. काही जातींच्या मध्ये उदाहरणार्थ फळातील माश्यांच्या मध्ये, क्रिप्टोक्रोम दर दिवशी सूर्यप्रकाशाच्या स्पंदना बरहुकूम सिरकॅडीअन सायकलची पुनर्रचना करतात, तर तेच पृष्ठवंशीय प्राण्यांच्या मध्ये सर्वार्थाने अति महत्त्वाचे असे घड्याळाच्या यंत्रणेतील गीअर असतात, ज्यामुळे त्यांच्या एकंदर गतीचे नियमन करायला मदत होते (गोनार्क फुलपाखरां सारख्या काही जातींमध्ये दोन्ही प्रकार असतात.) चंद्राच्या कलांच्या बरोबर आवर्तन करणाऱ्या जीन्समध्ये क्रिप्टोक्रोम्सचाही समावेश आहे.

सुरुवातीचा धक्का जरूर देते.

जेव्हा भौतिकशास्त्रज्ञांनी इथरचा सिद्धान्त सपशेल नाकारला तेव्हा तो नुसताच एका कालबाह्य शास्त्राचा शेवट नव्हता तर त्यापेक्षा बरेच काही होते त्यात. कित्येक शतकांपासून अशी कल्पना होती की या ब्रह्मांडात सगळीकडे इथर नावाचा एक भुताळी द्रवपदार्थ सगळीकडे भरून राहिला आहे आणि पृथ्वी, ग्रह आणि तारे यांना प्रत्यक्ष भौतिक आधार देतोय आणि प्रत्यक्ष जोडून ठेवतोय असा समज होता. हा द्रव पदार्थ, एका ग्रीक तत्त्वज्ञाच्या मते विश्वाचा आत्मा, म्हणजे एक दैवी प्रभाव होता ज्याचे तेज सगळ्या ब्रह्मांडात भरून उरले होते. 'देव आणि माणूस, माणूस आणि तारे यांच्यामधील सहअनुभूतीचे ते सूचक होते'; असे एका इतिहासकाराने नमूद केले आहे, आणि याचा अर्थ असाही होतो की ग्रह-ताऱ्यांच्या हालचाली जाणून घेणे त्यांच्या जगण्याच्या प्रत्येक पैलूसाठी अत्यावश्यक होते, अगदी माणसाच्या आरोग्यापर्यंत. डॉ.च्या प्रिस्क्रिप्शनवर अजूनही येणारे Rx हे चिन्ह, रेसिपी या शब्दाचे ते लघुरूप असावे असे वाटते पण तसे ते नसून प्रत्यक्षात प्राचीन रोमन देव ज्युपिटरसाठी वापरण्यात येणारे चिन्ह आहे (R चा पाय मोडून काढलेला x असे चिन्ह, जे इथे काढता येत नाहीये) त्याचा अर्थ : प्रत्यक्ष ब्रह्मांडालाच आवाहन करायचे उत्तम उपचारासाठी).

आधुनिक विज्ञानाने आणि औषधांनी माणसाचे जीवन आणि ब्रह्मांडाच्या मधला दुवा खंडित केला आहे. विज्ञानाने माणसाला विश्वासार्हतेपासून लांब नेऊन संशयखोर वृत्तीचे बनवले. विज्ञान सतत ठोस पुराव्याची, भौतिक यंत्रणेच्या अस्तित्त्वाचे पुरावे मागते, सूक्ष्म बदल त्याच्या खिजगणतीत नसतात. त्याहीपेक्षा पुढे जाऊन विज्ञानाने सजीवांचे मॉडेल बनवले, विशेषत: माणसाचे, आणि त्याचा खगोलशास्त्रीय घटनांशी संबंधच तोडून टाकला. आपण अवकाश बघू शकतो, पण आपण प्रत्यक्ष भौतिकदृष्ट्या ग्रह, तारे तर सोडाच पण सूर्य, चंद्राशी जोडलेले नाही आहोत. या तत्त्वाने विज्ञानाच्या प्रगतीला एक दिशा मिळाली, सकारात्मकतावादी ऑगस्ट कॉम्तेच्या, 'आपल्याला ताऱ्यांचे काम कसे चालते म्हणजे ते कसे चमकतात, हे कधीच कळणार नाही' या जाहीर निवेदनापासून ते सिर्काडिअन घड्याळाबद्दल संशोधन करणाऱ्या शास्त्रज्ञांच्या या निर्णयापर्यंत की आपण अवकाशीय संदेशांपेक्षा अंतर्गत यंत्रणेवर लक्ष केंद्रित करायचे.

ही मानसिकता आपल्या आधुनिक जीवनाच्या पद्धतीचे वर्णन करते. आधी कधी नव्हतो एवढे आपण सूर्यमालेतील चक्रांपासून अलिप्त झालो आहोत : शहरातले आयुष्य म्हणजे आता एखाद्या कृत्रिमरीत्या प्रकाशित केलेल्या, नियंत्रित तापमानाच्या बुडबुड्यातील, आयुष्यासारखे झाले आहे, जिथे दिवसरात्रच काय सगळे ऋतूही

आपल्या मनाप्रमाणे कसेही कमीजास्त ताणता येतील, असे ज्यात ख्रिसमस व ईस्टर एग हेच फक्त अवकाशीय दुवे असतील. लास वेगास किंवा सिंगापूरसारख्या शहरात तुम्ही मैलोन्मैल जमिनी खालील कॅसिनो आणि शॉपिंग सेन्टर्समधून एकदाही आकाशाचे दर्शन न घेता फिरू शकता. आपण असे जगतो आहोत जसे आपण स्वायत्त आहोत, स्वतंत्र आहोत, आपल्याला जे पाहिजे ते पाहिजे त्या वेळी करू शकतो; काम करणे, झोपणे किंवा खरेदी करणे काहीही करू शकतो, सूर्य-चंद्राच्या अस्तित्त्वाचा जणूकाही संबंधच नाही. त्याने आपल्याला अभूतपूर्व असे स्वातंत्र्य आणि सोयीसुविधा दिल्या आहेत. पण आपल्याला माहीत आहे की या सगळ्याची किमत आपल्याला आपल्या शारीरिक आणि मानसिक आरोग्याच्या रूपाने चुकवावी लागणार आहे.

पृथ्वीच्या नैसर्गिक चक्रांना अवरुद्ध केल्यामुळे इतर प्रजातींचेही नुकसान होते आहे. रात्रीच्या वेळेस होणाऱ्या प्रकाश प्रदूषणामुळे पृथ्वीच्या एकंदर क्षेत्रफळाच्या एक पंचमांश भागावर परिणाम होतो आहे, ज्यामुळे पक्ष्यांच्या आणि कासवांच्या स्थलांतरामध्ये व्यत्यय येतो, वटवाघुळाच्या खाण्यामध्ये, उभयचर प्राण्यांच्या प्रजननामध्ये, सूक्ष्म शैवालाच्या स्थलांतरामध्ये आणि झाडांच्या वाढीमध्येही व्यत्यय येतो. असंख्यात कीटक मारले जाताहेत. या सगळ्या गोष्टींमुळे संशोधकांवर २०१८ मध्ये, हे एक जागतिक संकट म्हणून याच्याकडे बघितले पाहिजे, हवामान बदलाइतकेच वाईट संकट आहे हे, अशी सूचना द्यायची वेळ आली. आपल्या इलेक्ट्रॉनिक प्रेषण आणि उपकरणांमुळे होणाऱ्या ध्वनिप्रदूषणामुळे होणारे परिणाम आता कुठे दिसायला लागले आहेत. पण शास्त्रज्ञांच्या आता नुकतेच असे लक्षात आले आहे की रेडिओ तरंगांच्या क्षीण वारंवारितेमुळे आधी वाटत होते तसे काहीही जैविक दुष्परिणाम होत नाहीत असे नाही; तर कीटक, उंदीर आणि पक्ष्यांमधल्या घड्याळाच्या आणि होकायंत्राच्या कामात व्यत्यय आणतात (एका संशोधक चमूला असे लक्षात आले की त्यांच्या जर्मन विद्यापीठाच्या आवारात पार्श्वभूमीवरच्या प्रारणांमुळे ते ज्या रॉबिन पक्ष्यांचा अभ्यास करत होते त्यांच्यातील चुंबकीय जाणीव लोप पावत चालली होती.)

ब्राऊनची दृष्टी नेहमी वेगळीच होती. अणूच्या आणि इलेक्ट्रॉन्सच्या घडणीवरून, ज्यांच्यापासून आपण बनलो आहोत, त्यावरून त्याला सजीव म्हणजे सुद्धा विद्युतचुंबकीय ब्रह्मांडाचा अखंड असा भाग आहेत असे वाटत होते. एखाद्या सजीवाच्या विद्युतचुंबकीय क्षेत्रामध्ये आणि त्याच्या आसपासच्या भौगोलिक पर्यावरणात एक स्वच्छ, स्पष्ट अशी सीमारेषा नाहीये. तो सजीव आणि त्याच्या भोवतीचे भौतिक पर्यावरण त्याच्या आयुष्यात एकमेकात अगदी एकरूप होऊन मिळून गेलेले असतात. ब्राऊनने त्याच्या कल्पना कायमच उराशी बाळगल्या, त्या त्याने कधीही सोडल्या नाहीत

(त्याने हे कबूल केले होते की बाह्यसंदेश कुठल्यातरी स्वरूपातल्या अंतर्गत घड्याळाच्या बरोबरीने काम करत असेल), आणि नंतरच्या त्याच्या आयुष्यात तर त्याची खात्रीच पटली की सजीव विद्युतचुंबकीय सदेशांचा वापर करून एकमेकांचे अस्तित्त्व जाणून घेतात, तसेच त्यांच्या भोवतीचे मोठे पर्यावरणही समजून घेतात. एका क्रोनोबायॉलॉजिस्टने नंतर एक आठवण सांगितली की १९७९ च्या नोव्हेंबर महिन्यात झालेल्या एका कॉन्फरन्समध्ये ब्राऊन बोलत होता, श्रोते, ज्यात अस्चोफचाही समावेश होता त्यांना ते ऐकणे लाजिरवाणे वाटत होते, पण ब्राऊन भरकटल्यासारखा बोलत होता, तो गंभीरपणे हे सांगत होता की दोन झाडे जर जवळ जवळ पण दोन वेगळ्या वातावरणाच्या दालनात ठेवली असली तरी ते एकमेकांच्या सिर्काडिअन चक्रावर परिणाम करतात.

मॅसॅच्युसेटमधल्या वूड्स होल जवळच्या समुद्रकिनारी १९८३ साली ब्राऊन मरण पावला. त्याचे प्रतिस्पर्धी जेव्हा जीवशास्त्राचे बदलते स्वरूप आपल्या सिर्काडिअन चक्राच्या अभ्यासातून लिहीत होते तेव्हा ब्राऊनचा इतिहासात उल्लेख एक म्हातारा वेडा क्रोनोबायॉलॉजिस्ट असा केला होता. तरीही त्याच्या मृत्यूनंतर मात्र त्याचे कितीतरी सिद्धान्त चेष्टा होण्यापासून दूर होऊन वैज्ञानिक सत्य म्हणून स्वीकारले जाण्यापर्यंत गेले. १९८७ साली अमेरिकन जीवशास्त्रज्ञ केनेथ लोहमान, आताचा माग्नेटोसेन्सिंगच्या संशोधनामधला अग्रगण्य वैज्ञानिक, याने असे दाखवून दिले की समुद्री गोगलगाई पृथ्वीच्या चुंबकीय क्षेत्राशी मिळत्याजुळत्या स्थितीत येतात ते चंद्राच्या कलांवरून अंदाज घेउन, हे निरीक्षण ब्राऊनने जमिनीवरच्या गोगलगाई आणि चपटे किडे यांच्या बाबतीत ३ दशकांच्या पूर्वीच नोंदवून ठेवले होते. २०१२ मध्ये एका इटालियन वनस्पतिशास्त्रज्ञाच्या असे लक्षात आले की मिरचीच्या छोट्या छोट्या रोपांना, रासायनिक, प्रकाशीय, तापमान तसेच प्रत्यक्ष भौतिक जवळीक या सगळ्या संबंधापासून दूर ठेवळे तरीसुद्धा ते त्यांच्या शेजाऱ्यांना आणि नातेवाइकांना ओळखू शकतात. संशोधक या निष्कर्षाला पोहोचले की ती छोटी रोपे, आधी ज्याचा अभ्यास झाला नाहीये अशा संपर्कयंत्रणेचा वापर करत होते, कदाचित क्वांटम मॅग्नेटिक किंवा ध्वनिक संदेश यांचा. आणि त्या चमूने हे दाखवून दिले की, इतर सगळ्या सजीवांप्रमाणे झाडेसुद्धा नैसर्गिकरीत्या येणाऱ्या आणि वरखाली होणाऱ्या भौगोलिक तरंगाशी स्वत:ला जुळवून घेतात आणि उत्क्रांतही होतात. त्यामुळे शास्त्रज्ञांनी त्याचा अभ्यास करणं साहजिक आहे.

२० व्या शतकात जसे क्वांटम भौतिकीच्या शास्त्रज्ञांच्या हे लक्षात आले होते की आपण स्वत:ला या ब्रह्मांडापासून वेगळे काढू शकत नाही ज्यात आपण राहतो, तसेच काहीसे जीवशास्त्रज्ञांच्या बाबतीत झाले आहे, त्याना हाच निष्कर्ष मान्य करणे भाग पडत आहे. जीवाणूपासून छोट्या रोपांपर्यंत आणि कासवांच्यापासून मानवापर्यंत,

सूर्य, चंद्र आणि तारे यांच्या हालचाली म्हणजे नुसत्या दूरवर घडणाऱ्या घटना नाहीयेत, ज्या आपण बघतो. त्या घटना सरळ सरळ आपल्यावर आणि आपल्या आसपासच्या पर्यावरणावर परिणाम करत आहेत. आपले शरीर आणि मेंदू जर नीट काम करायला हवे असतील तर आपण बदलते तापमान, प्रकाश आणि चुंबकीय क्षेत्राच्या संपर्कात राहायला हवे.

सूर्यमालेमुळे होणाऱ्या या नियमित बदलांनी अनादी कालापासून म्हणजे पृथ्वीवर जीव निर्माण झाल्यापासून जैविक क्रिया रचल्या असतील आणि त्यांच्यावर नियंत्रण ठेवले असेल. आता ते सगळ्यावरच नियंत्रण ठेवतात, वैयक्तिकपणे एकेकाच्या मूडपासून ते झोपेपर्यंत, संपूर्ण जगभरात होणाऱ्या स्थलांतरावर, प्रजनन आणि शिकार करणे या सगळ्यावरच. प्रतिसादाचे जाळे हे एक अतिशय गुंतागुंतीचे आहे, जे आपण आत्ता कुठे थोडे थोडे समजू लागलो आहोत. 'गेल्या काही दशकात प्राण्यांनी आपल्याला शिकवलेला उघड धडा असा आहे की, आपल्याला जी नुसती गोंधळाची स्थिती वाटते ती तशी नसून आपल्या समजाच्या पलीकडे असणारे गूढ असे सूक्ष्म वर्तन आहे,' असे प्रिन्स्टन येथील प्रथितयश जीवशास्त्रज्ञ जेम्स गौल्ड म्हणतात. त्या दरम्यान काही संशोधक तर अती दूरच्या अंतरावरून होणाऱ्या परिणामांचा सुद्धा विचार करताहेत: पृथ्वीवरील संपूर्ण उत्क्रांतीच्या काळात आपल्या सूर्यमालेच्या आपल्या आकाशगंगे मधील हालचालींमुळे बरेच वेळा पृथ्वीवर मोठ्या प्रमाणावर जीवित हानी झाली आहेत,[१३] किंवा ग्रहांच्या गुरुत्वीय बळा मुळे सूर्या वर मोठी सौर वादळे निर्माण झाली आहेत.

'हे ब्रह्मांड एक आहे' असे ब्राऊनने १९७७ साली त्याच्या मृत्यूच्या काही वर्षे आधी लिहून ठेवले होते. 'खगोलजीवशास्त्र हे असे क्षेत्र आहे ज्याचा अभ्यास व्हायला हवाय आणि तो होईल.' ही कॉमेंट अशा प्रकारची आहे त्यामुळेच तो चुकीच्या दिशेने गेलेला, विचित्र माणूस बाजूला फेकला गेला. पण मला असे वाटते की त्याला काहीतरी निश्चित सापडले होते. त्याचे सगळेच बरोबर होते असे नाही, पण मला असे वाटते की त्याने एक मूलभूत असे सत्य जाणले होते, सजीवांचे जीवन आणि आपले या ब्रह्मांडाशी असलेले नाते याबद्दल, आणि त्याचे परिणाम आपल्याला आत्ता आत्ता कुठे थोडे समजायला लागले आहेत.

---

१३. या हालचाली, डगमगणे याचा परिणाम उत्परिवर्तनाच्या संख्येवर होतो ते पृथ्वीवर येणाऱ्या कॉस्मिक किरणांमुळे होते.

११

परग्रहवासी

२७ डिसेंबर १९८४, अंटार्क्टिकाच्या सुदूर पश्चिमेच्या आइस्फील्डवरचा एक उबदार दिवस होता तो, एरवी चावरे थंड वारे वाहायचे तिथे आज जरा तापमान बऱ्यापैकी जास्त म्हणजे -२० अंश सेल्सिअस होते. या भागात बर्फाचे सपाट दूर दूरपर्यंत पसरलेले पठार होते, त्या बर्फाच्या पठारावरून सूर्याचा प्रकाश जास्तच चमकायचा, तो किंचित निळसर रंगात चमकायचा. भूगर्भशास्त्रज्ञ रॉबर्टा स्कॉर आणि तिचे सहकारी सकाळभर स्नो-मोबाइलवरून त्या भागात गस्त घालत होते. ३० मीटर्सच्या क्षेत्रात तासन्‌तास मागेपुढे करत त्यांनी तो सगळा भाग विंचरून काढला होता. सतत तेच ते निरस एकसुरी काम केल्यामुळे डोळे आणि मेंदुला बधिरता येते, त्यामुळे दुपार व्हायच्या थोडेच आधी त्यांच्या चमूच्या नेत्याने जॉन शूटने मध्यंतर घ्यायचा ठरवला. लगेच सगळे सहकारी एका जवळच्या कड्याजवळ जमा झाले ज्याच्या भोवती बर्फाची शिखरे होती, वाऱ्यामुळे ते कोरून काढलेल्या गोठलेल्या लाटेसारखे दिसत होते.

कड्याच्या टोकावरून भोवतालच्या सुंदर दृश्याचा आनंद घेऊन ती भूगर्भशास्त्रज्ञ त्यांच्या शोध मोहिमेच्या ठिकाणी परत जायला निघाली, बर्फातील फसवी भगदाडे आणि उंचसखल परिसर टाळून ती काळजीपूर्वक जात होती आणि त्याच वेळी स्कॉरला ते दिसले: बर्फाच्या चमकणाऱ्या निळाईत एक गर्द हिरवा ठिपका दिसला. तिने तिचा स्नो-मोबाइल थांबवला आणि हात वर करून इतरांना सावध केले. इथे या प्राचीन बर्फाच्या अस्पर्श अशा क्षेत्रात त्यांना जे पाहिजे होते ते सापडले : सुदूर अवकाशातून आलेला दूत.

आपली ही पृथ्वी निर्माण झाल्यापासून अवकाशातून खगोलीय कचरा पृथ्वीवर पडत आला आहे. जमिनीवर पडलेल्या उल्कांना प्राचीन इजिप्शियन लोक देवाची देणगी समजायचे आणि त्या अशनीतल्या लोहापासून मणी, खंजीर वगैरे बनवायचे, त्या वेळी म्हणजे कित्येक शतकांपूर्वी पृथ्वीवर असे धातू वितळवून मिळवण्याची कला अवगत नव्हती. ॲरिस्टॉटल असे समजत होता की हे आकाशातून पडलेले

दगड वाऱ्यावर उडून इथे येऊन पडत असावेत. आकाशातूनच खरोखरीच दगड पडतात हे शास्त्रज्ञांनी मान्य करायला १९ वे शतक उजाडावे लागले : अवकाशीय वस्तूंचे प्रत्यक्षातले तुकडे, आपल्या साठीच पाठवलेले आहेत जणू, त्यात आपल्या सूर्यमालेच्या निर्मितीचा इतिहास दडलेला आहे.

हजारो टन धूळ, हजारो छोटे दगड, गारगोट्या आणि काही वेळा मोठे खडक प्रत्येक वर्षाला पृथ्वीवर येऊन पडत असतात. हे सगळे तुकडे बहुतेककरून लघुग्रहांचे असतात, जे एकमेकांवर आपटल्यामुळे त्यांचे तुकडे पडतात. हा लघुग्रहांचा म्हणजे उल्का पाषाणाचा पट्टा मंगळ आणि गुरूच्या मध्ये आहे. अवकाशातून पृथ्वीवर पडणाऱ्या या गोष्टींपैकी अगदी थोड्या आपल्या डोळ्यांसमोर पडतात बाकीच्या सगळ्या एकतर जंगलात नाही तर समुद्रात अथवा अज्ञात ठिकाणी पडतात. पण अंटार्क्टिकाच्या आइसफील्डसारख्या काही लांबच्या ठिकाणी असे जे पाहुणे असतात त्यांना हजारो वर्षे जतन करून ठेवता येते. १९७० साली अमेरिकेच्या नासा या स्पेस एजन्सीने यांना शोधण्याची मिशन हाती घेतलीय.

१९७८ साली स्कॉरने ह्यूस्टन, टेक्सास, येथील नासाच्या जॉन्सन स्पेस सेंटरच्या Antarctic Meteorite Laboratory मध्ये नोकरीच्या जाहिरातीला उत्तर दिले, आणि त्यानंतर ६ वर्षांनी तिने पहिल्यांदा अंटार्क्टिकाला भेट दिली. रॉस आयलंड येथील मॅक मुर्डो येथील तग धरून जिवंत राहण्यासाठीचे प्रशिक्षण पूर्ण केल्यानंतर स्कॉर आणि तिच्या पाच सहकाऱ्यांना हेलिकॉप्टरच्या साहाय्याने २५० किमी दूर असलेल्या ॲलन हिल्स आइसफील्ड्स या ठिकाणी पोहोचवण्यात आले. त्यानंतरचे सहा आठवडे त्यांनी दोन माणसांना राहता येईल अशा स्कॉट तंबूमध्ये काढले: भडक पिवळ्या रंगाचे पिरॅमिडच्या आकाराचे, बर्फाला चिकटून राहणारे आणि वादळी वाऱ्याला तोंड देऊ शकणारे असे ते तंबू होते. तो डिसेंबरचा महिना होता आणि तिथल्या उन्हाळ्याचे दिवस होते, सूर्य तेव्हा मावळतच नाही, आणि त्यांना दिवसभर तशा त्या डोळे दिपवणाऱ्या प्रकाशात त्यांच्या स्नो-मोबाइलवरून हिंडावे लागत होते, डोळे माती आणि खडक बघायला आतुरले होते, खायला फक्त पॅक केलेले अन्न म्हणजे चॉकलेट्स किंवा काही मनुका एवढेच असायचे, कारण इतर काहीही आणले तरी ते गोठून जाते. ख्रिसमसच्या आदल्या संध्याकाळी ते सगळे एकाच तंबूत गर्दी करून जमले आणि तिथे स्टोव्हवर गरम केलेले मस्ट हॅम, लॉबस्टर, श्रीम्प्स आणि यॅमचे झकास जेवण केले.

स्कॉरला जेव्हा पहिल्यांदा तो तुकडा सापडला त्यानंतरच्या तीन दिवसांत त्यांच्या चमूला १०० तरी अशनी सापडल्या असतील, पण स्कॉरला मात्र पहिल्यांदा सापडलेला तुकडा जास्त महत्त्वाचा, विशेष वाटत होता. तो तुकडा तसा मोठा होता - पपनसाच्या आकाराएवढा – आणि त्याचा हिरवा रंग आसपासच्या दूरवर पसरलेल्या

निळ्या बर्फाच्या चादरीवर उठून दिसत होता. तिने आणि शूटने मिळून तो तुकडा बर्फातून काढून एका निर्जंतुक केलेल्या प्लॅस्टिकच्या बॅगेत ठेवला जो त्यांनी नंतर टेफलॉनच्या टेपने गुंडाळून सील केला. तिच्या कामाच्या नोट्समध्ये तिने लिहून ठेवले की तो दगड दिसायला वेडावाकडा आणि एका बाजूने त्यावर काळ्या रंगाचा थर होता (त्या दगडाचा बाहेरचा थर वितळल्यासारखा होता, कारण पृथ्वीच्या वातावरणात शिरताना घर्षणामुळे उष्णता मिर्माण होऊन तो वितळला होता,) त्यावर ही अक्षरे लिहिल्याशिवाय त्यांना राहवले नाही, त्यावर त्यांनी लिहिले होते 'Yowza-yowza'. तुम्ही थांबाच त्याला बघेपर्यंत, घरी परत गेल्यावर स्कॉर तिच्या सहकाऱ्यांना सांगणार होती.

ह्यूस्टनला परत गेल्यानंतर स्कॉरचे काम होते त्यांच्या चमूने शोधलेल्या सर्व गोष्टींना क्रमांक देणे. त्यासाठी प्रत्येक क्रमांकाच्या आधी ALH ८४ (ॲलेन हिल्स या ठिकाणांचे नाव आणि मोहिमेचे वर्ष.) स्कॉरला तिला पहिल्यांदा सापडलेल्या गूढ हिरव्या दगडाचे परीक्षण आधी व्हायला हवे होते, म्हणून तिने तिच्या यादीत त्या दगडाचा क्रमांक पहिला लावला होता. पण जेव्हा तिने तो पॅक केलेला दगड उघडून पाहिला तर तिची फारच निराशा झाली, कारण तो दगड अगदी सामान्य वाटत होता, एखाद्या राखाडी रंगाच्या सिमेंटच्या तुकड्यासारखा वाटत होता. त्या वेळी त्याचा रंग जो हिरवा दिसत होता तो कदाचित तिच्या बर्फातल्या गॉगल्समुळे असावा किंवा तिथल्या प्रकाशाचा चमत्कार असावा. ८४००१ हा तुकडा त्यानंतर लघुग्रहाचा अनुल्लेखनीय तुकडा म्हणून प्रयोगशाळेच्या स्टोअर रूममध्ये ठेवून देण्यात आला.

एक दशकानंतर हा लघुग्रहाचा तुकडा एकदम जगप्रसिद्ध होऊन गेला, घराघरांत त्याचे नाव पोहोचले. नासाच्या संशोधकांना संशोधनाअंती हे लक्षात आले की तो तुकडा मंगळाचा असून पृथ्वीवर सापडलेल्या सर्व इतर ग्रहांच्या कुठल्याही तुकड्यांपेक्षा अतिप्राचीन आहे. त्यात जे रहस्य लपलेले सापडले त्यामुळे तर अमेरिकेच्या अध्यक्षांना आपल्या व्याख्यानात त्यावर मनापासून बोलावेसे वाटले. त्या शोधामुळे जगभरातील माध्यमांमध्ये जणू वादळी वारे वाहिले, षड्यंत्रांच्या ठिणग्या उडाल्या, नासाच्या भविष्यातील योजना बदलल्या आणि एका नवीन वैज्ञानिक क्षेत्राचा जन्म झाला, खगोल जीवशास्त्र : परग्रहवासीयांचे जीवन कसे असेल याचा अभ्यास सुरू झाला. स्कॉरला अंटार्क्टिकावरच्या उन्हाळ्यातल्या त्या दिवशी सापडलेल्या त्या दगडाच्या आत काय असावे यावर शास्त्रज्ञ अजूनही वाद-प्रतिवाद करताहेत. पण आपल्या जीवनाबद्दलच्या समजामध्ये – पृथ्वीवर आणि सर्व ब्रह्मांडात – आमूलाग्र बदल झाला, तो पहिल्यासारखा राहिला नाही.

या ब्रह्मांडात आपण एकटे आहोत का? मानवतेने विचारलेला आत्तापर्यंतचा सर्वांत

मोठा प्रश्न, वरवर पाहता विचारायला सोपा, पण त्या प्रश्नाचे दोन्ही पर्याय – अफाट पसरलेल्या या नापीक अशा अस्तित्त्वाच्या अनंत तत्त्वात आपण एकटेच स्फुल्लिंग आहोत की आपल्या कल्पनेच्या पलीकडच्या फार मोठ्या अशा वैश्विक बगिच्यातले एक फूल आहोत – हे खरेतर आकलनाच्या पलीकडचे आहे. यातून इतर अनेक प्रश्नांना जन्म दिला आहे, आपण कोण आहोत? आपल्या अस्तित्त्वाचा अर्थ काय? जीवन म्हणजे काय? मानवता काही विशेष आहे का? आपण मुळातच इथे का आहोत?

लोकांनी या प्रश्नांना जी उत्तरे दिली ती त्यांच्या त्यांच्या धार्मिक विचारांना आणि तत्त्वज्ञानाला धरून आणि इतिहासात ती वर खाली होत राहिली. प्राचीन संस्कृतींनी आकाशातच देव, आत्मे आणि भुते आहेत अशी कल्पना केली होती. पण प्रत्यक्षातले हाडामासाचे असे परग्रहवासी इतर ग्रहांवर अथवा इतर सूर्यमालांच्या मध्ये अस्तित्त्वात असू शकतील ही कल्पना फार प्राचीन काळापर्यंत पोहोचते, निदान क्लासिकल ग्रीसपर्यंत तरी. तत्त्वज्ञानातील समष्टीवादाचे (अणुवादाचे) अनुयायी, ज्यांचा असा विश्वास आहे की प्रत्येक वस्तू अगदी खूप छोटया कणांनी बनलेली असते, ते असा दावा करतात की या ब्रह्मांडात अनंत अणू आहेत, आणि म्हणून अनंत विश्वे पण आहेत. ‘या अफाट पसरलेल्या ब्रह्मांडात आपल्या पृथ्वीवरच फक्त जीवसृष्टी आहे हे म्हणणे इतके चुकीचे आहे जितके हे की एका संपूर्ण शेतावर सगळीकडे धान्य पेरले असता फक्त एकाच बीजातून रोप वाढले हे म्हणणे’ असे चौथ्या शतकात तत्त्वज्ञ मेत्रोडोरस ऑफ चीओस याने लिहून ठेवले आहे.

प्लेटो आणि ॲरिस्टॉटल यांच्या विश्वविज्ञानशास्त्रात, ज्यांनी पाश्चात्त्य विचारसरणीवर अधिराज्य गाजवले त्यात इतर जगे किंवा परग्रहवासी यांना स्थानच नव्हते : प्लेटोचे म्हणणे होते की अद्वितीय अशा निर्मात्याकडून एकच अद्वितीय अशी निर्मिती होते; ॲरिस्टॉटल असा आग्रह धरतो की सर्व घटक त्यांची त्यांची नैसर्गिक जागा एकाच केंद्राभोवती शोधतात आणि ते म्हणजे पृथ्वी. परग्रहवासी वगैरे कल्पना विज्ञान कथांसाठी सोडून देण्यात आली होती. इसवी सनाच्या दुसऱ्या शतकात उपहासात्मक लेखन करणाऱ्या लुसिअनने अंतराळ प्रवासावर एक कथा लिहिली आहे – जे लेखक अतिशयोक्ती पूर्ण अशी प्रवास वर्णने लिहीत त्यांची टिंगल उडवण्यासाठी म्हणून – ज्यात त्याला वादळी वाऱ्याने उचलून चंद्रावर नेले आणि तिथे तीन डोक्यांच्या पक्ष्यावर बसून तिथली माणसे सूर्यावरून आलेल्या माणसांबरोबर लढाई करतात असे लिहिले.

प्लेटो आणि ॲरिस्टॉटल यांची पृथ्वीकेंद्रित शिकवण पुढे जाऊन ख्रिश्चन चर्चने कायदा म्हणून लोकांवर लादली, आणि पुढे कित्येक शतके, निदान पाश्चिमात्य देशात तरी पृथ्वी सोडून इतर ठिकाणी कुठे सजीव असतील अशी नुसती शंका

व्यक्त करण्यावर सुद्धा प्रतिबंध आणला. १२७७ साली जेव्हा पॅरिसच्या बिशपने असे जाहीर केले की देवाला जर पाहिजे असती तर अशी अनेक जगे बनवता येणार नाहीत असे म्हणणे हे पाखंडीपणाचे आहे, तेव्हा कुठे वरील दडपण कमी झाले. पण प्रत्यक्षात दार उघडण्यास आधुनिक खगोलशास्त्राचा उगम हे खरे कारण ठरले. जेव्हा कॉपर्निकसने त्याची सूर्यकेंद्रित सूर्यमालेचा सिद्धान्त मांडला तेव्हा विज्ञान इतिहासकार मायकेल क्रोवे म्हणतो की, 'त्याने आपल्या पृथ्वीला ग्रहात रूपांतरित केले आणि ताऱ्यांना इतर ठिकाणचे सूर्य.' जर आपली सूर्यमाला इतर अनेक सूर्यमालांमधील एक असेल तर इतर ठिकाणी जीवसृष्टी का असू नये?

१५८४ साली कोपर्निकसच्या मृत्यूनंतर ४ दशकांनी, इटॅलियन पाद्री जीओर्ड्रीनो ब्रुनो याने या विश्वाचे वर्णन असे केले आहे की ज्यामध्ये असंख्य सूर्य आणि असंख्य पृथ्वी असतील आणि ज्यावर सजीवांची सृष्टी असेल. आणि त्यानंतरच्या दशकात गॅलिलिओच्या दुर्बिणीच्या निरीक्षणातून – चंद्रावरचे डोंगर, गुरूचे चंद्र इ.- यांनी इतर जगांचे अस्तित्त्व सिद्ध केलेच, निदान आपल्या सूर्यमालेत तरी. परग्रहवासीयांचे अस्तित्त्व स्वीकारले गेले नसले तरी डेस्कार्टेस आणि केप्लर (त्याने चंद्रावरच्या झाडे आणि सापासारख्या राक्षसांबद्दलची कादंबरी लिहिली होती) सारख्या विद्वानांनी ही कल्पना तरी मान्य केली होती, आणि गॅलिलिओने सुद्धा. १६९८ साली खगोलशास्त्रज्ञ ख्रिश्चिअन ह्युजेन्स याने, अवकाशीय वातावरणात वाढण्यासाठी जीव स्वत:ला कसा बदलू शकतो, (उदाहरणार्थ मंगळावरचे कमी प्रकाशाचे, जास्त थंड वातावरण), यावर सविस्तर सिद्धान्त मांडला. क्रोवेच्या म्हणण्या प्रमाणे,' परग्रहवासीयांचे युग सुरू झाले आहे.'

ज्ञानप्रसाराच्या काळात परग्रहवासीयांबद्दलचे कुतूहल शिगेला पोहोचले. जशी जशी अवकाशाची प्रचंड व्याप्ती समजत गेली तसे अनेकांना असे वाटायला लागले की पृथ्वी सोडून इतर ठिकाणीही सजीव सृष्टी असू शकते एवढेच नव्हे तर बुद्धिमान जीवही असू शकतील, असे न समजणेच चुकीचे ठरेल. इमॅन्युएल कान्ट आणि बेंजामिन फ्रँक्लीन सारख्या ख्यातनाम व्यक्तींनी सुद्धा याला मान्यता दिली होती; मोन्तेस्कुइ सारख्या कायदेतज्ज्ञाला परग्रहवासीयांच्या बद्दलच्या कायाद्यांविषयी शंका होती. १७५२ साली वोल्टेर याने बुद्धीमान मानवाच्या बुद्धीचा उपहास करणारी कथा लिहिली त्या कथेत असलेल्या परग्रहवासीयाला मानवाच्या हजार पट जास्त बुद्धी आहे असे दाखवले होते.

सर्व चर्चा एकाच प्रश्नाभोवती फिरत होती: दैवी निर्मिती संपूर्ण विश्वाच्या पसाऱ्यात पसरली आहे (ज्यात मानवता हा खूप मोठ्या योजनेचा एक छोटासा भाग आहे) की देवाने हे संपूर्ण विश्वच आपल्यासाठी निर्माण करून आपल्याला त्यात ठेवले आहे? थॉमस पेनच्या मते आधीचे मत बरोबर आहे जेव्हा त्याने त्याच्या द

एज ऑफ रीझनमध्ये देववादासाठी ख्रिश्चॅनिटीला विरोध दर्शवला होता. दुसरा लोकप्रिय युक्तिवाद असा होता की उरलेले सगळे विश्व देवाने तसेच निर्जन ठेवून त्याचे निर्मिती कौशल्य वाया जाऊ दिले नसते. १९ व्या शतकादरम्यान हेच तत्त्व स्कॉटिश खगोलशास्त्रज्ञ थॉमस डिक याने खूप ताणले आणि परग्रहावरील परग्रहवासीयांच्या संख्येचा त्याचा एकंदर अंदाज पृष्ठभागाच्या क्षेत्रफळावरून वर्तवला, तो होता चंद्रासाठी ४ अब्ज तर शनीच्या कड्यांसाठी कित्येक हजार अब्ज एवढा होता.

याला विरोध करणाऱ्या व्यक्तींमध्ये तत्त्वज्ञ आणि शास्त्रज्ञ विल्यम व्हेवेल याचा समावेश होतो, ज्याने १८५३ मध्ये असा दावा केला की हे विश्व आपल्या सर्व गरजा इतक्या व्यवस्थित पुरवते, ते इतके परिपूर्ण आहे की यावरून हेच सिद्ध होते की देवाने ते तसे आपल्यासाठी बनवले आहे. चार्ल्स डार्विनने याची भरपूर निंदा केली, खासगीत बोलताना तो म्हणाला की व्हेवेलचे विधान की ही सूर्यमाला आपल्या गरजांच्या प्रमाणे रूपांतरित झाली आहे आपण त्यासाठी स्वत:ला बदलले नाहीये असे म्हणणे म्हणजे स्वत:चे महत्त्व, स्वत:चे श्रेष्ठत्व स्वत:च उद्धटपणे वाढवून सांगण्यासारखे आहे. पण डार्विनच्या सिद्धान्ताचा, सह संस्थापक असलेला जीवशास्त्रज्ञ आल्फ्रेड रसेल वॉलेस, याने शेवटी व्हेवेल चेच म्हणणे मान्य केले. 'या अफाट विश्वाचे सर्वोच्च ध्येय आणि उद्देश माणसाच्या नश्वर देहातल्या जिवंत आत्म्याची निर्मिती करणे आणि त्याचा विकास करणे हेच आहे' असा निष्कर्ष शेवटी १९०३ साली वॉलेस याने काढला.

काही काळ असे वाटत होते की (निदान काही अति उत्साही लोकांना तरी) जास्त जास्त शक्तीशाली दुर्बिणी बनवल्यामुळे परग्रहवासीय आपल्या आवाक्यात आले आहेत. खूप आधीच्या काळात म्हणजे १७७० च्या दरम्यान विल्यम हर्षेल, ज्याने ताऱ्यांचा खगोलशास्त्रीय अभ्यास करायला सुरुवात केली, त्याला असे वाटत होते की त्याने चंद्रावर जंगले आणि गोलाकार इमारती बघितल्या; इतिहासकारांना आता असे वाटते की या त्याच्या समजुतीमुळेच सर्वाधिक शक्तिशाली अशी दुर्बीण बनवण्यासाठी तो उद्युक्त झाला, ज्यासाठी त्याला विशेष प्रसिद्धी मिळाली. १८२२ मध्ये बव्हेरियाचा खगोलशास्त्रज्ञ फ्रांझ फॉन पाऊला ग्रुइथुइसेन याने चंद्रावर मोठ्या भिंती असलेले संपूर्ण शहर पाहिल्याचा दावा केला. १८३४ मध्ये न्यू यॉर्कच्या 'सन' या वर्तमानपत्राने एक लेखमाला प्रसिद्ध केली होती, ज्यात खरेतर काल्पनिकच पण तरीही लोकांना खरेच वाटणारे असे लेख प्रसिद्ध केले. त्यात त्यांनी असा दावा केला होता की प्रसिद्ध खगोलशास्त्रज्ञ जॉन हर्षेल (विल्यम हर्षेलचा मुलगा), जो दक्षिण आफ्रिकेत दक्षिण गोलार्धातील आकाशाचे निरीक्षण करत होता, त्याने चंद्रावरच्या रहिवाशांना शोधले आहे, त्यात गोलाकार भूजलचरांपासून ते निळे युनिकॉर्न आणि पिवळ्या

चेहेऱ्याची पंख असलेली माणसे बघितली आहेत.[१]

हर्षेलला या लबाडीचे, त्याच्या तोंडी भलतेच काही तरी घातल्याचे खूप दु:ख झाले होते पण तरीही त्याला असा विश्वास होता की आपल्या सूर्यमालेत इतरत्र सजीव सृष्टी निश्चितपणे आणि मुबलक प्रमाणात आहे. १८६० साला दरम्यान एका वृत्तान्तानुसार सूर्यावर मोठ्या महाकाय आकाराच्या पानासारख्या आकृती दिसत होत्या त्याबद्दलचे स्पष्टीकरण म्हणून हर्षेल यांनी ते फोस्फोरोसेंट मासे असे दिले. त्यानंतर काही वर्षांनी 'अवकाशातील मानवता आता मिथक राहिली नाही' अशी टिप्पणी बेस्ट सेलिंग फ्रेंच खगोलशास्त्रज्ञ कॅमिले फ्लमरिओन हिने केली.' दुर्बिणीनी आधीच आपल्याला त्यांचे देश दाखवले आहेत; स्पेक्ट्रोस्कॉपच्या साहाय्याने आपण केव्हाच ज्या हवेत ते श्वास घेतात त्या हवेचे विश्लेषण करू शकतोय.' शतक संपता संपता अमेरिकेतील एक मोठा व्यापारी पसिव्हल लॉवेल, जो फ्लमरिओनच्या पुस्तकामुळे प्रभावित झाला होता, प्रेरित झाला होता त्यामुळे त्याला खगोलशास्त्रज्ञ व्हायचे होते, त्याने अरिझोनामध्ये एक वेधशाळा उभारली (जिथे काही काळा नंतर प्लुटोचा शोध लागणार होता) आणि त्याचा उपयोग करून त्याने मंगळाच्या पृष्ठभागाचा बारकाईने अभ्यास करायला सुरुवात केली, कारण त्याने स्वत:च भाकीत केलेले मंगळावरचे कृत्रिम पाण्याचे कॅनाल प्रत्यक्षात तिथे आहेत हे त्याला सिद्ध करायचे होते.

आशावादाची लाट आता ओसरायला लागली होती. परग्रहवासी बघितल्याच्या बातम्या चाचणीमध्ये खोट्या ठरल्या, आणि साधारण २० व्या शतकाच्या मध्यापासून शास्त्रज्ञ जेव्हा स्पेक्ट्रोस्कॉपची सुधारित आवृत्ती वापरायला लागले आणि अवरक्तकिरण खगोलशास्त्राचा उपयोग करायला लागले तेव्हा त्यांच्या लक्षात आले की चंद्र हा मृत उपग्रह असून मंगळा वरची स्थिती कल्पनेपेक्षा जास्त खराब आहे. तरीही तोवर मंगळावरच्या झाडांची कल्पना लोकांमध्ये प्रिय होतीच (दगडफुलासारखी वनस्पती). पण जेव्हा मंगळावर पाठवलेल्या प्रोब ने १९६० साली तिथले फोटो पाठवले

---

१. त्या कथा एका वार्ताहराने ज्याचे नाव रिचर्ड अडॅम्स लोक्के या वार्ताहराने, याने लिहिल्या होत्या, आणि त्याने त्या खरेतर डिक आणि ग्रुइथुइसेन यांनी केलेल्या विचित्र अशा दाव्यांचा उपहास करण्यासाठी म्हणून लिहिल्या होत्या. पण लोकांना त्या सगळ्या खऱ्याच वाटत होत्या. या अशा भन्नाट शोधांच्या मुळे 'सन'चा खप दुपटीने वाढला आणि या बातम्या इतर वर्तमानपत्रातूनही मोठ्या प्रमाणावर प्रसारित केल्या गेल्या: द न्यू यॉर्क टाइम्सने त्याचे वर्णन 'संभाव्य आणि शक्य' असल्याचे केले; तर द न्यू यॉर्करने म्हटले की 'त्यांनी खगोलशास्त्रात आणि विज्ञानात एक नवे पर्व' सुरू केले.

त्यावरून मंगळावर सगळीकडे उजाड, नापीक अशी जमीन पसरली आहे हे समजले. आणि जेव्हा नासाचे व्हायकिंग लँडर १९७६ साली मंगळावरच उतरले तेव्हा शेवटची आशा ही मावळली. या मिशनच्या आधी, खगोलशास्त्रज्ञ आणि विज्ञान प्रसारक असलेल्या कार्ल सॅगानने मंगळावर कदाचित ध्रुवीय अस्वलांपेक्षा मोठे दिसणारे मंगळवासी असण्याची शक्यता आहे असे सांगून लोकांच्या मध्ये खूप उत्सुकता जागृत केली होती. 'मंगळावर जीवसृष्टी असण्याची, किंबहुना आपल्यापेक्षा मोठे जीव असण्याची शक्यता खूपच आहे,' असे त्याचे म्हणणे होते. पण लँडरच्या कॅमेऱ्यासमोरून एकही प्राणी गेला नाही. त्याच्या वरच्या उपकरणामधून हेच समजले की मंगळावरचे वातावरण अत्यंत पातळ आहे आणि त्या ग्रहाला संरक्षक असे चुंबकीय क्षेत्र नसल्यामुळे त्याचा पृष्ठभाग सूर्याच्या अतिघातक अशा प्रारणांच्या मुळे छिन्नविच्छिन्न झाला आहे.

एवढेच नाही तर, वेगवेगळ्या प्रयोगांमधून परग्रहवासीयांच्या चयापचयासंबंधीचे निकाल उघड उघड सकारात्मक येत होते तरी इतर चाचण्यांमधून तिथल्या मातीत सेंद्रिय रेणू – ज्या रेणूंना कार्बन चा आधार असतो – असे काही सापडले नाही. पृथ्वीवरील जीवन सेंद्रिय पदार्थावर आधारित असल्याने जे सकारात्मक असे निकाल आले ते थोडे विसंगत वाटताहेत, त्याला फक्त रासायनिक स्पष्टीकरणच असू शकते. सगळ्या संशोधकांना जरी ते मान्य नव्हते तरी नासाचा निष्कर्ष ठाम होता : आणि तो म्हणजे मंगळावर जीवसृष्टी असण्याची सुतराम शक्यता नाही, असा कुठलाही पुरावा हाती लागलेला नाही.

संपूर्ण सूर्यमालेत बऱ्याच अंगांनी पृथ्वीसारखा असणारा ग्रह म्हणून मंगळग्रहाच्या चाचण्या घेतल्या गेल्या: जीवसृष्टी जर कुठे अस्तित्त्वात असली तर ती फक्त मंगळावरच शक्य आहे. नकारात्मक निकालामुळे मंगळावरील जीवसृष्टी तर निकालात निघालीच पण एकंदरच संपूर्ण विश्वातच जीवसृष्टी आहे की नाही यावर प्रश्नचिन्ह निर्माण झाले. 'मंगळ हा एकच ग्रह असा वाटत होता की ज्यावर जीवसृष्टी असण्याची शक्यता होती, पण आता हे जवळ जवळ सिद्धच झाले आहे की पृथ्वी हा एकच ग्रह आहे आपल्या आकाशगंगेच्या भागात ज्यावर जीवसृष्टी आहे' असे नॉर्मन होरोवित्झ यांनी लिहिले आहे, ज्यांनी १९८६ साली व्हायकिंग प्रयोगामध्ये भाग घेतला होता.

यादरम्यान पृथ्वीवरील जीवसृष्टीचा अभ्यास करणाऱ्या शास्त्रज्ञांच्या हे लक्षात यायला लागले होते की जीव निर्माण होण्याची प्रक्रियाच किती असंभवनीय आणि गुंतागुंतीची आहे. जीवनाला वारशाने मिळणारा पदार्थ, डीएनएच्या रचनेचा अभ्यास १९५० च्या दशकात होत होता, डीएनए, आरएनए आणि काही प्रथिने, ज्यांची गरज एका पिढीकडून दुसऱ्या पिढीकडे माहिती एनकोड करण्यासाठी, प्रसारित

करण्यासाठी असते, त्यांच्यातील गुंतागुंतीची आणि अनेक थरामध्ये कार्यरत असणाऱ्या यंत्रणेची रचना ते अभ्यासत होते. या अनेक थरांच्या रचनेमधूनच जनुकीय सूचनां पेशींपर्यंत पोहोचतात. अनेकांना असे वाटते की अशा प्रकारची कार्यप्रणाली आपल्याआपण निर्माण होणे आणि तेही शून्यातून – असे होण्याची शक्यताच कल्पनेपेक्षा इतकी कमी होती की ती पुन्हा पुन्हा होणे अशक्य कोटीतील वाटावे. जनुकीय अभ्यासाद्वारे केलेले एक निरीक्षण असे आहे की पृथ्वी वरील सर्वच्या सर्व जीव एकाच पूर्वजापासून निर्माण झाले आहेत.

विश्वात इतरत्र सजीव सृष्टी असण्याचा अत्यंत महत्त्वाचा प्रश्न आता देवावरून सांख्यिकीवर उतरला होता: संधी मिळाली तर सजीव सहजपणे निर्माण होतात की पृथ्वी म्हणजे एकमेवाद्वितीय असे उदाहरण आहे? जे काही पुरावे मिळतात त्यावरून तर नंतरच्याच विधानाला पुष्टी मिळते. डीएनएच्या रचनेचा सहसंशोधक असलेल्या फ्रान्सिस क्रिक याचे १९८० सालातील, सजीवांच्या उत्पत्तीबद्दलचे सुप्रसिद्ध विधान असे आहे की, 'सजीवांची उत्पत्ती म्हणजे खरेतर एक चमत्कारच म्हणायला हवा';[२] भूगर्भशास्त्रज्ञ युआन निस्बेत याने प्रचलित समज सारांशाने असा सांगितला की, 'सजीव सृष्टी म्हणजे अतिशय विशिष्ट अशा ग्रहावर झालेला अतिविलक्षण असा अपघात आहे'; नोबेल पुस्कार विजेता जीवशास्त्रज्ञ जॅक मोनोने असे उद्गार काढले की, 'माणसाला शेवटी कळले आहे की तो एकटा आहे.' परग्रहवासीयांचा शोध विज्ञान कथांच्या चाहत्यांना किंवा कट कारस्थानांचे सिद्धान्त लिहिणाऱ्यांना भुलवेल, पण आता तो गंभीरपणे अभ्यासाला घेण्याचा वैज्ञानिक विषय राहिला नव्हता. कॉस्मोलॉजिस्ट आणि बेस्ट सेलिंग लेखक पॉल डेव्हिस म्हणतो : 'एखादा असाही दावा करू शकतो की त्याला पऱ्यांचा शोध घेण्याबाबत उत्सुकता आहे.'

पण मग तोपर्यंत ALH८४००१ हे त्या स्टोअर रूममधून बाहेर आलेले होते.

डेव्हिड मिटेलफेहड्ट याला परग्रहवासीयांच्या शोधमोहिमेत कधीच भाग घ्यायचा नव्हता. हा नासाच्या जॉन्सन स्पेस सेंटरमध्ये एक भूगर्भशास्त्रज्ञ होता आणि त्याला ॲस्टेरॉइडवर संशोधन करायचे होते, त्यांच्या अभ्यासावरून सूर्यमालेच्या प्राचीन स्थितीबद्दल माहिती कळू शकेल. १९८८ साली त्याने स्कॉरच्या प्रयोगशाळेला त्याच्या अभ्यासासाठी ॲस्टेरॉइडचे काही तुकडे द्यायची विनंती केली तेव्हा त्याला पाठवण्यात आलेल्या सॅंपल्स पैकी एक ALH८४००१ यातले होते.

---

२. क्रिकचे म्हणणे तर असे होते की सजीव मुळात पृथ्वीवर निर्माणच झाले नाहीत, आणि परग्रहवासीयांनी काही हेतूने जाणूनबुजून ते बाहेरून आणून पृथ्वीवर रुजवले.

मिटेलफेहल्ड्ट याने त्या दगडाची घडण तपासण्यासाठी त्याच्यावर इलेक्ट्रॉन्सचा मारा केला, ज्यामुळे त्यात असलेल्या वेगवेगळ्या मूलद्रव्यांच्या प्रारणांचे वेगवगळे आकृतिबंध बघायला मिळतात. ALH८४००१ याचा जो काही निकाल आला त्याने तो सुरुवातीला चक्रावूनच गेला होता, कारण ते निकाल तो ज्या इतर ॲस्टेरॉईडचा अभ्यास करत होता त्यांच्या निकालाशी मिळते जुळते येत नव्हते. त्यानंतर कित्येक वर्षांनी त्याने खरे कारण स्वीकारले: या तुकड्याला ओळखण्यात गल्लत झाली होती. खरेतर त्याची जडणघडण एका छोट्या अशनींच्या गटाशी, ज्याना SNCs म्हणतात, त्यांच्याशी मिळतीजुळती येत होती, हे नाव पडले ते, ते तीन तुकडे ज्या ज्या देशात पडले त्या देशांच्या पहिल्या अक्षरांवरून. ते देश आहेत शेरगोट्टी, भारत, एल नखला, इजिप्त आणि फ्रान्समधील चास्सीग्नय. त्या दगडामध्ये जे वायूंचे मिश्रण अडकले होते त्याचे परीक्षण केले असता ते मंगळाच्या वातावरणाशी एकदम बरोबर जुळणारे होते, जसे व्हायकिंगच्या लँडर्सने मोजले होते, असे इतर संशोधकांनी आधीच सांगितले होते. त्यामुळे हे दगड लघुग्रहावरून नाही तर मंगळावरून आले होते हे लक्षात आले.

मंगळाच्या पृष्ठभागावरून ते कदाचित एखाद्या उल्कापातामुळे किंवा धूमकेतूमुळे प्रक्षेपित झाले असावेत, फेकले गेले असावेत. सूर्यमालेतील एखाद्या ग्रहावरून फेकला गेलेला दगड अफाट अवकाशातून प्रवास करून दुसऱ्या ग्रहावर येऊन पडण्याची शक्यता जवळ जवळ शून्य आहे, पण इथे धडधडीत पुरावाच उपलब्ध आहे (आणि तोही आपल्याला सापडणार, हाही एक चमत्कारच म्हणायला हवा) की अब्जावधी वर्षांच्या नंतर, अब्जावधी संधींमधून चमत्कार घडू शकतात, कल्पनेपेक्षा सत्यात जास्त चमत्कार भरले आहेत हेच खरे. आधीच्या निवडक अशनींमध्ये फक्त नऊ नमुने होते. १९९३ सालच्या ऑक्टोबर महिन्यात मिटेलफेहल्ड याने दहावा तुकडा सापडल्याची घोषणा केली.

ही बातमी वाऱ्यासारखी पसरली – स्कॉर फारच खूश झाली – आणि जगभरातल्या संशोधकांनी तिच्या आवडत्या दगडाचे परीक्षण करण्यासाठी तिथे धाव घेतली. त्यांच्या लवकरच हे लक्षात आले की अगदी एसएनसीमध्ये सुद्धा ALH८४००१ हा काही खास आहे, कारण तो ज्वालामुखीच्या लाव्हा रसापासून बनला आहे आणि तोही चार अब्ज वर्षांच्या पूर्वी. त्यामुळे तो प्राचीनतम ठरतो, जवळ जवळ आपल्या सूर्यमालेएवढा प्राचीन, मंगळावरून आलेल्या उल्कांच्या इतर तुकड्यांपेक्षा तिप्पट प्राचीन अशी उल्का आहे आणि गंमत म्हणजे पृथ्वीवरील कुठल्याही खडकापेक्षा तो खडक प्राचीन आहे. त्या खडकाच्या रेण्वीय परीक्षणानंतर हे कळले की तो खडक मंगळाच्या पृष्ठभागावरून १६ दशलक्ष वर्षांपूर्वी उडवला गेला होता, आणि पृथ्वीवर अंटार्क्टिका येथे पडण्यापूर्वी १३००० वर्षांपूर्वी पर्यंत तो अवकाशात भरकटत

होता, त्यांनतर तो पृथ्वीच्या गुरुत्वीय बलामुळे ओढला गेला आणि अंटार्क्टिका येथे पडला. तिथे पडल्या नंतर तो खडक तिथल्या बर्फाखाली खोलवर गाडला गेला, नंतर त्या भागातील भयानक वाऱ्यामुळे तो खडक पुन्हा उघडा पडला आणि स्कॉरला सापडला.

त्यामध्ये दुसरी एक उत्सुकता वाढवणारी गोष्ट होती, ती म्हणजे त्या खडकावर सगळीकडे छोट्या छोट्या भेगा होत्या आणि मंगळावर प्राचीन काळी काहीतरी आदळल्यामुळे तेव्हाच पडलेल्या त्या भेगा होत्या जेव्हा तो खडक त्याच्या मंगळावरच्या मूळस्थानी होता. त्या भेगांच्या जवळच्या सपाट जागांवर चपट्या कणांच्या खुणा आहेत. काही वेळा त्यांचे वर्णन चंद्र किंवा गोलाकार असे केले जाते, हे साध्या डोळ्यांना दिसतात. पण मायक्रोस्कोपखाली बघितले तर ते काळ्या आणि पांढऱ्या कडा असलेले सोनेरी गोल दिसतात. ते कार्बोनेटचे बनलेले आहेत, हे असे खनिज आहे ज्यात कार्बन आणि ऑक्सिजन असते. पृथ्वीवर ज्या खडकांमध्ये कार्बोनेट असते (उदाहरणार्थ चुनखडी किंवा खडू) ते बहुतेक करून पाण्यात निर्माण होतात. उदाहरणार्थ जेव्हा शंखशिंपले आणि मृत समुद्री जीवांचे सांगाडे एकत्र होऊन फॉसिलाइज होतात तेव्हा असे खडक तयार होतात. अशनिंच्या मध्ये बहुतेक करून कार्बोनेट नसते, म्हणून मिटेलफेह्ड्ट याने त्याच इमारतीत काम करणाऱ्या ख्रिस रोमानेक या कार्बोनेटमधल्या तज्ज्ञाला यात लक्ष घालण्याबद्दल विचारले.

नासाच्या जीवरसायन शास्त्रज्ञाबरोबर म्हणजे एवेरेत गिब्सन, ज्याने अपोलोच्या अंतराळवीरांनी आणलेल्या चंद्रावरच्या दगडांवर काम केले होते, जो आता मंगळावरच्या दगडांचा अभ्यास करतोय त्याच्या बरोबर रोमानेक याने काम केले. रोमानेकने त्या कार्बोनेटच्या खडकात असलेल्या कार्बन आणि ऑक्सिजनचे विश्लेषण करण्यासाठी लेसरच्या साहाय्याने स्फोट करवला. त्याच्या निकालावरून हे समजले की ती कार्बोनेटस मंगळावर असतानाच तयार झाली होती (म्हणजे अंटार्क्टिकावर आल्या नंतर तो खडक दूषित झाला नव्हता) आणि कार्बन डाय ऑक्साईड द्रवरूप पाण्यात विरघळल्यानंतर त्या खडकाच्या आत भेगांच्या मध्ये जमा झाली होती. मंगळाचे आताचे सरासरी तापमान उणे ६० अंश सेंटिग्रेड आहे ज्या तपमानाला पाणी द्रवस्वरूपात राहू शकत नाही. पण ALH८४००१ हा खडक खूप चांगल्या आगत्यशील, आश्वासक अशा भूतकाळाकडे निर्देश करतो.

हे एवढ्यावरच थांबत नाही. त्या जोडीला त्या कार्बोनेटच्या कणांच्या जवळ मायक्रोस्कोपमधून बघताना वर्म्स (जंत) आणि सॉसेजेससारखे आकार दिसले जे पृथ्वीवरील बॅक्टेरियासारखे दिसत होते, फक्त जास्त लहान होते. एका विलक्षण अशा विचाराची ती सुरुवात होती. त्या खडकात शिरताना वाहत्या पाण्यातून

कार्बोनेट्सबरोबर मंगळावरचे सूक्ष्म जीव तर शिरले नसतील ना? १९९४ च्या सप्टेम्बर महिन्यात गिब्सन आणि रोमानेकने त्यांच्या प्रतिमा नासा मधील एक ज्येष्ठ शास्त्रज्ञ डेव्हिड मॅके यांना दाखवल्या ज्यांनी काही दशकांपूर्वी अपोलोच्या अंतराळवीरांना भूगर्भशास्त्र शिकवले होते. त्या सर्वांनी ती कल्पना उचलून धरली आणि त्यावर गुप्तपणे संशोधन करायचे ठरवले. त्यांच्या बरोबर त्यांनी अजून एका व्यक्तीला सहभागी करून घ्यायचे ठरवले. काही दिवसांनी मॅके यांनी कॅथी थॉमस-केपरता[३] हिला विचारले, जी स्वत: नासामध्ये रसायनशास्त्रज्ञ होती आणि इलेक्ट्रॉन मायक्रोस्कोपी मधली तज्ज्ञ होती. तिने नंतर सांगितले की, 'मला सुरुवातीला तो थोडा वेडपट आहे की काय असे वाटले,' नंतर तिने थोडे नाइलाजानेच त्यांना त्या खडकावरच्या विचित्र आकाराबद्दल माहिती मिळवण्यासाठी मदत करायचे मान्य केले. 'मला वाटले होते मी त्या गटामध्ये सामील होईन आणि त्यांना सरळ करेन, मार्गावर आणेन.'

परंतु थोड्याच दिवसात तीही त्यात अडकली.

अटलांटिक महासागराच्या दुसऱ्या बाजूला फ्रान्सच्या आग्नेयेला असलेल्या एका लव्हेंडरच्या शेतातील वेधशाळेत डीडीएर क्वेलॉज नावाचा एक तरुण खगोलशास्त्रज्ञ विचार करत होता की त्याला वेड तर नाही लागले. त्याने १९९४चा उन्हाळा एका नव्या उपकरणामधून, एका स्पेक्ट्रोग्राफमधून मिळालेल्या निकालाचे विश्लेषण करण्यात घालवला होता. तो स्पेक्ट्रोग्राफ दूरच्या ताऱ्यांच्या हालचालींचे विश्लेषण जास्त अचूकपणे, जे आत्तापर्यंत कधी साधले नव्हते ते करतो. पण त्यातून आलेल्या निष्कर्षाचा काहीही अर्थ लागत नव्हता.

क्वेलॉज जिनीव्हा विद्यापीठात शिकत होता, तो त्याच्या पीएच. डी.साठी मायकेल मेअर यांच्या मार्गदर्शनाखाली अभ्यास करत होता. ते दोघे मिळून हौटे-प्रोवेंस वेधशाळेत एक डिटेक्टर बनवण्याच्या प्रयत्नात होते, जो डिटेक्टर ताऱ्यांच्या प्रकाशाचा डॉप्लर शिफ्ट मोजेल. या पाठीमागची कल्पना अशी होती की ताऱ्यांवरून येणाऱ्या प्रकाशाच्या वर्णपटीय रेषा निळ्या किंवा लाल भागाकडे कशा सरकतात त्यावरून पृथ्वीच्या दिशेने येणाऱ्या किंवा दूर जाणाऱ्या ताऱ्यांचा वेग मोजायचा, जसा १९ व्या शतकात तुल्से हिल येथे ह्युग्गीन्सने त्याच्या दुर्बिणीच्या मदतीने करायचा प्रयत्न केला होता. मेअर आणि कुएलोज यांना असे वाटत होते की ते हे काम अचूकपणे करू शकतील, नुसता ताऱ्यांचा वेध घ्यायचा एवढेच नाही तर दूर वरचे जग शोधून काढायचे.

---

३. १९९६ सालाच्या आधी थॉमस-केपर्ता तिच्या पहिल्या कॅथी थॉमस या नावाने लेखन प्रसिद्ध करत असे.

इतर सूर्यमालेतील ग्रहांचा वेध घेणे शास्त्रज्ञांना शक्य होत नव्हते, कारण कुठल्याही ग्रहाचा प्रकाश त्याच्या मातृताऱ्याच्या प्रचंड प्रकाशात बुडून जात होता. पण एक सूचना अशी आली होती की जेव्हा एखादा ग्रह त्याच्या मातृताऱ्याभोवती फिरतो तेव्हा त्याचे गुरुत्वीय बल त्या ताऱ्यावर काम करते आणि तो तारा किंचित वॉबल होतो, आणि ते समजू शकते. इतर खगोलशास्त्रज्ञांनी प्रयत्न केले, पण त्यांना काही दिसले नाही.[४] मेअर आणि क्वेलॉज यांचा नवीन स्पेक्ट्रोग्राफ आधीच्या पेक्षा जास्त संवेदनशील होता, त्यातून ताऱ्यांच्या वेगातला १० मीटर प्रतिसेकंद एवढा सूक्ष्म फरकसुद्धा नोंदवला जाऊ शकत होता.

१९९४ च्या उन्हाळ्यात तो स्पेक्ट्रोग्राफ शेवटी एकदाचा तयार झाला. क्वेलॉजला ताऱ्यांची यादी देऊन त्यांचे निरीक्षण करण्याचे काम देऊन मेअर त्यांच्या सबॅटीकलमध्ये (काही विश्वविद्यालयातून प्राध्यापकांना एक वर्षभर विश्रांती देतात, त्या काळात त्यांनी प्रवास किंवा अभ्यास करावा अशी अपेक्षा असते. त्याला सबबॅटीकल असे म्हणतात.) हवाईला पोहोचले. क्वेलॉजला ही निरीक्षणे घेताना अशी अपेक्षा होती की बहुतेक त्यांना गुरू ग्रहासारखे मोठे ग्रह सापडतील कारण त्यांच्या मोठ्या आकारमानामुळे त्यांचा त्यांच्या मातृताऱ्यावर तेवढाच जास्त जोर असेल. गुरूला सूर्याभोवती एक प्रदक्षिणा पूर्ण करायला १२ वर्षे लागतात, म्हणून आता बराच काल वाट पाहावी लागणार आहे असे समजून क्वेलॉज शांत बसला; गुरूसारख्याच एखाद्या ग्रहाची एक प्रदक्षिणा पूर्ण व्हायला निदान १० वर्ष तरी लागतील असे त्याला वाटले. पण गंमत म्हणजे त्याला लगेचच त्याच्या निरीक्षणामध्ये काही तरी विचित्र जाणवले.

५१ पेगॅसी नावाचा तारा विचित्र लक्षणे दाखवत होता. त्याचा वेग अस्थिर होता, दर ४ दिवसांनी त्याची एक सायकल पूर्ण होत होती. सुरुवातीला तर त्याला वाटले की त्याने डिझाइन केलेल्या त्याच्या सॉफ्टवेअरमध्ये बग शिरला. त्याला एकतर प्रचंड भीती वाटत होती आणि मेअरला हे सांगायला लाज वाटत होती की त्यांचे उपकरण नीट काम करत नाहीये. त्याने संपूर्ण शरद ऋतू वारंवार निरीक्षणे घेतली आणि त्याच्या लक्षात येतील त्या सर्व चाचण्या घेऊन बघितल्या, पण त्या ताऱ्यातील तो वॉबल सतत दिसतच होता.

---

४. १९९२ साली एका पल्सार भोवती दोन ग्रह फिरत असलेले सापडले होते, पण हा शोध आपल्या सूर्यमालेच्या दृष्टीने संबद्ध नव्हता. पल्सारभोवती फिरणारे ग्रह विरळा. त्या ग्रहावर जीवसृष्टी असण्याचा संबंधच नाही (निदान आपल्या माहिती प्रमाणे). आणि हे पल्सार्स जे तयार होतात ते इतर सर्वसामान्य मेन सिक्वेन्समधील ताऱ्यांसारखे नसतात.

सरतेशेवटी त्याने स्वत:लाच समजावले आणि ती जी विसंगती येत होती ते गुरुत्वीय बलच आहे असे मानले. त्याने आकडेमोड करून गणित मांडले की जो वॉबल जाणवतो आहे तो तेवढा असायला त्या महाकाय ग्रहाचे वस्तुमान अर्ध्या गुरुचे वास्तुमान अधिक १५० पट पृथ्वीचे वस्तुमान एवढे प्रचंड असायला हवे, आणि तरीही त्याच्या मातृताऱ्या भोवती फिरायला त्याला फक्त ४ दिवस पुरत होते, पृथ्वीसारखे वर्ष लागत नव्हते. आपल्या सूर्यमालेतील कुठलाच ग्रह असा नव्हता, एवढा प्रचंड मोठा आणि मातृताऱ्याच्या इतक्या जवळ असणारा. ग्रह निर्मितीच्या सर्व सिद्धान्ताच्या विरोधात जाणारा आणि मोठमोठ्या शास्त्रज्ञांनी जे सांगितले (त्यांनी अशा ग्रहांचा शोध घेऊन असा निष्कर्ष काढला होता की असा कुठलाही ग्रह असूच शकणार नाही ज्याचा प्रदक्षिणकाळ १० वर्षांच्या पेक्षा कमी असेल) त्याच्या विरोधात जाणारा. क्वेलॉजला तरी दुसरे कुठलेही स्पष्टीकरण लक्षात येत नव्हते. त्याने मेअरला हवाईला फॅक्स पाठवला की: 'मला असे वाटते की मला एक ग्रह सापडला आहे.'

१९९५ च्या मार्च महिन्यात मेअर युरोपात परतला, पण तोवर ५१ पेगॅसी क्षितिजाच्या खाली गेलेला होता. तोवर या जोडगोळीने त्या कल्पित ग्रहाच्या कक्षेसंबंधी भाकीत करण्यासाठी गणित करून ठेवले जेणे करून जेव्हा तो तारा जुलै मध्ये परत दिसायला लागेल तेव्हा लगेच कामाला लागता येईल. जेव्हा ती वेळ आली तेव्हा दोघेही जण सहकुटुंब हौटे-परगणा येथे पोहोचले जिथे त्यांच्या मॉडेलशी त्यांना त्या उपद्व्यापी ग्रहाची तुलना करून बघायची होती. पहिल्या रात्री त्याचा वेग त्यांच्या भाकिता प्रमाणे अगदी बरोबर होता आणि दुसऱ्या, तिसऱ्या आणि चौथ्या रात्रीसुद्धा बरोबर होता. आणि पाचव्या रात्री क्वेलॉज सांगतो, 'आम्ही म्हटले हो, तो एक ग्रह आहे.' त्या वेळच्या जाणीवे बद्दल बोलताना मेअर म्हणाला की तो एक भारावून टाकणारा असा क्षण होता. जगाच्या इतिहासातले ते पहिले मानव होते ज्यांना सगळ्याच्या आधी हे समजले होते की आपली पृथ्वी सोडून आपल्या सूर्यमालेबाहेरही असे जग असू शकते. जवळ जवळ ५० प्रकाश वर्षे दूर पेगॅसस या तारकासमूहात एक महाकाय ग्रह आपल्या सूर्यासारख्याच एका ताऱ्याभोवती फिरत होता. त्यांनी त्याचे नाव ५१ पेगॅसी बी असे ठेवले, आणि तिथला स्थानिक केक आणि चमचमती वाइन पिऊन त्यांनी हा शोध साजरा केला.

मेअर आणि क्वेलॉज यांनी फ्लोरेन्स येथे १९९५ च्या ऑक्टोबर महिन्यात झालेल्या एका कॉन्फरन्समध्ये ही बातमी जाहीर केली. त्या सभागृहात असलेले संशोधक खूप उत्साहित झाले होते, पण त्यांच्या मनात थोडी शंकासुद्धा होतीच. कारण आधी जे ग्रह आहेत असे वाटत होते ते सगळे अंदाज चुकले होते. अमेरिकेतील यांचे प्रतिस्पर्धी संशोधक, प्लानेट हंटर जोफ्फ मारसी आणि पॉल

बटलर हे कॅलिफोर्निया येथील एका वेधशाळेत काम करत असताना त्यांनी ही बातमी ऐकली. त्यानंतरच्या ४ रात्री त्यांनी ५१ पेगॅसीची निरीक्षणे घेण्यात घालवली. त्यांनी या बातमीचा दंभस्फोट करण्याचा आटोकाट प्रयत्न केला, पण जमले नाही, आणि त्यांनी मेअरला ई-मेल केला : 'तुमच्या विलक्षण शोधावर शिक्कामोर्तब झाले आहे!'

त्यानंतर माध्यमांमध्ये जणू वणवा पेटला. खगोलशास्त्रज्ञांच्या लक्षात आले की ५१ पेगॅसी बी या पहिल्या परग्रहाचा शोध म्हणजे खगोलभौतिकीसाठी मैलाचा दगड ठरला आहे. त्यात त्याची कक्षा इतकी विचित्र होती की ग्रहांच्या निर्मितीचा सिद्धान्त परत नव्याने लिहायची गरज निर्माण झाली होती.[५] पण लोकांच्या प्रतिक्रियेचे त्यांना फारच नवल वाटले, जगभरातील वर्तमानपत्रातील ठळक मथळे काय, हजारो फोन कॉल्स काय, मुलाखतीसाठी विनंत्या काय, जबरदस्त प्रसिद्धी मिळाली. क्वेलॉज तर म्हणाला की त्या नंतरचे ६ महिने काम करणेही मुश्कील झाले होते. 'पण आम्ही एका गोष्टीला पूर्णपणे मुकलो, ते म्हणजे तो ग्रह आणि सजीव सृष्टी यातला संबंध.'

५१ पेगॅसी बी हा ग्रह प्रचंड उष्ण आणि जीवसृष्टीसाठी नरक ठरावा असा ग्रह आहे, त्याच्या मातृताऱ्याशी बांधलेला, तप्त १००० अंश सेंटीग्रेड तपमान असलेला, जीवसृष्टी असण्याची शक्यता शून्य असलेला असा आहे. पण त्या ग्रहाचे निव्वळ अस्तित्वच फार फार महत्त्वाचे आहे, अवकाशात तिथे हा ग्रह आहे म्हणजे निश्चितच तिथे अजूनही ग्रह असणार. 'इतर ठिकाणचे जग हे आता स्वप्न किंवा तात्त्विक चिंतन राहिले नसून सत्यात अवतरले आहे' असे निवेदन अनुभवी, बुजुर्ग अवकाशीय बातम्या देणारे पत्रकार नोबेल विलफोर्ड यांनी न्यू यॉर्क टाईम्स मध्ये दिले. 'दूर अवकाशात ते आहेत आणि आपल्याला इशारा देत आहेत की या विश्वातील मानवतेच्या स्वत:च्या स्थानाविषयीच्या कल्पना नेहमीसाठी बदलण्याची क्षमता आमच्यात आहे.' हजारो वर्षांच्या परग्रहवासीयांबद्दलच्या संशयास्पद अशा वातावरणात या विश्वात आपण पूर्णपणे एकटे नाही आहोत हे सिद्ध करणारा कणभरही पुरावा आपल्याला आत्ता पर्यंत मिळाला नव्हता. आता निदान ते तरी बदलले आहे.

---

५. २०१९ च्या ऑक्टोबर महिन्यात क्वेलॉज आणि मेअर यांना त्यांच्या ५१ पेगॅसी बी च्या शोधाबद्दल भौतिकशास्त्रातला अर्धा नोबेल पुरस्कार देण्यात आला. (दुसरा अर्धा पुरस्कार जेम्स पीबल्स याला त्याच्या विश्वाच्या उत्पत्ती संबंधीच्या सैद्धान्तिक शोधासाठी देण्यात आला.)

तिकडे ह्यूस्टनमध्ये, थॉमस केपर्टाचा बेत पहिल्यांदा तर मॅके आणि इतरांना शरमिंदे होण्यापासून वाचवायचे हा होता, त्यांना हे सिद्ध करून दाखवायचे होते की ALH८४००१ मध्ये मंगळावरील सजीव सृष्टीचा कुठलाही पुरावा नाहीये. जसे तिने त्या अशनीच्या अगदी सूक्ष्म अशा भागाचे स्कॅनिंग करायला सुरुवात केली, त्यावरचे नारिंगी रंगाचे, चंदेरी राखाडी रंगाच्या खडकात रुतल्या सारखे असलेले चंद्र बघायला सुरुवात केली तशी तिला त्याबद्दल खूप उत्सुकता निर्माण झाली. कार्बोनेटच्या ग्लोब्युल्सच्या कडांवर असलेल्या बारीक काळ्या कणांबद्दल, जे अगदी बारीक म्हणजे नॅनो आकाराचे आहेत त्याबद्दल खूप उत्सुकता वाटायला लागली. तिच्या असे लक्षात आले की ते चुंबकीय स्फटिक आहेत, जे मॅग्नेटाईट (आयर्न ऑक्साईड) आणि पिऱ्होटाईट (आयर्न सल्फाईड) पासून बनले आहे, अगदी पृथ्वी वरचे मॅग्नेटोटॅक्टीक बॅक्टेरिया जसे छोटी होकायंत्रे तयार करतात. हे खनिज तयार करायला इतर निर्जीव (ज्यात जैविक क्रिया अंतर्भूत नाहीत) पद्धती पण आहेत, पण हे घडण्यासाठी अतिरेकी स्थिती असावी लागते जसे की - अतिउच्च तापमान, आणि उच्च पी एच – म्हणून ते कमी तापमानाला कसे निर्माण झाले आणि कार्बोनेटच्या रूपाने साठले. नाही तर याचा अर्थ ते स्फटिक बॅक्टेरियानी तयार केले असे म्हणावे लागेल.

१९९५ च्या जानेवारी महिन्यात या चमूला ULCAs' च्या बिल स्चोप्फ यांनी भेट दिली, ते फॉसील मायक्रोब्स मधील जगविख्यात तज्ज्ञ आहेत. त्यांनी पृथ्वी वरच्या ३.५ अब्जवर्षे इतक्या जुन्या खडकातील माहीत असलेल्या सगळ्यात जुन्या जीवाश्मांना ओळखून काढण्यात यश मिळवले आहे. या चमूने मिळवलेल्या एलिअन बगच्या पुराव्यांनी त्यांचे समाधान झाले नाही. त्यांनी त्या चमूला सांगितले की जोवर त्या रचने मध्ये तुम्ही सेंद्रिय पदार्थाची उपस्थिती दाखवू शकत नाही तोवर काही बोलता येणार नाही. ही अशी गोष्ट होती ज्यात यश मिळण्याची शक्यता कमी होती: शेवटी व्हायकिंग मिशनला सुद्धा मंगळावर काहीही सेंद्रिय पदार्थ सापडला नव्हता. परंतु थॉमस केपर्टाने या आधीच ALH८४००१चे दोन छोटे तुकडे स्टॅनफोर्ड विद्यापीठातल्या रसायन तज्ज्ञ रिचर्ड झरे याला पाठवले होते. त्याच्याकडे एक विशेष उपकरण म्हणजे लेझर मास स्पेक्ट्रोमीटर होते ज्याच्या मदतीने अगदी सूक्ष्म प्रमाणात असलेले रासायनिक रेणू त्यांची वाफ बनवून शोधता येत होते. आपण नक्की काय करतोय ते गुप्त ठेवण्यासाठी म्हणून तिने जे नमुने पाठवले त्याला मिकी आणि मिनी अशी सांकेतिक नावे दिली. झरे आणि त्याच्या सहकाऱ्यांना या असल्या सांकेतिक काव्यामध्ये विशेष लक्ष द्यावेसे वाटले नाही म्हणून ते नमुने तसेच कपाटात पडून राहिले. पण स्चोप्फच्या भेटीनंतर मात्र थॉमस केपर्टाने त्यांच्यामागे लागून कसेबसे ते काम करायला त्यांना तयार केले.

त्यांना असे दिसले की व्हायकिंगला मंगळावर सेंद्रिय पदार्थ सापडला नव्हता. गुंतागुंतीचे सेंद्रिय रेणू ज्यांना PAHs असे म्हणतात ते त्या कार्बोनेटच्या चंद्रांच्या मध्ये केंद्रित झाले होते. PAHs हे अ-जैविकरीत्याही निर्माण होऊ शकतात – ते सगळ्यामध्ये असत्तात अगदी गाडीच्या एक्झॉस्टपासून ते आंतरतारकीय वायूच्या ढगांपर्यंत – पण पृथ्वीवर मात्र हे जिथे जीव आहे तिथेही सापडले आहेत, उदाहरणार्थ पेट्रोलियम किंवा कोळसा. झरे आणि त्याच्या सहकाऱ्याना ALH८४००१ मध्ये जे रेणू सापडले ते बरोबर बॅक्टेरियल पेशी मेल्यानंतर राहिलेल्या अवशेषात असतात तसे होते.

त्या चमूला मात्र इतके सगळे संभाव्य पुरावे एका ठिकाणी येणे हा काही योगायोग वाटत नव्हता. १९९६ च्या सुरुवातीला उत्तेजित होऊन आणि थोडे धडधडत्या अंत:करणाने त्यांनी 'सायन्स'ला त्यांचा प्रबंध सादर केला. कित्येक आठवड्यांच्या छाननीनंतर आणि एका समितीच्या पुनरवलोकनानंतर (ज्यात म्हाताऱ्या झालेल्या कार्ल सॅगानचाही समावेश होता) तो प्रकाशनासाठी मंजूर झाला, त्यांनतर घटनांची अशी साखळी तयार केली गेली जी देशाच्या सर्वोच्च सत्ताधाऱ्यांपर्यंत पोहोचली. जुलैमध्ये या चमूला नासाच्या मुख्यालयात नासाचा मुख्य डॅन गोल्डीन याच्या ऑफिसमध्ये बोलावून घेण्यात आले आणि तिथे त्याने त्यांची कित्येक तासपर्यंत कडक उलटतपासणी घेतली. त्यानंतर गोल्डीन याला अध्यक्ष बिल क्लिंटन आणि उपाध्यक्ष अल गोर यांना माहिती देण्यासाठी व्हाईट हाउस येथे बोलावून घेण्यात आले.

७ ऑगस्ट बुधवार या दिवशी एका पत्रकार परिषदेत अध्यक्ष क्लिंटन यांनी व्हाइट हाउसच्या रोझ गार्डनमधून सगळ्या जगाला उद्देशून जाहीर घोषणा केली. ते म्हणाले, 'आज ८४००१ क्रमांक असलेला हा खडकाचा तुकडा अब्जावधी वर्षांच्या नंतर आणि कित्येक दशलक्ष मैल अंतरावरून आपल्याशी संवाद साधतो आहे,' तो खडक अन्यत्र जीवसृष्टीची शक्यता वर्तवतो आहे.' त्यांनी पुढे सांगितले की, 'हे जर खरे ठरले तर त्याचे परिणाम फार दूरवर पोहोचणारे आणि अतिशय विस्मयकारक असे असणार आहेत.' त्यानंतर टेलिव्हिजनचे कॅमेरे नासाच्या मुख्यालयातील भरगच्च सभागृहाकडे वळले. मॅके, गिब्सन, झरे, थॉमस केपर्टा आणि स्चोप्फ हे सगळे व्यासपीठावर विराजमान झाले होते. त्यांच्या समोर ALH८४००१ चा छोटा तुकडा काचेच्या छोट्या पेटीत ठेवलेला होता, आणि अतिशय आतुर अशा वार्ताहरांचा समूह. नासाचे प्रमुख गोल्डीन यांनी कॅमेऱ्यासमोर निवेदन दिले. ते म्हणाले की, 'या चमूच्या कामाने आपल्याला असा दिवस दाखवला आहे जो कदाचित इतिहासात सुवर्णाक्षरांनी लिहून ठेवला जाईल, आपण आता अगदी स्वर्गाच्या दारात पोहोचलो आहोत. आपले नशीब थोर म्हणून आपण या काळात

वावरतो आहोत.'

एक एक करून चमू मधल्या प्रत्येकाने त्यांना मिळालेले पुरावे सादर केले : कार्बोनेटस, मॅग्नेटाईटचे स्फटिक आणि सेंद्रिय पदार्थ. एक एक पुरावा सुटा सुटा बघितला तर तो त्याच्या जोरावर पुरावा ठरू शकत नव्हता, पण ते सगळे एकत्र धरले तर ते प्राचीन काळातल्या मंगळावरच्या सजीव सृष्टीचा पुरावा ठरू शकत होते, असे चमूचे म्हणणे होते. त्यांनी एक ॲनिमेटेड फिल्म दाखवली ज्यात असे दाखवले होते की, जंतासारखे काही मायक्रोब्स मंगळावरच्या पाण्यात पोहताहेत आणि तिथल्या खडकांच्या भेगांमध्ये अडकून कार्बोनेटच्या घडणीत भाग घेताहेत, त्यांनतर तो खडक अवकाशात भिरकावला गेला आणि सरते शेवटी पृथ्वीवर अंटार्क्टिका भागात पडला. यावर सर्व लोकांच्या तोंडून आश्चर्योद्‌गार निघाला त्यानंतर त्यांनी त्यांच्या दृष्टिकोनातून असलेला मंगळावरचा जीवाश्म दाखवला.

थोड्याच दिवसात लक्षावधी लोकांनी महाजालावर हा प्रबंध वाचला. पहिल्याच आठवड्यात हजारांच्यावर कथा या ALH८४००१ याच्यावर प्रसारित झालेल्या नासाच्या स्टाफने मोजल्या. बातमीदारांचे जथे ह्युस्टन मधल्या मिटीओराईट प्रयोगशाळेच्या बाहेर त्या मूळ खडकाची एक झलक बघायला मिळावी म्हणून रांगा लावून उभे होते. संपूर्ण जगातील वृत्तपत्रातील आणि मासिकातील वार्तांकनाची व्याप्ती माणसाचे चंद्रावर पहिले पाऊल पडले त्यावेळच्या पेक्षाही जास्त होती. USA Today ने लिहिले की, 'हाच तो मथळा ज्याची, मानवाने पहिल्यांदा आकाशाकडे नजर वळवल्या नंतर मानवता वाट बघत होती.'

सगळ्याच वार्तांकनामध्ये सकारात्मक दृष्टिकोन नव्हता. मायक्रोसॉफ्ट कंपनीचा एक मुख्य अधिकारी तर म्हणाला की. 'ALH८४००१ हे म्हणजे मानव जातीचा गेल्या ५०० वर्षात कोणी एवढा वाईट अपमान केला नसेल,' काही कट्टरपंथीय ख्रिश्चन मंडळींनी हे बायबलच्या विरोधी आहे अशी तक्रार केल्याने झरेच्या प्रयोगशाळेची वेब साईट आणि संपर्क क्रमांक तात्पुरते बंद करावे लागले. आणि अनेक शास्त्रज्ञसुद्धा बाह्या सरसावून या विरोधी दंड थोपटून उभे रहायची तयारी करत होते.

त्यानंतरच्या काही महिन्यात इतर संशोधकांनी 'ALH८४००१ यावरच नव्हे तर त्या प्रबंधाच्या लेखकांवरही जोरदार हल्ला चढवला. 'हे अर्धेकच्चे काम आहे, ते प्रकाशित करायची घाई करायला नको होती,' असे एका अशनी तज्ज्ञाचे म्हणणे होते. दुसऱ्या एकाच्या मते 'हा चमू कमी दर्जाच्या लोकांचा गट आहे'; तर तिसरा म्हणाला, 'हे तिरस्करणीय अशा विष्ठेच्या गोळ्याच्या आकारासारख्या आकाराचे क्लेशकारक असे अत्यंत पक्षपाती वर्णन आहे.' टीकाकारांनी पुराव्यादाखल मांडलेल्या प्रत्येक वाक्याला आक्षेप घेतला. त्यांचे असे म्हणणे होते की ते जंतासारखे आकार

प्रयोगशाळेत तयार केले होते; आणि कार्बोनेट व सेंद्रिय पदार्थांमुळे झालेले दुषितीकरण अंटार्क्टिकावर झालेय (मंगळावर नाही); किंवा ते जे काही कार्बोनेट्स सापडले आहेत, जरी मंगळावरचे मानले, तरी अति उच्च तापमानाला तयार झाले आहेत ज्या तापमानाला सजीव तग धरणार नाहीत.

चमूने केलेली निरीक्षणे परीक्षणासाठी सज्ज झाली, आणि त्यातून सर्वानुमते असा निष्कर्ष काढण्यात आला की चमूने दावा केल्याप्रमाणे ते पदार्थ मंगळावरच निर्माण झाले आहेत, आणि कार्बोनेट्स जमा झाली ती पाण्याच्या उपस्थितीतच आणि २५ ते ३० अंश सेल्सियसला जमा झाली आहेत. यानंतर चर्चेचा विषय दुसऱ्या निरीक्षणांच्या निकालाकडे वळला. मॅके आणि इतर असा दावा करत होते की सगळ्या शक्यता एकत्र धरून त्यांच्या म्हणण्याला पुष्टी मिळते आहे, इतरांनी मात्र कार्बोनेट्स सेंद्रिय पदार्थ आणि जंतासारखे आकार यांना सपशेल नाकारले कारण त्यांच्या अस्तित्वाची इतरही कारणे असू शकतात. मात्र मॅग्नेटाइट स्फटिक असे होते की त्यांच्या कडे दुर्लक्ष करून चालणार नव्हते.

२००० साली, थॉमस केपर्टाने त्या स्फटिकांचा जो अभ्यास केला होता तो सविस्तर मांडला. तिने असे नोंदवले की काही जरी असेंद्रिय पद्धतीने तयार झाले असले तरी त्यातल्या पाव हिश्शामध्ये काही तरी अद्वितीय असे मिश्रण आहे जे फक्त जैविक मॅग्नेटाइट मध्येच सापडले आहे (आणि पृथ्वीवर तो सजीव असल्याचा सज्जड पुरावा समजतात).[६] त्या दरम्यान 'ALH८४००१ चा अभ्यास करणाऱ्या दुसऱ्या गटाने ते स्फटिक पृथ्वीवरील बॅक्टरिया सारखे एका रेषेतील साखळीसारखे दिसतात असे नोंदवले, ज्याच्या भोवती गोलाकार वलय आहे जे पेशींच्या त्वचेचे अवशेष असावेत. मंगळावरील जीवसृष्टीचे पुरावे आता लक्षवेधक होत चालले होते.

२००३ साली परिस्थिती पूर्ण बदलली, त्या वेळी टीकाकारांनी असे सुचवले की, ते मॅग्नेटाइट जे थॉमस केपर्टाने वर्णन केले आहे ते कदाचित त्या अशनीमधल्या कॅर्बोनेट्सपासून बनले असतील जेव्हा अचानक घडलेल्या एखाद्या घटनेने मोठ्या प्रमाणावर तपमानात वाढ झाली असेल, उदाहरणार्थ काही तरी आदळल्यामुळे जेव्हा तो तुकडा अवकाशात उडाला असेल. संशोधकांनी अगदी या सारखीच परिस्थिती, वातावरण प्रयोगशाळेत स्फटिक बनवण्यासाठी निर्माण केली. २००९ साली तिने अजून एक धक्का दिला, तिच्या म्हणण्याप्रमाणे ALH८४००१ मध्ये फक्त आयर्न कार्बोनेट्सच आहेत असे नाही तर कॅल्शिअम, मॅग्नेशिअम आणि मँगेनीज यांचीसुद्धा कार्बोनेट्स आहेत. एखादी वस्तू आदळल्या नंतर प्रचंड उष्णता निर्माण

---

६. त्यांचे गुणधर्म : अरुंद आकार, छोटा पल्ला, रासायनिक दृष्ट्या शुद्ध, रचनात्मक दोष नसलेले आणि अति दुर्मिळ असा षट-अष्टकोनी आकार असलेले.

होते अशा स्थितीत या खनिजांचे विघटन ऑक्साईडस मध्ये सुद्धा होऊ शकते असा दावा थॉमस केपर्टा करते. आणि शुद्ध आयर्न ऑक्साईडच्या अशनीमधल्या अस्तित्त्वाचे कारण जैविकच असू शकते, असे ती ठासून सांगते.

नासाच्या गटाने मंगळावरच्या इतर अशनींचाही अभ्यास केला ज्यात नाखला आणि शेरगोट्टीचाही समावेश आहे, त्यातूनही त्यांना हेच सूचित करणारे पुरावे मिळाले आहेत. २०१४ साली संशोधकांनी नोंद केली की यामाटो ०००५९३ नावाच्या मंगळावरील खडकाच्या शिरा आणि भेगांमध्ये गुंतागुंतीचे सेंद्रिय पदार्थ भरलेले सापडले, तसेच तिथल्या खडकांमध्ये पृथ्वीवरच्या खडकात असतात तशी बिळे/ बोगदे सापडले आहेत (प्राचीन आणि नवे) जे छोटे मायक्रोब्स पोषक द्रव्य मिळवण्यासाठी खणून निर्माण करतात. २०१३ साली मॅके मृत्यू पावला पण गिब्सन आणि थॉमस केपर्टा अजूनही त्या प्रकल्पावर काम करताहेत. 'आम्ही आमच्या मूळ गृहीतकालाच अजून मानतो,' असे त्यांनी मला २०१९ च्या जून महिन्यात सांगितले. परंतु ती चर्चा निराशजनक, गतिरोधकाला अडकल्या सारखी झाली आहे. नासाच्या गटाला हे पूर्णपणे पटले आहे की सजीव सृष्टीची शक्यता सर्वांत वर आहे, तरी टीकाकार मात्र असेच मानतात की हा गट स्वतःचे म्हणणे सिद्ध करू शकलेला नाही. एक गोष्ट मात्र सगळेजण मानतात की या गटाचे काम आणि त्यांनतर लोकांच्या मनामध्ये निर्माण झालेले कुतूहल यामुळे परग्रहवासीयांच्या शोधा बद्दलची मते बदलली आहेत.

९० च्या दशकात नासा काही उद्दिष्टे शोधण्यासाठी झगडत होती. सोव्हिएत युनियनच्या पतनामुळे अवकाश – स्पर्धा संपुष्टात आली होती, शिवाय अनेक प्रचंड रकमेच्या मिशन्स कामाला होत असलेल्या उशिरामुळे, ठरलेल्या बजेट पेक्षा जास्त रक्कम लागल्यामुळे आणि काही मोठ्या अपयशामुळे, ज्यात १९८६ साली चॅलेंजर स्पेस शटल गमावल्यामुळे झालेल्या हानीचा समावेश आहे, आणि १९९३ सालचे १ अब्ज किमतीचे मार्स ऑरबायटर, या सगळ्या गोष्टींमुळे पीछेहाट होत होती. व्हाइट हाउस ने तसेही नासाला मिळणारा निधी अब्जावधी डॉलर्सनी कमी केला होता: अर्थात ALH८४००१ च्या प्रती दाखवण्यात आलेल्या वाईट झोंबऱ्या वागणुकीचे कारण ग्रहांचा अभ्यास करणाऱ्या शास्त्रज्ञांना असे म्हटले जायची भीती वाटत होती की, आयकर भरणाऱ्यांचा पैसा इतर ठिकाणी तरी सत्कारणी लागला असता. 'नासाच्या बजेट च्या बाबतीत आम्ही बलाधीक्रमाच्या सर्वांत खालच्या पायरीवर आहोत,' असे अशनीचा तज्ज्ञ ॲलन ट्रीमान याने न्यूजविकला १९९७ साली सांगितले. 'लोक आता जागृत झाले आहेत, हे सगळे जर कोल्ड फ्युजनसारखे मूर्खपणाचे ठरले तर आम्ही तर रस्त्यावरच येऊ.'

पण खरेतर याच्या अगदी विरुद्ध घडले. डॅन गोल्डीनने एजन्सीला योग्य तऱ्हेने

प्रवाहात आणायला सुरुवात केली होती, त्याने अत्यंत कठोरपणे नोकरशाहीवर नियंत्रण आणायला सुरुवात केली, नोकर कपात करणे, छोट्या छोट्या नावीन्यपूर्ण उपक्रमांना फास्टर, बेटर आणि चीपर या तत्त्वानुसार काम करायला लावणे इ. त्याने नासासाठी एका नवीन वैज्ञानिक मिशनचे स्वप्न बघितले होते: या विश्वा बद्दल आणि आपल्या त्यातल्या स्थानाबद्दलच्या मोठ्या प्रश्नांना उत्तर देण्या बद्दल. त्याला राजकारणी लोकांना पटवून द्यावे लागणार होते आणि बरोबर त्याच वेळी हे ALH८४००१ चे प्रकरण उद्भवले. क्लिंटनने जेव्हा या अशनीची बातमी सगळ्या जगासमोर जाहीर केली तेव्हा त्याने या संशोधनाबद्दल असे उद्‌गार काढले की, 'हे अमेरिकेच्या स्पेस प्रोग्रॅमचे समर्थनच आहे, आणि अगदी या आर्थिकदृष्ट्या कठीण काळातही आमचा त्याला पठिंबाच असेल.' त्यांनी असे वचन दिले की, 'नासा तिच्या सर्व बौद्धिक आणि तांत्रिक शक्ती मंगळावरील सजीव सृष्टीच्या संशोधनाच्यासाठी वापरेल'.

पत्रकार कॅथी सावयेरने ALH८४००१ बाबत २००६ मध्ये वार्तांकन करताना The Rock From Mars या पुस्तकामध्ये लिहिले की: 'परग्रहवासीयांबद्दलचे आकर्षण परतून आले आहे.' नासा ला मिळणाऱ्या आर्थिक पाठबळाला जी खीळ बसली होती ती क्लिंटन यांनी दूर केली, आणि नासाने तो सगळा आर्थिक प्रवाह ग्रहांबद्दलच्या संशोधनाकडे वळवला. मंगळ मिशन्स ना नवीन चालना मिळाली ज्यात नवीन प्रकारच्या अवकाशयानांचा अंतर्भाव होता – व्हायकिंग नंतर पहिल्यांदाच – जैविक अस्तित्त्वाचा आणि स्थानांचा पुरावा शोधण्याचे काम करणार होते. १९९८ साली नासा ने खगोलीय जीवशास्त्राची एक संस्थाच नव्याने स्थापन केली, आणी एक नवीन शाखा उदयाला आली जी आता या मूळ एजन्सीपेक्षा मोठी झाली आहे. ALH८४००१ च्या निमित्ताने सुरू झालेले संशोधन तसे बहुआयामी आहे असे गिब्सन म्हणतो, त्यामुळे खरेतर संशोधनाला एक दिशा मिळाली. फक्त परग्रहवासीयांबद्दल विचार करण्यापेक्षा वेगवेगळ्या शाखांच्या अभ्यासातून शास्त्रज्ञ आता ग्रह कसे निर्माण होतात, पृथ्वीवरील प्राचीन जीवांचे आयुष्य, आंतरतारकीय वायुच्या ढगात असलेले सेंद्रिय घटक शोधणे – या सगळ्याच विषयावर एकत्रित पणे संशोधन करतील. या सगळ्याचे ध्येय एकच जीवसृष्टीशी संबंधित या सगळ्या ब्रह्मांडाचा विचार करणे.

त्यानंतर झालेल्या संशोधनामुळे काही दशकांच्या अवधीतच आपला या ब्रह्मांडाबद्दलचा दृष्टिकोन बदलला आहे. आपल्या सूर्यमालेबाहेरील परग्रहाच्या शोधाबद्दलचेच उदाहरण घ्या. १९९५ मध्ये झालेल्या ५१ पेगॅसी बीच्या घोषणे नंतर एका आठवड्याच्या कालावधीतच संशोधकांनी अजून परग्रह सापडताहेत का याचा शोध घ्यायला सुरुवात केली. पण या क्षेत्रात वायुवेगाने प्रगती झाली जेव्हा नासाने केप्लर

अवकाश दुर्बीण अवकाशात सोडली तेव्हा. एखाद्या ताऱ्याचा प्रकाश किंचित कमी झाला तर त्याची नोंद केप्लरद्वारे घेतली जाते, कदाचित एखादा ग्रह त्या ताऱ्या समोरून जात असला तर त्याचा प्रकाश कमी होण्याची शक्यता असते, (या पद्धतीने परग्रहाचा शोध केप्लरद्वारे घेतला जातो). केप्लर दुर्बीण ही खूपच जबरदस्त काम करून गेली. २०१८ साली तिला डीकमिशन करण्याच्या आधी तिने ४००० परग्रह शोधले आहेत (आणि अजून हजारो सिद्ध होण्याच्या प्रतीक्षेत आहेत). केप्लरने हे दाखवून दिले की आपल्या आकाशगंगेत परग्रह हे नुसतेच मोठ्या प्रमाणात आहेत असे नाही तर विलक्षण पद्धतीने वेगवेगळे आहेत. उदाहरणार्थ ५१ पेगॅसी बी सारखे उष्ण गुरू ग्रहापासून ते छोट्या नेपच्यूनसारखे पूर्णपणे पाण्याखाली झाकलेले आहेत. बरेच ग्रह त्यांच्या मातृताऱ्याशी टायडली लॉक झालेले आहेत, ज्यांना 'आयबॉल वर्ल्ड्स' म्हणतात त्यांना आयुष्यभर न संपणाऱ्या रात्रींना तोंड द्यावे लागते तर त्याच ग्रहाच्या दुसऱ्या बाजूला भयंकर उष्णतेला तोंड द्यावे लागते आणि त्या दोन्हींच्या मध्ये सुरीने कापल्यासारख्या धारेवर कायमचा संधीप्रकाश.

संशोधक आता स्पेक्ट्रोस्कोपीचा वापर करून परग्रहाची रासायनिक रचना तपासत आहेत. इथेही त्यांना खूप अनोख्या, विलक्षण अशा नमुन्यांची मालिका सापडत आहे, जे आपल्या आकाशगंगेच्या छोट्याशा कोपऱ्यात सापडणाऱ्या गोष्टींपेक्षा फार फार वेगळे आहे. उदाहरण द्यायचे झाले तर ५५ कॅन्सरी ई या ग्रहाचे देता येईल जो त्याच्या मातृताऱ्याभोवती दर १८ तासाने एक प्रदक्षिणा पूर्ण करतो, त्याच्या पृष्ठभागावर सगळीकडे प्रचंड ज्वालामुखी आग ओकताहेत; HAT–P–7 एक वायूचा बनलेला महाकाय ग्रह ज्यावर corundrum या खनिजाचे बाष्प ढगात भरलेले आहेत, ज्या खनिजापासून माणिक आणि नीलम ही रत्ने तयार होतात; आणि केप्लर 7b हा ग्रह पॉलीस्टिरीन (थर्माकोल इतका) इतका हलका आहे. केप्लर 16b या ग्रहावर star wars मधल्या टॅटूने या ग्रहावरच्यासारखे दोन सूर्यास्त बघायला मिळतात, तर HD189733b याच्यावर सुरेख चैतन्यमय असे निळे वातावरण असून त्याच्या वरच्या सिलिकॉन च्या ढगातून काचेचा पाऊस पडतो.

या शोधाच्या केंद्रस्थानी अर्थात अशा ग्रहांचा शोध आहे ज्यावर जीवसृष्टी असू शकेल, ज्याचे वर्णन खगोलशास्त्रज्ञ (योग्य वर्णनाच्या अभावी) एक असा ग्रह जो पृथ्वीच्या आकाराएवढा आहे आणि त्याच्या मातृताऱ्यापासून योग्य अंतरावर आहे जेणे करून त्यावर पाणी द्रवरूपात असू शकेल. अशा प्रकारचे ग्रह संख्येनेही खूप आहेत. केप्लरच्या २०१३ च्या डेटा च्या विश्लेषणावरून असे लक्षात आले की आपल्या आकाशगंगेतील एकूण ताऱ्यांच्या एक पंचमांश ताऱ्यांभोवती फिरणारा एखादा तरी असा ग्रह आहेच. २०१६ मध्ये एक खडकाळ ग्रह आपल्या सगळ्यात जवळच्या ताऱ्याभोवती, भोवती फिरतोय तोही त्याच्या निवास योग्य क्षेत्रामध्ये हे

समजले; दुसऱ्याच वर्षी खगोलशास्त्रज्ञांना एकाच सूर्याभोवती फिरणाऱ्या ७ पृथ्वीच्या आकाराच्या ग्रहांची मालिका सापडली (त्यातले तीन त्याच्या निवास योग्य क्षेत्रामध्ये आहेत). २०१९ मध्ये सिंह तारकासमूहातील एका ग्रहावरच्या वातावरणात पाण्याचे बाष्प सापडले आहे. एकंदरीत खगोलशास्त्रज्ञांचा असा अंदाज आहे की फक्त आपल्याच आकाशगंगेमध्ये ८.८ अब्ज राहाण्यायोग्य संभाव्य असे पृथ्वीच्या आकाराचे ग्रह असण्याची शक्यता आहे.

१९९५ साली ५१ पेगॅसी बी सापडल्यावर टीकाकारांनी भाकीत केल्याप्रमाणे आता सगळ्यानच्याच दृष्टिकोनात खूप फरक पडला आहे. काही दृशकांच्या पूर्वी परग्रहांची कल्पना फक्त विज्ञानकथांमध्येच असू शकत होती, जसे कित्येक शतके होते. आणि आता आपल्या समोर आपल्या कल्पनेतसुद्धा येणार नाहीत असे विविध प्रकारचे ग्रह प्रचंड संखेने उपस्थित झाले आहेत – एक असे विश्व उलगडले आहे ज्यात ताऱ्यांपेक्षा ग्रह संख्येने जास्त आहेत. कुठल्याही प्रकारचा जीव या कुठल्याही ग्रहावर निर्माण होण्याची शक्यता जवळ जवळ शून्य असूनही आपल्याला हे माहीत आहे की आपल्याच आकाशगंगेत जीवसृष्टी अस्तित्वात असण्याच्या अब्जावधी संधी आहेत.

त्याच वेळी इकडे जीवशास्त्रज्ञांच्या असे लक्षात यायला लागले आहे की पृथ्वीवरील जीव हा त्यांच्या कल्पनेपेक्षा जास्त लवचीक आणि अंगात चिकाटी असलेला असा आहे. १९७७ साली असा शोध लागला की अगदी खोल खोल समुद्राच्या तळाशी असलेल्या भेगांमधून पृथ्वीच्या पोटात असलेली प्रचंड उष्णता जिथून बाहेर फेकली जाते त्या ठिकाणीसुद्धा काही जीव जिवंत असलेले सापडले होते इतकेच नव्हे तर त्यांची चांगली भरभराट झालेली होती, हे शास्त्रज्ञांसाठी खूपच धक्कादायक होते. १९९० सालापासून पराकोटीच्या प्रतिकूल परिस्थितीत जिवंत राहू शकणाऱ्या, सजीवांचा अभ्यास सुरू झाला तेव्हा असे लक्षात आले की निदान पृथ्वीवर तरी जिथे जिथे द्रवरूप पाण्याचा टिपूस जरी असला तरी तिथे जीव असतो,' पूर्वी आम्हाला सजीवांसाठी जे अनुल्लंघनीय असे भौतिक आणि रासायनिक अडथळे वाटत होते, 'असे जीवशास्त्रज्ञांनी नेचरच्या २००१ च्या अंकात सांगितले,' आता हे स्पष्ट झाले आहे की एक नवीनच सोयीची जागा या सजीवांच्या अस्तित्वासाठी निर्माण झाली आहे.

अगदी एवढ्यातच म्हणजे २०१३ मध्ये अंटार्क्टिकच्या गोठलेल्या खाऱ्या पाण्याच्या तळ्यात आणि पृथ्वीच्या वरच्या कठीण थरातील प्रचंड उष्णता असलेल्या खडकातसुद्धा जिवंत बॅक्टेरिया सापडले आहेत. ही सर्व सजीव सृष्टी पूर्वी वाटत होते तशी ऊर्जा सूर्यप्रकाशातून मिळवत नाहीत तर खोल पृथ्वीच्या पोटातील रासायनिक शक्तीपासून मिळवते. बॅक्टेरिया कुठल्याही पराकोटीच्या टोकाच्या परिस्थितीत

जिवंत राहू शकतात अगदी अति खारट किंवा आम्ला मध्ये, प्रचंड गुरुत्वीय बलाखाली, चिरडून टाकेल इतक्या दबावाखाली किंवा अत्यंत त्रासदायक अशा प्रारणांच्या माऱ्यामध्ये सुद्धा; असेही काही नमुने आहेत जे युरेनियम खाऊन जिवंत राहतात किंवा अर्सेनिक मध्ये श्वास घेतात. लायकेन किंवा दगडफूल मंगळासारख्या वातावरणात वाढू शकतात. टार्डीग्रेडसारख्या अतिसूक्ष्म पण कणखर प्राण्यांनी अवकाशाच्या निर्वात पोकळीत अंडी घातली आहेत. प्रत्येक नव्या शोधाबरोबर आपला सजीवांबद्दलचा दृष्टिकोन व्यापक होत चालला आहे, आणि त्या अनुषंगाने सजीव कुठे तरी बाहेर निर्माण झाले असावेत असे मानणे सोपे झाले आहे.

आता आम्ही आपल्या सूर्यमालेतील सजीवांच्या अस्तित्त्वासाठी इतर संभाव्य ठिकाणांचाही विचार करायला लागलो आहोत उदाहरणार्थ युरोपा, आणि एन्सेलॅडस (अनुक्रमे गुरु आणि शनीचे चंद्र), जिथे शास्त्रज्ञांना असा विश्वास आहे की त्या ठिकाणी पाण्याचे मोठे सागर किलोमीटर जाडीच्या बर्फाखाली आहेत; किंवा शुक्र, ज्यावर अब्जावधी वर्षांपूर्वी सजीवांसाठी उपयुक्त जागा ठरली असती, काही काळानंतर मात्र ग्रीन हाउस इफेक्टमुळे शुक्र सजीवांच्या राहण्यासाठी अयोग्य ठरला. मंगळ आणि पृथ्वी या दोन्हीच्या मध्ये होत असलेल्या ALH८४००१ सारख्या ॲस्टेरॉईडसच्या अब्जावधी वर्षांच्या पासून चालू असलेल्या देवाणघेवाणीमुळे कॉस्मोलॉजिस्ट पॉल डेव्हिस आणि जीवरसायनशास्त्रज्ञ स्टीव्हन बेन्नेर सारख्या मोठ्या मोठ्या शास्त्रज्ञांना असे वाटत होते की एका ग्रहावर निर्माण झालेली जीवसृष्टी दुसऱ्या ग्रहावर निर्माण होण्यास यामुळे मदत झाली असावी. काही वादग्रस्त व्यक्तिमत्त्वांपैकी एक असलेले चंद्रा विक्रमसिंघे यांच्या सारख्यांना संपूर्ण दीर्घिका म्हणजे एकमेकांशी जोडलेले असे जीवावरण (biosphere) आहे असे वाटते, या कल्पनेला 'पॅनस्पर्मिआ' असे म्हणतात, ज्या मध्ये प्रत्येक ग्रह त्याचा आनुवंशिकतेचा वारसा खूप मोठ्या अशा जनुकांच्या साठ्यामधून निवडतात अशी कल्पना आहे. धूमकेतू किंवा ॲस्टेरॉईडस वर मिळालेल्या सेंद्रिय पदार्थांच्या पुर्वचिन्हांमुळे, आणि बॅक्टेरिया व बुरशीजन्य बीजाणू खोल अवकाशात जिवंत राहू शकतात या शोधामुळे (विशेषत: खडकांच्या आत झाकलेले असतील तर), या सगळ्यामुळे कदाचित 'पॅनस्पर्मिआ'ची कल्पना तितकी वेडगळ पणाची वाटत नसावी जेवढी पहिल्यांदा वाटत होती.

मंगळाबद्दलच्याच कल्पना, भूतकाळातल्या आणि वर्तमानकाळातल्या आता पूर्णपणे उलटल्या आहेत. १९९८ साली नासाच्या 'मार्स ग्लोबल सर्व्हेअर' या ऑर्बायटरने केलेल्या निरीक्षणात असे आढळून आले की ४ अब्ज वर्षापूर्वी मंगळावर पूर्ण ग्रहावर पसरलेले असे चुंबकीय क्षेत्र होते ज्याच्यामुळे मंगळाला सूर्यावरून येणाऱ्या त्रासदायक अशा भारित कणांपासून संरक्षण मिळाले असेल. आता मंगळाच्या खडकांवरून असा सज्जड पुरावा मिळतो की याच्याचमुळे मंगळावर वातावरणाचे

जाड आवरण धरून ठेवायला मदत झाली, एक असे वातावरण जे कार्बन डाय ऑक्साईडने समृद्ध आहे, आणि जे, वातावरण उष्ण राखायला मदत करते व ज्यामुळे खाऱ्या पाण्याची सरोवरे, नद्या आणि समुद्र अस्तित्त्वात होती. २०१८ मध्ये नासाच्या क्युरीऑसिटी या रोव्हरने मंगळावरील एका प्राचीन सरोवराच्या तळाशी असलेल्या सेडीमेंटरी खडकामधून ३ अब्ज वर्ष जुने खडकाचे नमुने गोळा केले ज्यात मोठ्या प्रमाणात सेंद्रिय बिल्डिंग ब्लॉक्स सापडले जे जीवनासाठी आवश्यक असतात. हे सगळे विवरण मोठ्या विलक्षण रीतीने त्या कथेशी मिळतेजुळते आहे जे मॅके आणि इतरांनी १९९६ सालीच सांगितली होते, मॅग्नटोटॅक्टिक बॅक्टेरिया जे कधी काळी खाऱ्या, कार्बोनेटेड पाण्यात राहत होते.

आज ते चुंबकीय क्षेत्र नाहीसे झाले आहे, त्यामुळे मंगळावर अतिशय तीव्र प्रारणांचा मारा होऊन तिथल्या वातावरणाचा अतिशय पातळ असा थर शिल्लक राहिला आहे, त्यामुळे द्रवरूप पाणी लवकरच उकळून ते संपून जाते. तरीही मंगळ मिशन्सकडून मिळालेल्या माहितीवरून सतत मंगळावर जीवसृष्टीला पोषक अशी परिस्थिती होती असेच चित्र उभे राहते. शास्त्रज्ञांनी मंगळाच्या ध्रुवीय प्रदेशात आणि जमिनीखाली भरपूर गोठलेले पाणी पाहिले आहे, तसेच विषुववृत्तीय भागात असलेल्या डोंगरांच्या उतारावर उन्हाळ्याच्या काळात काळ्या रेषा बघितल्या आहेत त्या वाहत्या पाण्याच्या खुणा असल्यासारख्या दिसतात. २०१८ मध्ये युरोपियन स्पेस एजन्सीच्या मार्स एक्सप्रेस या ऑर्बिटरने रडारचा वापर करून हे दाखवून दिले की, पृथ्वीवरील अंटार्क्टिकासारखे मंगळाच्या दक्षिण ध्रुवावर खोल खोल बर्फाच्या खाली द्रवरूप पाण्याचे मोठे सरोवर आहे.

मंगळाच्या वातावरणात मिथेन हा वायूसुद्धा वारंवार सापडला आहे. हा वायू जरी भौगोलिक कारणांनी निर्माण होत असला तरी जमिनीवरील बहुतांश मिथेन सेंद्रिय पदार्थामुळे किंवा जीवाणूंमुळे निर्माण होतो, ज्यात पृथ्वीच्या वरच्या कठीण थरामध्ये असलेल्या बॅक्टेरियाचा समावेश आहे, म्हणून काही शास्त्रज्ञांना असे वाटते की मंगळाच्याही कठीण कवचा खाली हे असेच मायक्रोब्स असण्याचे हे संकेत असू शकतात. हे ठरवण्यासाठी नासा आणि इसाच्या येऊ घातलेल्या मिशन्स मंगळावर जमीन खोदून बघणार आहेत, पण मिथेनच्या अस्तित्त्वाने १९७६ मध्ये व्हायकिंगने मिळवलेल्या माहितीवर नवीन प्रकाश टाकला आहे. मिशनने दिलेले सकारात्मक निकाल नाकारले गेले, कारण तिथल्या मातीमध्ये कुठल्याही प्रकारचे सेंद्रिय रेणू सापडले नाहीत, पण आता हे स्पष्ट झाले आहे की ते तिथे अस्तित्त्वात आहेत. व्हायकिंग मिशनचे जीवशास्त्रज्ञ गिल्बर्ट लेविन आणि पॅट्रीशिया स्ट्राट यांचे ठाम मत आहे की त्यांना जे निकाल मिळाले आहेत त्याचे स्पष्टीकरण मंगळावरील जीवसृष्टीशीच निगडित आहे.

एकंदरीतच ALH ८४००१ आणि व्हायकिंगचा डेटा याचा अर्थ लावताना

मुळात ज्या अडचणी आल्या त्यामुळे शास्त्रज्ञांना या गोष्टीचा विचार करणे भाग पडले की एखादा परग्रहवासी त्यांच्या समोर आला तर त्याला कसा ओळखायचा, याचा व्यापक विचार करणे गरजेचे आहे. जसे तऱ्हेतऱ्हेचे ग्रह या विश्वात आहेत तसेच सजीवसुद्धा तऱ्हेतऱ्हेचे असू शकतील. आपल्याला जे सजीव माहिती आहेत (म्हणजे आपण आणि पृथ्वीवरील इतर जीव) ते कार्बन आधारित आणि द्रवरूप पाण्यावर अवलंबून आहेत, पण वेगवेगळ्या रासायनिक रचना सुचवल्या गेल्या आहेत: कदाचित शनीचा चंद्र टायटनवरच्या मिथेन/इथेनच्या सरोवरातील जीव पाण्या ऐवजी या हायड्रोकार्बनचा वापर करतील. कदाचित वेगवेगळे ऊर्जा स्रोत शक्य असतील: पृथ्वी वरच्या सारखे सूर्यप्रकाशाच्या किंवा रासायनिक शक्तीच्या ऐवजी औष्णिक ऊर्जा किंवा गतिजन्य ऊर्जा ते वापरत असतील. इतक्या साऱ्या संभाव्य शक्यता असताना आपण कशाची अपेक्षा करायची, उत्क्रांत होण्याच्या क्षमतेची की, चयापचय होण्याची की माहिती एनकोड करण्याची? किंवा कदाचित कुठलीही व्याख्या आपण केली तरी ती तोकडी पडेल, किंवा काहीही समोर येऊ शकते जे आपल्या आकलनात सामावू शकत नाही.

एक तार्किक शक्यता अशी आहे की एखाद्या न्यूट्रोन ताऱ्याच्या भोवती फिरणाऱ्या ग्रहावरचे सजीव कदाचित तिथल्या कमी जास्त होणाऱ्या चुंबकीय क्षेत्रातून त्यांना लागणारी ऊर्जा मिळवत असावीत, आणि त्यांचे जनुकीय कोड डीएनएच्या ऐवजी चुंबकाच्या साखळीवर आधारित असतील. काहींनी तर असे सुचवले आहे की आपल्या पृथ्वीवरच एक अदृश्य किंवा कुठल्याही पारंपरिक चाचण्यांद्वारे सुद्धा आपल्याला न सापडलेली अशी वेगळीच जीवसृष्टी अस्तित्वात असण्याची शक्यता आहे. जसे झुडपांमध्ये लपलेले पऱ्या आणि एल्वसचे राज्य असते तसे काहीसे. असे प्राणी आपल्याला सापडो वा न सापडो पण त्यांचा असा शोधच आपल्याला बदलवतो आहे, जीवन नक्की कसे आहे याबद्दलच्या आपल्या कल्पना विस्तारत आहेत.

या विश्वामध्ये इतरत्र कुठे सजीव सृष्टी आहे का याहीपेक्षा अजून एक मोठा प्रश्न असा आहे की या विश्वात इतरत्र कुठे बुद्धिमान सजीव आहेत का. जेव्हा आपण आकाशाकडे बघतो तेव्हा तिथून कोणी आपल्याकडे तर बघत नाहीये ना?

पाव शतकापूर्वी डीडीएर क्वेलोज़ पुरता गोंधळून गेला होता, कारण त्याला आकाशातून काही विलक्षण असे संदेश मिळत होते, त्याचवेळी अजून एक तरुण खगोलशास्त्रज्ञ तिच्या नवीन उपकरणावर काम करत असताना तिलाही असाच काहीतरी विलक्षण अनुभव आला. १९६७ साली केम्ब्रिज विद्यापीठात जोसेलीन बेल (आता बेल बर्नेल) नावाची पीएच.डी.ची विद्यार्थिनी क्वेझार्स वर संशोधन करत होती,

त्या वेळी नव्याने सापडलेल्या अतिशय तेजस्वी आणि रेडिओ तरंगांचा मोठा स्त्रोत असलेले असे अजून काही क्वेसार्स सापडतात का याच्या शोधात ती होती. बेलचे पर्यवेक्षक टोनी हेविश यांनी एक मोठ्या रेडिओ दुर्बिणीचे डिझाइन बनवले होते ज्यामुळे आकाशातील खूप मोठा परिसर त्यात समाविष्ट करता येत होता, जवळ जवळ ५७ टेनिस कोर्ट मावतील एवढा परिसर. ती दुर्बीण बांधायला त्याला आणि त्याच्या टीमला दोन वर्षे लागली, त्यासाठी त्यांनी जवळ जवळ हजार लाकडी खांब जमिनीवर उभे करून त्यांना हजारो किलोमीटरच्या तारांनी बांधावे लागले होते.

ती दुर्बीण १९६७ सालच्या जुलै महिन्यात सुरू केली. ज्या मधून आकाशात सोडलेल्या किरणांद्वारा व्यापलेला एक वर्तुळाकृती भाग, प्रत्येक २४ तासांनी जशी पृथ्वी फिरेल तसा तपासला जात होता. कुठूनही आलेला रेडिओ संदेश (सिग्नल) पेन ने काढलेल्या रेषांच्याद्वारे कागदाच्या गुंडाळीवर नोंदवला जात होता: दररोज ३० मीटर एवढा कागद वापरला जात होता. त्या सर्व नोंदींचे विश्लेषण बेल हातानेच करत होती. काही आठवड्यांनी तिला त्या रेषांमध्ये वेगळ्याच प्रकारची कंपने दिसली. ती कंपने जरा रहस्यमय वाटत होती कारण ती जमिनीवरील कुठल्याही हस्तक्षेपाशी मिळतीजुळती नव्हती किंवा कुठल्याही माहिती असलेल्या खगोलीय स्त्रोताशी नव्हती. तिने त्याला नाव दिले 'स्क्रफ'.

त्यानंतर बेल आणि हेविश यांनी त्या स्क्रफचे जास्त गतीने रेकॉर्डिंग करायचे ठरवले जेणेकरून त्यांना त्यातला आकृतिबंध जास्त सविस्तरपणे बघता येईल. संदेश येत जात होते, पण शेवटी नोव्हेंबर महिन्यात बेलने त्याची नोंद केली आणि तिने जे काही बघितले त्याचे तिला मोठेच नवल वाटले. तिने सांगितले की, 'जशा पेनने त्या कागदावर रेषा उमटत होत्या तसा मला त्यात एक पूर्णांक एक तृतीयांश सेकंदाच्या फरकाने येणाऱ्या पल्सचा तो सिग्नल दिसत होता.' अशा प्रकारचा सिग्नल तिने कधीच बघितला नव्हता. इतक्या नियमित पद्धतीने येणारा सिग्नल निश्चितपणे कृत्रिम होता. आणि तो सिग्नल तेव्हाच मिळत होता जेव्हा दुर्बिणीतून सोडलेला बीम दूर आकाशातील एका विशिष्ट अशा भागावरून जात होता.

त्या खगोलशास्त्रज्ञांनी अनेक पर्यायांचा विचार केला आणि ते बाद ही केले: चंद्रावरून परावर्तित झालेले रडार सिग्नल असतील; काही विचित्र कक्षेत फिरत असलेले उपग्रह; जवळच असलेल्या धातूच्या शेडमधून काही सिग्नल्स इ. शेवटी दुसऱ्या एका दुर्बिणीमधून वेध घेऊन त्या सिग्नलबद्दल खात्री पटल्यावर, (त्या उपकरणात काही दोष नाहीत ना याची खात्री करून घेतल्यानंतर) आणि येणारे सिग्नल आपल्या सूर्यमालेच्याही बाहेरून फार दूरवरून येत आहेत याची खात्री पटल्यावर, बेल ला नाइलाजाने एक न पटणाऱ्या निर्णयापर्यंत यावे लागले: 'ही जी पल्स मिळत आहेत ती माणसानेच केलेली आहेत पण दुसऱ्या कुठल्या तरी

संस्कृतीतल्या, परग्रहावरच्या माणसाने तर नाही पाठवले?' तिच्या ग्रुपने गंमत म्हणून तिच्या त्या रहस्यमय स्रोताचे, त्या ताऱ्याचेच नाव एल.जी.एम. तारा म्हणजे 'लिटल ग्रीन मेन तारा' असे ठेवले.

काही वर्षांच्या पूर्वी, १९५९ च्या नेचर मासिकाच्या एका प्रबंधात भौतिक शास्त्रज्ञांनी असा प्रस्ताव ठेवला होता की बुद्धिमान परग्रहवासीयांना खोल अवकाशातून कदाचित आपल्याशी संपर्क साधायचा असेल तर ते आपल्याला रेडिओ सिग्नल पाठवतील तोही १४२० MHz या बँडवरून, हायड्रोजेनची वर्णपटातील उत्सर्जन रेषा. ते म्हणाले की हे सगळे कदाचित एखाद्या विज्ञान कथेसारखे वाटेल, 'आंतरतारकीय सिग्नल्सची उपस्थिती याच्याशी पूर्णपणे सुसंगत आहे हे आपण आता जाणतो, आणि... जर सिग्नल्स असतीलच तर ते जाणून घ्यायची क्षमता आपल्यात आहे,' अमेरिकन खगोलशास्त्रज्ञ फ्रँक ड्रेक याने पहिला शोध लावण्याचे काम लवकरच हातात घेतले: १९६० साली व्हर्जिनिया येथील National Radio Astronomy Observatory येथे त्याने चार महिने राहून एका २६ मीटरच्या दुर्बिणीला जवळच्या दोन ताऱ्यांवर लक्ष केंद्रित करायला लावले, पण त्याला काहीच ऐकायला मिळाले नाही. आता असे वाटायला लागले होते की बेलला असलेच कुठले तरी सिग्नल्स मिळाले असणार आहेत.

जसा ख्रिसमस जवळ यायला लागला होता तसे येणारे सिग्नल्स जास्तच विचित्र, उपरे असे वाटायला लागले होते. त्याच्या वेळा कधी बदलल्या नाहीत पण पल्सेसची शक्ती मात्र कमी जास्त होत होती आणि कधी सिग्नल्स येणे थांबूनही जात होते. हे सिग्नल एका अगदी छोट्या (अरुंद) अशा वारंवारितेच्या बँडमधून येत होते, जास्त करून दुसऱ्या कुठल्याही नैसर्गिक उत्सर्जनापेक्षा एखाद्या रडारच्या पल्ससारखे. खगोलशास्त्रज्ञांनी गणित करून हे शोधले की याचा स्रोत हा सर्वसाधारण ताऱ्यांपेक्षा खूप छोटा असणार आहे.

या ठिकाणी हेविश आणि त्या वेधशाळेचे प्रमुख मार्टिन राईल यांनी परग्रहवासीयांच्या अस्तित्त्वाबद्दल गंभीरपणे विचार करायला सुरुवात केली. हेविश यांनी १९६८ साली लिहून ठेवले आहे की, 'जसजसे दिवस जात होते तशी लोकांच्या मनातील उत्सुकता, उत्तेजना वाढत होती.' 'येणारे पल्सेस म्हणजे परग्रहवासीयांकडून येणारे संदेश तर नसतील?' इतर काहीच स्पष्टीकरण देता येत नसेल तर ही गोष्ट लोकांसमोर कशी जाहीर करायची याबद्दल त्यांनी चर्चा केली. रॉयल सोसायटीकडे जावे की शासनाकडे? राईलने तर गमतीत असेही म्हटले की जे काही शोध लागलेत, ज्या काही नोंदी केल्या आहेत ते सगळे जाळून टाका आणि सगळाच मामला विसरून जा. कारण ही बातमी बाहेर गेली की त्याला माहिती होते लोकांना त्या संदेशाला उत्तर द्यावेसे वाटेल, आणि युरोपियन संशोधनाच्या इतिहासात याची

खूप उदाहरणे आहेत की, 'आपल्यापेक्षा वरच्या पातळीच्या संस्कृतीतील लोकांपासून दूर राहणेच योग्य ठरते.'

बेलसाठी मात्र ते रहस्यमयी सिग्नल म्हणजे एक ताप झाला होता. 'इथे मी माझी पीएच.डी. मिळवण्यासाठी एका नवीन तंत्रावर काम करतेय, आणि कुठल्या तरी मूर्ख लिटल ग्रीन मेनना नेमकी मी काम करीत असलेलीच वारंवारिता आणि मी निवडलेलाच आकाशातला भाग मिळाला का आमच्याशी संवाद साधायला?' त्यानंतर २१ डिसेंबरला तिने परत ते तक्ते बघितले तेव्हा तिला वाटले की त्यात अजून स्क्रफची भर पडली आहे, पण या वेळी आकाशाच्या वेगळ्या भागातून हे सिग्नल आलेले आहेत. त्या रात्री ती मुद्दाम खात्री करून घ्यायला वेधशाळेत गेली जेव्हा आकाशाचा तो भाग दुर्बिणीच्या दृष्टिक्षेपात येईल तेव्हा जास्त बारकाईने निरीक्षण करता येईल म्हणून. सुरुवातीला तर अति थंडीमुळे ते उपकरण नीट काम करत नव्हते.' बटणांची उघडझाप करून, त्यावर फुंकर मारून मी ते चालू करण्याचा प्रयत्न केला, आणि माझ्या प्रयत्नाला यश येऊन ५ मिनिटांच्या करता मी ते चालू करू शकले.' तिला आठवतय की ती अगदी योग्य वेळेवर तिथे होती आणि त्यावरून हे पक्के झाले की नव्याने मिळालेले सिग्नल म्हणजे पल्सेसचा वेगळा सेट होता जो १.२ सेकंदांच्या फरकाने येत होता.

ख्रिसमससाठी म्हणून घरी जाताना बेल आता जास्तच खूश होती, तिला आता याचे समाधान होते की त्या स्क्रफबाबत आता एक नैसर्गिक स्पष्टीकरण देता येणार होते: 'दोन ठिकाणच्या लिटल ग्रीन मेननी एकच वारंवारिता निवडून, एकच वेळ निवडून, एकाच ग्रहावरच्या सजीवांना संदेश पाठवणे ही गोष्ट केवळ अशक्य होती.' जानेवारीमध्ये जेव्हा ती परत येऊन कामाला लागली तेव्हा तिला आधीच्या सारखेच अजून दोन स्रोत सापडले. त्या दरम्यान हेविशने मूळचा सिग्नल डॉपलर शिफ्टसाठी तपासला असता त्याला काही सापडले नाही (ते सिग्नल जर खरेच परग्रहवासीयांनी पाठवले असते तर ते कुठल्यातरी ताऱ्याभोवती फिरणाऱ्या एखाद्या परग्रहावरून आले असते, आणि त्या स्रोताचा वेग पृथ्वीच्या तुलनेत बदलता असता. पण तसे काही झाले नाही). दुसऱ्या एका सहकाऱ्याने असे सुचवले की सौरवातामध्ये सरळ सरळ होणाऱ्या चढ उतारामधून ते रेडिओ तरंग जाऊन मग पृथ्वीवर आले, त्यामुळे कदाचित त्यांच्या तीव्रतेत बदल झाले असतील.

जेव्हा परग्रहवासीयांची शक्यता फेटाळून लावली गेली तेव्हा बेल आणि तिच्या सहकाऱ्यांनी त्यांचा प्रबंध लिहून पूर्ण केला आणि तो १९६८ सालच्या फेब्रुवारी महिन्यात प्रकाशित केला. त्यांनी त्या कमीजास्त होणाऱ्या स्रोताचे नाव ठेवले 'पल्सर्स'. खगोलशास्त्रज्ञ आता त्याचे वर्णन तीव्र चुंबकीय क्षेत्र असलेले न्यूट्रॉन तारे असे करतात (स्फोट होऊन संपुष्टात आलेल्या महाकाय ताऱ्याचा गाभा, जो फक्त

२० किमी व्यासाचा असतो) जे तारे प्रचंड वेगाने त्यांच्या अक्षा भोवती फिरतात आणि असे फिरताना त्यांच्या दोन्ही ध्रुवप्रदेशांतून अत्यंत शक्तिशाली असे विद्युत चुंबकीय प्रारणांचे फवारे एखाद्या दीपगृहातील प्रकाशाच्या बीमसारखे फेकले जातात. त्यांच्या मार्गात येणाऱ्या कोणालाही ते अधूनमधून येणारे पल्सच वाटतील. हेविश आणि राईल यांना या शोधासाठी १९७४ सालचा नोबेल पुरस्कार मिळाला, पण त्यात त्यांच्या तरूण विद्यार्थिनीचा, बेलचा समावेश मात्र नव्हता.

या सगळ्या प्रकरणात लिटल ग्रीन मेन जरी बाद ठरले तरी कधीतरी खोल अवकाशातून आपल्याला कोणीतरी संदेश पाठवेल ही कल्पना अजूनही लोकांना मोहवते. त्यासंबंधीचे प्रकल्प आता फक्त कोणी खासगीरीत्या आर्थिक मदत केली तर आणि तेही छोट्या प्रमाणावर चालू ठेवतात (१९९२ साली नासाने चालू केलेला एक प्रकल्प राजकारण्यांनी त्याची थट्टा उडवून एका वर्षात बंद पाडला), आणि आकाशही तेव्हापासून शांतच आहे. यातला उल्लेखनीय असा प्रकार १९७७ साली नोंदवला गेला जेव्हा एका स्वयंसेवक खगोलतज्ज्ञाने ओहिओ येथील बिग इअर रेडिओ दुर्बिणीतून मिळालेला एक संदेश पाहिला. तो सिग्नल म्हणजे धनु राशीतला १४२० MHz मधून आलेल्या रेडिओ तरंगांची मोठी लाटच होती, ते बघून तो एवढा उत्तेजित झाला की त्याने चार्टवर त्या ठिकाणी गोल करून 'wow' असे लिहिले. तो सिग्नल परत कधीच आला नाही आणि त्याचे स्पष्टीकरण कधीच देता आले नाही.[७]

---

७. खगोलशास्त्रज्ञ सुद्धा संदेश पाठवतच होते. प्युर्टो रिको येथे असलेल्या अरेकीबा दुर्बिणीद्वारे परग्रहवासीयांसाठी म्हणून पहिला संदेश पाठवला गेला, फ्रँक ड्रेक आणि कार्ल सॅगान यांनी तो बनवला होता आणि तो १९७४ साली जवळच्याच तारकागुच्छाच्या दिशेने पाठवण्यात आला. मार्टिन राईल जो त्या वेळ पर्यंत इंग्लंडचा शाही खगोलतज्ज्ञ रॉयल झाला होता, या प्रकाराने प्रचंड भयभीत झाला. या अशा प्रकारचा योग्य त्या प्रकाराने लोकांशी चर्चा न करताच पाठवलेल्या संदेशाने तो हैराण झाला. त्याने ड्रेकला पत्र लिहिले की, 'हे अशा तऱ्हेने आपले अस्तित्त्व आणि आपले आकाशगंगेतील स्थान जाहीर करणे फारच धोकादायक ठरू शकते; आपल्याला माहिती नाहीये की बाहेर कुठे कोणी द्वेषयुक्त, भुकेले परग्रहवासीय असण्याची शक्यता आहे.' अरेकीबोन 'wow' सिग्नलला सुद्धा २०१२ साली उत्तर पाठवले. National Geographic ने पुरस्कृत केलेल्या या संदेशात १०,००० ट्वीटर संदेश आहेत त्यावर लेबल लागलय # Chasing UFOs. २०१७ सालच्या शेवटाला एका ना नफा ना तोटा या तत्त्वावरच्या एका गटाने METI international ने स्वत:च प्रयत्न सुरू केले आहेत, त्याद्वारे त्यांनी परग्रहवासीय बुद्धिवंतासाठी संगीतावर आधारित गणिती कोडं जवळच्याच परग्रहाच्या दिशेने पाठवलं आहे.

२०१५ साली रशियन कोट्यधीश युरी मिल्नेर याने SETI या परग्रहवासीय शोधण्यासाठी असलेल्या प्रकल्पाला पुढे मुख्यधारेत ढकलण्यासाठी १०० दशलक्ष डॉलर्सची मदत केली आणि ब्रेक थ्रू लिसन नावाचा प्रकल्प बर्कले, कॅलिफोर्निया येथे सुरू केला. हा एवढा निधी नवीन प्रकारच्या संशोधन तंत्रज्ञान मिळवण्यासाठी, उदाहरणार्थ यंत्र लर्निंग आणि जगातील सर्वांत मोठमोठ्या दुर्बिणीचा वेळ विकत घेण्यासाठी पुरेसा होता[८] आणि खगोलशास्त्रातल्या काही दिग्गजांचा आधार मिळवण्यासाठीही पुरेसा होता, आणि लक्षावधी ताऱ्यांना लक्ष्य बनवायला पुरेसा होता. २०१७ सालच्या ऑगस्ट महिन्यात या प्रकल्पाद्वारे केलेल्या पाहणीत रेडिओ तरंगांचे वारंवार होणारे आणि ज्याचे काहीही स्पष्टीकरण देता येत नाही असे अनेक स्फोट ३ अब्ज प्रकाशवर्षे दूर असलेल्या एका बटू दीर्घिकेतून आलेले दिसले, पण खगोलशास्त्रज्ञांना असे वाटते की त्याच्या मागे नैसर्गिक स्रोत आहेत.

आतापर्यंत जरी सगळे शोध निष्फळ ठरले असले तरी या विषयाबद्दलची लोकप्रियता एवढी जास्त आहे की बुद्धीमान परग्रहवासीय हा विषय सतत चर्चेत राहतो, अगदी तत्त्वज्ञापासून ते संगणक अभियंत्यापर्यंत सगळे जण याच विषयावर चर्चा करतात की कुठल्या प्रकारचे जीव समोर येऊ शकतील आणि आपण त्यांच्याशी कसे संवाद साधू? 'एके काळी जो अनोखा असा वैज्ञानिक लघुउद्योग होता तो आता फार मोठ्या प्रमाणावरचा, अनेक ज्ञानशाखांशी संबंधित असा बुद्धिमान सजीवांच्या, पृथ्वी वर आणि बाहेरही, स्वभाव आणि वागण्या बदलचा वैचारिक प्रयोग झाला आहे.

भाषातज्ज्ञांसाठी या प्रश्नाने एका जुन्या विवादाला, भाषेचे मूळ गुणधर्म काय या वादाला पुनरुज्जीवित केले आहे: ती कशावर आधारित आहे, आपल्या जन्मजात वैश्विक तत्त्वावर किंवा त्याच्या विरुद्ध आपल्या स्वत:च्या स्वभावावर आणि वातावरणावर. त्या दरम्यान प्राण्यांच्या वागणुकीचा अभ्यास करणारे तज्ज्ञ म्हणतात की आपण फक्त आपल्याच विचारांचा आणि भाषेच्या प्रकाराचा विचार करून चालणार नाही तर पृथ्वीवर सापडणाऱ्या इतर बुद्धिमान जीवांचाही विचार केला पाहिजे. उदाहरणार्थ मधमाश्यांची सामूहिक स्मरणशक्ती इथपासून ते ऑक्टोपसची जिज्ञासा आणि अडचणी सोडवण्याची क्षमता इथपर्यंत. तत्त्वज्ञानी लोक विचारतात की आपण परग्रहवासीय किंवा त्यांच्या संस्कृतीला ओळखायचे कसे, जरी ते आपल्यापासून वेगळे असले तरी ते नैतिकदृष्ट्या पात्र आहेत की

---

८. ज्यामध्ये इंग्लडचे शाही खगोलतज्ज्ञ मार्टिन रीस आणि कॉस्मोलॉजिस्ट स्टीफन हॉकिंग्स यांचा (२०१८ मध्ये झालेल्या त्यांच्या मृत्यूपूर्वी) समावेश होता.

नाही हे कसे ओळखायचे? असे काय आहे जे एखाद्या जीवाला मोठेपणा आणि मान, आदर मिळवून देते?

परग्रहवासीय कदाचित जैविक नसतीलसुद्धा. अमेरिकेतील एक तत्त्वज्ञ आणि संज्ञानात्मक शास्त्रज्ञ सुसान श्रायडर असे सुचवते की सगळ्यात अत्याधुनिक अशी संस्कृती बाहेर कुठली असेल तर ती सुपर संगणकांची असेल – कृत्रिम बुद्धिमत्तेचे उत्तम नमुने जे जैविक अशा जीवांनी बनवले आणि नंतर ते स्वत:च स्वत:च्या तंत्रज्ञानामुळे एकतर मरण पावले असतील किंवा तंत्रज्ञानाशीच एकरूप झाले असतील. ती असे भाकीत करते की हे जे काय आहेत त्यांचे मूळ सिलिकॉनवर आधारित असेल, ज्यामुळे जैविक मेंदूपेक्षा खूपच जास्त वेगाने माहितीवर प्रक्रिया होईल.

बाकीची मंडळी असा प्रश्न विचारतात की ज्ञान आणि तंत्रज्ञानात झालेली प्रगती ही सांस्कृतिक प्रगतीचे मोजमाप ठरू शकते का? नासाचे जीवशास्त्रज्ञ मार्क लुपिसेला यांनी असे विचारले आहे की खरोखरच अत्याधुनिक असलेले परग्रहवासीय कदाचित बुद्धिमत्तेला स्वत:चाच घात करणारे एखादे हत्यार समजत नसतील ना? अशा एखाद्या संस्कृतीची आपण कल्पना करू शकतो का ज्यात व्यक्तिनिष्ठ गोष्टींना जसे की – चांगुलपणा, सहानुभूती, वैविध्य यांना वस्तुनिष्ठ गोष्टींच्या पेक्षा जास्त महत्त्व आहे?

थोडक्यात परग्रहवासीयांबद्दल अनुमान बांधताना नकळत मानवतेबद्दलच चर्चा होते आहे: आपल्यासाठी काय महत्त्वाचे आहे; आपण कोण आहोत; आणि आपल्या भविष्यात काय लिहून ठेवले आहे. पृथ्वीसोडून बाहेर कुठे सजीव सृष्टी आहे का हे बघताना आपल्याला असा प्रश्न पडतो की आपल्या जीवनाचा या ब्रह्मांडाशी कसा संबंध लावायचा आणि जीवन म्हणजे नेमके काय आहे, यामुळे परग्रहवासीयांचा शोध घेणे हे खूप जास्त महत्त्वाचे, जरुरीचे होऊन बसले आहे. इथे परत आपण कुठल्यातरी मोठ्या गोष्टीचा एक भाग होऊन जातोय. मानव हा सार्वत्रिकपणे आणि अपरिहार्यपणे असा बुद्धिमान असा जीव असण्यापेक्षा प्रचंड मोठ्या शक्यतांच्या महासागरातला एक बिंदू असेल. मला वाटते त्यावरूनच आपली मानवतेची व्याख्या बदलते आहे. परग्रहवासीयांकडून काहीही संदेश जरी नाही आला तरी तेवढी ती कल्पनाच पुरे आहे की दूर अवकाशात दुसरे कोणी तरी आहे, त्यावरून आपण आपली स्थिती ठरवतो. जसे काही शतकांच्या पूर्वी पोलिनेशियन दर्यावर्दी ताऱ्यांवरून त्यांचा मार्ग शोधण्यासाठी न पाहिलेल्या बेटांबद्दल मनातल्या मनात कल्पना करत असत.

१९९६ सालापासून इतक्या सर्व शोधांच्या नंतरही आपल्या हाती अवकाशात इतरत्र

जीवसृष्टी असल्याचा एकही ठोस पुरावा नाही. मानवाच्या इतिहासात पहिल्यांदाच वैज्ञानिक पद्धत वापरून आपण अनुभवाचा वापर करून बाहेर अवकाशात काय आहे याचा शोध घ्यायचा प्रयत्न करतोय, पण आपण त्या महत्त्वाच्या प्रश्नाचे उत्तर देऊ शकत नाही आहोत – बाहेर जीवसृष्टी अस्तित्त्वात आहे का? – मंगळावर किंवा कुठेही? आत्तापर्यंत आपण एक गोष्ट नक्की केलीय ती म्हणजे या भल्यामोठ्या शोधाचे छोट्या छोट्या प्रश्नांमध्ये विभाजन केले आहे: इतर ग्रहसुद्धा सर्वसामान्य आहेत का? मंगळ वस्ती करण्या योग्य आहे का? सेंद्रिय रेणू सर्वत्रच पसरलेले आहेत का? सजीव कुठल्याही टोकाच्या हवामानात जिवंत राहू शकतात का, अगदी अवकाशात सुद्धा? या सगळ्याच प्रश्नांची उत्तरे अजून तरी होकारार्थी आलेली आहेत ही बाब दुर्लक्ष करण्याजोगी नाही.

पुराव्यांवरून तर हेच लक्षात येते की या विश्वात जीवसृष्टी अपवाद नाही तर तो एक नियम आहे. गेल्या काही शतकांपासून विज्ञानाने आपली पदावनती केली आहे, देवाच्या खास निर्मितीपासून ते एरवी रिकाम्या असलेल्या ब्रह्मांडात योगायोगाने झालेली निर्मितीएवढेच आपले स्थान झाले आहे. स्कॉरला अंटार्क्टिकमध्ये सापडलेला दगड आणि क्वेलोजचे फिरणारे ग्रह यांच्यामुळे एक वेगळी शक्यता निर्माण झाली आहे : जीव हा फार सर्वसामान्यपणे अस्तित्त्वात असू शकतो. जणूकाही आपण परत त्याच संकल्पनेपर्यंत येऊन पोहोचलो आहोत, सजीव ब्रह्मांडाची कल्पना. परत एकदा नव्याने आपण अवकाशात जीवन बघायला लागलो आहोत.

हे इथेच संपत नाही. जैव-अनुकूल अशा विश्वाची कल्पना आपल्याला जाणीव असलेल्या बुद्धिमान अशा जीवांच्या संभाव्यतेला विचारात घेण्यास भाग पाडते. जसे खगोल- इतिहासकार स्टीव्हन डिक याने अमेरिकेचे

अध्यक्ष गोर यांना व्हाइट हाउस येथे ALH84001 च्या बाबतीत १९९६ साली भरलेल्या शिखर परिषदेत सांगितले होते की: 'या सगळ्या वैश्विक उत्क्रांतीतून फक्त ग्रह, तारे आणि दीर्घिकाच निर्माण होणार आहेत की जीवन, मन आणि बुद्धीसुद्धा उत्पन्न होणार आहेत हे शोधण्याचा आम्ही प्रयत्न करतोय.'

विज्ञान हे पूर्णपणे भौतिक आणि वास्तवाच्या अभ्यासावर आधारलेले आहे. यात व्यक्तिनिष्ठ अनुभव बाजूला ठेवले तर आणि आपली कल्पनाशक्ती बाजूला ठेवली तर आपल्याला हे समजू शकेल की तिकडे नक्की काय आहे. यामुळे जगाचे असे ठाम मत झाले आहे की स्थूल जगत हेच वास्तव आहे. तरीही वैज्ञानिक निकाल आता अशा शक्यतेला येऊन टेकले आहेत की या विश्वात फक्त जीव आहेत असे नाही तर वेगळे विचार करणारे मनही आहे. शास्त्रज्ञ आता हा विचार करायला लागले आहेत – ज्यावर आपण शेवटच्या प्रकरणात विचार करणार आहोत – जाणीव

आणि अनुभव हे या विश्वातील मूलभूत प्रकार आहेत, रासायनिक उत्क्रांतीचे उत्पादन नाहीये. आपण अशा विश्वाची झलक बघण्याचा प्रयत्न करतोय जे फक्त जिवंतच नाही, तर जागेही आहे.

१२

मन

जेव्हा २००१ सालच्या एप्रिल महिन्यात नासाच्या अंतराळवीराने ख्रिस हॅडफील्ड याने पहिल्यांदा इंटरनॅशनल स्पेस स्टेशनच्या बाहेर अवकाशात स्पेस वॉक करण्यासाठी पाऊल ठेवले तेव्हा, कित्येक दशकांच्या कठोर प्रशिक्षणाचा आणि तयारीचा तो कळस होता. अतिशय कठोर, व्यवहारी आणि हट्टी स्वभाव असलेल्या, शिस्तबद्ध पायलट असलेल्या हॅडफील्डने गणित, भौतिकशास्त्र, अभियांत्रिकी आणि रोबोटिक्स यांचा अभ्यास केला होता. त्याने ७० वेगवेगळ्या प्रकारची विमाने चालवली होती. त्याने पुरे ५० दिवस पाण्याच्या तलावात स्पेस वॉकची प्रॅक्टिस केली होती. 'काय जे घडेल त्याला तोंड द्यायला तांत्रिकदृष्ट्या मी पूर्ण तयारीनिशी उतरलो होतो,' असे तो म्हणतो. पण तरीही तो एका दृष्टीने अजिबात तयार नव्हता.

जेव्हा तो पहिल्यांदा एका हाताने अवकाशयानाला धरून अवकाशाच्या महाप्रचंड पोकळीमध्ये तरंगायला लागला तेव्हा, त्याच्या मनातील मिशनबद्दलचे सर्व विचार – १७ मीटर लांबीचा रोबोटिक हात जोडण्याची तयारी करायचे काम – काही काळापुरते त्याच्या डोक्यातूनच गेले, त्याऐवजी त्याच्यावर नैसर्गिक सौंदर्याने जणू हल्ला केला. त्याच्या उजव्या हाताला अथांग पसरलेले, तारकांनी खच्चून भरलेले मखमली खोल असे अवकाश होते. आणि त्याच्या डाव्या हाताला संपूर्ण जग – जणू उसळत्या रंगाचा कॅलिडीओस्कोप. त्याने सांगितले की, 'मती गुंग करून टाकणारा अनुभव होता तो, तुमचे विचारच तिथे थांबून जातात.'

स्पेस सूटमध्ये असलेला तो एकटा, त्या अवस्थेत खाली पृथ्वीकडे बघताना त्याच्या मनात आले, 'सहा अब्ज माणसे, मानवजातीचा संपूर्ण इतिहास, आणि मानवाची काव्यप्रतिभा, सौंदर्यदृष्टी सगळे सगळे जे काही मानवी आहे ते, आणि आयुष्यभर वाचलेल्या पुस्तकांमधून, ऐकलेल्या व्याख्यानातून आणि आकडेमोडीतून जे समजले नसते ते त्या क्षणी समजले असे त्याला वाटले.' माझ्या बघण्याच्या क्षमतेनुसार मला कळलेली या जगाच्या अस्तित्त्वाचीच शक्ती.'

या पुस्तकात हेच सांगितले आहे की कसे आपण, म्हणजे निदान पाश्चिमात्य

लोकांनी तरी, हे ब्रह्मांड समजून घेताना आपल्या व्यक्तिगत अनुभवांना कठोरपणे दूर सारले. कोणे एके काळी माणूस मिथकांच्या, देवदेवतांच्या आणि आत्मे वगैरेंच्या मंत्रमुग्ध करणाऱ्या ब्रह्मांडात वावरत होता, ज्यात वैश्विक घटना मानवाच्या आयुष्याशी आणि समजुतींशी निगडित होत्या, ज्यात अर्थपूर्ण वास्तविकता होती. गेल्या काही शतकात आपण गणिती समीकरणे आणि कायदे यांच्या नादी लागून आपल्याला स्वतःला ताऱ्यांपासून वेगळे काढण्याचा प्रयत्न केला आहे. या सगळ्याच्या विरुद्ध असलेले लोक आधीपासूनच आहेत जे याला विरोध करत आले आहेत – परंतु एकंदर परिस्थिती – विज्ञानाने केलेली कामगिरी तर डोळ्यांसमोरच आहे. एक वेगळे बाह्य वास्तव अशा स्वरूपात आपण या विश्वाकडे बघतो, आपण त्याचे आकलन कसे करून घेतो याची पर्वा न करता ते अस्तित्त्वात आहे, एक भौतिक क्षेत्र जे अब्जावधी वर्षांपूर्वी अस्तित्त्वात आले, ज्याच्या कितीतरी नंतर आपले पूर्वज आकाशाकडे बघायला लागले आणि अब्जावधी वर्षे नंतरही अस्तित्त्वात राहणार आहे, अगदी शेवटचा जीव संपल्यानंतरही.

या विश्वाबद्दल जे ज्ञान आपण आता मिळवतो आहोत ते सगळे वेगवेगळ्या संशोधकांनी केलेल्या संशोधनातून आणि संगणकाने केलेल्या प्रक्रियेतून मिळवतो आहोत, त्यात कुठेही आकाशा बद्दलचे वैयक्तिक मत नाहीये. पण ज्या पद्धतीने हे हाताळले गेले आहे त्याला जबरदस्त यश मिळाले आहे. आपण धुळीच्या ढगांच्या आत डोकावू शकतो; अतिदूरवरच्या दीर्घिकांचे फोटो घेऊ शकतो; बिग बँगनंतर शिल्लक राहिलेला प्रकाश बघू शकतो; अवकाश काळाच्या वस्त्रावरच्या सूक्ष्म तरंगांची नोंद घेऊ शकतो. हे विश्व महास्फोटातून कसे निर्माण झाले याबद्दल आपण पुराव्यानिशी लिहू शकतो आणि विश्वाचा अंत कसा होईल याचेही भाकीत करू शकतो. अवकाशाच्या नजाऱ्याचा आपल्याला मिळालेला हा विशेषाधिकार आहे, हे बघणारे आपणच पहिले आहोत. आपल्याच बघण्याच्या क्षमतेवर मात करून आपण वैज्ञानिक अंतर्दृष्टी आणि नवनवीन शोध लावून, आपल्या ज्ञानेंद्रियांच्या क्षमतेपल्याड जाऊन आपण ज्ञान मिळवले आहे.

व्यावहारिक दृष्टिकोनातून सुद्धा आकाशाचे निरीक्षण करण्याची गरज राहिलेली नाही. प्राचीन समाजातील लोकांना आकाशाच्या बदलत्या स्थितीवरून त्यांच्या बारिकातील बारीक व्यक्तिगत गोष्टींबद्दल मार्गदर्शन मिळत होते, पण आता उपग्रह नॅव्हीगेशन प्रणाली आपल्याला एकाच क्षणात क्लिक वर शोधू शकते, आणि सूर्यावरून समजणाऱ्या वेळेपेक्षा डिजिटल घड्याळे कितीतरी जास्त अचूक वेळ सांगू शकतात. यादरम्यान आपण जर नजर वर करून आकाश बघायचेच ठरवले तर प्रकाशाच्या प्रदूषणामुळे काहीच दिसू शकत नाही, पूर्वी आकाश सुंदर दिसत होते हेही विसरायला झाले आहे. अगदी काही दशकांच्या पूर्वीपर्यंत आकाशात आकाशगंगा

इतकी झगझगीत दिसत होती की लोकांना त्यातून कथा सुचत असत, ती आता पार दिसेनाशीच झाली आहे युरोप किंवा अमेरिकेतील लोकांना. डेटा गोळा करण्याच्या दृष्टिकोनातून बघितले तर हे आकाश न दिसणे गैरसोयीचे जरी असले तरी फार अनर्थकारी नाहीये – खगोलशास्त्रज्ञ आता दूरवरच्या डोंगरांच्या माथ्यावर कृत्रिम प्रकाशापासून दूर मोठमोठ्या दुर्बिणी लावू शकतात, किंवा त्यांना अवकाशातही पाठवू शकतात. पण फक्त डेटा मिळवणे एवढ्याच गोष्टीशी मतलब आहे का? नुसत्या आकड्यांपेक्षा आकाशाकडे बघण्याचे सुख काही तरी वेगळे नसते का?

आता असे दिसते आहे की असे विचारणारी मी एकटीच नाहीये. गेल्या एक-दोन दशकांपासून बरेच तत्त्वज्ञ, मानसोपचारतज्ज्ञ, चेता शास्त्रज्ञ आणि अगदी भौतिकशास्त्रज्ञ सुद्धा, ज्या विश्वात आपण राहतो त्या विश्वाला समजून घेण्यासाठी चेतनायुक्त अनुभवाचा अंतर्भाव करण्याचा प्रयत्न करताहेत – विज्ञानाने कष्टाने मिळवलेल्या पद्धती आणि अंतर्दृष्टी याचा कुठल्याही प्रकाराने त्याग न करता. त्यांच्या कामाच्या परिणाम स्वरूप आपण आपल्याकडे कसे बघतो आणि आपण आपल्याला या जगाशी आणि सगळ्या विश्वाशी कसे जोडतो ते ठरते. काही जणांसाठी तर खरे वास्तव काय आहे असे विचारण्यासारखे आहे हे.

रात्रीच्या आकाशाला न्याहाळताना काय भावना मनात येतात याबद्दलचे जगभरातील लेखकांचे अनुभव आश्चर्यकारकरीत्या अगदी सारखेच आहेत, मग त्यांची पार्श्वभूमी काहीही असो अथवा ते कुठल्याही धर्माचे असोत. पहिल्या शतकात टॉलेमी या खगोलशास्त्रज्ञाने असे म्हटले आहे की रात्रीच्या आकाशातील सरकते तारका मंडल बघून मी स्वत: मर्त्य आहे हेसुद्धा विसरलो : ‘मी जणूकाही तरंगायला लागतो, झिअस या देवांच्या देवा जवळ बसून देवांचे अन्न अमृत प्राशन करतो.’ जवळ जवळ २००० वर्षांच्या नंतर स्विस तत्त्वज्ञ आणि कवी हेन्री फ्रेडरिक अमिएल १९ व्या शतकात सागर किनाऱ्यावर वाळूवर पहुडलेला असताना आकाशातील तारे आणि आकाशगंगा बघत होता. ते दृश्य बघून त्याच्या डोळ्यासमोर एक दिवास्वप्न तरळले, ‘प्रचंड मोठे भव्य प्रशस्त, अमर असा वैश्विक पसारा... एखादा कोणी जेव्हा ताऱ्यांच्या राज्यात पोहोचतो तेव्हा हे अनंताकाश त्याच्या मालकीचे असते!’

आजकाल असे दृश्य आपल्यापैकी कोणालाही दिसणे मोठे मुश्कीलच आहे, पण जर का बघायला मिळाले तर त्याच्या सारखे सुंदर दृश्य दुसरे नसेल. काही वर्षांपूर्वी एका उन्हाळ्यात एका प्रकल्पासाठी काम करताना मी मेक्सिकोमधल्या दूरवरच्या डोंगराळ प्रदेशात एका छोट्याशा तंबूत वादळापासून वाचण्यासाठी बसले होते. जेव्हा पाऊस थांबला तेव्हा मी हळूच तंबूच्या बाहेर डोकावून बघितले, मला त्या वेळी फारच एकटे वाटत होते आणि खूप चिंताही वाटत होती. पण जसे मी

वर आकाशाकडे बघितले आणि काय सांगू जणूकाही अड्रेनिलीनचा प्रवाह माझ्या शरीरातून जोराने वहात गेला. माझ्या डोक्यावर जणू चमचमत्या प्रकाशाचा समुद्रच पसरला होता, जो नुसता या क्षितिजापासून त्या क्षितिजापर्यंतच पसरला होता असे नव्हे तर खोल खोल अनंतात पसरला आहे असे वाटत होते. काही क्षण माझे पाय जमिनीवरून उचलले गेले होते, जणू मी माझ्या घराशीच जोडले गेले होते.

आता त्या गोष्टीचा विचार करते तेव्हा असे वाटते की मला कुठले विशिष्ट असे तारकासमूह किंवा कुठले ग्रह किंवा अगदी आकाशगंगेचा तो चमचमता पट्टा आठवतो असे नाही. आठवते ती आकाशाची विलक्षण अशी मोहिनी शक्ती. लंडनमध्ये जिथे मी राहते तिथले आकाश नीरस दिसते आणि निऑन व नारिंगी रंगाचा प्रकाश तिथे आकाशात पसरलेला दिसतो. आणि अगदीच एखाददुसरी चांदणी जेमतेम चमकताना दिसते. पण इथे जणू त्यावरचा पडदा उचलला गेला होता, आणि जणूकाही माझा हरवलेला खजिनाच मला परत मिळाला होता, तो मुळात हरवला आहे हेच मला माहिती नव्हते. चंद्र नसलेल्या या रात्रीच्या आकाशात असे वाटत होते की अंधार कुठे नाहीच आहे. सगळीकडे नुसता चंदेरी प्रकाश. सगळीकडे नुसते तारेच तारे.

काही वर्षांपूर्वीपर्यंत शास्त्रज्ञ मंडळी हा आकाशदर्शनातला आनंद दुर्लक्षित करत होते, आणि असा स्वप्नाळूपणा कलाकार आणि कवी मंडळींसाठी त्यांनी सोडून दिला होता. आता मात्र त्यांना फारच मनापासून पटले आहे की नुसता सौंदर्याचा आनंद घेण्याचा भाग त्यात नसून या विश्वाशी सरळ संबंध जोडण्यासारखे आहे हे ज्याच्यामुळे आपल्या मानसिक स्वास्थ्यावर जबरदस्त परिणाम होतो, आणि कुठल्या तऱ्हेचे आयुष्य आपण जगतोय त्यावरही होतो. यातला पहिला संशोधक आहे डाकर केल्टनर, हा बर्कले, कॅलिफोर्निया येथे मानसशास्त्रज्ञ आहे. कित्येक वर्षे राग आणि भीती यांसारख्या नकारात्मक भावनांवर काम केल्यानंतर त्याला असे वाटायला लागले की माणसाच्या अनुभवातल्या काही सकारात्मक भागाचा शोध घ्यावा; असे काही बदल की ज्यामुळे बराच काळपर्यंत टिकणारे असे परिणाम होतील. त्याने ('awe')'विस्मया'ची निवड केली. २००३ साली त्यांनी एका सहकाऱ्याच्या बरोबरीने शास्त्रज्ञांची या शब्दाची, या भावनेची पहिली व्याख्या प्रसिद्ध केली. त्यांनी असे वर्णन केले आहे की ही अशी भावना आहे जी आपल्या मनात तेव्हा निर्माण होते जेव्हा आपल्याला काहीतरी भव्य दिव्य अशा गोष्टीचा अनुभव येतो, जो आपल्या नेहमीच्या भावनांच्या पलीकडे गेलेला असतो आणि जे समजायला आपल्याला झगडावे लागते.

ती अशी भावना होती ज्यात विस्मयाबरोबर त्याला भीतीची झालर होती, ज्यात आपण ज्या बळाला सामोरे जातो तो इतका प्रचंड मोठा आहे की त्या समोर आपण

खुजे होऊन जातो, किंवा आपल्याला तो खाऊन टाकू शकतो. पण शास्त्रज्ञांना प्रिय असलेले नवल हे ज्ञानाने जाणून घेता येण्यासारखे आहे, एखादे कोडे सोडवण्याच्या प्रयत्नात ते वापरले जाते, पण विस्मय हा मात्र तर्कसंगत विचार बंद करतो. तो असा क्षण आहे की त्या वेळी आपल्याला हे मान्यच करावे लागते की काही गोष्टी अशाही आहेत ज्या आपल्या आकलनापलीकडल्या आहेत. केल्टनरच्या मते विशालता ही प्रत्यक्षात ही असू शकते किंवा वैचारिकसुद्धा असू शकते, आणि याबाबत अनेक संभाव्य स्त्रोत आहेत, उदाहरणार्थ एखादा शक्तिशाली नेता, एखादी परमोच्च त्यागाची किंवा चांगुलपणाची कृती, किंवा एखादे विलक्षण सुंदर निसर्गदृश्य: एखादे जंगल, महासागर, वाळवंट अथवा खिंड किंवा कॅनयन. जगभरातील शास्त्रज्ञ तेव्हापासून स्वयंसेवकांना वेगवेगळ्या विस्मयकारक गोष्टी दाखवून, उदाहरणार्थ डायनोसॉर्स किंवा अति उंच झाडे त्यांच्यातील विस्मयाची भावना अनुभवण्याचा प्रयत्न करताहेत. पण अवकाशाइतके मोठे दुसरे काहीच नाही. लोकांमधला विस्मय जागृत करण्यासाठी आतापर्यंतची सगळ्यात विश्वासार्ह आणि नेहमी वापरात असलेली पद्धत म्हणजे त्यांना तारकांनी खच्चून भरलेल्या आकाशाचे फोटो किंवा व्हिडीओ दाखवणे.

यातून निघालेले निष्कर्ष आश्चर्यकारक आहे. यातून असे लक्षात आले आहे की अगदी छोटेसे आश्चर्य, प्रयोगशाळेत प्रवर्तित केले जाते तसे, जरी दिसले तरी आपल्या मन:स्थितीमध्ये आणि वागण्यात बदल होतो. एखाद्या विस्मयकारक दृश्याकडे, चित्राकडे बघताना तुमच्या नेहमीच्या सवयीच्या विचार पद्धती बदलतात, त्यामुळे लोक जास्त सर्जनशील, निर्मितीक्षम होतात, त्यांचे जगाबद्दलचे कुतूहलसुद्धा वाढते. अरिझोना इथल्या मानसशास्त्रज्ञांनी केलेल्या प्रयोगात असे लक्षात आले की एखादे आश्चर्य अनुभवल्यानंतर स्वयंसेवकांची लघुकथांबद्दलची स्मरणशक्ती वाढली कारण त्यांचे मन पूर्वग्रहदूषित नव्हते, त्यामुळे समोर काय चालू आहे यावर त्यांना नीटपणे आणि अचूकपणे लक्ष केंद्रित करता येत होते.

दुसऱ्या एका अभ्यासात असे लक्षात आले की जे लोक विस्मयचकित झालेले असतात ते परीक्षेमध्ये नवी नवी उदाहरणे देऊ शकतात, अमूर्त अशा पेंटिंग्जमध्ये जास्त आनंद घेऊ शकतात आणि अवघड कोडी सोडवण्यात जास्त वेळ तग धरून राहू शकतात. आरोग्य आणि एकंदर आयुष्यावर, जगण्यावर त्याचा दूरगामी परिणाम होतो. केल्टनर आणि त्याच्या टीमला असे लक्षात आले की आश्चर्याचा अनुभव घेतला की माणसाच्या चित्तवृत्ती फुलून येतात, ती जास्त आनंदी होतात, त्यांच्या वरचा ताण कमी होतो, अगदी आठवडाभर हा परिणाम टिकू शकतो. याचा शरीरावरही परिणाम होतो: नव्याने केलेल्या एका अभ्यासात असे लक्षात आले की विस्मय माणसामध्ये सायटोकीन, जे अंगावरची सूज किंवा जळजळ वाढवण्यात

मदत करते, ते कमी करून पॅरासिम्पाथेटिक मज्जा संस्थेला कार्यरत करते, ज्यामुळे भांडाभांडीमध्ये आलेला ताण किंवा हवाई प्रवासात आलेला ताण कमी व्हायला मदत होते.

त्याहीपेक्षा गमतीची गोष्ट अशी आहे की 'विस्मय वाटणे' यामुळे आपण चांगला माणूस बनतो. विस्मयाची भावना निर्माण झाल्यानंतर स्वयंसेवक व्यक्तिगत गोष्टींबाबत आणि ध्येयांबाबत कमी चिंता करतात. उलट या बाबतीत ते स्वत:बाबत असे सांगतात की इतरांशी आणि जगाशी आम्ही जास्त चांगल्या तऱ्हेने जोडले गेलो आहोत. निर्णय घेताना ते नीतीला धरून जास्त करून निर्णय घेतात, त्यांची दानत खूप वाढते आणि इतरांसाठी त्याग करायची मानसिकता वाढते. पैशाची हाव कमी होते आणि आसपासच्या वातावरणाबद्दल जास्त काळजी घ्यायला लागतात. आपल्याजवळ खूप जास्त वेळ आहे असे त्यांना वाटायला लागते.

संशोधकांना असे वाटते की आपल्या अवधानाची व्याप्ती वाढवून मोठे भव्य असे काही कवेत घ्यायचे असेल तर ही विस्मयाची भावना आपली 'स्व'ची जाणीव आक्रसून घेते. २०१७ मध्ये केलेल्या अभ्यासात केल्टनरच्या असे लक्षात आले की विस्मयाची भावना अनुभवली की लोक आपल्या नावाची सहीसुद्धा बारीक अक्षरात करतात आणि स्वत:लाही खूप कमी समजत असत (याचा अर्थ असा नाही की त्यांच्या स्थितीत किंवा त्यांच्या स्वाभिमानात कुठे न्यून होते). २०१९ मध्ये नेदरलँड्समधील एका चेताशास्त्रज्ञाने अशी नोंद करून ठेवली आहे की विस्मय निर्माण करणारे व्हिडीओ बघितले तर आपल्या मेंदूतील 'डीफॉल्ट मोड नेटवर्क' मधल्या क्रिया संथावतात, त्या मध्ये मेंदूचा समोरचा भाग आणि मध्य भागाचा समावेश असतो, आणि असे समजतात की मेंदूचा तो भाग स्वत्वाशी जोडलेला असतो. 'विस्मय तुमचा स्व घालवतो' असे केल्टनरने मला सांगितले. 'तुमच्या डोक्यातील आवाज, स्वार्थ, आत्मविश्वास नाहीसा होतो.' याचा परिणाम असा होतो की आपल्याला आपण कुठल्या तरी मोठ्या गोष्टीशी, पृथ्वीशी किंवा अगदी विश्वाशीसुद्धा जोडलेले आहोत हे जाणवते.

संशोधक यावर चर्चा करताहेत की ही विस्मयाची भावना मुळात कशी आणि का निर्माण झाली. केल्टनरच्या मते शक्तिशाली शासक हे आदिम स्रोत आहेत; इतरांनी सुचवले की सामाजिक बंधनाचे आणि सर्जनशील विचाराचे हे सामर्थ्यवान मिश्रण हे पहिल्यांदा नैसर्गिक शक्तीने उदाहरणार्थ वादळामुळे निर्माण झाले. मला असे वाटते की रात्रीच्या आकाशाच्या प्रभावाला आपण कमी लेखता कामा नये, प्रकाशाचा विलक्षण असा तो महासागर, ज्याने आतापर्यंतच्या सर्व समाजांना उजळून टाकले आहे अगदी मानवाच्या पहिल्या चमकत्या विचारापासून.

'सुंदर, अतिसुंदर!' हे उद्गार आहेत सोव्हिएत अंतराळवीर युरी गागारीनचे,

१९६१ सालच्या एप्रिल महिन्यात जेव्हा त्याला पृथ्वीवरून उड्डाण करून अवकाशात कक्षेत सोडले गेले तेव्हाचे, तो अवकाशात जाणारा पहिला मानव ठरला. पण त्याचे हे उद्‌गार ताऱ्यांबद्दल किंवा विश्वाबद्दल नव्हते तर आपल्याच ग्रहाबद्दल होते. त्याने नंतर आपल्यासाठी एक संदेश लिहून ठेवला आहे आणि त्या खाली स्वत:ची सही केली आहे : 'या जगाच्या रहिवाशांनो, या सौंदर्यवतीचे आपण सगळे मिळून रक्षण करू या, तिला नष्ट होऊ द्यायचे नाहीये आपल्याला!'

असं दिसतंय की आकाशाकडे बघण्यापेक्षा सुद्धा आकाशातून पृथ्वीकडे बघणे जास्तच प्रभावशाली आहे. मानवाच्या संपूर्ण इतिहासात गुढवादी, शामान वगैरे मंडळी – गुहेत राहणाऱ्या आदिमानवापासून ते ध्यानधारणा करणाऱ्या आधुनिक माणसापासून ते कलाकारांपर्यंत – या सगळ्यांनी मनातल्या मनात अवकाश प्रवास केला आहे. पण मानवाच्या प्रगतीच्या अगदी आताच्या छोट्याशा काळात काही शे लोकांनी सरतेशेवटी प्रत्यक्षातला अवकाश प्रवास केला आहे. अवकाश प्रवास करवणाऱ्या राष्ट्रांना त्यांच्या तंत्रज्ञानातील प्रगतीचे प्रदर्शन करायचे होते आणि वैज्ञानिक समज वाढवायची होती. तरीही अंतराळवीरांनी पाठवलेला सगळ्यात सामर्थ्यशाली असा संदेश वस्तुस्थितीसंबंधी नाही किंवा वैज्ञानिकही नाही. तो एखाद्या संगणकाच्या दाताखाली भरडला जाऊ शकत नाही, कधीतरी ते शब्दातही व्यक्त होण्याचा प्रयत्न करतात. जे ज्ञान, जी माहिती हे अंतराळ प्रवासी आपल्याला देऊ इच्छितात ते पूर्णपणे त्यांच्या मनाला जाणवलेली, त्यांनी अनुभवलेली अवकाशातील माहिती आहे; मोजमाप करून काढलेली किंवा आकडेमोड करून काढलेली अशी माहिती नाहीये ती, तर ती त्यांना जाणवलेली, भावलेली माहिती आहे.

त्याही पुढे जाऊन ते पृथ्वीचे सौंदर्य, तिचा नाजूकपणा आणि ऊर्जस्वल असे तिचे चैतन्यपूर्ण रूप, आणि ही जबरदस्त जाणीव की तिचे अस्तित्त्व किती मौल्यवान आहे आणि म्हणून तिचे रक्षण होणे कसे जरुरी आहे याचेच वर्णन करतात. १९७१ साली अपोलोचा अंतराळवीर जेम्स इर्विन याने जेव्हा चंद्राच्या पृष्ठभागावरून पृथ्वीकडे बघितले तेव्हा त्याला असे वाटले : 'ती सुंदर दिसणारी, उबदार, चैतन्यपूर्ण असलेली पृथ्वी इतकी नाजूक दिसत होती की तिला कोणी बोट जरी लावले तरी तिचे तुकडे होऊन ती नष्ट होईल की काय असे वाटत होते.' नासाचा अंतराळवीर रॉन गरान, ज्याने २००८ मध्ये पृथ्वीभोवती प्रदक्षिणा घातल्या आहेत, याला सुद्धा आपली पृथ्वी श्वासोच्छ्वास घेणारी जितीजागती अशी वाटली, जिच्यावर कागदा सारखा पातळ वातावरणाचा थर आहे ज्याच्या आधारावर ती आपल्या सगळ्यांचे मृत्यूपासून आणि अवकाशातील धोक्यांच्यापासून रक्षण करत असते.

सर्व अंतराळवीर पृथ्वीवर परतताना मनाशी पक्के करूनच येतात की परतल्यावर

आपण पर्यावरण रक्षणाचे काम करायचे. रशियाचा कॉस्मोनॉट युरी अर्त्युश्कीन याच्या मनात पृथ्वीला बघून तिच्या स्थितीबद्दल अनुकंपा आणि काळजी वाटू लागली आणि माणसाच्या असण्याचे तिच्यावर होणारे परिणाम जाणवले.... तुम्ही पृथ्वीचे रक्षण करण्यासाठी तिथे पहारा देत उभे आहात. २००८ साली जेव्हा गेम डिझायनर रिचर्ड गर्रीअट जगातला सहावा अंतराळ प्रवासी म्हणून जाऊन आला तेव्हा परतल्यावर त्याने त्याच्या एस.यू.व्ही. या गाड्या विकून टाकल्या, सौर पॅनेल बसवले आणि त्यांनतर ग्रीन ऊर्जा आणि प्लग-इन गाड्यांमध्ये गुंतवणूक करायला सुरुवात केली.

इतर लोक जेव्हा देशाच्या सीमा आणि राजकीय वाद वगैरे क्षुल्लक गोष्टींबद्दल बोलतात तेव्हा सर्वच देशांचे अंतराळवीर मात्र म्हणतात की आपण सगळे एका ग्रहाचे रहिवासी आहोत. अपोलो १४ चा अंतराळवीर एडगर मित्चेल असे म्हणतात : 'बाहेर तिकडे चंद्रावर गेल्यावर इथले आंतरराष्ट्रीय राजकारण वगैरे सगळे अगदी मामुली वाटायला लागते.' तुम्हाला अस वाटेल की त्या राजकारण्यांच्या कॉलरला धरावे आणि त्यांना फरफटत काही लाख मैल पृथ्वीच्या बाहेर न्यावे आणि म्हणावे, 'बघ, नालायका'. अवकाशातून पृथ्वीकडे बघताना, 'तुम्हाला रंग, धर्म, आणि राजकारण यांनी विभागलेले भाग दिसत नाहीत, ज्यांनी हे जग विभागले आहे,' असे अपोलो १७ चा अंतराळवीर गेने सिर्नेन म्हणतो. त्याला जास्त काय भावलं असेल तर ते म्हणजे मानवता, प्रेम, भावना आणि विचार.'

याचे, 'उंच अवलोकन परिणाम' असे नामकरण १९८० सालीच झाले असले तरी त्याने आता लोकांचे लक्ष वेधून घ्यायला सुरुवात केली आहे. २००८ साली अंतराळवीरांच्या एका गटाने, शास्त्रज्ञ आणि अवकाशतज्ज्ञ यांनी उंच अवलोकन संस्था सुरू केली ज्यातून अंतराळवीरांचे अनुभव आणि अंतर्दृष्टी सर्वांना समजावी आणि मानवतेला जागतिक शांततेच्या जवळ घेऊन जावे हा हेतू होता. २०१२ साली दाखवलेल्या एका डॉक्युमेंटरी 'ओव्हर व्ह्यू' आणि २०१८ साली नॅशनल जिओग्राफीकच्या One Strange Rock नावाच्या मालिकेने याबद्दलची माहिती सर्व सामान्यांपर्यंत पोहोचवली, आणि आता आभासी वास्तव आणि अवकाश पर्यटनामुळे खूप जास्त लोकांना हा अनुभव मिळू शकेल. २०१६ मध्ये मानसशास्त्रज्ञांनी या परिणामाचे विश्लेषण केले असता विस्मयाचे हे एक जबरदस्त उदाहरण असल्याचे लक्षात आले. ते असे सुचवतात की बाहेरून पृथ्वीला बघणे हे एकंदर दृष्टिकोन बदलण्यासाठीचे उत्तम साधन आहे ज्यामुळे अंतराळवीरांचे स्वत:वरील लक्ष कमी होऊन आपल्या संपूर्ण ग्रहाच्या हितावर केंद्रित होईल.

प्रचंड भीतिदायक वगैरे वाटण्यापेक्षा उलट या अनुभवामुळे अत्यानंदाची आणि ऐक्याची भावना निर्माण होते स्कायलॅबचा पायलट एड गिब्सन याने कक्षेत फिरत

असताना आत्मिक शांतीचा अनुभव घेतला तर, जेफ हॉफमनने त्या स्थितीला कृपाप्रसाद मिळाल्यासारखी स्थिती म्हटले आहे. बऱ्याच वेळा अंतराळवीरांची भावना मानवतेशी, पृथ्वीशी किंवा अगदी संपूर्ण विश्वाशी एकत्वाची असल्यासारखे त्यांना वाटते असे ते सांगतात. मे जेमिसन जिने १९९२ मध्ये एक आठवडा स्पेस शटल एन्डेवर वर काढला होता तेव्हा तिला असे वाटत होते जणू ती बाकीच्या विश्वाशी जोडली गेली आहे. ख्रिस हॅडफील्ड याला अशा विचाराने धक्का बसला होता की बाहेर तुमच्यापेक्षा केवढे तरी मोठे असे काही पसरले आहे, किती खोलवर पोहोचलेले आहे, अति प्राचीन आहे, आणि एक नैसर्गिक असे महत्त्व ज्याला आहे त्याच्यापुढे तुम्ही अगदी खुजे वाटता. जेम्स इर्विनला देवाच्या शक्तीची जाणीव झाली, तर एडगर मित्चेलला चंद्रावरून परत येताना असे जाणवले की जणूकाही हे सर्व विश्वच जिवंत आहे. या संपूर्ण विश्वाबरोबर मनाने आणि शरीराने विस्तारित होण्याच्या भावनेने मी पूर्णपणे भारावून गेलो होतो, तो म्हणाला की, 'तिथे माझ्या धक्कादायकरीत्या हे लक्षात आले की हे विश्व जसे मला शिकवले गेले आहे तसे नाहीये.' हे असे झाले की जणू त्याची स्वत:च्या अस्तित्त्वाबद्दलची भावना इतकी आक्रसून गेली की त्याच्यामधली आणि बाकीच्या अवकाशामधली सीमारेषाच विरघळून गेली.

या विश्वाशी एकरूप होण्याची भावना निर्माण व्हायला अगदी अवकाशातच जायला किंवा कक्षेतून फिरायला पाहिजे असे नाही. या परिणामाची सांगड नेहमी धार्मिक अनुभवांशी घातली जाते, प्रार्थना किंवा ध्यानधारणा करून वगैरे. विसाव्या शतकाच्या वळणावर मानसशास्त्रज्ञ आणि तत्त्वज्ञ असलेल्या विल्यम जेम्स याने वेगवेगळ्या पंथाच्या लोकांमधून उदाहरणे गोळा केली, अगदी उच्च कोटीच्या ज्ञानी बौद्ध भिक्षूपासून ते ध्यान करणाऱ्या ख्रिश्चन लोकांपर्यंत, उदाहरणार्थ क्रॉसचा सेंट जॉन, ज्याचा अनुभव असा होता की ध्यानामध्ये त्याला भल्या प्रचंड अशा ज्याला सीमाच नाही अशा मोठ्या वाळवंटात, ज्ञानाच्या खोल अशा, ज्याचा तळही दिसणार नाही अशा विवरात गेल्यासारखे वाटते. आणि संत तेरेसा ज्यांनी असे वर्णन केले आहे की त्यांचा आत्मा जणूकाही देवाशी एकरूप झाला आहे, असे काहीतरी त्यांना वाटले.

जेम्सने जे प्रयोग सांगितले आहेत सगळे काही उघडपणे धार्मिक नाहीयेत. आल्फ्रेड टेनिसन हा सुप्रसिद्ध कवी नेहमी स्वत:चेच नाव स्वत:ला ऐकवत असे ज्यामुळे जागृतीतही ट्रान्समध्ये गेल्यासारखे होऊन, 'आपले स्वतंत्र अस्तित्त्व बाहेरच्या सीमा नसलेल्या प्रचंड मोठ्या अस्तित्त्वात मिसळून जाते.' पण या सगळ्यांचाच अनुभव बाहेरच्या मोठ्या अस्तित्त्वात विरघळून गेल्याचा आहे. जर्मन लेखक आणि

आदर्शवादी माल्विदा फॉन मेयसेनबग समुद्रकिनाऱ्यावर गुडघे टेकून बसली होती तेव्हा तिला असा अनुभव आला की, ‘वैयक्तीकरणाच्या एकांतातून एकीच्या जाणिवेत आल्यावर पृथ्वी, स्वर्ग आणि समुद्र हातात हात घालून सुसंवाद साधताहेत असे वाटले.’ कॅनडाचे मानसशास्त्रज्ञ रिचर्ड मॉरीस बुक्के एका संध्याकाळी मित्रांच्या बरोबर तत्त्वज्ञानावर चर्चा करून कॅबने परत निघाले असताना एकाएकी त्यांना असे वाटले की ते ज्वालेच्या रंगाच्या ढगामध्ये गुंडाळले गेले आहेत. त्यानंतर लगेचच, ‘मला नुसते पटले एवढेच नाही तर मी प्रत्यक्ष बघितले की हे विश्व मृत पदार्थाचे बनले नसून उलटपक्षी ते जिवंत आहे.’

अशा प्रकारच्या अनुभवाला बुक्केने ‘वैश्विक जाणीव’ असे नाव दिले आहे, आणि असे म्हटले आहे की ते एखाद्या माणसाला अमरत्वाच्या भावनेची देणगी प्रदान करतात... ही नुसती श्रद्धा नाही तर त्याला हे मिळालेच आहे ही खात्री आहे. जेम्स त्यांना ‘गूढ’ हा शब्द वापरतो, आणि त्याने असा निष्कर्ष काढला वेगवेगळी माणसे वेगळ्या शब्दात आपले आधीच्या श्रद्धांवर अवलंबून असलेले अनुभव सांगत असली तरी ते सगळेच एकाच गोष्टीचे वर्णन करत आहेत : एक चैतन्यपूर्ण, जागरूक अशा विश्वाशी ऐक्याची भावना, ज्याची खास लक्षणे म्हणजे विशालता, कालातीत असणे, सुरक्षित असणे आणि स्थिर असणे (आणि त्याच्या अनेक प्रवक्त्यांच्या मते ‘प्रेम’). काही दशकांच्या नंतर ब्रिटिश लेखक आल्डस हक्सले याने असे सुचवले की हे सर्वसामान्य असा अंतर्दृष्टीचा गाभा अनादी आणि वैश्विक असा थर निर्माण करतो जो सर्व धर्मांच्या आणि अध्यात्माच्या मार्गाला अधोरेखित करतो.

यातला विरोधाभास असा आहे की अंतराळवीर अवकाशात उड्डाण करताना विज्ञान आणि तंत्रज्ञानाच्या साहाय्याने उड्डाण करतात, परत येताना मात्र त्यांच्या मनात तोच मध्यवर्ती संदेश असतो जो कित्येक शतके आध्यात्मिक लोक सांगत आले आहेत. त्यामुळे या अनुभवांमधून आपल्याला या विश्वाविषयी किंवा आपल्या विषयी काही उपयुक्त अशी माहिती मिळू शकते का?

ते सगळेच एका अशा स्थितीत जातात ज्याला मानसशास्त्रज्ञ transcendence पारलौकिक स्थिती असे म्हणतात ज्यामध्ये ती व्यक्ती त्या स्थितीत आक्रसूनच जाते असे नाही, तर संपूर्ण विरघळून जाते. इतक्या टोकाच्या घटना तशा फार दुर्मिळ असतात त्यामुळे त्यांचा अभ्यास करणे अवघड जाते; हे सर्व व्यक्तिगत अनुभव गोळा करणे एवढेच जेम्स करू शकला. पण शास्त्रज्ञांना आता देहभानावर संशोधन करण्यासाठी एका नवीन शक्तिशाली मार्गाचे वरदान मिळाले आहे: भ्रमकारक औषधे १९५० च्या दशकात जेव्हा या औषधांचा शोध लागला तेव्हा या औषधांनी सुरुवातीला जोरदार धमाल उडवून दिली होती – एल.एस.डी. हे स्विस प्रयोगशाळेत

बनवले जात होते; या अळंब्या ज्याच्या मध्ये भ्रम निर्माण करणारे सायलोसिबीन होते ती मेक्सिकोमधल्या शामानिक संस्कृतीमधून मागवली जात होती – आणि त्यांच्या मुळेच मेंदूतील सेरोटोनीन ग्रहण करणाऱ्या चेतातंतूंना बांधून पारलौकिक स्थितीला पोहोचता येते हे समजले होते.

भ्रमकारक औषधांचा वापर करून दारूचे व्यसन सोडवण्यासाठी, मादक पदार्थांचे व्यसन सोडवण्यासाठी आणि नैराश्य दूर करण्यासाठी म्हणून १९६० आणि ७० च्या दशकात हजारो प्रकारचे अभ्यास केले गेले. पण दर वेळी म्हणावा तेवढा कसोशीने अभ्यास केला गेला नाही, तर काही वेळा काही अति उत्साही संशोधकांनी ती औषधे खाऊसारखी वाटली. मग सुरक्षेच्या कारणास्तव आणि प्रस्थापितांच्या विरुद्ध चिथावणी देणारी औषधे म्हणूनसुद्धा शेवटी अमेरिका आणि युरोपमध्ये अधिकाऱ्यानी त्यावर बंदी आणली, त्यामुळे संशोधन बंद पडले. आता कुठे जरा मागच्या दशकात काही शास्त्रज्ञांना त्या औषधांवर संशोधन करायची परवानगी मिळाली आहे पण तीही काही विशेष अटी पाळूनच. क्लिनिकल फार्माकॉलॉजिस्ट रोलंड ग्रिफिथ याच्या नेतृत्वाखाली पहिला प्रयोग जॉन हॉपकिन्स विद्यापीठात झाला तो २००६ मध्ये प्रकाशित केला गेला. त्यात भाग घेतलेल्यांनी आपले अनुभव सांगितले, कोणी सांगितले की त्यांना बाहेरच्या विश्वाशी आपण एक होऊन गेल्यासारखे वाटले, कोणाला देवाशी एकरूप झाल्यासारखे वाटले. एकाने सांगितले की आपण एका मोठ्या पोकळीमध्ये आहोत असे वाटले, जिथे अवकाश – काळाचे अस्तित्त्वच नव्हते, फक्त प्रेम होते. त्यानंतर त्यांनी अजूनच वेगळा पण जबर असा अनुभव सांगितला की एका अर्थी मृत्यूनंतरही आपला जीव अस्तित्त्वात असतो असे जाणवले.

या स्वयंसेवकांपैकी तीन चतुर्थांश लोकांनी जे अनुभवले ते ग्रिफिथ आणि त्याच्या सहकाऱ्याच्या मते पूर्णपणे गूढ अनुभव होते. ते असे सुचवतात की हे अनुभव म्हणजे जाणिवेचे विचित्र विकृतीकरण नाहीये, तर अशी स्थिती जैविकदृष्ट्या सर्वसामान्य आहे. त्यातल्या दोन तृतीयांश लोकांनी सांगितले की हा अनुभव म्हणजे त्यांच्या आयुष्यातला सगळ्यात अर्थपूर्ण असा अनुभव होता. त्यांनतर सायलोसिबीन घेऊन होणाऱ्या फायद्याचे पुरावे – घ्यायचे ते अर्थातच अतिशय संयमितपणे – वाढत आहेत. जे लोक सायलोसिबीन घेतात ते प्लासिबो (खोटे) औषध घेणाऱ्यांपेक्षा जास्त आनंदी वाटतात आणि नंतर जास्त परहितदक्ष होतात, एका वर्षानंतरसुद्धा जास्त चांगले स्वास्थ्य आणि समाधान अनुभवतात.

जसे ६०च्या दशकात होते तसे सायलोसिबीन हे औषध मानसिक रोगांवर, उदाहरणार्थ नैराश्य किंवा व्यसनाधीनता यावरच्या उपचारासाठी वापरले जाते आहे, तसेच कॅन्सरच्या अगदी शेवटच्या स्थितीला पोहोचलेल्या रुग्णांना दिलासा मिळावा,

त्यांना थोडे चिंतामुक्त करण्यासाठीही याचा वापर करतात. २०१६ मध्ये ग्रिफिथने कॅन्सरच्या रुग्णांवर या औषधाचा प्रयोग केला तेव्हा असे लक्षात आले की सायलोसिबीन घेतल्यानंतर रुग्णांच्या मनातील नैराश्य आणि चिंता थोडी कमी झाली, आणि स्वास्थ्य थोडे उंचावले, आयुष्यात थोडा रस वाटायला लागला, आशावाद वाढला आणि मृत्यूचा स्वीकार करायची तयारी झाली; हे फायदे नंतर ६ महिन्यापर्यंत टिकले. त्यांच्यातल्या एकाने लिहिले की त्याने जणू शुद्ध आनंद असलेल्या जागेला भेट दिली, त्यातून त्याला अशी शिकवण मिळाली की अन्न, संगीत, कलाकृती आणि अगदी कॅन्सरसुद्धा या अगदी क्षुल्लक गोष्टी आहेत आणि आपले अस्तित्त्व हे कायमच असते, त्याला अंत नाहीये. तो पुढे लिहितो की, 'आता मला हे समजले आहे की बुद्धीच्याही पलीकडे काही अस्तित्त्व आहे... माझे आयुष्य, प्रत्येकाचेच आयुष्य आणि या विश्वात जे सगळे काही आहे याची बरोबरी फक्त एकाच गोष्टीशी होऊ शकते आणि ती म्हणजे प्रेम. दुसऱ्या एका रुग्णाने, जिने कलिफोर्नियामध्ये झालेल्या अभ्यासात भाग घेतला होता ती येऊ घातलेल्या मृत्यूमुळे इतकी चिंताग्रस्त होती की जे काही आयुष्य तिच्या हातात उरले होते तेही ती आनंदाने जगू शकत नव्हती. पण जसा सायलोसिबीन औषधाचा परिणाम व्हायला लागला तसे, 'मला हे समजले आहे की घाबरण्यासारखे काही नाहीये. मला त्याने साऱ्या विश्वाशी जोडले,' असे तिने लिहिले आहे.

त्यादरम्यान लंडनच्या इम्पिरिअल कॉलेजच्या चेताशास्त्रज्ञ रॉबिन कारहार्ट-हॅरिस यांच्या नेतृत्वाखालील गटाने सायलोसिबीन आणि एल.एस.डी. याचा मोठ्या प्रमाणावर डोस घेणाऱ्या रुग्णांच्या मेंदूवर याचा काय परिणाम होतो ते बघायला मेंदूचा स्कॅन केला असता त्यांना असे दिसले की यामुळे डिफॉल्ट मोडच्या जाळ्याचे काम मंदावते, जसे विस्मयाची भावना करते, स्वभान गेल्याच्या अनुभवासारखे किंवा अथांगतेशी एकरूप झाल्या सारखे जाणवते. 'मला असे वाटते की त्या दोन्ही गोष्टी एकच आहेत,' असे कारहार्ट-हॅरिसने मला सांगितले. 'भ्रमकारक औषधांनी नैसर्गिक प्रणालीचे अपहरण केले असून जणू लोकांना जलद मार्गाने विस्मयाच्या भावनेचा अनुभव देऊ करत आहेत.'

या अभ्यासाच्या निकालाद्वारे आपल्याला हे समजण्यास मदत होते की मेंदूमध्ये नक्की काय चालू असते, फक्त भ्रमकारक औषधे घेतल्यावर नाही तर एरवीसुद्धा जेव्हा ते आकाशातील तारे बघतात, ते ध्यानधारणा करतात तेव्हा, निसर्गात रमतात तेव्हा किंवा अवकाशात प्रवास करतात तेव्हा. स्वचे भान कमी होते, मेंदूतील एरवी वेगवेगळ्या असलेल्या भागाच्या सीमारेषा लुप्त होतात आणि त्यामुळे सर्जनशीलतेला चालना मिळते आणि विचार करण्यातील लवचीकता वाढते. अशा मन:स्थितीमुळे माणसाच्या वागण्या बोलण्यात आणि एकंदरच व्यक्तिमत्त्वात खूप काळ टिकणारा

असा फरक पडतो – एरवी प्रौढ माणसांमध्ये असे घडणे सामान्यपणे अवघड असते, कारण त्यांच्यात या सवयी वयाबरोबर पक्क्या झालेल्या असतात. कारहार्ट-हॅरिस आणि सहकारी तर असे सुचवतात की मनाची अशी स्थिती तुमच्या ताठ, जराही लवचीकता नसलेल्या विचार करण्याच्या पद्धतीला, जी आपण आयुष्य भर बाळगलेली असते, ती सुद्धा बदलू शकते. लहान मुलांची मानसिकता खूपच लवचीक आणि बदलाभिमुख असते, त्यांच्यात 'स्व'चे भान कमी असते. पण जसे आपण मोठे होत जातो तसे आपले विचार पक्के होत जातात आणि आपली वागणूक ही ताठ होत जात ठरलेल्या चाकोरीतून जाते.

ठरलेल्या आकृतिबंधाप्रमाणे काम केले तर आपण जास्त कार्यक्षमतेने काम करतो, म्हणजे मग आपल्याला प्रत्येक वेळी शून्यापासून सुरुवात करावी लागत नाही. पण त्यामुळे नव्या नव्या कल्पना आपल्या मनात निर्माण होऊ शकत नाहीत आणि ते त्रासदायक ही ठरू शकते. जेव्हा लोक नैराश्याने ग्रस्त होतात तेव्हा ते त्याच त्या नकारात्मक चौकटीत फिरत राहतात. कारहार्ट-हॅरिस असे सुचवतात की विस्मयाची भावना सेरोटोनीन या संप्रेरकाच्या माध्यमातून त्या शृंखला सैल करू शकते. आपल्या समोर जर असे आव्हान उभे ठाकले जे आपल्या आताच्या विचारसरणीवर कुरघोडी करणारे आहे तर ते आपल्या मेंदूला परिस्थितीशी जुळवून घ्यायला परवानगी देते.

आपल्या आधुनिक समाजाला आधार देतो तो पारंपरिक वैज्ञानिक दृष्टिकोन म्हणजे तर्कसंगत जागृत अशी जाणीव, जे सत्याचे सगळ्यात उपयुक्त आणि अचूक दर्शन घडवते, मग तो अगदी आपल्या आसपासचा भाग असो नाही तर संपूर्ण विश्व असो. जीवनाच्या रोजच्या क्षेत्रात उद्योगधंदे, व्यापार, राजकारण, आरोग्य सेवा किंवा शिक्षण क्षेत्र यात आपण तर्कसंगत विचारांना महत्त्व देतो. त्या दरम्यान विस्मयाची भावना, आश्चर्य वगैरे भावना आपण पोरकट म्हणून बाजूला सारतो आणि पारलौकिक स्थिती वगैरी अगदी विकृती जरी नाही म्हटली तरी निरर्थक समजतो, आपल्या मेंदूने निर्माण केलेल्या विचित्र गोष्टी. मात्र आता हे चित्र सदोष असल्याचे लक्षात यायला लागले आहे.

या प्रकरणात आत्तापर्यंत वर्णन केलेले संशोधन हेच सुचवते की वास्तव का भ्रम असा विचार करण्यापेक्षा, वेगवगेळ्या मानसिक अवस्था, जाणिवा या आपण एखाद्या तबकडीच्या रूपात बघू या ज्यात आपली आकलनशक्ती एकीकडे खूप चाळण्या लावून गाळून घेतल्यासारखी तर दुसऱ्या बाजूला अगदी मोठा प्रवाह असल्यासारखी असेल. कुठल्याही एकाच दिशेला झुकणे म्हणजे मानसिक आजाराला बळी पडणे आहे आणि या जगात जगायला लायक नसल्यासारखे आहे. पण दोन्ही बाजू वास्तव आहेत, आणि विस्मयाची व भ्रमकारक अवस्थेमधील फायदे हेच

सुचवतात की आरोग्यपूर्ण आयुष्यासाठी – आणि समाजासाठी – आपल्याला दोन्हीत समतोल राखला पाहिजे.

एखाद्या गोष्टीबद्दल जर आपली ठाम मते असतील तर आपल्यात एक आत्मविश्वास निर्माण होतो. त्यामुळे आपल्याला बारीकसारीक गोष्टींवर लक्ष केंद्रित करता येते, तर्कसंगत विचार करता येतो, आणि भौतिक जगाशी चांगल्या तऱ्हेने जोडून घेता येते. पण हे आकलन ही मर्यादित आहे, वेगळे काढणारे आहे आणि पूर्वग्रह आणि आधीच्या समजावर आधारित आकार घेणारे आहे. विस्मयाच्या भावनेची व्यापक जाणीव एकीकडे तुमच्यात लवचीकता, सर्जनशीलता आणि एक नाते निर्माण करते. त्यामुळे आपल्यात व्यापक वास्तवाची जाणीव निर्माण होते, संकुचित दैनंदिन गोष्टींच्या पलीकडे जाऊन विचार करण्याची आणि असे निर्णय घेण्याची क्षमता निर्माण करते, ज्या निर्णयामुळे फक्त व्यक्तिगत सौख्य मिळेल असे नाही तर सगळ्या जगालाच त्यातून आनंद प्राप्त होईल, आणि मानवतेच्या कल्याणासाठी काम केल्यासारखे होईल.

समाजामध्ये एकंदरच विस्मयाची भावना लोप पावत चालली आहे याचे केल्टनरला फार वैषम्य वाटते आहे. सध्याच्या स्मार्टफोनच्या आणि इतर स्क्रीनच्या वापरापुढे आपण खऱ्या नैसर्गिक आणि अनोळखी आव्हानांना तोंड द्यायला जातच नाही. 'आम्हाला असे वाटते की विस्मयाच्या भावनेपासून दूर गेल्यामुळेच गेल्या ५० वर्षांत समाजामध्ये मोठा बदल झालेला दिसत आहे,' असे २०१५ मध्ये त्याने त्याच्या एका सहकाऱ्याला न्यू यॉर्क टाइम्समध्ये लिहायला लावले होते. 'हल्ली माणसे फार व्यक्तिवादी, स्वत:वरच लक्ष केंद्रित करणारी, भौतिकवादी आणि इतरांपासून तुटलेली अशी झाली आहेत.

समतोल निर्माण करायचा असेल तर औषधांच्या शिवायही इतर उपाय आहेत. तज्ज्ञ सुचवतात की तुम्ही निसर्गात रमायला शिका, कलाकार बना, ध्यानधारणा करा आणि स्वत:ला आभासी वास्तवात रमवा. मला तर वाटते की या सर्वांच्या वर विलक्षण असा जर कुठला अनुभव असेल, ज्यासाठी आपण झगडले पाहिजे, जे कित्येक शतके मानवाच्या अस्तित्त्वाच्या मध्यवर्ती आहे पण जे आता नाहीसे होत चालले आहे तर ते म्हणजे – ताऱ्यांनी खच्चून भरलेले आकाश. ताऱ्यांवर विचार करून आपल्याला काही नव्या गोष्टी समजतात असे नाही. पण त्याहूनही वरच्या पातळीचे हे आहे की आपल्याला जे माहिती आहे त्यावरच वेगळ्या पद्धतीने विचार करण्याची क्षमता आपल्यात येते.

पण हे सगळे इथेच संपत नाही. एक अत्यंत महत्त्वाचे वैशिष्ट्य यात असे आहे की अगदी टोकाच्या ध्यानावस्थेत, आकाश निरीक्षण करणारे, गूढवादी, अंतराळवीर आणि नशेबाजसुद्धा असा अनुभव मिळाल्याचे सांगतात की त्याच्या (परमेश्वराच्या)

मोठ्या अस्तित्वाची जी जाणीव त्यांना होते ती अगदी खरी आहे; आणि त्यांचे स्वत:चे अस्तित्त्व म्हणजे प्रचंड मोठ्या महासागरातील एका थेंबाएवढे भासते. जे कोणी याचा अनुभव घेतात त्यांना हे ज्ञान अनुपलब्ध असते बरेच वेळा, ती श्रद्धा, तो विश्वासच इतका जबरदस्त असतो की माणसांची आयुष्ये बदलून जातात, त्यांची मृत्यूची भीती निघून जाते. हे विश्व खरे कसे आहे त्याची हीसुद्धा एक झलक आहे असे म्हणायचे का?

विल्यम जेम्स नेहमी ९ व्या शतकातील कवी जॉन सायमंड्स याचे बोल उद्धृत करतो, जो नेहमी स्वत:लाच विचारायचा, मोठ्या मनस्तापामधून बाहेर पडून, आकारहीन अशा नग्न मानसिक स्थितीमधून जागृत होऊन की, 'असत्य काय आहे?' जेम्सने स्वत: कधीही गूढ अशी स्थिती अनुभवली नव्हती: 'माझी स्वत:ची घडण अशी आहे की ती मला या आनंदापासून पूर्णपणे लांब ठेवते.' त्याला स्वत:ला आलेल्या नायट्रस ऑक्साईडच्या नशेच्या अनुभवामुळे त्याची कायमची अशी धारणा झाली की जागृतावस्थेतील जाणिवेखेरीज आपल्या जाणिवांना अनेक पदर असतात. जाणिवांच्या या विविध पदरांना गृहीत धरूनच विश्वाचे चित्र पूर्ण होऊ शकेल, असे तो ठामपणे प्रतिपादन करतो.

२० व्या शतकाच्या उत्तरार्धात 'वैश्विक जाणीव' या असल्या प्रकाराचा संबंध छद्मविज्ञानाशी जोडला गेला. एखाद्या आदरणीय अशा शास्त्रज्ञांच्या गटामध्ये त्याचा उल्लेख करणे म्हणजे आपले करिअर बरबाद करण्यासारखे होते. सायमंडच्या प्रश्नाचे मान्यताप्राप्त उत्तर हे आहे की बाहेरच्या मोठ्या जाणिवेशी एकरूप होण्याची कल्पनाच भ्रामक आहे: ती त्या कोलाहलाचाच एक भाग आहे, जो आपल्या मेंदूचा दृष्टिकोन फारच जास्त ताणला गेल्यामुळे निर्माण होतो. सर्व शास्त्रज्ञ मायकेल पोलन या पत्रकाराच्या मताशी सहमत असतील ज्याने हर्षोन्मादासारख्या मन:स्थितीबद्दलच्या संशोधनाला त्याच्या २०१८ मधल्या 'How to Change Your Mind' या पुस्तकाद्वारे खूप लोकप्रिय केले, आणि त्याच्या सगळ्या अनुभवांच्या नंतर असा निष्कर्ष काढला की: 'मला अजूनही असेच वाटते की देहभान (शुद्धी) ही आपल्या मेंदूशीच निगडित आहे.'

गेल्या काही वर्षात मात्र संशोधक मंडळी या पारलौकिक अवस्थेबाबत थोडे गांभीर्याने विचार करायला लागली आहेत, आणि या मूलभूत मताकडे वळायला लागली आहेत. क्रांतिकारी तत्त्वज्ञ आणि भौतिकशास्त्रज्ञ परत एकदा वास्तवाचे धागे मनाशी जोडले असण्याच्या शक्यतेचा विचार करायला लागले आहेत.

हा जो नवीन वाद चालू झाला आहे की आपले मन कशा तऱ्हेने विश्वाशी जोडले गेले आहे – कशा मानसिक गोष्टी शारीरिक गोष्टींशी जोडलेल्या असतात – ही

एक आत्ताची लढाई आहे जी आधी खूप काळ चाललेलं आध्यात्मिक युद्ध होतं. आपण आधी बघितले आहे की १७ व्या शतकात डेसकार्टेसने आत्म्याला पदार्थापासून वेगळे केले, आणि हे विश्व म्हणजे एक यंत्र असून भौतिक नियमांप्रमाणे ते चालते असे ठरवले. या मॉडेलला गॅलिलिओने जोरदार पाठिंबा देऊन असे ठामपणे सांगितले की निसर्गाचे पुस्तक हे गणिताच्या भाषेत लिहिले आहे, आणि न्यूटनने सुद्धा त्याच्या अत्यंत यशस्वी ठरलेल्या भौतिक नियमांच्या आधारे त्याला पुष्टी दिली. पण विश्वाच्या वस्तुनिष्ठ आणि व्यक्तिनिष्ठ या दोन बाजू इतक्या सहजासहजी वेगळ्या करता येतील हे मानायला कोणीही तयार नव्हते.

न्यूटनचे समकालीन गॉटफ्रीड लीबनीझ आणि बरुच स्पिनोझा यांच्या दृष्टीने मानसिक आणि शारीरिक जगे ही सारख्याच पदार्थांची बनलेली आहेत: दोघांनी हे विश्वजाणिवेचेच प्रकार असल्याच्या बाजूने मत दिले, ज्यामध्ये मन म्हणजे पदार्थाचा मूलभूत गुणधर्म आहे असे मानले गेले आहे. १८ व्या शतकाने वेगवगेळ्या प्रकारच्या आदर्शवादाचा उदय झालेला बघितलाय, ज्यात पुढे जाऊन असा युक्तिवाद केला गेला की भौतिक जग हे मनातूनच निर्माण झाले आहे. आत्मज्ञान झालेल्या तत्त्वज्ञ इमॅन्युएल कान्टने, कारण मीमांसेमधून या भौतिक जगाला आपण पूर्णपणे समजून घेऊ शकतो या समजुतीला विरोध करताना असा युक्तिवाद केला की जे वास्तव आपल्याला समजते – अगदी अवकाश काळाच्या रचनेपर्यंत – ही निश्चितच आपले मन कसे काम करते त्याची चुणूक आहे, पुढे काय वाढून ठेवले आहे, त्याबद्दल ते आपल्याला काहीही सांगू शकत नाही. आयरिश बिशप आणि तत्त्वज्ञ जॉर्ज बर्कले याने, एखादी भौतिक गोष्ट 'मना' शिवाय स्वतंत्रीत्या अस्तित्त्वात असू शकते ही कल्पनाच नाकारली, असा युक्तिवाद केला की,' असणे म्हणजे ज्ञान होणे.'

१९ व्या शतकाच्या शेवटी आणि २० व्या शतकाच्या सुरुवातीला, जेम्सने जाणिवेचा अंदाज घ्यायचा प्रयत्न केला तर मॉडर्न आर्टवाले कलाकार तर्कशास्त्र आणि वास्तववादापासून लांब पळायला बघत होते. एक गोष्ट उघड होती ती म्हणजे भौतिकशास्त्र, जे वस्तुनिष्ठ आणि भौतिक गुणधर्मांचा अभ्यास करते, मात्र निसर्गातील काही भागाला ते स्पर्शही करू शकत नाही. जेम्सवर फ्रेंच तत्त्वज्ञ हेन्री बर्गसनयाचा प्रभाव पडला होता, ज्याने गणित आणि तर्काच्या मार्यादांच्या वर जोर दिला होता. बर्गसन म्हणतो की आपल्याला समस्येला तोंड द्यावे केव्हा लागते, जेव्हा भौतिकशास्त्राचे अमूर्त असे नियम आणि कायदे, ते नियम ज्यामुळे निर्माण झाले त्या अनुभवापेक्षा अचूक आहेत, जास्त खरे आहेत असा आपल्याला विश्वास वाटत असतो तेव्हा. आपण आपले आयुष्य पूर्णपणे बदलून टाकतो, आतले बाहेर आणि बाहेरचे आत असे. आपली समज, आपले अस्तित्त्व मूलभूत गणिती सत्याची मर्यादित आवृत्ती

आहे असा निष्कर्ष आपण काढतो. बर्गसन म्हणतो की : 'आपण एखाद्या गोष्टीचे यांत्रिक असे स्पष्टीकरण देतो आणि नंतर त्या स्पष्टीकरणालाच त्या मूळ गोष्टीचा पर्याय मानतो.' परंतु तो असा युक्तिवाद करतो की खरेतर ती समीकरणे आणि ते आलेख आपल्या या जोषपूर्ण इच्छाशक्ती असलेल्या आणि गुंतागुंतीच्या विश्वाचे वर्णन करायला कमी पडतात.

अगदी सुप्रसिद्ध तत्त्वज्ञ बर्ट्रांड रसेल – तर्कशास्त्र आणि विज्ञानाचा खंदा पुरस्कर्ता – १९२० साली असे म्हणाला होता की भौतिकशास्त्र पदार्थाचे फक्त वर्तन सांगू शकते, त्याचा आंतरिक स्वभाव नाही सांगू शकत (त्यात जाणीवेचा अंतर्भाव आलाच). 'भौतिकशास्त्र हे एक गणितच आहे, आपल्याला या भौतिक जगाविषयी खूप माहिती आहे म्हणून नाही तर आपल्याला फार कमी माहिती आहे म्हणून,' असे तो म्हणाला. 'आपण त्याचे फक्त गणिती गुणधर्म शोधू शकतो.' आर्थर एडींग्टन, ज्याच्या १९१९ मधल्या खग्रास सूर्यग्रहणाच्या निरीक्षणातून आइन्स्टाईनचा सापेक्षतावादाचा सिद्धान्त सिद्ध झाला होता जो त्याने रसेलच्या युक्तिवादावर १९२८ साली बांधला होता. त्याने असे दाखवून दिले की अशी एक केस आहे ज्यात आपल्याला पदार्थ आतून माहिती आहे : आपला स्वत:चाच मेंदू,जे अर्थात आपल्याला माहिती आहे. हे एक सगळ्यात साधे असे गृहीतक आहे की बाकीचा बाहेरचा पदार्थ ही त्या सारखाच आहे असे नाही वाटत का? भौतिक पदार्थ हा अनुभवाच्या पलीकडचा, अनुभवता येणार नाही असा आहे असे म्हणायचे, आणि नंतर अनुभवच कुठून आला म्हणायचे 'हे जरा मूर्खपणाचे वाटते' असे तो म्हणतो.

त्याच वेळी अस्तित्त्वाच्या अगदी तळाशी नक्की काय चालू आहे, याबद्दल क्वांटम मेकॅनिक्सलाही शंका होती. जसे जसे भौतिकशास्त्रज्ञ पदार्थाचा अभ्यास करण्यासाठी, त्याचे स्वरूप जाणून घेण्यासाठी पदार्थाच्या खोलात शिरत आहेत, सगळ्यात सूक्ष्म पातळीवर जाऊ पाहतात तसतसे वस्तुनिष्ठ वास्तव त्यांच्या हातातून निसटून जाते आहे असे वाटते. त्यांच्या संशोधनातून निश्चित गुणधर्म असलेले मूलकण, जे निश्चित अशा जागी सापडण्याच्या ऐवजी, त्यांच्या मोठ्या मोठ्या प्रयोगातून आणि मोठ्या कष्टाने मिळवलेल्या समीकरणातून त्यांच्या हाती फक्त संभाव्यता येते आहे. सर्वच प्रकारच्या शक्यता तोपर्यंत अस्तित्त्वात असतात जोवर तुम्ही त्याचे मोजमाप करायला जात नाही, एकदा का तुम्ही मोजमाप करायला लागलात की त्यांच्या अस्तित्त्वाची संभाव्यता नष्ट होते आणि एकच शक्यता शिल्लक राहते. म्हणून हे सुप्रसिद्ध कोपनहेगन स्पष्टीकरण : आपण जे प्रत्यक्ष बघतो त्याव्यतिरिक्त वस्तुनिष्ठ वास्तवाबद्दल बोलण्यात काही अर्थ नाहीये. यामुळे अशी कल्पना पुढे आली की भौतिकशास्त्रज्ञांनी उपकरणाने मोजमाप घेण्यापेक्षा

नुसती दृष्टी टाकल्याने घटना घडणार आहे, जी विचारधारा न्यूटनपासून विचारात आहे.

अगदी सुरुवातीपासून काही भौतिकशास्त्रज्ञांना ही कल्पनाच भयानक वाटत होती की, विश्वातला एखादा कण कधी आणि कुठे असेल हे आपल्या मनावर आहे. आपण जेव्हा बघू तेव्हाच चंद्र आकाशात असेल एरवी नाही हे आइन्स्टाईनचे सुप्रसिद्ध वाक्य. त्याचा सहकारी असलेला मॅक्स प्लँक याला विज्ञानातील वस्तुनिष्ठ वास्तवावर झालेला हा हल्ला म्हणजे 'आणीबाणीची वेळ' आहे असे वाटले, ज्यामुळे मानवी संस्कृतीलाच जणू धोका पोहोचला आहे. परंतु इतर क्वांटम क्षेत्रातले तज्ज्ञ यांनी मात्र मनाच्या भूमिकेला प्राधान्य दिले, त्यांना अशी आशा होती त्यांच्या कामामुळे विज्ञान आणि गूढवाद यांच्या एकीकरणाला मदत होईल. आइन्स्टाईनला जी खात्री होती की वास्तव हे मनापासून स्वतंत्ररीत्या अस्तित्त्वात असते ते म्हणजे तत्त्वज्ञानविषयक पूर्वग्रह होता, असे वोल्फगांग पाऊली याचे म्हणणे होते. इर्विन श्रोडिंजर याचा युक्तिवाद असा होता की, 'भौतिक विश्व आणि जाणीव हे दोन्ही एकाच पदार्थाचे बनले आहेत,' आणि असेही सुचवले की, 'विज्ञानाला पौर्वात्य विचारधारेचे रक्तसंक्रमण होणे गरजेचे आहे.'

दुसऱ्या महायुद्धानंतर ही गरमागरम चर्चा थांबली. जाणीवपूर्वक निरीक्षण करणाऱ्याच्या प्रश्नाचे काही निरसन झाले नाही, पण ५० च्या दशकात भौतिकशास्त्रज्ञांनी त्यांना मिळत असलेल्या विचित्र निकालांचा एक वेगळ्याच तऱ्हेने अर्थ लावला – कदाचित कणांना मार्गदर्शन करणारा एखादा पथदर्शक तरंग असावा, ज्याचे मोजमाप करता येत नाही असा, (एक अशी कल्पना जिला अनेक विश्वांची संकल्पना असे म्हणतात), ज्या ज्या वेळी एखादे निरीक्षण घेतले जात असेल त्या त्या वेळी प्रत्यक्षातले वास्तव अशा वेळी अनेक विश्वांमध्ये विभागले जात असावे. अशा तऱ्हेचे विचार प्रयोगातून जरी सिद्ध करता आले नाहीत तरी, त्यामुळे वस्तुनिष्ठ वास्तवाची कल्पना अबाधितच राहिल. क्वांटम सिद्धान्त, भौतिक जगाच्या वागणुकीसंबंधीचे भाकीत करण्याच्या बाबतीत अतिशय अचूक ठरला. शास्त्रज्ञांनी तात्त्विक युक्तिवादाचे महत्त्व कमी करून भौतिक जगाचा अभ्यास करायला सुरुवात केली.

२० व्या शतकाच्या पूर्ण उत्तरार्धात निसर्गाला समजून घेण्याच्या प्रक्रियेत हळूहळू प्रगती होत होती. सापेक्षतावादाचा सिद्धान्त आणि पुंज सिद्धान्त यांचा आधार घेऊन भौतिकशास्त्रज्ञ आणि खगोलशास्त्रज्ञ या विश्वाबद्दलच्या त्यांच्या ज्ञानात भर घालत होते, भूतकाळात जाऊन थेट बिग बँग नंतरच्या काही क्षणापर्यंतच्या इतिहासाचे चित्र रेखाटायचा ते प्रयत्न करीत आहेत. त्या दरम्यान जीवशास्त्रज्ञांना जीवनाचे रहस्य उलगडण्यासाठी न भूतो न भविष्यति अशी शक्ती

मिळाली. १९५३ साली लागलेल्या डी.एन.ए.च्या रचनेच्या शोधामुळे आणि त्यात भर घालायला नैसर्गिक निवडीच्या सिद्धान्तामुळे, खास वैशिष्ट्ये कशी निर्माण होतात आणि आनुवंशिकतेने कशी पुढे जातात हे समजण्यात जोरदार मजल मारता आली.

तसे पाहता व्यक्तिनिष्ठ मानवी गुणधर्मांचे – आपल्या भावना, आपली समज, नैतिकता यांचे वस्तुनिष्ठ स्पष्टीकरण नैसर्गिक गुणधर्मानुसार देता येईल. जाणिवांच्या वेगवेगळ्या पातळ्या उत्तरोत्तर शारीरिक स्थितीशी आणि मेंदूतल्या यंत्रणेशी कशा मिळत्याजुळत्या होत जातात ते दाखवले. आपली जाणीव ही कापल्या सारखी विभागली जाऊ शकते, एखाद्या रसायनाने बदलू शकते, विद्युतशक्तीने थांबू किंवा सुरू होऊ शकते आणि ऑक्सिजनचा पुरवठा कमी पडल्याने किंवा तीव्र फवाऱ्यामुळे बंद पडू शकते, असे स्टीव्हन पिंकर याने त्याच्या १९९७ च्या How the Mind Works या पुस्तकात नमूद केले आहे. हे इतके सगळे त्या अमूर्त अशा आत्म्यासाठी असे तो म्हणाला.

असे दिसतेय की या विश्वामध्ये जाणीव ही काही या विश्वातील मूलभूत किंवा अत्यावश्यक अशी गोष्ट नाहीये हे विज्ञानाने दाखवून दिले आहे. याउलट तो एक अपघाताने झालेला दुष्परिणाम आहे किंवा उत्क्रांतीचे दुय्यम उत्पादन आहे जो संपूर्णपणे आपल्या न्यूरॉनच्या भौतिक क्रियेमुळे झालेला आहे आणि त्यांच्याच हालचालींवर अवलंबून आहे. कॉफीचा वास किंवा सुईचे टोचणे; आईचे सर्वव्यापी प्रेम; चमचमत्या ताऱ्यांकडे बघून आपल्याला वाटणारा अनुभवातीत विस्मय: हे सगळे अनुभव अलंकारिक आहेत. या सगळ्याच्या मागे काही कार्यकारण भाव नाही, कारण या विश्वात जे काही घडते त्याचे शेवटचे पृथक्करण कणात आणि शक्ती किंवा बलात होते, आणि त्यावर अंकुश भौतिक नियमांचा असतो. आपल्याला कदाचित असे वाटू शकते की आपण नवीन नवीन कल्पना लढवतोय किंवा आपल्या मनाप्रमाणे निवड करतोय पण आपली ही जाणीव म्हणजे निव्वळ आपल्या मेंदूतील न्यूरोकेमिकल मार्ग असतात.

याबद्दल लोक तक्रार करत होते. त्यांचे म्हणणे असे की आपले जीवन म्हणजे जर एक अपघात असेल, तर हे सगळे विश्व आपल्या जगण्यासाठी जणू नीट सुरळीतपणे चालते असे वाटते ते का, भौतिक गुणधार्मांपासून, उदाहरणार्थ प्रकाशाच्या वेगापासून ते कार्बनच्या अणूपर्यंत जे अगदी बरोबर योग्य तऱ्हेने जगायला उपयुक्त ठरते आहे किंवा विचार करू शकणारे प्राणी निर्माण व्हायला मदत करते आहे ते कसे? शिवाय तिथे साधेपणा, अंदाज लावण्याची क्षमता असणे आणि अगदी सौंदर्यसुद्धा हे सगळे त्या समीकरणात आहे ज्यातून या विश्वाची व्याख्या बनते, जिथे खरेतर सगळा सावळा गोंधळ अपेक्षित आहे. याला उत्तर म्हणून भौतिकशास्त्रज्ञ

बहु विश्वाची कल्पना मांडताना दिसतात – ज्याच्या एका मॉडेलप्रमाणे असंख्य अशी समांतर विश्वे साबणाच्या फेसातील बुडबुड्यांच्या प्रमाणे सतत वरखाली होत एकमेकात मिसळत वेगळे होत राहतात ज्याच्या प्रत्येक बुडबुड्यातील, म्हणजे प्रत्येक विश्वातील भौतिक नियम वेगळे असतील. हा असा प्रश्न विचारण्यासाठी सुद्धा आपण अशा विश्वात असायला पाहिजे ज्यामध्ये अत्याधुनिक प्रकारच्या जीवांना धारण करण्याची क्षमता असेल, जिथे इतर असंख्य अशी विश्वे असतील ज्यांच्यात अशी क्षमता नसेल. एक अशीच चुकून मिळालेली संधी ज्यात काहीही हेतू नाही किंवा डिझाइनची आवश्यकता नाही.

दुसरे रहस्य म्हणजे मुळात जाणीव निर्माणच का झाली असेल, जर एखादा झोंबी, आतून आलेल्या अनुभवाशिवायचं, तितक्याच योग्य पद्धतीने सारख्याच न्यूरोनल क्रिया करत असेल तर जाणिवेची गरज का निर्माण झाली? किंवा मेलेल्या अणूंची पुनर्रचना करून समृद्ध, गुणात्मक स्वभावाची जाणीव निर्माण कशी होते? बराच काळ अनुत्तरित राहिलेल्या या प्रश्नाला १९९४ साली तत्त्वज्ञ असलेल्या डेव्हिड चामर्स याने आपल्या जवळच्या सहकाऱ्यांसमोर 'हार्ड प्रॉब्लेम' या विषयावर बोलताना नव्याने समोर मांडला : दुःख, यातना, कुतूहल, लाल रंग इत्यादी कधी तरी भौतिकशास्त्राच्या समीकरणातून व्यक्त करता येईल का? त्याचे स्पष्टीकरण देता येईल का? काहींनी सरळ तो प्रश्न टाळूनच दिला. या प्रकारच्या प्रतिक्रियेचा खास पुरस्कर्ता तत्त्वज्ञ डॅनिअल डेनेट असा युक्तिवाद करतो की भौतिकशास्त्राच्या पलीकडे जाऊन कोणाला काय जाणवते, एक खास अशी जाणीव ज्यामुळे आपण झोंबीपेक्षा वेगळे ठरतो, हा सगळा भ्रम आहे. वस्तुनिष्ठ गुणधर्मांच्या पलीकडे जाऊन शास्त्रज्ञ अभ्यास करतात ते – प्रत्यक्षातल्या न्यूरॉन्सच्या भौतिक हालचाली आणि त्यातून निर्माण झालेले मोजमाप करता येण्यासारखे परिणाम यांचा - त्यात जाणिवेच्या बाबतीत स्पष्टीकरण देण्यासारखे काहीच नाही.

शेवटी त्यांचा दावा असा आहे की या जगाचा अंदाज घेण्यासाठी विज्ञानाची क्षमता जबर आहे, विज्ञान कशाचेही स्पष्टीकरण देऊ शकते. याच्यामुळे आपण मानवी दृष्टिकोनाच्या, मानवी विश्वाच्या पलीकडे जाऊन वास्तवात गोष्टी कशा आहेत ते बघू शकतो. तीव्र आवड किंवा काव्य प्रतिभा यांनी तुमची दिशाभूल होऊ देऊ नका, 'माणूस हा शेवटी यंत्रवाहनच आहे. तो जनुके नावाच्या स्वार्थी रेणूंचे आंधळेपणाने जतन करण्यासाठी तयार केलेला आहे,'(रिचर्ड डॉकीन्स); 'बाकी काही नाही, फक्त एक न्यूरोनचे बंडल आहे' (फ्रान्सिस क्रीक); 'मध्यम आकाराच्या ग्रहावरचा रासायनिक घोटाळा' (स्टीफन हॉकिंग्स). आपल्यासाठी ही काही फार अभिमानाची गोष्ट आहे असे नाहीये कदाचित, पण या भौतिक जगासंबंधी भाकिते करण्यासाठी कुशलतेने हाताळण्यात आपल्याला निर्विवाद यश मिळाले आहे.

'Reductionist चा जागतिक दृष्टिकोन गोठवणारा आणि व्यक्तिनिरपेक्ष आहे,' असे स्टीव्हन वाइनबर्ग या कॉस्मोलॉजिस्टने त्याच्या १९९२ सालच्या Dreams of a Final Theory या पुस्तकात मान्य केले आहे. 'ते जसे आहे तसे आपल्याला स्वीकारावे लागणार आहे, आपल्याला आवडते म्हणून नाही तर याच प्रकारे हे जग काम करते म्हणून.'

अगदी आताच्या नव्या महान अशा भौतिकशास्त्रज्ञांनी थोडा सलोख्याचा सूर लावला आहे. एरवी वैराण, अर्थशून्य असणाऱ्या अशा या विश्वामध्ये आपण कदाचित अपघाताने आलेले प्रवासी असू तरी या विश्वाकडे बघण्याच्या आपल्या बुद्धीच्या आणि स्वभानाच्या छोट्याशा पण अनमोल अशा खिडकीचे मोल जाणून आहोत. कण भौतिकीचा शास्त्रज्ञ ब्रीआन कॉक्स सुचवतो की आपण आपल्या स्वत:चच कौतुक करून घ्यायला पाहिजे की, 'आपण म्हणजे एक अशी यंत्रणा आहोत ज्याने विश्वाला अर्थ प्राप्त करून दिला,' असे २०१७ साली प्रसिद्ध झालेल्या सीन कॅरोल या कॉस्मोलॉजिस्टच्या The Big Picture या पुस्तकात त्याने 'काव्यात्मक निसर्गवादाचा' पुरस्कार केला आहे, विश्वाबद्दल बोलायचे अनेक मार्ग आहेत, आपण विचार करणारी, भावना असलेली माणसे आहोत असे तो म्हणतो. स्ट्रिंग थिअरीचा तज्ज्ञ ब्रिआन ग्रीनने २०२० मध्ये त्याच्या Until the End of Time या पुस्तकात अनेक प्रकरणात धर्म, वाङ्मय आणि कला हे आपल्या अस्तित्वाच्या उमदेपणात भर घालतात या विचारावर जोर दिला आहे.

अर्थात त्याच्या मुळाशी त्यांचा मानवतेबाबत असलेला दृष्टिकोन कठोरच आहे. कॅरोल ठासून सांगतो की,' मानसिक क्षेत्राच्या अस्तित्त्वाला काहीही स्थान नाही'. तो म्हणतो की, 'आपल्या दैनंदिन जीवनात ज्या काही कथा आपण सांगतो, त्यात आपल्या भावना म्हणजे निव्वळ शब्दांचे गट आहेत जे आपण आपल्या मेंदू मधल्या चेतापेशीच्या भौतिक स्थितीचा नकाशा म्हणून आपण वापरू शकतो. त्यात अजून काही वेगळे नाहीये. जसजसा आपल्या जगण्यामागचा उद्देश कळत जातो, तसं तसं आपल्याला हे स्वीकारावे लागते की आपल्या भावना, आपल्या इच्छा, आपली मूल्ये, आपल्या संवेदना, आपल्या श्रद्धा, आपली पसंती या सगळ्याला भौतिक जगात काहीही स्थान नाही.

ग्रीनलासुद्धा अशी अपेक्षा आहे की पारंपरिक भौतिकशास्त्र मानवी जाणिवेला पुराव्यानिशी सिद्ध करेल. तो लिहितो की, 'गणित हे नक्कीच नियमन करते.' 'निसर्गाच्या नियमाप्रमाणे चालणारा कणांचा खूप मोठा संग्रह आहोत आपण म्हणजे... आपल्याला असे वाटते की आपण आपल्या मर्जीचे मालक आहोत, आपल्या मनाप्रमाणे आपण निर्णय घेतो, क्रिया करतो, reductionist च्या कथेत

मात्र हे स्पष्ट होते की आपल्याला वाटते ते तसे नाही. ना आपले विचार ना आपले वागणे, काहीच या भौतिक जगाचे नियम तोडून स्वतंत्र होऊ शकत नाहीत.

आजच्या वैज्ञानिक मुख्य विचारप्रवाहात, वास्तव जाणून घेण्याच्या आपल्या प्रवासातली ही शेवटची पायरी आहे – या पुस्तकात ठरवलेल्या प्रवासाचे हेच अंतिम ध्येय आहे. भौतिक पद्धतीने मोजमाप करता येणार नाही असे कुठलेच मानसिक क्षेत्र नाही, आणि जरी विज्ञानाने सर्व सविस्तर नोंदवलेल नसलं तरी, त्याचा दृष्टिकोन आणि पद्धत शेवटी आपल्याला जे काही जाणून घ्यायचाय तेच सांगेल. हे खरे आहे की आपल्यापैकी प्रत्येकजण आपापल्या आयुष्याचा अर्थ आपल्या पद्धतीने लावू शकतो. पण जिथवर विश्वाचा संबंध आहे, तिथे 'तुम्ही' (तुमच्या मनात असलेले तुमचे अस्तित्त्व, तुमचा अनुभव आणि तुम्ही स्वत:) म्हणजे कणांच्या आंधळ्या परस्परक्रियेचा निव्वळ अपघाताने झालेला आणि क्षणिक असा परिणाम म्हणावा किंवा तुमचे अस्तित्त्वच नाहीये असे म्हणायला हवे.

या जागतिक दृष्टिकोनाला एकुलता एक तर्कसंगत विचार, जो अद्‌भुत, आदिभौतिक अशा देव किंवा आत्मा या कल्पनेला पर्याय असेल म्हणून जोरदारपणे पुढे आणला गेला आहे. पण जसे आपण २१ व्या शतकात पुढे जाऊ तसा भूप्रदेश बदलतोय (विचार बदलतोय). आदरणीय मंडळीसुद्धा आता म्हणायला लागली आहेत की देवाच्या संकल्पनेशिवाय विज्ञान म्हणजे काहीतरी न्यूनता आहे असे जाणवते. २०१२ मध्ये नास्तिक तत्त्वज्ञ थॉमस नागेल याने त्याच्या Mind and Cosmos या पुस्तकात अशी तक्रार केली आहे की क्षपणित भौतिकवाद आणि डार्विनवाद याचे पारंपरिक मिश्रण या विश्वाबद्दलची पुरेशी माहिती देण्यास असमर्थ आहेत. यामुळे त्याच्यावर भरपूर टीका झाली होती – स्टीव्हन पिंकर याने असे ट्वीट केले की या पुस्तकाने एके काळच्या मोठ्या विचारवंताचा हलक्या दर्जाचा तर्क उघडा पाडला आहे, तर डेनेट असे म्हणाला की ते पुस्तक काडीच्या किमतीचे नाही – पण नागेल एकटा नव्हता. पॉल डेव्हिस सारख्या उच्च दर्जाच्या भौतिकशास्त्रज्ञाने आणि जीवशास्त्रज्ञ असलेल्या स्टूअर्ट कॉफ्मान यानेही आधिभौतिक अस्तित्त्व, देव वगैरेची कल्पना नाकारली आहे. त्यांनी असा प्रश्न विचारला आहे की फाइन ट्यूनिंग आणि जाणीव या सारखी वैश्विक कोडी यांना निव्वळ अपघात म्हणून बाद करायचे का?

डेव्हिस, कॉफमन आणि इतर अनेकांनी असे सुचवले आहे की भौतिकशास्त्राचे जे नियम आपल्याला माहिती आहेत ते कदाचित सर्व गोष्टींचे स्पष्टीकरण नाही देऊ शकणार. कदाचित एखादे अज्ञात तत्त्व अजूनहि शोधले गेलेले नाही असे असू शकेल, जे या विश्वाबाबतची गुंतागुंत वाढवतेय ज्यामुळे जीवन आणि जाणीव निर्माण होत आहेत. तत्त्वज्ञांचा एक छोटासा गट, ज्यांची संख्या आता वाढतीय,

हे जरा वेगळ्या तऱ्हेने व्यक्त होत आहेत, ज्यात एक जुनीच कल्पना नव्याने मांडली जातेय, ती काही वर्षांच्या पूर्वीसुद्धा हास्यास्पद म्हणून दूर सारली गेली होती; विश्वजाणीव ही ती कल्पना. ते असा दावा करतात की वास्तवाबद्दलची आपली मूलभूत कल्पनाच उलटसुलट झाली असेल. कदाचित जाणीव – ही भ्रम असण्यापेक्षा, किंवा आताच्या कल्पनेप्रमाणे अपघाताने निर्माण झालेली असण्यापेक्षा – कदाचित सर्वत्र हजर असेल.

या सगळ्या चळवळीच्या आद्यप्रवर्तकांपैकी एक आहे ब्रिटिश तत्त्वज्ञ गालेन स्ट्रॉसन. तो म्हणतो की तो स्वत: कधीही विश्वजाणीववादी विचाराचा झाला नसता; तो स्वत:बद्दल म्हणतो की मी स्वत: कडवा भौतिकवादी आहे, ज्याला असे वाटते की या विश्वातील सगळ्या गोष्टी भौतिक आहेत. पण तोसुद्धा म्हणतो की जाणीव ही खरी आहे, वास्तव आहे – आपण शुद्धीवर आहोत ही आपल्याला माहीत असलेली सगळ्यात खात्रीलायक अशी गोष्ट आहे. शून्यातून जाणीव निर्माण होते ही कल्पना मात्र तो नाकारतो. तो असा युक्तिवाद करतो की, बाहेरच्या मदतीशिवाय अणू आपली रचना बदलू शकत नाहीत (मात्र बाहेरच्या मदतीने म्हणजे कुठल्या तरी ऊर्जेच्या साहाय्याने अणू आपली रचना बदलून त्यातून खरोखरीच वेगळाच पदार्थ निर्माण होऊ शकतो) असे जर प्रत्येक वेळी झाले तर ती एक जादूच म्हणावी लागेल, विज्ञानाच्या जगात दोन गोष्टींमधला एवढा मोठा स्पष्टीकरणातला फरक अजून कुठेही बघायला मिळणार नाही. त्याचमुळे मला असा विचार करायला भाग पडते की या गोष्टींच्या तळाशी एकतर अनुभव असेल किंवा जाणीव असायला पाहिजे.

पदार्थाला जाणीव असू शकत नाही, असे मानून विज्ञानाने स्वत:चे भरपूर नुकसान करून घेतले आहे, असे तो म्हणतो. रसेल आणि एडिंग्टनचे युक्तिवाद अभेद्य आहेत; कणाच्या अंगभूत स्वभावा बद्दल भौतिकशास्त्र आपल्याला काहीही सांगू शकत नाही. आणि जर जाणीव म्हणजे नेहमीच्या भौतिक गोष्टींपैकी एक असेल (जरी आपण ते वैज्ञानिक उपकरणांच्या साहाय्याने मोजू शकत नसलो तरी) तर त्याचे स्पष्टीकरण देण्यात काही अर्थ नाही. जसे उत्क्रांतीच्या दरम्यान अगदी प्राथमिक, अविकसित पदार्थापासून आताच्या आपल्या गुंतागुंतीच्या शारीरिक रचना तयार झाल्या तसेच उत्क्रांतीने जाणीवेला शोधले आणि आपल्या संवेदनांमध्ये आणि मनामध्ये घडवले.

जाणीव असलेल्या विश्वाची कल्पना पचवायला तेवढी सोपी नव्हती. या कल्पनेबाबत अभिप्रेत असलेला अर्थ जेव्हा लक्षात आला तेव्हा स्ट्रॉसनला जबर धक्का बसला होता, तो म्हणतो की, 'त्या कल्पनेने मला १५ दिवस चक्रावून टाकलं होतं.' आणि जेव्हा त्याने विश्वजाणीव यासंबंधी प्रबंध प्रकाशित केला तेव्हा

त्याची टिंगल उडवली गेली. परंतु त्यानंतर सस्तन प्राण्यांचा मेंदू सोडून इतर प्राण्यांमध्येही जाणीव असू शकते, ही कल्पना स्वीकारली जाऊ लागली आहे. जीवशास्त्रज्ञ आता प्राणी जगतात अगदी खालपर्यंत जाणीव असण्याच्या शक्यतेवर विचार करू लागले आहेत, निदान ऑक्टोपस आणि मधमाश्यांच्या मध्ये तरी. काही तर असाही विचार करू लागले आहेत की वनस्पती आणि चिखलाच्या गोळ्यामध्ये सुद्धा नुसती बुद्धिमत्ताच नाही, तर जाणीवसुद्धा आहे, अर्थात त्यावर अनेकांचा जोरदार आक्षेप आहेच.

चेताशास्त्रज्ञ आता या विषयाचे चिंतन करायला लागले आहेत की संगणकामध्ये अथवा परग्रहवासीयांमध्ये जाणीव आली तर कशी दिसू शकेल, एक नवीनच लोकप्रिय अशी पद्धत निघाली आहे, इन्टीग्रेटेड इन्फॉर्मेशन थिअरी (IIT), ती असे सुचवते की कुठलीही प्रणाली जी माहितीवर प्रक्रिया करते तिच्यात एका विशिष्ट पद्धतीने जाणीव निर्माण होते. तत्त्वज्ञानाच्या क्षेत्रात चार्मर्स असे म्हणतो की, 'तत्त्वज्ञांची नवीन पिढी असा विचार करतेय की आपल्याला भौतिक जगाचा नव्याने विचार करायला हवा आहे ज्यामध्ये जाणिवेचा समावेश करून घेता येईल.' काही जण IIT कडे आकर्षित झाले आहेत, पण स्ट्रॉसनचे अनुसरण करताना विश्वजाणीव पूर्णपणे नवीन अशा आवृत्त्यांचे पुनरुत्थान होत आहे. शिक्षण क्षेत्रातले तरुण आधी या विश्वजाणीवेच्या मताला स्वत:पुरते ठेवत होते ते आता त्याच्यात करिअर करायला बघताहेत, शिवाय त्या बाबत कॉन्फरन्सेस घेताहेत, मासिकांमध्ये लेख लिहिताहेत आणि Galileo's Error सारखी लोकप्रिय पुस्तके, जे २०१९ साली ब्रिटिश तत्त्वज्ञ फिलिप गॉफने प्रसिद्ध केले तेसुद्धा करताहेत.

लोकप्रिय विश्वासाच्या विरुद्ध आधुनिक विश्वजाणीववादी खुर्ची, खडक किंवा चमचा यांच्यात जाणीव आहे असे सुचवत नाहीयेत. काही विश्वजाणीववादी असे सुचवत आहेत की काही मूलभूत कण उदाहरणार्थ क्वार्क्स किंवा इलेक्ट्रॉन्स यांच्यात थोडी जाणीव असते, पण या सगळ्यांचे एकत्रीकरण होऊन काही मोठी जाणीव तयार होत नाही जसे मेंदूमध्ये होते. हे एखाद्या माणसाच्या ध्यानस्त स्थितीशी जास्त संबंधित असू शकते जसे या प्रकरणात सुरुवातीला आले आहे, इतर सगळे एका खूप मोठ्या जाणिवेच्या क्षेत्राबद्दल बोलताहेत ज्याला 'खगोलजाणीववाद' असे म्हणतात.

बरेचसे भौतिकशास्त्रज्ञ या विश्वाचे वर्णन एकत्र विणलेली वेगवेगळी क्षेत्रे असे करतात ज्यात मूलभूत कण त्यांच्या दरम्यान स्पंदन पावत असतात. त्यात विद्युत चुंबकीय क्षेत्र आहे, गुरुत्वीय क्षेत्र तसेच क्वार्क्स, न्यूट्रीनो आणि इलेक्ट्रॉन्स सारख्या सबऑटोमिक कणासाठी वेगवेगळी क्षेत्रं आहेत. अगदी फोटॉनपासून ते एखाद्या ग्रहापर्यंत वेगवेगळ्या वस्तू आपण बघतो, ज्यांना स्वत:ची अशी ओळख असते,

पण ते एका सर्वसमावेशक अशा मोठ्या अस्तित्त्वाचा भाग आहेत. समजा अशा क्षेत्रांचा मूलभूत असा गुणधर्म जाणीव असेल तर? फ्रेया मॅथ्यूज, ही कॉस्मो फिजिसिस्ट मनाने तत्त्वज्ञानी असलेली ऑस्ट्रेलियन आहे, ती असे रूपक वापरते की एखाद्या मोठ्या महासागराला येऊन मिळणारे छोटे-मोठे प्रवाह आहेत हे. या सगळ्या दृश्यामध्ये आपले मन एखाद्या पाण्यातील भोवऱ्यासारखे आहे जे त्या महासागरात आहे: या सगळ्या क्षेत्राचा अविरत चालणारा भाग आहे तरीही अलग, असा आतला अनुभव आहे जो बाहेरून अनुभवणे कठीण आहे.

स्ट्रॉसनचे म्हणणे आहे की तर्कसंगत युक्तिवादानेच तो विश्वजाणिवेकडे ओढला गेला, तर इतरांवर त्यांना आलेल्या अनुभवांमुळे प्रभाव पडला. उदाहरणार्थ मॅथ्युजने तिचा अनुभव सांगितलाय की जेव्हा ती ऑस्ट्रेलियाच्या ग्रामीण भागातील ओल्ड कॅटल स्टेशन येथील हॅमिल्टन डाऊन या ठिकाणी गेली होती तेव्हा तिला असे जाणवले की जणूकाही ती एखाद्या जिवंत अशा ड्रॅगन वर किंवा महासर्पावर किंवा एखाद्या मोठ्या ऊर्जेच्या लाटेवर स्वार होऊन चालली आहे. दुसरा एक इस्रायली तत्त्वज्ञ आहे इटाही शानी. त्याच्या करिअरच्या सुरुवातीला, पारंपरिक सिद्धान्त व्यक्तिगत अनुभवांकडे दुर्लक्ष करतात हे पाहून तो उद्विग्न झाला होता. त्यानंतर त्याने नोव्हा स्कॉटिया येथील रॉकी केव्हजना दिलेल्या भेटीमुळे त्याचा संपूर्ण दृष्टिकोनच बदलला.

मित्रांच्या बरोबर जंगलामध्ये आणि समुद्रकिनारी राहिल्यावर त्याला विलक्षण निवांत वाटायला लागले आणि त्याच्या आजूबाजूच्या परिसराशी एक जोडल्याची भावना निर्माण झाली. काही दिवसांनी त्याने पेगीज कोव्ह नावाच्या ठिकाणाला भेट दिली जिथे तिथल्या ग्रेनाइटच्या खडकांना प्राचीन हिमनद्यांनी घर्षण करून कोरून काढले होते. तिथले सृष्टीसौंदर्य बघून तो थक्क झाला होता. तो म्हणाला की, 'तिथले खडक सूर्यप्रकाशात चमकत होते. काळ जणू नाहीसा झाला होता आणि त्याला असे वाटत होते की जणू त्याचे प्राण त्याच्या शरीरातून निघून हे विश्व पार करत दूरच्या ताऱ्यांपर्यंत प्रवासाला निघाले होते. त्यांनतर त्याच्याच शरीरातून जणू प्रकाश असा ओसंडत वाहत होता,' तो म्हणतो की, 'त्याच्या मनात खोलवर एक शांतीची, आनंदाची आणि एकीची भावना निर्माण झाली होती, जणूकाही वास्तवाच्या खाली सगळ्यांचे मिळून एकच हृदय धडधडत होते.'

जाणीव असलेले विश्व ही कल्पना शानीसाठी तर्कसंगत दृष्टिकोनातून निघालेली एक चांगली कल्पना एवढेच नव्हते, तर त्यातून आध्यात्मिक अनुभूतीच्या जाणिवेचा अर्थ समजावला जातो, ज्याचा अनुभव आजपर्यंत कित्येक शतके लोक सांगत आले आहेत. आपली नेहमीची जागृत होण्याची जाणीव अनुभवाच्या वर्णपटातली छोटीशी पट्टी आहे, तर ध्यानस्थ अवस्था आपल्याला सत्याची दुसरी बाजू दाखवते, जेणेकरून

पलीकडच्या जाणिवेच्या क्षेत्राशी जोडता येते. ही कल्पना कित्येक पौर्वात्य तत्त्वज्ञानात खोलवर रुजलेली सापडते, उदाहरणार्थ कालातीत अशा टाओइझममधील न बदलणारी-'आई'ची संकल्पना. अगदी अलीकडच्या काळात ही कल्पना पाश्चिमात्य देशात पर्यायी औषधोपचाराचे प्रचारक दीपक चोप्रांपासून ते परामानसशास्त्रज्ञ रुपर्ट शेल्ड्रेक यांनी लोकप्रिय करण्याचा प्रयत्न केला आहे, बऱ्याच वेळा टेलिपथी किंवा फेथ हिलिंग सारख्या, ज्याना काही पुराव्याचा आधार नाही अशा गोष्टी ते वापरतात, ज्यांची बहुतेक करून शास्त्रज्ञ टिंगल करतात. शानी च्या म्हणण्या प्रमाणे आपण विस्तारित जाणिवेच्या क्षेत्राची मध्यवर्ती कल्पना निकालात काढायला नको आहे. त्याने मला सांगितले की, 'विज्ञान आपल्याला काय सांगू शकते त्यालाही त्याची अंगभूत मर्यादा आहे हे आपल्याला माहिती आहे.' हेच जेम्स आणि त्याची पिढी वारंवार सांगत होती... अनुभवांना गांभीर्याने घेण्याचा काही मार्ग आपण शोधला पाहिजे. आणि त्यात माणसाच्या व्यक्तिगत अनुभवाच्या पलीकडचा अनुभव ही सामील आहे.

जे मानसशास्त्रज्ञ विस्मय आणि ध्यानावस्था या गोष्टींचा अभ्यास करतात त्यांच्या सारखेच बरेच तत्त्वज्ञ जे वैश्विक जाणिवेचे समर्थन करतात त्यांचा असा विश्वास आहे की या पद्धतीचे व्यावहारिक परिणामसुद्धा आहेत. 'त्या दिवसानंतर असा एकही दिवस गेला नाही की ज्या दिवशी मी त्या अनुभवाबद्दल विचार केला नाही' असे शानी त्याच्या पेगीज कोव्ह इथल्या अनुभवाबद्दल म्हणतो. 'तसा एक तुमचा कल होऊन जातो.' त्याला असे वाटत्ते की विश्वजाणीववादामुळे तुम्हाला या विश्वाशी जोडून घ्यायची माणसाची तळमळ समजते, काहीतरी पलीकडचे गाठण्याची. 'तुम्ही कुठल्या तरी मोठ्या गोष्टीचा एक अपूर्ण असा भाग आहात हे समजावून सांगण्याची ही एक पद्धत आहे.' संशोधन हे सांगते की ध्यानावस्थेतील अनुभव एखाद्याचे कल्याण करू शकतात ज्यामुळे स्वतःवर लक्ष केंद्रित करणे कमी होते. त्याही पुढे जाऊन शानी म्हणतो की आणि सुचवतो की एक अर्थपूर्ण असे जीवन जगण्यासाठी तुम्हाला त्या सर्वांपलीकडे असलेल्या पण विश्वाच्या केंद्रस्थानी असलेल्याशी सूर मिळवता आले पाहिजेत.

मॅथ्यूज विश्वजाणीववाद हे आपल्या या ग्रहावरच्या अस्तित्त्वासाठी अत्यंत गरजेची अशी गोष्ट आहे असे समजते. पाश्चिमात्य भौतिकवाद असे दाखवतो की माणसाच्या अस्तित्त्वासाठी हे जग एक अचल, जड अशी पार्श्वभूमी आहे, आणि निसर्ग म्हणजे जणू उपयुक्त वस्तू, जणू कच्च्या मालाचा स्रोत आहे, जो जणूकाही फक्त आपल्यासाठी बनवलाय, ज्याचा आपण वाटेल तसा उपभोग घेऊन वर्चस्व गाजवू. आता त्या जैवक्षेत्राला कित्ती हानी पोहोचली आहे, ते आपल्या समोर उलगडले आहे आणि ते दुरुस्त करण्यासाठी मॅथ्यूजला ही पृथ्वी म्हणजे एक

जितीजागती चीज आहे, जिची काळजी घेणे, जिचा आदर करणे जरुरी आहे हे आपण समजून घ्यावे असे वाटते. ध्यानावस्थेतील अनुभवांवरून आपण पृथ्वीकडूनच ज्ञान मिळवू शकतो.

विश्वाशी जाणिवेचा संबंध जोडण्यासाठी विश्वजाणीववाद हा एकच पर्याय नाहीये. इतर काही पर्याय विज्ञानाच्या कक्षेतूनच येत आहेत, ज्यात क्वांटम भौतिकशास्त्राचाही अंतर्भाव आहे. दुसऱ्या महायुद्धानंतर हे क्षेत्र वास्तववादाकडे सरकले आहे, भौतिकशास्त्रातील एक मोठी गोष्ट घडली कॉपनहेगन इंटरप्रिटेशन. जॉन व्हीलर हा तरुण आइन्स्टाईन आणि बोहरचा समकालीन होता; त्याने नंतर कृष्णविवर (Black Hole) हा शब्द लोकप्रिय केला, आणि इतरही काही शब्द उदाहरणार्थ 'वर्म होल' आणि 'क्वांटम फोम' सारखे शब्द तयार केले. हे सगळे ब्रह्मांड बिग बँग मधून कित्येक अब्ज वर्षांच्या पूर्वी सुरू झाले आणि त्यांनतर जीव आणि मानवता वगैरे निर्माण झाले या सगळ्या गोष्टी व्हीलरला मान्य नाहीत. त्याऐवजी त्याचे म्हणणे आहे 'हे ब्रह्मांड सततच शक्यतांच्या धुक्यातून निर्माण होत असते'. आणि आपण त्यात नुसते बघे नाही आहोत तर आपलाही त्या निर्मितीमध्ये सक्रिय सहभाग आहे.

हे ब्रह्मांड म्हणजे एक यंत्र असून आधी ठरलेल्या नियमानुसार ते चालते ही कल्पनाच जॉनने मोडीत काढली आहे. त्यासाठी कुठलेही भौतिकशास्त्रीय नियम किंवा काही ठरावीक जादुई असे आकडे नाहीयेत. 'It from bit' असे बोधवाक्य त्याने वापरले, ज्यात त्याने कल्पनेचा प्रतीक म्हणून वापर केला आहे ती कल्पना, 'म्हणजे या भौतिक जगातील प्रत्येक गोष्टीला त्याच्या खोल तळाशी बहुतेक वेळा अमूर्त असे स्पष्टीकरण असते; ज्याला आपण सत्य म्हणतो ते सत्य, त्यासाठी विचारलेली प्रश्नोत्तरे आणि उपकरणांमधून मिळालेली उत्तरे या दोन्हींमधून ते सत्य निर्माण होते. तो या मुद्द्यांवर जोर देत होता की आसपासचे हे सगळे जे आपण भौतिक सत्य म्हणवतो – प्रत्येक कण, क्षेत्र, अगदी अवकाश काळसुद्धा – हे माहितीतून साकारते, भौतिकशास्त्रज्ञ जी मोजमापे घेतात, अभ्यास करतात त्यावरून जो निकाल येतो, ते ज्ञान आपल्याला मिळते.

१९७० साली व्हीलरने त्याचा मुद्दा सिद्ध करण्यासाठी एक वैचारिक प्रयोग सुचवला. हा प्रयोग म्हणजे सुप्रसिद्ध डबल स्लीट प्रयोगातून निघालेला आणखी एक प्रयोग आहे ज्यातून क्वांटम जगातील वैचित्र्य लक्षात येईल. मूळ प्रयोगामध्ये एका स्क्रीनला दोन छिद्रं आहेत आणि त्यातून फोटॉन्स सोडले जातात. तुम्ही जर लक्ष दिलेत की कुठल्या छिद्रातून फोटॉन जातात तर तुम्हाला दिसेल की ते फोटॉन त्या दोन छिद्रांपैकी कुठल्यातरी एका छिद्रातून जातात, पण तुम्ही जर लक्ष दिले

नाहीत तर ते दोन्ही छिद्रातून जातात. व्हीलरने असा युक्तिवाद केला की तुम्ही निरीक्षण करण्याचा निर्णय उशिरा घेतला म्हणजे प्रयोगाच्या शेवटापर्यंत तर – जेव्हा ते फोटॉन्स आधीच त्या छिद्रातून गेले आहेत – तरीही सारखाच निकाल मिळतो. दुसऱ्या शब्दात सांगायचे तर फोटॉन्स भूतकाळात म्हणजे या आधीच कुठला मार्ग निवडला हे निरीक्षण ठरवेल, जरी त्याने प्रवास पूर्ण होईपर्यंत त्याचे निरीक्षण केलेच गेले नसले तरी.

जेव्हा व्हीलरने हे भाकीत केले होते तेव्हा हे तपासून बघायला त्या वेळी काही मार्ग नव्हता, पण त्यानंतर १९८४ साली मेरीलँड येथील प्रयोगशाळेत हे सिद्ध केले गेले. त्या प्रयोगातील फोटॉन्सचे मार्ग निश्चित नव्हते जोवर भौतिकशास्त्रज्ञ त्यांचे निरीक्षण, मोजमाप करत नव्हते, यामुळे या गोष्टीला पुष्टी मिळत होती की असे कुठलेही रहस्यमय सत्य तिकडे लपलेले नाही; अगदी भूतकाळातल्या घटनासुद्धा निरीक्षकाच्या ठरवण्यावर होतात. हा प्रयोग त्यांनतर २०१७ मध्ये अनेक गोष्टींवर अगदी पूर्ण अणूवर आणि काही फोटॉन्स एका उपग्रहाला धडकून अवकाशात उडतानासुद्धा करण्यात आला. व्हीलरच्याच एका सूचनेवरून खगोलशास्त्रज्ञांनी असाही प्लॅन केला आहे की हा प्रयोग दूरच्या दीर्घिकांच्या प्रकाशावर सुद्धा करायचा. हे जर यशस्वी झाले तर आपली आजची निवड आणि प्रयोग हे अब्जावधी वर्षांपूर्वी घडून गेलेला प्रवास निश्चित करतील.

व्हीलरला अंत:प्रेरणेने असे वाटत होते की हे ब्रह्मांड म्हणजे जणू एक रहाटगाडगं आहे, त्यामुळे आपली निरीक्षणे आपल्याला फक्त वर्तमानकाळातील आणि भविष्यकाळातीलच घटना जाणून देत नाही, तर भूतकाळातील सुद्धा घटना त्यातून आपल्याला समजू शकतात. त्याने भौतिकशास्त्रज्ञांनी निरीक्षण केलेल्या फोटॉन्सना धूर सोडणाऱ्या ड्रॅगनची उपमा दिली आहे, ज्याचे तोंड आणि शेपूट स्वच्छ, स्पष्ट समजणारे आहे (मोजमापाच्या वेळी) पण त्यांच्या मध्ये फार मोठा अनिश्चिततेचा ढग आहे. दुसरे रूपक त्याने वापरले ते म्हणजे एक असे ब्रह्मांड जे म्हणजे जणू एक पियानो आहे आणि तो वाजवणारे सर्व निरीक्षक – सहभागी लोक आहेत ते म्हणजे सर्व कालातील आणि ठिकठिकाणचे असे आहेत. याचा अर्थ एकच बिग बँग झाला असे नव्हे तर अब्जावधी छोटे छोटे निर्मितीचे क्षणिक असे चमत्कार झाले, वास्तवात जणू जसे आपण बघत जाऊ तसेतसे तुकड्यातुकड्यांनी कामात प्रगती होते आहे.

व्हीलरची भौतिक वास्तवाची कल्पना म्हणजे, पुंजवादाचा अर्थ लावण्याची लोकप्रिय कल्पना क्वांटम माहितीच्या गुणधर्माच्या आणि वर्तनाच्या अभ्यासावर आधारित आहे. पण ख्रिस्टोफर फुक्स, जो व्हीलरच्या विद्यार्थ्यांपैकी एक आहे, जो आता बोस्टन, मॅसॅच्युसेट्स विद्यापीठात क्वांटम भौतिकशास्त्रज्ञ आहे, तो म्हणतो

की नवी दिशा निराशाजनक आहे, विशेषत: जेव्हा त्याच्या समर्थकांनी 'अज्ञात क्वांटम स्टेट' अशा नव्या कल्पनेची ओळख करून दिली जी टेलिपोर्ट होऊ शकते, संरक्षित असू शकते किंवा प्रकट होऊ शकते. तो असा युक्तिवाद करतो की 'माहितीला' बाहेरच्या जगात अस्तित्त्वात असलेला नवीन प्रकारचा पदार्थ म्हणून समजायचे असेल तर, जे आपल्याला माहिती नाही, यात व्हीलरची कल्पना बसत नाही; जर एखादी क्वांटम स्थिती म्हणजे 'माहिती' आहे तर ती अज्ञात कशी असू शकेल? तिच्या बद्दल नक्कीच कोणाला तरी आणि काहीतरी माहिती असणारच ना?

त्याऐवजी फुक्सने संभाव्यतेच्या बायेसिअन पद्धती वरून प्रेरणा घेतली. त्यात असा युक्तिवाद केला जातो की वस्तुनिष्ठ संभाव्यता असा काही प्रकार शोधण्यासारखा नसतो; जेव्हा आपण एखादी घटना घडण्याची संभाव्यता ठरवतो, तेव्हा ते नेहमीसाठीच आपल्या व्यक्तिगत ज्ञान आणि विश्वासावर ठरते. फुक्स आणि त्याच्या सहकाऱ्यांनी क्वांटम मेकॅनिक्सची एक समान व्याख्या शोधून काढली, ज्यात हे सांगितले आहे की क्वांटम भौतिकशास्त्रज्ञांनी संभाव्यतेची जी आकडेमोड केली आहे तिचा संबंध जगात बाहेर काय घडतेय याच्याशी नाही तर निरीक्षकाच्या अंतर्गत ज्ञानाशी आहे. मोजमापानंतर अनेक शक्यतांवरून एकावर कोसळणाऱ्या शक्यता म्हणजे बाह्यघटना नाहीये तर ती त्या निरीक्षकाने स्वत:चे समज अद्ययावत करण्याची प्रक्रिया आहे. याला पहिल्यांदा 'क्वांटम बायेसीआनिझम' असे म्हटले जायचे पण आता त्याला फक्त 'घनवाद' (त्याचे निर्माते असे समजतात की ती कल्पना तितकीच क्रांतिकारी आहे) असे म्हणतात.

घनवाद्यांवर नेहमी असा आरोप केला जातो की बाह्य वास्तव अस्तित्त्वात नाही असे ते मानतात, पण फुक्स असा आग्रह धरतो की ही पद्धत सुचवते की 'वास्तव हे तिसऱ्या माणसाच्या दृष्टिकोनातून समजले गेलेल्या पेक्षा जास्त आहे'. फुक्सच्या बुद्धिमान आदर्शांमध्ये (व्हीलर आणि नील्स बोहर सोडून) विलिअम जेम्स चा समावेश आहे, ज्याने त्याच्या जाणीवे बाबतच्या सगळ्या तपासातून असा निष्कर्ष काढला आहे की वास्तवाचे अंतिम बिल्डिंग ब्लॉक्स म्हणजे 'शुद्ध अनुभव' आहेत, आणि 'नव्याने उद्‌भवणारे सगळे स्थानिक डाग, आणि ठिगळासारखे आहेत.' क्वांटा नावाच्या मासिकाला २०१५ मध्ये फुक्सने सांगितले की, हे ब्रह्मांड वस्तुनिष्ठ नाही की व्यक्तिनिष्ठ नाही, दोन्ही आहे. 'या जगातला जो पदार्थ आहे तो आपल्यातला प्रत्येक जणाची जगतानाच्या प्रत्येक क्षणाला ज्याच्याशी गाठ पडते त्यात आहे – असा पदार्थ जो आतही नाही आणि बाहेरही, तर या दोघांच्या मधल्या फुटीच्या कल्पनेच्या आधीचा आहे.'

जाणिवेच्या बाबतीतल्या या कल्पना एकदम बरोबर आहेत असे नाही तर, किंवा

सिद्ध करता येण्यासारख्या आहेत, किंवा स्वीकारल्या जाण्याच्या जवळ आहेत. सीन कॅरोल आणि ब्रियान ग्रीन या भौतिकशास्त्रज्ञांनी स्पष्टपणे सांगितल्याप्रमाणे मध्यवर्ती स्थिती जी आहे ती अशी की पारंपरिक विज्ञानाने वर्णन करण्याची ताकद वेळोवेळी सिद्ध केली आहे, त्यामुळे ब्रह्मांडाच्या मूलभूत वस्त्राला जाणीवेची जोड देण्याची गरज नाही. अनेक क्वांटम भौतिकशास्त्रज्ञ अनंत पण वस्तुनिष्ठ अशा अनेक विश्वांच्या वास्तवाला प्राधान्य देतात; बऱ्याच मानसिक तत्त्वज्ञांना चेतापेशीच्या शारीरिक हालचालींच्या पलीकडे जाणीवेच्या बाबतीत काही वेगळे स्पष्टीकरण देण्याची गरज नाही वाटत. तरीही एक नवीन द्वार उघडते आहे एवढे नक्की.

आपण आता नवनवीन कल्पनांचा विस्फोट होताना बघतोय, जिथे मान्यवर शास्त्रज्ञ आणि तत्त्वज्ञ हे पूर्णपणे भौतिक अशा ब्रह्मांडाची कल्पना सपशेल नाकारताहेत, ज्यात जागरूकतेला काहीही स्थान नाही. उलट वेगवेगळ्या दृष्टिकोनातून जाणीवपूर्वक घेतलेला अनुभव पुनरुज्जीवित केला तर तो आपल्या वास्तवाबरोबरच्या नात्याचा आधारस्तंभ ठरेल. डेसकार्टेसने चार शतकांपूर्वी सांगितल्या प्रमाणे आता हे विचारणे शक्य झाले आहे, अगदी विज्ञानाच्या कक्षेत राहूनसुद्धा, की मोजमाप करता येण्याजोग्या भौतिकजगापेक्षा जास्त काही तरी अस्तित्त्वात आहे.

या वाढत्या अल्पसंख्याकांचे, जाणीव या कल्पनेला दूर ठेवण्यासाठी घेतलेले परिश्रम बघितले की लोकांची मजल कुठपर्यंत जाऊ शकते ते समजते : चढत्या क्रमाने चित्रविचित्र असलेल्या गोष्टी, उदाहरणार्थ झोंबी किंवा अनंत ब्रह्मांडे या कल्पना स्वीकारणे तितकेच अवघड आहे जेवढे प्राचीन काळात खगोलशास्त्रज्ञांनी जेव्हा आता माहीत असलेल्या साध्या ग्रहमालेच्या चक्रा ऐवजी (जी आपल्याला आता अगदी साधी सोपी सरळ वाटते) खूप गुंतागुंतीच्या ग्रह्मालेची केलेली कल्पना स्वीकारणे अवघड होते.

जेव्हा ख्रिस हॅडफील्ड याने अवकाशात स्वतंत्रपणे तरंगण्यासाठी इंटरनॅशनल स्पेस स्टेशनच्या बाहेर पाऊल टाकले, तेव्हा तो म्हणाला की मला सगळ्यात जास्त कुठल्या गोष्टीचे आश्चर्य वाटले असेल तर 'या जगाच्या अस्तित्त्वाच्या शक्तीची जी जाणीव झाली त्याचा अर्थ, माझ्या बघण्याच्या क्षमतेनुसार मला जो कळला तो असा'. बाहेरच्या अवकाशातील वास्तवात आपल्या ग्रहा बद्दलचाच हा संदेश आहे असे नाही तर, आपला अनुभव किती महत्त्वाचा आहे, या जगाकडे बघायची आपली क्षमता कशी आहे याबद्दल आहे. काही वर्षांनी हॅडफील्डने त्याबद्दल लिहून ठेवले आहे की: 'अवकाशात शोध घेणारे आपण काही यंत्र नाही आहोत, माणसे आहोत.' हे जसे अवकाशात खरे आहे तसेच आपल्या जीवनात, पृथ्वीवरही तितकेच खरे आहे.

या ब्रह्मांडाबद्दलच्या आपल्या अनुभवातून झालेल्या आपल्या समजुती बदलायला आपल्याला शतके लागली, आणि भौतिकशास्त्राचा गणिती पाया तयार करायला. त्यातून निर्माण झालेला ज्ञानाचा सांगाडा एकदम मजबूत, मोहक आणि अत्यावश्यक असा आहे. पण ते मर्यादित आहे. तुमचं ज्ञान कितीही अत्याधुनिक असलं तरी ते कुठल्यातरी डेटा मधूनच काढलेलं असणार आहे. भौतिकशास्त्राचे नियम कितीही अभेद्य दिसले तरी ते मर्यादित अनुभवावर आधारित आहे.

हा क्षण हेन्री बर्गसाँसाठी निर्णायक होता. अस्तित्त्व जे आपल्याला समजते – आपल्या जागरूकतेतून क्षणाक्षणाला उसळत असते – ते चंचल, विरोधाभास दर्शवणारे, अतार्किक आणि अमर्याद आहे. या अफाट, वैभवशाली अशा गोंधळाचा अर्थ समजून घेण्यामध्ये विज्ञानाने त्याच्याकडून असलेल्या आपल्या सर्व अपेक्षा पूर्ण केल्या आहेत. ज्यासाठी विज्ञानाची रचना झाली ते विज्ञानासाठी असलेले विशेष कामही त्याने उत्तमरीत्या पूर्ण केले आहे: भौतिक जगाच्या वर्तनाचे भाकीत करण्याचे काम. विज्ञानाने आपल्याला आपल्या भवतालावर कब्जा मिळवून दिला आहे; तांत्रिक प्रगतीत पुढे नेले आहे; मानवाला चंद्रावर पोहोचवलंय. पण तरीही त्यामुळे त्याचे जे उद्दिष्ट आहे, सर्व वास्तवाला गवसणी घालण्याचे, ते पूर्ण झाले आहे असे नाही.

या पुस्तकाची सुरुवात आपण प्रसरण पावणाऱ्या अशा वैश्विक बुडबुड्यापासून केली; एक महाप्रचंड, उत्क्रांत होत जाणारे असे दीर्घिका, तेजोमेघ आणि कृष्णविवरांचे राज्य, जे गेल्या १४ बिलियन वर्षांपासून अस्तित्त्वात आले आहे. ती एक साक्षात ताऱ्यांनीच आपल्याला सांगितलेली प्रेरणादायी आणि शक्तिदायक अशी कथा आहे. पण आपले हे ब्रह्मांड म्हणजे नक्की काय आहे? मला वाटते पॅलिओलिथिक काळातील आदिमानवाकडे सुद्धा काही सबळ कारणे होती जे ते पृथ्वी आणि आकाशामध्ये स्वत:ला बघत होते. मला असे वाटते की ग्रीक खगोलशास्त्रज्ञ टॉलेमीच्या मनातही काही कल्पना होती ज्यामुळे तो स्वत: झीअसच्या बरोबरीने तरंगत असल्याची कल्पना करत होता. मला वाटते कांदिन्स्की बरोबर होता जेव्हा तो म्हणत होता की कला हीच वास्तव आहे; आणि मालेविचने जेव्हा सावधगिरीची सूचना दिली कारणमीमांसा म्हणजे एक पिंजरा आहे (किंवा असू शकतो). मला वाटते की व्हीलरच्या ब्रह्मांडा बद्दलच्या दृष्टिकोनातून आपण हे शिकायला पाहिजे की ते ब्रह्मांड आधीच अस्तित्त्वात नव्हते तर आपल्याच अब्जावधी वर्षांपासूनच्या सृजनशील कल्पनेतून निर्माण होत गेले आहे.

आणि मला वाटते की आपण त्या अंतराळवीरांचे म्हणणे ऐकायला पाहिजे, जेव्हा ते अवकाशयात्रेहून परत येतात तेव्हा ते भौतिक गोष्टी किंवा निरीक्षणे याबद्दल नाही तर सौंदर्य, काव्य आणि आपल्या पृथ्वीचे आणि एकमेकांचेही संरक्षण करणे

किती गरजेचे आहे त्याबद्दल बोलतात. ते आपल्याला विनवताहेत की आपल्या अंत:प्रेरणेची ताकद ओळखा, आपण वाद घालायचे थांबवून आकाशातील ताऱ्यांकडे बघतो तेव्हा आपल्याला समजते की आपण त्याच ब्रह्मांडाचा भाग आहोत. आपण इथे आहोत.

◆

उपसंहार

१९४१ साली विज्ञानकथा लिहिणाऱ्या आयझॅक ॲसिमॉव्ह याने त्याच्या नाईटफॉल या कथेत लागाश नावाच्या एका काल्पनिक ग्रहाची कथा लिहिली आहे. हा ग्रह खूपसा पृथ्वीसारखा आहे, फरक एवढाच आहे की त्या ग्रहाला ६ सूर्य आहेत त्यामुळे तो सततच प्रकाशात असतो. त्या ग्रहावर राहणाऱ्या लोकांना अंधारे आकाश आणि तारे यांचे अस्तित्त्व ज्ञातच नव्हते. पण एका अत्यंत दुर्मिळ अशा ग्रहणामुळे २००० वर्षात पहिल्यांदाचा त्याचे सर्व सूर्य झाकले जाऊन त्या ग्रहावर अंधार पडला आणि आणि त्यांना अफाट अशा विश्वाचे आणि त्या विश्वात असलेल्या ताऱ्यांचे दर्शन झाले – आणि त्याबरोबरच स्वत:च्या खुजेपणाची जाणीव झाली. त्यामुळे त्या ग्रहावरचे लोक वेडे व्हायची वेळ आली. त्यांनी वेड्यासारखे सगळीकडे शेकोट्या पेटवून जाळ करून तो अंधार घालवण्याचा प्रयत्न केला आणि त्यात आपले संपूर्ण शहरच जाळून खाक करून टाकले.

मला वाटते या बाबतीत ॲसिमॉव्ह बरोबर होता, रात्रीच्या आकाशात जग बदलण्याची शक्ती आहेच. कदाचित ते त्याने उलट्या क्रमाने घेतले असेल. 'नाईटफॉल' या कथेत आकशात एकाएकी दिसलेल्या ताऱ्यांमुळे त्या सर्व संस्कृतीचा नाश व्हायला सुरुवात झाली. पृथ्वीवरसुद्धा आपल्याला आकाशातील या ब्रह्मांडाकडे बघण्याच्या खिडकीमुळे मानवतेला प्रेरणा मिळाली आहे. पृथ्वीवर माणूस निर्माण झाल्या क्षणापासून आकाशात नियमितपणे फिरणाऱ्या ताऱ्यांच्या चक्रानेच माणसाला गोंधळाच्या स्थितीमधून सुसंबद्धता शिकवली, अस्तित्त्वाचे चक्र ज्यात प्रकाश आणि अंधार, जीवन आणि मृत्यू यांची सतत चालणारी चक्रे शिकवली.

त्या पायावर आपण आपली ही इमारत उभी केली आहे. चंद्र, सूर्य आणि तारे यांची निरीक्षणे करून आपण सागरावर सफरी करायला शिकलो, वेळ मोजायला शिकलो आणि त्यानंतरच्या वैज्ञानिक पद्धतींमधून आजच्या काळातील अत्याधुनिक तंत्रज्ञानापर्यंत येऊन पोहोचलो. त्यादरम्यान आकाशात दिसणाऱ्या ताऱ्यांच्या वेगवेगळ्या आकृत्या, जादुई प्राणी, दैवी सूर्य किंवा वैश्विक बले इ. इ.नी आपल्या धार्मिक

कल्पना बनवल्या, राजकीय मते बनवली, निसर्गाची कल्पना दिली आणि वास्तवाचा अर्थ शिकवला. अशा स्थितीत लागाश या ग्रहावरच्या स्थितीच्या उलट स्थिती जर आपल्याकडे झाली तर आपले काय होईल?

इतिहासात आता पहिल्यांदाच आपण त्या बाहेर पसरलेल्या ब्रह्मांडापासून शारीरिकदृष्ट्या दूर झालो आहोत. शास्त्रज्ञांनासुद्धा जे शोध लागताहेत ते स्वतःच्या डोळ्यांनी पाहून नव्हे तर कुठल्या तरी इलेक्ट्रॉनिक डिटेक्टरच्या पडद्यावर फोटॉन्स आपटून मिळालेल्या निकालावरून लागताहेत, ज्यामुळे प्रचंड प्रमाणात डेटा तयार होतोय, ज्यामुळे संगणक प्रणाली कोसळायला लागली आहे. रोजच्या आयुष्यातसुद्धा आधुनिक शोधांमुळे उदाहरणार्थ विजेचे दिवे, कृषी क्षेत्रातील प्रगती आणि जगभर करता येणारा प्रवास यामुळे प्रत्यक्षातली अवकाशातील तसेच निसर्गातली चक्रे आपण अनुभवतच नाही आहोत. चंद्र किंवा ग्रहांकडून मिळणारे संदेश आपण विसरून गेलो आहोत. आपली घड्याळे आणि उपग्रहांवरून मिळणाऱ्या संदेशांवरून आपण कुठे आहोत हे आपल्याला कळतय.

निसर्गापासून होत असलेली ही फारकत आपल्यासाठी चांगली नाही हे हळूहळू समजतय आपल्याला. जीवशास्त्रज्ञांना हळूहळू हे समजायला लागलय की पृथ्वीवरील विविध जीव किती तऱ्हांनी निसर्गातील प्रकाश, तपमान आणि चुंबकीय क्षेत्राचे होणारे परिणाम यावर अवलंबून आहेत, त्यावर त्यांचे जगणे एकमेकांशी संबंध ठेवणेही कसे अवलंबून आहे, तेही समजतय. त्यादरम्यान विस्मय आणि ध्यानावस्था यांचा अभ्यास करणारे मानसशास्त्रज्ञ हे सावधगिरीच्या सूचना देताहेत की समाजाला निसर्गाशी जोडले जाणे गरजेचे आहे. सर्जनशीलता, एकमेकातील संबंध आणि करुणा, सहानुभूती इ. निर्माण होण्यासाठी नुसता डेटा गोळा करून उपयोग नाही तर आपल्याला या विश्वाचे अफाट अस्तित्त्व आणि त्यातली रहस्ये यांचा स्वतः अनुभव घ्यायला हवा. अंतराळ प्रवासाहून परत आलेल्या सर्वच अंतराळवीरांचा हा कळकळीचा संदेश आहे की एकमेकात भांडू नका, दुसऱ्याशी चांगले वागा आणि मुख्य म्हणजे आपली ही पृथ्वी किती नाजूक आहे आणि तिचा नीट सांभाळ करणे किती गरजेचे आहे, हे समजून घ्या.

पण ही नुसती व्यवहारातली फारकत नाहीये जी सरळ सरळ अत्याधुनिक तंत्रज्ञानामुळे ताऱ्यांच्या वरचे आपले अवलंबित्व कमी झाले आहे म्हणून झालेली, तर त्याचा जास्त खोलवर तात्त्विक असा परिणाम झाला आहे. विज्ञानाने भौतिक जगासंबंधी अचूक भाकिते करायला सुरुवात केल्यापासून आपण जिथून सुरुवात केली त्या अनुभवापेक्षा हे यांत्रिक अनुभव आपल्याला खरे वाटू लागले आहेत. आपल्याला स्वतःला काय वाटते किंवा आपण या विश्वाचे चिंतन करतो, आकाशातले तारे बघतो याला फारसा अर्थ राहिला नाहीये, नुसते रोजच्या व्यवहारातच नव्हे तर

आपल्या वास्तवाला समजून घेण्यातही आणि त्यात आपण कुठे बसतो ते समजण्यातही. या जगातील एखादी गोष्ट समजून घेण्यासाठी विज्ञान हे फार उपयुक्त हत्यार आहे असे म्हणण्यापासून आता वैज्ञानिक दृष्टीकोन म्हणजेच सर्वकाही आहे असे म्हणण्यापर्यंत आपली मजल गेली आहे.

याने फरक पडतो, कारण विज्ञान ज्या दिशेने जाते, आपण काय प्रश्न विचारतो आणि आपल्याला काय उत्तरे ऐकायला मिळतात, ते निकाल आपण कसे वापरतो – हे सगळे आपल्या समजुतींवर आणि गृहीतकांवर अवलंबून आहे. या पुस्तकात आपण पहिल्यापासून हेच बघितले आहे की या विश्वाची रूपे लोकांच्या आयुष्यात कशी आणि किती खोलवर मुरलेली आहेत, आणि ते आताच्या काळातही खरे आहे. आपण जर अनुभवाचे महत्त्व मानणार नसलो, जर आपण असे म्हणणार असू की जे मोजण्यायोग्य आहे तेच अस्तित्त्वात आहे, आपण जर आपल्या ग्रहाला जड, अचल असा कच्चा माल समजत असू आणि स्वत:ला वेगळी काढलेली यंत्रे, तेव्हा मग ती मूलभूत तत्त्वे, स्वयंपूर्ण ठरतात. ती आपले ज्ञान आणि समाज यांना दिशा दाखवतात.

यात काहीही आश्चर्य नाही की आपण अशा शाळा निर्माण केल्या आहेत, ज्यात फक्त समीकरणे शिकवली जातात आणि विस्मयाची भावना दडपली जाते, सर्व आरोग्य संस्था त्यांच्या सगळ्या कौशल्यांसकट लाखो लोकांना जास्तीच्या औषधांच्या माऱ्याने आणि उपचारानेच मारताहेत, मानसिक उपचारांची उपेक्षा करताहेत, आणि स्कॅनसारख्या उपकरणात दिसत नाहीत ती लक्षणे नाकारताहेत. आनंदापेक्षा आपण पैशाला महत्त्व देतो; आपली मते आणि अनुभव यांचे परीक्षण त्यांना किती लाइक्स मिळतात यावर करतो; आणि आपले आणि समाजाचेही दैनंदिन जीवन आंधळ्या, कृत्रिम बुद्धिमत्तेच्या हाती देतोय. आपल्या अवतीभोवती उच्च तंत्रज्ञानाच्या साहाय्याने इमारती बांधतो आणि आपल्याला तगवणारे जे जीवावरण आहे त्याचा नाश करतोय. आपण डोळ्यांसमोरच्या स्क्रीनमध्ये इतके मश्गूल होऊन गेलो की वाढत्या प्रकाश प्रदूषणामुळे आकाशातील तारे कधी दिसेनासे झाले तेही आपल्याला कळले नाही.

मला असे वाटते की आपण आपल्या या ब्रह्मांडाबद्दलच्या समजाच्या अशा निर्णायक टप्प्यावर आहोत. आपल्या पूर्वजांसाठी आपली समज हेच वास्तव होते. हजारो वर्षांच्या काळानंतर आपला दृष्टिकोन पूर्णपणे उलटा झालाय. विचार करण्याच्या नव्या पद्धतीची बीजे बॅबिलोनियन लोकांच्या संख्यात्मक मॉडेल्सवरून आणि ग्रीकांच्या आकाशीय गोलांच्या कल्पनेवरून पेरली गेली. त्यानंतर डेस्कार्टेस, गॅलिलिओ आणि इतर शास्त्रज्ञांनी याला फुलवत नेले, ज्यामध्ये विश्वाबद्दलच्या अशा शक्तिशाली संकल्पनेचे संगोपन केले ज्यात हे विश्वभौतिक कण आणि शक्ती किंवा बलाच्या

साहाय्याने केलेले एक गणितीय क्षेत्र आहे असे मानले. त्यांनी तयार केलेली प्रणाली इतकी ठोस आहे की मागच्या शतकात तिने तिची मर्यादा ओलांडली आणि तिच्या निर्मात्यांची मने खच्ची करून टाकली. आपण या ब्रह्मांडातून स्वतःलाच पुसून टाकायच्या धोकादायक स्थितीत आलो आहोत.

हे विश्वउत्पत्तीशास्त्र ते सध्या आधुनिक जगावर राज्य क़रते आहे. ज्यांना हे पटत नाही त्यांना अतार्किक, गूढ किंवा विज्ञानविरोधी म्हणून दूर करण्यात आले आहे. पण आता एक नवीन जाणीव निर्माण झाली आहे, अगदी शास्त्रज्ञांमध्ये सुद्धा की, फक्त भौतिकशास्त्र एकटेच फोटॉनचे अंतरंग उलगडून दाखवू शकत नाही, मग बाकी आपण स्वतः आणि हे विश्व तर दूरच राहिले. आणि याचा अर्थ असा होतो की या विश्वाच्या बाबतीत मनाची भूमिका अशी आहे की ज्याबद्दल आपण परत नव्याने बोलू शकतो, आपण निवडूही शकतो. पुढे जायचा अजून एक मार्ग आहे : विज्ञानाला नाकारायचे नाही, किंवा अद्‌भुताचासुद्धा धावा करायचा नाही, पण आतून आलेल्या जणिवेचा अनुभव हा वास्तवाचा नैसर्गिक आणि मूलभूत भाग आहे हे मानायचे, ज्याचे वर्णन विज्ञान करते.

व्यावहारिक आणि तत्त्वज्ञानाच्या दृष्टिकोनातून बघितले तरी विश्वाशी असलेले आपले व्यक्तिगत लागेबांधे हे मर्यादित स्वरूपात असलेले किंवा किंमत नसलेली गोष्ट नाहीये, ती तंत्रज्ञानाच्या सोयीसाठी निरुपयोगी म्हणून टाकून देणे योग्य नाही, उलट त्यामुळे आपण माणूस आहोत हे त्याने सिद्ध होते. या विश्वाशी असलेल्या इतिहासातील आपल्या नात्याकडे वळून बघताना हे लक्षात येते की कसे आपण देव मोडीत काढले, मिथकांचा दंभस्फोट केला, आणि आपल्या स्वतःच्या, पुराव्याच्या आधारावर निर्मितीबद्दलच्या कथा लिहिल्या. आपला व्यक्तिनिष्ठ असा अर्थ बाजूला करून प्रमाणित अशा निरीक्षणांवर लक्ष केंद्रित केल्यामुळे आपल्याकडे हे विश्व जाणून घेण्याची, त्याला आकार देण्याची अशी विलक्षण शक्ती आली आहे त्यापुढे बाकी सगळे जे आधी होऊन गेले आहे ते थिटे पडले. पण जर का तिच्यावर ताबा ठेवला नाही, तर तिच्यात एक अति आत्मरत, विध्वंसक, थंड डोक्याने काम करणारी अशी ताकद आहे.

आपण ताऱ्यांना कसे दृष्टीआड केले त्यासंबंधी हे पुस्तक आहे. आता आपल्यासमोर आव्हान असे आहे की ते परत दृष्टीसमोर कसे आणायचे.

◆

ऋणनिर्देश

ज्या लोकांच्या छंद, आवड, कल्पना आणि समर्पणामुळे मला प्रेरणा मिळाली त्यांचे वर्णन या पुस्तकात आले आहे. त्यामुळे मला त्यांचे आभार मानायचे आहेत – ते पुरातत्त्वज्ञ, खगोलशास्त्रज्ञ, तत्त्वज्ञ, दर्यावर्दी, शामान्स, कलाकार- सगळ्यांनी वेगवेगळ्या प्रकारे वेगवेगळ्या काळात या विश्वाला जाणून घ्यायचा प्रयत्न केलाय. विशेषत: आताच्या काळातील शैक्षणिक क्षेत्रातील लोकांचा मी ऋणी आहे ज्यांनी माझ्यासाठी त्यांचा अमूल्य वेळ खर्च केला, त्यांच्या कल्पनांवर माझ्याशी चर्चा केली, अनेक हस्तलिखिते बघू दिली (अर्थात काही चूक झाली असती तर जबाबदारी माझी होती). ज्यामध्ये मायकेल रॅपेनग्लुक, जेन्स नॉट्रोफ, मायकेल पार्कर पेअरसन, जिम इव्हान्स, निक कॅम्पिअन, जॅनेट फिनच्के, डीडीएर क्वेलोझ, झॅकोरी बेर्टा- थॉम्पसन, एवेरेट गिब्सन, डाकेर केल्टनर, रॉबिन कारहार्ट- हॅरीस, गॅलन स्ट्रॉसन आणि इटाय शान या सगळ्यांचा समावेश आहे. ख्रिस हॅडफील्डचे प्लेक्ट्रूम (ड्रमची स्टिक)साठी आभार, आणि जो बोल्बी आणि सांड्रा इंगेर्माननेे न कंटाळता चिकाटीने माझ्या सर्व चित्रविचित्र प्रश्नांना उत्तरे दिली त्याबद्दल त्यांचे आभार.

माझा प्रतिनिधी विल फ्रान्सिस, याच्या मदतीशिवाय हे पुस्तक अस्तित्त्वात आलेच नसते, ज्याने मला इतक्या मोठ्या, प्रचंड विखुरलेल्या अशा विषयाला नीट एकत्र बांधून पुस्तकस्वरूपात आणायला मदत केली. शिवाय माझे संपादक सायमन थोरोगुड यांनी या अशा विषयावर पुस्तक होऊ शकेल यावर विश्वास ठेवून ते पुस्तक स्वरूपात आणायची संधी दिली. या दोघांची मी अतिशय ऋणी आहे, 'तुम्ही दोघांनी मला या सगळ्या लिखाणाच्या प्रवासात जो आधार दिलात आणि सल्ला दिला त्याबद्दल तुम्हा दोघांचे अतिशय मनापासून आभार.' माझ्या पुस्तकाचे अमेरिकेतील संपादक स्टीफन मॉरोव यांचेही मनापासून आभार, तयार झालेल्या हस्तलिखितावर मोलाच्या सूचना आणि सल्ले दिल्याबद्दल. आणि माझी सुंदर संपादिका युगेन टोड हिचेही खूप आभार, तिच्या परखड सल्ल्याबदल आणि संपादनासाठी घेतलेल्या अफाट मेहनतीबद्दल मनापासून आभार.

मला ब्रिटिश लायब्ररीचेही मनापासून आभार मानावेसे वाटतात. शतकांपूर्वीच्या जुन्या ऐतिहासिक दस्ताऐवजांपासून ते आताच्या आधुनिक विज्ञान मासिकांपर्यंत सर्वांचा वापर करू दिल्याबद्दल आणि लेखनासाठी उत्तम जागा दिल्याबद्दल त्यांचे मनापासून आभार. इसाबेल कूकने वेळोवेळी बोलून आणि योग्य त्या सूचना दिल्या, त्याबद्दल तिचे खूप आभार. अनिल अनंतस्वामी यांना अभिप्रायाबद्दल, लॉरा डोनोवच्या समर्थ हातात मुलांना सोपवल्यामुळे मी निर्धास्तपणे लेखनाला वेळ देऊ शकले त्याबद्दल तिचे मनापासून आभार. माझ्या सगळ्या मैत्रिणींना आणि लेखनात मदत करणाऱ्या मदतनीस गाइया विन्स आणि एमा यंग यांचेही मनापासून आभार. या सगळ्यां बरोबर प्रवास फार सुखावह होता.

सरतेशेवटी इआन तुझे खूप आभार, तुझ्या भक्कम आधारासाठी आणि प्रोत्साहनासाठी, मला स्वत:लासुद्धा जेव्हा समजत नव्हते की मला नक्की काय लिहायचे आहे तेव्हा तुझा आधार मिळाला. माझ्या विश्वाच्या केंद्रस्थानी असलेल्या माझ्या लाडक्या पॉपी आणि रुफस यांना खूप खूप प्रेम. हे पुस्तक तुमच्यासाठी आहे. मला अशी आशा आहे की जेव्हा तुम्ही मोठे व्हाल तेव्हा तुम्ही परत आकाशात तारे बघू शकाल.

◆